ஓம் முருகா

(குமரிக்கண்டத்தை நோக்கிய என் பயணம்)

பாகம் - 1

காலத்துடன் ஒரு சந்திப்பு

ரா. ரெஜித் குமார்

லயன் மயூரா ராயல் கிங்டம்

அர்ப்பணிப்பு

என்னை தகுதியுள்ளவன் என்று தேர்ந்தெடுத்த
முருகப்பெருமானுக்கும்,
என்னை பெற்றெடுத்து கவனித்து வளர்த்த என் அம்மாவிற்கும்..

உள்ளடக்கம்

ஆசிரியர் குறிப்பு

ரா. ரெஜித் குமார் ஒரு ஆன்மீகவாதி, குணப்படுத்தும் தன்மையினை பரிசாகப் பெற்றவர் மற்றும் உலகெங்கும் பயணிக்கும் ஒரு நவீனக்கால யோகி. கடந்த 18 ஆண்டுகளாக முருகப்பெருமான் மற்றும் பல சித்தர்களால் வழிநடத்தப்பட்டு வருபவர். அதன் மூலம் பெற்ற அனுபவங்களையும், ஞான ரகசியங்களையும் அனைவருக்கும் தொடர்ந்து பகிர்ந்து வருகின்றார். இவை அனைத்தும் உலகின் ஆன்மீக விழிப்புணர்வுடன் தொடர்புடையவை.

ஸ்ரீ ரெஜித் குமார் அவர்கள் 2017ல் லயன் மயூரா ராயல் கிங்டம் (LMRK) என்ற உலகளாவிய இயக்கத்தை நிறுவினார். உலக அமைதிக்காகவும், உலகின் செழிப்பிற்காகவும் முருகப்பெருமானால் வழங்கப்படும் கடமைகளை, சேவை மனப்பான்மை உள்ள தன்னார்வலர்கள் ஒன்றிணைந்து செயல்படுத்துவதற்கான இயக்கமாக LMRK உள்ளது.

Email Id: rejithpazhni@rediffmail.com
Facebook: https://www.facebook.com/lionmayura
Twitter: https://twitter.com/LionMayura
Instagram: https://www.instagram.com/lionmayura
Pinterest: https://in.pinterest.com/lmrkrk
YouTube: https://www.youtube.com/c/lionmayuraroyalkingdom

8 | ஆசிரியர் குறிப்பு

Email Id: rejithpazhni@rediffmail.com
Facebook: https://www.facebook.com/lionmayura
Twitter: https://twitter.com/LionMayura
Instagram: https://www.instagram.com/lionmayura
Pinterest: https://in.pinterest.com/lmrkrk
YouTube: https://www.youtube.com/c/lionmayuraroyalkingdom

முன்னுரை

ஒரு புத்தகத்தை எழுதுவது மிகவும் கடினமான பணி என்று கூறுவது உண்மையில் ஒரு குறைவான மதிப்பீடேயாகும். அச்சிடப்படும் ஒவ்வொரு சொற்களும் வரலாற்றில் பதிக்கப்பட்டு உலகின் கடைசி நாள் வரை நிலைத்திருக்கும்.

தொடக்கத்தில், இந்த புத்தகத்தின் வாயிலாக நான் என்ன கூற விரும்புகின்றேன் என்றும், என் வாசகர்கள் இதிலிருந்து என்ன தெரிந்து கொள்ள வேண்டும் என்பதை பற்றியும் மிக ஆழமாகச் சிந்தித்தேன். இந்த கேள்விக்கான விடை கடினமானதாக இருந்தது. ஏனெனில், என் சொந்த வாழ்க்கையின் அத்தியாயங்களை என் வாசகர்கள் உணரவேண்டும் என்று நான் ஆசைப்பட்டேன். தொடக்கத்திலிருந்து என் மனம் இரண்டு கேள்விகளுக்கான விடைகளைத் தேடியது - "ஏன்"? மற்றும் "எதற்காக"?

இந்த புத்தகம் என் வாழ்க்கையைப் பற்றிய ஒரு கண்ணோட்டம். சாதாரண குடும்பத்தில் பிறந்த ஓர் சாதாரண மனிதனின் அசாதாரணமான வாழ்க்கை அனுபவங்கள் இதில் நிறைந்துள்ளது. இந்த அனுபவங்களைப் பெற்ற பின், என்னுடைய அதீத ஆர்வத்தின் காரணமாக அந்த ஆற்றல் ஓட்டத்தில் மகிழ்ச்சியாக பயணிக்கத் தொடங்கினேன். இதன் விளைவாகப் பல வினோதமான அனுபவங்களை அச்சமின்றி எதிர்கொள்ள ஆரம்பித்தேன். மேலும், சில உயரிய ஆன்மீக குருமார்கள் சென்ற வழிகளில் நானும் பயணிக்கும் பாக்கியத்தைப் பெற்றேன். கடந்த 18 வருடங்களாக நான் பெற்ற அழகிய மற்றும் அரிதான அனுபவங்களை இந்த புத்தகம் எடுத்துரைக்கின்றது. இந்த புத்தகத்தில் என்னைப் பற்றிய உண்மைகளை மட்டுமே மூலதனமாக விதைத்துள்ளேன்

என்பதில் நான் உறுதியாக இருக்கின்றேன். இந்த முன்னுரையில் இப்புத்தகத்தைப் பற்றி எதனையும் சொல்ல வேண்டாம் என்று நினைக்கின்றேன். இந்த புத்தகத்தில் பயணிக்கும் பொழுது வாசகர்களாகியே நீங்களே அனைத்தையும் கண்டுபிடிக்க வேண்டும் என்று விரும்புகின்றேன்.

இங்கு ஒன்றை மட்டும் குறிப்பாகக் கோடிட்டுக்காட்ட நான் விரும்புகின்றேன்.

நான் குறிப்பிட்ட வெளியுலக அனுபவங்களை நான் ஒருபொழுதும் தேடிச் செல்லவில்லை. மாறாக, அவை என்னைத் தேடி வந்தன. இதுதான் நான் பெற்ற அனுபவங்களை மதிப்பு மிக்கதாக மாற்றியது. இது, தெய்வமே கீழிறங்கி வந்து ஆன்மீக பாதையைக் கற்பிப்பதைப் போன்றது.

இந்த புத்தகத்தின் மூலம், நம் ஐந்து புலன்களைத் தாண்டி பல விஷயங்கள் இருக்கின்றன என்பது உங்களுக்குப் புரிந்திருந்தால், புதிய மற்றும் வினோதமான அனுபவங்கள் பெற வேண்டும் என்ற உத்வேகம் உங்களுக்குள் வந்திருந்தால், நமக்கு முன்னாள் இந்த பூமியில் வாழ்ந்து இப்புவியை அலங்கரித்த வல்லுநர்கள் பற்றிய விழிப்புணர்வு வந்திருந்தால், நமது பிரபஞ்சம் மற்றும் காலத்தின் நிகழ்வுகள் எவ்வளவு ஆழமானது என்பதைப் பற்றி சில மணித்துளிகள் நீங்கள் சிந்தித்திருந்தால் என்னுடைய இந்த தாழ்மையான முயற்சியை நான் வெற்றியாக கருதுவேன்.

நான் முன்பே குறிப்பிட்டதைப் போன்று, எந்த ஒரு முன்குறிப்பும் இல்லாமல் நான் பெற்ற அனுபவங்களைக் கொண்டது இந்த புத்தகம். அவை அனைத்தையும் நான் சந்தேகத்துடன்தான் அணுகினேன் என்பதை நான் இங்கே ஒப்புக்கொள்ளவேண்டும். ஆனால், அதன்மூலம் இந்த உலகின் பல்வேறு இடங்களில் மறைந்துள்ள பல்வேறு ஆற்றல் ஆதாரங்கள் மற்றும் அதிலுள்ள ஞானங்களை என்னால் கண்டுபிடிக்கமுடிந்தது. இறைவன் அருளால் நான் கண்டுபிடித்த அனைத்தும் அறிவியல் மற்றும் வரலாற்றுடன் ஒத்துப்போகின்றது.

இந்த புத்தகத்தை ஒரு யோசனையிலிருந்து யதார்த்தத்திற்கு மாற்றுவதற்கு எனக்கு உதவிய பல கரங்களை நினைக்கையிலே என் இதயத்தில் நன்றியுணர்வு பெருகுகின்றது. நான் இந்த புத்தகத்தை எழுத முடிவு செய்த தருணத்திலிருந்து எனது LMRK குடும்பத்தை

சேர்ந்தவர்கள் என்னுடன் நின்று தேவையான உதவிகளைச் செய்தனர். என்னுடன் இணைந்திருப்பதில் அவர்களுக்குள்ள ஆர்வத்திற்கு நான் என்றும் நன்றியோடிருப்பேன்.

வெளியீட்டாளர்களுடன் திறம்பட ஒத்துழைத்த திரு. தத்தாத்திரி சீனிவாசன் அவர்களுக்கு என் மனமார்ந்த நன்றிகள். அடுத்ததாக, திரு. மணிகண்டன் அவர்கள் தனது பொறுமை மற்றும் நிபுணத்துவத்தால் இந்நூலை ஆரம்ப வரைவிலிருந்து நன்கு கட்டமைக்கப்பட்ட இறுதிக் கலைப் படைப்பாக உருவெடுக்க உறுதுணையாக இருந்தார். அவருக்கு என்றென்றும் நான் நன்றியுள்ளவனாக இருக்கின்றேன். இந்த புத்தகத்தின் ஆங்கிலம் மற்றும் தமிழ்ப் பதிப்புகளுக்காக தங்களின் நேரத்தையும், நிபுணத்துவத்தையும் கொண்டு பணியாற்றிய பிஸ்மோல் மற்றும் திருமதி. சித்ரா ராஜசேகரன் ஆகியோருக்கு என் நன்றிகளை உரித்தாக்குகின்றேன். புத்தகத்தின் உள்ளடக்கம் அரசன் என்றால், அவரை சிறப்பாகக் காண்பிப்பதில் தொகுப்பாளர்கள் பெரும் பங்கு வகிக்கின்றார்கள். அதற்காக திரு. யுவராஜ் மற்றும் திருமதி. செளம்யா நிகில் ஆகியோர் செய்த உதவிகளுக்கு நன்றிகள்.

என்னை ஊக்கப்படுத்திய எனது விளையாட்டுத் தோழர்களுக்கும், திருரைச் சேர்ந்த பூர்வீக வாசிகளுக்கும், யங் பிரதர்ஸ் கிளப்பின் உறுப்பினர்களுக்கும் நன்றி தெரிவிப்பது அவ்வளவு எளிதல்ல. எது எப்படி இருந்தாலும், அவர்கள் இருந்ததனால் நான் இங்கே இருக்கின்றேன் என்பது தான் நிதர்சனம்!

இந்த புத்தகத்தின் ஊடாக பயணித்து எனது வாழ்க்கையைப் பார்த்தால் என் மனைவியின் முக்கிய பங்கினை நீங்கள் அறிந்துகொள்வீர்கள். இந்த நேரத்தில் என் மனைவி ஜிதா (ஷாமிலி), எங்கள் மகள்களான நசஷ்த்ரா மற்றும் கங்கா ஆகியோருக்கு என் அன்பையும், மகிழ்ச்சியையும் தெரிவித்துக்கொள்கின்றேன்.

தங்களின் நேரத்தை ஒதுக்கி இந்த புத்தகத்தைப் படிக்கும் அனைவருக்கும் என்னுடைய நன்றிகளைத் தெரிவித்துக்கொள்கின்றேன். இந்த புத்தகத்துடன் செலவிடும் ஒவ்வொரு நொடியும் நீங்கள் நேர்மறையாகவும், துடிப்பாகவும் உணரவேண்டும் என்பதே எனது விருப்பம் மற்றும் பிரார்த்தனையாகும்.

என்னை எப்பொழுதும் அரவணைக்கும் எல்லாவல்ல முருகப்பெருமானையும், தன்னுடைய பாதுகாப்பு கவசத்தை

எப்பொழுதும் என்மீது நெய்திருக்கும் என் அம்மாவையும் வணங்கி இந்த நூலை இவ்வுலகிற்குச் சமர்ப்பிக்கின்றேன்.

ஓம் சரவண பவாய நமஹ !!!

ரா. ரெஜித் குமார்

10.07.2022

திருச்சூர்

எப்பொழுதும் என்மீது நெய்திருக்கும் என் அம்மாவையும் வணங்கி இந்த நூலை இவ்வுலகிற்குச் சமர்ப்பிக்கின்றேன்.

ஓம் சரவண பவாய நமஹ !!!

அத்தியாயம் 1

ஆன்மத் தேடல்

நாம் வாழ்ந்து கொண்டிருக்கும் இந்த சமுதாயத்திலுள்ள பெரும்பான்மையான மக்களைப் போல நானும் ஒரு சாதாரணமான மனிதன் தான். நான் இந்தியாவில் உள்ள கேரள மாநிலத்தில் வசிக்கின்றேன். நான் கேரள அரசாங்கத்தில் பணிபுரிந்து வருகின்றேன். மனைவி மற்றும் குழந்தைகளுடன் ஒரு சாதாரண வாழ்க்கையை நான் வாழ்ந்து வருகின்றேன். வாழ்வில் இருக்கக்கூடிய பொதுவான அம்சங்களான கோபம், சோகம், சங்கடங்கள் என அனைத்து வகையான உணர்ச்சிகளையும் அனுபவித்து வாழ்ந்து வரும் ஒரு சாதாரண மனிதன் என்று தான் என்னை சொல்லவேண்டும். இன்னும் எளிமையாகச் சொல்லவேண்டுமென்றால், உங்களைப் போல் நானும் ஒருவன்.

ஆன்மிகம் என்றாலே அது ஓர் ஆழமான மற்றும் உயர்வான விஷயமாக அனைவராலும் கருதப்படுகின்றது என்று நான் நம்புகின்றேன். சாதாரண மக்களும் இப்படியாகத் தானே நினைப்பார்கள்? வெகுஜன மக்களைப் பொறுத்தவரை, ஆன்மிகம் என்றால் மனம் மற்றும் ஆத்மாவில் தன்னை முழுமையாக நிலைநிறுத்திக்கொள்ளும் திறமையுள்ள ஒருவருக்கானது என நினைக்கின்றார்கள்.

ஆன்மிகம் என்றால் என்ன?

இந்த கேள்வியைப் படித்தவுடன் உங்கள் மனம் எதை நோக்கிச் செல்கின்றது? உங்கள் மனம் சொல்லும் பதிலை மிகவும் கவனமாகக் கேளுங்கள். சிறுவயதிலிருந்தே உங்களுக்குள் பதிந்துள்ள மதம்

மற்றும் மதம் சார்ந்த நம்பிக்கைகளைப் பற்றி உங்கள் மனம் சொல்வது உங்களுக்குக் கேட்கின்றதா? கடவுள்களின் புகைப்படங்களும், சாமியார்களின் உருவமும் உங்கள் மனதில் தென்படுகின்றதா? தெரிகின்றது தானே? ஆனால் உண்மையில் ஆன்மிகம் இதைத்தான் குறிக்கின்றதா? இவற்றைப் பற்றியது தான் ஆன்மீகமா?

இவை எல்லாவற்றிலிருந்தும் நாம் கட்டாயம் வேறுபடவேண்டும் என்பதே என் தாழ்மையான கருத்தாகும். ஆன்மிகம் என்பது மதங்கள், தெய்வங்கள், சடங்குகள் பற்றியதோ அல்லது பிரம்மச்சரியம் பற்றியதோ அல்லவே அல்ல.

நாம் வாழ்ந்து கொண்டிருக்கும் இந்த பூமியானது மண் திட்டுகள் கொண்ட பெரிய நீர்நிலைகளுக்கு மேல் மிதந்துகொண்டிருக்கின்றது என்பதை அனைவரும் ஒப்புக்கொள்வீர்கள்தானே? இதைப் பற்றி நாம் யாரும் விவாதிப்பது கூட கிடையாது. அப்படித்தானே? இந்த ஒரு சிந்தனையில் கூட ஆன்மிகம் உள்ளது என்பதே என் கருத்து. இன்னொரு வகையில் பார்த்தால், இது போன்ற சிந்தனைகள் தான் ஆன்மீகத்தின் விதையைச் சுமந்து செல்லும் ஓர் வாகனமாகவே இருக்கின்றது.

அட்லஸ் அல்லது ஒரு பூலோக உருண்டையைப் பாருங்கள். ஒரு தனிநபராக இருந்துகொண்டு நாம் எதைச் சாதித்தாலும், இந்தப் பெரிய பரந்த உலகில் நாம் ஒரு புள்ளியைப் போலவே இருக்கின்றோம் என்று என்றாவது நீங்கள் யோசித்ததுண்டா? சரி, இப்பொழுது உங்கள் கவனத்தை நான் ஒரு கப்பலின் மீது திசை திருப்புகின்றேன்.

ஒரு மிகப் பெரிய கடலில் மிகக் கம்பீரமான ஒரு கப்பல் பயணிப்பதாக நீங்கள் கற்பனை செய்துகொள்ளுங்கள். அந்த மிகப் பெரிய கப்பலுக்குள் லட்சக்கணக்கான பெட்டிகள் இருக்கின்றன. பெட்டிகள் முழுவதும் ஆப்பிள் பழங்களால் நிரப்பப்பட்டுள்ளதை நீங்கள் பார்க்கின்றீர்கள். அந்த ஆப்பிள் பழங்களுக்கு இந்த கப்பல் என்பது ஒருவாகனமேயாகும். இன்னும்சற்று உள்ளேசென்றுகப்பலில் இருக்கக்கூடிய பெட்டிகளில் ஒரு பெட்டிக்குள் என்ன இருக்கின்றது என்பதைப் பார்ப்போம். அந்த பெட்டிக்குள் இருக்கக்கூடிய பழங்களில் ஒரு பழத்தில் இரண்டு புழுக்கள் இருப்பதாகக் கற்பனை செய்துகொள்ளுங்கள். இந்தப் புழுக்களுக்கு இந்த ஆப்பிள் தான் உலகம். அந்த புழுக்களைப் பொறுத்தவரை, அவர்கள் மகிழ்ச்சியாக வாழ்வதற்குத் தேவையான அனைத்து வசதிகளும் அந்த ஆப்பிள்

பழத்திற்குள்ளேயே இருக்கின்றது. ஒரு காலகட்டத்தில் அந்த புழுக்கள் பேச ஆரம்பிக்கின்றன. எப்பொழுதுமே அறிமுகங்களும் சிறு பேச்சுகளும் உரையாடலாக மாறும். உரையாடல்கள் படிப்படியாக விவாதங்களாகவும், விவாதங்கள் வாதங்களாகவும் மாறும். இங்குப் பேசத் தொடங்கிய இந்த இரண்டு புழுக்களும் தங்களில் யார் பெரியவர் என விவாதிக்கத் தொடங்குகின்றன. விவாதம் என்றாலே அது சண்டையில் தான் முடியும். சில நேரங்களில் சண்டையிடுபவர்கள் ரத்தம் சிந்துவதையும் நாம் காணலாம்.

இப்பொழுது நம் பார்வையைக் கொஞ்சம் விசாலமாக்கலாம். அந்தக் கப்பலில் கோடிக்கணக்கான ஆப்பிள்கள் கொண்டு செல்லப்படுகின்றன. ஏதோ ஒரு இடத்திற்கு இவை அனைத்தும் பயணமாகின்றன.

எங்கோ இருக்கும் யாரோ ஒருவரின் நோக்கத்திற்காக இந்த பழங்கள் அனைத்தும் பயணமாகிக்கொண்டிருக்கின்றன. இந்த பயணத்தின் நோக்கம் யாருக்கும் தெரியாது. கப்பலில் வேலைசெய்பவர்கள், பழங்களை விற்பவர்கள், வாங்குபவர்கள் என யாருக்குமே தெரியாது. இந்த சிக்கலான விவரங்கள் எதுவும் தெரியாமல், அந்த கப்பலில் உள்ள லட்சம் கோடி ஆப்பிள்களில் ஒன்றிற்குள் இருக்கும் இரண்டு புழுக்கள் முடிவில்லாத மற்றும் அர்த்தமற்ற சண்டையில் ஈடுபட்டிருக்கின்றன.

உதாரணத்திற்கு, இப்பொழுது மூன்றாவதாக ஒரு புழு அங்கே இருப்பதாக வைத்துக் கொள்வோம். இந்த புழு மிகவும் அறிவாளி. அதாவது, இவ்வளவு பெரிய கப்பலின் பயணத்தில், தான் ஒரு சாதாரண புழு என்ற அறிவு அதற்கு இருந்தது. இதை ஞானமாக மலர்ந்த அறிவாகவும் எடுத்துக்கொள்ளலாம். இவ்வளவு புத்திசாலித்தனமான நுண்ணறிவைக் கொண்ட இந்த அறிவார்ந்த புழு, யார் பெரியவர் என்று வாதிட்டு தன்னுடைய நேரத்தை வீணடிக்கும் என்று நீங்கள் எதிர்பார்க்கின்றீர்களா? நிச்சயம் கிடையாது.

இந்த விழிப்புணர்வு தான் இந்த புழுவை ஆன்மீகவாதியாக்குகின்றது. இந்த விழிப்புணர்வு தான் இந்த சண்டையில் உள்ள அற்பத்தனத்தை மூன்றாவது புழுவிற்கு உணர்த்துகின்றது. எல்லாவற்றிற்கும் மேலாக, அந்தக் கப்பலில் இன்னும் லட்சக் கணக்கான ஆப்பிள்கள் உள்ளன என்பதனையும், அதன் பயணம் ஒரு தெய்வீக சக்தியின் செயல் திட்டம்

என்பதனையும் இந்த மூன்றாவது புழு அறிந்திருந்தது. மேலும், இந்த பயணத்தின் நோக்கம் மற்றும் செயல் திட்டத்தை அறிந்து கொள்ளும் அளவிற்கு தனக்கு போதிய அறிவு இல்லை என்பதையும் அது தெரிந்துவைத்திருந்தது. என்னைப் பொறுத்தவரையில், இந்த எண்ணம் தான் ஆன்மிகம்.

இது போன்ற எண்ணங்கள் தான் நம் வாழ்வு மிக மிக எளிமையானது என்பதனை நமக்குப் புரியவைக்கின்றது. இது போன்ற சிந்தனைகள் தான் சாதாரண புழுக்களைச் சிறந்த புழுக்களாக மாறுவதற்கு ஊக்குவிக்கின்றன. சிறந்த புழுக்கள், மற்ற புழுக்களின் முக்கியத்துவம் மற்றும் குறைகளைப் புரிந்துகொள்கின்றன. மொத்தத்தில், வாழ்க்கை எவ்வளவு பரபரப்பானதாக இருந்தாலும் இந்த சிறந்த புழுக்கள் சிறிய சிறிய விஷயங்களையும் மகிழ்வுடன் பாராட்டி, அனுசரித்து, வாழ்க்கையைக் கொண்டாடுகின்றன. இவையே, வாழ்க்கையில் எது முக்கியம்? எதன் மீது அதிக கவனம் செலுத்தவேண்டும் என்பதனையும் மற்ற புழுக்களுக்கு வெளிச்சம்போட்டுக் காட்டுகின்றன. மேலும், வாழும் காலத்திற்குத் தேவையான மகிழ்ச்சி மற்றும் நிம்மதியைப் பெறக் கூடிய மன தைரியத்தையும் பெறுகின்றன.

இத்தகைய விழிப்புணர்வு நிலையில் இருக்கும்பொழுது நமக்கு சில கேள்விகள் எழுவது இயற்கையே! பூமி, சூரியன், சூரியக் குடும்பம் மற்றும் பல சூரிய குடும்பங்கள் நம்மைச் சுற்றி உள்ளன. பின்னர், பால்வெளி மற்றும் விண்மீன் மண்டலம் உள்ளது. நாம் அறிந்த வகையில், இது போன்ற பல விண்மீன்களின் தொகுப்பே இந்த பிரபஞ்சமாகும். இவையனைத்தும் விவாதத்திற்குரிய விஷயங்களாக இல்லாமல் இருப்பதற்கு நாம் விஞ்ஞானிகளுக்குத்தான் நன்றி சொல்லவேண்டும். இதைமட்டும் வைத்துக்கொண்டு விஞ்ஞானிகள் அனைவரும் ஆன்மீகத்தில் ஞானமடைந்தவர்கள் என்று சொல்லமுடியுமா?

இது ஒரு சுவாரசியமான கேள்விதானே?

என் எல்லா வாழ்க்கை அனுபவங்களையும் வைத்து நான் தெரிந்துகொண்டது என்னவென்றால், விஞ்ஞானத்தில் பெற்ற வெற்றிகள் அனைத்தும் ஆன்மீகத்தில் அடைந்த உயர் நிலைகள் என்பது கிடையாது. ஏனென்றால், இந்த முழு வாழ்க்கை பயணத்தின் நோக்கம் என்ன என்ற அடிப்படை கேள்விக்கு அறிவியலால் இதுவரை

எந்த பதிலும் சொல்லமுடியவில்லை. இந்த வாழ்க்கை பயணத்தின் தோற்றம் மற்றும் இலக்கை பற்றிய அறிவு விஞ்ஞானிகளுக்கும் இருக்காது. இன்னொருபுறம், விஞ்ஞானத்தைப் பற்றி எதுவுமே அறியாத, ஆனால் வாழ்க்கை பயணத்தின் நோக்கத்தை அழகாக வரையறுக்கக்கூடிய அறிவாளிகளும் இந்த பூமியில் இருக்கவே செய்கின்றார்கள். இந்த பிரபஞ்சத்தில் இருக்கக் கூடிய பூமி உட்பட அனைத்தையும் தாங்கிக்கொண்டிருக்கும் பிரம்மமும் இதே கருத்தைத் தான் ஒத்திருக்கின்றது. நவீன விஞ்ஞானமும் இதனை முழுமையாக ஏற்கின்றது. இது பூஜ்ஜியம் என்றும் அழைக்கப்படுகின்றது.

இதுவரை சொன்னவற்றையெல்லாம் சுருக்கமாகச் சொல்லவேண்டுமென்றால், அனைத்திலும் ஒரு உயரிய நோக்கம் உள்ளது - நீங்கள் இந்த புத்தகத்தை இப்பொழுது படித்துக்கொண்டிருப்பதையும் சேர்த்துத் தான் நான் சொல்கின்றேன். இந்த புத்தகத்தை நீங்கள் படிக்கின்றீர்கள் என்றால், இதுவே நீங்கள் உங்கள் ஆன்ம பயணத்தின் நோக்கத்தைப் புரிந்து கொள்ள முயல்கின்றீர்கள் என்பதற்கான ஒரு சான்றாகும். இன்னும் சுருக்கமாகச் சொல்லவேண்டுமென்றால், ' நான்', நான் யார்?, நான் எங்கே சென்றுகொண்டிருக்கின்றேன்? எதற்காக? போன்ற கேள்விகள் உங்கள் மனதில் தொடர்ந்து எழுகின்றது என்றால், நீங்கள் ஒரு உயர்ந்த நோக்கத்திற்காக இருக்கின்றீர்கள் என்பதற்கான ஒரு அடையாளங்களே இந்த கேள்விகளாகும். இந்த கேள்விகளுக்கெல்லாம் விடை தெரிந்த பின்பு, இந்த 'சுயம்' (நான்) ஒரு சிறந்த நானாக மாற தொடங்குகின்றது.

இந்த மாற்றமானது, வாழ்க்கையை அதன் யதார்த்தத்திலிருந்தே மகிழ்ச்சியாக அனுபவிக்கக் கற்றுத்தருகின்றது. சுயநலத்தின் பயனற்ற தன்மைகளையும் இது புரியவைக்கின்றது.

நாம் அனைவரும் பந்தயம் போன்ற ஒரு அவசரமான வாழ்க்கையில் ஓடிக்கொண்டிருப்பதை நன்கு அறிவோம். இங்கு யாருக்கும் நிற்பதற்கும், காத்திருப்பதற்கும் நேரமே கிடையாது. ஒரு வேளை அப்படிச் செய்தால், தூரத்திலிருந்து யாரோ ஒருவர் பந்தயத்திற்குள் குதித்து நம்மை வீழ்த்திவிடுவார் என்ற பயமும் நமக்கு உண்டு. ஒருவேளை இந்த பந்தயத்தில் உங்களை மிதித்து அவர்கள் முன்னேறுவதற்கும் வாய்ப்புள்ளது. இதில் யாருடைய தவறும் இல்லை என்பது தான் உண்மை. இந்த பந்தயத்திற்குப்

பின்னால் உள்ள காரணத்தைப் பற்றி சிறிது நிதானித்துச் சிந்திக்க யாருக்கும் இங்கே நேரம் கிடையாது. இப்படி இந்த உலகம் மிக வேகமாக நகர்ந்து கொண்டிருக்கக்கூடிய காலகட்டத்தில், ஆன்மீகம் என்ற ஒரு விஷயத்தை மேலோட்டமான ஒரு கண்ணாடியை வைத்தே அனைவராலும் காண முடிகின்றது.

நண்பர்களே மற்றும் வாசகர்களே, இந்த புத்தகத்தின் மூலம் என்னுடைய வாழ்க்கை அனுபவங்களை உங்களுடன் பகிர்ந்து கொள்வதில் எனக்கு மட்டற்ற மகிழ்ச்சி. ஒருவரின் சொந்த அடையாளங்களைக் கூட தேடிக் கண்டுபிடிப்பதற்கு நேரமில்லாத இந்த கால கட்டத்தில், என் வாழ்க்கையைத் திசை திருப்பிய சில ஆன்மீக அனுபவங்களை பெற்றதை எனது பாக்கியமாகக் கருதுகின்றேன். எனது அனுபவங்களைக் கொண்ட இந்த புத்தகத்தின் வாயிலாக, உங்களுடைய கவனத்தை ஒரு நொடிப்பொழுதேனும் நான் ஈர்த்திருந்தால் அதற்கு நான் நன்றிக்கடன் பட்டவனாவேன். அன்பு நண்பர்களே, இந்த நோக்கம் நிறைவேறினால் இந்த புத்தகம் அதன் பயனைப் பெற்றதாகிவிடும்.

ஒரு குழந்தைக்கு நெருப்புடன் ஏதாவது தொடர்பு இருக்குமா? ஏன் குழந்தையை நெருப்புடன் தொடர்புப்படுத்த வேண்டும்? சரி, நெருப்பைப் பற்றிய சிந்தனையை நம் மனதிலிருந்து நீக்கிவிடலாம். ஒரு இரண்டு வயது சிறுவன், அசைந்து வண்ணமயமாக எரிந்துகொண்டிருக்கும் மெழுகுவர்த்தியை உற்றுப் பார்த்துக் கொண்டிருப்பதாகக் கற்பனை செய்து கொள்ளுங்கள். குழந்தையின் அப்பாவி கண்களுக்கு அந்த மஞ்சள் நிற சுடரானது மெல்லிய திரியின் மீது ஆடிக்கொண்டிருப்பதாகத் தெரிகின்றது. இது உண்மையில் சுவாரசியமான மற்றும் ஓர் அழகான காட்சி. நடனமாடிக் கொண்டிருக்கும் இந்த அழகிய சுடருடன் நட்பு கொண்டால் என்ன என்ற இந்த குழந்தையின் ஆர்வத்தைத் தூண்டுவதற்கு இந்த ஒரு காட்சி போதுமானது. ஒரு இரண்டு வயதுக் குழந்தைக்கு நெருப்பின் சீற்றம் பற்றியும், நம் தோலின் மீது நெருப்பு கொண்டுள்ள பேராசை பற்றியும் தெரிந்திருக்க வாய்ப்பேயில்லை.

எந்த பாரபட்சமும் பார்க்கத் தெரியாத ஒரு குழந்தை, எரிந்து கொண்டிருக்கக்கூடிய நெருப்பை ஓர் பழம் என்று நினைக்கவும் வாய்ப்புள்ளது. கற்பனைகள் எல்லைகளுக்குள் உட்படாதவை. இந்த பழம் பார்ப்பதற்கு அழகாக இருப்பதைப்போலச் சுவைப்பதற்கும்

இனிமையானதாகவே இருக்கும் என நினைத்து அந்த குழந்தை வியந்தும் போகலாம். ஆர்வம் மிகுந்து கரையைக் கடக்கையிலே, அந்த சுடரைத் தொடவும் அந்த குழந்தை ஆசைப்படலாம். அப்படி ஒருவேளை அந்த குழந்தை அந்த சுடரைத் தொடுமேயானால், அதனுடைய உடல் உறுப்புகள் நெருப்பை உணர்ந்து அனுபவிக்கத் தொடங்கும். அந்த கணமே அந்த குழந்தைக்கு நெருப்பைப் பற்றிய ஞானம் வந்துவிடும். மேலோட்டமாக தெரிந்த ஒரு கருத்து, இப்பொழுது அதையும் தாண்டி புரிதல் என்ற நிலைக்கு வருகின்றது. நெருப்பு சூடாக இருக்கும் மற்றும் அதனைத் தொடுவது இனிமையான அனுபவங்களைத் தராது என்ற ஆழமாகப் புரிதல் இங்கே மலர்கின்றது. இங்குப் புரிதலுடன் சேர்த்து ஞானமும் மலர்கின்றது. இந்த வாழ்க்கை அனுபவம், படித்து மற்றும் கேட்டுக் கற்றுக்கொள்வதைக் காட்டிலும் மிகப் பெரிய ஒரு பாடத்தை அந்த சிறு குழந்தையின் ஆழ்மனதில் பதிப்பதற்கு ஏதுவானதாக இருக்கும்.

பொதுவாகவே குழந்தைகள் மிகவும் பொறுப்புடன் தான் பெற்றோர்களால் பராமரிக்கப்படுகின்றார்கள். எரியும் மெழுகுவர்த்தியை ஒருபொழுதும் தொடக்கூடாது என்று பெரியவர்களால் அவர்களுக்கு அறிவுறுத்தப்படுகின்றது, சொல்லப்படுகின்றது மற்றும் எச்சரிக்கப்படுகின்றது. நம் குழந்தைகளில் தொண்ணூற்றொன்பது சதவீதம் பேர், நெருப்பு சூடாக இருக்குமென்றும், அது நம் தோலை எரித்துவிடும் என்றும் நம்புகின்றார்கள். ஆனால் உண்மையில் அவர்கள் நெருப்பை அனுபவித்திருக்கமாட்டார்கள்.

ஆன்மீகத்திலும் இதுவே தான் நடக்கின்றது. மனிதர்கள் மிக மிக அரிதாகவே ஆன்மீக அனுபவங்களைப் பெறுகின்றார்கள். இது அவர்களுக்குக் கதைகள் மூலம் கருத்தியல் ரீதியாகவேச் சொல்லப்படுகின்றது. பூமியில் வாழும் காலத்தில் எல்லா மக்களும் அதனை அனுபவிப்பதில்லை. இந்த புத்தகத்தை நீங்கள் படித்துக்கொண்டிருக்கின்றீர்கள் என்றால், ஆன்மீகத்தை ஆழமாகப் புரிந்து கொண்டு, அதனை அனுபவமாகப் பெற நீங்கள் ஆர்வமாக இருக்கின்றீர்கள் என்பதையே குறிக்கின்றது. அனைவரும் சொல்வதைப் போல, நெருப்பு உண்மையில் சூடாக இருக்கின்றதா என்பதனை அறிந்து கொள்ள நீங்களும் ஆர்வமாகத்தான் இருக்கின்றீர்கள்.

உற்சாக மிகுதியில் சுடரைத் தொட்ட ஒரு குழந்தையைப் போல, ஞானத்தை அனுபவிப்பதற்காக இந்த வாழ்க்கை எனக்குக் கொடுக்கப்பட்டுள்ளதை நினைத்து நான் மிகவும் மகிழ்கின்றேன். சுடருடனே இணைந்திருக்க விரும்புபவர்கள் தான் வெப்பத்தின் மையத்தில் இருக்கக்கூடிய இதமான தென்றலையும் அனுபவிக்கின்றார்கள்.

இந்த புத்தகத்தின் ஒவ்வொரு அத்தியாயமும் எனக்குக் கிடைத்த ஆன்மீக அனுபவங்களை விவரிக்க முயல்கின்றது.

என் வாழ்க்கை அனுபவங்கள்!

நான் ஒரு சாதாரண குழந்தையாகப் பிறந்து வளர்ந்தவன் - யாவரையும் போல.

ஓம் சரவண பவாய நமஹ !!!

மிகச் சாதாரணமான குழந்தைப் பருவம்

நீங்கள் எப்பொழுதாவது நம்முடைய பிரபஞ்சத்தின் வயதைக் கணக்கிட முயன்றிருக்கின்றீர்களா? நான் ஒப்புக்கொள்கின்றேன். இது மிகவும் கடினமான பணிதான். ஆகையால் எளிமையான ஒன்றை நாம் எடுத்துக்கொள்ளலாம். மனித குலம் எத்தனை காலமாக இந்த பூமியில் வாழ்ந்து வருகின்றது என்பதனை எப்படி மதிப்பிடுவது? ஒருவேளை லட்சம் ஆண்டுகளாக இருக்குமோ? இன்னும் பல லட்சம் ஆண்டுகள் பின்னோக்கி செல்ல வேண்டியதாக இருக்கும் என்று நம்புகின்றேன். நாம் மதிப்பிட்ட இந்த காலத்திற்குள் நமது வாழ் நாள் எவ்வளவு இருக்கும்? அதிகபட்சமாக 100 ஆண்டுகள் என வைத்துக்கொள்ளலாமா? இது அதிகமானதாகத் தோன்றுகின்றது தானே? ஆனால் உண்மை என்னவென்றால், பிரபஞ்சத்துடன் ஒப்பிட்டுப் பார்க்கையில் நம்முடைய வயது என்பது ஒரு நொடிப் பொழுதாகத்தான் இருக்கும் - ஒரு நீர்க்குமிழி போல.

நாம் பிறந்த காலநேரமே நம்முடைய வாழ்வை வடிவமைப்பதில் பெரும் பங்கு வகிக்கின்றது. சரியான நேரத்தில் மற்றும் சரியான இடத்தில் பிறப்பது என்பது உண்மையில் பெரும் பாக்கியம். இங்கு நான் ஜோதிடத்தைப் பற்றியோ அல்லது கிரகநிலையைப் பற்றியோ பேசவில்லை. இதனை நான் மேலும் விரிவாக விவரிக்கின்றேன்.

ஐசக் நியூட்டன் புவியீர்ப்பு விசையின் நிகழ்வைக் கண்டுபிடித்து அதனை மனிதகுலத்திற்குக் கற்பிப்பதற்காகவே ஆசிர்வதிக்கப்பட்டவர். தாமஸ் ஆல்வா எடிசன் மின்சார பல்ப் போன்ற பல புரட்சிகரமான கண்டுபிடிப்புகளைச் செய்தவர்.

இந்த கண்டுபிடிப்புகள் மனிதர்களின் செயல்பாட்டினையே மாற்றியமைத்தது. இந்த கண்டுபிடிப்புகளுக்காக இன்றளவும் இவர்கள் மிகுந்த மரியாதையுடன் நம்மால் நினைவுகூரப்படுகின்றார்கள். அவர்களின் கண்டுபிடிப்பிற்கு அவர்கள் பிறந்த காலகட்டமும் உறுதுணையாக இருந்திருக்கின்றது. ஒருவேளை அவர்கள் இன்றைய காலகட்டத்தில் பிறந்திருந்தால்? இந்த கண்ணோட்டத்தை வைத்துப் பார்க்கையிலே, சரியான காலகட்டத்தில் பிறப்பது என்பதும் ஒரு ஆசீர்வாதம் என்று உங்களுக்குப் புரியும்.

ஒரு மனிதனின் நீண்ட ஆயுட்காலம் என்று நீங்கள் நினைப்பது, இந்த பிரபஞ்சத்தைப் பொறுத்தவரையில் ஓர் குறிப்பிடத்தக்கக் கால அளவே கிடையாது. இன்னும் சற்று ஆழமாகப் பார்த்தால், மனிதன் எடுக்கக்கூடிய பாதையானது வட்ட வடிவமாகவே இருக்கின்றது. நான் இப்பொழுது சொல்லவிருக்கும் இந்த செய்தியானது பிரபஞ்சம் எனக்கு அளித்த ஓர் பரிசு என்றே நீங்கள் எடுத்துக்கொள்ளலாம். ஒரு மனிதனின் வாழ்நாள் எங்குத் தொடங்குகின்றதோ அங்கேயே சென்று முடிவடைகின்றது. எனவே அது வளைந்து தான் இருக்கவேண்டும். இப்பொழுது, நீங்கள் மிகப் பெரிய சுற்றளவுடன் ஒரு வட்டத்தை வரைந்து, அதிலிருந்து சுமார் ஐந்து சென்டிமீட்டர் பகுதியை வெட்டினால் அதில் வளைவு, திருப்பம் அல்லது சாய்வு என்று எதுவும் இருக்காது. அது ஒரு வட்டம் போலவே இருக்காது. ஆனால் அது நேர்கோடு போலத் தெரியும். உண்மைதானே? இது ஒரு மாயை. ஆனால் உண்மை. இந்த நேர்கோடு தான் மனிதர்களாகிய நாம் அறுபது, எழுபது, எண்பது வயது எனக் கடந்துவந்த காலமாகும்.

இதனைவைத்துப் பார்க்கும்பொழுது, இந்த பாதை வளைவதற்கு சற்றுமுன் மீண்டும் பிறக்கும் வாய்ப்பை பெற்ற ஒரு சில அதிர்ஷ்டசாலிகளும் இருக்கத்தான் செய்கின்றார்கள். அந்த வளைவின் முடிவில் வரும் மாற்றங்களின் அழகையும் அவர்களால் அனுபவிக்கமுடிகின்றது. இந்த நூலைப்படிக்கும் பெரும்பாலோனோர், என்னையும் சேர்த்து, அதிர்ஷ்டசாலிகள் தான். அது எப்படி என்று உங்களுக்கு ஆச்சரியமாக இருக்கலாம். நாம் இரண்டு தலைமுறைகளின் வாழ்க்கை முறையை ஒரே வாழ்க்கையில் அனுபவிக்கின்றோம் என்பதே உண்மை. நம் தலைமுறையைச் சேர்ந்தவர்கள் 80களில் இளமைப் பருவத்திலும், 90களில் முதிர்ந்த

பருவத்திலும் வாழ்ந்தவர்கள். ஏறக்குறைய சச்சின் டெண்டுல்கரின் தலைமுறையில் வாழ்ந்தவர்கள்.

அவர்களில் நானும் ஒருவன்!

நான் முன்பு குறிப்பிட்டது போல், இரண்டு வெவ்வேறு தலைமுறைகள் அனுபவித்த விஷயங்களை நாம் அனுபவித்திருக்கின்றோம். ஒருகாலத்தில் செய்திகளைக் கேட்க வானொலியை மட்டுமே நம்பியிருந்தோம். ஆனால் இன்றோ நாம் உலகளாவிய தகவல்களை விரல் நுனியில் சேகரிக்கின்றோம்.

சிறு வயதில் நம்மில் பலர் அக்கம் பக்கத்து வீட்டுக்குத் தொலைக்காட்சி பார்க்க ஓடியிருப்போம். அதனைப் போன்றே, ஒரே ஒரு வீட்டில் இருக்கும் தொலைப்பேசியில் அழைப்புகளைப் பெறுவதற்கும், ஏற்படுத்துவதற்கும் பல முறை ஓடியிருப்போம். உங்களுக்கு ஞாபகம் வருகின்றதா? இன்று அது ஒரு வரலாறு! இன்று நம் அனைவரிடமும் குறைந்த பட்சம் ஒரு தொலைக்காட்சி உள்ளது. எந்த நேரத்திலும் அதில் திரைப்படம் பார்க்கலாம். இதே போல், எப்பொழுது வேண்டுமானாலும் எங்கிருந்தும் அழைப்புகளை மேற்கொள்ளலாம். நீண்ட தூரத்தில் இருப்பவர்களிடம் பேசும் பொழுதே அவர்களைக் காணவும் முடியும் என்று எப்பொழுதாவது யாராவது நினைத்திருப்பார்களா? அதிசய பானமாக நினைத்த கோகோ கோலாவை சுவைக்க ஏங்கினோம். இன்று அதே பானத்தின் தரம் குறைந்து வருகின்றது.

நாட்டின் ஒவ்வொரு மூளை முடுக்குகளிலும் அது கிடைத்தாலும் நாம் யாரும் அதனை விரும்புவதில்லை.

சுருக்கமாகச் சொல்லவேண்டுமென்றால், நம்மைச் சுற்றி இருந்த விஷயங்கள் திரிந்து வேறு பரிமாணமெடுத்து புரட்சிகரமாக மாறுவதைப் பார்க்கின்றோம். நாம் அனைவரும் சரியான நேரத்தில் பல திருப்பங்களை அனுபவிக்கும் அதிர்ஷ்டசாலிகள் ஆவோம்.

முதல் அத்தியாயத்தில் விவாதிக்கப்பட்டதைப் போல, இந்த புத்தகம், எனக்கு அருளப்பட்ட ஆன்மீகத்தின் சாராம்சங்களைப் பகிர்ந்து கொள்ள உதவும் ஒரு வாகனம் என்றே நான் நம்புகின்றேன். நான் பெற்ற அனுபவங்களில் ஒரு துளியையாவது திறம்படப் பகிர்வதில் நான் வெற்றி பெற்றால், அதற்கு நான் நன்றியுள்ளவனாக இருப்பேன்.

என்னைப் பற்றி அதிகம் பேசுவதைத் தவிர்க்கவே நான் எப்பொழுதும் விரும்புவேன். நாம் அனைவரும் 'நான்', 'எனது' என்ற சொற்களைத் தவிர்த்துவிட்டு 'நாம்', 'நமது' என்ற சொற்களை உபயோகித்தால் நாம் எதிர்கொள்ளும் பல பிரச்சனைகள் இயல்பாகவே மறைந்துவிடும் என நம்புகின்றேன். இருப்பினும், எனது அனுபவங்களைப் பகிர்ந்து கொள்ளும் இந்த பணிவான முயற்சியில், எனது உலகத்தை உங்களுடன் பகிர்ந்து கொள்ள நான் கடமைப்பட்டிருக்கின்றேன். இதன் மூலம் நீங்கள் எனது அனுபவங்களில் பங்கு பெறலாம் மற்றும் எனது நுண்ணறிவுகளைப் புரிந்தும் கொள்ளலாம். எனவே, இங்கே என்னைப் பற்றிய சில தகவல்களைச் சொல்கின்றேன்.

என் குழந்தைப் பருவத்தை எடுத்துக்கொண்டால் என் வயதிலிருந்த குழந்தைகளிடமிருந்து என்னை வேறு படுத்திப் பார்ப்பதற்கு என்று எதுவும் இல்லை.

நான் உங்கள் அனைவரையும் போலவே பிறந்தவன். இந்தியாவின் தென்கோடி மாநிலமான கேரளாவில் 1970-களில் இந்த பூமிக்கு வந்தவர்களில் நானும் ஒருவன். என் தந்தை கே.பி. ராகவன் கேரள மாநிலம் திரூரைச் சேர்ந்தவர். மின்சாரத் துறையில் (KSEB) ஊழியராக இருந்தார். என் அம்மா சுலோச்சனா நென்மாறாவை சேர்ந்தவர். அவர்களுக்கு இரண்டு ஆண் குழந்தைகள் இருந்தனர். அதில் நான் மூத்தவன். என்னைப் பற்றிய ஒரு சுவாரஸ்யமான விஷயம் என்னவென்றால், என் தாத்தாக்கள் இருவருமே நாராயணன் என்ற பெயரைக் கொண்டவர்கள். எனது தந்தை வழி தாத்தாவின் பெயர் நாராயண குருப். அதே போன்று எனது தாய்வழி தாத்தாவின் பெயர் நாராயணன் நாயர்.

காணிப்பயூர் என்ற இடத்தில் தான் என் தந்தை முதலில் பணியமர்த்தப்பட்டார். நாங்கள் குடியிருந்த மின்வாரிய குடியிருப்பு தான், 'எனது முதல் வீடு' என்று எனது நினைவுகளில் பதிவிடப்பட்டுள்ளது. எனது அடிப்படை கல்வி காணிப்பயூரில் தொடங்கியது. என் தந்தையின் பதவி உயர்வை முன்னிட்டு நாங்கள் சேலக்கரை என்ற ஊரிற்கு மாற்றப்பட்டோம். சேலக்கரையில் கிராமம் என்ற இடத்தில் தங்கியிருந்தோம்.

லிட்டில் ஃப்ளவர் கான்வென்ட் பள்ளியில் மூன்றாம் வகுப்பு வரையிலான எனது முதல் பள்ளி அனுபவம் என்பது கிராமத்தின்

இனிமையான நினைவுகளாகும். என்னுடைய நினைவுகள் வளர்ந்த இடம் இது என்பதால் இயற்கையாகவே இந்த இடத்தையே என் வீடாக ஏற்றுக்கொண்டேன் என்று தான் சொல்லவேண்டும்.

அந்த பழைய வாடகை வீட்டின் சுவரில் மத்திய நரம்பு மண்டலம் போல் ஓடிய ஒரு தனித்துவமான மின்சாரக் கம்பி இருந்தது. இந்த கம்பி எனக்குள் ஒரு வித்தியாசமான ஆர்வத்தைத் தூண்டியது. நான் கேள்விப்பட்டவரையில், இது ஒரு ஆபத்தான விஷயம் என்று நான் உணர்ந்திருந்தேன். ஆனால், அந்த எச்சரிக்கை அதனைத் தொடும் ஆசையை அதிகரித்தது. இந்த கம்பி பூமியின் ஆழத்திற்கு மின்சாரத்தை எடுத்துச் செல்லும் பொறுப்பை ஏற்றிருக்கின்றது என்பதனையும், மின்னோட்டங்களுடன் விளையாடக்கூடாது என்பதனையும் என் தந்தையின் மூலமாக நான் அறிந்திருந்தேன். ஆனால் தடைசெய்யப்பட்ட ஒரு விஷயத்திற்கு எப்போதுமே ஈர்ப்புத் தன்மை அதிகம். மேலும், என் தந்தை ஒரு இடத்திலிருந்து மற்றொரு இடத்திற்கு மின்சாரம் பாயும் தன்மையை ஒழுங்குபடுத்துவதில் வல்லவர் என்ற பெருமையோடு இருந்தேன். இந்தப் பெருமிதமும் ஆர்வமும் ஒன்றாகக் சேர்ந்து அந்த மின்சாரக் கம்பியைத் தொடும் தைரியத்தையும் அதிகாரத்தையும் எனக்கு அளித்தது.

பல நாள் யோசனைக்குப் பிறகு ஒரு நல்ல நாளைத் தேர்ந்தெடுத்தேன். அம்மா சமையலறையில் மும்முரமாக இருக்கையிலே தான் அந்த சுபகாரியம் நடந்தது. நான் அந்த கம்பியைத் தொட்டுவிடுவதென்ற முடிவுக்கு வந்து, இறுதியாகத் தொட்டுவிட்டேன். அந்த வினாடிக்குப் பிறகு நடந்த அனைத்தும் இந்த உலகத்திற்கு வெளியே நடந்தது போலவே இருந்தது. தலைக்குள் ஒரு மஞ்சள் விளக்கு மற்றும் ஒரு பிரம்மாண்டமான உருவம் என்னைத் தழுவியது எனக்கு நினைவிருக்கின்றது. எனக்குள் ஏதோ ஒன்று மோதியதும், என் ஆராவைச் சுற்றி பட்டாசு வெடித்ததும் என் நினைவில் இருந்தது. பிறகு நினைவு திரும்பிய பொழுது நான் மருத்துவமனை படுக்கையில் இருந்தேன்.

பல வருடங்களுக்குப் பிறகு இதே போன்ற ஒரு அனுபவம் என் இறைவனால் எனக்கு வழங்கப்பட்டது. முதலில் அது என்னவென்று எனக்குத் தெரியவில்லை. பின் படிப்படியாக எல்லாம் எனக்குப் புரிய ஆரம்பித்தது. இந்தப் புத்தகத்தில் வரவிருக்கும்

அத்தியாயங்களில் இதுபோன்ற அனுபவங்கள் ஒவ்வொன்றாக நிச்சயம் வெளிவரும்.

ஓம் சரவண பவாய நமஹ !!!

நிரந்தர இடமாக திரூர் மாறியது

எனது தந்தை எங்கு பணியமர்த்தப்பட்டாலும் என்னுடைய வாழ்க்கை என்னவோ எங்கள் சொந்த ஊரைத்தான் சுற்றி இருந்தது. நாங்கள் செல்லக் கூடிய இடங்கள் மற்றும் வாடகை வீடுகளைச் சுற்றியே என்வாழ்க்கை இருந்தது. நிரந்தமான நட்பு என்பது எனக்குக் கிடைக்காத காரணத்தினால் ஆத்ம நண்பர்கள் குறித்த எந்த ஓர் புரிதலும் எனக்கு இல்லாமலே இருந்தது. பிறருடன் எந்த உணர்ச்சிமிக்க பந்தங்களும் வந்துவிடக் கூடாது என்பதற்காகக் கூட சில கண்ணுக்கே தெரியாதத் தடைகளை நானே உருவாக்கியிருக்கலாம்.

வாழ்க்கையில் எதுவும் நிரந்தரம் இல்லை அல்லது நீண்ட நாள் வராது போன்றவற்றை இது எனக்கு நினைவூட்டுகின்றது.

நான் மழலையர் கல்வி பயின்ற காணிப்பயூர் மற்றும் குன்னங்குளத்தில் இருந்து பள்ளிப் படிப்பிற்காக செலக்கரா வரை பயணம் செய்தோம். சில இடங்களில் இரண்டு மூன்று வாடகை வீடுகள் வரை இருந்திருக்கின்றன. லைன்மேனாக தனது வாழ்க்கையைத் தொடங்கிய எனது தந்தை படிப்படியாக முன்னேறி மேற்பார்வையாளராகவும், அதனைத் தொடர்ந்து துணை பொறியாளர் பதவிகளிலும் இருந்தார்.

இதுபோன்ற மாற்றங்களுக்கு நடுவே ஒருமுறை எதிர்பாராதவிதமாக திரூர் செல்ல நேர்ந்தது. திரூரில் என் தாத்தா, பாட்டி மற்றும் அத்தைகளுடன் வாழ்க்கை மிகவும் வசதியாக இருந்தது. சரியான நேரத்தில் என் அத்தைகளுக்கு நல்ல வசதியான குடும்பங்களில் திருமணம் செய்துவைக்கப்பட்டது. இதனால் என்

தந்தையால் தன் குடும்பத்துடன் எந்த இடத்திற்கு வேண்டுமானாலும் பணிநிமித்தமாக செல்லமுடிந்தது. என் தந்தை வழி தாத்தா அப்பொழுது தலைமை ஆசிரியராக இருந்தார்.

ஒரு நாள் நள்ளிரவில் பைலேட்டன் என்று அன்புடன் அழைக்கப்படும் பைலி என்பவர் செலக்கராவிலிருந்து திரூரிற்கு வாகனத்தில் வந்திருந்தார்.

முன்னொருகாலத்தில், வாகனத்தில் வருபவர்களை அரிதாகத் தான் பார்க்கமுடியும். அப்படி யாரேனும் வந்தால் அவர்கள் மரணம் அல்லது கடுமையான நோய் பற்றிய செய்திகளுடன் தான் வருவார்கள் என்பது சந்தேகத்துக்கு இடமில்லாமல் இருந்தது. எனது தந்தைவழி தாத்தாவான நாராயண குருப் குறிப்பிட்ட உடல் நலக்குறைவு எதுவுமின்றி தனது சொர்க்க வாசஸ்தலத்திற்குச் சென்றுவிட்டார் என்பதை அறிவிப்பதற்காகவே பைலியட்டனின் பயணம் இருந்தது. அந்த சமயம் நான் மூன்றாம் வகுப்பிலிருந்திருக்கலாம். எப்படியோ, இந்த சோகமான செய்தி என்னை அதிகம் பாதிக்கவில்லை. எதிர்பாராத அந்த நள்ளிரவு கார் பயணத்தை நினைத்து நானும், என் சகோதரனும் உற்சாகத்துடன் இருந்தோம். ஆனால் நிச்சயமாக என் அம்மா மற்றும் அப்பா எங்களைப் போன்று இல்லை. சிறு வயதிலேயே என் தந்தை குடும்பத் தலைவர் பொறுப்பை ஏற்க வேண்டியதாயிற்று. அதனால் என் அம்மாவின் சுமைகளும் அதிகமாயிற்று. பல இடங்களுக்கு மாறிக்கொண்டிருந்த என் குடும்பத்திற்கு ஒரே இரவில் திரூர் நிரந்தர இடமானது.

நீண்ட நாட்களுக்குப் பின் ஒரு இடத்தில் நிரந்தரமாக வசிக்கத் தொடங்கினோம். அதற்குமேல் திடீர் மாற்றங்கள் மற்றும் புதிய இடங்கள் என்று எதுவுமில்லை. என் வாழ்வில் முதன்முறையாக நட்பு வட்டாரங்கள் என் முன் விரிந்தன. நாற்பதுஆண்டுகளுக்கு மேலாக இன்று வரை என்னுடன் பழகிவரும் பெரும்பாலான நண்பர்கள் திரூரில் என்னுடன் இணைந்தவர்கள் தான்.

நான், என் பெற்றோர், என் சகோதரன், என் பாட்டி மற்றும் என் அப்பாவின் சகோதரி கீதா என நாங்கள் அனைவரும் ஒரு நெருக்கமான உறவிலிருந்தோம். என் பாட்டியை நான் அம்மாயி என்று தான் அழைக்கவேண்டும். ஆனாலும் சேரியம்மா என்று அழைக்கவே எனக்குப் பிடித்திருந்தது. என் தந்தையும் வீட்டிலிருந்தே பணிக்குச்சென்றுவந்தார். ஒரு சுவாரசியமான விஷயம்

என்னவென்றால், இந்த பாட்டி உண்மையில் என் தாத்தாவின் இரண்டாவது மனைவி. முதல் மனைவி இறந்தவுடன் அவர் தனது மறைந்த மனைவியின் சகோதரியையே மணந்துகொண்டார். இருப்பினும் அவர்கள் ஒன்றாகக் குழந்தைகளைப் பெறவில்லை.

என் வாழ்க்கையின் திருப்புமுனை நாட்கள் என்றால் அது என் திரூர் நாட்களே.

ஆன்மிகம் என்பது ஒரு துளி கூட அப்பொழுது என் வாழ்வில் நுழையவில்லை.

அடிக்கடி கோவில்களுக்குச் செல்வது கூட அம்மா மற்றும் பாட்டியின் அறிவுரையினால் மட்டுமே நிகழ்ந்தது. விளையாட்டு, அதிலும் குறிப்பாகக் கால்பந்து எனக்கு மிகுந்த உற்சாகத்தை ஏற்படுத்திய ஒன்று. அன்றைய நாட்களில் மட்டைப்பந்து என்றொரு விளையாட்டும் இருக்கின்றது என்பது மட்டும் தான் தெரியும். உலகளவில் நடைபெற்ற மட்டைப்பந்து போட்டியில் கோப்பையை வென்று இந்தியாவிற்கு அளித்த கபில்தேவ் பற்றி செய்தித்தாள்களில் வெளியான செய்திகள் மற்றும் படங்களைப் பார்த்து உற்சாகமாய் இருந்தது இன்றும் என் நினைவில் இருக்கின்றது.

நாங்கள் வளர வளர தொலைக்காட்சி என்ற அதிசய பெட்டியைப் பற்றிக் கேள்விப்பட ஆரம்பித்தோம். இந்த ஒரு பெட்டியால் திரைப்படத்தை வீடு வரை கொண்டுவர முடியும் என்பதை அறிந்து மிகவும் ஆச்சரியப்பட்டோம். இந்த அதிசய பெட்டியைத் திருமண கொண்டாட்டங்களிலும் மற்ற பிரம்மாண்ட நிகழ்ச்சிகளின் பொழுதும் பார்த்த குழந்தைகள் மிகுந்த மரியாதையுடன் நடத்தப்பட்டார்கள். அப்படிப்பட்ட ஓர் ஆச்சரியமான சகாப்தம் அது.

இறுதியாக இந்த அதிசயப் பெட்டி எங்கள் ஊரில் உள்ள சிவராமேட்டனின் வீட்டிற்கும் வந்தது. அந்த பெட்டி சிவராமேட்டனின் கூரையை ஆண்டெனாவால்அலங்கரித்தது. இதன் மூலம் கடந்த காலங்களில் எங்கள் கற்பனைக்கும் எட்டாமல் இருந்த ஒன்று எங்கள் கண்களுக்கு முன் நிஜமாகவே தோன்றியது.

சிவராமேட்டன் வீட்டு முற்றத்தில் உள்ள வராண்டாவில் அமர்ந்து எங்களைப் போன்ற சுமார் 50-100 திரூர் வாசிகள் மெக்சிகோ நாட்டில் கடல் கடந்து நடப்பதை எல்லாம் நேரில் பார்த்தோம். பல்லாயிரக்கணக்கான மக்கள் சரியானநேரத்தில் அமர்ந்தும் எழுந்தும் ஏற்படுத்திய மனித அலைகளைக் கண்டு ரசித்தோம்.

என்ன ஒரு அற்புதமான காட்சி அது! மஹாபாரதத்தில் வரும் சஞ்சயன் எப்படி போரின் வர்ணனைகளை நேரடியாகப் பார்த்து திருதராட்டிரனுக்குச் சொன்னாரோ, அதே போன்ற பல அதிசயங்கள் சிவராமேட்டனின் வீட்டிலிருந்த தொலைக்காட்சியின் மூலமாகப் பார்த்துத் தெரிந்துகொண்டோம். இன்று இதை நான் எழுதும்பொழுது கூட அன்று நள்ளிரவு வரை நீடித்த நிகழ்ச்சிகளை என்னால் உணர முடிகின்றது! கால்பந்து வீரரான மரடோனா தனது எதிரிகளை சமாளிப்பதைக் கண்டு நான் அடைந்த பரவசத்தை வார்த்தைகளால் விவரிக்கவே முடியாது!

நென்மாராவில் உள்ள என் அம்மா வழி தாத்தா பாட்டியின் வீட்டிற்குச் சென்ற அனுபவங்களை என்னால் சொல்லாமல் இருக்க முடியாது.

அப்பொழுதெல்லாம் பயணம் செய்வது என்பது மிகவும் அரிதான ஒன்றாகவே இருந்தது. இது எனக்கு மட்டுமல்ல, என் முழு தலைமுறையினருக்கும் பொருந்தும். நென்மாராவுக்குச் செல்ல முடிவு எடுக்கப்பட்ட தருணத்திலிருந்து நான் நாட்களை எண்ணத் தொடங்கினேன். அப்படி ஒரு பரபரப்பு இருந்தது.

இந்த பயணம் பற்றிய முடிவு என் தாயாரின் தோற்றத்திற்கும், பார்வைக்கும் ஓர் பெரிய சக்தியையே தந்தது. இந்த மகிழ்ச்சி அவர்களை மேலும் அழகாகவும், அன்பாகவும் மாற்றியது.

திருமணத்திற்குப் பிறகு வேறு ஓர் இடத்திற்குச் செல்லும் ஒரு பெண்ணினுடைய மன அழுத்தத்தை உணரக்கூடிய பாக்கியம் அன்று எனக்குக் கிடைத்தது.

திருமணத்தினால் ஒரு பெண் கடந்து வரும் கஷ்டங்களை இதற்கு முன் ஒரு பொழுதும் நான் யோசித்ததில்லை. வீடு, நிலம், சுற்றுச்சூழல் என அனைத்தையும் ஒரு இடத்திலிருந்து மற்றோர் இடத்திற்கு மாற்றும் உணர்ச்சிகரமான பயணத்தை நான் ஒரு பொழுதும் உணர்ந்ததில்லை.

மனைவியாக மாறும்பொழுது பெண்களின் மன உளைச்சல் எப்படி இருக்கும்?

இது சிந்தித்துப் புரிந்து கொள்ளவேண்டிய ஒன்று. அவர்கள் தங்கள் பூர்வீக வீட்டிற்குச் சென்று இரண்டு நாட்கள் தங்கி, அந்த சூழ்நிலையுடன் ஒன்றிணையும்பொழுது அவர்கள் பெறும் மகிழ்ச்சி, நிம்மதி மற்றும் புத்துணர்ச்சியைப் பற்றி நீங்கள் என்றாவது நினைத்துப் பார்த்திருக்கின்றீர்களா?

நென்மாரா பயணத்தின் மீது நான் கொண்டிருந்த உற்சாகத்திற்கு மீண்டும் வருகின்றேன். சில காரணங்களால் பயணம் தொடங்கும் வரை மட்டுமே எனது உற்சாகம் நீடித்தது. செலக்கராவிலிருந்து நென்மாராவுக்கு NTP என்ற நேரடிப் பேருந்தில் நாங்கள் பயணம் செய்தோம். இந்தப் பேருந்தையும் அதன் ஓட்டுநரையும் நான் தெளிவாக நினைவில் வைத்திருக்கின்றேன். 'மெதுவாகச் செல்வது' என்பதே NTP பேருந்து ஓட்டுநரின் அடையாளமாக இருந்தது. அவர் வேகத்தைப் பற்றிப் புரிந்து கொள்ளாதது போலவே இருந்தது. மக்கள் செல்லும் இடத்திற்கு இவரின் வேகம் உண்மையில் எதிராகவே இருந்தது. என்ன நடந்தாலும் எல்லா நேரத்திலும் NTP இருந்தது. பேருந்தின் வேகம் என்னை எந்தத் தொந்தரவும் செய்யவில்லை. ஆனால் அதுவரை நான் வைத்திருந்த உற்சாகம் அந்த பேருந்தில் ஏறிய அரை மணி நேரத்தில் என்னை விட்டுப் போய்விட்டது. சாலைப் பயணங்கள் எனக்குக் குமட்டலை ஏற்படுத்தியது. இந்தப் பயணத்தில் நான் அடைந்த மன உளைச்சலை என்னால் வார்த்தைகளால் விவரிக்கவே முடியாது. இந்த பேருந்து பயணங்களின் பொழுது ஏற்படும் சங்கடங்களிலிருந்து தப்பிக்க வேண்டும் என்பதே ஒரு காலத்தில் நான் செய்த ஒரே பிரார்த்தனையாக இருந்திருக்கும் என நினைக்கின்றேன். உலகின் மிக மெதுவான பேருந்தின் வேகத்தை மேலும் குறைப்பதற்கு நான் ஒரு காரணமாகிவிடக்கூடாது என்பதே என் முழு பயணத்தின் பிரார்த்தனையாக இருந்தது.

நென்மாரா ஓர் எளிமையான இடம். அங்கு என்னைக் கவரக்கூடிய மற்றும் உற்சாகப்படுத்தக்கூடிய விஷயங்கள் குறைவாகவே இருந்தன. ஆனால் அங்கிருந்த அக்ரஹாரம் என்னை வெகுவாக கவர்ந்தது. என் ஆர்வத்துடன் அது பல விளையாட்டுகளை விளையாடியது. பொதுவாகவே அந்த சமூகத்தினர் வாழக்கூடிய வாழ்க்கை முறைகள் வித்தியாசமானதாக இருந்தன.

காலை நேரங்களில் வராண்டாக்களில் இருக்கும் 'பட்டர்கள்'(ஆண்கள்) தினசரி செய்திகளைத் தெரிந்து கொள்ள 'தி இந்து' நாளிதழ்ப் படிப்பதையும், 'அம்மையார்' (பெண்கள்) இட்லி தோசைக்கு மாவு அரைப்பதையும் வழக்கமாகக் கொண்டிருந்தார்கள். இந்த அக்ரஹாரத்தின் புகைப்படங்கள் இன்றும் என் மூளையில் தெளிவாகப் பதிந்துள்ளது. அவர்களின் இந்த தனித்துவமான வாழ்க்கை முறை தான் என்னைப் பெரிதும் ஈர்த்தது என்று

நினைக்கின்றேன். நாம் வாழும் முறைகளிலிருந்து ஏதோ ஒன்று அவர்களை வேறுபடுத்திக்காட்டுகின்றது.

என் பிரபஞ்சத்தின் மூல கரு என் அம்மா தான். அவர் என் வாழ்வில் ஒரு முக்கியமான நபர். அவரின் குடும்பத்தை உங்கள் எல்லோருக்கும் அறிமுகப்படுத்துகின்றேன். அவர் தேவகியம்மா மற்றும் நாராயணன் நாயரின் மகள். எனது தாய்வழி தாத்தா வனத்துறையில் அதிகாரியாக இருந்தார். என் பாட்டி என் அம்மாவை நகல் எடுத்தது போலவே இருப்பார் என்று தான் சொல்லவேண்டும். இதை வேறுவிதமாகச் சொல்லவேண்டுமென்றால், பாட்டியிடமிருந்து அம்மா நிறைய கற்றிருந்தார்கள்.

ஓம் சரவண பவாய நமஹ !!!

திரைப்பட கனவுகள்

எனது பள்ளி நாட்களில் நான் ஒருபொழுதும் படிப்பிற்கு என்று எந்த முன்னுரிமையும் அளித்ததில்லை. படிப்பைத் தவிர மற்ற செயல்களில் எனக்கு ஆர்வம் அதிகம் எனத் தவறாக யாரும் நினைத்துவிடாதீர்கள். முந்தைய தலைமுறையிலிருந்த குழந்தைகள் நீங்கள் நினைப்பது போலத் தான் இருந்திருப்பார்கள் என நம்புகின்றேன். நம்மில் பெரும்பாலோர் நம் குழந்தைப் பருவத்தை ஓரளவு தாழ்வு மனப்பான்மையுடன் தான் கழித்திருப்போம். ஆனால் நம் பெற்றோர்களோ, நம் குழந்தை எப்படியாவது வளர்ந்து இந்த உலகில் நிலைத்து வாழ்ந்துவிடுவார்கள் என்று நம்பினார்கள். இதுவே பொதுவான அணுகுமுறையாக இருந்தது.

ஆனால் இன்றோ அனைத்தும் மாறிவிட்டன. ஏறக்குறைய அனைத்து குடும்பங்களுமே குழந்தைகளை மையமாகக் கொண்டவை. குழந்தைகள் ஒரு குடும்பத்தின் கருவைப் போன்றவர்கள். இன்றைய பெற்றோர்கள், தங்கள் குழந்தைகளின் கல்வி மிக உயர்ந்த தரத்துடன் இருக்கவேண்டும் என்பதில் அதிக கவனத்துடன் இருக்கின்றார்கள். நீங்கள் ஒப்புக்கொள்கின்றீர்கள் தானே? இன்றைய தலைமுறையில் இருக்கும் குழந்தை வளர்ப்பு முந்திய தலைமுறைக்கு முற்றிலும் மாறுபட்டது. இதைவைத்துப் பார்க்கையிலே, முந்தைய தலைமுறை பெற்றோர்கள் அவர்களின் குழந்தைகளை நேசிக்கவில்லை என்று தோன்றுகின்றதா? நிச்சயமாக இல்லை. அன்பை வெளிப்படுத்துவதற்கு எப்பொழுதும் அவர்கள் முன்னுரிமை அளித்ததில்லை என்றுதான் சொல்லவேண்டும்.

குழந்தைகளின் அனைத்து தேவைகளையும் பூர்த்திசெய்து ஒரு கண்ணியமான வாழ்க்கையை வாழ்ந்தார்களே தவிர அவர்கள் கல்வி மற்றும் மன ஆரோக்கியத்தில் அதிக கவனம் செலுத்தாத அப்பாவிகளாகவே இருந்தனர். போதிய விழிப்புணர்வு இல்லாததாலும் கூட அவர்கள் இப்படி இருந்திருக்கலாம். அதனால் பாதுகாப்பின்மை அதிகரித்தது. இதனால் குழந்தைகளாகிய எங்களுக்கும் எதுவும் தெரியவில்லை. இவை அனைத்தும் அன்று சாதாரணமாகத் தோன்றியது. நம் தலைமுறையினருக்கு எந்த சூழ்நிலையையும் எளிதாகச் சமாளிக்கும் திறமை இதிலிருந்து கூட வளர்ந்திருக்கலாம். அனைத்து சூழ்நிலைகளையும் மலையைப் போன்று கருதாமல் அவற்றை வாழ்க்கையின் ஒரு அங்கமாகவே நாம் பார்ப்பதற்கு இது கூட ஒரு காரணமாக இருக்கலாம்.

நான் பார்த்த வகையில் இந்த தனித்துவமான வலிமை என்பது அடுத்தடுத்த தலைமுறைகளிடம் குறைந்து வருகின்றது. இன்றைய தலைமுறை குழந்தைகள் தாங்கள் விரும்பக்கூடிய அனைத்தையும் உடனடியாகவோ அல்லது அதற்கும் முன்பே தரக்கூடிய பெற்றோர்களைக் கொண்டுள்ளனர். இது உடனடி திருப்தியின் அளவை அதிகரிக்கின்றது. குழந்தைகள் தோல்வியிலிருந்து பாதுகாக்கப்படுகின்றார்கள். இறுதியாக என்ன நடக்கின்றது? அவர்கள் வாழ்க்கையில் ஒரு சிறு தடங்கல் வந்தால் கூட அதனைப் பெரிய மலையைப் போல நினைத்து பயந்து சோர்வாகி தன்னம்பிக்கையை இழந்துவிடுகின்றார்கள். விரைவாக அதனை விட்டு வெளியேறிவிடுகின்றார்கள். இன்றைய தலைமுறையினர் அதிவேகமான ஒரு காலகட்டத்தில் வாழ்ந்துகொண்டிருக்கின்றார்கள். அவர்களுக்குப் பின்னால் வருபவர்கள் அவர்களை முந்திவிடுவார்களோ என்ற பயத்தினால் அவர்கள் சரியாக ஓய்வு கூட எடுப்பதில்லை. பொறுமையாகச் செயல்படுவது என்பது அவர்களுக்கு மனஅழுத்தத்தை ஏற்படுத்துகின்றது. தொழில் என்று வருகையிலே, சூழ்நிலைகளைச் சமாளிப்பது எப்படி என்பதை அவர்கள் அறிந்திருக்கலாம். ஆனால் அதுவே வாழ்க்கை என்று வரும்பொழுது அதனை சவாலாகப் பார்க்காமல் சிரமங்களாகவே பார்க்கின்றார்கள். இந்த மிகைப்படுத்தப்பட்ட சிரமங்கள் அவர்களின் சிறகுகள் வெட்டப்பட்டதை போன்றே அவர்களை உணரவைக்கின்றது.

அவர்களுக்கு ஆன்மாவைப் பற்றி எதுவுமே தெரியவில்லை. அனைத்தையுமே போட்டியாகவும், அனைவரையுமே போட்டியாளராகவுமே பார்க்கின்றார்கள். வாழ்க்கையின் ஓட்டமே ஓட்டப்பந்தயம் போன்று தான் பார்க்கப்படுகின்றது. இதனால் குழுவாக வேலை செய்வதிலும், பங்கேற்பதிலும் உள்ள மகிழ்ச்சியை அவர்களால் உணரமுடிவதில்லை. நாம் முதல் அத்தியாயத்தில் விவாதித்தது போல நாம் அனைவரும் ஆப்பிள்களுக்கு உள்ளே இருக்கின்ற புழுவைப் போன்றவர்கள் என்பதை மக்களுக்கு நினைவூட்ட என்னால் முடிந்த அனைத்தையும் இந்த புத்தகத்தின் மூலமாகச் சொல்ல முயல்கின்றேன். வாசகர்களாகிய நீங்கள் அனைவருமே இந்த பிரச்சாரத்தில் இணைய வேண்டும் என்றும் விரும்புகின்றேன். நீங்கள் இணைந்துதான் இருக்கின்றீர்கள். இல்லையென்றால் இந்த புத்தகத்தை இதுவரை நீங்கள் படித்திருக்கமாட்டீர்கள்.

நாம் திரும்ப எனது குடும்பத்திற்கு வருவோம்.

எனது தாய் மற்றும் தந்தையின் குடும்பத்தைப் பொறுத்தவரையில் இரண்டு தரப்பினரும் தொழில் மற்றும் வேலைவாய்ப்பிற்கு முக்கியத்துவம் தந்தவர்கள். எனது தந்தை மற்றும் தாய்வழி தாத்தா முறையே தலைமை ஆசிரியராகவும், வன அதிகாரியாகவும் இருந்தனர். எனது பெற்றோரும் தங்கள் தொழிலை மிக மிக முக்கியமானதாகக் கருதினார்கள். மரபணு ரீதியாகப் பார்த்தால், அவர்களையும் அவர்கள் குணத்தையும் சிறந்த முறையில் உள்வாங்கி நான் பின்தொடர்ந்திருக்க வேண்டும். ஆனால் நடைமுறையில் அப்படிப்பட்ட குணங்கள் எதுவும் என்னுள் வளர்ந்ததை நான் காணவில்லை. நான் கல்வியிலும் கடினமாக உழைக்க விரும்பவில்லை. எந்த வகையான விளையாட்டுகளிலும் ஆர்வமாகப் பங்கேற்றதாக ஞாபகமும் இல்லை. நான் வகுப்பில் கேட்பதை மட்டும் வைத்து தேர்வுகளை எழுதி ஒவ்வொரு ஆண்டையும் கடினப்பட்டு கடந்துவந்தேன். எது எப்படியோ, என் தனிச்சிறப்பு என்பது எப்பொழுதும் உள்ளுணர்வுடன் இருப்பதேயாகும்.

நான் எப்படியோ பத்தாம் வகுப்பில் தேர்ச்சி பெற்றுவிட்டேன். மருத்துவ படிப்பு என்பது அன்றைய நாளில் மிகவும் முக்கியமாகக் கருதப்பட்டதால் மேற்படிப்பிற்கு இயற்பியல், வேதியியல் மற்றும் உயிரியலை நான் தேர்வு செய்ய வேண்டியதாக

இருந்தது. இந்த பாடங்களுக்கான இடங்களைப் பெற்றால் அது ஜூனியர் கல்லூரியில் உயர்ந்த அந்தஸ்தை வழங்கும். அந்த காலகட்டங்களில் கேரளா மாநிலத்திலுள்ள மக்கள் எங்கள் பகுதியிலுள்ள கல்லூரிகளில் சேர்வதற்கு அதிகம் வந்தார்கள். திருச்சூரில் பல பயிற்சிப் பள்ளிகள் இருந்தன. அதில் குறிப்பாக செயின்ட் தாமஸ் பள்ளி பல மாணவர்களை மருத்துவக் கல்லூரியில் சேர்த்த பெருமையைப் பெற்றிருந்தது. எனவே திருச்சூர் மாவட்டம் மாணவர்களின் கல்விக்கான புகலிடமாக அறியப்பட்டது. என்னுடைய குறைந்த கல்வி சாதனைகள் என்னை ஒரு மாணவனாக திருச்சூர் நகரத்திற்குத் தினசரி செல்ல அனுமதிக்கவில்லை.

இந்த நேரத்தில் என் தந்தை கேரள மாநில மின்சார வாரியத்தில் (KSEB) துணைப் பொறியாளராகப் பதவி உயர்வு பெற்றிருந்தார். என் தந்தையின் பதவியினாலா அல்லது நாயர் சேவை சங்கத்தினாலா(NSS) என உறுதியாகத் தெரியவில்லை. எனக்கு வடக்கஞ்சேரியிலுள்ள ஸ்ரீ வியாசா NSS கல்லூரியில் இயற்பியல்-வேதியியல்-உயிரியல் ஆகிய பாடங்களுக்கான இடம் கிடைத்தது.

அன்று பள்ளியிலிருந்து கல்லூரிக்கு மாறுவது என்பது இன்றைய குழந்தைகள் பத்தாம் வகுப்பிலிருந்து 11ஆம் வகுப்புக்கு மாறுவது போல் கிடையாது. ஒருவர் தங்கள் ப்ரீ-டிகிரி படிப்பைத் தொடங்குகின்றார்கள் என்றால் (உயர்நிலைப் பள்ளி PDC என்று அந்த காலத்தில் அழைக்கப்பட்டது) அவருக்கு முழு சுதந்திரமும், பல புதிய விஷயங்களும் கிடைக்கும்.

பள்ளிப் படிப்பை முடித்து விட்டு கல்லூரிக்குச் செல்லும் மாணவர்கள் வளர்ந்தவர்களாகக் கருதப்பட்டார்கள். பள்ளிகளில் வகுப்புகளுக்குப் போகாமல் இருப்பது பெரிய குற்றமாகக் கருதப்படும். அப்படிச் செய்தால் வீடு வரை தகவல் சென்றுவிடும். ஆனால் கல்லூரி வாழ்க்கை மாறுபட்டது. நமக்கு விருப்பம் இல்லையென்றால் வகுப்பை விட்டுச் சென்றுவிடுமாறு பரந்த மனம் கொண்ட விரிவுரையாளர்கள் கேட்டுக்கொள்வார்கள். இதனை அவர்கள் வெறுப்புடன் சொன்னாலும் நம் மனம் அந்த உணர்ச்சிகளுக்கெல்லாம் இடமளிக்காது.

இந்த மாற்றத்தை நான் முழுமனதுடன் ஏற்றுக்கொண்டேன். இந்த புதிய வாழ்வை முழுமையாக அனுபவிப்பது என முடிவெடுத்தேன்.

கல்லூரிகளில் வகுப்புகளைப் புறக்கணிப்பது மற்றும் போராட்டம் போன்றவை நடந்த காலகட்டங்கள் அவை. வடகஞ்சேரி சட்டமன்ற உறுப்பினராக இருந்த அனில் அக்காரா அப்பொழுது கல்லூரியின் தலைவராக இருந்தார். இந்த தலைவர்களால் எப்பொழுதெல்லாம் போராட்டங்கள் நடத்தப்படுகின்றதோ அப்பொழுதெல்லாம் காலை பத்து மணியிலிருந்தே வகுப்புகள் இருக்காது. இது எங்களுக்கு கிடைத்த மிகப் பெரிய வெகுமதி!

எந்த ஒரு இடையூறும் இல்லாமல் நாங்கள் திரையரங்குகளுக்குச் செல்வோம். அப்பொழுதெல்லாம் திரைப்படம் என்ற மாயாஜால உலகிற்குள் நாங்கள் மூழ்கியிருந்தோம். திருச்சூர் நகரில் உள்ள ராகம், ஜோஸ், ஸ்வப்னா, ராம்தாஸ் போன்ற திரையரங்கங்கள் தான் எங்களின் திரைத்துறை குருக்கள். திரைப்படம் என்ற மாயாஜாலம் என் மனதையும் உடலையும் ஆக்கிரமித்திருந்தது. அது மயக்கம் கொள்ள வைக்கும் போதையாகவும் இருந்தது. என்றைக்காவது ஒருநாள் திரைப்பட தயாரிப்பாளராகிவிட வேண்டும் என்ற கனவு என்னுள் ரகசியமாக ஒருபுறம் வளர்ந்துகொண்டே வந்தது.

ஒருபுறம் என் வாழ்வின் இந்த புதிய கட்டத்தை நான் அனுபவிக்க ஆரம்பித்தேன். ஆனால் மறுபுறம் என் வீட்டு விஷயங்கள் என்னை நிலைகுலைய வைத்துவிட்டன. என் தந்தையின் உடல்நிலையில் பிரச்சனைகள் வரத் தொடங்கின. அவரை மருத்துவமனைக்கு அழைத்துச் சென்று சேர்ப்பது என்பது எனக்கு வழக்கமான ஒரு வேலையாகிவிட்டது. என்னுடைய வாழ்க்கை முறை என் தந்தையை மேலும் துயரமடைய வைத்தது. எனது பொறுப்பின்மை அவரை மேலும் விரக்தியடையச் செய்தது. ஆம். ஒரு மகனாக அவருக்கு நான் இன்னும் சிறப்பான செயல்களைச் செய்திருக்கவேண்டும். நான் அவரை நேசிக்கவில்லை அல்லது மதிக்கவில்லை என்று நான் சொல்ல வரவில்லை. உண்மையில், வார்த்தைகளாலோ அல்லது செயலினாலோ அவரை ஒரு பொழுதும் நான் அவமரியாதை செய்ததில்லை. ஆனால் எனக்குக் கிடைத்த படிப்பிற்கும், எனக்கு வழங்கப்பட்ட வாய்ப்புகளுக்கும் நான் நியாயமானதைச் செய்யவில்லை. ஒரு பெற்றோராக அது அவருக்கு எவ்வளவு மன உளைச்சலை ஏற்படுத்தியிருக்கும் என்பதை இன்று என்னால் உணர முடிகின்றது.

எனது பிடிசி தேர்வில் நான் தேர்ச்சிபெறவில்லை. எனது தந்தை உடல்நிலையைக் கொண்டு போராடிய நேரம் நான் என் படிப்பை வைத்துப் போராடிக்கொண்டிருந்தேன். எனது தந்தை தனது போராட்டங்களையெல்லாம் முடித்துவிட்டு எங்கள் குடும்பத்தினரை அனாதையாக விட்டுவிட்டு ஆகஸ்ட் 8, 1991 அன்று இந்த உலகத்திலிருந்து தன் ஆத்மாவுடன் வெளியேறினார்.

தந்தையின் இறப்பு என்னுடைய பொறுப்பற்ற வாழ்க்கையை மாற்றியது. 17 வயதாகியிருந்த எனக்கு வாழ்வில் முன்னேறவேண்டுமென்ற சிந்தனை என் தந்தையின் திடீர் மரணத்திலிருந்தே தோன்றியது. என் தந்தையின் கடைசி நாட்கள் பெரும்பாலும் மருத்துவமனையிலேயே கழிந்தது. சேமிப்பில் என் தந்தைக்குப் பெரிதாக ஆர்வம் இல்லாத காரணத்தினால் பொருளாதார ரீதியில் எங்களுக்குப் பாதுகாப்பு இல்லாமல் இருந்தது. மருத்துவமனை செலவுகளுக்காக அம்மா சிரமப்பட்டதைக் குழந்தைகளாகிய நாங்கள் உணரவேயில்லை. இந்த காலகட்டத்தில் என் தந்தையின் மூத்த சகோதரி வல்சலா மற்றும் அவரது கணவர் பாஸ்கர் (நாங்கள் வல்சலா அவர்களை வெள்ளியம்மா என்றும் பாஸ்கர் அவர்களை வெள்ளியச்சன் என்றும் அன்போடு அழைப்போம்) இருவரும் மிகவும் ஆதரவோடு இருந்ததாக என் அம்மா நன்றியோடு நினைவுகூருவார்கள். என் தந்தையின் தங்கைகள் கீதா மற்றும் மாதவி. கீதாவின் கணவர் பாலன் வருவாய்த் துறையிலும், மாதவியின் கணவர் ஸ்ரீ தரன் காவல் துறையிலும் பணிபுரிந்தவர்கள். தந்தை மருத்துவமனையிலிருந்த காலங்களில் நேரடியாக வந்து உதவி செய்ய எப்பொழுதும் அவர்கள் தயாராக இருந்தார்கள்.

தந்தையின் உடல்நிலை எங்களிடமிருந்து அவரை பிரித்துச் சென்று விடுமென்று ஒருபோதும் நான் நினைத்ததில்லை. அவரின் பிரிவு என்னை மனதளவில் அதிர்ச்சிக்குள்ளாக்கியது. ஒரு பொறுப்பற்ற மாணவனாகவும், மகனாகவும் இருந்து என் தந்தைக்குத் துயரத்தை அளித்ததை நினைத்து மிகுந்த குற்ற உணர்ச்சியுடன் போராடினேன். இந்த எண்ணங்கள் எனக்கு பெரும் சுமையாக இருந்தது. நான் மீண்டும் PDC தேர்வில் நுழைந்து எனது பெரும் முயற்சியால் தேர்ச்சி பெற்றேன்.

நான் மற்றொரு சவாலையும் எதிர்கொண்டேன். என் அப்பா வேலையில் இருக்கும்பொழுது காலமானதால் எனக்கு KSEBயில் ஒரு

பணியிடம் பாதுகாக்கப்பட்டது. ஆனால், மூன்று ஆண்டுகள் படிப்பை முடித்துவிட்டு உயர்நிலை வேலையில் சேர்வதா அல்லது என் பத்தாம் வகுப்பை வைத்துக் கொண்டு ஆரம்ப நிலை வேலையில் சேர்வதா என்று முடிவெடுக்கவேண்டிய நிலைக்கு நான் தள்ளப்பட்டேன்.

நாங்கள் பொருளாதார நெருக்கடியிலிருந்ததனால் நான் ஒரு அவசர முடிவை எடுக்கவேண்டியதாக இருந்தது. நான் குடும்பத்தின் மூத்த மகன் என்பதாலும், நிதி நெருக்கடியிலிருந்து என் குடும்பத்தைக் காப்பாற்றவேண்டும் என்பதாலும், என் தாயின் நம்பிக்கை ஒவ்வொரு நொடியும் குறைந்து வருவதைப் பார்த்ததாலும் KSEBயில் ஆரம்ப நிலை பணியை நான் ஏற்றுக்கொண்டேன்.

என் அம்மாவினுடைய நம்பிக்கையற்ற இந்த நிலை தற்காலிகமான ஒன்று என்று தான் நான் சொல்ல வேண்டும். ஒரு பெண்ணின் உயிர் வாழ்வதற்கான உள்ளுணர்வு என்பது மிகவும் போற்றத்தக்கது. என் அம்மாவைப் பற்றி நான் நிறைய சொல்ல வேண்டும். அதனால் வரும் அத்தியாயங்களில் அவரைப் பற்றி விரிவாகப் பேசுகின்றேன்.

நான் ஏற்றுக்கொள்ள வேண்டியதாக இருந்த ஆரம்ப நிலை தொழிலாளர் பணி தான் இன்றைய என் நிலைக்கு அடித்தளம் அமைத்துக் கொடுத்தது.

ஓம் சரவண பவாய நமஹ !!!

திட்டமிடப்படாத வாழ்க்கை முன்னேற்றங்கள்

கடந்த காலத்தை அலசுதல்! எனக்கு மிகுந்த மகிழ்ச்சியைத் தரும் ஒரு விஷயத்தைப் பற்றிச் சொல்லவேண்டுமென்றால் அது என் கடந்த காலத்தைப் பின்னோக்கி பார்ப்பதாகத்தான் இருக்கும். கடந்த காலத்தில் நடந்த சம்பவங்களை ஒரு மூன்றாம் தரப்பிலிருந்து பார்த்து ஆய்வு செய்கையிலே அதிலுள்ள குறை நிறைகளை மிக ஆழமாக ஒருவரால் புரிந்துகொள்ள முடியும். இவ்வாறு கடந்த காலத்தை அலசுகையிலே அந்த நேரத்தில் நீங்கள் இருந்த சூழ்நிலை மற்றும் நிகழ்ச்சிகளையும் சேர்த்துப் பாருங்கள். இதனை நேர்மையாக மதிப்பாய்வு செய்வதுதான் நல்லது.

கடந்த அத்தியாயத்தில் எனது தந்தையின் மறைவு பற்றி நான் விவரித்திருந்தேன். என் தந்தையின் மறைவிற்கு பிறகுதான் நான் ஒரு பொறுப்பான நபராக மாறினேன். நான் என் கடந்த காலத்தை ஆய்வு செய்யும்பொழுது தான் என் வாழ்வில் வந்த தடைகளை எதிர்கொண்டது மற்றும் என் வாழ்வில் என் தந்தையின் முக்கியத்துவம் போன்றவற்றை என்னால் உணரமுடிந்தது. என் தந்தையின் மறைவிற்குப் பிறகு என் ஆவணங்கள் அனைத்தும் விரைவாக அமைக்கப்பட்டு நான் வேலைக்குத் தகுதி பெற்றேன்.

நான் வேலைக்குச் சென்ற முதல் நாள் திருச்சூர் வைத்யுதி பவனில் (திருச்சூர் மின்வாரிய அலுவலகம்) வேலைக்குச் சேருவதற்கான அறிக்கையை எழுத வேண்டியிருந்தது. என் தந்தை ஒரு முக்கிய அரசியல் ஆர்வலராக இருந்தார். அவர் சிஐஜடியூ ஒன்றியத்தில் இருந்தார்.

சிஐடியு தொழிற்சங்கத் தலைவர் அவர்கள் மிகவும் அன்பாகவும், ஆதரவாகவும் இருந்து எனது ஆவணங்களைத் தயார் செய்து நான் தாமதமின்றி வேளையில் சேர பேருதவி செய்தார். இவரைப் போன்ற நல்லவர்களைத் தான் என் அப்பா எங்களுக்காக விட்டுச் சென்றிருந்தார். கிட்டத்தட்ட எல்லா இடங்களிலும் என் தந்தையின் இருப்பை என்னால் உணர முடிந்தது. மஸ்தூர் அல்லது தொழிலாளி பதவி என்பது மிகவும் கடினமான வேலை. இது அதிக உடல் உழைப்பைக்கொண்டு செய்யவேண்டியதாக இருந்தது. பத்தொன்பது வயதே ஆன ஒல்லியான கண்ணாடி அணிந்த ஒரு இளைஞனால் பவர் கேபிள் போஸ்ட்களுக்கு ஆழமான குழிகளைத் தோண்டுவது என்பது மிகவும் கடினமான செயல் என்றும், இதன் மூலம் அவர்களின் வேலை சரியாக நடைபெறாது என்பதையும் என் அலுவலகத்தில் புரிந்துவைத்திருந்தார்கள். ஆகையால் உடல் உழைப்பு இல்லாத துணை நிலைய பணிக்கு என்னைச் சிபாரிசு செய்திருந்தார்கள். ஆனாலும் என்னால் மகிழ்ச்சியாக இருக்கமுடியவில்லை. ஒருமுறை அலுவலகத்தின் ஒரு முனையிலிருந்து மற்றொரு முனைக்குக் கோப்புகள் மற்றும் காகிதங்களை எடுத்துச் செல்லும் வழியில் என் தந்தையின் சக ஊழியர் ஒருவர் என்னை வரவேற்று என்னையும் என் குடும்பத்தினர் பற்றியும் அன்புடன் விசாரித்தார்.

அவர் அன்பாகவும் அதே நேரம் கடுமையாகவும் என்னுடைய அன்றைய நிலை மற்றும் நான் தேர்ந்தெடுத்த துறையைக் குறித்துக் கண்டித்தார். துறைக்குச் சென்று உண்மையான வேலைகளைக் கற்றுக்கொள்வதற்காக என் வயதையும் நேரத்தையும் உபயோகிக்குமாறு அறிவுறுத்தினார். அதில்தான் என் எதிர்காலம் இருக்கின்றது என்றும் கூறினார். சரியான நேரத்தில் இதனை நான் செய்யவில்லை என்றால் துறை சார்ந்த வேலைகள் பற்றிய எந்த அறிவும் எனக்கு இருக்காது என்றும் எச்சரித்தார். எனது வயதையும், உடல் தோற்றத்தையும் எனக்குச் சாதகமாகப் பயன்படுத்திக்கொள்ளுமாறு கேட்டுக் கொண்டார். நான் தெரிந்து கொள்ள வேண்டிய அனைத்தையும் அங்கு பணிபுரியும் பணியாளர்கள் அன்புடன் எனக்குக் கற்றுத்தந்தார்கள்.

அவர் கூறிய அறிவுரைகள் எனக்கு மிகவும் அர்த்தமுள்ளதாக இருந்தது. அவரின் அறிவுரையை என் மனதில் ஆழமாக பதித்துக்கொண்டேன். என்னைச் சரியான முறையில் வளப்படுத்திக்

கொள்ளக்கூடிய பிரிவில் எனக்கு வேலை தருமாறு தொழிற்சங்கத் தலைவரிடம் சென்று கேட்டேன். எனது உற்சாகத்தையும் என் தந்தையின் மீது அவர் வைத்திருந்த மதிப்பையும் கொண்டு, நிறுவனத்தின் துணை பிரிவில் உள்ள ஒருவரைச் சந்திக்க என்னை அழைத்துச் சென்றார்.

எங்களுக்கு முன்னால் என் தந்தையின் சக ஊழியர் ஒருவர் அங்கே வந்திருந்தார். என் கருத்தைச் சொன்னதும் அங்கேயும் நான் கண்டிக்கப்பட்டேன். தற்பொழுதுள்ள பிரிவிலேயே இருந்து ஓய்வு நேரங்களைப் பயன்படுத்தி எனது கல்வித் தகுதியை உயர்த்திக் கொண்டு கம்பம் ஏறும் தொழிலிருந்து உயர் பதவிக்குச் செல்லுமாறு எனக்கு அறிவுரை வழங்கப்பட்டது.

அதைக்கேட்டு நான் மன மகிழ்வுடன் அங்கிருந்து திரும்பினேன்!

தற்செயலாக நடந்த சில நிகழ்வுகளுக்கென்றே இந்த அத்தியாயத்தை நான் அர்ப்பணிக்கின்றேன். நான் இப்பொழுது சொன்ன சம்பவத்தைச் சற்று கூர்ந்து அலசுவோம். ஒருவேளை, நாங்கள் சில நிமிடங்கள் அல்லது வினாடிகள் முன்னதாகவோ அல்லது தாமதமாகவோ அங்குச் சென்றிருந்தால் என் தந்தையின் சக ஊழியரைச் சந்திப்பதை நான் தவறவிட்டிருப்பேன். நான் ஒருவேளை அவரைத் தவறவிட்டிருந்தால் எனது இன்றைய யதார்த்தம் நிச்சயமாக இப்படி இருந்திருக்காது.

துணை மின்நிலைய வேலை என் வாழ்க்கையில் ஒரு திருப்புமுனையாக அமைந்தது. இந்த கால கட்டம் தான் என் வாழ்வை 360 டிகிரி நல்லதாக மாற்றியது. எனது புத்தக வாசிப்பிற்கும் துணையாக இருந்தது.

இங்கு ஒவ்வொரு மணிநேரமும் அளவீடுகளைப் பதிவு செய்வது தான் என்னுடைய வேலையாக இருந்தது. அதனைத் தவிர மீதமுள்ள நேரங்கள் முற்றிலும் என் வசம் இருந்தன.

பெரும்பாலான ஓய்வு நேரங்கள் இருந்தால் அது நிச்சயமாகச் சலிப்பை ஏற்படுத்தும். அதனால் நூலகத்திலிருந்து புத்தகங்களை எடுத்து வாசிக்கத் தொடங்கினேன். இது படிப்படியாக ஒரு பழக்கமாகவே மாறிவிட்டது. இந்தக் கட்டாய வாசிப்புப் பழக்கம் என்னுள் நிறைய நேர்மறையான மாற்றங்களை உண்டாக்கியது. வெகுதூரத்திலுள்ள ஞானத்தைக் கையில் கொண்டு வந்து நமக்குக் கொடுக்கும் அற்புத பணிகளைப் புத்தகங்கள் செய்கின்றன.

தஸ்தாயெவ்ஸ்கி, டால்ஸ்டாய் மற்றும் விக்டர் ஹ்யூகோ போன்றவர்களின் புத்தகங்கள் என்னை ஒரு புதிய உலகத்தைப் பார்க்க வைத்தது. இதனோடு இன்னும் பல புத்தகங்கள் பல ஞானங்களை வழங்கி என்னைச் செம்மைப்படுத்தியது.

நான் எப்பொழுதும் காலம் தவறாமல் பணிக்குச் செல்வேன். இதனால் என் விடுப்பு நாட்கள் சேர்ந்திருக்கும். இதன் விளைவாக ஒவ்வொரு மாதமும் ஒரு வார இடைவெளி எடுத்துக்கொள்வதற்கான ஆடம்பரத்தை நானே ஒதுக்கிக்கொள்வேன். பழைய திரைப்படங்களைப் பார்ப்பதற்காக இந்த நாட்களை வைத்திருந்தேன். இவை எல்லாவற்றிற்கும் மேலாக நான் என் பட்டப்படிப்பையும் தொடர்ந்து கொண்டிருந்தேன்.

நான் மறப்பதற்கு முன் ஒன்றைச் சொல்லிவிடுகின்றேன். நான் வசித்த பகுதியும் என்னை வடிவமைத்துக்கொள்ள ஒரு காரணமாக இருந்தது. குறிப்பிட்ட ஒரு இடத்தில் வசிக்காத நாங்கள், என் தாத்தாவின் மறைவிற்குப் பிறகு திரூர் வாசியாக மாறியது உங்கள் அனைவருக்கும் தெரியும். எனது தலைமுறையின் பெரும்பாலான குழந்தைகளைப் போலவே எனக்கும் சுயமரியாதை சற்று குறைவாகவே இருந்தது. என்னை வடிவமைத்துக் கொள்ள எங்கள் பகுதியில் உள்ள இரண்டு கிளப்புகள் (சங்கங்கள்) எனக்கு உதவி செய்தன.

கேரள மாநிலத்தைப் பிரபலமாக்குவதில் நூலகங்கள் மற்றும் சங்கங்கள் ஆற்றிய பங்கு மறுக்க முடியாதது என்பது என் கருத்து. எப்பொழுதும் பரபரப்பாக நகர்ந்து கொண்டிருக்கும் வேலை / படிப்பு நாட்களுக்குப் பிறகு மக்கள் ஓய்வெடுக்கவும், புத்துணர்வு பெரும் இடங்களாகவும் சங்கங்கள் திகழ்ந்தன. இந்த இடத்தில் மட்டும் தான் மக்கள் தங்களுடைய சாதி, மதம் மற்றும் அரசியல் கருத்து வேறுபாடுகளை ஜன்னலுக்கு வெளியே வைத்திருந்தார்கள். இதனால் அவர்களால் அமைதியாகவும், ஒற்றுமையாகவும் இருக்க முடிந்தது. ஒரு பகுதியில் வாழும் இளைஞர்களால் உருவாக்கப்படும் ஆற்றல்மிக்க அமைப்புகளே இந்த சங்கங்கள். தங்கள் கவலைகளை சிறிதுநேரம் மறந்து விட்டு வாழ்க்கையின் யதார்த்தங்களை எதிர்கொள்ளக் கூடிய ஆற்றல்களைப் பெறக்கூடிய இடங்களாகச் சங்கங்கள் செயல்பட்டன. அதனால் மக்கள் தங்களை ஒரு அங்கமாகவே அதில் இணைத்துக்கொண்டார்கள்.

இதுபோன்று இரண்டு சங்கங்கள் என் வாழ்க்கையில் முக்கிய பங்கு வகித்துள்ளன. முதன்மையானது யங் பிரதர்ஸ் கிளப் (YBC) மற்றொன்று எனது சொந்த ஊரான திரூரைச் சேர்ந்த சங்கம்! ஒவ்வொரு பரபரப்பான நாட்களுக்குப் பிறகும் சங்க உறுப்பினர்கள் அங்கு வருவார்கள். இருட்டும் வரை நீண்ட நேரம் கால்பந்து / மட்டைப்பந்து விளையாடுவது மற்றும் அரட்டை அடிப்பதை வழக்கமாகக் கொண்டிருந்ததை என்றும் என்னால் மறக்க முடியாது. வீட்டிலிருந்து அழைப்புகள் வரும் வரை இந்த அரட்டைகள் தொடரும்.

இந்தக் கும்பலில் வேலை கிடைத்த முதல் நபர் என்ற பாக்கியம் எனக்குக் கிடைத்தது.

எந்த சூழ்நிலையையும் சமாளிக்கக்கூடிய மனப்பான்மை கொண்ட ஒரு உள் முக சிந்தனையாளர் நல்லதொரு மாற்றத்திற்காக ஏங்கிய காலம் அது. இதன் விளைவாக KSEB ஊழியராக இருந்த எனது நண்பர் வேலாயுதன் மற்றும் மற்றொரு நெருங்கிய நண்பரான நாராயணனோடு சேர்ந்து மாயாஜாலம் கற்க முடிவுசெய்தேன். என்னுடைய விசித்திரமான கனவுகளில் கூட நான் மேடையில் நிகழ்ச்சிகளைச் செய்வேன் என்று நினைத்ததில்லை. மேடையில் நடைபெறும் மாயாஜால நிகழ்ச்சியில் மிகவும் ஆபத்தான விஷயங்களைச் செய்வதற்கு என் சங்கம் என்னை மிகவும் ஊக்கப்படுத்தியது. இதன் மூலம் என் வாழ்விலிருந்த தடைகளை அகற்ற ஆரம்பித்தேன். என் தன்னம்பிக்கைகளை அதிகரிக்கும் வகையில் பல அதிசயங்களை அது நிகழ்த்தியது. நான் தலை நிமிர்ந்து நடக்கத் தொடங்கினேன். குறுகியிருந்த என் தோள்கள் அகன்று விரிவதை நான் அப்பொழுது உணர்ந்தேன். என் சங்கத்தின் தலைமை பொறுப்பிற்காகப் பலமுறை நான் பரிந்துரைக்கப்பட்டேன். சங்கத்தின் தலைவராகவும், செயலாளராகவும் பல முறை பணியாற்றியுள்ளேன்.

ஒரு காலத்தில் மேடை நிகழ்ச்சிகளை மரங்களின் பட்டைகளுக்கு நடுவே துணியைக் கட்டி நடத்திய என் சங்கம் அதிலிருந்து உயர ஆரம்பித்தது. எங்கள் சங்கத்தை அதிக உயரத்திற்குக் கொண்டு செல்ல விரும்பினோம். எங்கள் சங்கத்தின் செயல்பாடுகள் பெரிய நிகழ்ச்சிகளாக மாற தொடங்கின. திருவிழா கொண்டாட்டங்கள் மற்றும் சங்க ஆண்டுவிழாக்களுக்காகப் பல நிகழ்ச்சிகளை நடத்தினோம். எங்கள் பகுதி மக்களும் இவற்றை மிகவும் விரும்பி இருகரம் கூப்பி வரவேற்று ஏற்றுக்கொண்டார்கள். அவர்களின்

ஆதரவு, கரகோஷம் மற்றும் பங்களிப்பு எங்கள் நிகழ்ச்சிகளை பெரும் வெற்றியடையச் செய்தது. நிகழ்ச்சிகளை ஏற்பாடு செய்வதோடு மட்டுமல்லாமல் நிகழ்ச்சிகளை வழங்குவதற்கும் எனக்கு வாய்ப்புகள் அளிக்கப்பட்டன. படிப்படியாக நாடக நிகழ்ச்சிகளின் ஒரு அங்கமாக மாற ஆரம்பித்தேன். முதலில் நான் சிறிய கதாபாத்திரங்களை ஏற்று நடித்தேன். பின் அதுவே பெரிய கதாபாத்திரங்களாக மாறியது. இறுதியாக நான் நாடகங்களுக்கு வசனமும் எழுத ஆரம்பித்தேன்.

நான் மகாபாரதத்தின் பின்னணியில் ஒரு நாடகம் எழுதினேன். தருமவான் என்றழைக்கப்படும் யுதிஷ்டிரன், சொர்க்கம் செல்வதற்கான ஆன்மீக பயணத்தின் நடுவில் ஒரு துர்நாற்றம் வீசும் இடத்தை அடைகின்றான். ஏன் இந்த அனுபவம் என்று புரியாமல் அங்கேயே நிற்கின்றான். போரில் துரோணரைத் தோற்கடிக்க அவன் சொன்ன புகழ்பெற்ற 'அசுவத்தாமன் இறந்துவிட்டான்! குஞ்சரஹ !!' என்ற வார்த்தைகளுக்காக ஒரு கணமாவது அவர் நரகம் செல்லும் படியாகிவிட்டது என்பது தான் என் நாடகத்தின் அடிப்படை கருத்தாக இருந்தது. இந்த நாடகத்தில் பீமன், துரியோதனன் மற்றும் கர்ணன் போன்ற பல கதாபாத்திரங்களும் இடம்பெற்றிருந்தன. நான் யுதிஷ்டிரனாக நடித்திருந்தேன். அந்த நாட்களின் நினைவுகள் வெளிப்படுத்தும் மகிழ்ச்சியும், பெருமிதமும் வார்த்தைகளால் விவரிக்க முடியாதவை! நான் உருவாக்கிய இந்த நாடகம் அமோக வரவேற்பைப் பெற்று எங்களுக்கான ஒரு தனி இடத்தை பெற்றுத் தந்தது. இந்த நாடகம் பல போட்டிகளில் ஒரு அங்கமாக இருந்து சிறந்த அங்கீகாரங்களை வீட்டிற்குக் கொண்டு வந்தது.

இந்த நடவடிக்கைகள் அனைத்தும் என்னுள் நேர்மறை மாற்றங்கள் உருவாவதற்கு முக்கியமான பங்கு வகித்தது என்பது குறிப்பிடத்தக்கது. இது எனக்குமட்டுமல்லாமல் எங்கள் செயல்பாடுகளில் ஈடுபட்ட ஒவ்வொருவர் வாழ்விலும் அதிசயங்களை நிகழ்த்தியது. இதுபோன்ற சங்கங்கள் மற்றும் நூலகங்கள் நமது சிந்தனையை ஒரு தனிமனித மனநிலையிலிருந்து சமூகமாக மாற பேருதவி செய்கின்றது.

இதனுடன் ஒப்பிடுகையிலே இன்றைய இளைஞர்கள் எப்படி இருக்கின்றார்கள்?

அவர்கள் தங்கள் தலைகளை அலைபேசிக்குள் மூழ்கடித்துள்ளனர். அவர்கள் மத்தியில் சங்கங்கள் அல்லது சமூகங்கள் உள்ளதா? ஆம்

உள்ளது. ஆனால் அனைத்தும் நிகர்நிலையில் தான் உள்ளது. அவர்கள் உண்மைக்கு நிகரான மெய் நிகர் என்ற சமூகத்தில் தான் தங்களை அதிகம் ஈடுபடுத்திக்கொள்கின்றார்கள். அவர்களின் சங்கத்தில் உள்ள நண்பர்களை அவர்கள் நேரில் சந்திப்பதில்லை. இது சரியா தவறா என்று விவாதிப்பதற்கோ அல்லது அவர்களின் சமூக உணர்வைப் பற்றிப் பேசி தீர்ப்பு வழங்குவதற்கோ நான் நிச்சயம் விரும்பவில்லை. உதாரணத்திற்கு, 2018ல் வெள்ளத்தால் அனைவரும் பாதிக்கப்பட்டபொழுது இளைஞர்கள் அனைவரும் சந்தர்ப்பத்திற்காக எழுந்து வருவதை நாங்கள் நேரில் கண்டோம். எனவே நாம் நமது இளைஞர்களை எடைபோடுவதைக் காட்டிலும் அவர்கள் மீது முதலில் நம்பிக்கை வைக்கவேண்டும். சில சமயங்களில் நமது தலைமுறையினரும், நமது முன்னோர்களும் சங்கத்தின் செயல்பாடுகள் குறித்து விமர்சித்திருக்கலாம். ஆனால் நம்மை வடிவமைப்பதில் நம் வழியில் வரும் அனைத்தும் முக்கியமானதாகின்றது. மேலும் அது நமக்கு அளிக்கும் பரிசும் விலைமதிப்பற்றது.

எப்பொழுதும் YBC என் இதயத்திற்கு நெருக்கமானதாக இருக்கும். திரூர் கிரிக்கெட் கிளப் (TCC) மிகவும் வசதியாகவும், விசாலமானதாகவும் இருக்கும். என்னுடைய கால்பந்து விளையாட்டின் திறமை காரணமாக TCCயின் கால்பந்து சங்கத்திற்கு நான் அழைக்கப்பட்டேன். இந்த அணி மாவட்டம் முழுவதும் சிறந்த மட்டைப்பந்து சங்கங்களை நடத்தியது. நான் மட்டைப்பந்து அணியில் இடம் பெற்றிருக்கவில்லை. இருப்பினும், அவர்களின் கால்பந்து அணியில் தொடர்ந்து நீடித்தேன். என்னதான் யங் பிரதர்ஸ் கிளப்பை ஒரு அன்பான இடத்தில் வைத்திருந்தாலும், திரூர் பகுதியிலுள்ள அனைவருக்கும் TCC தான் புகலிடமாக இருந்தது. ஒவ்வொரு மாலையும் கால்பந்து விளையாட்டிற்குப் பிறகு எங்கள் விவாதங்கள் இரவு வெகுநேரம் வரை நீடிக்கும். இது போன்ற சந்திப்புகள், எப்பொழுதாவது சுற்றுலா பயணங்கள் போன்றவை தான் எங்கள் வாழ்க்கையை மாற்றியமைத்தன! அப்பொழுது உருவான பந்தங்கள் இன்றும் சிறந்த நட்பாக வளர்கின்றது!

இவற்றிற்கிடையில், நான் எனது பட்டப்படிப்பை வெற்றிகரமாக முடித்தேன். அதன்பிறகு KSEB யில் காசாளராகப் பதவி உயர்வு பெற்றேன்.

என் வாழ்க்கையின் ஒரு அங்கமாகத் தொடரும் இன்னொரு முக்கியமான விஷயம் என்றால் அது திரைப்படங்கள்! எனது ப்ரீ - டிகிரிப் பருவத்தின்பொழுது நான் பார்த்த எல்லாத் திரைப்படங்களும் சேர்ந்து திரைப்படம் பார்ப்பதை என் வாழ்வில் ஒரு பகுதியாகவே மாற்றிவிட்டது. பின்னர், என் புத்தக வாசிப்பு பழக்கம் முதிர்ச்சியடைந்தபொழுது, திரைப்படம் என்பது பொழுதுபோக்கிற்காக மட்டும் உருவாக்கப்படுவது அல்ல என்பதை உணர்ந்தேன். பொழுதுபோக்கைக் கடந்து பல விஷயங்கள் இருக்கின்றது என்பது தெளிவானது. சேட்டானா கலைக்கூடத்தை ரெவ் ஃபாதர் பெனடிக்ட் என்ற ஒரு பாதிரியார் நடத்திவந்தார். அவரை நாங்கள் அன்புடன் பாதர் என்று அழைப்போம். ஒவ்வொரு புதன்கிழமைகளிலும் உலகத்தின் உன்னதமான படங்களை இலவசமாக அவர் திரையிடுகின்றார் என்பதை சிவராமேட்டன் என்று அன்புடன் அழைக்கப்படும் திரு. சிவராமன் அவர்களிடமிருந்து நான் தெரிந்துகொண்டேன். இவர் மலையாளத் திரைப்பட இயக்குநர் பரதனின் மருமகன் ஆவார்.

சேட்டானா கலைக்கூடத்தில் நான் பார்த்த முதல் கிளாசிக் படம் சைக்கிள் தீவ்ஸ். அந்த படம் என்னை மயக்கி விட்டது. அப்பொழுதுதான் ஒளி மற்றும் ஒலியின் மந்திர திறனை உணர்ந்தேன். இதில் பயன்படுத்தப்பட்டுள்ள கூறுகள் நம்மை அழகாகப் பாதிக்கும்! திரைத்துறைக்கு மொழி என்பது கிடையாது என்பதை அன்று தான் நான் உணர்ந்தேன். அன்றிலிருந்து நான் புதன் கிழமைகளை எதிர்பார்த்துக் காத்திருப்பேன். பெர்க்மேன், பசோலினி மற்றும் குரோசாவா போன்றோரை என் சொந்த மக்களைப் போலவே உணர்ந்தேன். மிடாஸ் டச் கொண்டிருந்த ஈரானிய இயக்குநர் மஜீதி எனக்கு குருவானார். ஆனால், எலிப்பத்தாயம் படத்தைப் பார்த்த பிறகு, உலகம் முழுவதும் உள்ள பலவற்றை மிஞ்சும் ரத்தினங்கள் நம் சொந்த மண்ணில் இருப்பதை உணர்ந்தேன். என்னைப் பொறுத்தவரை, அடூர் கோபாலகிருஷ்ணன் புத்திசாலித்தனத்தில் அனைவரையும் மிஞ்சியவர். இதனைக் கூரையின் உச்சியில் நின்று உரக்கச் சொல்லும் முனைப்பு அன்று எனக்கிருந்தது இன்றும் என் நினைவில் உள்ளது.

IFFK குறித்தும் சொல்லவேண்டும். புதன் கிழமைகளில் பாதர் பெனடிக்ட் வழங்குவதை விட அதிகமாக எதிர்பார்த்துக்கொண்டிருந்த

என்னைப் போன்றவர்களுக்கு IFFK ஒரு அமிர்த மலையாக இருந்தது! IFFK, பார்வையாளர்களின் ஒரு பகுதியாக இருப்பது என்னைப் போன்ற திரைப்பட ஆர்வலர்களுக்குப் புனிதப் பயணம் போல இருந்தது.

திரைப்பட தயாரிப்பாளராக வேண்டும் என்ற எண்ணம் என்னுள் நிரம்பிவழிந்தது. இன்றும் சில படங்களை நான் திரும்ப திரும்பப் பார்க்கின்றேன். இன்டர்ஸ்டெல்லர், இருவர், டாக்டர் ஸ்ட்ரேஞ்ச் போன்றவை அவற்றில் சில. நான் எப்பொழுதும் சொல்வதைப் போல், அனைத்தும் ஒரு காரணத்திற்காகவே நடக்கின்றது. என்னுடனான இந்த புத்தக பயணத்தின் மூலம் உங்களுக்கு அனைத்தும் வெளிப்படுத்தப்படும்.

எல்லாம் சரியாக நடப்பதாகத் தோன்றும்பொழுது, வாழ்க்கை என்பதுகணிக்கமுடியாதஒன்றுஎன்பதைநமக்குநினைவூட்டுவதற்காக இயற்கை தனக்கென்று ஒரு வழியை வைத்திருக்கும்…

ஓம் சரவண பவாய நமஹ !!!

திருமணம்

மரணம் என்பது துக்கத்தை உண்டாக்கக் கூடியது. அதனுடன் சேர்த்து தைரியத்தையும், வாழ்க்கையை மதிக்கவும் கற்றுத்தருகின்றது என்பது தான் உண்மை. என் தந்தையின் மறைவு என்பது எங்கள் அனைவருக்கும் நிரப்ப முடியாத ஒரு வெற்றிடத்தை உருவாக்கியது. முன்பு சொன்னது போல், மரணத்தினால் ஏற்பட்ட துக்கத்தைச் சமாளித்து அதிலிருந்து முன்னேறி நம்மிடம் இருப்பதைக் கொண்டு சிறப்பாகச் செயல்படவும் வாழ்க்கை நமக்குக் கற்றுத்தருகின்றது. நம் விதியில் என்ன எழுதப்பட்டுள்ளது என்பது யாருக்கும் கொஞ்சம் கூட தெரியாது.

என் இளைய சகோதரர் காலமானார்!

என்னுடன் ஒப்பிட்டுப் பார்த்தால் என் சகோதரர் தன் இயல்பில் பெரிதும் மாறுபட்டவர் என்று தான் சொல்லவேண்டும். நான் எப்பொழுதுமே சமரசங்களை ஏற்றுக்கொள்ளும் ஒரு உள்முகச் சிந்தனையாளராக இருந்தேன். ஆனால் என் சகோதரர் துடிப்பு மிக்க ஆற்றல் கொண்ட ஒரு இளைஞராக இருந்தார். அவரின் நண்பர்கள் வட்டாரத்தை அவர் வழிநடத்தும் முறையைக் கண்டு நாங்கள் பெருமிதம் கொள்வோம். அவரது நண்பர்கள் வட்டாரத்திற்குள் எந்த நேரமும் எதைச் செய்வதற்கும் அவர் முனைப்புடன் தயாராக இருப்பார். இப்பொழுது அவர் என் அருகில் இல்லாததை என்னால் நினைத்துக்கூடப் பார்க்க முடியவில்லை.

அவரின் மறைவு என்னால் தாங்கிக் கொள்ளமுடியாததாக இருந்தது. அது என்னைக் காயப்படுத்தியது போலவே என்

அம்மாவையும் காயப்படுத்தியதை நினைத்து நான் மிகவும் வேதனைப்பட்டேன். இந்த சம்பவம் எனக்கு உலகத்தின் மீது மிகுந்த வெறுப்பை ஏற்படுத்தியது. ஆன்மிகம் மற்றும் பக்தியில் பெரிய ஆர்வம் எனக்கு இல்லாவிட்டாலும், எனது தந்தை துயரத்திலிருந்தபொழுது நான் ரகசியமாகப் பிரார்த்தனைகள் செய்ததுண்டு. எனது தந்தை எங்களை விட்டுப் பிரிந்த காலத்தில் நான் கடவுள் மீது மிகுந்த அதிருப்தியிலிருந்தேன். என் பிரார்த்தனைகள் அனைத்தும் வீண் போனதாக உணர்ந்தேன். இப்பொழுது என் சகோதரன்! இப்படி எல்லாவற்றையும் நம்மிடமிருந்து பறிக்க வேண்டுமென்றால் எதற்காக நம்மை உருவாக்க வேண்டும் என்று கடவுளிடம் போரிட்டேன்.

இத்தனை குழப்பங்களுக்கிடையில் என் சகோதரனின் நெருங்கிய நண்பர் ஒருமுறை என்னைச் சந்திக்க வந்திருந்தார். என் சகோதரனின் ஜாதகத்தைப் பார்க்க ஜோதிடரை அணுகுமாறு அவர் பரிந்துரைத்தார்.

இவர் சொல்வது தேவை இல்லாத ஒன்றாக எனக்குத் தோன்றியது. இறந்து போன ஒருவரின் ஜாதகத்தை ஏன் பார்க்க வேண்டும் என்று என் சகோதரனின் நண்பன் மீது எனக்குக் கோபம் வந்தது. ஆனால் அவர் அன்பாகவும், பொறுமையாகவும் கேட்டுக்கொண்டதால் திருச்சூரில் உள்ள நன்கு படித்த பிரபல ஜோதிடர் ஒருவரை அணுகினோம். ஜோதிடர் ஜாதகத்தைக் கையில் எடுத்து அதனை ஆராயத் தொடங்கினார். என்னைச் சுற்றி நடக்கும் விஷயங்களினால் சோர்வாகவும், கோபமாகவும், ஆணவத்துடனும் ஜோதிடரைப் பார்த்தபடியே அமர்ந்திருந்தேன். அவருடைய பிரார்த்தனை மற்றும் சடங்குகளுக்கு நடுவிலிருந்த அவரின் கவலையை எங்களால் கவனிக்க முடிந்தது. அவரை சுற்றிலும் ஒரு கருமேகம் சூழ்ந்தது போல இருந்தது. அவர் மந்திரங்களைச் சொல்லும் தெளிவும் குறையத் தொடங்கியதைக் கவனித்தோம். மெல்ல மெல்ல அவரின் உதடுகள் இயந்திரம் போல அசையத் தொடங்கியதை உணர்ந்தோம். மெல்லக் கண்களைத் திறந்தவர் இந்த ஜாதகர் இன்னும் உயிருடன் இருக்கிறாரா என விசாரித்தார். நான் அவர் மீதுள்ள அவநம்பிக்கையால் ஆம் என்று முணுமுணுத்திருக்கலாம். மரணத்தின் கடவுள் இந்த ஜாதகரின் ஒளியைச் சுற்றி இருப்பது போலத் தெரிவதால் அவரை கவனமாகப்

பார்த்துக் கொள்ளும்படி எச்சரித்தார். எனது சகோதரனின் நண்பன் என் சார்பாக ஜோதிடரிடம் மன்னிப்பு கேட்டுவிட்டு, என் சகோதரர் மூன்று வாரங்களுக்கு முன்பே இறந்து விட்டதை அவருக்குத் தெரிவித்தார். நான்தான் இறந்த நபரின் சகோதரர் என்பதையும் அவரிடம் வெளிப்படுத்தினார்.

ஜோதிடரின் குளிர்ச்சியான பார்வை சற்று நேரத்தில் கடுமையாக மாறியது. சரி, மிகவும் தாமதமாகிவிட்டது தானே எனக் கேட்டார். மிருத்யுஞ்ஜய ஹோமத்தின் மூலமாக இதனைத் தாமதப்படுத்தியிருக்கலாம் என்றும், ஆனாலும் அனுபவிக்க வேண்டியதை அனைவரும் அனுபவிக்க வேண்டுமென்றும், அதிலிருந்து தப்பிப் பிழைத்த நாம் முயற்சி செய்து வாழ வேண்டும் என்றும் அறிவுரைகள் கூறினார். சாவித்திரி எப்படி சத்தியவானின் உயிரை மரணத்தின் கடவுளிடமிருந்து பாதுகாத்து அவனது தலைவிதியை மாற்றினார் என்பதை நீங்கள் படித்ததில்லையா? என்றும் வினவினார்.

இந்த சம்பவம் என் வாழ்க்கையில் பெரிய மாற்றத்தை ஏற்படுத்தியது. இது என்னுள் எங்கோ படிப்படியாக வளர்ந்து கொண்டிருந்த நாத்திகத்தை விலக்க ஆரம்பித்தது.

என் அம்மாவிற்கு என்னைத் தவிர இவ்வுலகில் வேறு யாரும் இல்லை என்பதை நன்கு புரிந்துகொண்டேன். என் தந்தை நினைத்ததை போன்ற ஒரு மகனாக இருக்கவேண்டும் என்று கடவுளிடம் உதவி கேட்டேன். என் அம்மாவிற்கு இதற்கு மேல் எந்த வலிகளையும், வேதனைகளையும் தராத அளவிற்கு நான் நடந்து கொள்ள வேண்டும் என்று கடவுளிடம் வேண்டிக் கேட்டுக்கொண்டேன். என் அம்மாவின் கண்களை இனியும் வேதனையில் விடக்கூடாது என்று தீர்மானித்தேன்.

என் வாழ்வில் நிகழ்ந்த பல நிகழ்வுகளாலும், எனக்குள் முளைத்திருந்த லட்சியத்தினாலும் எண்ணில் நானே பல மாற்றங்களைக் காண ஆரம்பித்தேன். சூழ்நிலைக்கு ஏற்றவாறு முன்னேற வேண்டும் என்ற உறுதியும், துக்கத்தில் தொடங்கி அனைத்து சூழ்நிலைகளிலும் என் தாயை காப்பாற்றுவேன் என்ற உறுதியும் என்னுள் பல நேர்மறை மாற்றங்களை தூண்டியது. எதிர்மறை அதிர்வலைகளைக் கொண்டிருந்த நான் அதனை உயர் நேர்மறை அதிர்வலைக்கு மாற்ற முடிவு செய்தேன். இந்த மாற்றம்

என்னை மட்டுமல்லாது என்னைச் சுற்றி இருந்தவர்கள் மத்தியிலும் நல்ல தாக்கத்தை ஏற்படுத்தியது. என்னைச் சுற்றி இருந்த என் அம்மா, உறவினர்கள் மற்றும் என் நண்பர்கள் என அனைவரும் இந்த மாற்றங்களைக் கண்டு உணர ஆரம்பித்தனர்.

எங்கள் வீட்டில் மற்றும் ஊரில் உள்ளவர்களுக்கு எனக்குக் திருமணம் செய்து பார்க்க வேண்டும் என்ற ஆசை வந்தது. இந்த ஆசையானது திருமண செய்துகொள்ளப் போகின்றவர்களைத் தவிரச் சுற்றியுள்ள அனைவருக்கும் அதிகமாகவே இருக்குமென்பதை நாம் அனைவரும் அறிவோம். அதனோடு, திருமணம் செய்துகொள்வதற்கான எல்லா தகுதியும் அப்பொழுது எனக்கு இருந்தது. எனக்கு ஒரு அரசாங்க வேலை இருந்தது. அதனோடு கூடுதல் வருவாய் தரக்கூடிய விவசாய நிலம் ஒன்றும் இருந்தது. பழக்கவழக்கங்களிலும் நடத்தையிலும் எந்த குறைபாடும் இல்லாதவனாக இருந்தேன். இதனோடு எங்கள் பகுதியில் நான் ஒரு பிரபலமானநபராகவும்இருந்தேன்.ஒருநல்லவரனுக்குத் தேவையான தகுதிகளை விடச் சற்று கூடுதலாகவே நான் கொண்டிருந்தேன் என்று நினைக்கின்றேன். திருமணம் குறித்த செய்திகள் அங்கும் இங்கும் பரவ தொடங்கின. முன்பிருந்து இன்று வரை திருமணம் பற்றிய ஒரு விஷயம் மாறாமல் அப்படியே இருக்கின்றது. ஒருவர் திருமணத்திற்குத் தயாரா? அத்தகைய எண்ணத்தை அவர் தீவிரமாக எடுத்துக் கொண்டாரா? ஒரு நல்ல வாழ்க்கைத் துணையைப் பற்றிய அவரின் யோசனை என்ன? என்று தெரிந்துகொள்ள யாரும் விரும்புவதில்லை. இது அப்பொழுதும் அப்படித்தான் இப்பொழுதும் அப்படித்தான்.

நாட்களும், நிகழ்வுகளும் செல்ல செல்ல நான் என்னைப் பற்றி நன்றாக உணர ஆரம்பித்தேன். நான் தொடர்ந்து என்னை மேம்படுத்திக் கொண்டேன். நான் அணிந்திருந்த தடிமனமான கண்ணாடிகளுக்கு விடுதலை வழங்கப்பட்டது. நான் லேசர் சிகிச்சை மேற்கொண்டேன். தாடை மற்றும் பல் சிகிச்சைகள் மூலம் என் பற்களை வரிசைப்படுத்தினேன். தவறாமல் உடற்பயிற்சி நிலையங்களுக்குச் சென்று என்னைச் சீரமைத்துக்கொண்டேன். இதனால் என் நம்பிக்கை மற்றும் சுய மரியாதை மேலும் அதிகரித்தது. என் உடல் மாற்றத்தைக் கண்ணாடியில் பார்த்து நான் மிகுந்த உற்சாகமடைந்தேன். எனது

புத்தக வாசிப்பு என் சிந்தனையையும், கண்ணோட்டத்தையும் மேலும் மெருகேற்றியது. என்னையும் என்னைச் சுற்றியிருப்பவர்களையும் மதிக்கும் ஒரு சமூகத்தின் மத்தியில் தலை நிமிர்ந்து வாழக்கூடிய நம்பிக்கையை அது எனக்கு அளித்தது. ஒரு பத்து ஆண்டுகளில் என்னில் நிகழ்ந்த மாற்றங்கள் அனைவரையும் ஆச்சரியப்படுத்தும் வகையிலிருந்தது.

திருமண யோசனைகள் உள்ளேயும் வெளியேயும் பறந்து கொண்டிருந்தன. எல்லாம் நேர்மறையாக நடப்பதைப் போலவே தெரிந்தது. திருமணத்திற்காக வந்த வரன்களின் வேகத்தைப் பார்த்த பொழுது விரைவில் என் திருமணம் நடந்துவிடும் என்றே நினைத்தோம். ஆனால் அப்படி எதுவும் நடக்கவில்லை. மலராத ஒவ்வொரு திட்டத்திலும் என்னைத் தவிர என்னைச் சுற்றியிருந்த அன்பானவர்களே ஏமாற்றமடைந்தனர். இதற்கான ஒரு முக்கிய காரணத்தை என் அம்மா கண்டுபிடித்தார்.

எங்களைப் பற்றித் தெரியாதவர்களுக்கு நாங்கள் வாழ்ந்த வீடு போதுமானதாக இல்லாமல் இருந்தது தெரியவந்தது. தங்கள் மகள் வாழ்வதற்கு போதுமான வசதி எங்கள் வீட்டில் இல்லை எனப் பலர் நினைத்தனர். என்னைப் பொறுத்தவரை என் வீடு சொர்கத்தின் மறுபக்கம். அது வெறும் செங்கற்களைக் கொண்டு கட்டப்பட்டது அல்ல. அது பல உணர்ச்சிகள், நினைவுகள் மற்றும் ஆற்றல்களைச் சேமித்துவைத்திருக்கும் வீடு. மேலோட்டமாக பார்க்கக்கூடிய விஷயங்களை மட்டும் வைத்து எதனையும் அளவிட முடியாது. வருங்காலத்தைப் பற்றி எப்படி மக்கள் முன்பே முடிவு செய்கின்றார்கள் என்று தெரியவில்லை. நவீன வீடுகள் வைத்திருந்தவர்களுக்கு நிறையத் திருமண வரன்கள் வந்திருக்கும் என நினைக்கின்றேன்.

அதனால் எங்கள் புதிய வீட்டின் கட்டுமானம் தொடங்கியது! கடவுளின் அருளால் பொருளாதாரத்தில் நாங்கள் மிகவும் நல்ல நிலையிலிருந்தோம். என் அம்மா பெற்றுக்கொண்டிருந்த என் தந்தையின் ஓய்வூதியம், என் மாத சம்பளம் மற்றும் விவசாயம் மூலம் வந்த வருமானம் ஆகியவை தான் எங்கள் வீட்டின் கருவூலமாக இருந்தது. கடன் மூலம் கிடைத்த கூடுதல் தொகையுடன் நாங்கள் எங்கள் வீட்டைப் புனரமைத்தோம்.

என் அம்மா கணித்தது சரிதான் - எனக்கு 2003 இல் திருமணம் நடந்தது!

இந்தியாவைப் பொறுத்தவரைத் திருமணங்கள் என்பது ஏறக்குறைய ஒரு லாட்டரி போலத் தான் இருந்தது. உங்களுக்கும் அப்படித் தோன்றியுள்ளதா? இதை நான் தெளிவாக விவரிக்கின்றேன். திருமணம் நிச்சயிக்கப்பட்ட மணமகளும் மணமகனும் வாழ்நாள் முழுவதும் சேர்ந்த வாழ வேண்டும் என்ற தீர்மானம் எடுப்பதற்கு திருமணத்திற்கு முன் வெறும் அரை மணிநேரம் தான் தரப்படுகின்றது. இந்த அரை மணிநேரத்தில் இருவருக்குமான பொருத்தங்கள், வாழ்க்கை இலட்சியங்கள் போன்றவற்றை உண்மையில் புரிந்துகொள்ள முடியுமா? விருப்பம் சொல்வதற்கு முன்னாள் இவற்றைப்பற்றியெல்லாம் யோசிக்க வேண்டும் என்று நம் இளைஞர்களுக்கு நான் கற்றுக்கொடுக்கின்றோமா? பெரும்பாலும் இல்லை. ஒவ்வொன்றையும் போதுமான அளவு அறிந்து கொள்வதை உறுதிசெய்ய அரை மணி நேரக் காலக்கெடு நிச்சயம் போதாது. எனவே நிச்சயிக்கப்பட்ட திருமணம் என்பது ஒரு சூதாட்டம் என்று நிரூபிக்கப்படுகின்றது. இது போன்ற திருமணங்கள் சங்கீதத்திலும் முடியலாம் அல்லது சத்தத்திலும் முடியலாம். எதற்கும் உத்தரவாதம் கிடையாது.

வாழ்க்கையின் சில அம்சங்களில் நான் மிகவும் அதிர்ஷ்டசாலி என்று நான் நம்புகின்றேன். இதில் என் திருமணமும் அடங்கும். நான் தற்பொழுது எனது வாழ்க்கையைப் பகிர்ந்து கொள்ளும் நபரை விட ஒரு சிறந்த வாழ்க்கைத் துணையை என்னால் பெற்றிருக்கவே முடியாது என்பதை நூறு சதவீதம் உறுதியாகச் சொல்வேன். என் வாழ்க்கை எனக்கு நன்றாக இருக்கின்றது. என்னை அப்படியே புரிந்து கொண்டு என் மீது அக்கறை காட்டாத ஒரு மனைவியை ஒருவேளை நான் பெற்றிருந்தால் இன்று என்னால் மன அமைதியுடன் இருந்திருக்க முடியாது. வரும் அத்தியாயங்களில் இதைப் பற்றி நீங்கள் ஆழமாகப் புரிந்துகொள்வீர்கள்.

நான் முன்பு குறிப்பிட்டது போல், என் வாழ்க்கையில் என் அம்மா மிகவும் முக்கியமான ஒரு நபர். அதற்கு அடுத்தபடியாக என் மனைவி ஜிதா (அதிகாரப்பூர்வமாக ஷாமிலி என்று அழைக்கப்படுகின்றார்). இவர் பொன்னுரை சேர்ந்தவர். இவர் ஓய்வு பெற்ற சுபேதார் மேஜர்

சுகுமாரனின் மகள் ஆவார். எங்களுக்கு இரண்டு குழந்தைகள் உள்ளனர். திருச்சூரில் உள்ள புகழ்பெற்ற பள்ளி ஒன்றில் ஜிதா ஆசிரியராக தற்பொழுது பணியாற்றிவருகின்றார். வீட்டைச் சுற்றியே இருக்கக்கூடிய என் வாழ்வில் ஜிதாவைக் கொண்டிருப்பது எவ்வளவு ஊக்கத்தையும், மகிழ்ச்சியையும் தருகின்றது என்று என்னால் விவரிக்கவே முடியாது. என்னுடைய மகிழ்ச்சியான ஆன்மீக பயணங்கள் என் வீட்டிலிருந்து தொடங்கி மீண்டும் வீட்டிலேயே முடிவடைகின்றது. என் மனைவி என் வீட்டில் இருக்கும் காரணத்தினால் அந்த இடம் எனக்கு மிகுந்த மன அமைதியை அளிக்கின்றது.

என் வாழ்வின் நடந்த அனைத்து நிகழ்வுகளும் என்னை ஒரு சிறந்த மனிதனாக முதிர்ச்சியடையச் செய்தது. காரணம் இல்லாமல் எதுவுமே நடக்காது. உதாரணமாக, நீங்கள் இன்று இந்த புத்தகத்தை ஒரு காரணத்திற்காகத் தான் படிக்கின்றீர்கள். அதற்கு என்ன காரணம் என்று யோசித்தீர்களா? நானும் என் இயக்கமும் இன்றைக்கு இருக்கக்கூடிய இந்த நிலைக்கு எப்படி வந்தோம் என்பதை அறிந்து கொள்ளும் ஆர்வத்தில் தான் இந்த புத்தகத்தைப் படிப்பதற்கான உங்கள் நேரத்தை நீங்கள் ஒதுக்கி உள்ளீர்கள். எனது வளர்ச்சியை நீங்கள் தெளிவாகப் புரிந்து கொள்ளவில்லை என்றால் இந்த புத்தகத்தின் நோக்கம் நிறைவேறாது. எனது பயணம் மற்றும் அனுபவங்களை நான் மிகைப்படுத்தியிருந்தால் அதற்கு மன்னிப்பு கேட்டுக்கொள்கின்றேன். என்னிலிருந்தும் என் உலகத்திலிருந்தும் எவ்வாறு இந்த உலகம் நம்பும் ஒரு நபராக நான் மாறினேன் என்பதே எனது கதை.

என்னைப் பொறுத்தவரை, ஆசைகள் மற்றும் எண்ணங்கள் என்ற ஆயுதத்தைக் கொண்டு தான் நாம் அனைவரும் இந்த பூமியில் பிறப்பெடுக்கின்றோம். நாம் அனைவரும் ஒரே மாதிரியானவர்கள்.

நாம் வளரும் பொழுது பல நேரங்களில் நம்மை மேம்படுத்திக்கொள்ளவும், மாற்றிக்கொள்ளவும் நம்மைப் படைத்தவர் பல தூண்டில்களை அனுப்புகின்றார். பெரும்பாலும் நாம் அதுபோன்ற விஷயங்களைச் சரியாகப் புரிந்து கொள்ளாமல் அதனைக் கவனிக்காமல் புறக்கணித்துவிடுகின்றோம். ஆனால் நான் அதனை

அடையாளம் கண்டுகொண்டேன். அதனை என் வாழ்வில் எப்படி அங்கீகரித்தேன் என்பதை உங்களுக்குத் தெரிவிப்பதற்காகத்தான் இப்பொழுது நான் ஆயுதம் ஏந்தியுள்ளேன்.

அதனை இப்பொழுது தொடங்குகின்றேன்...

ஓம் சரவண பவாய நமஹ !!!

என் கனவில் வந்த முருகர்

இயற்கை என்ற இறைவனிடமிருந்து நமக்குச் செய்திகளும் சமிக்கைகளும் அவ்வப்பொழுது வந்துகொண்டுதான் இருக்கின்றன. நாம் அதனைப் பற்றி அறிந்திருந்தாலும், அறியாவிட்டாலும் அது தான் உண்மை. உங்களுக்கும் இது போல் நடந்துள்ளதா? சரி, இது கட்டாயம் உண்மைதான். இதில் ஒரு வருந்தத்தக்க விஷயம் என்னவென்றால், நம்மில் பெரும்பாலானோர் நமக்கு வரும் செய்திகளை அங்கீகரிப்பதில்லை. அது இறையின் செய்தி என்று மட்டும் நினைத்து மேலோட்டமாக விட்டுவிடுகின்றோம். நமக்கு வந்தது தெய்வீக செய்தி என்றும், அதில் ஒரு தெய்வீக அம்சம் நிறைந்துள்ளது என்றும் நமக்குத் தெரிவதில்லை. இந்த விழிப்புணர்வற்ற நிலையின் விளைவாக நாம் நம் வாழ்வில் பல அறிய வாய்ப்புகளைத் தவறவிடுகின்றோம்.

ஒரு உதாரணத்தைக் கொண்டு இதனை விவரிக்கின்றேன். நீங்கள் பேருந்தில் பயணிப்பதற்காக ஒரு இடத்தில் காத்துக்கொண்டிருக்கின்றீர்கள் என்றுக் கற்பனை செய்து கொள்ளுங்கள். அந்தச் சமயத்தில் லாட்டரி விற்கக்கூடிய ஒரு நபர் பல வண்ண லாட்டரிக் காகிதங்களைக் கையில் வைத்துக் கொண்டு உங்களையே சுற்றிச் சுற்றி வருவதை நீங்கள் கவனிக்கின்றீர்கள். அவர் உங்களையே எதிர்பார்ப்புடன் பார்க்கின்றார். சிறிது நேரத்திற்குப் பிறகு அவர் தனது ஆணவத்தை விட்டு வெளியே வந்து உங்களிடம் ஒரு சீட்டை நீட்டி அதை வாங்கும்படி கேட்கின்றார். இது பெரிய தொல்லைதான், இல்லையா? நீங்கள் உங்களின்

ஆர்வமின்மையினால் அவரை புறக்கணித்துவிட்டு உங்கள் பேருந்து வந்த மகிழ்ச்சியில் சென்றுவிடுகின்றீர்கள். உங்களிடம் காட்டப்பட்ட அந்த சீட்டிற்கு மிகப் பெரிய தொகை பரிசாகக் கிடைக்கப் போகின்றது என்பது உங்களுக்குத் தெரியாது. இந்த இழப்பு ஒரு பொழுதும் உங்கள் கவனத்திற்கு வராது. ஏனென்றால் இது தவற விடப்பட்ட அதிர்ஷ்டம் என்பது உங்களுக்குத் தெரியாது. இறைவனின் கருணையால் இது போன்ற விஷயங்கள் நமக்குத் தெரியாமல் இருப்பதே நல்லது. இல்லையென்றால் நாம் இழந்த பொக்கிஷங்களுக்காக நாம் வருந்த நேரிடும்.

இந்த பிரபஞ்சம் நமக்குத் தெய்வீக செய்திகளையும் சமிக்ஞைகளையும் தொடர்ந்து அனுப்பிக்கொண்டிருக்கின்றது என்பதனை நினைவில் வைத்துக் கொள்ளுங்கள். ஆனால் அவற்றை அடையாளம் காண நமக்கு ஆழ்ந்த விழிப்புணர்வு இருக்க வேண்டியது மிக மிக அவசியம்.

முந்திய அத்தியாயங்களிலிருந்து, நான் எப்படி வளர்ந்து வந்தேன் என்பதைக் குறித்த சில யோசனைகள் உங்களுக்கு வந்திருக்கக்கூடும். என்னுடைய வாழ்க்கை என்பது ஒரு சாதாரண மலையாளியின் வாழ்க்கையைப் போலத் தான் இருந்தது. காலம் எனக்காக அமைத்த உலைகளில் அவ்வப்பொழுது சுடப்பட்டேன். இந்த சோதனைகளிலிருந்து சிறு தீக்காயங்களுடன் உயிர் பிழைத்ததற்கு நான் இன்றும் நன்றியுள்ளவனாக இருக்கின்றேன். தொடக்கத்தில் நான் குறிப்பிட்டதைப் போன்ற குறிப்புகள் அல்லது செய்திகள் எனக்கும் கொடுக்கப்பட்டதா? இருக்கலாம் அல்லது இல்லாமலும் இருக்கலாம். என்னால் உறுதியாகச் சொல்ல முடியாது. முந்தைய அத்தியாயங்களில் விவரிக்கப்பட்ட சில நிகழ்வுகளை(வேலை கிடைத்தது போன்றவை) போன்றே ஆன்மீகமும் எப்பொழுதும் என்னைத் தேடிக்கொண்டிருந்தது என்று நான் நம்புவதற்கும் சில காரணங்கள் இருக்கின்றன.

என் வாழ்வில் நடந்த சில சம்பவங்கள் என்னைப் படைத்தவர் எனக்காக உருவாக்கிய திட்டங்கள் குறித்த பல தெளிவுகளை எனக்குத் தந்தது. இப்பொழுது அதைப் பற்றி ஆராய்வோம். என்னுடைய இருபத்தியெட்டாவது வயதில் எனக்கு நடந்த ஒரு சம்பவத்தைப் பற்றிச் சொல்கின்றேன். அந்த நேரத்தில் என் குடும்பத்தினரும் என் நண்பர்களும் எனக்குப் பொருத்தமான ஒரு வாழ்க்கைத் துணையைத்

தேடிக்கொண்டிருந்தார்கள். அப்பொழுது நான் ஒரு விசித்திரமான கனவு கண்டேன். என் கனவில் நான் தூங்கிக் கொண்டிருந்தேன். அப்பொழுது திடீரென்று ஒரு ஒளிக்கற்றை தோன்றியது. இன்னும் குறிப்பாகச் சொல்லவேண்டுமென்றால் அந்தத் தீப்பொறி என் அருகில் நின்று கொண்டிருந்தது. பின்னர் அந்த தீ பொறியிலிருந்து மிகத் தெளிவாக ஒரு குரல் வெளிவந்தது. அந்த குரலை நான் கேட்டேன்:

"நான் முருகன்! 30 வயதைத் தாண்டிய பிறகு நீங்கள் என் பாதுகாப்பில் இருப்பீர்கள்"

குறுகிய மற்றும் மிருதுவான செய்தி. இதை விடத் தெளிவாக ஒரு செய்தியை யாராலும் சொல்லமுடியாது.

காலையில் நான் கண்களை விழித்த பிறகும் அந்த கனவு மிகத் தெளிவாக என் நினைவிலிருந்தது. ஏன் இப்படி ஒரு கனவு வந்தது? எதற்காக முருகப் பெருமான் வந்தார் என்று எதுவும் புரியவில்லை. ஏனென்றால் அப்பொழுது நான் பெரிய முருக பக்தனும் கிடையாது. உண்மையில் சொல்ல வேண்டுமென்றால், நான் சென்ற கோவில்களில் முருகர் சிலையைப் பார்த்தாக கூட எனக்கு ஞாபகம் இல்லை. ஆனால் அந்தக் கனவு எனக்கு உண்மையாகத் தோன்றியது. என் சுய நினைவை விட்டு அந்த கனவு நீங்கவேயில்லை. ஆகையால் முருகப் பெருமான் மூலவராக இருக்கும் கோவில்களுக்குச் செல்ல வேண்டுமென்று முடிவு செய்தேன். மலையாளிகள் பொதுவாக எந்த கோவிலுக்குச் செல்வார்கள் என்று உங்களால் ஊகிக்க முடிகின்றதா? ஆம். அது பழனி மலை முருகர் கோவில். நான் அங்குச் செல்ல முடிவுசெய்தேன். என் வாழ்வில் இவ்வளவு குறுகிய கால கட்டத்தில் ஒரு முடிவை அது வரை நான் எடுத்ததில்லை. அப்பொழுது எனக்குத் திருமணம் ஆகவில்லை மற்றும் என் வேலை நேரங்களுக்குப் பிறகு நிறைய ஓய்வு நேரங்களும் இருந்தன. மேலும் பயணங்கள் நம்மை எளிதில் வசீகரிக்கும். இதனை விட அதிகப் புத்துணர்ச்சியை வேறு எதிலும் பெற முடியாது. அதனால் என் நெருங்கிய நண்பன் நாராயணனுடன் பழனிக்குப் பயணம் செய்தேன். பழனி மலையில் சுவாமி தரிசனம் செய்ய நீண்ட வரிசையில் நின்றிருந்த பொழுது என் கனவைப் பற்றி என் நண்பனுடன் பகிர்ந்து கொண்டேன். என் கதையைக் கேட்டதும் என் நண்பன் என்னைப் பயபக்தியுடன் பார்த்து,

"நல்லது! நீ மிகப் பெரிய ஆளாக வருவதற்கு விதி இருக்கின்றது போலத் தெரிகின்றது" என்று சொன்னார்.

அவர் என்னை முகஸ்துதி செய்வதாகவே உணர்ந்தேன். என்னைப் பொறுத்தவரை, அந்தக் காலகட்டங்களில் சிறந்து விளங்குவது என்பது என்னவென்றால் அது மலையாளத் திரையுலகில் ஒரு வெற்றிகரமான திரைக்கதை எழுத்தாளராக இருப்பது தான். மலையாளத்திலிருந்த எம்.டி. வாசுதேவன் நாயர், பத்ம ராஜன், லோஹிததாஸ் அல்லது தமிழில் சுஜாதா, கே. பாலசந்தர் போன்ற தலைசிறந்தவர்களுடன் ரெஜித் குமார் பெயரையும் சேர்த்துக்கொள்ள வேண்டும் என்று நான் ரகசியமாகப் பிரார்த்தனைகள் செய்துகொண்டிருந்த நேரம் அது. சலீம்-ஜாவேதின் ஷோலே போன்று மிகப் பெரிய திரைப்படங்களை நாமும் உருவாக்கினால் என்ன என்றெல்லாம் கனவுகள் இருந்தன. முருகப் பெருமானை வழிபாடு செய்வதற்காக வரிசையில் நின்றுகொண்டிருந்த பொழுது திருச்சூரில் உள்ள ரங்கம் திரையரங்கில் ரெஜித் குமாரின் கதை, திரைக்கதை, வசனம் என்று வண்ண மையமாகத் தோன்றுவதை என் மனம் கற்பனை செய்துகொண்டிருந்தது. மக்கள் அனைவரும் கரவொலியை எழுப்பி படம் பார்க்க உற்சாகமாக இருந்ததை என் காதுகளில் கேட்க முடிந்தது.

இந்த நினைவுகள் என்னை அளப்பரிய மகிழ்ச்சி மற்றும் பரவசத்தில் ஆழ்த்தியது. நாராயணனின் வார்த்தைகள் உண்மையாகட்டும் என்று மெளனமாகப் பிரார்த்தனை செய்து கொண்டேன். அப்பொழுது எனக்குள் ஒரு உற்சாக ஆற்றல் எழுந்தது. எனக்குள் எழும்பிய உற்சாகமான ஆற்றலால் நாராயணனின் இரு தோள்களையும் அழுத்தியதை நினைத்து நான் மிகவும் சிலிர்ப்பாக உணர்ந்தேன். எனக்குள் என்ன நடக்கின்றது என்று நாராயணன் திகைப்போடு பார்த்துக்கொண்டிருந்தார். நாங்கள் பிரார்த்தனையை முடித்து விட்டு மலையிலிருந்து கீழே இறங்கினோம். சாதாரண மனிதனாக மலை ஏறிய நான் சாதனைகள் செய்யக் கூடிய ஆற்றல்கள் புதைந்துள்ள ஒரு கதாசிரியராக மலையிலிருந்து இறங்கினேன்.

அன்று நடந்ததை 18 வருடம் கழித்து இன்று நினைத்தால் நான் எவ்வளவு அப்பாவியாக யோசித்திருக்கின்றேன் என்று ஆச்சரியமாக இருக்கின்றது. அந்த சமயத்திலிருந்து முருகப்

பெருமானே என் வாழ்க்கையை வழிநடத்துவது போல இருந்தது. அவரது வழிகாட்டுதலின்படி பதினான்கு நாடுகளில் லயன் மயூரா ராயல் கிங்டம் நிறுவுவதில் நான் முக்கிய பங்காற்றியுள்ளேன். ஒவ்வொரு முறையும் ஒருவிதமான அலைவரிசையில் நான் இணையும்பொழுது பல அற்புதமான மற்றும் அழகான குறியீடுகளை உணர்ந்திருக்கின்றேன். முருகப் பெருமான் கட்டளையிட்டதை நான் தொடர்ந்து செய்து கொண்டுவந்தேன். தெய்வீக நிலை என்ற ஒரு மிகப் பெரிய நிலையை உணர்ந்தபோதிலும் எப்படி நீ ஒரு குழந்தையைப் போலவே இருக்கின்றாய் என்று என் நண்பன் கேட்டது எனக்கு இன்றும் நினைவில் உள்ளது. தெய்வீக நிலை என்பது ஒரு பாதுகாப்பான நிலை. அந்த உணர்வு நம் பாதுகாப்பினை உறுதிப்படுத்தும். இந்த நிலையில் தான் ஒருவரால் எந்த மனக் குழப்பமும் இல்லாமல் இறை செயல்களைத் தைரியமாகச் செய்யமுடியும். எதனையும் யோசிக்காமல் வெறும் தெய்வத்தின் குரலுக்கு மட்டும் கட்டுப்பட்டு செயல்களைச் செய்யும் இந்த நிலைதான் என்னை உலகம் போற்றும் எழுத்தாளராக மாற வேண்டும் என்ற நிலையிலிருந்து கடவுளின் மதிப்பிற்குரிய சிப்பாயாக மாற்றியது. பெரிய பெரிய காரியங்களைச் செய்வதற்கு மிகச் சிறிய ஒரு நபரான என்னை இறை தேர்ந்தெடுத்ததை நினைக்கையிலே ஒரு பரவச உணர்வு வெளிப்படும்.

ஆழ்ந்த தரிசனங்கள் மற்றும் அடையாளங்கள் மூலமாக இறைவன் என்னை உலகின் பல்வேறு இடங்களுக்கு அழைத்துச் சென்றார். நான் சென்ற அனைத்து இடங்களும் பெரும் முக்கியத்துவம் வாய்ந்தது என்பதை எனக்குத் தெரிந்த அடையாளங்கள் மூலமாக அறிந்துகொண்டேன். நான் அந்த இடங்களுக்குப் புதிதாகச் சென்றாலும் அந்த இடங்கள் எனக்கு மிகப் பழக்கப்பட்ட இடம் என்ற உணர்வில் நான் மூழ்கிவிடுவேன். வேறு ஒரு கால நேரத்திலுள்ள ஒரு மண்டலத்துடன் என்னை இணைப்பது போல இது இருந்தது. தெய்வத்தின் செய்திகளைப் பெறுவதென்பது மிகப் பெரிய பாக்கியமாக இருந்தது. இது வெறும் உணர்வுகள் அல்ல. இது உண்மையான பதிவிறக்கம். இந்த பதிவிறக்கங்களில் பெரும் சக்தி இருந்தது. இவை மிகப் பெரிய தெளிவைக் கொண்டிருந்தது. இதுவே ஞானமாகும். இந்த அனுபவங்களை வரும் அத்தியாயங்களில் விரிவாகக் கூறுகின்றேன்.

உலகின் ஒரு முனையில் பட்டாம்பூச்சியின் சிறகு அசைந்தால், அது உலகின் மறு முனையில் சூறாவளியை கூட ஏற்படுத்தும் என்று ஒரு கோட்பாடு உள்ளது. இதுவே பட்டாம்பூச்சி விளைவு என்றும் அழைக்கப்படுகின்றது. இதனைப் போலவே நான் கண்ட ஒரு சிறிய கனவு வரவிருக்கும் ஒரு பெரிய சகாப்தத்திற்கான ஒரு நுழைவாயிலாகும். இதனை ஒட்டியே என்னிடம் தொடர்ச்சியாக இறைப்பணிகள் ஒப்படைக்கப்பட்டன.

கேரளத்தில் உள்ள ஒரு சாதாரண பாமரன் நினைப்பதைப் போன்றே, எனக்கும் பழனி மலையில் உள்ள கடவுள் முருகர் என்பவர் சிவபெருமான் மற்றும் பார்வதி தேவியின் மகனாவார். போகர் சித்தர் என்ற பெயர் இடி முழக்கம் போல் வரும் வரை எனக்குத் தெரிந்தது இவ்வளவே.

சில நபர்கள் முதலில் வரலாற்றை உருவாக்குவார்கள். அதன் பின்னர் அதனை ஆவணப்படுத்துவார்கள். ஆனால் இரண்டையும் ஒன்றாகச் செய்வது அரிதான நிகழ்வு. அப்படிச் செய்தவர்களில் போகர் சித்தரும் ஒருவராவார்.

பழனிக் கோவிலில் உள்ள முருகர் சிலை என்பது இன்றும் விஞ்ஞான உலகத்தை மயக்கும் ஒன்றாக வரலாற்றுப் பக்கங்களிலிருந்து இருந்து வருகின்றது. இது ஒரு புத்திசாலித்தனமான மற்றும் திறமையான ரசவாதியின் வெளியீடாகும். கிரானைட் கற்களை விடக் கடினமான ஒரு சில பொருட்களினால் இந்த சிலை உருவாக்கப்பட்டுள்ளது. இந்த முருகர் சிலையானது ஒன்பது வெவ்வேறு நச்சுப் பொருட்களிலிருந்து குறிப்பாகக் கணக்கிடப்பட்ட அளவீடுகளால் அற்புதமாக ஒருங்கிணைக்கப்பட்ட கலவையாகும். இந்த நச்சுப் பொருட்கள் சரியான விகிதத்தில் ஒன்றிணைந்தால் அது ஒரு பெரிய மருத்துவ மதிப்புள்ள பொருளாக மாறும் என்பதே இதிலுள்ள சூட்சமமாகும். பழனியில் உள்ள முருகர் சிலையை எந்த பொருளால் அபிஷேகம் செய்தாலும் அந்தப் பொருள் நோய் தீர்க்கும் குணமுடையதாக மாறிவிடுமென்பது என்பது அனைவரும் அறிந்த ஒன்று.

இந்த சிலை போகர் சித்தரின் மூளையிலிருந்து உதித்தது. நவபாஷாணம் என்று அழைக்கப்படும் இந்த கலவைக்கு முருகப்பெருமானைக் குறிக்கும் ஒரு வடிவத்தைக் கொடுத்து அதனை அருள்பாலிக்கும் இடத்தில் வைத்துள்ளார். பின்னர், முருகப்

பெருமானின் அரும்பெரும் ரகசியங்களை அறிந்து கொள்வதற்காக அவர் சமாதி நிலையில் ஆழ்ந்துவிட்டதாகச் சொல்லப்படுகின்றது.

ஓம் சரவண பவாய நமஹ !!!

30 வயதில் மாற்றுப்பாதை

என் கனவுகளுக்கோ அல்லது முருகப்பெருமான் பாதுகாப்பு அளிப்பதாக எனக்கு உறுதியளித்ததற்கோ நானும் என் நண்பர்களும் அதிக முக்கியத்துவம் தரவில்லை. அதற்கு எங்கள் வயதோ அல்லது மனதோ காரணமாக இருந்திருக்கலாம். இருப்பினும் என் 30 வயதிற்குப் பின் என்ன நடக்கப்போகின்றது என்ற நினைவில் நான் எப்பொழுதும் இருந்தேனென்பதை நான் இங்கே ஒப்புக்கொள்ள தான் வேண்டும். அந்த எண்ணம் என்னை அதிகம் கட்டுப்படுத்தியது. மேலும் என் சிந்தனையில் அது எப்பொழுதும் முதலாவதாக இருந்தது. ஒரு பெரிய மாற்றத்திற்கு என்னை தயார்ப்படுத்தும் சில ஆழமான ஏற்பாடுகள் எனக்குள் நடப்பது போல் இருந்தது. இந்த மாற்றம் என்னைத் திரையுலகில் பெரிய நபராக மாற்றப்போகின்றது என்று என் நண்பர்கள் நினைத்துக்கொண்டிருந்தார்கள். ஆனால் மாற்றங்கள் அதற்கானது அல்ல என்ற ஒரு ஆழமான உணர்வு எனக்கு இருந்து கொண்டேயிருந்தது.

எனக்கு 30 வயதில் திருமணம் நடைபெற்றது. என் திருமணத்திற்கு முன் ஒரு இரவு நேரத்தில் அடுத்த சம்பவம் நடந்தது. அப்பொழுது இரவு நேரம் சுமார் 9-9.30 மணி இருக்கும். வழக்கம் போல நானும் என் அம்மாவும் மட்டும் தான் வீட்டிலிருந்தோம். இரவு உணவிற்குப் பிறகு நானும் என் அம்மாவும் அவரவர் அறைக்கு உறங்கச் சென்றுவிட்டோம். நான் உறங்குவதற்குத் தயாராகி அறை விளக்குகளை அணைத்தேன். நான் படுக்கையில் படுத்தவுடன் ஒரு விதமான கூச்ச உணர்வு என் உடலை ஆட்கொண்டது. அதனை

என்னால் வார்த்தைகளால் விவரிக்க முடியவில்லை. உங்களில் சிலர் தூக்க முடக்கத்தை அனுபவித்திருப்பீர்கள். பொதுவாக உடல் மிகச் சோர்வாக இருக்கும்பொழுது அது நிகழும். அப்பொழுது நம் மனம் விழித்திருக்கும். ஆனால் ஒரு விரலை உயர்த்தவோ அல்லது ஒரு வார்த்தை கூட பேசவோ நம்மால் முடியாது. உறங்கும் உடலுடன் மனம் விழிப்புற்று இருக்கும் நிலை அது.

அந்த இரவில் நடந்தவற்றை வார்த்தைகளால் சொல்லக்கூடியதாக இருந்தாலும் அது அவ்வாறு இல்லை. நான் விளக்குகளை அணைத்து ஒரு நிமிடம் கூட ஆகவில்லை. என் உடல் படுக்கையில் இருப்பதை நான் உணர்ந்தாலும் என்னால் எதுவும் செய்ய முடியவில்லை. நான் உதவிக்காகக் குரல் கொடுக்க நினைத்தபோதிலும் என்னால் கத்தமுடியவில்லை. என் தொண்டை நரம்புகள் அனைத்தும் செயலிழந்தது போல் இருந்தன. என் கைகால்கள் உறைந்தது போல் இருந்தன. நான் என் அம்மாவை உதவிக்கு அழைக்கலாம் என்று முயன்றேன். ஆனால் என்னால் முடியவில்லை.

அப்பொழுது ஒரு காலடி ஓசை என்னை நெருங்கி வருவதை என்னால் கேட்க முடிந்தது. ஒரு மனிதனின் கால்களுக்கு அருகில் ஒரு புழு இருப்பதைப்போல என் உடல் இருந்தது. அந்த பாத சுவடுகள் என்னை நோக்கி வந்துகொண்டேயிருந்தது. நான் கண்களைத் திறந்து என்னை நோக்கி வரும் நபர் யாரென்று பார்க்க விரும்பினேன். ஆனால் என்னால் முடியவில்லை. அந்த இருப்பு (உயிர்) என் அருகில் வந்து என் காதில் எதையோ சொல்ல ஆரம்பித்தது. அது ஒரு குழந்தையின் சத்தம். அந்த குழந்தை என்னை நோக்கி வளையாமல் நிமிர்ந்து நின்றபடியே ஒரு ரகசியம் சொல்வதைப் போல இருந்தது.

"உங்களுக்கு நான் ஒரு மந்திரத்தை உபதேசிக்க வந்தேன். நான் சொல்வதை அப்படியே திருப்பிச் சொல்லுங்கள்" என்று அந்த குரல் கேட்டுக்கொண்டது. இந்த கோரிக்கைக்குச் சம்மதம் தெரிவிக்கக் கூட முடியாத நிலையில் நான் அப்படியே கிடந்தேன்.

ஒரு மந்திரம் என் காதில் மூன்று முறை சொல்லப்பட்டது. அந்த வார்த்தைகள் தெள்ளத் தெளிவாக இருந்தன. நானும் அதை அப்படியே மீண்டும் சொல்ல ஆரம்பித்தேன். என் நாக்குகள் அசைவதை என்னால் உணர முடிந்தது. ஆனால் என்னிலிருந்து என்ன சத்தமும் வெளிவரவில்லை. அந்த மந்திரம் என் ஆன்மாவில் ஆழமாகப் பரவுவதை என்னால் உணர முடிந்தது. மாயாஜாலம்

நிகழ்ந்ததை போல என் பயம் கொஞ்சம் கொஞ்சமாக விலகியது. படிப்படியாக நான் நிம்மதியான நிலைக்கு வந்தேன். பாதச் சுவடுகளை மீண்டும் என்னால் உணரமுடிந்தது. ஆனால் இப்பொழுது இறை என்னிடமிருந்து விலகிச் சென்றது. மேலும் நான் ஒரு நீர்நிலையின் ஆழத்திற்குச் செல்வதைப்போல உணர்ந்தேன். அது முற்றிலும் தெளிவான நீரைக் கொண்ட அக்வா நிறத்தில் காட்சியளித்தது. அங்கு நான் அந்த தண்ணீருக்கு அடியில் மென்மையான வெள்ளை மணலில் படுத்திருந்தேன். இணக்கமான அதிர்வுகளில் தங்க மீன்கள் என்னைச் சுற்றி இருப்பதை என்னால் உணர முடிந்தது. அங்கே நான் நிம்மதியாக உறங்கினேன்.

அடுத்த நாள் இந்த அனுபவங்களின் லேசான நினைவுகள் மட்டுமே என்னிடம் இருந்தது. எல்லாம் ஒரு மூடு பணி போல் தோன்றியது. என் வாழ்க்கையின் புதிய அத்தியாயத்தில் இது ஒரு புதுமையான அனுபவமாக இருந்தது. ஒவ்வொரு முறையும் நாம் புதிய புதிய அனுபவங்களை அனுபவிக்கின்றோம் அல்லவா? முதன்முதலில் பள்ளிக்குச் சென்றது, முதன்முதலில் ஐஸ் கிரீம் சுவைத்தது, முதல் வெளியூர்ப் பயணம், முதல் காதல் போன்ற உணர்வுகள் இப்பொழுதும் நமக்குள் உயிரோட்டமாக இருக்கின்றது. விவரிக்க முடியாத ஒரு ஆழ்ந்த அமைதியை இவை நமக்குத் தரும்.

இந்த முதல் அனுபவத்தை எனது நெருங்கிய நண்பர்களான நாராயணன், லாலு மற்றும் வேணு ஆகியோருடன் மட்டும் பகிர்ந்து கொண்டதாக எனக்கு நினைவிருக்கின்றது. நான் அதனை ஒரு புனித ரகசியம் போலப் பாதுகாத்தேன். படிப்படியாக இந்த நிகழ்வு என் ஆழ்மனதிற்குச் சென்று பின் மறதி நிலைக்குச் சென்றுவிட்டது.

பின்னர், 2004ஆம் ஆண்டில் தான் நான் பெற்ற இரண்டு அனுபவங்களின் தொடர்ச்சி இருந்தது. முதல் அனுபவம், முருகப் பெருமான் 30 வயதிற்கு மேல் என்னைக் காப்பதாகச் சொன்னது. இரண்டாவது அனுபவம், மந்திரம் கற்பித்தது. இந்த அனுபவங்கள் கூட நாளாக நாளாக என் நினைவிலிருந்து படிப்படியாக அழிந்துவிட்டன. திருமணம் மற்றும் அதன் இன்ப துன்பங்கள் என வாழ்வு அதன் போக்கில் நகர்ந்துகொண்டிருந்தது. நான் எப்பொழுதும் எழுத விரும்பும் திரைப்படக் கதையை எழுத முருகர் எனக்கு உதவுவார் என்ற ஆழ்ந்த நம்பிக்கையில் எழுத ஆரம்பித்தேன். அந்த சமயங்களில் எப்பொழுதெல்லாம் என் கண்களை மூடி பிரார்த்தனை செய்தாலும்

முருகர் மட்டுமே எனக்குத் தரிசனம் தருவார். என் சிந்தனை அதனைத் தாண்டி செல்லவில்லை. ஆன்மீக பாதையில் முன்னேறுவதற்கான எந்த ஒரு முயற்சியையும் நான் செய்யவில்லை. நான் 30 வயதைக் கடந்த பிறகு இந்த அனுபவங்கள் என்னைத் திரைப்பட எழுத்தாளராக மாற்றும் என்று உறுதியாக நம்பிக்கொண்டிருந்தேன்.

நான் ஏன் என் பலவீனங்களைப் பற்றித் தொடர்ந்து சொல்கின்றேன்? ஏனெனில் இந்தப் புத்தகம் என்னைப் பற்றியது. மேலும் நான் காந்திஜியின் சத்திய சோதனை புத்தகத்தின் மிகப்பெரிய ரசிகன். இந்தப் புத்தகத்தின் மூலம் நான் உங்களிடம் உண்மையைத் தவிர வேறெதுவும் பேசக்கூடாது என்பதில் உறுதியாக இருக்கின்றேன். எல்லாவிதமான பலவீனங்களுடன் இருந்த நான் எப்படி வளர்ச்சி அடைந்தேன் என்பதை வெளிப்படுத்த நான் ஒருபொழுதும் வெட்கப்படவில்லை. இப்பொழுது நீங்கள் பார்க்கும் இந்த மனிதன் பல தடைகளை நீக்கி பரிணாம வளர்ச்சி அடைந்திருப்பது உண்மையில் பெருமைக்குரிய விஷயம். இது ஒரு நல்ல பயணம். மேலும் நம்மைப் படைத்தவரைப் பொறுத்தவரையில் நாம் யாரும் தாழ்ந்தவர்கள் அல்ல என்பதை இதன் மூலமாக அனைவருக்கும் சொல்லி எல்லோரையும் ஊக்கப்படுத்த விரும்புகின்றேன்.

இப்பொழுது எனது மூன்றாவது அனுபவத்தை ஆராய்வோம். இந்த மூன்று அனுபவங்களும் என் வாழ்க்கையை அப்படியே புரட்டிப்போட்டது என்று நான் சொல்ல வரவில்லை. ஆனால் நிச்சயமாக எனது புதிய சகாப்தத்தை முன்பே அறிவித்த பட்டாம்பூச்சி அசைவுகள் என்பதை நான் மீண்டும் வலியுறுத்த விரும்புகின்றேன். என் வாழ்க்கையைத் திரும்பிப் பார்க்கும்பொழுது இதை என்னால் ஆழமாக உணரமுடிகின்றது.

பின்னர் 2005ம் ஆண்டில், அதாவது எனது 31 வது வயதில் எனக்கு இன்னொரு கனவு வந்தது. என் கனவில் நான் முருகர் கோவிலில் வழிபாடுசெய்வதாகத் தெரிந்தது. ஒரு பெரிய பாறைக்கு முன்னால் ஒரு கோபுரம் போன்ற அமைப்பைக் கண்டேன். அங்கே ஒரு தெய்வம் நிறுவப்பட்டிருப்பதைக் கண்டுபிடிக்க நான் பாறையின் மீது ஏறினேன். அங்கேயும் வணங்குகின்றேன். உண்மையில் நான் இந்த கனவைப் பெரிதாக எடுத்துக் கொள்ளவில்லை. இருப்பினும் இது ஒரு மங்கலான கனவு அல்ல. அது மிகத் தெளிவான ஒரு

கனவு. சினிமாத் திரையில் பார்ப்பது போல் இருந்தது. கனவில் வந்த ஒவ்வொரு விஷயமும் என் நினைவு வங்கியில் தெளிவாக மிதந்துகொண்டிருந்தது.

இரண்டு மாதங்களுக்குப் பிறகு என் வீட்டின் சோபாவில் படுத்துக்கொண்டு தொலைக்காட்சி அலைவரிசைகளை கைக்கு வந்தது போல மாற்றிக்கொண்டிருந்தேன். ஏதாவது திரைப்படம் பார்த்தால் மட்டும் என் விரல்களுக்கு ஓய்வு கிடைக்கும். என்னுடைய சோம்பேறித்தனமான நாட்களில் இரண்டில் ஒரு நிகழ்வு கட்டாயம் நடக்கும். ஒன்று நான் பார்க்கும் திரைப்படம் என்னைத் தூங்கவைக்கும் அல்லது என்னை முழு விழிப்புணர்வுடன் வைத்திருக்கும். இது எப்பொழுதும் வழக்கமாக இருந்து வருகின்றது. அன்றைய தினம் எனக்கு ஒரு அதிர்ச்சியான சம்பவம் நடந்தது. அதில் ஆச்சரியம் என்னவென்றால் நான் அலைவரிசைகளை மாற்றிக்கொண்டிருந்தபொழுது ஒரு அலைவரிசையில் நான் கனவில் கண்ட கோயிலைப் பார்த்தேன். என் தேடல் அந்த இடத்தில் நின்றது. அந்த நிகழ்ச்சிக்கு க்ஷேஷ்த்ரபரிச்சயம் என்றோ அல்லது க்ஷேஷ்த்ராயணம் என்றோ பெயரிடப்பட்டிருந்தது.

எனக்கு மயக்கமே வந்துவிட்டது. நான் பார்த்ததை என்னால் நம்பமுடியவில்லை. அவர்கள் ஒளிபரப்பிய கோயில் நான் கனவில் கண்ட அதே கோயில்தான். இதனை நம்பமுடியாமல் முருகப்பெருமானை நினைத்துத் திகைத்துப் போனேன்! நான் கனவில் கண்ட கோவிலின் பெயர் திருப்பரங்குன்றம் என்று அந்த தொலைக்காட்சி நிகழ்ச்சியின் மூலமாகத் தெரிந்து கொண்டேன். என் கனவில் நான் பார்த்தது போலவே பாறையின் மேலிருந்த மற்றொரு சிலையையும் பார்த்தேன். என் கனவில் நான் பார்த்தது இந்த கோவிலின் அச்சுபோல இருந்தது. அப்படியே இருந்தது.

உடனடியாக என் நண்பன் நாராயணனை அழைத்து என்னுள் இருந்த அவநம்பிக்கையையெல்லாம் கொட்டித்தீர்த்தேன். "அந்த இடத்திற்குச் செல்லலாம்" என்று அவர் சொன்னது ஆச்சரியமாக இருந்தது. KSFE-யில் ஒரு நிறுவன செயலாளரான மனோஜ் மாருதி 800 வாகனம் வைத்திருந்தார். அவருக்கு மிருதுவான பயணங்களில் அதிகம் ஆர்வம் இருந்ததால் எங்களுடன் அவரும் பயணிக்கச் சம்மதித்தார். முதலில் பழனி சென்று விட்டு அதன் பின் திருப்பரங்குன்றம் சென்றோம்.

நான் கனவில் கண்ட அதே இடம். அங்கு முருகப் பெருமானை வணங்கிய பொழுது எனக்கு மெய்சிலிர்த்துப்போனது. அந்த கோவிலுக்கு மேல் மச்ச முனி சித்தரின் ஜீவ சமாதி உள்ளது என்பதைப் பின்னர் அறிந்துகொண்டேன். இந்த முழு பயணமும் எனக்கு ஒரு அழகான அனுபவமாக இருந்தது.

இந்த அனுபவங்கள் மற்றும் பயணங்கள் அனைத்தும் எங்கு என்னை இட்டுச் செல்கின்றன என்றும், என் வாழ்க்கை எங்கே போகின்றது என்றும் யோசிக்க ஆரம்பித்தேன். இந்த மாய அனுபவங்கள் அனைத்தையும் ஒன்றாக இணைத்து அவற்றில் பயணிப்பதா அல்லது அவற்றைப் புத்திசாலித்தனமான தற்செயல் நிகழ்வுகளாக மட்டுமே கருதுவதா என்ற குழப்பத்தில் இருந்தேன். என்னுடைய நெருங்கிய மூன்று நண்பர்களாகிய வேணு, லாலு மற்றும் நாராயணனிடம் இதைப் பற்றிக் கேட்டேன். மூன்று பேரும் மூன்று விதமான பதில்கள் சொன்னார்கள். வேணு ஆன்மீகத்தில் மட்டுமே அதிக ஈடுபாடு கொண்டவர். உதாரணத்திற்கு, ஒலிம்பிக் போட்டியைப் பார்க்கச் செல்லுமாறு அவரிடம் சொன்னால் அவர் அசையவே மாட்டார். திரூரில் அது நடக்கும்பொழுது அதைப் பற்றிப் பரிசீலிப்பதாகச் சொல்லுவார். நாராயணனைப் பொறுத்தவரை இவை அனைத்தும் நகைச்சுவை. பயணங்களின் மீதும், என் மீதும் இருந்த தீவிர அன்பு மட்டும் தான் என்னுடன் அவரைப் பல இடங்களுக்கு வரவழைத்தது. கடைசியில் நானும் அனைத்தையும் விட்டுவிட்டேன். வாழ்க்கையில் இவற்றிற்கு எல்லாம் முன்னுரிமை தரவேண்டியதில்லை என்று எனக்கு நானே சொல்லிக் கொண்டேன்.

அன்பானவர்களே, இங்கு நான் என்ன நினைத்தாலும் என் நண்பர்கள் என்ன நினைத்தாலும் உண்மை இதுதான். இதுவரை பட்டாம்பூச்சி மெதுவாக தன் இறக்கைகளை அசைத்திருக்கின்றது. அடுத்து வருவது தான் என் வாழ்வின் திருப்புமுனை. அது என் 32 வயதில் நடந்தது. ஆன்மீக பரிணாம வளர்ச்சியின் அடிப்படையில் இந்த வயது மிகவும் முக்கியத்துவம் வாய்ந்தது என்பதை நான் இப்போது அறிவேன். அடுத்த சம்பவம் என் மனதை உலுக்கிய ஒன்று. இதற்குப் பின் எதையும் மறுப்பதற்கு இடமேயில்லை. முருகப்பெருமான் வருகை தந்தது சாதாரண காரியத்திற்காக அல்ல என்று தெளிவாகத் தெரிந்தது. சில பணிகளை என்னிடம்

ஒப்படைக்கும் பொருட்டு என்னைத் தயார்ப்படுத்துவதற்காக அவர் இங்கு வந்துள்ளார். இதனைப் பற்றி அடுத்த அத்தியாயத்தில் பேசுவோம்.

ஓம் சரவண பவாய நமஹ !!!

பார்வை மற்றும் இலக்கு – பழனி

எனது 32 ஆவது வயதில் அடுத்த கனவு வந்தது. இந்த கனவின் பின்னணியில் பழனிக் கோவிலிருந்தது. தெரியாதவர்களுக்காகச் சொல்கின்றேன், கோயில் சன்னிதி காலை முதல் இரவு ஒன்பது மணிவரைப் பொதுமக்கள் வழிபாட்டிற்காகத் திறந்திருக்கும். கேரளாவைப் போல் மதிய இடைவேளையில் மூடப்படுவதுக் கிடையாது.

கனவில் நான் பழனிக் கோவிலுக்குள் இருந்தேன். கோவிலின் உள்ளே எந்த வித ஆரவாரமும் இல்லாமல் அமைதியாக இருந்தது. அது பகல் நேரம். அதிலும் மதிய நேரம் என்று துல்லியமாகச் சொல்ல முடியும். நான் கோயிலுக்குள் அமைதியாகச் சென்றுகொண்டிருக்கையிலே திடீரெனக் கலவரம் வெடிக்கின்றது. தேவசம் அதிகாரிகள் உள்ளே இருந்தவர்களை வெளியேறச் சொல்கின்றார்கள். மக்கள் ஒருவரையொருவர் குழப்பத்துடன் பார்த்துக் கொள்கின்றார்கள். கோவிலின் அனைத்துக் கதவுகளும் ஒவ்வொன்றாக மூட ஆரம்பித்தன. அனைவரும் விரைவாக வெளியேறத் தொடங்கினார்கள். கோவிலின் அமைதியான ஒளி இப்பொழுதுக் குழப்பத்தால் சூழ்ந்திருந்தது. முதலில் கருவறையைச் சுற்றியுள்ளக் கதவுகள் மூடப்பட்டன. அதனைத் தொடர்ந்து சுற்றுப்புற வாயில்களும் மூடப்பட்டன. பழனிமலைக்கு பின்னால் இருந்த பின் கதவின் வழியாக நான் வெளியேற முயல்வதை நான் கனவில் பார்த்தேன். அங்குப் பெண்கள் கழிவறைக்குப் பக்கத்தில் ஒரு பாதை செல்வதைப் பார்த்தேன். நான் செல்ல வேண்டிய வழியைக்

கண்டுபிடிக்க அங்கிருந்த படிக்கட்டுகளில் ஏறுகின்றேன். கோவிலில் தங்குவதற்கு வழியில்லாததால் எல்லாமே குழப்பமாக இருந்தது. என்னுடன் மற்றவர்களும் இந்தப் பாதையில் பயணித்தனர். நான் செல்லும் பாதையில் ஒரு பாறையைக் கண்டேன். அதன் மேல் ஒரு குரங்கு அமர்ந்திருந்தது. அப்பொழுது ஒரு பக்கத்தில் ஒரு குகை இருப்பதைக் கண்டேன். அங்குக் கூட்டத்திலிருந்த யாரோ ஒருவர் போகர் சித்தர் செய்த இரண்டாவது சிலை இங்கு தான் உள்ளது என்று உரக்கச் சொன்னார். அந்த அறிவிப்புடன் என் கனவு முடிந்தது.

உண்மையாகச் சொல்லவேண்டுமென்றால், போகர் சித்தர் என்பவரின் பெயரை நான் முதல்முறையாக அன்று தான் கேட்டேன். நான் என் படுக்கையில் உட்கார்ந்தபடி அந்த பெயர் எவ்வளவு விசித்திரமாக ஒலித்தது என்று யோசித்துக்கொண்டிருந்தேன்.

எங்கள் அலுவலகத்திற்கு அடிக்கடி ஒரு நபர் வந்துசெல்வார். அவர் தோற்றத்தில் முருக பக்தர் போலவே இருப்பார். என்னுடைய முதல் பழனி பயணத்தின் பொழுது அவரிடம் தான் கோவில் மற்றும் கோவிலில் பின்பற்றவேண்டிய நடைமுறைகள் பற்றிக் கேட்டுத் தெரிந்துகொண்டேன். அன்றைய தினமும் அவர் அலுவலகத்திற்கு வந்திருந்தார். அவரை நிறுத்தி அவரிடம் சிலவற்றைக் கேட்டுத் தெளிவுறலாம் என எண்ணினேன். நான் காசாளராக இருந்தாலும் அன்றைய தினத்தில் வேலை அதிகம் இல்லாததால் என் மனதிலிருந்த கேள்விகளை அவரிடம் கேட்டுத் தெளிவுபடுத்திக் கொண்டேன்.

"பழனி முருகரின் சிலை ரசவாதியான போகர் சித்தரால் செய்யப்பட்டது" என்று அவர் விளக்கத் தொடங்கினார். அந்த சிலைக் குறிப்பிட்ட விகிதாச்சாரத்தில் ஒன்பது நச்சுப் பொருட்களைக் கொண்டு உருவாக்கப்பட்டுள்ளது எனச் சொன்னார். அந்த சிலை மருத்துவ பண்புகளைக் கொண்டுள்ளது என்றும் இந்த சிலைக்கு எதைக் கொண்டு அபிஷேகம் செய்கின்றோமோ அந்த பொருளுக்கு நோய்களைக் குணப்படுத்தும் பண்பு வந்துவிடுமென்றும் விவரித்தார். போகர் உண்மையில் இரண்டு சிலைகளைச் செய்துள்ளார் என்பதை அவர் உறுதிப்படுத்தினார். ஒருசிலை சன்னதியில் வைக்கப்பட்டுள்ளது என்றும் இரண்டாவது சிலை எங்கே வைக்கப்பட்டுள்ளது என்பது யாருக்கும் தெரியாது என்றும் கூறினார். ஆனால் அது எங்கோ பழனியில் தான் இருக்கின்றது என்ற வதந்தி உலாவுவதாகவும் என்னிடம் தெரிவித்தார்.

"இதையெல்லாம் ஏன் என்னிடம் கேட்கிறாய்"? எனக் கேட்டார். "தெரிந்துகொள்ள ஆர்வமாக இருக்கின்றது" என்று அவரிடம் சொல்லி பேச்சை முடித்துக்கொண்டேன்.

என் கனவில் நான் கண்ட இடத்தை நேரில் பார்க்க வேண்டும் என்று எனக்கு ஒரு வலுவான ஆசை ஏற்பட்டது. நம்முடைய ஆர்வ மிகுதி எல்லா வகையான செயல்களையும் நம்மைச் செய்யத் தூண்டுகின்றது. பழனியில் எனக்குத் தெரிந்த ஒரு நபரின் தொடர்பை நினைவுபடுத்தும் வகையில் முருகர் எனக்கு மற்றொரு திருப்புமுனையைத் தந்தார். அவர் பெயர் மகாலிங்கம். பழனி தேவசம் போர்டு நிர்வாகத்தின் கீழ் உள்ள கல்லூரியில் பணிபுரியும் திருரைச் சேர்ந்த ஒருவர் மூலம் அவரைச் சந்தித்தேன். பழனி தேவசம் போர்டில் முடிதிருத்தும் தொழிலாளியாக மகாலிங்கம் இருந்தார். அந்த இடத்திற்கு எனது முதல் வருகையின் பொழுது எனக்குத் தேவைப்படும் உதவிகளுக்காக அவருடைய அலைபேசி எண் எனக்கு வழங்கப்பட்டது. அவரைச் சந்தித்தபொழுது அவர் எவ்வளவு சமயோசிதமானவர் என்பது எனக்குப் புரிந்தது! நான் அவரைப் பற்றி நினைத்துக் கொண்டிருந்தபொழுது அவரிடமிருந்து எனக்கு அழைப்பு வந்தது. அவருடைய திருமணத்திற்கு என்னை அழைப்பதற்காக என்னைத் தொடர்புகொண்டு பேசினார். உண்மையில் அவருடன் எனக்கு எந்த ஒரு நெருங்கிய தொடர்பும் அப்பொழுது கிடையாது. அவர் என்னை அழைத்ததைக் கெளரவமாகவும் அதே சமயம் விசித்திரமாகவும் உணர்ந்தேன். அதனால் போகலாமா வேண்டாமா என்ற குழப்பத்திலிருந்தேன். இறுதியாக எனது வழக்கமான துணையான நாராயணனுடன் செல்ல முடிவு செய்தேன்.

அன்றைய இரவு திருமண நிகழ்ச்சி ஏற்பாடு செய்யப்பட்டிருந்தது. அதனால் காலையில் பழனி மலை ஏறினோம். வழிபாட்டிற்குப் பிறகு நான் கனவில் கண்டது போல் பின்பக்கம் வழியாகக் கீழ்நோக்கிச் செல்ல எண்ணினேன். நான் கனவில் கண்ட இடத்தை நேரில் பார்த்த பொழுது மிகுந்த பரவசமும் உற்சாகமும் அடைந்தேன். இன்று இதை எழுதுகையிலே அன்று நான் அடைந்த உற்சாகத்தை என்னால் உணர முடிகின்றது. அந்த தருணங்களைத் திரும்ப மீட்டெடுப்பது போல் இருக்கின்றது.

நான் அங்கே பிரமித்துப்போய் முருகப் பெருமானை வணங்கி நிற்கும் பொழுது குழப்பமான சில குரல்கள் கேட்டன.

தேவசம் போர்டு உறுப்பினர்கள் மக்களை வெளியேறும்படி சொல்லிக்கொண்டிருந்தார்கள். "வெளியில் போங்கோ போங்கோ" என்று சத்தமாகவும், தெளிவாகவும் தமிழில் அறிவுறுத்தினார்கள். அனைவரையும் கோவிலை விட்டு வெளியேறுமாறு கேட்டுக் கொண்டனர். அதே நேரத்தில் கோவிலின் கதவுகள் மூடப்பட்டன. அங்கே நடப்பவற்றை நம்பமுடியாமல் நானும் நாராயணனும் ஒருவரையொருவர் பார்த்துக் கொண்டோம். கிறிஸ்டோபர் நோலனின் திரைப்படம் ஒன்றில் நான் ஒரு பாத்திரத்தில் நடிப்பதைப் போல் உணர்ந்தேன். இங்கே நடந்துகொண்டிருப்பதை நான் ஒரு வாரத்திற்கு முன்பே பார்த்துவிட்டேன். நான் என் கனவில் பார்த்தது போல் நாங்கள் பின் கதவுகளில் ஒன்றின் வழியாக வெளியேற முயன்றோம். அங்கே பெண்கள் கழிவறை மற்றும் அதற்குப் பக்கமாக ஒரு வழியும் இருந்தது. நான் என் தலையை அசைத்து நடப்பவற்றை எல்லாம் சேர்த்துப் பார்த்து வானத்தை நோக்கி "முருகா..." என்று கோஷமிட்டேன்.

அன்றைய தினம் சூரசம்ஹாரம். அந்த ஒரு தினம் மட்டும் முருகப் பெருமான் பழனி மலையிலிருந்து கீழிறங்கி மலையைச் சுற்றி வலம் வந்து அசுரர்களை அளித்துவிட்டு அன்றைய இரவில் மீண்டும் கோவிலுக்குத் திரும்புவார். நான் கனவில் கண்ட நாள் இதுதான். நான் சரியான நாளில் அங்குச் சென்றிருக்கின்றேன் என்று பின்பு தான் தெரிந்தது.

அந்த சாலையின் முன்புறத்தில் பக்தர் போலக் காட்சியளித்த ஒருவர் எங்களைத் தடுத்து முன் கதவு வழியாக வெளியேறச் சொன்னார். நான் ஏன் அங்கு வந்தேன் என்பதையும் நான் கனவில் பார்த்தது போல் எல்லாம் நடக்கின்றது என்றும் அவரிடம் விளக்கினேன். மேலும் இது எனக்கு இறைவன் இட்ட கட்டளை என்று கூறி எங்களை முன்னேறிச் செல்ல விடுமாறு மனப்பூர்வமாக அவரிடம் வேண்டுகோள் வைத்தேன். அவர் உண்மையில் என்னைச் செல்ல அனுமதித்தார். மேலும் கீழே பாதுகாப்புப் பணியாளர்கள் இருப்பார்கள் என்றும், அவர்கள் எங்களை முன்னேறிச் செல்ல அனுமதிக்க மாட்டார்கள் என்றும் எச்சரித்தார்.

கீழே இறங்கும் பொழுது அங்கே தெரிந்த பாதையில் ஒரு சீருடை அணிந்த பாதுகாப்புக் காவலர் நிற்பதைக் கவனித்தோம். நாங்கள் அந்த வழியாகச் செல்லக்கூடாது என்பதற்கு அவர் இரண்டு காரணங்களை எங்களிடம் கூறினார்.

1. இந்தப் பாதையை பண்டாரங்கள் என்று அழைக்கப்படும் ஒரு சாதியினர் பயன்படுத்துகின்றார்கள் என்றும், இந்தப் பாதை அவர்களின் குடியிருப்புப் பகுதிக்கு இட்டுச் செல்லும் என்றும் கூறினார். இவர்களது குடியிருப்பு பகுதியில் நந்தவனம் என்ற குளம் ஒன்று உள்ளது. இது தான் அபிஷேகத்திற்குப் பயன்படுத்தப்படும் நீர் ஆதாரமாக இருக்கின்றது. இது பண்டாரங்கள் அனுபவிக்கும் ஒரு பாக்கியம்.

2. இது மிகவும் ஆபத்தான பாதையென்றும், ஒரு சிறு தடுமாற்றமும் எங்கள் உயிருக்கு ஆபத்தாக முடியும் என்றும் எச்சரித்தார். அதனோடு இங்கு எது நடந்தாலும் அதற்குப் பாதுகாப்புப் பணியில் உள்ளவர்கள் தான் பொறுப்பேற்கவேண்டும் என்று கூறி எங்களைத் திரும்பிப் போகச் சொன்னார்.

அவரிடம் உண்மையைச் சொல்வதைத் தவிர எங்களுக்கு வேறு வழி தெரியவில்லை. நான் முருகப்பெருமானின் கட்டளைப்படி வந்துள்ளேன் என்று கூறினேன். அந்த வழியில் எங்களைச் செல்ல அனுமதிக்குமாறு அவரிடம் வேண்டிக் கேட்டுக்கொண்டேன்.

நாங்கள் சொன்ன எதற்கும் அந்த மனிதன் அசையவேயில்லை. மிகத் திடமாக அவர் சொன்னதையே சொல்லிக்கொண்டிருந்தார். அப்பொழுது நான் சற்று தொனியை மாற்றி முருகப்பெருமானின் திட்டங்களுக்கு இடையூறாக இருக்க வேண்டாம் என்று கடுமையாகக் கேட்டுக் கொண்டேன். அவரை தவறு செய்ய வேண்டாம் என்று எச்சரித்து விட்டு நாராயணனுடன் புறப்படத் திரும்பினேன்.

அந்த பாதுகாவலர் எங்களைத் திரும்ப அழைத்தார். இதைத்தான் இறைவன் விரும்புவதாகவும் இதற்கு மேல் எங்களைத் தடுக்க அவரால் முடியாது என்றும் சொல்லி எங்களை மேற்கொண்டு செல்ல அனுமதித்தார்.

நாங்கள் மெய்சிலிர்த்துப் போனோம். மிகுந்த உற்சாகத்துடன் அவருக்கு நன்றி தெரிவித்துவிட்டு மேலும் கீழிறங்கத் தொடங்கினோம். இருப்பினும் நாங்கள் எந்த குகைகளையும் கவனிக்கவில்லை. ஆனால் நாங்கள் தொடர்ந்து தேடிக்கொண்டே இருந்தோம். நாங்கள் இன்னும் கீழே அடித்தளத்திற்கு வந்துவிட்டோம். ஆனால் எதுவும் கிடைக்கவில்லை. நான் மனச்சோர்வடைந்தேன். என்னிலிருந்து ஒரு பகுதி என்னை விட்டு விலகிச் சென்றதைப் போல உணர்ந்தேன். பிறகு முன் வாயிலுக்குச் செல்ல ஒரு குதிரை வண்டியில் ஏறினோம்.

"அடுத்தது என்ன?" இதுவே என் முன்னிருந்த கேள்வி.

"இப்பொழுது என்ன? திரும்பிப்போய் கொஞ்சம் ஓய்வு எடுத்துவிட்டு பின் மகாலிங்கம் திருமணத்திற்குச் சென்றுவிட்டு வீட்டிற்குப் போவோம்" என்றார் நாராயணன்.

"ஆம், நிச்சயமாக," என்று நான் உறுதிப்படுத்தினேன்.

"ஆனால் அது எப்படி இருக்க முடியும்",? என் கனவில் வந்த முதல் பகுதி ஒரு அச்சு போல இருந்தது. ஆனால் இரண்டாவது பகுதி அங்கு இல்லை என்று நினைத்துக்கொண்டிருந்தேன். இது ஒரு சாதாரண கனவல்ல. இதில் ஏதோ இருக்கின்றது என்று தோன்றியது. இதை மேலும் தொடரலாமா அல்லது வெளியேறிவிடலாமா என்ற குழப்பத்திலிருந்தேன். அப்பொழுதுதான் தூரத்தில் பழனி அருங்காட்சியகம் என்ற பலகையைப் பார்த்தேன். ஒரு விளக்கொளி தெரிந்தது போல நாங்கள் அருங்காட்சியகத்தை நோக்கி நடந்தோம்.

அருங்காட்சியகப் பொறுப்பாளர் நாங்கள் வழி தெரியாமல் தொலைந்துவிட்டோமோ என்பதைப் போல எங்களைப் பார்த்தார். நாங்கள் தொலைந்துபோகவில்லை என்றும், எங்களுக்கு சில பதில்கள் தேவைப்படுகின்றது என்றும், அதற்காகச் சிறிது நேரம் இங்கே இருக்கப் போவதாகவும் அவரிடம் விளக்கினோம். நாங்கள் கூறியதை கேட்ட அவருக்கு ஆர்வம் தலைதூக்கியது. அரிதாகக் கிடைக்கும் அவரின் வேலைக்கானத் திருப்தியைப் பெற மிகவும் ஆர்வமுடன் இருந்தார்.

"போகர் சித்தர் யார்?" என்று நான் விசாரித்தேன்.

ஓம் சரவண பவாய நமஹ !!!

போகர் சித்தரும், குகையும்

போகர் சித்தரைப் பற்றி இந்தப் புத்தகத்தைப் படிக்கும் உங்களில் பலருக்குத் தெரிந்திருக்கும். ஆனால் என் விஷயத்தில் அப்படி அல்ல. முன்பு குறிப்பிட்டது போல அந்தப் பெயரை நான் முதன்முதலில் கேட்டது எனது மூன்றாவது கனவில்தான். எனது முதல் ஆய்வு என் அலுவலகத்திற்கு வரும் நபரிடம் தொடங்கியது. அதன் பின்பு மக்களுடன் பேசுவது, நூலகங்களிலிருந்து புத்தகங்கள் வாசிப்பது மற்றும் தொடர் சிந்தனைகள் என அடுத்த கட்ட ஆய்வுகள் நகர்ந்தன. நான் கூறியவை தான் எங்களின் அந்த கால "கூக்ளிங்" ஆக இருந்தது.

பழனிமலை அருங்காட்சியகக் கண்காணிப்பாளருடன் கலந்துரையாடியபொழுது அவர் அடைந்த மகிழ்ச்சியை விவரிக்க வார்த்தைகள் இல்லை என்று தான் சொல்ல வேண்டும். இது நாம் சிந்திக்கவேண்டிய ஒரு விஷயம். மனிதர்களாகிய நாம் தெய்வீக செயல்களில் இருக்கும்பொழுது கூட மிகவும் அவசரப்படுகின்றோம். ஒரு இடம் எப்படி உருவானது? அதன் முக்கியத்துவம், அது உருவாக்கும் ஆற்றல், அதன் வரலாறு போன்றவற்றைப் புரிந்துகொள்வதில் நாம் அரிதாகவே அக்கறை காட்டுகின்றோம். நமக்குத் தேவையானதை மட்டுமே நாம் கவனிக்கின்றோம். ஒரு குறிப்பிட்ட இடத்திற்குச் சென்று பிரார்த்தனை செய்தால் நாம் கேட்டது கிடைக்கும் என்று யாரவது சொன்னால் அதை மட்டுமே செய்கின்றோம். இது போன்ற செயல்களில் ஞானம் இருப்பதில்லை. எதிர்பாராதவிதமாக மக்கள் கேள்விகளைக் கேட்கையிலே அருங்காட்சியகக் கண்காணிப்பாளர்கள் உற்சாகமடைகின்றார்கள்.

அவர்கள் செய்யும் வேலையைப் பற்றி அவர்கள் மகிழ்ச்சியாக உணரும் தரும் அது. இந்த நபர் கூட போகர் சித்தரைப் பற்றி தனக்குத் தெரிந்த அனைத்தையும் எங்களிடம் கூற மிகவும் உற்சாகத்துடன் இருந்தார்.

சித்தர்கள் முனிவர்களிடமிருந்து வேறுபட்டவர்கள் என்று விளக்கினார். மகரிஷிகள் பொதுவாகத் தனித்திருப்பவர்கள். ஆனால் சித்தர்கள் உலகத்திற்கு வெளியே சென்று ஆராய்ச்சி செய்து உலகத்தைச் சிறப்பானதாக மாற்றும் வல்லமை பொருந்தியவர்கள். மௌனமாகத் தியானிக்கும் முனிவர்களைப் போல் அல்லாமல் சித்தர்கள் தொடர்ந்து பணிபுரிபவர்கள். முனிவர்கள் ஆன்மீகத்தில் ஞானத்தைத் தேடுகின்றவர்கள். ஆனால் சித்தர்கள் அறிவியலையும் ஆன்மிகத்தையும் உலகத்தின் நன்மைக்காக இணைக்க முயற்சி செய்கின்றவர்கள். உதாரணமாக, அகத்திய மகரிஷி ஒரு முனிவர் மற்றும் ஒரு சித்தர்.

பழனிமலைக்கு அருகில் உள்ள வைகாவூர் என்ற ஊரில் பிறந்த போகர் சித்தர் காலாங்கி சித்தரின் சீடராவார். அவர் 5000 ஆண்டுகளுக்கு முன் பூமியில் தோன்றியவர். அவரின் குரு அளித்த ஞானத்தை விட உயரிய ஞானத்தைப் பெற்றவர். போகர் ஒரு ரசவாதியாக மட்டும் இல்லாமல் கிரியா யோகா, தியானம் போன்ற பல துறைகளிலும் சிறந்து விளங்கினார். இவை அனைத்தும் போகர் எழுதிய பல நூல்கள் மூலம் நிரூபிக்கப்பட்ட உண்மைகளாகும். போகர் சித்தர் அடிக்கடி சீனாவிற்கு விஜயம் செய்ததாகக் கூறப்படுகின்றது. உண்மையில் அவர் சீனாவில் தாவோயிசத்தை நிறுவிய லாவோஸ் என்பதை ஆதரிக்கும் வலுவான வாதங்களும் உள்ளன.

இந்நூலில் போகர் சித்தரைப் பற்றிப் பல இடங்களில் குறிப்பிடுவோம்.

என்னைப் பொறுத்தவரையில், போகர் சித்தரின் மிக உயரிய செயல் என்பது முருகப்பெருமானின் நவபாஷாண சிலையை நிர்மாணித்து மற்றும் அந்த சிலையை நிறுவுவதற்குப் பழனி மலையைத் தேர்வு செய்தது தான்.

இந்த மகத்தான சிலையை நிறுவுவதற்குப் போகர் பழனி மலையைத் தேர்வு செய்ததற்குக் காரணம் என்னவாக இருக்கும்? செவ்வாய் கோளிலிருந்து அதிக பட்ச கதிர்கள் இங்கு வருவதனாலா? அல்லது வேறு காரணங்கள் இருக்கின்றதா? அந்த நிமிடத்திலிருந்து

இதுபோன்று என் மூளையில் எழுந்த பல கேள்விகளுக்கான பதில்களைப் பெற போகர் சித்தரே என்னை வழி நடத்தினார்.

போகர் சித்தரால் செய்யப்பட்ட இரண்டாவது நவபாஷாண சிலை மறைத்து வைக்கப்பட்டது குறித்துப் பரவி வரும் கதைகளில் ஏதேனும் உண்மை இருக்கின்றதா என்று அருங்காட்சியகத்திலிருந்த ஞானியிடம் கேட்டேன்.

எதை நீங்கள் கதை என்று சொல்கின்றீர்கள்? இது கதையல்ல; இது சத்தியமான உண்மை என்று விளக்க ஆரம்பித்தார். பிரம்மா, விஷ்ணு மற்றும் சிவன் இருப்பது எவ்வளவு உண்மையோ அதே அளவிற்கு இதுவும் உண்மை என்றார். போகர் சித்தர் உண்மையில் இரண்டு சிலைகளைச் செய்தார் என்று காப்பாளர் வெளிப்படுத்தினார். அவற்றில் ஒன்று எதிர்காலத்திற்கான வைப்புத்தொகை போன்றது. போகர் சித்தர் பூமியின் மேற்பரப்பில் ஒரு குறிப்பிடத்தக்க ஆற்றல் மாற்றத்தைக் கணித்தார். அது டைனோசர்கள் இருந்த காலத்திற்கு முந்திய யுகங்களை விளக்கும் வகையிலான ஒன்று. இரண்டாவது சிலை அந்த நேரத்தில் பயனுள்ளதாக இருக்கும் என்று அவரால் கணிக்கப்பட்டது. அந்த நேரத்திலும் போகர் இருப்பார் என்றும் கணிக்கப்பட்டுள்ளது. சித்தர்கள் உண்மையில் இறப்பதில்லை. அவர்கள் வேறொரு நேர மண்டலத்தில் இருப்பார்கள். ஆற்றல் மாற்றங்கள் நிகழ்கையிலே அவர் திரும்பப் பூமிக்கு வரவேண்டும் என்பது விதி. இல்லை என்றால் அவர் சார்பாக ஒருவர் நியமிக்கப்படுவார். நியமிக்கப்பட்ட நபர் அந்த சிலையை வெளிப்படுத்துவார் என்றார்.

எனக்குள் ஏதோ ஒன்று பளிச்சிட்டது. எனது கனவைப் பற்றி நான் எதையும் வெளிப்படுத்தாதது நல்லது என்று உணர்ந்தேன். அவர் விளக்கிய இந்த விஷயங்கள் என் உள்ளத்தை உலுக்கியது.

தேவையென்றால் போகர் சித்தர் செய்த இரண்டாவது சிலை இருக்கும் இடத்தை வெளிப்படுத்தத் தேர்ந்தெடுக்கும் நபர் யாராக வேண்டுமானாலும் இருக்கலாம் என்று அவர் சாதாரணமாகக் கூறினார். அது நானாகவோ அல்லது நீங்களாகவோ கூட இருக்கலாம்.

எனக்குப் பீதியில் வியர்த்தது. நாங்கள் அங்கிருந்து வெளியேறினோம். நான் அற்புதமான பழனிமலையைப் பார்த்தேன்.

மதிய நேரச் சூரியனின் கீழ் கோவில் பிரகாசித்துக் கொண்டிருந்தது. அது என் கற்பனையின் உருவகமாக கூட இருக்கலாம். ஆனால் அந்த நேரத்தில் கோயிலின் மேல் இருந்த மேகங்கள் முருகப்பெருமானின் வடிவத்தை எடுத்ததாக உணர்ந்தேன். முருகர் என்னைக் கூப்பிடுவது போல் இருந்தது.

நாங்கள் மலையேறத் தொடங்கினோம். அங்குக் கோவில் மூடப்படிருந்தது. அடிவாரத்தில் மலையைச்சுற்றி மக்கள் நடந்து செல்லும் சத்தம் அங்கு முழுவதும் பரவியிருந்தது. அமைதிக்கு நடுவே ஒலிக்கும் சப்தத்தைப் போல என் மனதில் முரண்பட்ட சிந்தனைகள் ஓடிக்கொண்டிருந்தன. என்ன நடக்கின்றது என்பதை என்னால் புரிந்து கொள்ள முடியவில்லை. மிகவும் தடுமாற்றமாக இருந்தது. எந்த விதமான சிந்தனைகளும், குழப்பங்களும் இன்றி நாராயணன் மலையேறிக் கொண்டிருந்தார். என்னுளிருந்த மனக்குழப்பம் பற்றி அவருக்கு எந்த சிந்தனையும் இல்லை.

நாங்கள் மலை மீது ஏறி அங்கு அதிக கூட்டமில்லாத ஓர் இடத்தை அடைந்தோம். அங்கே சில அதிகாரிகள் இருந்தார்கள். அதில் ஒருவர் எனக்கு மிகவும் பரிச்சயமான ஒரு நபராகத் தென்பட்டார். அவர் வெள்ளை சட்டையும், வேட்டியும் அணிந்திருந்தார். அவரது முகத்தில் அவரின் பரந்த மீசை மிக அம்சமாக இருந்தது. அவர் அங்கே வந்தபொழுது அங்கிருந்த மற்ற அதிகாரிகள் அவருக்கு மிகுந்த மரியாதை அளித்ததைப் பார்த்தேன். வளைந்திருந்த பலரின் முதுகுகள் இவரைப் பார்த்ததும் நிமிர்ந்து நின்றன. அவரை எங்கேப் பார்த்தேன் என யோசித்துக்கொண்டிருக்கையிலேயே எனக்கு ஒன்று நினைவிற்கு வந்தது. கடைசியாக நான் பழனிமலைக்கு வந்தபொழுது அவரைக் கண்டேன் என்று எனக்கு திடீரென்று பளிச்சிட்டது. நான் மலையிலிருந்து இறங்கும்பொழுது அவர் தன் தோளில் ஒரு பெரிய காவடியுடன் மலையேறிக்கொண்டிருந்தார். அவர் மலையேறும் பொழுது சில தேவசம் போர்டு உறுப்பினர்கள் அவருக்கு வழி ஏற்படுத்திக் கொண்டிருந்தது எனக்கு ஞாபகம் வந்தது. அவரின் பின்னால் கருப்பு சஃபாரி உடையணிந்த ஆறு அடி உயரமுள்ள மெய்க்காப்பாளர்கள் காவல் இருந்தனர்.

நான் ஒரு தேவசம் போர்டு அதிகாரியை அணுகி அந்த உயர் அதிகாரியைக் குறித்து விசாரித்தேன். அவர் தேவசம் போர்டு ஆணையர் (கமிஷனர்) சுந்தரம் ஐயா என்று சொன்னார்கள்.

உடனடியாக ஒரு கோரிக்கையை அவரிடம் வைத்தேன், "ஐயா, நான் ஆணையரைச் சந்திக்க வேண்டும். முக்கியமான ஒன்றை அவரிடம் சொல்ல வேண்டும். தயவு செய்து ஒரு ஐந்து நிமிடங்கள் அவரை சந்திக்க உதவுங்கள்" என்று கேட்டேன்.

அதை நான் எப்படிக் கேட்டிருக்க முடியும்? என்னை அப்படிச் சொல்ல வைத்தது எது? கற்பனை செய்து பாருங்கள். அப்பொழுது நான் இளைஞனாக இருந்தேன். நம்முடைய இளமைக் காலங்களில் நாம் எப்பொழுதுமே தர்க்க ரீதியாகவே செயல்படுவோம். அவ்வாறே எல்லா செயல்களையும் செய்வோம். ஆனால் என் வாழ்வில் நடந்த விஷயங்களை ஆராய்ந்து பார்த்தால் எதையுமே தர்க்கத்தைப் பயன்படுத்தி விளக்க முடியாது. ஞானத்தைத் தேடி அருங்காட்சியகத்திற்குச் சென்று போகர் சித்தரின் விவரங்களைக் கேட்டது, முருகப் பெருமான் வழிநடத்துவது, தேவசம் போர்டு ஆணையரைச் சந்திக்க உதவி கேட்டது என எல்லாமே வித்தியாசமாக இருந்தது. யதார்த்தமாகச் சொல்லவேண்டுமென்றால், தூரத்தில் இருக்கும் ஒரு நபர் மிக உயர்ந்த பதவியில் இருக்கின்றார் என்றால் நாம் எதுவும் பேசாமல் அமைதியாகத் தானே நிற்போம். ஆனால் நான் அப்படி இல்லை. அங்கு நான் என்னைப் போன்று நடந்துகொள்ளவில்லை. வேறு யாரோ எனக்குள்ளிருந்து என்னை இயக்குவது போன்று இருந்தது.

நான் பேசிக்கொண்டிருந்த நபர், நான் சுய நினைவு இல்லாமல் பேசுவதைப் போல என்னைப் பார்த்துக்கொண்டிருந்தார். அந்த சமயம் தேவசம் போர்டு ஆணையர் உள்ளே சென்றுவிட்டார்.

அன்றைய தினம் சூரசம்ஹாரம் என்பதால் ஆணையர் பரபரப்பாக இருப்பதாக அந்த நபர் சொன்னார். அவரால் எந்த அனுமதியும் பெற்றுத்தர முடியாது என்று சொல்லி என்னைத் திரும்பிப் போகச் சொன்னார்.

உண்மையில் நான் ஏமாற்றமடைந்தேன். எனது அடுத்த கட்ட நடவடிக்கைகள் குறித்து உறுதியாக எனக்குத் தெரியவில்லை. திரும்பிச் செல்வதா? முருகப் பெருமான் என்னைத் திரும்பிப் போகச் சொல்கின்றாரா? என்று பெரும் குழப்பமாக இருந்தது. அப்பொழுது என் நண்பன் நாராயணன் வெளியே வருமாறு என்னை இழுத்தார். சிறிது நேர ஓய்விற்குப் பின் திருமணத்தை முடித்து விட்டு வீட்டிற்குச் செல்லலாம் என்று அறிவுறுத்தினார்.

விவரிக்க முடியாத ஒரு நிலையில் என் மனம் தவித்துக் கொண்டிருந்தது. அப்போது நாராயணனிடம் ஐந்து நிமிடங்கள் மட்டும் எனக்குத் தருமாறு கேட்டேன். எதுவும் நடக்கவில்லையென்றால் ஆறாவது நிமிடம் கீழே இறங்கிவிடலாம் என அவரிடம் உறுதியளித்தேன்.

அன்பான வாசகர்களே, இங்கு இதுவரை எதுவும் நடக்கவில்லையென்றாலும், முருகப்பெருமான் ஏதோ ஒரு திட்டம் வைத்திருந்ததை நான் உணர்ந்தேன்.

நான்காவது நிமிடத்தில் ஆணையரின் பின்னால் நிழலாக இருந்த மெய்க்காவலர் வெளியே வந்தார். அப்பொழுது ஏதோ ஒரு சக்தி அவரிடம் என்னைப் பேசவைத்தது. நான் நேராக அவர் முன்னால் சென்று நின்று, "சார், நான் கேரளாவைச் சேர்ந்தவன், என் பெயர் ரெஜித் குமார். முருகப்பெருமான் என் கனவில் தோன்றி ஒன்றை வெளிப்படுத்தினார். இங்கு அருகாமையில் போகர் சித்தரால் செய்யப்பட்ட இரண்டாவது சிலை எங்கோ மறைத்து வைக்கப்பட்டிருப்பதாக என் கனவில் காண்பிக்கப்பட்டது. அது இங்கே ஏதோ ஒரு குகையில் உள்ளது. நான் இதை ஆணையரிடம் சொல்ல வேண்டும்" என்று அவரிடம் வற்புறுத்தினேன்.

அது தான் காளியப்பனுடனான எனது முதல் சந்திப்பு. 17 வருடங்கள் கடந்த பின்னும், இன்றும் நாங்கள் நல்ல நண்பர்களாக இருக்கின்றோம்.

சிறிது நேரம் என்னைப் பார்த்து அலசிவிட்டு எதுவும் பேசாமல் அமைதியாகத் திரும்பி நடந்தார் ஸ்ரீ காளியப்பன். அவர் ஆணையரிடம் பேசிவிட்டு வந்து எங்களை அவருடன் அழைத்துச் சென்றார். எங்களைப் பார்த்த ஆணையர் வாசல் வரை வந்து காளியப்பனிடம் எங்களுக்குத் தங்க ஏற்பாடு செய்யச் சொன்னார். அன்றைய தினம் சூரசம்ஹாரம் என்பதால் தனக்கு நேரமில்லை என ஆணையர் மன்னிப்பு கேட்டுக் கொண்டார். அடுத்த நாள் காலை ஏழு மணிக்குச் சந்திப்பதாக உறுதியளித்தார்.

அன்று நாங்கள் தேவசம் போர்டின் விருந்தினராக இருந்தோம். அன்று இரவு அவர்கள் அளித்த தங்குமிடத்திலேயே ஓய்வெடுத்துவிட்டு மகாலிங்கத்தின் திருமண நிகழ்ச்சியை முடித்து விட்டு அறைக்குத் திரும்பினோம்.

நாராயணன் நல்ல குறட்டையுடன் ஆழ்ந்த உறக்கத்திலிருந்தார். ஆனால் ஏன் என்னால் நிம்மதியாக இருக்கமுடியவில்லை?

இதெல்லாம் கனவா? எனக்கு எங்கிருந்து இவ்வளவு தைரியம் வந்தது? இது போன்று பல கேள்விகள் மீண்டும் மீண்டும் என் தலைக்குள் ஒலித்துக்கொண்டேயிருந்தது. கனவில் போகர் சித்தர் என்ற ஒருவர் அறிமுகமானார். அதனைத் தொடர்ந்து அவர் செய்த சிலை இருக்குமிடத்தைக் கனவில் பார்த்தது, அங்கு ஒரு பாறை இருந்தது, அதன் மீது ஒரு குரங்கு இருந்தது என அனைத்தும் ஒரு புகையைப்போல இருந்தது. இவையனைத்தும் வெறும் கனவு தான் என்றால் அதன் பின் எல்லாம் நடக்கின்றதே... போகர் சித்தர் பற்றித் தெரிந்துகொள்ள முயன்றது, நான் திருமணத்திற்கு அழைக்கப்பட்டது, பயணம் முழுவதும் இருந்த மனக்குழப்பங்கள் என அனைத்துமே ஆச்சரியப்படும் விதத்திலிருந்தது. இறையின் ஆசீர்வாதமும், நாராயணனின் பயண ஆர்வமும் இல்லையென்றால் இது எதுவுமே நடந்திருக்காது. இவையனைத்தையும் ஒரு கனவு போல உணர்ந்தேன்.

வெகுநேரமாகியும் எனக்கு உறக்கம் வராததால் அறையை விட்டு வெளியே வந்தேன். அங்குப் பழனி மலை நிலா வெளிச்சத்தில் குளித்தபடி நின்றிருந்தது. "முருகா, நீங்கள் என்னை எங்கே வழிநடத்துகின்றீர்கள்?" என்று என் மனம் பிரார்த்தனையில் முணுமுணுத்தது. உண்மையில் அப்பொழுதும் நான் என் திரைப்படக் கனவில் தான் இருந்தேன். என் திரைக்கதை எப்பொழுது படமாக மாறும் என்ற எண்ணத்திலேயே இருந்தேன். எவ்வளவுக் குழந்தைத்தனமாக இருந்திருக்கின்றேன் என்று இப்பொழுது தோன்றுகின்றது. முருகப்பெருமானின் திரைக்கதையில் முக்கிய பங்கு வகிக்கும் பழனிமலையில் நின்றுகொண்டு, என்னுடைய கதை எப்பொழுது வெள்ளித்திரைக்கு வரும் என்று யோசித்துக்கொண்டிருந்தேன். அந்த வயதில் முருகப்பெருமானின் திட்டத்தில் என் பங்கை நான் எப்படி அறிவேன்?

இரவு நேரம் சரியாகத் தூக்கம் இல்லாவிட்டாலும் மறுநாள் காலை நான் மிகுந்த ஆற்றலுடன் இருந்தேன். ஆணையர் உத்தரவின்படி அவர் சொன்ன இடத்திற்கு வந்துவிட்டோம். உண்மையில் சிறிது நேரம் முன்பே அங்கு இருந்தோம். எங்களுக்கு வாக்களித்தது போல் ஆணையரும் காளியப்பனும் எங்களுக்காகக் காத்திருந்தனர்.

உங்கள் கனவைப் பற்றி என்னிடம் சொல்லுங்கள் என்று ஆணையர் கூறினார். மிகுந்த ஆர்வத்துடன் நான் கனவில் பார்த்த அனைத்தையும் விரிவாக மற்றும் தெளிவாக அவரிடம் கூறினேன்.

ஒரு நாள் முன்பு சந்தித்த ஒரு கேரள இளைஞருடன் ஆணையர் அவர்கள் பழகிய விதத்தைப் பார்த்து அங்கு பணிபுரியும் அதிகாரிகள் ஆச்சரியப்பட்டனர். ஆனால் தேடலின் முடிவுகள் மிகவும் ஏமாற்றமானதாக இருந்தன. ஒரு குகையை ஒத்த எதையும் எங்களால் கண்டுபிடிக்க முடியவில்லை.

என் வருத்தத்தையும் ஏமாற்றத்தையும் உணர்ந்த ஆணையர் என்னை அவர் அருகில் அழைத்து என் கனவை அவரிடம் மீண்டும் ஒருமுறை சொல்லச் சொன்னார்.

நான் என் கனவைத் திரும்பச் சொன்னபொழுது அதிலிருந்த ஒரு முக்கிய வார்த்தையை அவர் கவனித்தார். அது "பாறையின் மேல் குரங்கு" என்ற வாசகம். என்னைத் திரும்பவும் சொல்ல வைத்துச் சரிபார்த்துக் கொண்டார். காளியப்பனைக் கூப்பிட்டு எங்களைப் பின்தொடரச் சொன்னார். இதுவரை செல்லாத ஒரு பாதையில் எங்களை அழைத்துச் சென்றார் என நினைக்கின்றேன். பெண்கள் கழிவறைக்கு அருகில் மூடிய பாதை போல் ஒன்று இருந்தது. அந்தப் பாதையில் வெகுதூரம் சென்ற ஆணையர் ஒரு பாறையைச் சுட்டிக்காட்டி அதன் பெயர் "குரங்கன் பாறை" என்று சொன்னார். இதைக் கேட்டவுடன் என் மனம் துள்ளிக் குதித்தது.

அங்கிருந்த தேவசம் அதிகாரிகளை வெளியேறுமாறு ஆணையர் உத்தரவிட்டார். நான் கனவில் கண்ட இடம் இதுதானா என்று என்னை மீண்டும் ஒருமுறை சரிபார்க்கச் சொன்னார். நான் முருகப் பெருமானைப் பிரார்த்தனை செய்து விட்டு முன்னேறிச் சென்றேன். அங்கே கீழே ஒரு குகையின் நுழைவாயிலைக் கண்டேன்.

இறுதியாக அந்த பாதையை என் கண்களால் பார்த்தபொழுது ஏற்பட்ட மன நிம்மதியை என்னால் வார்த்தைகளால் விவரிக்க முடியாது. நடப்பது எல்லாம் வெறும் கனவு அல்ல என்ற பெரும் நிம்மதி அது. என் கதை வெள்ளித்திரைக்கு வரும் என்று எனக்கு நானே சொல்லிக்கொண்டேன். முருகப்பெருமான் அதனைக் கட்டாயம் வரவைப்பார் என்ற நிம்மதி இருந்தது.

நான் குகைக்குள் செல்ல முயன்றபொழுது ஆணையர் என்னை நிற்கும்படி கட்டளையிட்டார். அது ஒரு கண்டிப்பான உத்தரவு.

மிக நெருக்கமாக வந்துவிட்டோம். இப்பொழுது ஏன் இவர் என்னை நிறுத்த வேண்டும்? என்னால் புரிந்து கொள்ள முடியவில்லை. ஆனாலும் மனம் அமைதியாக இருந்தது. எனது பணி

நிறைவடைந்துவிட்டதாக உணர்ந்தேன். முருகப்பெருமானுக்குப் பிறகு பழனிமலையில் ஆணையரை விடச் சக்தி வாய்ந்தவர் யாராவது இருப்பார்களா என்ற சந்தேகத்துடன் இருந்தேன். இனி நம் கையில் ஒன்றுமில்லை. இதற்குமேல் முற்றிலும் அவர்களின் பொறுப்பு என நினைத்து, "முருகா நீங்கள் சொன்னபடி செய்துவிட்டேன். தயவுசெய்து என் திரைப்படத்திற்கு எனக்கு உதவுங்கள்" என்று மனதார பிரார்த்தனை செய்துகொண்டேன்.

பல நூற்றாண்டுகள் பழமையான ஒரு சிலைக்கு முன் பல முக்கிய அதிகாரிகளை வரவழைத்ததில் நான் ஒரு முக்கிய பங்கு வகித்தேன். ஆனால், நாம் ஒரு முக்கிய நேரத்தை உணர்ந்து சரித்திரம் படைக்கின்றோம் என்பதை மறந்து நான் திரைக்கதை மற்றும் திரைப்படங்களைப் பற்றி யோசித்துக்கொண்டிருந்தேன். என்னுடைய அந்த குழந்தைத்தனமான எண்ணங்களை இன்று நினைத்துப்பார்த்தால் கோபமாக வருகின்றது.

ஆணையரின் அறைக்குத் திரும்பினோம். எங்களை ஓய்வெடுக்கச் சொல்லிவிட்டு காளியப்பனுடன் ஆணையர் உள் அறைக்குள் நுழைந்தார். சுமார் 10-15 நிமிடங்களுக்குப் பின்னர் அவர்கள் திரும்பி வந்தனர். எங்களை வழிபாடு செய்துவிட்டுத் திரும்ப ஊருக்குக் கிளம்பச் சொன்னார்கள். இன்னும் ஏதோ முக்கியமான சில விஷயங்கள் இருக்கின்றது என்றும், விரைவில் அவர் திரிச்சூருக்கு வருவதாகவும் ஆணையர் சொன்னார். அங்கு அவருடன் ஒரு இடத்திற்கு வரமுடியுமா என்று என்னிடம் கேட்டார்.

அவர் கேட்டதை மறுப்பதற்கு என்னிடம் காரணங்களே இல்லை. வருகின்றேன் என்று மகிழ்ச்சியாக ஒப்புக்கொண்டேன். ஆனால் முன்னறிப்பு தேவை என்று ஆணையரிடம் தெரிவித்தேன். பின்னர் எங்களின் தொலைப்பேசி மற்றும் முகவரிகளைப் பெற்றுக்கொண்டு எங்களை மரியாதையுடன் காளியப்பன் வழியனுப்பி வைத்தார்.

அதன் பின் ஒரு இரண்டு மாதங்கள் கழித்து காளியப்பனிடமிருந்து எனக்கு அழைப்பு வந்தது. இன்னும் இரண்டு நாட்களில் அவர்கள் திருச்சூரில் இருப்பார்கள் என்றும், ஒரு முக்கியமான பணிக்கு நான் மட்டும் அவர்களுடன் வர வேண்டும் என்றும் அவர் கூறினார். நான் ஒரு நாள் தனியாக இருக்க வேண்டுமென்றும், நடப்பவற்றை ரகசியமாக வைத்துக் கொள்ளவேண்டுமென்றும் அறிவுறுத்தினார். நான் சம்மதித்தேன்.

அவர்களுக்கு நான் சொன்ன மைல் கல் என்பது ராகா திரையரங்கம். அவர்கள் ஆணையரின் வாகனத்தில் வந்தார்கள். நானும் ஆணையரும் பின்னால் அமர்ந்திருந்தோம். காளியப்பன் ஓட்டுநருடன் முன்னால் அமர்ந்திருந்தார். அனைவரும் மௌனத்துடன் பயணித்தோம். வாகனம் சென்றுகொண்டிருந்த பாதையை வைத்து அவர்கள் கோழிக்கோடு (காலிகட்) திசையை நோக்கிச் செல்வதை உணர்ந்தேன். அதுமட்டுமல்லாமல் அந்த பயணம் முழுவதும் எனக்கு மர்மமாகவே இருந்தது. நான் அருகிலிருந்தும் கூட ஆணையர் என்னைத் தெரியாதது போலவே அமர்ந்திருந்தார். அங்குச் சூழ்ந்திருந்த அமைதியைக் களையப் பல வழிகளில் முயன்றேன். ஆனால் எதுவும் வேலைசெய்யவில்லை. நான் அந்த வாகனத்தில் இல்லாததைப் போல உணர்ந்தேன். அங்கு அனைவரும் ஆழ்ந்த மௌனத்திலிருந்தார்கள். மௌனத்தின் மூலமாக ஆணையர் தன் அதிகாரத்தைக் காட்டுகின்றாரா? ஒன்றும் புரியவில்லை. எனது எல்லா முயற்சிகளும் தோல்வியுற்றதால் நடப்பது நடக்கட்டும் என முடிவு செய்தேன். எனக்கு வேறு வழியில்லை.

சிறிது நேரத்தில் ஒருஇடத்தில் வாகனம் நின்றது. பசியாறுவதற்கும், புத்துணர்ச்சிக்காகவும் வாகனத்தை விட்டு வெளியேறினோம். ஆணையர் வேறு பக்கம் சென்றபொழுது காளியப்பன் வாகனத்தில் நிலவிய நிசப்தத்தை உடைத்தார்.

நாம் ஸ்ரீ. பரப்பனங்காடி உன்னிகிருஷ்ண பணிக்கரை தரிசிப்பதற்காகச் செல்கின்றோம் என்ற உண்மையைச் சொன்னார்.

காளியப்பன் சொன்ன செய்தி என்னை மிகவும் பாதித்தது. என்ன? நான் உன்னிகிருஷ்ண பணிக்கரைச் சந்திக்கப் போகின்றேனா? என்று அதிர்ச்சியாக இருந்தது. அவர் 2001ல் ஜெயலலிதா முதல்வராக வருவார் என்று கணித்தவர். மேலும் தமிழக அரசின் அப்போதைய அதிகாரப்பூர்வ வானியலாளராக இருந்தார். முதல்வர் ஜெயலலிதா மீது செல்வாக்கு செலுத்தக்கூடியவர். மிக முக்கியமான செய்தி ஒன்று ஆணையரைத் தேடி வரும் என்று ஸ்ரீ உன்னிகிருஷ்ண பணிக்கர் கணித்திருக்கின்றார். இதற்காக ஆணையரை 90 நாட்கள் விரதம் கடைப்பிடித்து அந்த நாட்களைப் பழனியிலேயே கழிக்கவும் அறிவுறுத்தியுள்ளார். அவர்கள் சொன்னதை வைத்துப் பார்க்கையில், அவரது விரதத்தின் ஆரம்ப நாட்களில் அவர் காவடியுடன் மலையேறியதை தான் நான் பார்த்தேன் என்பதை உணர்ந்தேன்.

போகர் சித்தர் மறைத்து வைத்துள்ள இரண்டாவது நவபாஷாண சிலையைப் பற்றித் தெரிந்துகொள்வதை விட வேறு என்ன முக்கிய செய்தி ஆணையருக்குக் கிடைக்கும்? இருப்பினும் ஆணையர் முதலில் உன்னிகிருஷ்ண பணிக்கரிடம் ஆலோசனைப் பெறாமல் எதையும் தொடர விரும்பவில்லை. காளியப்பன் இதையெல்லாம் கிட்டத்தட்ட ஒரே மூச்சில் சொல்லிவிட்டு ஆணையரைப் பார்த்தவுடன் அமைதியாகிவிட்டார்.

எனக்கிருந்தப் பசி காணாமல் போய்விட்டது. என் வாழ்க்கை எங்குச் சென்றுகொண்டிருக்கின்றது என்று தெரிந்துகொள்ள ஆர்வமாக இருந்தேன். என் வாழ்க்கை முருகப் பெருமானால் வழிநடத்தப்படுகின்றது என்பதை உணர்ந்த பின் பெரும் நிம்மதி அடைந்தேன். என்னுள் மகிழ்ச்சி பொங்கியது.

பரப்பனங்கடியில் உள்ள விடுதியில் தங்குவதற்கு ஏற்பாடு செய்யப்பட்டிருந்தது. நாங்கள் காலை ஐந்து மணிக்கு உன்னிகிருஷ்ண பணிக்கர் இல்லத்தை அடைந்தோம். நாங்கள் அங்குச் சென்றிருந்த நேரத்தில் பணிக்கரின் வீட்டின் முன் சில பிரீமியம் வாகனங்கள் நிறுத்தப்பட்டிருப்பதைப் பார்த்தோம். தமிழ்நாடு, ஆந்திரப் பிரதேசம், தெலுங்கானா போன்ற பல இடங்களிலிருந்து அவரிடம் ஆலோசனைப் பெற வந்திருந்தார்கள் போல் தெரிந்தது. வீட்டில் ஒரு ஆன்மீக சூழல் நிலவியது. பின்னணியில் முருகப்பெருமானைப் போற்றும் பாடல்கள் ஒலித்துக்கொண்டிருந்தன. உன்னிகிருஷ்ண பணிக்கர் வந்தவுடன் அனைவரும் மரியாதையுடன் அவரை வணங்கினர். பாரம்பரியமாக நடப்பதைப் போல அவரது மனைவி அவர் பகுப்பாய்வு மற்றும் கணிப்புகளுக்குப் பயன்படுத்தும் கருவிகள் அடங்கிய பையை அவரிடம் நீட்டியதை நான் கவனித்தேன்.

முதல்வராக இருந்த ஜெயலலிதாவிடம் செல்வாக்கு மிக்கவராக இருந்ததனால் வந்திருந்தவர்களில் முதலில் எங்களை அவர் கவனித்தார். தலைமை ஆணையர் சுந்தரம் ஐயா மற்றும் காளியப்பன் இருவரும் பழங்கள், பணம் போன்ற தட்டுகளுடன் கம்பீரமாக அறைக்குள் நுழைந்தார்கள். என்னை வெளியில் அமரச் சொன்னார்கள். நான் அந்த இடம் முழுவதையும் பார்த்து மயங்கிவிட்டேன். ஒரு அதிசய உலகில் இருப்பது போல் இருந்தது. எல்லாமே வாழ்க்கையை விட பெரியதாகத் தோன்றியது. அறைக்கு வெளியே அமர்ந்திருந்தால் அறைக்குள் நடக்கும் உரையாடலின் சில

பகுதிகளை என்னால் கேட்க முடிந்தது. "என்ன, ஒரு மலையாளியா?" என்று பணிக்கர் சொன்னதை என்னால் கேட்க முடிந்தது. அப்பொழுது காளியப்பன் என்னை அறைக்குள் அழைத்துச் செல்ல வெளியே வந்தார். அங்கு பணிக்கர் ஒரு பீடத்திற்குப் பக்கத்தில் தரையில் அமர்ந்திருந்தார். அவருக்கு அருகில் அவருடைய காவடியையும் (ஜோதிட உபகரணங்கள்) மங்கள விளக்கையும் பார்த்தேன். கையில் தட்டுடன் ஆணையர் சற்றே குனிந்து மரியாதையுடன் நிற்பதையும் கவனித்தேன். திடீரென்று அவர் ஸ்ரீ உன்னிகிருஷ்ண பணிக்கரிடம் தட்டை கொடுத்து பணிக்கரின் ஆசீர்வாதத்தைப் பெறத் தரையில் சாஷ்டாங்கமாக நமஸ்காரம் செய்தார். அவரை தொடர்ந்து காளியப்பனும் அதையே செய்தார். அவரது ஆறு அடி உயர உடல் அப்பொழுது தரையில் நீண்டு கிடந்தது. அப்பாவித்தனத்தினாலா அல்லது அறியாமையுடன் கலந்த இளமையின் ஆணவத்தினாலா எனத் தெரியவில்லை. நான் என் கைகளை மார்பில் கட்டிக்கொண்டு நின்றிருந்தேன். அவரைப் பின்பற்றுமாறு ஆணையர் சுட்டிக்காட்டியபொழுதும் என்னால் அதனைச் செய்ய முடியவில்லை. மனிதர்களில் மேலானவர்கள் கீழானவர்கள் என யாரும் இல்லை என்று இன்று வரை நான் நம்புகின்றேன். இதையே தான் நான் அனைவருக்கும் போதிக்கின்றேன். இதையே அனைத்து LMRK உறுப்பினர்களையும் நடைமுறைப்படுத்துமாறு நான் கண்டிப்பாகக் கேட்டுக்கொள்கின்றேன். இன்னொரு மனிதனிடம் தலைவணங்க வேண்டிய அவசியமில்லை. நாம் அனைவரும் சில இடங்களில் உயர்ந்தவர்கள். சிலவற்றில் மிதமானவர்கள் மற்றும் வாழ்க்கையின் பல துறைகளில் தாழ்ந்தவர்கள். எனவே நாம் அனைவரும் சமம்.

நாங்கள் அவர் முன் அமர்ந்தோம். பணிக்கர் தனது ஜோதிட உபகரணங்களைப் பயன்படுத்தி பகுப்பாய்வு செய்து மனக் கணக்கீடுகளைச் செய்தார். என்னைப் பார்த்து தியானம் செய்ய ஆரம்பித்தார். அரை மணி நேரம் கடந்த பின்னரே பேச ஆரம்பித்தார். உரையாடலின் முதல் பகுதி எனக்கு நேர்காணல் போல இருந்தது. நான் எங்கிருந்து வருகின்றேன்? எனது குடும்பம், எனது வாழ்க்கை நிலை போன்றவற்றைப் பற்றி விரிவாகக் கேட்டுத் தெரிந்துகொண்டார். அந்த நேரத்திலும் என் திரைப்பட கனவுகள் என்னுள் ஒரு பக்கம் ஓடிக்கொண்டிருந்தன. பொறுமையற்று சில வார்த்தைகள் என்

உதடுகளிலிருந்து வெளிவந்தது. "நிறைய விவாதங்கள் நடக்கின்றன. தயவு செய்து இதைக் கொஞ்சம் தெளிவாகச் சொல்ல முடியுமா" என்று உன்னிகிருஷ்ண பணிக்கரிடம் கேட்டேன். ஒரு இளைஞனின் துணிச்சலிலிருந்தது வந்த வார்த்தைகள் இவை!

மிகநீண்ட நேர்காணல் அமர்வுக்குப் பிறகு நான் கனவு கண்டதாகக் கூறியதில் 99.5% தெளிவு உள்ளது என்று பணிக்கர் கூறினார். எனினும் பாதையில் சில தடைகள் இருப்பதாக அவர் கூறினார். தேவையான தெளிவு இல்லாதது போல் தெரிகின்றது என்றார். முருகப் பெருமான் உங்களைத் தேர்ந்தெடுத்திருப்பது வரலாற்றுச் சிறப்புமிக்க ஒன்று என்றும், இது முற்றிலும் சந்தேகத்திற்கு அப்பாற்பட்டது என்றும் கூறினார்.

"தயவுசெய்து திரைப்படம், நாடகம் போன்ற விஷயங்களைக் கொண்டு இதனை மறைக்க வேண்டாம்" என்று அவர் என்னிடம் கேட்டுக்கொண்டார்.

பின்னர் அவர் பரிந்துரைக்கும் மூன்று தேதிகளிலிருந்து ஒன்றைத் தேர்வு செய்யும்படி என்னிடம் கூறினார். பழனிக்குச் சென்று 21 நாட்கள் விரதம் கடைப்பிடிக்கச் சொன்னார். அவர் அஷ்ட மாங்கல்ய பூஜை செய்வதற்காக 22ம் தேதி பழனிக்கு வருவதாகவும், அதன் பிறகு அடுத்தகட்ட நடவடிக்கையை முடிவு செய்யலாம் என்றும் தெரிவித்தார். இந்த விஷயங்களைச் சாதாரணமாக எடுத்துக் கொள்ள வேண்டாம் என்று அவர் என்னிடம் கேட்டுக்கொண்டார். ஏனென்றால் உலகம் அதன் ஆராவில் இருந்து வெளிப்படும் ஆற்றலைக் கையாளும் அளவுக்கு முதிர்ச்சியடைந்துள்ளதா என்பது இன்னும் தெளிவாகத் தெரியவில்லை என்றும் கூறினார்.

நான் அப்படியே வெறித்துப் பார்த்துக்கொண்டிருந்தேன். என் கண்கள் ஆச்சரியத்திலும், அவநம்பிக்கையிலும் விரிந்தன. அப்பொழுது நான் அலுவலகத்தில் காசாளராக இருந்தேன். ஒரு நாள் விடுப்பு எடுப்பதேக் கடினம். இதில் 21 நாட்கள் எப்படி முடியும் என்று யோசனையாக இருந்தது. ஆனால் இதைச் செய்யச் சொல்பவர் ஜோதிட சிங்கம் உன்னிகிருஷ்ணப் பணிக்கர். அவரின் மதிப்பிற்குரிய சுயம் என்னைப் போன்ற ஒரு சாதாரண மனிதரிடம் "செய்ய முடியுமா" எனக் கேட்கின்றது. நான் தயாராக இருக்கின்றேன். ஆனால் எனக்கு விடுப்பு கிடைக்குமா எனத் தெரியவில்லை என்று அவரிடம் சொன்னேன். இது முருகப் பெருமானின் செயல் என்றும்,

எனக்குக் கட்டாயம் விடுப்புக் கிடைக்கும் என்றும் அவர் உறுதியாகச் சொன்னார். அன்று முடிவுசெய்யப்பட்டது.

பழனியில் 21 நாட்கள் என்னால் விரதம் கடைப்பிடிக்கப்படும்.

ஓம் சரவண பவாய நமஹ !!!

பழனிமலையில் விரதம்

முந்தைய நாட்களில் நான் கேரள மாநில மின்சார வாரியம் ராமவர்மபுரம் கிளையில் காசாளராகப் பணிபுரிந்து வந்தேன். இன்று இருப்பது போல செயலிகள் மற்றும் வங்கிக் கணக்குகள் மூலமாக மின் கட்டணம் செலுத்தும் வசதி அன்றுக் கிடையாது. மின் கட்டணம் செலுத்தவதற்கு மக்கள் நேரடியாக அலுவலகத்திற்கு வர வேண்டியிருந்தது. அதுவும் ஒரு நீண்ட வரிசையில் நின்று மின் கட்டணம் செலுத்தவேண்டும். இது ஒரு முழு நாள் பணியாக இருந்தது. இது நுகர்வோருக்கு மட்டுமல்ல. பணம் வசூலிக்கும் பொறுப்பான மேசைக்குப் பின்னால் உள்ள காசாளருக்கும் கடினமான பணியாக இருந்தது. இன்று போல் அன்று கணினி கிடையாது. பணம் செலுத்துவதற்காக நுகர்வோர் கொண்டு வரும் அட்டையைச் சரிபார்த்து அதில் அவர்கள் செலுத்த வேண்டிய தொகையைச் சரியாகக் கணக்கிடவேண்டும். இதனோடு சேர்த்துப் பணத்தையும் பாதுகாப்பாகக் கையாள வேண்டிய பொறுப்பிருந்தது. வெகு நேரம் வரிசையில் நிற்கும் மக்கள் சில நேரங்களில் தங்கள் பொறுமையை இழந்துவிடுவார்கள். இவையனைத்தையும் காசாளர் சமாளிக்க வேண்டும். சில நேரங்களில் இடைவெளி எடுக்கக் கூட நேரமிருக்காது. 1990 களுக்குப் பின் பிறந்த ஒருவரால் நான் சொன்ன இந்த நிலைகளை எதனோடும் தொடர்புப் படுத்திப் பார்க்கமுடியாது என்பதை நான் புரிந்துகொள்கின்றேன். இருப்பினும் அப்படி ஒரு சகாப்தம் இருந்தது என்பது சத்தியமான உண்மை.

இதிலிருந்து நான் சொல்லவருவது என்னவென்றால், ஒரு காசாளருக்கு ஒரு நாள் விடுப்பு என்பதே அதிகம். இதில் 21 நாட்கள் என்பது மிக மிகக் கடினம். நான் விடுப்பு எடுக்க வேண்டுமென்றால் எனக்கு மாற்றாக இந்தப் பைத்தியக்கார நிலையை ஏற்றுக்கொள்வதற்கு ஒரு அன்பான உள்ளம் தேவைப்படும். எல்லாம் வல்ல இறைவனின் கிருபையால் என் அலுவலகத்தில் பல அழகான, ஒத்துழைக்கக்கூடிய உள்ளங்கள் எனக்குக் கிடைத்தன. சொன்னதுபோல் 21 நாட்கள் விடுமுறை என்பது மாறுபட்ட கதை. ஆனால் இதற்கு யாரேனும் கருணை காட்டுவார்களா?

இதில் சுவாரசியமான ஒரு செய்தி என்னவென்றால், ஒரு காசாளர் பதவி உயர்வுப் பெற்று வேறு இடத்திற்கு மாற்றம் பெற்றால் கூட, பழைய இடத்தை வேறொருவர் நிரப்பும் வரை புதிய இடத்திற்குச் செல்லக்கூடாது என்பது தான் நியதி. இப்படிப்பட்ட ஒரு பணிக்கு வேறு எவரும் வரமாட்டார் என்பதே சோகமான உண்மை. ராமவர்மபுரம் கிளையில் நான் 15 வருடம் தொடர்ந்து பணிபுரிந்ததற்கு இதுவும் ஒரு காரணம்.

இந்த எல்லா உண்மைகளையும் அறிந்திருந்தும் பெரும் நம்பிக்கையோடு ஒரு மாத விடுப்பிற்கு விண்ணப்பித்தேன். எந்த ஒரு விசாரணையோ, கேள்விகளோ அல்லது உரையாடல்களோ இன்றி எனக்கு விடுப்பு அனுமதிக்கப்பட்டது. இதை என்னால் நம்பமுடியவில்லை. உண்மையில் இது ஒரு அதிசயம்!

எனது வழக்கமான பயணத் தோழர்களான லாலு, வேணு மற்றும் நாராயணன் ஆகியோரிடம் ஆணையர், காளியப்பன் மற்றும் உன்னிகிருஷ்ணப் பணிக்கர் பற்றியும், அவர்களுடன் நடந்த விஷயங்களைப் பற்றியும் சொன்னபொழுது அவர்களுக்கு மயக்கமே வந்துவிட்டது. அவர்கள் அப்படி இருப்பவர்கள் கிடையாது. என்ன ஒரு அதிசயமான திருப்பம் அது! என் கனவுகள் எதை குறிக்கின்றது என்பதை உணர்ந்து கொள்ளும் ஒரு நிலையை அவர்கள் (நானும்) அடைந்து விட்டனர்.

முதன்முறையாகப் பழனி மலைக்குத் தனியாகப் பயணம் செய்ய வேண்டியிருந்தது. என்னுடன் எப்பொழுதும் பயணிக்கும் எனக்குப் பிடித்த என் நண்பர்கள் அடிக்கடி பழனிமலைக்கு வருகை தருவதாக உறுதியளித்து என்னை வழியனுப்பி வைத்தனர்.

ஆணையர் சுந்தரத்தின் நம்பிக்கையைப் பெற்ற எனக்கு பழனிமலையில் ராஜ மரியாதைக் கிடைத்தது. எங்கள் பணியை மிகவும் ரகசியமாக வைத்திருக்குமாறு எனக்கு அறிவுறுத்தப்பட்டது. 5000 ஆண்டுகளுக்கு முன்பு போகர் சித்தரால் செதுக்கப்பட்ட முருகப்பெருமானின் இரண்டாவது நவபாஷாண சிலையைக் கண்டுபிடிக்கும் நோக்கத்துடன் பழனிமலையில் ஒரு மலையாளி விரதம் மேற்கொள்கின்றார் என்று வெளியே தெரிந்தால் அது மிகப் பெரிய செய்தியாக மாறிவிடும். ஆகையால் பணியின் ரகசியத்தைப் பேணுவதற்காக நான் ஆணையரின் நெருங்கிய குடும்பத்தைச் சேர்ந்தவரென்றும், எனது குடும்பம் மற்றும் முன்னோர்களின் நலனுக்காக பழனிமலையில் விரதம் கடைப்பிடிக்கப் போவதாகவும் அங்குள்ள அனைவரிடமும் காளியப்பன் தெரிவித்திருந்தார்.

என் அன்பான வாசகர்களே, நண்பர்களே, பழனிமலையில் விரதத்தில் கழித்த அந்த நாட்களின் அனுபவங்கள் வார்த்தைகளுக்கு அப்பாற்பட்டது! இது நவம்பர் - டிசம்பர் 2005க்கு இடைப்பட்ட காலகட்டம். வழக்கத்திற்கு மாறான மழைகள், ரம்மியமான சூழ்நிலை என அனைத்தும் மாயாஜாலம் போன்றிருந்தது. எப்பொழுதும் முருகப்பெருமானுடன் சுற்றிக் கொண்டிருப்பது போலவும், இறைவனுடன் அன்றாடப் பணிகளில் ஈடுபடுவது போலவும் இருந்தது. அவருடன் சாப்பிடுவது, அவருடன் அரட்டை அடிப்பது, விளையாடுவது மற்றும் அவரது முழுமையான தெய்வீகப் பிரசன்னத்தில் வாழ்வது போன்றிருந்தது. இறைவனை உணர்ந்தது போல் இருந்தது. அந்த நாட்களை நான் இறைவனுடன் மிகவும் நெருங்கிப் பழகிய நாட்கள் என்று கூறுவது தான் உகந்ததாக இருக்கும். முருகப்பெருமானை அறிந்து அனுபவித்தேன் என்றும் சொல்லலாம்.

எல்லாம் நன்றாகவும் வசதியாகவும் இருந்தது. எனக்கு வழங்கப்பட்ட அறை அருமையாக இருந்தது. உணவு சிறப்பானதாக இருந்தது. பெரும்பாலும் நான் கோவிலுக்குள்ளேயே வழிபட்டுக் கொண்டிருந்தேன். சிலைகளுக்கு அபிஷேகம் செய்யப்படுவதை மிக அருகாமையிலிருந்து என்னால் காண முடிந்தது. இவையெல்லாம் அமைதியான மற்றும் அடக்கமான மயக்கம் போலிருந்தது.

எனது நோன்பின் எட்டாவது நாளில் லாலு என்னைப் பார்க்க வந்திருந்தார். எங்கள் ஊரில் சலசலக்கும் பொதுவான வதந்திகளைப்

பற்றி அவர் குறிப்பிட்டார். நான் அதில் பெரும்பகுதிக்கு உட்பட்டிருந்தேன். நான் என் வேலை, மனைவி மற்றும் வீட்டை விட்டுவிட்டு சந்நியாசம் சென்றுவிட்டதாக வதந்திகள் பரவியிருந்ததாக லாலுவிடமிருந்து அறிந்துகொண்டேன். இதன் வேறு வேறு பதிப்புகள் அங்குமிங்கும் அலைமோதின. நான் என் மனைவியுடன் தினமும் பேசிக் கொண்டிருந்தபோதிலும் அவர் இதைப் பற்றி எதுவும் சொல்லாமல் இருந்தது எனக்குத் திகைப்பை ஏற்படுத்தியது.

ஆகையால் அன்று என் மனைவியை அழைத்து வதந்திகள் குறித்துக் கேட்டறிந்தேன். இதனைக் கேட்ட என் மனைவி சிரித்துவிட்டு, வதந்திகளைத் தூசி போலத் தட்டிவிடும் படி அறிவுறுத்தினார். வதந்திகளுக்கு எந்த மரியாதையும் தராமல் எனது விரதத்தின் மீது நான் கவனம் செலுத்த வேண்டும் என்று அறிவுறுத்தினார். தனது புத்திசாலித்தனம் மற்றும் விவேகத்தைக் கொண்டு என்னை மகிழ்ச்சியுடன் ஆர்ச்சர்யப்படுத்த என்றும் என் மனைவி தவறியதேயில்லை. "நாய்கள் குறைத்துவிட்டுப் போகட்டும் - சிங்கம் தான் எப்பொழுதும் ராஜா" என்று என்னை உற்சாகப்படுத்தினார். என் மனைவி மற்றும் அவர் பெற்றோரை அழைத்து நான் சந்நியாசம் சென்றுவிடப் போகிறேன் எனப் பலர் எச்சரித்தும் அவர்கள் உறுதியாக இருந்தார்கள். இறைவன் எனக்குப் பரிசளித்த மிகச் சிறந்த வாழ்க்கைத் துணை என்பதை ஜிதா மீண்டும் மீண்டும் நிரூபித்து வருகின்றார்.

இந்த விளம்பரத்தில் என் அம்மாவிற்கும் கொஞ்சம் பங்கிருக்கின்றது என்று சொன்னால் அது பொய்யாகாது. என் சகோதரனை இழந்ததிலிருந்து, என் அம்மாவை ஒருபொழுதும் காயப்படுத்தக்கூடாது என்பதில் நான் எப்பொழுதும் விழிப்புடன் இருந்தேன். அந்த மனப்பான்மையில் அவரிடம் எல்லாவற்றையும் பகிர்ந்துகொண்டேன். நான் கூறிய செய்திகளை அவரின் 'நலம் விரும்பிகளுக்கும்' பகிர்வார் என்று நான் அறிந்திருக்கவில்லை. நிச்சயமாக அவர் தீங்கு நேர்வதற்காக எதையும் சொல்லவில்லை. மகிழ்ச்சியுடனும், பெருமையுடனும் சொல்லியிருக்கின்றார். ஆனால் கிசுகிசுப்பவர்கள் தங்களுக்கு கிடைத்த செய்திகளில் தங்களின் சொந்த கருத்துக்களையும் சேர்த்து கிசுகிசுப்பார்கள். இதில் உச்சமாக லாலு மற்றும் வேணுவும் சிறு சிறு செய்திகளை தங்கள் பங்கிற்குக்

கொட்டியிருக்கின்றார்கள். நாராயணன் என்றுமே நடுநிலைப் பக்குவம் கொண்டவர். எந்த விதமான செய்தியாக இருந்தாலும் அதிக மகிழ்ச்சியோ, அதிக துக்கமோ அடையமாட்டார்.

திரூரில் நான் ஒரு நட்சத்திரமாக மாறிவிட்டேன் என லாலு தன் வருகையின் பொழுது சொல்லிமுடித்தார். "என்னை சன்னியாசத்திற்கு அனுப்பிய எனது பூமி" என்று சொல்லி நாங்கள் மனம் விட்டுச் சிரித்தோம்.

சரி, வதந்திகளுக்கென்று ஒரு தனிப் பாதை உள்ளது. அது எப்பொழுதும் எளிமையானதாக இருக்காது. பழனியில் திரூரைச் பூர்வீகமாகக் கொண்ட ஒரு நபர் பிரபேட்டன் என்று அன்புடன் அழைக்கப்பட்டார். இந்த வதந்திகளைக் கேள்விப்பட்ட அவர் என்னைப் பார்க்க வந்திருந்தார். சத்தியமாக நான் பழனிக்குச் சென்ற எந்த நேரத்திலும் அவரைப் பார்த்ததில்லை. அவரை விசாரித்துச் சந்திக்கச் சென்றதுமில்லை. வதந்திகளுக்குப் பின்னால் உள்ள முக்கியப் பொருளைப் புரிந்து கொள்வதற்காக எனது உறவினர்கள் சிலர் அவரைத் தொடர்பு கொண்டு விசாரித்துள்ளனர். முதல்வர் ஜெயலலிதாவே என்னைச் சந்திக்க வந்திருந்தார் என்ற அளவில் செய்திகள் பெருகியிருந்தன. படைப்பாற்றலுக்கு எல்லையே இல்லை! காலப்போக்கில் பிரபேட்டன் எனக்கு ஒரு நிலையான பார்வையாளராக மாறிவிட்டார்.

இத்தனை குழப்பங்களுக்கிடையில் ஒரு நாள் பிரபேட்டன் காளியப்பனிடம் சென்று, என்னைப் பற்றி அவருக்கு தெரியும் என்றும், முருகப்பெருமானின் அருளால் நான் அவர்களுக்கு இரண்டாவது முருகர் சிலையைக் கண்டுபிடித்து தருவேனென்றும் உறுதியளித்துள்ளார். இதைக் குறித்து காளியப்பன் என்னிடம் கேட்டார். இதைப் பற்றி நான் எதுவும் சொல்லவில்லை என்பதைத் தெளிவுபடுத்தியதோடு எனது சொந்த ஊரில் பரவும் வதந்திகள் குறித்து அவரிடம் தெரிவித்தேன். அன்றுமுதல் ஆணையரிடம் ஒரு அதிருப்தியை என்னால் உணர முடிந்தது. முன்பிருந்த புன்னகை அவரிடம் இல்லை. எல்லாம் சரியாக இருக்கின்றதா என்பதைப் போல் கைகளை மட்டும் உயர்த்தி கேட்பார்.

என்னுடைய விரதத்தின் 12வது நாளில் ஒரு முழுமையான கிளர்ச்சியாளரான வி. எஸ் பாலசுப்ரமணியம் என்னை சந்திக்க வந்திருந்தார். தீவிர முருக பக்தராக இருந்தாலும் அவர் தேவசம்

போர்டுக்கு எதிராகக் கிளர்ச்சி செய்தவர். தேவசம் போர்டை எதிர்த்து நீதிமன்றம் கூட செல்லக் கூடியவர். போகர் சித்தரால் செய்யப்பட்ட இரண்டாவது சிலை பற்றிக் கேள்விப்பட்டதும் என்னைப் பார்க்க விரும்பினார். அவர் என்னை அவருடன் ஒரு இடத்திற்கு வருமாறு வற்புறுத்தினார். என் கணிப்புகள் மற்றும் என் கனவுகள் போன்றவை உண்மையா என்பதைத் தெரிந்து கொள்ள விரும்பினார். அது பழனிக்குள் மிகவும் தொலைதூர இடமாக இருந்தது. அங்கே ஒரு பெரிய முற்றத்தின் நடுவில் ஒரு நபர் நின்றிருந்தார். பச்சை நிற வேட்டி, நெற்றியில் சாம்பல் பட்டைகள், அவருக்கு முன்னால் எரியும் கற்பூரத் தட்டு எனப் பார்ப்பதற்குத் தமிழ்த் திரைப்படங்களில் வரும் மந்திரவாதியை ஒத்திருந்தார். நான், பிரபேட்டன், பாலசுப்ரமணியம் மற்றும் நாராயணன் ஆகியோர் அவர் முன் தரையில் அமர்ந்திருந்தோம்.

கொஞ்சம் நகைச்சுவையாக இருந்தது. அங்குப் பெரிதாக எதுவும் நடக்கவில்லை. மந்திரங்கள் எதுவும் உச்சரிக்கப்படவில்லை. அவர் காற்றில் ஏதோ முணுமுணுத்துக்கொண்டிருந்தார். அந்த மந்திரவாதி யாரோ கண்ணிற்குத் தெரியாதவரிடம் முணுமுணுப்பது போல் இருந்தது. "போ! நான் உன்னை அழைத்த போது நீ வரவே இல்லை... நான் இப்பொழுது உன்னை அழைக்கவில்லை... இல்லை, இல்லை நீ கடைசியாக வந்த போது அதையெல்லாம் உனக்குக் கொடுத்தேன். இல்லை, போ..." என்பது போல் சப்தம் கேட்டது. அவ்வப்பொழுது நிசப்தம் நிலவியது. கண்ணிற்குத் தெரியாத ஒரு உயிரோடு அவர் பேசிக்கொண்டிருந்தது போல் தெரிந்தது.

இப்படியே 40 நிமிடங்கள் சென்றன. எனக்கு எல்லாவற்றிலும் சலிப்பு ஏற்பட ஆரம்பித்தது. சாதாரணமாக சம்மணமிட்டு அமர்ந்திருந்த என் நிலை மாறத் தொடங்கியது. திடீரென்று யாரோ என்னை பின்னால் இருந்து அடிப்பதை உணர்ந்து நான் கிளர்ச்சியில் கத்தினேன். திரும்பிப் பார்த்தால் யாரும் இல்லை. மந்திரவாதி என்ன நடந்தது என்று வினவினார். நான் அனுபவித்ததைச் சொன்னவுடன் எங்களை அங்கிருந்து வெளியேறலாம் என்றார். நான் கனவில் கண்ட அனைத்தும் உண்மை என்றும் உறுதியளித்தார்.

இதெல்லாம் நடந்துகொண்டிருக்கும்பொழுது பிரபேட்டன் எனக்கு இன்னுமொரு பரிசைக் கொடுத்தார். அது ஒரு சன் தொலைக்காட்சி பத்திரிகையாளர். இவை அனைத்தும் முற்றிலும்

ரகசியமாக இருக்க வேண்டும் என்று நான் ஒரு லட்ச முறை வலியுறுத்திய பிறகு நடந்த சம்பவம் இது. என் அதிர்ஷ்டம் அன்றைய பத்திரிகையாளர்கள் இன்று போல் ஆக்ரோஷமாக இல்லை. இன்று போல் இருந்திருந்தால் பத்திரிகையாளர் என்னைச் சந்திப்பதற்கு முன்பே தொலைக்காட்சியில் செய்தி ஓட ஆரம்பித்திருக்கும். அதிர்ஷ்டவசமாக என்னைச் சந்திக்க வந்த அந்த இளைஞர் என் வேண்டுகோளின் பேரில் பணிவுடன் சென்றுவிட்டார்.

எனது நோன்பின் 19வது நாள் விடியற்காலையில் எனக்கு இன்னொரு கனவு வந்தது. நான், காளியப்பன் மற்றும் ஆணையர் ஆகிய மூவரும் கடந்த முறைக் காட்டிய பாதையில் சென்று கொண்டிருந்தோம். அங்கு கனமான இரும்பு வாயில் போட்டுப் பூட்டப்பட்டிருப்பதை மட்டும் பார்க்கமுடிந்தது. நாங்கள் எவ்வளவு முயற்சி செய்தாலும் அதனைத் திறக்கமுடியவில்லை. அதற்கான நேரம் இன்னும் வரவில்லை என்பதை உணர்ந்து என் கனவிலிருந்து மட்டும் அல்ல நிஜத்திலும் விழித்துக் கொண்டேன்.. முருகர் சொன்ன செய்தி எனக்குப் புரிந்தது. இந்த பணி ரகசியமாய் செய்யப்பட வேண்டியது.

இனி எனது விரதத்தை நிறுத்த ஆணையரின் அனுமதி தேவையில்லை. முருகப் பெருமான் பேசிவிட்டார். நான் பழனி மலையிலிருந்து கீழே இறங்கத் தொடங்கினேன்.

ஓம் சரவண பவாய நமஹ !!!

முருகருடனான எனது இரவு

பல நூற்றாண்டுகளுக்குப் பிறகு பழனி மலையில் முருகப்பெருமானுடன் 15 நாட்கள் நெருங்கி பழகியது நானாகத்தான் இருக்கும் என்று நினைக்கின்றேன். இறைவனின் திருவுருவத்தையும் ஒவ்வொரு அபிஷேகத்தையும் அருகே இருந்து பார்க்கும் பாக்கியம் எனக்குக் கிடைத்தது. இது ஒருவரின் வாழ்நாளில் பெறக்கூடிய மிக அரிய பாக்கியமாகும். நிச்சயமாகப் பழனியில் பலர் விரதம் கடைப்பிடித்திருப்பார்கள். ஆனால் தேவஸ்தானம் வழங்கும் பல சலுகைகளை அனுபவித்துக் கொண்டு கோவிலில் சுதந்திரமாக இறைவனுடன் இருப்பதென்பது மிகவும் அரிதான விஷயம். இந்த எண்ணங்களே என்னை ஒரு மயக்க நிலைக்குக் கொண்டு செல்ல போதுமானதாக இருந்தது.

பழனியிலிருந்து வீடு திரும்பியதில் எனக்கு எந்த வருத்தமும் இல்லை. அத்தகைய பணிக்கு எனக்கு தேவையான முதிர்ச்சி இல்லை என்பதை உணர்ந்தேன். இரண்டாவது சிலையை ஏற்கும் அளவிற்கு இந்த உலகம் இன்னும் தயாராகவில்லை என்ற உண்மையும் இதனுடன் இணைந்திருக்கலாம். முருகப்பெருமான் என்னைச் சோதிக்கின்றார் என்று நான் புரிந்து கொண்டேன். சரி, எல்லாவற்றிலும் ஒரு நல்ல முடிவு இருந்தது. பழனிமலை அளித்த அனைத்தையும் வைத்து நான் ஒரு முழு முருக பக்தனாக மாறிவிட்டேன். எனது திரைப்பட கனவுகள் எவ்வளவு குழந்தைத்தனமானது என்பதை நான் உணர ஆரம்பித்தேன். முருகப்பெருமான் எனக்கு வழங்கிய கடமையின் ஈர்ப்பை நான் உணர ஆரம்பித்தேன். அப்பொழுது நான் ஒரு

ஆழ்ந்த புரிதலுக்கு வந்தேன். ஒரு சாதாரண மனிதனான நான் எந்த முடிவையும் நானே எடுக்க வேண்டியதில்லை என்பதை உணர்ந்தேன். தீர்மானங்கள் இறைவனுக்குரியவை. நாம் அந்த பாதையில் மட்டுமே நடக்க வேண்டும்.

அன்றிலிருந்து நான் ஒரு சாதாரண ரெஜித் குமாரின் வாழ்க்கையை வாழ்வேன் என்று முடிவு செய்தேன். தெய்வீக பணியில் நான் ஒரு கருவியாக இருக்க வேண்டும் என்றிருந்தால் நான் சரியான நேரத்தில் வழிநடத்தப்படுவேன். அந்த தெய்வீக வழிகாட்டல்களுக்காக நான் காத்திருப்பதாக உறுதியளித்தேன். பழனி மலையிலிருந்து இறங்கிய பொழுது நான் எடுத்த உறுதியான முடிவு இது.

கடந்த சில நாட்களில் நான் சந்தித்த பல நபர்களின் இடத்திலிருந்து நடந்தவற்றை எல்லாம் யோசித்துப் பார்த்தேன். முதலில் ஆணையர் சுந்தரம் அவர்கள். அரசாங்கத்தின் கட்டுப்பாட்டில் இருக்கும்பொழுது இவ்வளவு பெரிய பணியைச் செய்வது அவருக்கு மிகப்பெரிய விஷயமாக இருந்தது. ஶ்ரீ உன்னிகிருஷ்ண பணிக்கர் கணிப்பின் ஆதரவும் அவருக்கு இருந்தது. நான் பழனி மலையிலிருந்து வெளியேறும் முடிவை அவரிடம் அறிவிக்கையிலே, அவர் மிகவும் நிதானமாக உலக ஆதாயங்கள் அனைத்தையும் ஒதுக்கிவைத்துவிட்டு, இன்னும் அதற்கான நேரம் வரவில்லை என்று கூறினார். அங்கே அவருடைய அழகான உள்ளத்தையும் முருகப் பெருமானின் மீதுள்ள அளவற்ற பக்தியையும் உணர முடிந்தது.

காளியப்பன் இன்றும் எனக்கு நண்பராக இருக்கின்றார். முருகப்பெருமானிடமும் அவரது முதலாளியான ஆணையர் சுந்தரத்துடனும் அவர் கொண்டிருந்த நேர்மை, விசுவாசம் மற்றும் பணிவு போற்றுதலுக்குரியது.

நான் யார் மீதும் எந்த எதிர்மறை எண்ணங்களையும் கொண்டிருக்கவில்லை.

பிரபேட்டன் எது செய்தாலும் அதில் அவரது அன்பு, அக்கறை மற்றும் பாசம் நிறைந்திருந்ததை என்னால் புரிந்து கொள்ள முடிந்தது.

அன்றைக்கு என்னிடமிருந்தப் பல கேள்விகளுக்கு இன்று விடைகளை பெறும் அளவிற்கு நான் வளர்ந்திருக்கின்றேன் என்பதை நான் பாக்கியமாகக் கருதுகின்றேன். ஒரு பெரும் பணியை ஒப்படைக்க முருகப்பெருமான் வைத்த தேர்வாகக் கூட அது இருந்திருக்கலாம். அதற்கான முதல் இழை தான் எனக்கு

வந்த கனவுகள் மற்றும் அனுபவங்கள். அதனைத் தொடர்ந்து அந்த சங்கிலியில் இணைக்கப்பட்ட அனைவரும் முருகரின் ஆசீர்வாதத்தால் தங்கள் பங்கைச் சிறப்பாகச் செய்தனர். ஆற்றல் மாற்றத்திற்கான ஆரம்ப அறிகுறிகளைக் கூட உலகம் அப்பொழுது காட்டவில்லை. 18 சித்தர்களின் ஆற்றல்களை 18 நாட்களில் அனுபவிக்கும் வகையில் வடிவமைக்கப்பட்ட பாதை தான் என் 18 நாள் விரதம் என்று இன்றுவரை நான் நம்புகின்றேன். அதற்கு என்னைப் போன்ற ஒரு மனிதன் தேர்ந்தெடுக்கப்பட்டான்! இது ஒருவேளை எதிர்காலத்திற்கான ஆயத்தப் பாடமாகக் கூட இருந்திருக்கலாம், யாருக்குத் தெரியும்?

அன்றிலிருந்து இறைவன் என்னை அவர் கட்டுப்பாட்டில் வைத்துக்கொண்டார். என்னை எப்பொழுதும் ஒரு உயர்ந்த அதிர்வலையில் வைத்திருப்பதைப் போல. இது நடைமுறைக்கு வருவதற்கு நான் உணர்வுப்பூர்வமாக சில அனுபவங்களைச் சந்திக்க வேண்டியிருந்தது. நான் பழனி மலையிலிருந்து இறங்கிய உடன் அது நிற்கவில்லை. எனது அதிர்வலைகளை உயர்ந்த இடத்தில் நிலைத்திருக்கச் செய்வது இறைவனின் நிலையான முயற்சியாக இருந்தது. இது இந்த பாதையின் தொடக்கம் தான். இறைவன் தீர்மானித்த நேரத்தில், உலகமும் நானும் அந்த இரண்டாவது சிலையிலிருக்கும் ஆற்றலைப் பெறத் தயாராக இருக்கும்பொழுது அனைத்தும் குறைவின்றி நடைபெறும்.

நான் பழனியிலிருந்து திரும்பி வந்த பிறகு என் வழக்கமான வாழ்க்கையைத் தொடர்ந்தேன். ஒரு கணவனாக, மகனாக, நண்பனாக, பணியாளனாக என் கடமைகளைத் தொடர்ந்து செய்து வந்தேன். நான் தவறாமல் பணிக்குச் சென்றேன். எனது வாசிப்புப் பழக்கத்தைத் தொடர்ந்தேன். என் கர்ப்பிணி மனைவியை மிகவும் கவனித்துக் கொண்டேன். எனது நண்பர்களுடன் தரமான நேரத்தைச் செலவிட்டேன். வதந்திகளைச் சுவைத்துக்கொண்டிருந்த மக்கள் அமைதியடைந்தனர். நான் சன்னியாசத்தில் சேரவில்லை என்றும், நான் ஆன்மீகத் தலைவர் இல்லை என்றும் அவர்கள் புரிந்து கொண்டனர்.

என் மனைவியின் பிரசவ காலம் நெருங்கிவிட்டதால் அடிக்கடி சுவர் நாட்காட்டியைப் பார்ப்பது எனது வழக்கமாக இருந்தது. விரைவில் தந்தையாகப் போகும் நான் எப்பொழுது குழந்தைப் பிறக்கும் எனத் தொடர்ந்து யோசித்துக்கொண்டிருப்பேன்.

மருத்துவர்கள் அறிவித்த தேதிக்கு முன்னரோ அல்லது அதற்குப் பின்னரோ குழந்தைப் பிறக்கும் வாய்ப்புகள் உண்டு, இல்லையா? அப்படி ஒரு நாள் நாட்காட்டியைப் பார்க்கையிலே அதில் சஷ்டி என்ற ஒரு வார்த்தையைக் கவனித்தேன். முருகப்பெருமான் என் வாழ்வில் சாதாரணமாக நுழையவில்லை என்பது இப்பொழுது மீண்டும் உறுதியாகிவிட்டது. இது தற்செயல் நிகழ்வு அல்ல என்பதில் நான் உறுதியாக இருந்தேன். என் நம்பிக்கை உண்மையாக இருந்தால் என் முதல் குழந்தை சஷ்டியன்று தான் பிறக்கும். முருகப்பெருமானால் நான் ஆசிர்வதிக்கப்பட்டவன் என்பதை உணர்த்தும் உண்மையான தீர்ப்பு அதுவாக தான் இருக்கும். நம் குழந்தை சஷ்டி அன்று பிறக்கும் என்று ஜிதாவிடம் நான் கூறியபொழுது, அவருக்குத் தெரியாமல் நான் சி-பிரிவு தேதியை நிர்ணயித்திருக்கின்றேனா என்று கேலியாகக் கேட்டார். அவரின் நகைச்சுவையை ஒதுக்கிவிட்டு அவருக்கு சஷ்டி அன்று சுகப் பிரசவம் தான் நடக்கும் என்று உறுதியளித்தேன். இவையனைத்தும் தற்செயலாக நடக்கின்றது என்று வாதம் செய்யும் தர்க்க வாதிகளுக்கு நான் ஒன்றைச் சொல்லிக்கொள்கின்றேன். என்னையும் தர்க்கம் தான் இயக்குகின்றது. என்னை இயக்குபவரின் தெய்வீகத் தன்மையாலும், அவர் என் மீது பொழியும் தர்க்கத்தாலும் தான் நான் இயக்கப்படுகின்றேன்.

என் நம்பிக்கையின்படி எங்கள் குழந்தை நக்ஷத்ரா சஷ்டி அன்று பிறந்தாள்.

நக்ஷத்ரா பிறந்த உடனேயே எனக்கு மீண்டும் ஒரு கனவு வந்தது. என் கனவில் நான் ஒரு மலையைக் கண்டேன். அங்கே ஒரு குகைத் தெரிந்தது. இதுவும் போகர் சித்தருடன் இணைக்கப்பட்டிருந்ததாகப் புரிந்தது. தெளிவான நீர் ஆதாரம் அங்கிருந்து தோன்றியதை நான் மிகத் தெளிவாக நினைவில் வைத்திருந்தேன். அப்பொழுது பிரபேத்தனும் பாலசுப்ரமணியமும் எனக்கு மிக நெருக்கமாக இருந்தார்கள். பாலசுப்ரமணியம் பழனியில் உள்ள மலைகள் பற்றிய அபார அறிவு கொண்டவர். நான் சொன்ன விளக்கத்தை வைத்து அந்த மலையின் பெயர் கன்னி வாடி என்று விளக்கினார். அங்குச் செல்லலாம் என்றார். அப்படியே செய்தோம்.

நான் முன்பு குறிப்பிட்டது போல், இனி சுயமாக எதையும் செய்யக்கூடாது என்றும், இறைவன் அறிவுறுத்தினால் மட்டுமே செயல்பட வேண்டும் என்றும் தீர்மானித்திருந்தேன். ஒரு பொங்கல்

நாளில் நான் பழனிமலை ஏறி முருகப் பெருமானை வணங்கிவிட்டு பிரபேந்தனுடன் பாலசுப்ரமணியம் வீட்டிற்குச் சென்றிருந்தேன். அவர் வீட்டில் பொங்கல் பாயசம் சாப்பிடும் பொழுது கன்னிவாடி என்ற இடத்தின் தொலைவு குறித்துப் பேசிக்கொண்டிருந்தோம். அது இங்கிருந்து 50 கிலோ மீட்டர் தொலைவில் உள்ளது என்றும், அதற்கு வாடகை வண்டி தேவைப்படும் என்றும் தெரிந்து கொண்டேன். அப்பொழுது பொருளாதார ரீதியில் நான் சரியாக இல்லாததால் எனக்குச் சற்று நடுக்கமாக இருந்தது. நான் தனியொருவனாக என் வீட்டைப் புதுப்பித்து பின் திருமண விழாவையும் ஓரளவு பிரமாண்டமான முறையில் ஏற்பாடு செய்திருந்தேன். ஆகையால் அவ்வளவு பணம் அப்பொழுது என்னிடம் இல்லை.

பிரபேட்டன் எங்கள் பயணத்திற்கு ஒரு சிறிய வேனை வாடகைக்கு எடுத்து நாங்கள் செல்ல வேண்டிய இடத்தை பற்றி ஓட்டுநரிடம் விளக்கினார். ஓட்டுநர் 1500 ரூபாய் கேட்டார். என் பணப்பையில் 850 ரூபாய்க்கும் குறைவாகவே இருந்தது. ஆகையால் என்னிடம் போதுமான நிதி இல்லை என்று சொல்லி மறுத்துவிட்டேன். யோசனையைக் கைவிட முடிவு செய்தோம்.

பழனிமலை அடிவாரத்தில் அமைந்திருந்த பாலசுப்ரமணியனின் வீட்டை விட்டு வெளியே வந்தோம். நான் நிச்சயம் ஒரு நாள் அந்த இடத்திற்குப் பயணம் மேற்கொள்வேன். ஆனால் இன்று முடியவில்லை என்று கம்பீரமாய் நின்று கொண்டிருந்த பழனி மலையைப் பார்த்து என் உள்ளத்திலிருந்து பிரார்த்தனை செய்தேன்.

ஆனால் நமக்கென்ன தெரியும். மனிதன் ஒன்று நினைத்தால் தெய்வம் வேறொன்று நினைக்கும். பயணத்திற்கு வெறும் 600 ரூபாய் கேட்ட ஒரு வயதான ஓட்டுநரை பிரபேட்டன் கண்டுபிடித்தார். எனவே இறைவனின் திட்டப்படி அன்று மாலையே கன்னிவாடியை அடைந்தோம்.

அந்த இடம் புதிது போல் எனக்குத் தெரியவில்லை. நான் கனவில் கண்ட அனைத்தையும் என்னால் அங்குக் காண முடிந்தது. புராணக் கதைகளின்படி போகர் சித்தர் அந்த மலையிலிருந்தே நவபாஷாண சிலைக்கான பல பொருட்களைச் சேகரித்தார் என்பதை அருகிலுள்ள ஆதாரங்களிலிருந்து புரிந்துகொண்டோம். நீர் நிலை, குகை என அங்கு இருந்த அனைத்தும் என் கண்களுக்கு விருந்து வைத்தன. கனவு நனவாகும் அனுபவங்கள் என்னை மிகவும் மகிழ்வித்தது.

காலப்போக்கில் பாலசுப்ரமணியத்தின் ஆர்வம் குறைந்துவிட்டது. இனி எந்த செயல்களுக்கும் அவர் ஆர்வம் காட்டப்போவதாகத் தெரியவில்லை என பிரபேட்டன் என்னிடம் தெரியப்படுத்தினர். முருகப்பெருமானின் இரண்டாவது சிலை குறித்த விஷயங்களில் எனக்கு நேரடியான தொடர்புகள் எதுவும் இல்லை என்பது பாலசுப்ரமணியத்தின் கருத்தாக இருப்பதாக என்னிடம் சொன்னார்.

பாலசுப்ரமணியத்தின் தொடர்புகள் மூலம் அவ்வாறு அவர் புரிந்துகொண்டாகத் தெரிந்தது. இது பிரபேத்தனுக்கும் பாலசுப்ரமணியத்துக்கும் இடையே சண்டையில் சென்று முடிந்தது. அந்த மோசமான அத்தியாயத்திலிருந்து எங்களுக்கு ஒரு புதிய நபரின் அறிமுகம் கிடைத்தது. அவர் பெயர் செந்தில். செந்திலை பாலசுப்ரமணியத்தின் சீடர் என்றும் சொல்லலாம்.

பிரபேத்தனுக்கும் பாலசுப்ரமணியத்துக்கும் இடையே ஏற்பட்ட சச்சரவை அமைதிப்படுத்த முயன்று எங்கள் நண்பர்கள் வரிசையில் நுழைந்தவர் அவர்.

2006 – 2015 வரை செந்தில் எனது பயண கூட்டாளியாகவும், நான் கனவு காணும் இடங்களுக்கு வழிகாட்டியாகவும் இருந்தார். இதில் ஒரு வினோதம் என்னவென்றால் நான் செந்திலுடன் பழக ஆரம்பித்து 14 வருடங்கள் கழித்துத் தான் மீண்டும் பிரபேத்தனை திருரில் சந்தித்தேன். கடவுள் ஒவ்வொரு பயணத்திற்கும் ஒவ்வொருவரை அனுப்புகின்றார். ஆனால் பயணத்தை என்றும் நிறுத்துவதில்லை என்று என்னால் புரிந்து கொள்ள முடிந்தது. நாங்கள் சந்திக்காமலிருந்ததற்கு எந்த காரணமும் இல்லை என்பதற்காக இதைச் சொல்கின்றேன். சந்திக்கவில்லை. அவ்வளவுதான். காரணமே இல்லாமல் நாங்கள் சந்திக்காமலிருந்தோம். நடக்கும் சில விஷயங்களுக்கு எந்த விளக்கமும் இருப்பதாக எனக்குத் தெரியவில்லை.

நாராயணன் என் ஆத்ம தோழன் என்று அனைவருக்கும் தெரிந்திருக்கும். லாலு, வேணு மற்றும் நாராயணன் என அனைவரும் என் மனதிற்கு நெருக்கமானவர்கள். இருப்பினும் ஒவ்வொரு கனவைத் தொடர்ந்து வரும் காலையிலும் நான் நாராயணனிடம் தான் செல்வேன். திருச்சூர் மருத்துவக் கல்லூரியின் சிறப்பு மருத்துவர் ஒருவர் நாராயணனுக்கு நண்பனாக இருந்தார். எனது கனவுகளை அவரது மருத்துவர் நண்பரிடம் அடிக்கடி கூறிவந்தார். மருத்துவரைப் பொறுத்தவரை நான் கனவில் காண்பது அனைத்தும் மாயை.

அதை நான் உண்மை என்று நம்புகின்றேன். எதிர்காலத்தில் இவை மாயைகள் என்ற உண்மையை என்னால் கையாள முடியாது அல்லது நான் மாயைகளுக்கும் யதார்த்தத்திற்கும் இடையில் போராட வேண்டியிருக்கும் என்று அவர் நாராயணனை எச்சரித்திருந்தார். இதையெல்லாம் வெறும் மாயைகள் என்று புரிந்துகொள்வது நல்லது என்றும் அவர் அறிவுறுத்தினார். அதுவே எனக்கு நல்லது என்பது அவர் கருத்தாக இருந்தது.

தன் பங்கிற்கு நாராயணனும் எனக்கு அறிவுரை கூறி சமாதானப்படுத்த முயன்றார். ஆனால் எப்படி என்னால் கைவிட முடியும்? நான் என்ன அனுபவிக்கின்றேன் என்று எனக்கு மட்டுமே தெரியும். இவற்றில் எந்த ஒரு பொய்யோ, மிகைப்படுத்தலோ ஒருபொழுது இணைக்கப்படவில்லை. பிறகு அவை எப்படி வெறும் மாயைகளாக இருக்க முடியும்? நான் முன்பின் கேள்விப்பட்டிராத போகர் சித்தரை எப்படிக் கனவில் காண்பேன்? குரங்கன் பாறை பற்றி நான் எப்படி கனவு கண்டிருப்பேன்? நான் கனவில் கண்ட ஒவ்வொரு இடமும் நிஜத்திலும் இருந்தது.

நல்ல வேளை நான் இந்த மாயை வாதத்திற்கு அடிபணியயவில்லை. இன்று நமது LMRK இயக்கத்துடன் தொடர்புடைய பல மருத்துவர்கள் மற்றும் பல்வேறு துறைகளில் அறிவியலை அறிந்தவர்கள் உள்ளனர். அறிவியலும் ஆன்மிகமும் பழங்காலத்திலிருந்தே எதிரெதிர் துருவங்கள் என்று அழைக்கப்படுகின்றன. எதிரெதிர்கள் ஈர்க்கப்படுகின்றன என்பதை விஞ்ஞானம் நிரூபித்துள்ளது, இல்லையா? இனி என் கனவுகளையும், தரிசனங்களையும் என்னால் அவரிடம் பகிர்ந்து கொள்ள முடியாது என உணர்ந்த நாராயணன் விரைவில் இதிலிருந்து விலகிக்கொண்டார். அந்த அதிர்வை நாங்கள் இழந்துவிட்டோம் என்பதை நான் அடையாளம் கண்டுகொண்டேன். இருப்பினும் அவர் அன்றும், இன்றும், என்றும் என் இதயத்திற்கு அருகில் இருப்பவர். அவர் ஒரு கனிவான ஆன்மா. என்னை எந்த விதத்திலும் யாரையும் காயப்படுத்தக் கூடாது என்பது மட்டுமே அவரின் நோக்கமாக இருந்தது. அவர் இன்றும் எனக்கு அதே உடன்பிறப்பு போன்ற நண்பர் தான். இன்றும் எனக்காக எந்த கேள்வியும் கேட்காமல் ஓடிவிடுவார்.

மனிதர்களுக்கு ஒரே மாதிரியான புரிதல்கள் இருந்தால் கடவுள் அதற்கான பாலங்களை உருவாக்குவார். இதோ எனக்கு

செந்தில் கிடைத்ததுபோல. செந்திலுக்கும் இவை அனைத்திலும் ஆழ்ந்த ஆர்வம் இருந்தது என்பது வரும் அத்தியாயங்களின் மூலம் உங்களுக்குத் தெளிவாகப் புரியும். செந்தில் தனது சகோதரர்களுடன் பழனிமலை அடிவாரத்தில் கடை ஒன்றை நடத்தி வருகின்றார். அது பஞ்சாமிர்தம், பொம்மைகள் மற்றும் இனிப்புகளை விற்பனை செய்யக்கூடிய ஒரு மகிழ்ச்சியான அங்காடி.

சரியான நேரத்தில் நான் மற்றொரு கனவு கண்டேன். அந்த கனவில் முருகர் கோவில் கடலை நோக்கியிருப்பதுத் தெள்ளத் தெளிவாகத் தெரிந்தது. நான் அந்த இடத்திற்குச் செல்ல வேண்டும் என்று ஒரு குரல் வந்தது. நான் அங்குச் செல்லமாட்டேன் என்று என் கனவில் பதிலளித்தேன். அது மிகவும் அசாதாரணமானது. அப்பொழுது கடலின் ஒரு முனையில் அசைவு இருப்பதைக் கண்டேன். திடீரென்று கடல் நீர் மிக உயரத்திற்கு எழுந்தது. எனக்கு முன்னாள் கடல் ஒரு மலையைப் போலத் தெரிந்தது. அதைப் பார்த்த பின் நான் செல்கின்றேன் என்று விரக்தியில் கத்தினேன். என் கனவில் நான் முற்றிலும் பயந்து அலறி அழுகின்றேன்! ஒரு கணம் அந்த கடல் மலை வடிவத்தில் நின்று காட்சியளித்தது. அங்கு வந்து பணம் செலுத்திப் பார்த்து விட்டு உடனே செல்லக் கூடாது. "நீங்கள் என்னுடன் ஒரு இரவைக் கழிக்க வேண்டும்" என்று ஒரு குரல் வற்புறுத்தியது.

நான் தூக்கத்திலிருந்து அதிர்ச்சியுடன் எழுந்துவிட்டேன். என்னால் மீண்டும் தூங்கமுடியவில்லை. பொதுவாக முருகர் கோவில்கள் மலைமீது தான் அதிகம் அமைந்திருக்கும். எனக்குத் தெரிந்தவரையில் திருச்செந்தூரில் தான் கடலுடன் சேர்ந்த கோவிலிருந்தது. நான் விசாரிக்கையிலே என் கணிப்புகள் சரியாக இருந்ததை உணர்ந்தேன்.

நான், லாலு மற்றும் நம்பிக்கையற்ற நாராயணன் மூவரும் ரயில் மூலமாகத் திருச்செந்தூர் சென்றோம். 2004 சுனாமிக்கு முன்னர் கடல் சிறிது சிறிதாகக் கரையிலிருந்து பின்வாங்கியது உங்களுக்கு நினைவிருக்கின்றதா? அதன்பின் பேரழிவுகள் நிகழ்ந்தன. திருச்செந்தூரில் கடல் பின்வாங்கிய பிறகும் கடலில் சீற்றமே இல்லை என்பது ஒரு அதிசயம். திருச்செந்தூர் கோவில் சுமார் 60 மீட்டர் தொலைவில் உள்ளது. இவ்வளவு தூரம் கோவிலின் சக்தி வெளிப்படுகின்றதா என்று நான் ஆச்சரியப்பட்டேன். திருச்செந்தூர் பூமியில் பஞ்சபூதங்களும் நல்ல சமநிலையில் உள்ளது என்பது ஒரு பிரபலமான தகவல். திருச்செந்தூரில் பஞ்சபூத சக்திகளைக் கொண்ட

ஒரு பாறை உள்ளது. அது தான் அந்த கோவிலை நிறுவுவதற்கு வழிவகுத்தது.

என் கனவையும் அதில் வந்த இடத்தையும் புரிந்துகொள்வதற்காகவே நாங்கள் பயணம் செய்தோம். திருச்சூரிலிருந்து திருநெல்வேலி வரை ரயிலில் சென்றோம். அதன் பின் உள்ளூர் ரயில் மூலம் திருச்செந்தூர் சென்றோம். கனவில் எனக்குக் கொடுக்கப்பட்ட அறிவுறுத்தலை எப்படி நிறைவேற்றுவது என்று யோசனையாக இருந்தது. நான் ஒரு இரவு முழுவதும் கோயிலுக்குள் இருக்க வேண்டும். இரவு ஒன்பது மணிக்கு மேல் எந்த கோயிலும் திறந்திருப்பதாக நான் கேள்விப்பட்டதே இல்லை. ஒருவேளை எனக்குத் தெரியாமல் எங்காவது அப்படி இருக்கின்றதா என்றும் தெரியவில்லை.

அங்கு எங்களுக்கு ஒரு அதிர்ச்சி காத்திருந்தது. அங்கு நம்ப முடியாத அளவுக்குக் கூட்டம் இருந்தது. அதனால் கோயிலுக்கு அருகில் செல்ல முடியாத நிலை ஏற்பட்டது. நாங்கள் விசாரித்தபொழுது சூரசம்ஹாரத்திற்கு முந்தைய ஆறு நாள் விரதம் மறுநாள் தொடங்குகின்றது என்பதைத் தெரிந்துகொண்டோம். அந்த பகுதியில் அந்த நாள் மிகவும் முக்கியத்துவம் வாய்ந்ததாக கருதப்படுகின்றது. எப்படியோ கூட்டத்தைக் கடந்து கோயிலுக்குள் நுழைந்தோம்.

வாசகர்களாகிய உங்களில் யாராவது திருச்செந்தூர் முருக க்ஷேத்திரத்திற்கு இதுவரை செல்லவில்லை என்றால், அது நிச்சயமாக நீங்கள் செல்ல வேண்டிய இடங்களின் பட்டியலில் இருக்கத் தகுதியானது. கோவில் முழுவதும் கிரானைட் கற்களால் கட்டப்பட்டுள்ளது. கோவிலில் 137 அடி உயரமான கோபுரம் உள்ளது.

முதலில் கோவிலுக்கு வெளியே சுற்றியிருந்த நிலத்திற்குள் நுழைந்தோம். அங்குப் பாய்கள் போடப்பட்டிருந்தன. ஒவ்வொரு பாயின் மேலேயும் எங்கள் போடப்பட்டிருந்ததைப் பார்த்து வியந்தோம். இந்த பாய்களில் மக்கள் படுத்திருந்தார்கள். அதிகாரியிடம் விசாரித்தபொழுது சூரசம்ஹாரத்திற்கு முந்தைய ஆறு நாள் விரதம் கடைப்பிடிக்கும் மக்களுக்கான ஏற்பாடு இது என்பதைத் தெரிந்து கொண்டோம். கோவிலில் இரவைக் கழிப்பது என்பது சாத்தியம் என்று இதிலிருந்து தெரிந்தது. ஆனால் அதற்கு முன்பதிவு முறை இருந்தது. நாங்கள் விசாரித்தபொழுது அந்த இடங்கள் 100%

முன்பதிவு செய்யப்பட்டுள்ளது என்பதை அறிந்து கொண்டோம். நாங்கள் எனது கனவு போன்றவற்றை விவரிக்க முயன்றோம். ஆனால் அங்கு எந்த உதவியும் கிடைக்கவில்லை. லாலு அவர்களை மேலும் சமாதானப்படுத்த முயன்றார். இரவு பத்து மணிக்குப் பிறகு அவர்களை மீண்டும் வந்து சந்திக்கச் சொன்னார்கள். யாராவது வரவில்லையென்றால் எங்களைத் தங்க வைக்கலாம் என்றார்கள். இடங்களை முன்பதிவு செய்தவர்கள் ஒருவேளை வந்துவிட்டால் எதுவும் செய்ய முடியாது என்று எச்சரித்தனர்.

எங்களின் வழிபாட்டை முடித்தபிறகு நாங்கள் மூவரும் ஒரு விடுதி அறையைத் தேடி ஊர் முழுவதும் சுற்றினோம். இறுதியாக எங்களால் ஒரு விடுதி அறையைப் பெற முடிந்தது. சுற்றுப்புறம் முழுவதும் பயங்கரமாக முன்பதிவு செய்யப்பட்டிருந்தது. நாங்கள் மூவரும் கடற்கரையோரம் கொஞ்சம் அரட்டை அடித்துக் கொண்டு நேரத்தைக் கழித்தோம். இரவு பத்து மணியளவில் நானும் லாலுவும் கோவிலுக்கு விரைந்தோம். விடுதி அறையில் ஓய்வு எடுப்பதாக நாராயணன் கூறினார்.

நானும் லாலுவும் சுற்றிப் பார்த்தோம். ஒவ்வொரு அங்குலமும் ஒவ்வொரு பாயால் ஆக்கிரமிக்கப் பட்டிருந்தன. ஒரு வராண்டாவில் ஒரு மின்விசிறியின் கீழ் இரண்டு பாய்கள் எங்களுக்காக அமைக்கப்பட்டது போல் இருந்தது. எவ்வளவு அதிசயம்! ஏன் அந்த இடத்தை வேறுயாரும் ஆக்கிரமிக்கவில்லை? அது எங்களுக்கானது என்று எங்களுக்குத் தெரியும். நாங்கள் அந்த பாயில் படுத்துவிட்டோம். எங்களுக்காகக் கடல் காற்றால் வீசப்படும் மின்விசிறி, கடல் அலைகளின் சலசலக்கும் இசை மற்றும் எங்களுக்கு மேலே மின்னும் நட்சத்திரங்கள் என அனைத்தும் எங்களை விரைவாக உறங்கவைத்தது. திருச்செந்தூர் முருகர் கோவிலின் திடீர் பார்வையாளர்களாக நாங்கள் அங்கே இருந்தோம். கனவில் சொன்னதை போன்றே அங்கே இரவை கழிக்கின்றேன். இது ஒரு கனவா அல்லது நான் வாழ்கின்றேனா? எதுவாக இருந்தாலும் நான் முருகப்பெருமானின் அருளில் கலந்திருப்பதை ஆனந்தமாக உணர்ந்தேன்.

நாங்கள் ஆழ்ந்த உறக்கத்திலிருந்தபொழுது எங்களை யாரோ எழுப்புவதை உணர்ந்தோம். நாங்கள் அரைகுறையாக விழித்திருந்த நிலையில், நாங்கள் ஆக்கிரமித்திருந்த இடம் கோவில்

அதிகாரிகளுக்காக ஒதுக்கப்பட்டது என்பதை அறிந்தோம். சில வேலைகளுக்காக அவர்கள் கோவில் வளாகத்தை விட்டு வெளியே சென்றிருந்தார்கள். நாங்கள் நேரத்தைப் பார்த்த பொழுது அது சரியாக இரவு 2:30 மணி. நான்கு மணிநேர ஆழ்ந்த உறக்கத்தைப் பரிசாகப் பெற்றதற்கு நாங்கள் உண்மையிலேயே நன்றியுள்ளவர்களாக இருந்தோம். சில மணிநேரங்கள் அப்படியே அங்கேயே உட்கார்ந்திருக்கலாம் என நினைத்தோம். அப்பொழுது அதிகாரிகள் சொன்னது நினைவிற்கு வந்தது. கருவறை அதிகாலை மூன்று மணிக்குத் திறக்கப்படும் என்று அவர்கள் எங்களுக்குச் சொல்லியிருந்தார்கள். அதனால் விரைந்து சென்று குளித்து விட்டு கோவிலுக்குச் செல்லலாம் என முடிவு செய்தோம். நான் முடிவு செய்த பொழுது கோவில் மணியடித்தது. நடப்பதெல்லாம் கற்பனை போல் இருந்தது. நாங்கள் சுவாமி தரிசனம் செய்ய வரிசையில் வந்து நின்றோம். வரிசையில் நான் மூன்றாவது மற்றும் லாலு நான்காவது. சுவாமி தரிசனம் எங்கள் கண்களுக்கு விருந்தாக இருந்தது. நாங்கள் வெளியே வந்தபொழுது அந்த வரிசை மிக நீண்டு இருந்ததைக் கண்டு ஆச்சரியப்பட்டோம்.

என்ன ஒரு நம்பமுடியாத அற்புதமான பயணம் இது!

ஓம் சரவண பவாய நமஹ !!!

அத்தியாயம் 13

கடவுளின் அழைப்பு

மனித இனத்தின் பல்வேறு தலைமுறையினரைப் பருந்துப் பார்வை கொண்டு பார்த்தால் நமது தலைமுறை என்பது பல தொழில்நுட்பங்களுக்கு ஒரு நுழைவு வாயிலைப் போன்றிருக்கும். என் வயது வரம்புக்குள் வருபவர்களைப் பற்றி நான் சொல்கின்றேன். நமக்கு முந்திய தலைமுறையினர் கணினிகளைப் பயன்படுத்தவில்லை. நமக்கு பிந்திய தலைமுறையினர் முழு அளவிலான கணினிமயமாக்கப்பட்ட சகாப்தத்தின் மடியில் பிறந்தவர்கள். இன்றைய புதிய தலைமுறையின் முன் நீங்கள் ஒரு வார்த்தையைச் சொன்னால் சில நொடிகளில் அவர்களின் தொழில்நுட்பத் தேடலைப் பயன்படுத்தி அந்த வார்த்தையின் அனைத்து வகையான கண்ணோட்டங்களையும் விளக்கங்களையும் உங்களுக்கு அளிப்பார்கள். நீங்கள், "அட! இது எது செடி?" என்று உங்கள் கருத்தைச் சொல்வதற்கு முன்னாள் அவர்கள் அவர்களின் கூகுள் லென்ஸை ஆன் செய்கின்றார்கள். அதிலிருந்து அந்தச் செடியைப் பற்றி உங்களுக்குத் தேவையான மற்றும் தேவையில்லாத அனைத்து தகவல்களும் உங்களுக்கு வந்துவிடும்.

அந்த நாட்களில் கணினி என்பது நாம் கேள்விப்பட்ட முதல் அதிசயமாகும். முதன் முதலில் அதனைப் பார்த்த பொழுது ஒரு பிரபலத்தைப் பார்ப்பது போல் இருந்தது. அதைத் தொட்ட பொழுது அடைந்த உற்சாகம் விலைமதிப்பற்றது! பின்னர் இணையம் என்ற ஒன்றைப் பற்றிய செய்தி வந்தது. இதனைப் பயன்படுத்துவதற்கு முன்பு இதெல்லாம் எப்படி சாத்தியம் என்று தோன்றியது.

விரல் நுனியில் தகவல் என்பதெல்லாம் உண்மையா என நினைத்தோம்.

இப்பொழுது ஏன் நான் இதையெல்லாம் சொல்லிக்கொண்டிருக்கின்றேன்? முருகப்பெருமான் என்னைப் போகத் தூண்டிய எல்லா இடங்களுக்கும் LCM (குறைந்த பட்ச பொதுவான காரணி) காரணிகள் இருக்கின்றன. சரியான நேரத்தில் அதைப் பற்றி விவாதிப்போம். இப்பொழுது எனது சில பயணங்களைப் பற்றித் தொடர்ந்து பேசுவோம்.

நான் முன்பே சொன்னது போல செந்திலைச் சந்தித்தது என் வாழ்க்கையில் ஒரு திருப்புமுனையாகக் குறிக்கப்படலாம். நான் அவரை பார்த்த மறுநாளே அவரிடம் என் கனவைப் பற்றிச் சொன்னது தன்னிச்சையாக நிகழ்ந்த ஒன்று. அவர் முருகர் கோவில்கள் பற்றிய ஆழ்ந்த அறிவைக் கொண்டவர். நான் கொடுக்கின்ற விளக்கங்களுக்கு ஏற்ற கோவிலை அவர் சரியாக வெளிப்படுத்துவார். அவருக்கு ஒருவேளைத் தெரியவில்லை என்றாலும் அதிக பட்சம் இரண்டு வாரங்களுக்குள் ஆராய்ச்சி செய்து கண்டுபிடித்து என்னிடன் கூறிவிடுவார். வழக்கமாக அந்தப் பயணங்களில் அவரும் என்னுடன் வருவார். காலப்போக்கில் கோயில்களைப் பற்றித் அவர் தேடும் தகவல்கள் அவரைத் தேடி வருவதை அவர் உணர ஆரம்பித்தார்.

அவருடைய கடைக்கு வரும் வாடிக்கையாளர்கள் அவரிடம் ஏதாவது தகவல்கள் சொல்வார்கள். அதன் மூலமாக அவருக்கு சில தகவல்கள் கிடைக்கும். இப்படியாக நான் கேட்கும் கேள்விகளுக்குச் செந்தில் சரியான பதிலை வைத்திருப்பார். இது ஒரு அதிசயமான விஷயம்! இதே போன்று தொடர்ந்து நடந்த பொழுது தான் செந்திலால் இதனை உணர முடிந்தது.

செந்திலுடன் பல பயணங்கள் மேற்கொண்டேன். அந்த பயணக் கதைகளைப் பற்றிச் சொல்லவேண்டுமானால் இது போல் இரண்டு புத்தகங்கள் தேவைப்படும். இந்த புத்தகத்தில் அனைத்தையும் உள்ளடக்குவது சாத்தியமற்றது. மொத்தத்தில் எனது வேலை, வீடு, குழந்தை, மனைவி மற்றும் தாய் ஆகியோருடனான என் வாழ்க்கை கணிக்கத்தக்க வகையில் நகர்ந்துகொண்டிருந்தது. எல்லாமே நிலையானதாகவும் வழக்கமானதாகவும் தோன்றும்பொழுது தான் திடீரென கனவுகள் வரும். 2007 இல் மற்றொரு கனவு வந்தது.

அந்த கனவில் நான் ஒரு மலையைக் கண்டேன். அது ஒரு பாறை மலை. ஒரு மரம் கூட இல்லாமல் காலியாக இருந்தது. போகர் சித்தர் அந்த மலையின் மேல் தியானம் செய்து கொண்டிருந்ததாகக் கனவில் கூறப்பட்டது. தீர்க்கதரிசனம் சொல்வது போல் அந்தக் குரல் என் கனவில் ஒலித்தது. திடீரென்று இந்தத் தெளிவான கனவு மங்கலானது. ஒரு இஸ்லாமியச் சூழலின் மங்கலான பிம்பங்களைப் பெற்றேன். பச்சை நிறம், அதிக புகை, மசூதியின் பிரார்த்தனை, ஒரு தனித்துவமான வாசனை என்று இது ஒரு படத்தொகுப்பு போலிருந்தது. இது என்னவென்றே எனக்குப் புரியவில்லை. ஆனால் இஸ்லாமிய வாழ்க்கை முறை இதில் இணைக்கப்பட்டிருப்பது மட்டும் புரிந்தது. இது ஒரு புதிர் போல இருந்தது.

வழக்கம் போல் அடுத்த நாள் செந்திலிடம் கனவு பற்றி விவாதித்தேன். நான் அவரிடம் சொல்லிமுடிப்பதற்குள் அவர் அந்த இடத்தை அடையாளம் கண்டுகொண்டார்! செந்தில் என்னை ஒருபோதும் ஆச்சரியப்படுத்தத் தவறியதில்லை. சில நேரங்களில் எனக்கு கனவைப் பற்றி ஆச்சரியப்படுவதா அல்லது செந்திலின் முழுமையான தெளிவை நினைத்து ஆர்ச்சரியப்படுவதா எனக் குழப்பமாக இருக்கும். செந்திலுக்குப் பழனியில் ஒரு பெரிய கூட்டமே இருக்கின்றது. அவரது கும்பலைச் சேர்ந்தவர்கள் அனைவரும் அங்கேயே பிறந்து வளர்ந்தவர்கள். அவர்கள் அனைவரும் ஒரு குறிப்பிட்ட வயதை எட்டியவுடன் கடைகளைத் திறந்து தங்கள் குடும்பத்தை ஆதரிப்பதை வழக்கமாகக் கொண்டவர்கள். வேலையை கற்பதே அவர்களின் கல்வி முறை. அவரது கும்பலில் ஒருவரான சந்துரு என்பவர் மதுரைக்கு அருகே இருக்கும் மொட்டை மலையைப் பற்றிக் கூறினார்.

பயணங்களில் மிகுந்த ஆர்வம் கொண்ட ரஞ்சித் என்பவர் அப்பொழுது என்னுடன் இருந்தார். ரஞ்சித் பஹ்ரைனுக்கு மாறுவதற்கு முன்பு கரண்ட் அஃபர்ஸ் என்ற பத்திரிகையை நடத்தி வந்தார். ஆன்மீக ஞானங்களைச் சேமிப்பதிலும் அவர் மிகுந்த ஆர்வம் கொண்டிருந்தார். நான் அவரை சந்தித்ததிலிருந்து எங்களுக்குள் நல்ல நிலையான உறவு இருந்தது.

என் கனவில் வந்த கோவிலைப் பற்றி அவரிடம் சொன்னேன்.

மதுரைக்குச் செல்லும் முன் பழனிக்குச் சென்று செந்திலையும் சந்துருவையும் வாகனத்தில் அழைத்துக் கொண்டோம்.

கனவில் வந்ததை நேரில் பார்ப்பதற்கு மிக ஆர்வமாகப் புறப்பட்டேன். உண்மையில் என் கனவில் விழுந்த பல துண்டுகளைப் பார்ப்பதற்காகவே சென்றோம். மதுரையின் உள்பகுதியில் சுமார் 20 கிலோமீட்டர் தொலைவில் அந்தக் கோவில் அமைந்துள்ளது. நான் கனவில் பார்த்ததுபோலவே வெற்று பாறை மலையின் மேல் கோவிலிருந்தது. எப்பொழுதும் போல் நம்பிக்கையில்லாமல் போகர் சித்தர் வாழ்ந்த மண்ணில் நின்றுகொண்டு என்னை அருள் புரியுமாறு அவரிடம் வேண்டிக்கொண்டேன்.

என் கனவில் வந்த சில பகுதிகளை மீண்டும் நினைவுபடுத்திப் பார்த்தேன். குறிப்பாக இஸ்லாமியச் சுற்றுப்புறம் சார்ந்த இடங்கள். எனது கனவில் தொடர்புடைய எதையும் நான் அங்கு காணவில்லை. கனவின் அந்த பகுதியை நான் செந்திலிடம் சொல்லவே இல்லை என்பதை அப்பொழுதுதான் உணர்ந்தேன். இது வேண்டுமென்றே புறக்கணிக்கப்பட்டதல்ல. வெற்று மலையைப் பற்றி நான் விவரித்தவுடன் ஒரு வினாடி வினா போட்டியின் சலசலப்பு சுற்று போல் அந்த இடத்தைப் பற்றி செந்தில் சொல்லிவிட்டார். மேலும், சந்துருவுடன் அடிக்கடி இந்தக் கோயிலுக்குச் சென்றிருக்கின்றார். எனவேஅந்தஇடத்தைப்பற்றிநான்அதிகம்சொல்லவேண்டியதில்லை என நினைத்தேன்.

என் கண்கள் இஸ்லாமியச் சூழலுடன் ஒத்திருந்த தடயங்களை வெறித்தனமாக தேட ஆரம்பித்தன. உள்ளூர்வாசியான சந்துருவின் மாமாவும் எங்களுடன் வந்திருந்தார். என்னை மலையின் மறுபக்கத்திற்கு அழைத்துச் சென்றார். அங்கே நான் பார்த்ததை என்னால் நம்பவே முடியவில்லை! நான் பார்ப்பதை நான் உண்மையில் பார்க்கின்றேனா என்பதை உறுதி செய்வதற்காக நான் சில முறை என் கண்களை அசைத்துப் பார்த்துக்கொண்டேன். அங்கே இருந்தது ஒரு முஸ்லீம் தர்கா!

சந்துருவின் மாமா என் முகத்தில் தெறித்த முகபாவனையில் சற்று திகைத்துப் போய்விட்டார். பின் அது யாகூப் சித்தரின் சமாதி என்பதை அவர் வெளிப்படுத்தினார்.

அந்த நேரத்தில் நான் உணர்ந்ததை எப்படி விளக்குவது! இது எப்படி மாயையாக இருக்க முடியும்? நன்றியுடனும் மரியாதையுடனும் என் கண்கள் வானத்தை நோக்கித் திரும்பின. திடீரென்று அங்கு நீல நிறத்திலிருந்து ஒரு பொன்னிற ஒளி என்னை வந்து தாக்கியது.

அந்த ஒளியின் சக்தியால் நான் ஓரளவு பூமியில் சாய்ந்தேன். எனது சக பயணிகள் அனைவரும் வருவதற்குள் நான் குணமடைந்து அவர்களிடம் எல்லாவற்றையும் விவரித்தேன்.

சத்தியமாக யாகூப் சித்தரைப் பற்றி நான் கேள்விப்பட்டதே இல்லை. பின்னரே அவரைப் பற்றிய தகவல்களைச் சேகரித்தேன். முன்பு ராமதேவர் சித்தர் என்று அழைக்கப்பட்ட யாகூப் சித்தர் ஞானத்தில் நிறைந்து விளங்கியவர். இவரின் ஞானம் போகர் சித்தரையே வியக்க வைத்தது. யாகூப் சித்தர் சக்ரா யோகத்திற்கான இறுதி நபர். அவர் எழுதிய பல நூல்கள் இந்த உண்மையை வெளிப்படுத்துகின்றன. சித்த மருத்துவத்தில் முன்னோடியாக இருந்த அவர் குண்டலினி யோகத்தில் சிறந்து விளங்கினார்.

யாகூப் சித்தர் தனது வாழ்நாளின் பெரும்பகுதியை நாகப்பட்டணத்தில் கழித்தார். அரேபியர்களுடன் சிறந்த தொடர்புகளைக் கொண்டிருந்தார். அவர் காலப்பயணம் செய்ததாகப் புராணங்கள் கூறுகின்றன. அதாவது அவர் ஒருமுறை நாகப்பட்டணத்தில் ஆழ்ந்த தியானத்தில் அமர்ந்து அப்படியே மெக்காவுக்குச் சென்றுவிட்டாராம்.

யாகூப் சித்தரைப் பற்றி அறிந்த பிறகுதான் "நேரம்" என்ற நிகழ்வைக் குறித்து நான் வியக்க ஆரம்பித்தேன். உண்மையில் நேரம் என்றால் என்ன? நீங்கள் திங்கட்கிழமை காலை எட்டு மணிக்கு கொச்சியிலிருந்து அமெரிக்காவின் புளோரிடாவுக்குப் பயணம் செய்கின்றீர்கள் என்று வைத்துக் கொள்வோம். புளோரிடா மண்ணில் தரையிறங்குவதற்கு மட்டும் 17-20 மணிநேரங்களை விமானத்தில் செலவிடுகிறீர்கள். இடையில் உள்ள 17-20 மணிநேரத்தை நீங்கள் எங்கே கணக்கிடலாம்? எனக்கு மட்டுமல்ல உங்கள் அனைவருக்குமே இது போன்ற வினோதமான கேள்விகள் அவ்வப்பொழுது தலைதூக்கியிருக்கும். நேரம் என்பது உங்களை நிலைநிறுத்தவும் அதே நேரத்தில் உங்களை ஆச்சரியப்படுத்தவும் வல்லது.

யாகூப் சித்தரைப் பற்றி மேலும் சிலவற்றைப் பார்ப்போம். அவர் காலப் பயணம் செய்து இஸ்லாத்துக்கு முந்தைய காலத்தில் மக்காவை அடைந்தவர். பல அரேபியர்கள் அவரைப் பின்பற்றுபவர்களாக மாறியதாகத் தெரிகின்றது. அவர் மெக்காவில் சமாதி அடைந்தார் என்பது இதில் சுவாரஸ்யமானது.

நமது மகா ரசவாதியான போகர் சித்தர் சில உத்திகளைப் பயன்படுத்தி அவரை சமாதியிலிருந்து எழுப்பி மீண்டும் இந்த மண்ணுக்கு அழைத்து வந்தார் என்று புராணங்கள் கூறுகின்றன. அவரது பிற்காலங்களில் இந்த பாறை மலையின் மீது தனது பெரும்பாலான நேரத்தைச் செலவுசெய்து பல அறியத் தகவல்களை எழுதிவைத்துவிட்டு மீண்டும் சமாதி நிலைக்குச் சென்றுவிட்டார்.

யாகூப் சித்தர் அல்லது ராமதேவ சித்தர் பல நூல்களை எழுதியுள்ளார். வாசகர்களில் பலர் அவரை நன்கு அறிந்திருப்பீர்கள் என நம்புகின்றேன். அவரைப் பற்றி மேலும் தெரிந்து கொள்ள வேண்டும் என்ற ஆசை உங்களில் பலருக்கு இருக்கலாம். கி.மு. காலத்துக் கோவில்களில் இவரால் பல நூல்கள் எழுதப்பட்டிருப்பதை அறிந்தால் நீங்கள் மகிழ்ச்சியடைவீர்கள். தமிழின் உயர்ந்த நிலையைக் கற்பனை செய்து பாருங்கள்.

யாகூப் சித்தர் அல்லது ராமதேவ சித்தர் என் வாழ்வின் வேறு ஒரு காலகட்டத்திலும் தொடர்பிலிருந்தார்.

மீண்டும் இந்த புனிதமான மலை உச்சிக்கு வருவோம். அந்த மலையில் ரஞ்சித் நிறையப் புகைப்படங்களை எடுத்திருந்தார். நான் தங்க ஒளியில் சரிந்த பிறகுதான் யாகூப் சித்தரின் சமாதியை ரஞ்சித் பார்த்தார். எதிர் நிழலில் அவர் ஏராளமான புகைப்படங்களை எடுத்திருந்தார். ஆனால் அவற்றில் ஒன்று கூட தெளிவாக இல்லை. அந்த நேரத்தில் அதிகமாக இருந்த ஆற்றல்கள் இதற்குக் காரணமாக இருக்குமோ? யாருக்குத் தெரியும்? நாங்கள் மலையின் உச்சியில் இருக்கையிலே நான் பொன்னொளிப் பட்டுச் சரிந்து விழுந்த பிறகு அவர் எடுத்த புகைப்படங்களில் ஒரு புகைப்படம் கூட தெளிவாக இல்லை என்பதே உண்மை.

இதே போன்று இன்னொரு சுவாரசியமான கனவு வந்தது. அதில் ஒரு இந்திய நகரம் தெரிந்தது. நான் அதன் வீதி ஒன்றில் நடந்து கொண்டிருந்தேன். அந்த இடத்திற்கு நேர்மாறாக அங்குப் பல வெளிநாட்டவர்கள் என்னைச் சூழ்ந்திருந்தனர். நான் இந்த செங்குத்தான மலையின் அடிவாரத்தை அடையும் வரை முடிவில்லாமல் நடந்து கொண்டே இருந்தேன். அடிவாரத்தில் கோயிலைப் போன்ற அமைப்பு ஒன்று இருந்தது. மலை நம்பமுடியாத அளவிற்குச் செங்குத்தாக இருந்தது. அது கம்பீரமாக 90 டிகிரியில் நிமிர்ந்து நிற்பதுபோல் தோன்றியது. அதை நான் பிரமிப்புடன்

நிமிர்ந்து பார்த்துக்கொண்டிருந்தபொழுது அந்த மலை உச்சியில் போகர் சித்தர் இருந்ததாக ஒரு குரல் கேட்டது.

எங்களுடைய செயல்பாட்டின்படி செந்தில் தனது தேடலையும் ஆராய்ச்சியையும் தொடங்கினார். ஒரு வாரத்தில் நாங்கள் செல்ல வேண்டிய இடம் சென்னை என்பதை அவர் அடையாளம் காட்டினார். சரியான இடம் என்று சொன்னால் அது திருவண்ணாமலை நகருக்கு அருகில் அமைந்துள்ள பர்வத மலையாகும். "மலை மிகவும் செங்குத்தானதாக அறியப்படுகின்றது. மேலும் மலை ஏறுவதும் கடினமானதாக இருக்கும்," என்று செந்தில் எச்சரித்தார்.

இந்த நேரத்தில் எனது மூன்று நண்பர்களைப் பற்றிக் குறிப்பிடாமல் இருப்பது நியாயமற்றது. அந்தக் காலக்கட்டத்தில் நான் செய்த பயணங்களில் அவர்கள் முக்கியப் பங்கு வகித்தார்கள். நான் ஏற்கனவே உங்களுக்கு ரஞ்சித்தை அறிமுகம் செய்து வைத்துள்ளேன். அப்பொழுது பிரதீப் பாலியத் (பிரீதீப்பேட்டன்) மற்றும் சதானந்தன் நம்பூதிரி ஆகியோரும் என்னுடன் இருந்தனர். அவர்களுடன் எனது கனவுகள் குறித்தும் பயணத் திட்டங்களைப் பற்றியும் விவாதிப்பேன். நேரம் கிடைத்தால் அவர்களும் என்னுடன் பயணம் செய்வார்கள்.

பர்வதமலையின் கதையைக் கேட்ட பிரீதீப்பேட்டன் அப்பொழுது சென்னையில் இருப்பதாகக் கூறினார். மறுநாள் காலை நான் அங்குச் சென்றால் அவரது மைத்துனனின் வாகனத்தில் நாங்கள் வசதியாகப் பயணம் செய்யலாம் என்றார்.

எந்த காரணங்களுக்காகவும் என்னால் இந்த விஷயங்களைத் தள்ளிப்போட முடியாது. அப்பொழுதும் அப்படி தான். இப்பொழுதும் அப்படி தான். அன்று இரவே பேருந்தில் ஏறி விடியற்காலையில் சென்னையை அடைந்தேன். அங்கு பிரதீபேட்டனின் மைத்துனர் சிவாவைச் சந்தித்தேன். அவர் அவ்வப்பொழுது பர்வதமலைக்குச் சென்று வருவார். சிவா மிகவும் பிரபலமான ஒரு நபராகவும் இருந்தார். எம்.ஜி.ஆர் தமிழகத்தில் ஆட்சி அமைத்தபொழுது அவரது தந்தை நிதி அமைச்சராக இருந்தார்.

பர்வதமலைக்கு நாற்பது கிலோமீட்டர் பயணத்தை திருவண்ணாமலையிலிருந்து தொடங்கினோம். தனது மௌனத்தால் உலகப் புகழ் பெற்ற ரமண மகரிஷியின் இல்லமாக விளங்கும் நகரம் அது. அவரைப் பின்பற்றுபவர்கள் உலகம் முழுவதும் பரவியுள்ளனர்.

வழியில் சிவா ஒரு சாதுவை எங்களுடன் சேர்த்துக்கொண்டார். ஒரு வழிகாட்டி நம்முடன் இருப்பது எப்பொழுதும் நல்லது. பயணத்தின்பொழுது பர்வதமலை மற்றும் அருணாசல க்ஷேத்திரம் பற்றி தனக்கு தெரிந்ததையெல்லாம் அந்த சாது எங்களுக்குச் சொல்லிக் கொண்டே வந்தார். அப்பொழுது பர்வதமலையின் உச்சியில் இருக்கும் போகர் சித்தரைப் பற்றி நான் வினவியதற்கு அவர் சொன்ன பதில் எனக்கு அதிர்ச்சியை ஏற்படுத்தியது. அந்த மலையில் அப்படி எதுவுமே இல்லை என்று அந்த சாது உறுதியாகக் கூறினார்.

அந்த பதில் வருத்தம் தருவதாக இருந்தாலும் என் கனவில் கேட்ட குரலின் அர்த்தம் என்னவாக இருக்குமென்று என் மனம் யோசித்துக்கொண்டே இருந்தது. இந்த மனக்குழப்பங்களுக்கிடையில் நாங்கள் பர்வதமலையின் அடிவாரத்தை அடைந்தோம். அந்த இடம் வெளிநாட்டவர்களால் நிரம்பி வழிந்தது.

என்னைச் சுற்றியிருந்த அனைத்தும் மிகவும் அழகாகவும் ஆற்றல் வாய்ந்ததாக இருந்தபோதிலும் நான் காற்றுப்போன பலூனைப் போல இருந்தேன். போகர் சித்தரைப் பற்றிய எனது கேள்விக்கு அந்த சாது சொன்ன பதில் என் உற்சாகத்தைக் குறைத்து விட்டது. அதனோடு பர்வதமலையின் செங்குத்தான தன்மை என் உற்சாகத்தை மேலும் மழுங்கடித்தது. எல்லாவற்றிற்கும் மேலாக அந்த சாது தொடர்ந்து எதிர்மறையாகவே பேசிக்கொண்டு வந்தார். இந்த நேரத்தில் தொடங்கினால் அந்தி சாய்ந்த பிறகு தான் உச்சத்தை அடைவோம் என்பதை நினைவுபடுத்தினார். அதாவது இரவு மேலே தங்கிவிடவேண்டும் என்றார். மலையேற்றத்திற்கு எதிராகத் தொடர்ந்து அவர் என்னை மூளைச்சலவை செய்துகொண்டிருந்தார்.

அந்த சாதுவின் வார்த்தைகளை நான் ஏற்பதற்கு ஒரு வினாடிக்கு முன் செந்திலிடம் இருந்து அலைப்பேசி அழைப்பு வந்தது. செந்தில் ஒரு உத்வேகமான செய்தியைச் சொன்னார். அடுத்த நாள் போகர் சித்தரின் ஜெயந்தி என்பது தான் அந்த செய்தி. ஜோதிட நாட்காட்டியின்படி வைகாசி மாதத்தில் வரும் பரணி நட்சத்திரத்தில் பிறந்தவர் போகர் சித்தர்.

நான் இழந்த உற்சாகத்தை செந்திலின் வார்த்தைகள் மீட்டெடுத்தது.

மேல்நோக்கிய நடைப்பயணத்தை முன்னெடுத்துச் செல்வதே எனது நோக்கம் என அனைவரிடமும் அறிவித்தேன். எனது வைராக்கியத்தைப் பார்த்து பிரதீபேட்டனும் என்னுடன் வர முடிவு செய்தார். சிவா தன்னை மன்னிக்கும்படி சொல்லிவிட்டு திருவண்ணாமலையில் ஒரு விடுதி அறைக்குச் சென்றுவிட்டார். எங்களுக்காக மலையடிவாரத்தில் காத்திருப்பதாக உறுதியளித்தார். நாங்கள் மலையின் அடிவாரத்தை அடைவதற்கு ஒரு மணி நேரத்திற்கு முன்பு அவருக்கு அழைப்பு விடுக்குமாறு கேட்டுக்கொண்டார்.

முருகப்பெருமானை எங்கள் இதயத்திலும் உள்ளத்திலும் வைத்துக்கொண்டு மேல்நோக்கிய பயணத்தைத் தொடங்கினோம். இப்பொழுது நான் என்ன சொல்வது? உங்களில் யாராவது மலையேற்றத்தை விரும்புபவர்கள் இருந்தால், இந்த இடம் நிச்சயமாக உங்களுக்கான இடமாக இருக்கும். அங்கு உங்களுக்குக் காத்திருக்கும் அனுபவங்கள் மிகவும் சவாலானதாக இருக்கும். நீங்கள் அதை இழக்க விரும்ப மாட்டீர்கள்!

இந்த மலை மல்லிகார்ஜுன கடவுளுக்கு (சிவன்) அர்ப்பணிக்கப்பட்டுள்ளது. மலையைக் காக்கும் சொர்க்க வாசி காலபைரவர் ஆவார். காலபைரவருக்கு நாயை வாகனமாக வைத்திருப்பது உண்மையில் சுவாரசியமான விஷயம். எங்களுடைய மேல்நோக்கியப் பயணத்தில் இரண்டு நாய்கள் எங்களுக்குத் துணையாக வந்தன. தொடர்ந்து செல் என இறைவன் நினைவூட்டுவதைப் போல் இருந்தது.

நாங்கள் பாதி வழியிலிருந்தபொழுது என் ஆற்றல்கள் அனைத்தும் இறங்கிவிட்டன. எங்களுக்கு முன்னால் இருந்த மேகங்கள் ஒரு பெரிய பிரமாண்டமான சுவரைப் போல தோன்றியது. மலையேறும் வழியில் சிறுசிறு வழியோரக் கடைகள் இருந்தன. சுற்றி அமர்ந்திருந்த அனைவரும் இரும்பு கம்பிகளைப் போன்ற தேகத்தைக் கொண்டிருந்தார்கள். என் மூட்டுகள் கிட்டத்தட்ட என் மூளையுடன் ஒத்துழைக்க மறுக்க ஆரம்பித்தன. எனக்குக் கடினமாக மூச்சிரைத்ததால் நான் வழியோர குடில் ஒன்றில் அமர்ந்தேன். பிரதீபேட்டன் நிலையும் என் நிலையைப் போன்று இருந்ததை உணர்ந்தேன். அந்த சாதுவிற்கு எந்த படபடப்பும் இருந்ததாகத் தெரியவில்லை. நாங்கள் ஓய்வெடுக்கும் நேரங்களில் எங்களுடன்

வரும் நாய்களும் எங்கள் அருகில் அமர்ந்து ஓய்வெடுத்து கவனிக்கத்தக்கது.

என் உடலும் ஆன்மாவும் துண்டிக்கப்படுவது போல் தோன்றியது. என் ஆன்மா விரும்பினாலும் என் உடல் பலவீனமாயிருந்தது. நான் ஏறக்குறைய கைவிடும் நிலைக்கு வந்துவிட்டேன். "நாம் திரும்பிச் செல்லலாம்," என்று மூச்சுத் திணறலுக்கு இடையில் சொல்லிவிட்டேன்.

எங்களுக்கு முற்றிலும் அந்நியர்களாக இருந்த இரண்டு ஆர்வமுள்ள சென்னை இளைஞர்கள் எங்களை மலையேற அழைத்த பொழுது நான் என் வார்த்தைகளைத் திரும்பப் பெற்றுக்கொண்டேன். அவர்கள் எங்கள் பயணத்தை ஊக்குவித்தார்கள். இந்த பயணத்தில் எங்களுடன் அவர்கள் இருப்பதாக உறுதியளித்தனர். ஊக்கம் என்பது மிகவும் சக்தி வாய்ந்தது. நாங்கள் எங்கள் மேல்நோக்கிய பயணத்தை மீண்டும் தொடங்கினோம். அது அவ்வளவு எளிதாக இல்லை. எங்களுக்குப் புத்துயிர் வந்த பிறகு மீண்டும் மேகங்கள் எங்களைத் தழுவத் தொடங்கியதைப் போல உணர்ந்தோம்.

சென்னை இளைஞர்கள் எங்கள் மேல் உற்சாக மழை பொழிந்தனர். இந்த நேரத்தில் அவர்கள் கவுண்டவுன்களை அறிமுகப்படுத்தினர் - "இன்னும் இரண்டு கிலோமீட்டர்கள்... நம்மால் இதனைச் செய்ய முடியும். இன்னும் 200 மீட்டர்கள் என்று அவர்கள் அவ்வப்பொழுது உற்சாகப்படுத்தினார்கள்.

200 மீட்டர்கள் மட்டுமே உள்ளன என்று கேள்விப்பட்டபொழுது, நான் நிம்மதியின் அறிகுறியை உணர்ந்தேன். ஆனால் எனக்கு முன்னால் நான் பார்த்தது விரைவில் என்னுடைய நிம்மதியைப் பறித்துவிட்டது. நான் பார்த்தது என் உடலில் உள்ள ஏழு நாடிகளையும் கிட்டத்தட்ட முடக்கியது. மலையின் மேல் கைகளை வைத்து ஏறுவது போன்றே மேல் நோக்கிய பயணம் இருந்தது. என் விதியைக் கட்டுப்படுத்தும் ஈர்ப்பு விசையால் நான் நழுவிவிடுவேன் என்று பல சந்தர்ப்பங்களில் எண்ணினேன். என் ஆணவம், வெட்கம், கூச்சம் என அனைத்தையும் உதறிவிட்டு முருகப்பெருமானிடம் சப்தமிட்டு அழுதேன். எனது பயணத்தில் என் தலைமுடியின் இழைகளிலிருந்து என் கால்களின் மிகச்சிறிய விரல்கள் வரை அதிர்வை உணர்ந்தேன். அது பயத்தினாலா அல்லது சோர்வினாலா என்பது எனக்குத் தெரியாது. ஒரு கட்டத்தில் நாங்கள் ஏறி வந்த பாதையைத்

திரும்பிப் பார்த்த பொழுது அங்கே எங்களுடன் வந்த நாய்கள் கீழே சென்றுகொண்டிருந்தன. நான் இந்தப் பாறை ஏறும் பயணத்தைத் தொடர்ந்தபொழுது இறைவனை நோக்கிய கூக்குரல்கள் என் வாயிலிருந்து தோன்றவில்லை. அது என் உள்ளத்தின் ஆழத்திலிருந்து வந்தது. செங்குத்தான பர்வத மலையை எப்படி ஏறினோம் என்று இன்றுவரை தெரியவில்லை.

நாங்கள் இது வரை ஏறி வந்த பாதை என்பது ஒரு பால்வாடி பள்ளிப்படிப்பை முடித்தது போன்றது. அடுத்து எனக்கு முன்னால் ஒரு பள்ளம் இருந்தது. அடுத்ததாகப் பக்கத்து மலையைக் கடக்க வேண்டும். இரண்டு சிகரங்களுக்கும் இடையில் சுமார் 3600 அடி ஆழத்திற்கு ஒரு பள்ளம் இருந்தது. நாங்கள் கடக்க வேண்டியது ஆறு மீட்டர் அகலம். நாங்கள் ஒரு திறமையான சர்க்கஸ் வீரரைப் போல இரண்டு ரயில் பாதைகளுக்கு இடையில் நடக்க வேண்டியிருந்தது.

நான் சுற்றிப் பார்த்து ஒரு பெரு மூச்சு விட்டு இறைவனிடம் பிரார்த்தனை செய்து கொண்டேன். அந்தி சாயும் நேரம் அது. இறைவன் வானத்தில் சிவப்பு வண்ணம் பூசத் தொடங்கிய நேரம். அங்கு நான் ஒரு தொங்கு பாலத்தை எதிர்கொண்டேன். வாழ்வா அல்லது சாவா என்பதை நான் தேர்ந்தெடுப்பது போல் இருந்தது. சென்னைவாசிகள் மிகுந்த ஆர்வத்துடன் கடந்து சென்றனர். சாதுவோ உறுதியான பாறையின் மீது செல்வதைப் போல அதனைக் கடந்து சென்றார். அப்பொழுது எனக்குள் ஒரு ஆழ்ந்த சிந்தனை தோன்றியது. தொங்கும் பாலம் என் வாழ்க்கைக்கும் மரணத்திற்கும் இடையில் இருப்பது அல்ல. அது எனக்கும் என் இறைவனுக்கும் இடையில் இருப்பது என்று தோன்றியது. இது நிச்சயமாக ஒரு சோதனை தான். நான் அதில் தேர்ச்சி பெற வேண்டும். என்னால் இயன்ற அளவு வைராக்கியம் மற்றும் ஆர்வத்தை வைத்துக் கொண்டு அதனைக் கடந்து சென்றதை நான் கண்டேன்.

அதனைச் செய்த பொழுது எனக்கு அழுகை வந்தது.

சிகரத்தின் மேல் சிவபெருமானுக்கு அர்ப்பணிக்கப்பட்ட கோவில் உள்ளது. அங்குள்ள தெய்வமாக மல்லிகேஸ்வரர் இருந்தார். முருகப்பெருமான் பக்கத்தில் இருக்கின்றார். இந்தக் கோயில்களில் யார் வேண்டுமானாலும் எந்த நேரத்திலும் பிரார்த்தனை செய்யலாம். கீழே இருக்கும் ஆசிரமம் போல மேலேயும் ஒன்று இருந்தது. அது

இரவிலும் திறந்திருக்கும். மலையேற்றத்தை முடித்த அனைவரும் மிகுந்த உற்சாகத்துடன் வரவேற்கப்பட்டனர்.

பிரார்த்தனை செய்துவிட்டு அந்த இடத்தின் சாரத்தை உள்வாங்குவதற்காக நாங்கள் அங்குமிங்கும் நடந்தோம். என் கனவில் வந்தது போல் அங்கே போகர் சித்தர் இருந்தார். என் கண்களிலிருந்து கண்ணீர் வழிந்தோடியது. சில சமயங்களில் உற்சாகம் இல்லாமல் இருந்தது. தெய்வீகத்தின் காட்சிக்கு மாறாக ஒரு மனிதனின் கருத்துக்களால் என் மனம் வருத்தத்திலிருந்தது. என் கண்ணீர் என் மனதைச் சுத்தப்படுத்தியது.

எங்களுடன் வந்த சாதுவைப் போகர் சித்தர் சிலைக்கு முன் அழைத்துச் சென்றேன். அவர் அதை ஒருபொழுதும் கவனித்ததில்லை என வெட்கத்தை விட்டு ஒப்புக்கொண்டார்.

அங்கே அந்த மலையின் உச்சத்தை அடைபவர்கள் சக்ரா யோகத்தின் ஏழு சுழற்சிகளைச் செய்தவர்களுக்கு இணையான உடல்களைப் பெற்றிருப்பார்கள் என்று கூறப்படுகின்றது. சுற்றியிருந்த அனைத்து மலைகளையும் கடந்து எங்களிடம் வந்த காற்று எங்கள் உடலை உற்சாகப்படுத்தியது. கல்லால் கட்டப்பட்ட 2000க்கும் மேற்பட்ட பழைய கட்டமைப்புகளின் சுவர்களுக்குள் அனைத்தும் இதமாக இருந்தது. மலை உச்சியில் சாதுக்கள் வழங்கிய உணவை உண்டுவிட்டு பரவியிருந்த செய்தித்தாளின் மேல் என் உடலை விரித்த பொழுது நான் ஒரு யோகியின் உடலைக் கொண்டிருந்ததை போல் உணர்ந்தேன்.

என் இதயம் மகிழ்ச்சியால் நிரம்பியது. போகர் சித்தரின் ஜெயந்தியைக் கொண்டாட இந்த புகழ்பெற்ற மலைக்கு என்னை அழைத்தது போல் இருந்தது. இது ஒரு சித்தரின் அழைப்பு. கடல் மட்டத்திலிருந்து 4500 அடி உயரத்தில் அவர் தீண்டிய மண்ணில் இப்பொழுது நான் படுத்திருக்கின்றேன். இது சொர்க்கத்தின் சுவை இல்லை என்றால், பின் வேறென்ன?

எங்களுடன் வந்த சென்னை இளைஞர்களுக்கு நன்றி சொல்லலாம் எனச் சுற்றிப் பார்த்தேன். அவர்கள் எங்கும் காணப்படவில்லை. ஒருவேளை அவர்கள் தங்கள் பிரார்த்தனைகளை நிறைவேற்றிய உடனேயே வெளியேறியிருக்கக் கூடும்.

இந்த அத்தியாயத்தின் தொடக்கத்தில் நான் குறிப்பிட்ட குறைந்த பட்ச பொதுவான காரணிக்கு உங்களை மீண்டும்

அழைத்துச் செல்கின்றேன். இது வரையிலான எனது பயணப் பாதையை நான் பார்க்கையிலே எனது கனவில் கிடைத்த தடயங்கள் அனைத்தும் போகர் சித்தர் சென்ற பாதையில் என்னையும் செல்ல வழிவகுக்கின்றது என்பதை உணர முடிந்தது. அந்த திறந்த வெளியில் பளபளக்கும் எண்ணற்ற நட்சத்திரங்கள் என் கண்களுக்கு விருந்து வைத்தன. பேரின்பம் என்பது அதுவே!

ஓம் சரவண பவாய நமஹ !!!

பொருள்களுக்கிடையேயான ஆன்மீகவாதி!!!

2005 முதல் 2012 வரையிலான ஏழு ஆண்டுகள்! இந்த ஏழு ஆண்டுகள் எனக்குள் நிகழ்த்திய நேர்மையான பரிணாம வளர்ச்சியை என்னால் குறிப்பிட்டுச் சொல்ல முடியவில்லை. கடந்த அத்தியாயங்களில் நான் பகிர்ந்த சில விஷயங்களிலிருந்து நீங்களே அதனை உணர்ந்திருப்பீர்கள்.

பிரபேட்டன் என்னைச் செந்திலுக்கு அறிமுகப்படுத்தியது என் வாழ்க்கையில் ஒரு பெரிய திருப்புமுனையாக அமைந்தது என்பதை நீங்கள் அனைவரும் கவனித்திருப்பீர்கள். அதன் பிறகு பழனியில் இருக்கும் நேரங்களில் நான் பழனி வாசியைப் போலவே இருப்பேன். செந்திலுக்குப் பழனியில் 20-30 பேர் கொண்ட குழு உள்ளது. அவர்களில் பெரும்பாலானோர் கடை உரிமையாளர்களாக இருந்தார்கள். நான் செந்திலுக்கு அலைபேசியில் ஒரு அழைப்பு விடுத்தால் எனக்கு விடுதி அறை தயாராகிவிடும். நாங்கள் மலையேறி பிரார்த்தனைகள் முடித்த பிறகு அவரின் கடையில் பல மணி நேரங்கள் பேசிக்கொண்டிருப்போம். ஒன்றாகச் சாப்பிட்டுவிட்டு செந்தில் கடையை மூடும் நேரம் வரை அவருடைய கடையில் பல விஷயங்களைப் பற்றி விவாதிப்போம். பழனியின் அமைதியான இரவு நேரங்களில் மலையடிவாரங்களில் அமர்ந்து முருகர் மற்றும் போகர் சித்தர் உடனான அனுபவங்களை நிலவின் ஒளியில் பளபளக்கும் பழனிமலையையைப் பார்த்துப் பேசிக்கொண்டிருப்போம். அமைதியான பழனியின் சூழல் தனக்கென ஒரு வசீகரம், சுவை

மற்றும் மணத்தைக் கொண்டது. செந்திலுடனான எனது பந்தம் விலைமதிப்பற்றது!

நான் மேலே குறிப்பிட்ட ஏழு ஆண்டுகளில் மூன்று ஆண்டுகளுக்கு முன்பு தான் நான் போகர் சித்தர் நடந்த பாதையில் நடப்பதை முருகப் பெருமான் உறுதி செய்தார். அதன் முக்கிய சிறப்பம்சங்கள் முந்தைய அத்தியாயங்களில் விவரிக்கப்பட்டன. அதன் பிறகு கடவுள் எனக்காக வேறு சில பாதைகளை அமைத்துத் தந்தார். அன்றிலிருந்து அது இறைவனுக்கும் எனக்கும் இடையேயான ஒரு உடன்படிக்கையாக இருக்க வேண்டும் என்று அறிவுறுத்தப்பட்டது. இனி நடக்கும் அனைத்தும் ரகசியமாக வைக்கப்பட வேண்டும்!

ரகசியமாக வைக்கப்பட வேண்டும் என்ற வாக்கியத்தால் நான் மிகவும் அதிர்ச்சியடைந்தேன். நான் எப்பொழுதாவது எதைப் பற்றியாவது தம்பட்டம் அடித்தேனா? நான் எப்பொழுதுமே மற்றவர்களிடம் என்னைப் பற்றிக் குறைவாகவே பேசுவேன். இப்படியிருக்க ஏன் இறைவன் இதுபோன்ற ஒரு கட்டளையை எனக்குக் கொடுத்தார்? என்னுடைய சக ஊழியர்கள் யாருக்கும் இது பற்றி எதுவும் தெரியாது. நான் எனக்கு வேண்டிய விடுமுறைகளை மட்டும் எடுத்துக்கொள்கின்றேன். அங்கேயும் நான் என் அளவை மீறவில்லை.

பழனிமலையில் விரதம் கடைப்பிடிப்பதற்காக அந்த ஒரு மாத விடுப்பு எடுத்தபொழுதும் நான் வேறு காரணங்களையே கூறியிருந்தேன். அப்பொழுது ஜிதா, என் அம்மா, லாலு, வேணு, நாராயணன் ஆகியோர் இருந்தனர். அவர்களிடம் நம்பிக்கை வைப்பது இயற்கையான செயல். எனக்குத் தெரிந்தவரை நான் எந்த ஒரு விளம்பரமும் செய்யவில்லை. அப்படியிருக்க இறையின் இந்த தெய்வீக அறிவுறுத்தல் எதற்கு?

உங்கள் அனைவருடனும் வேறு சில எண்ணங்களைப் பகிர்ந்து கொல்வதற்கு இது ஒரு சரியான தருணமாக இருக்குமென நினைக்கின்றேன். இந்தியர்களாகிய நமக்கென்று ஒரு வாழ்க்கை முறை உள்ளது. பிறப்பு - பள்ளி மற்றும் கல்லூரி - வேலை - திருமணம் - குழந்தைகள் - குழந்தைகளை வளர்ப்பது - பேரக்குழந்தைகளை வளர்ப்பது - மரணத்தை எதிர்கொள்வது - முடிவு. இது ஒரு எழுதப் படாத வாழ்க்கை ஓட்டம். எவ்வளவு சிறப்பாக ஏற்பாடு செய்யப்பட்டுள்ளது! இது எவ்வளவு இன்பமாக இருக்கின்றது!

இப்படி முன்னரே அமைக்கப்பட்ட பாதையை மாற்றத் துணிபவர்களைக் கையாள்வதற்கு இந்த சமூகம் அதன் சொந்த வழிகளைக் கொண்டுள்ளது. நான் மாற்றம் என்று சொல்வது வழக்கத்திற்கு மாறானதாக இருக்கலாம். ஒருவர் எழுத்து, விளையாட்டு, திரைத்துறை அல்லது தொழில்துறையிலோ ஏதாவது ஒன்றைச் சாதிக்க நினைக்கலாம். அந்த மக்கள் நிச்சயம் சமூகத்தின் ஈர்ப்பைக் கையாள வேண்டியிருக்கும். அவை ஆய்வு, தணிக்கை மற்றும் ஒப்பீடுகளுக்கு உட்படுத்தப்படும்.

நிலை 1: வித்தியாசமாகச் சிந்திக்கும் நபர்கள் சமூகத்தின் இழிவான சில செயல்களைப் பார்த்து அதனுடன் வாழப் பழக வேண்டும். அவர்களின் எல்லா வகையான கிண்டல்களையும் கேலிகளையும் சமாளிக்க வேண்டும். உதாரணமாக விளையாட்டுப் பயிற்சிக்குச் செல்லும் ஒரு நபரைப் பார்த்து, "சச்சின் வருகிறார்!" என்பார்கள். நடனப் பயிற்சிக்கு வழக்கமாகச் செல்வதைக் காணும் மக்கள், "திருச்சூரின் மிருணாளினி சாராபாய்" என நகைக்கலாம். ஆன்மீகத்தில் ஆர்வமுள்ள ஒருவரைப் பார்த்து, "நீங்கள் ஒரு சந்நியாசியாகச் செல்ல இருக்கின்றீர்களா" எனக் கேட்பார்கள். இதுபோன்ற கருத்துகள் நம்மைத் திணறவைக்கும். இது நமக்கு முன்னாள், பின்னால், பக்கத்தில் என எல்லா இடங்களிலும் நடக்கலாம். இதுபோன்ற கருத்துகளில் கவனம் செலுத்துபவர்கள் சோதனையின் முதல் கட்டத்திலேயே தங்கள் கனவுகளிலிருந்து விரைவில் விலகிவிடுவார்கள்.

அந்த கட்டத்தில் அவர்கள் கைவிடவில்லை என்றால் பின்னர் இரண்டாம் நிலை வருகின்றது.

நிலை 2: சமூகம் அவர்களை புறக்கணிக்கும். அவர்கள் இல்லாததை ஒரு பொருட்டாகவே மதிக்காது. அதைப் பற்றி நினைத்தால் சமூகம் ஒரு மன நோயாளியைப் போலத் தோன்றும்.

இன்னும் இந்த நிலையிலேயே இருந்தால் அடுத்த நிலை தோன்றும். இது மூன்றாம் கட்டத்திற்கான நேரம்.

நிலை 3: சமூகம் படிப்படியாக அறிவுரைகள் கொடுக்க ஆரம்பிக்கும். இது நன்மை- அது தீமை - இவர்கள் இப்படிச் செய்தார்கள் - ஆனால் - இருக்கட்டும் போன்றவை.

அனைத்தையும் கடந்து நீங்கள் நான்காவது நிலைக்கு வந்து வெற்றியை ருசித்து விட்டால் இந்தச் சமூகம் தனது எல்லாத் தடைகளையும் உதறிவிட்டு வெட்கமின்றி உங்களைப் பின் தொடரும். "நீங்கள் அதைச் செய்வீர்கள், அது உங்களிடம் உள்ளது என்றும் எங்களுக்குத் தெரியும்" என்றெல்லாம் சொல்வார்கள். கடந்த கால கிண்டல்கள் இப்பொழுது பெருமையான அறிக்கைகளாக வெளிவரும். ஒருவேளை சச்சின், கவாஸ்கர் போன்றவர்கள் இது போன்ற பல அவமானங்களை உடைத்து அவமானப்படுத்தியவர்களிடமிருந்து அன்பான அறிக்கைகளைப் பெற்றிருக்கலாம்.

சமூகம் எந்த நிலையில் செயல்படுகின்றது என்பதற்கான நீண்ட மற்றும் குறுகிய விளக்கம் இதுவே!

நான் என் சொந்த பாதையைத் திரும்பிப் பார்த்தால் நிலை 1 நன்றாகச் சென்றது. எல்லா கிண்டல்களும் அமைதியாக இருந்தன. பழனிமலையில் விரதம் கடைப்பிடிக்கக் கிளம்பியபொழுது கேலி அலை வீசத் தொடங்கியது. நான் வழக்கத்திற்குத் திரும்பிய பிறகு அனைவரும் அமைதியாகி விட்டார்கள்.

என்னைப் பொறுத்தவரை, ஆன்மீகத்தின் முதல் படி நிலை என்பது எல்லாவற்றையும் கேள்வி கேட்கும் ஒரு மனநிலை. இவை என்ன, இவை ஏன் இப்படி இருக்கின்றன போன்றவை. இந்த நிலை மிகவும் முக்கியமானது மற்றும் அதே நேரத்தில் நன்கு கையாளப்படாவிட்டால் ஆபத்தானதாகவும் மாற வாய்ப்புள்ளது. அது போன்ற எதுவும் கடவுளின் அருளால் எனக்கு நடக்கவில்லை. இதனைச் சரியாகச் சொல்லவேண்டுமென்றால், என் ஆன்மிகம் இயற்கையானதாக இருந்தது. எனவே ஒரு பொழுதும் நான் தவறான முடிவை எடுக்கவில்லை. உடல் ரீதியான தேடல்களைவிட எண்ணங்கள் மூலமான தேடல் மிகவும் ஆழமானது. என் உடல் ரீதியான தேடல்களே என் பயணங்களாகும். அவை மிகவும் குறைவாகவே இருந்தன. என் ஆத்ம தோழர்கள் போன்ற நபர்கள் தான் என்னுடைய பலம்.

இரண்டாவதாக, எனது ஆராய்ச்சி எப்பொழுதும் முருகர் மற்றும் போகர் சித்தரைச் சுற்றியே இருக்கும். ஆகையால் என் பயணங்கள் குறைவாகவே இருந்தன. எனக்குள் திரும்பும் வகையிலேயே பயணங்கள் அமைந்திருந்தது. வீட்டிலிருந்து வீடு திரும்புவது

போன்றது அல்லது தாயின் ஆசீர்வாதத்துடன் அந்த பந்தத்திலிருந்து பிரிந்து மீண்டும் அந்த பந்தத்தின் பாதுகாப்பிற்குத் திரும்புவது போன்றது. நான் பெரும்பாலாக சென்றது பழனி மழைக்குத் தான். என் நண்பர்கள் அவர்களது அறைக்குத் திரும்பிய பின் பல சந்தர்ப்பங்களில் நான் மட்டும் தனியாக மலையைச் சுற்றியிருக்கின்றேன். பழனி மலையில் பல இடங்களில் அமர்ந்து பல மணிநேரம் சிந்தனையில் மூழ்கியிருக்கின்றேன். நான் தனிமையில் இருப்பதாக ஒருமுறை கூட கடவுள் என்னை உணரவைக்கவில்லை. நான் தொலைந்ததாக என்றுமே நான் எண்ணியதில்லை.

இந்த கட்டத்தில் பல ஆலோசனைகள் வரத் தொடங்கின. நீங்கள் என்ன அணிய வேண்டும் என்பதில் கவனமாக இருங்கள் போன்ற அறிவுரைகள்; உங்களுக்கான ஆன்மீக முகவரியை உருவாக்குங்கள், காவி உடை உடுத்துங்கள்; அப்பொழுது தான் உங்களைப் பலர் பின்பற்றுவார்கள் என்றார்கள்.

நான் பழனியிலிருந்து விரதத்தை முடித்துக் கொண்டு வீடு திரும்பியவுடன் எனக்குத் தெளிவான தெய்வீக அறிவுரைகள் இறையிடமிருந்து வழங்கப்பட்டன. எனது ஆன்மீக அடித்தளத்தை வலுப்படுத்திக்கொள்ள அவற்றை என் இதயத்தில் பதித்துக்கொண்டேன்.

முதலாவது : என்னை ஒரு பொழுதும் குரு என்று அழைத்துக்கொள்ளக்கூடாது. உங்களைச் சுற்றி மக்கள் இருப்பார்கள். ஆனால் நீங்கள் ஒரு தூதுவர் என்பதை நினைவில் கொள்ளுங்கள். உங்களைக் கடவுள் என்று தவறாக நினைக்காதீர்கள். யார் ஒருவரும் உங்களை வேறு ஒருவராக கருதாததை உறுதி செய்துவது உங்களின் பொறுப்பு. இவையெல்லாம் நான் இறையிடமிருந்து பெற்ற அறிவுரைகள்.

நமது LMRK உறுப்பினர்கள் உலகின் பல பகுதிகளில் உள்ளனர். குருவென்றோ அல்லது கடவுளென்றோ நான் அழைக்கப்படக் கூடாது என்பதில் நான் மிகவும் தெளிவாகவும், உறுதியாகவும் இருக்கின்றேன். எல்லா வகையிலும் இது பின்பற்றப்படுவதை எப்பொழுதும் நான் உறுதிசெய்கின்றேன். ஒரு தெய்வீக நோக்கத்தை நிறைவேற்றுவதற்காக நாம் அனைவரும் ஒன்றிணைக்கப்பட்டுள்ளோம் என்று நான் நம்புகின்றேன். கடவுள் ஒரு பெரிய நோக்கத்திற்காக அனைவரையும் கூட்டி விட்டார்.

தெய்வீக செய்திகளைப் பெற நேர்வதால் நான் மேல் நிலையில் இருப்பவன் என்று அர்த்தமில்லை. நான் தலைவர் மட்டுமே. உண்மையில் நான் அப்படித்தான் அழைக்கப்படுகின்றேன். இங்கு குருவும் இல்லை சீடர்களும் இல்லை. அனைவரும் என் சகோதர சகோதரிகள்.

இரண்டாவது : என் ஆடையைக் குறித்தது. நான் அணிந்திருப்பதை வைத்து என்னை யாரும் அடையாளம் கண்டு கொள்ளக் கூடாது என்று எனக்குத் தெளிவான அறிவுரைகள் வழங்கப்பட்டன. நான் என்ன செய்கின்றேன், எதனைப் போதிக்கின்றேன் என்பதில் தான் என் அடையாளம் இருக்க வேண்டும் என அறிவுறுத்தப்பட்டது.

எனது ஆன்மீகத்தை மேம்படுத்துவதற்காக எனது மனிதப் பக்கத்தை நான் மறைக்கக் கூடாது என்று இறைவன் தெளிவாகச் சொல்லியிருக்கின்றார்.

இந்த புத்தகத்தின் ஆரம்ப அத்தியாயங்களில் குறிப்பிடப்பட்டுள்ளபடி நான் முற்றிலும் இந்த உலகத்தைச் சேர்ந்தவன் - ஒரு பொருள்முதல்வாத ஆன்மீகவாதி. இது முருகப்பெருமானின் முடிவு என்பதால் நான் அப்படியே இருக்க விரும்புகின்றேன்.

ஓம் சரவண பவாய நமஹ !!!

அத்தியாயம் 15

இலங்கை கதிர்காமத்தில் அவநம்பிக்கையான ஒரு தேடல்

வழக்கம் போல ஒருமுறை செந்திலிடம் ஒரு கனவைப் பற்றிச் சொல்லிக் கொண்டிருந்தேன். "பழனிக்கு அருகில் எங்கோ ஒரு மலை. இது ஹனுமானுடன் சில தொடர்புகளைக் கொண்டுள்ளது. அங்கே…" எனத் தொடங்கும் முன்பே செந்தில் என்னை நிறுத்தி விட்டார். இதற்கு மேல் எதுவும் சொல்லவேண்டாம் என்று கேட்டுக்கொண்டார். அவர் அந்த இடத்தைப் பற்றி நன்றாகப் புரிந்துகொண்டார். நம்பிக்கையுடன் என்னைப் பழனிக்கு வரச்சொன்னார். நான் அங்குச் செல்வதற்கு முன் ஆறு நாட்கள் விரதத்தை கடைப்பிடிக்குமாறு அறிவுறுத்திய அவர், சூரசம்ஹார நாளில் பழனிக்கு வருமாறு அறிவுறுத்தினார். வேகமாக அனைத்தையும் சொல்லிவிட்டார். ஒரு கனவைப் புரிந்துகொள்வதை விட செந்தில் ஏதோ வினாடி வினாவிற்குப் பதில் சொல்வது போல உணர்ந்தேன்.

அவர் அறிவுறுத்தியபடி ஆறு நாட்கள் விரதம் கடைப்பிடித்தேன். அதாவது நான் மாலை ஆறு மணிக்கு முன் எதையும் உட்கொள்ளாமல் இருந்தேன்.

நான் பழனியை அடைந்ததும் செந்தில் உள்ளிட்ட எட்டு பேர் கொண்ட குழு என்னுடன் வந்தனர். பழனியிலிருந்து ஆறு கிலோமீட்டர் தொலைவில் உள்ள ரங்கநாத கரடு என்று அழைக்கப்படும் இடத்திற்கு நாங்கள் சென்றோம். அங்கு அந்த மலையைப் பார்த்த பொழுது என் திகைப்பை என்னால் மறைக்க

முடியவில்லை. ஹனுமான் எப்படி இருப்பார் என்பதை இந்த மலையைப் பார்த்தால் தெரிந்துகொள்ளலாம். என்ன ஒரு அற்புதமான படைப்பு!

மலை ஏறுவது என்பது கடினமானது. அதிலும் வயிற்றில் எதுவும் இல்லாமல் மேல்நோக்கிச் செல்வது நம் துன்பத்தை அதிகரிக்கும். என் உடல் சீக்கிரமே சோர்வடைய ஆரம்பித்தது. ஆனால் நான் ஒரு வார்த்தை கூடச் சொல்லத் துணியவில்லை. விரத காலத்தில் நான் மாலை ஆறு மணி வரை உணவு இல்லாமல் விரதத்தை அனுசரித்தேன். ஆறு மணிக்குப் பிறகு உணவுகளை எடுத்துக்கொண்டேன். ஆனால் என்னுடன் வந்தவர்கள் கடந்த ஆறு நாட்களாகத் தினமும் ஒரு டம்ளர் பால் மட்டுமே சாப்பிட்டு வந்தனர். அவர்கள் அனைவரும் உற்சாகத்துடன் மலை ஏறிக் கொண்டிருந்தனர். எனவே நான் கொஞ்சம் உற்சாகத்தை உள்வாங்கி மலையேற முயற்சி செய்தேன். கடைசி 200 மீட்டர் எல்லாவற்றையும் விடக் கடினமானதாகவும், ஆபத்தானதாகவும் இருந்தது.

மலையேறுவது எவ்வளவு கடினமாக இருந்தாலும் நீங்கள் உச்சத்தை அடையும் தருணம் ஆனந்தமாக உணர்வீர்கள். மாயாஜாலம் போல் உங்கள் உடலில் உள்ள வலிகள் காணாமல் போவதை உணர்வீர்கள். சாதித்த உணர்வுடன் சேர்த்து அங்கே காண்கின்ற காட்சிகளில் மயங்கி விடுவீர்கள்.

ஒரு கட்டத்திற்குப் பிறகு எங்கள் பரவசம் குறைந்து பசிக்க ஆரம்பித்து விட்டது. செந்திலும் அவரது கும்பலும் உண்ணாவிரதத்திற்குப் பிறகு வயிற்றுக்கு இதமாக இருப்பதற்காக ஒரு சுவையான உணவை மூட்டை கட்டி வைத்திருந்தனர். அவை வாழைத்தண்டு, வெங்காயம் மற்றும் வேறு சில பொருட்களால் செய்யப்பட்ட உணவு. அவை மிகவும் இலகுவாகவும், சுவையாகவும் இருந்தன. நிறைவான உணவுடன் என் கண்கள் செயல்பட ஆரம்பித்தன. அவர்கள் அனைவரும் அந்த இடத்தை ஆராய ஆரம்பித்தனர்.

அந்த கம்பீரமான மலையின் உச்சியில் ஒரு கூரையற்ற கோவிலும், வலிமைமிக்க விஷ்ணு பகவானின் சிலையும் இருந்தது. அனந்தசயனரின் நிலை நம்பமுடியாத வகையிலிருந்தது. அவரின் முகம் பழனிமலையை நோக்கிப் பார்த்துக்கொண்டிருந்தது. மலையின் மறுபுறம் ஆறு சகோதரிகள் குழு (தி ப்ளெயடியன்ஸ்)

வில் இருந்து கார்த்திகை நட்சத்திரத்தின் ஒளி விழுகின்றது. என்னை அருள்புரியுமாறு வேண்டி மறுபுறம் சென்றேன். அங்கு நான் அனுபவித்த அதிர்வுகள் என்னை வேறொரு நிலைக்குக் கொண்டு சென்றது. அந்தப் பகுதியில் உள்ள மற்றவர்களைச் சுற்றிப் பார்த்தேன்; எல்லோரும் சாதாரணமாக இருப்பது போல் தோன்றியது. ஆனால் நான் ஒருவித மாயையிலிருந்தேன். இன்னொரு பரிமாணத்தை அடைந்தது போல உணர்ந்தேன். அது உயரிய காந்த தன்மையிலிருந்தது. இந்த விவரத்தை யாரிடமும் பகிர்ந்து கொள்ள வேண்டாம் என்று முடிவு செய்தேன்.

ஆன்மீகத்தின் பாதையில் ப்ளெயடியன்ஸ் மிகவும் முக்கியத்துவம் வாய்ந்தவர்கள் என்பது எனக்குத் தெரியும். இந்த விவரத்தை நீங்கள் குறித்து வைத்துக் கொள்ளுங்கள். ஏனெனில் ப்ளெயடியன்ஸ் பற்றி நிறையத் தகவல்கள் இருக்கின்றன.

என் வாழ்வில் இந்த ஆஞ்சநேயர் மலை என்னைப் பலமுறைக் கூப்பிட்டுக்கொண்டே இருந்தது. அதன் பின் இரண்டு முறை மலை மீது ஏறியிருக்கின்றேன். பலமுறை அடிவாரம் வரைச் சென்றிருக்கின்றேன்.

ஒருமுறை ஒரு பௌர்ணமி இரவில் இந்த மாபெரும் மலையின் மீது இரவைக் கழிக்க நேர்ந்தது. அன்றைய தினம் அந்தி சாய்ந்த பிறகுதான் நாங்கள் மலையேற ஆரம்பித்தோம். இரவு 9-9.30 மணிக்குள் மலை உச்சியை அடைந்துவிட்டோம். அப்பொழுது எதிர்பாராதவிதமாக அங்கே மழை பெய்தது. அங்கே ஒரு கொட்டகையின் கீழ் இரவைக் கழித்தோம். ஒரு கட்டத்தில் என்னுடன் வந்த மற்றவர்கள் உறங்கிக் கொண்டிருந்தனர். நான் மட்டும் எழுந்து மலையின் மறுபுறம் நடந்தேன். நான் முன்பே குறிப்பிட்டதுபோல் அங்கே கிடைத்த அனுபவங்கள் தனித்தன்மை வாய்ந்தது. அங்கு விண்வெளி, விண்கலம் மற்றும் வானத்தின் முடிவிலியின் விரிவாக்கம் போன்றவற்றையெல்லாம் உணர்ந்தேன். கார்த்திகை நட்சத்திரத்தின் ஆறு சகோதரிகள் என்று பிரபலமாக அறியப்படும் ப்ளெயடியன்ஸ் மத்தியில் நான் இருப்பது போல் அப்பொழுது உணர்ந்தேன். ஆனால் அது 444 ஒளி ஆண்டுகள் தொலைவில் உள்ளது. அந்த ஒளி ஆண்டுகளின் வெளிச்சத்தை இப்பொழுது என் மீது கற்பனை செய்து பாருங்கள்.. அது ஒரு பரவச நிலை! ஏதாவது தனித்துவமான ஒன்றை விண்வெளி வீரர்கள் கண்டுபிடிக்கும்பொழுது/பார்க்கும்பொழுது

எப்படி உணர்வார்களோ, அதே போல் எனக்கு ஆச்சரியமாக இருந்தது. அப்பொழுது பல விஷயங்கள் என் மனதில் தோன்றின. பிரபஞ்சத்தின் முடிவிலி... முழுமையான பூஜ்ஜியம் எங்கே... நேரம் பற்றிய வித்தியாசமான மற்றும் அற்புதமான கருத்துகள்... மனிதர்களாகிய நாம் எப்படி நேரத்தைப் பயன்படுத்துகின்றோம்.. அதைச் சரியாகச் செய்கின்றோமா? ஆண்டுகளை நிறுவுவதற்குக் காலத்தை அடிப்படையாகப் பயன்படுத்துகின்றோம். அது உண்மையான கருத்தாக இருக்கும் பட்சத்தில் பூமியின் சூரியன் சார்ந்த நேர மண்டலத்தைத் தாண்டி யாராவது சென்றால் என்ன நடக்கும்? அவர்கள் வயதினால் பாதிக்கப்படமாட்டார்களா? போன்ற பல எண்ணங்கள் தோன்றின..

நான் அந்த மண்டலத்தில் இருக்கையிலே என்னைச் சுற்றி நட்சத்திரங்கள் மிதப்பது போல் உணர்கின்றேன்... என்னுடன் கொண்டாடுவதைப் போல... அது உண்மையிலேயே ஒரு காந்த தன்மையிலான மாயாஜாலம்!

எனது அடுத்த பயணம் முதல் முறையாக நம் நாட்டிற்கு வெளியே நடந்தது. எனக்கு வந்த இந்த கனவிற்கு ஒரு சிறப்பு இருந்தது. இந்த முறை என் கனவில் குரு பாபாஜிதான் தூதுவர். அன்றிலிருந்து பாபாஜி சித்தர் என்னுடன் இருக்கின்றார். இந்தப் புத்தகத்தில் அவரைப் பற்றி நிறைய விவரிப்பேன். அது கனவா அல்லது என் உறக்கத்தின் பொழுது வந்த உள்முக அழைப்பா என்று எனக்குத் தெரியவில்லை. எது எப்படியிருந்தாலும் பாபாஜி என்னிடம் சொன்ன எல்லா இடங்களும் முற்றிலும் துல்லியமானவை. உதாரணமாக, ஸ்ரீ லங்கா கதிர்காம முருகர் கோவில். அவர் எனக்கு ஒரு காடு மற்றும் அதன் அமைதியான தனிமை உணர்வைக் காட்டினார். நான் அங்கிருந்து இறங்கிப் போகின்றேன் என்ற தெளிவற்ற சில நினைவுகள் இருந்தன. ஆனால் கீழே இறங்குவது படிக்கட்டுகளிலா அல்லது வேறு எப்படியாவதா எனத் தெரியவில்லை. தெளிவில்லாமல் இருந்தது. இருப்பினும் அங்குச் செல்ல வேண்டுமென்பது முருகப் பெருமானின் கடுமையான உத்தரவு என்பது தெளிவாகத் தெரிந்தது. அன்றிலிருந்து எனக்கு வரும் ஒவ்வொரு கனவுகளும், செய்திகளும் எனது பயணத்தை மதிப்பு மிக்க ஒன்றாக மாற்றிக்கொண்டே வருவதை நான் உறுதியாக நம்பினேன். இலங்கை, கதிர்காமம், முருகர் கோயில் இவையெல்லாம் இறைவன் வலியுறுத்தும் முக்கியப் புள்ளி அல்ல

என்பதிலும் உறுதியாக இருந்தேன். ஆனாலும் என்னால் தெளிவு பெற முடியவில்லை.

வழக்கமான விவாதத்திற்குப் பிறகு, ரஞ்சித் என்னுடன் வருவதாக முடிவு செய்யப்பட்டது. அவருடைய உற்சாகமும் ஆர்வமும் தான் என்னை அங்குச் செல்லத் தூண்டியது. அதற்கு நான் எப்பொழுதும் மிகவும் நன்றியுள்ளவனாக இருப்பேன்.

சரி... நான் தயாராக இருந்தேன். ஆனால் பயணத்திற்குத் தேவையான பணம் எப்படிக் கிடைக்கும்? இன்றைக்குக் கடவுள் அருளால் எதற்கும் தயாராக இருக்கும் மக்கள் என்னுடன் இருக்கின்றார்கள். இன்று நம்மிடம் ஒரு இயக்கம் உள்ளது. நம்மிடம் நல்ல ஆட்களும் இருக்கின்றார்கள். பணமும் இருக்கின்றது. ஆனால் அன்று அப்படி இல்லை. எல்லா பயணங்களுக்கும் என் சொந்த பணத்திலிருந்தே செலவு செய்தேன். நானும் இந்த பூமியிலிருந்து வந்தவன் தான். கடன், செலவுகள் போன்ற எல்லாவற்றிற்கும் என் சம்பளத்தைத் தான் சார்ந்திருந்தேன். அன்றாட செலவுகளிலிருந்து சேமித்து வைத்ததைக் கொண்டு தான் உள்நாட்டுப் பயணங்களைச் செய்து வந்தேன். பொது போக்குவரத்து போன்றவற்றில் பயணம் செய்து செலவுகளைச் சிக்கனமாகக் கையாண்டேன். எது எப்படியோ தெய்வத்தின் அருளால் நான் மேற்கொள்ள வேண்டியிருந்த எந்த ஒரு பயணமும் தவறியதில்லை. ஆனால் நாட்டிற்கு வெளியே செல்வது முற்றிலும் வித்தியாசமானதாக இருந்தது. அதற்கு நான் எங்கிருந்து பணம் பெறுவேன்?

கடவுள் ஒன்றை முன்மொழிந்தால் அதற்கான வழிகளையும் அவரே காட்டுவார். அந்த சமயத்தில் இந்திய மரபுகள் மற்றும் புராணங்களின் மீது மிகுந்த அக்கறை கொண்ட ஜெய்சன் என்ற ஒரு நபரை நான் சந்தித்தேன். போகர் சித்தர் மற்றும் எனது ஆன்மீக இலக்குகள் குறித்த சில சந்தேகங்களைத் தெளிவுபடுத்திய எழுத்தாளர் ஸ்ரீ எம்.கே. ராமச்சந்திரனை எனக்கு அறிமுகப்படுத்தியவர் அவர்தான். அடிப்படையில் ஜெய்சன் ஒரு ஊடகவியலாளர். அவர் முதலில் சூர்யா தொலைக்காட்சியிலும் பின்னர் மாத்ருபூமியிலும் பணியாற்றினார். இந்தியப் புராணங்கள் நமது பாரம்பரியத்தின் ஒரு பகுதியாக இருப்பதைப் பற்றி அவர் எப்பொழுதும் பெருமிதம் கொள்வார். அவர் என்னைப் பற்றி அறிந்ததும் என் சர்வதேசப் பயணத்தைப் பற்றிய எனது நிலை அவருக்குப் புரிந்தது.

அவர் என்னை மிகவும் ஊக்கப்படுத்தினார். இது முருகப்பெருமானின் சித்தமென்றால் அனைத்தும் தானாக நடைபெறும் என்றும் நினைவுபடுத்தினார். இதனையடுத்து என் பயணங்களுக்கான ஆயத்தப் பணிகளைத் தொடங்கினேன். எனது பயணத்தை முன்பதிவு செய்வதற்காக முன்னாள் அரசியல்வாதியான ஸ்ரீஷன் அடையாட்டு (ஸ்ரீஷேட்டன்) என்பவர் பரிந்துரைத்த பயண நிறுவனத்தை நான் தொடர்பு கொண்டேன்.

ஒரு நாள் திருச்சூரில் உள்ள பிரபல ஹோட்டலான பாரத் ஹோட்டலின் உரிமையாளர் ஸ்ரீகுமாரேட்டனச் சந்திப்பதற்காக ஜெய்சன் என்னை அழைத்துச் சென்றிருந்தார். ஸ்ரீகுமாரேட்டன் என் உள்ளங்கைகளை நீட்டச் சொல்லி முருகரின் பணிக்கு என்று கூறி மகிழ்ச்சியுடன் ரூ. 20,000 கொடுத்தார். அந்த நேரத்தில் நான் எப்படி உணர்ந்தேன் என்பதை என்னால் விளக்க முடியாது. அந்த நேரத்தில், நான் முருகப்பெருமானுக்கு அடிமை என்றும், அவரால் நியமிக்கப்பட்டவர்கள் அளிப்பதைப் பணிவாக ஏற்றுக்கொள்ள வேண்டும் என்ற உணர்வும் ஏற்பட்டது. அந்த பணத்தை ஸ்ரீகுமாரேட்டனுக்கு பலமுறை திருப்பி கொடுக்க முயன்றேன். ஆனால் அவர் தனக்கே உரிய முறையில் என்னைக் கண்டித்தார்.

எனது முதல் விமானப் பயணம் பிரம்மாவின் புஷ்பக விமானம் சென்ற அதே பாதையில் செல்கின்றது என்பதை நினைத்துச் சிரித்துக்கொண்டேன்.

இந்தியத் துணைக்கண்டத்தின் ஓரத்தில் ஒரு பழம் போல் மிதந்து கிடக்கும் அந்த எம்ரால்ட் தீவான இலங்கைக்கு நாங்கள் பயணமானோம்.

என்னதான் அந்த இடம் இந்தியாவிற்கு வெகு அருகிலிருந்தாலும் அந்த இடத்தை அவ்வளவு பரிச்சயமானதாக என்னால் உணர முடியவில்லை.

எங்களைச் சந்தேகத்துடன் ஏதோ ஒன்று பின்தொடர்வதை எங்களால் உணர முடிந்தது. அன்றைய உள்நாட்டுப் போரின் இயற்கையான பின்விளைவு அது. வாகனச் சோதனைகள் மற்றும் உடல் பரிசோதனை எனப் பல சோதனைகளைக் கடந்து நாங்கள் செல்ல வேண்டியிருந்தது. நாங்கள் கொழும்பு நகரத்தை விட்டு வெளியேறும் வரை சோதனைகள் இருந்து கொண்டே இருக்கும் என உணர்ந்தோம். நாங்கள் கொழும்பிலிருந்து வெளியேறியவுடன்

எல்லாம் இயல்பாக இருந்தது. நாங்களும் ஓய்வெடுக்க ஆரம்பித்தோம். சொன்னது போல், அங்கிருந்த அமைதியிலும் எங்கோ ஒரு பயங்கரமான விதை மறைந்திருப்பதைப் போல் தோன்றியது.

இலங்கையின் காலி யை அடைந்தோம். பெரிய மட்டைப்பந்து அரங்கத்தின் மீது என் கண்கள் விழுந்தபொழுது, எதிரணியினரின் நோக்கத்தை அழிக்கும் விதமாகத் தனது மட்டையை வீசும் மட்டைப்பந்து வீரர் ஜெயசூர்யாவை நினைத்துப் பார்க்காமல் இருக்க முடியவில்லை. 1996 உலகக் கோப்பை ஒரு நாள் போட்டியைத் தனது வலிமையான ஆட்டத்தால் வடிவமைத்தவர் அவர். இது 20:20 தொடரின் ஒரு பகுதியைப் போலிருந்தது. அப்பொழுது அரவிந்த டி சில்வா ஒரு பாறையைப் போல அவருடன் உறுதியாக நின்றார்.

என் எண்ணங்கள் மட்டைப்பந்து மைதானத்தைச் சுற்றிக் கொண்டிருந்தது. ஆனால் எங்கள் வாகனம் காலியிலிருந்து கதிர்காமம் நோக்கிச் சென்றுகொண்டிருந்தது.

கதிர்காமத்திலுள்ள முருகர் கோவில் போகர் சித்தரால் பிரதிஷ்டை செய்யப்பட்டது. எந்த ஒரு சிலையும் இங்கே இல்லாததே இதன் சிறப்பாகும். இங்குப் போகர் சித்தரால் உருவாக்கப்பட்ட முருகர் யந்திரம் உள்ளது. யந்திரம் கவனமாக ஒரு பெட்டியில் அடைக்கப்பட்டு கோவிலுக்குள் வைக்கப்பட்டுள்ளது. இந்த முழு விஷயமும் ஒரு திரையால் மறைக்கப்பட்டுள்ளது. எனவே நம்மால் அந்த திரையை மட்டுமே பார்க்க முடியும். மயில் வாகனத்தில் தனது மனைவியருடன் கம்பீரமாக அமர்ந்து கொண்டிருந்த ஆறு முகம் கொண்ட முருகப்பெருமானின் அற்புதமான படத்துடன் அந்த திரை அழகாக வடிவமைக்கப்பட்டுள்ளது.

பெட்டிக்குள் இருக்கும் யந்திரம் வருடத்திற்கு ஒருமுறைதான் வெளியே எடுக்கப்படும். அப்பொழுது ஒரு யானையின் மேல் அந்த பெட்டி கம்பீரமாகச் சுற்றி வரும். இந்த யந்திரம் என்னவென்றும் அதில் என்ன இருக்கிறதென்றும் எங்கள் வழிகாட்டிக்கோ அல்லது ஓட்டுநருக்கோ அல்லது புத்த மதகுருமார்களுக்கோ கூடத் தெரியாது.

மாலை சுமார் ஆறரை மணியளவில் அங்கு ஒரு பிரமாண்டமான விழாவைக் கண்டோம். அது நேர்மறையைத் தூண்டுவதற்காக நடக்கும் அன்றாட செயல் என்பதை அறிந்துகொண்டோம். அங்குப் பலவிதமான இசைக்கருவிகளுடன் ஏராளமானோர் திரண்டிருந்தனர். அனைவரும் சேர்ந்து எங்களுக்கு அறிமுகமில்லாத ஒரு இசையை

வாசித்தனர். இதனுடன் சேர்த்து இரண்டு இலங்கைப் பெண்கள் ஒரு தனித்துவமான புடவையைச் சுற்றிக் கொண்டு கற்பூரம் எரிவதைச் சுற்றி வந்தனர். அந்த அரை மணி நேரம் புதிய மற்றும் வித்தியாசமான உணர்வுகளைத் தந்தது!

பின்னர் பழனி கோயிலுக்கு நிகரான முருக க்ஷேத்திரத்தில் பிரார்த்தனை செய்தோம். குரு பாபாஜி மற்றும் போகர் சித்தர் ஆகியோரின் சிலைகளும் அங்கே பிரதிஷ்டை செய்யப்பட்டிருந்தன. அங்கு அவர்களுக்கு நாங்கள் மரியாதை செலுத்தினோம்.

அடுத்த நாள் "செல்லக் கதிர்காமம்" என்ற இடத்திற்குச் சென்றோம். நான் பார்த்த ஒவ்வொரு இடமும் செழுமையாக இருந்தது. ஆனால் என் மனம் திருப்தியடையவில்லை. ஏனென்றால் நான் கனவில் கண்ட அந்த இடம் இன்னும் வரவில்லை. நான் அதனை அடையும் வரை அமைதியின்றி இருந்தேன். கனவில் நான் பார்த்த காடு, கீழே இறங்கும் இடம் போன்றவற்றை நான் ரஞ்சித்திடம் கூறினேன். அவர் அதனை ஓட்டுநருக்கும், வழிகாட்டிக்கும் ஆங்கிலத்தில் மொழிபெயர்த்தார். அதைக் கேட்ட அவர்கள் அப்படி ஒரு இடம் அவர்கள் நாட்டில் இல்லவே இல்லை என்று உறுதியாகச் சொன்னார்கள். அன்று நாங்கள் காட்டிற்குள் சென்று கொண்டிருந்தோம். குடஜாத்திரியில் உள்ள நிலப்பரப்பைப் போன்று, ஜீப் போன்ற கனரக வாகனங்கள் மட்டுமே அந்த சாலைகளில் தைரியமாகச் செல்ல முடியும். நாங்கள் எங்கள் ஜீப்பிற்காகக் காத்திருந்த நேரத்தில் போரில் ஒரு பக்கம் கையை இழந்த ஒரு எளிய ஊனமுற்ற காவலாளியையும், மறுபுறம் அதிக வயதான புத்த பிக்கு ஒருவரையும் கவனித்தோம். அவரின் உடல் வலு இல்லாமல் இருந்தது. ஆனால் அவரின் நாக்கு தொடர்ந்து தன் கடமையைச் செய்துகொண்டேயிருந்தது. உடைந்த ஆங்கிலம் மற்றும் கை அடையாளங்களுடன் இருந்த அவருடன் ரஞ்சித் தொடர்ந்து பேசிக்கொண்டிருந்தார். ஆனால் என் கண்களோ கனவில் நான் கண்ட இடத்தை தொடர்ந்து தேடிக்கொண்டிருந்தது.

விரைவில் எங்கள் பழங்கால தோற்றம் கொண்ட ஜீப் திரும்பியது. நாங்கள் ஜீப்பில் ஏறியதும் வயதான புத்த துறவியுடன் ரஞ்சித் பேசிக்கொண்டிருந்ததை என்னிடம் கூறினார். அவர் என் தெளிவற்ற கனவைத் தெளிவற்ற முறையில் அந்த துறவியிடம் சொல்லியிருக்கின்றார். ரஞ்சித் அவரிடம் எனது கனவுகள் மற்றும் இடங்களை எப்படிக் கண்டுபிடிப்போம் போன்றவற்றைச்

சுருக்கமாகக் கூறினாராம். இதையெல்லாம் கேட்ட துறவி நான் அவருடைய எதிர்காலத்தைக் கணிக்க வேண்டும் என்று வலியுறுத்தியுள்ளார். அவருக்கு வளமான எதிர்காலம் இருக்குமா என்பதை அறிய விரும்புவதாகச் சொல்லியிருக்கின்றார். இதை நினைத்து நாங்கள் மனம் விட்டுச் சிரித்தோம். 90 வயதான, உலக இன்பங்களைத் துறந்த ஒரு பெளத்த துறவி தன் எதிர்காலத்தை அறிய ஏங்குகின்றார். இவையெல்லாம் வாழ்க்கையின் சிறு சிறு ஆசைகள்!

சுவரில் உடும்பு ஏறுவது போல எங்கள் ஜீப் சீராக மேல்நோக்கிச் சென்றது. அங்குச் சென்று வழிபட்டுவிட்டு கீழே இறங்கினோம்.

வாகனத்தில் ஏறியவுடன் என்னால் அமைதியாக இருக்க முடியவில்லை. நான் கனவில் கண்ட இடத்தைப் பற்றிக் கேட்டுக் கொண்டே இருந்தேன். நான் கொடுத்த தெளிவற்ற விளக்கத்தை வைத்து எங்கள் வழிகாட்டி எங்களை சில இடங்களுக்கு அழைத்துச் சென்றார். ஒவ்வொரு இடத்திலும் நான் அங்கே சென்று பார்த்துவிட்டு ஏமாற்றத்துடன் திரும்பினேன். அதனால் ஓட்டுநர் மற்றும் வழிகாட்டிக்கு ஒருவிதமான எரிச்சல் ஏற்படுவதை என்னால் உணர முடிந்தது. அவர்கள் என்னை நான்காவது இடத்திற்கு அழைத்துச் சென்றனர். ஆனால் அதுவும் இல்லை என்று நான் வலியுறுத்தினேன். இதனால் மெல்ல மெல்ல ரஞ்சித் கூட சிறிது சங்கடப்படத் தொடங்கினார். நேரமும் ஓடிக்கொண்டிருந்தது. எங்களின் அனைத்து திட்டங்களும் சுண்டி எறியப்பட்டுக் கொண்டேயிருந்தது.

நான் கேட்கும் இடங்களுக்கு முருகப்பெருமான் எப்பொழுதும் என்னை வரவழைப்பது என் மன உறுதியை அதிகப்படுத்தியது. என்னால் பின்வாங்க முடியவில்லை. இப்பொழுது வழிகாட்டி மற்றும் ஓட்டுநர் இருவரும் மிகவும் விரக்தியிலிருந்தனர். அவர்கள் அத்தகைய இடத்தை பற்றி விசாரிக்கத் தொடங்கினர். எல்லாம் வீண்! திடீரென்று நாங்கள் இருந்த இடத்திலிருந்து ஆறிலிருந்து ஏழு கிலோமீட்டர் தொலைவில் இருக்கும் இடத்தை ஒருவர் பரிந்துரைத்தார். நாங்கள் முயற்சிக்கும் கடைசி இடம் இது என்று நாங்கள் அனைவரும் ஒப்புக்கொண்டோம். இது இல்லையென்றால் இந்த தேடலை நிறுத்திவிட்டு நாங்கள் திரும்பிச் சென்றுவிடலாம் என முடிவு செய்தோம்.

நாங்கள் அந்த இடத்தை நெருங்க நெருங்க நான் வலுவான அதிர்வுகளைப் பெற ஆரம்பித்தேன். நாங்கள் சென்ற கோவிலின்

அடிவாரம் காட்டிற்குள் இருந்தது. இறுதியாக நாங்கள் அந்த இடத்தை அடைந்துவிட்டோம். ஒரு வார்த்தை கூட பேசாமல் நான் ஜீப்பை விட்டு இறங்கி நம்பிக்கையுடன் நடக்க ஆரம்பித்தேன். நான் நடப்பதைக் கண்டு அவர்களும் பின்தொடர்ந்தனர். வாகனத்திலிருந்து இறங்குவதை வெறுத்த ஓட்டுநரும் பின்தொடர்ந்தார். யாரையோ பின் தொடர்வது போல் தோன்றும் அளவுக்கு வேகமாக நடந்து சென்றேன். அந்த இடத்தை நெருங்க நெருங்க என் கண்கள் என் கனவிற்கு ஏற்ற தடயங்களைப் பார்க்க ஆரம்பித்தன. ஆம் அங்கே இருந்தது. இறங்கும் பாதையைக் கொண்ட நிலம்! நான் கிட்டத்தட்ட அந்த நிலப்பரப்பில் ஓட ஆரம்பித்தேன். அதோ! முருகப்பெருமானுக்கு அர்ப்பணிக்கப்பட்ட ஒரு சிறிய சன்னதி மற்றும் அதன் பின்னால் ஒரு குகை போன்ற சிறிய வாயிலிலிருந்தது!

அதனைப் பார்த்தவுடன் அங்கே மண்டியிட்டு கைகளை வானத்தை நோக்கி உயர்த்தி, "ஹரஹரோ ஹரா!" என்று சத்தமாக அழுதேன். என் அழுகையைக் கேட்ட அங்கிருந்தவர்களின் அவநம்பிக்கையை என்னால் உணர முடிந்தது.

முருகப்பெருமான் - என்னைக் கைவிடமாட்டார்!

ஓம் சரவணபவாய நமஹ !!!

நீங்கள் அறிந்திராத ஒரு விஷயத்தை இங்கே சொல்கின்றேன்.

பழனிமலையிலிருந்து இறங்கி வரும்பொழுது வலது பக்கம் போகர் சமாதியைக் காணலாம். உண்மையில் அது அவருடைய சமாதி அல்ல. அது ஒரு குகை போன்ற திறப்பு மட்டுமே. அதுதான் அவர் சமாதிக்குச் செல்லச் சென்ற வாயில். அந்த குகை முருகர் சிலை வைக்கப்பட்டுள்ள இடத்திற்குக் கீழே செல்கின்றது. அங்கிருந்துதான் போகர் சித்தர் தனது உடலை விடுத்து விண்ணுலகம் அடைந்தார். ஒவ்வொரு கோயிலின் கருவறையிலும் இதேபோன்ற சித்தர் சமாதி இருக்கும்.

நான் மண்டியிட்ட இடம் மழைக்கு மேலே உள்ள முருகர் கோவிலுக்கு இட்டுச் செல்லும். அது யாருடைய சமாதி என்று எனக்கு இன்னும் புரியவில்லை.

நாங்கள் வாகனத்திற்குத் திரும்பியவுடன் எனது பைத்தியக்காரத்தனமான வேட்டை மற்றும் தெளிவான தீர்மானத்திற்காக ஓட்டுநர், வழிகாட்டி என அனைவரும் பாராட்டினர். வெளிநாட்டவர் கனவில் வந்த ஒரு இடம் அவர்களுக்குத் தெரிந்ததை

அவர்கள் பெருமையாக நினைத்தார்கள். இந்த புதிய இடம் அவர்களுக்கு வெளிப்பட்டதால் அவர்கள் மிகவும் மகிழ்ந்தார்கள். தங்கள் நிலத்தைப் பார்க்க வருபவர்களுக்கு இந்த இடத்தைக் கட்டாயம் காட்டுவோம் என்றும் உறுதி ஏற்றனர்.

இறைவனின் பணிக்கு நான் தகுதியானவன் என்று என் உள்ளம் உரைத்தது!

ஓம் சரவண பவாய நமஹ !!!

நெருப்பு. மயானம். அகோரி..

புலிப்பாணி சித்தர்! தனது குருவிற்கு மிகவும் தகுதியான சீடர் என்பதனை நிரூபித்தவர். போகர் சித்தரின் முக்கிய சீடரான புலிப்பாணி சித்தரும் பழனியில் சமாதி அடைந்தார். பழனியில் புலிப்பாணி சித்தரின் ஆசிரமம் உள்ளது. புலிப்பாணி சித்தர் மற்றும் குரு பாபாஜி பற்றி உங்களுக்குச் சொல்ல நிறைய இருக்கின்றது. வரும் பகுதிகளில் அதனைப் பற்றி விரிவாகக் கூறுகின்றேன்.

என் கனவிற்குள் மீண்டும் செல்வோம். எங்களில் பலரைக் குழம்ப வைத்த ஒரு கனவைப் பற்றிச் சொல்கின்றேன். கனவில் நான் பழனியில் இருக்கின்றேன். இதில் புதிதாக எதுவும் இல்லை. ஆனால் இந்த கனவில் கிருஷ்ணர் இடம்பெற்றிருந்தார். அந்த கனவில் நான் கிருஷ்ணரை வணங்குகின்றேன். அதுவும் பழனி மலையில். இது உண்மையில் ஒரு விசித்திரமான கனவு.

நான் பலமுறை பழனிக்கு வந்திருக்கின்றேன். சொல்லப் போனால் பழனியில் என் கண்ணில் படாத விஷயங்கள் இருக்குமோ என்று நினைக்கும் அளவிற்கு அலைந்து திரிந்திருக்கின்றேன். ஆனால், அங்கு ஒரு கிருஷ்ணர் சிலையைக் கூட நான் பார்த்ததில்லை. என்னைப்பொறுத்தவரை, கனவு பழனியில் தான் இடம்பெற்றிருந்தது. இறைவன் எனக்கு வேறு சில செய்திகளைச் சொல்கின்றார் என்று எனக்குத் தோன்றியது.

எனது கலைக்களஞ்சியமான செந்திலிடம் இதனைப் பற்றிக் கூறினேன்.

அவரும் குழப்பமடைந்தார். கனவு எங்கள் இருவரையும் குழப்பியது. கொஞ்சம் யோசித்தவர் சரி நேரில் வாருங்கள் நாம் ஆராய்ச்சி செய்வோம் என்றார்.

அவர் சொன்னதும் சரிதான்! அதனால் பழனியில் உள்ள கிருஷ்ணரைத் தேடி அங்கே சென்றேன். நான் சென்ற நாள் பழனிமலையில் நடந்துகொண்டிருந்த ஒரு விழாவுடன் ஒத்துப்போனது. புலிப்பாணி சித்தர் ஆசிரமத்தில் வசிக்கக்கூடிய ஒரு துறவியின் திருப்தி செல்வதற்கான பயண பூஜை நடைபெற்றுக்கொண்டிருந்தது. விழா அறிவிப்புகள் போன்ற அனைத்தும் கொண்டாட்டமாக இருந்தன. நானும் செந்திலும் அவரது கடையிலிருந்தோம். செந்திலுக்குச் சற்று தாமதமாக வாசனை வடிவில் இறை செய்திகள் வர ஆரம்பித்தன. பழனி மலை உச்சியில் நடக்கும் ஆடம்பரமான விழாவிற்கும், என் வருகைக்கும், புலிப்பாணி சித்தர் ஆசிரமத் துறவி திருப்பதிக்குப் புறப்படுவதற்கும் தொடர்பிருப்பதாகச் செந்தில் உணர்ந்தார்.

அப்பொழுது செந்திலின் கடைக்குள் ஒருவர் நுழைந்தார். அவர் பெயர் கருப்பையா - மிகவும் சுவாரஸ்யமான ஒரு நபர். அவர் அருளும் அழகும் கொண்டவர். வசீகரமானவர்! அவர் தன் நீண்ட தலை முடியைப் பேணுவது, குறிப்பிட்ட வகையான வேட்டியை அணிவது போன்றவற்றில் மிகுந்த அக்கறை செலுத்துபவர். பழனியில் உள்ள பூசாரிகள் என்ற சமூகத்தைச் சேர்ந்தவர்.

ஆன்மீகத்தில் உயர்ந்த ஞானத்தைக் கொண்ட அவர், கருவறைக்குள் அனைத்து வகையான பூஜைகளையும் செய்யக் கூடியவர். அவ்வப்பொழுது தலைமறைவாகி விடுவார். அவர் திரும்பி வரும் வரை அவரைப் பற்றி யாருக்கும் தெரியாது.

அன்றைக்கு அவர் எங்கள் முன்னால் இருந்தார். இது தற்செயலா? அல்லது எதையாவது வெளிப்படுத்துகின்றதா?

கருப்பையாவைப் பார்த்ததும் உடனடியாக என் கனவைப் பற்றி செந்தில் அவரிடம் கூறினார். இது போன்று இங்கு உள்ளதா எனச் செந்தில் வினவினார். கருப்பையா பொறுமையாகக் கேட்டுவிட்டுச் சிரித்தார். அந்த முகத்தில் அவ்வளவு கருணை! இவரைப் பார்க்கையிலே இவருக்கு அவதூத சித்தர் ஆவதற்கான சாத்தியக்கூறுகள் இருப்பதாக எனக்குத் தோன்றும்.

கருப்பையா சிறிது நேரம் அவகாசம் கேட்டுச் சென்றுவிட்டுத் திரும்ப வந்தார். அவருடன் பழனிமலையை ஏறச் சொன்னார். அவர் என்னைப் போகர் சமாதி இருக்கும் இடத்திற்கு அழைத்துச்

சென்றார். அதன் அருகில் இருந்த அறை கிட்டத்தட்ட நிரந்தரமாக மூடப்பட்டிருந்தது. நான் அந்த அறையைப் பலமுறை பார்த்திருக்கின்றேன். அதில் என்ன இருக்கும் என்று யோசித்திருக்கின்றேன். அரிதான நிகழ்வுகளின் பொழுது கூட அந்த அறை திறந்திருந்ததை நான் பார்த்ததில்லை. பக்தர்கள் அதற்குள் நுழைய அனுமதிக்கபடமாட்டார்கள்.

தேவைப்படும் நேரத்தில் கடவுள் நமக்கான அனைத்து கதவுகளையும் திறப்பார். உண்மைதானே? அங்கே நான் கருப்பையாவுடன் எப்பொழுதும் பூட்டப்பட்டிருக்கும் அறைக்குள் நுழைந்தேன். நான் முதலில் ஒரு சிறிய சிவலிங்கத்தைப் பார்த்தேன். சமாதியின் மேல் ஒரு சிவலிங்கம் இருக்கும் என்பதை நான் அறிந்திருந்தேன். நந்திகேஷனின் சிலைக்கு அடுத்ததாக இருந்தது யாருடைய சமாதி என்று நான் யோசித்துக்கொண்டிருந்தேன். என் எண்ணங்களுக்கேற்ப கருப்பையா பதிலளித்தார். தனது குருவிற்கு எல்லா வகையிலும் பொருத்தமான ஒரு சீடர் என்பதை நிரூபித்த புலிப்பாணி சித்தரின் சமாதி என்று கருப்பையா கூறினார்.

நான் ஆச்சரியத்துடன் பிரார்த்தனை செய்தேன். அதன் பிறகு முருகர் சிலைக்கு அருகில் ஒரு விநாயகர் சிலை வைக்கப்பட்டிருப்பதைக் கண்டேன்.

அதற்கு அடுத்து இருந்தது ஸ்ரீ கிருஷ்ணரின் சிலை!

ஒரு காலம் வரை நான் முருகப்பெருமானுடன் எனது கனவுகள் மூலம் மட்டுமே தொடர்பு கொண்டிருந்தேன். கனவுகள் எதுவும் வீண் போனதில்லை. அதற்கு மற்றுமொரு உதாரணம் இது. என்ன ஒரு அற்புதமான நிகழ்வுகள்! பழனியில் ஸ்ரீ கிருஷ்ணர் சிலை இருப்பது யாருக்குத் தெரியும்? எனக்கு மட்டுமல்ல. பழனியைப் பூர்வீகமாகக் கொண்ட செந்திலுக்குக் கூட தெரியவில்லை. முருகரின் புனித மலையில் இந்த தடைசெய்யப்பட்ட பகுதிக்குள் நுழைய நான் தேர்ந்தெடுக்கப்பட்டதை எண்ணி வியந்தேன். இது ஒரு பெரிய மரியாதை மற்றும் பாக்கியம்! மேலும் செந்தில் சொன்னதுபோல புலிப்பாணி சித்தர் ஆசிரமத்தின் துறவி திருப்பதிக்குப் புறப்படும் விழாவிற்கும், என் கனவுக்கும் தெய்வீக தொடர்பு இருப்பதாகத் தோன்றியது. எல்லாம் இறைவன் விருப்பப்படியே நடக்கும்!

இப்பொழுது அவதூத சித்தர்களைப் பற்றி சிறிது பார்ப்போம். அவதூத சித்தர்களைப் பற்றிக் கேள்விப்பட்டிருக்கின்றீர்களா? அவர்கள் மிகவும் எதார்த்த வைராக்கியவாதிகள். சித்தர்கள் பொதுவாக

சமூகத்துடன் நன்றாகப் பழகுபவர்கள். அவர்கள் தங்கள் ஆற்றலை அனைவரின் நன்மைக்காகப் பயன்படுத்துவதை நோக்கமாகக் கொண்டவர்களாக இருப்பார்கள். ஆனால் அவதூதர்கள் முற்றிலும் மாறுபட்டவர்கள். அவர்கள் தங்களைப் படைத்த கடவுள் மீது மட்டும் தெளிவாகவும் கவனமாகவும் இருப்பார்கள். வேறு எதிலும் கவனம் செலுத்தமாட்டார்கள். நாம் அவர்களை அணுக முயன்றால் அவர்கள் நம்மை விரட்டுவார்கள். எந்தக் கோவில் வளாகத்திலாவது தனியே வாழ்க்கையைக் கழிப்பார்கள். அவர்கள் தனிமையை விரும்புபவர்கள். இந்த பிறவியில் ஆற்றலைச் சேகரித்து அடுத்த பிறவியில்/ பரிமாணத்தில் சக்தி வாய்ந்த சித்தர்களாக இருக்க வேண்டும் என்பதே அவர்களின் நோக்கம். அவர்கள் மற்றொரு பிறவி/பரிமாணத்தில் போகர் அல்லது புலிப்பாணி சித்தர் போன்று இருக்க வேண்டுமென்ற நோக்கம் உடையவர்கள். அந்த பிறவியில் சமுதாயத்திற்கு நல்லது செய்து பின்னர் தங்கள் உடலை ஒளி உடலாக மாற்ற வேண்டுமென்பதே அவர்களின் சிந்தனையாக இருக்கும். எனவே இந்தப் பிறவியில் ஆற்றல் சேகரிப்பில் கவனம் செலுத்துவார்கள். மற்றவருடன் நேரத்தைச் செலவழித்தால் ஆற்றல்கள் வற்றிவிடும் என்று நம்புபவர்கள். அதனால் மக்களை அருகில் வரவிடமாட்டார்கள்.

எனது ராமேஸ்வரம் கனவைப் பற்றி இன்னும் உங்களிடம் சொல்லவில்லை.

இதுவே அதற்கான நேரம். வழக்கம் போல் ஒரு கனவில் ஒரு செய்தி வந்தது. கனவில் நான் ராமேஸ்வரத்தில் இருக்கின்றேன். என் கனவில் வந்த ராமேஸ்வரம் அமைதியானதாக இல்லை. எங்கும் நெருப்பு - பெரும் தீப்பிழம்புகள்! "சிவராத்திரியின் பொழுது அங்கே போங்கள். இரவில் நீங்கள் செய்ய வேண்டிய பூஜை இருக்கின்றது" என்பதுதான் அந்த செய்தி. கனவு முடிந்தது.

எனது நண்பரான திருச்சூரைச் சேர்ந்த ராமன் நம்பூதிரியுடன் அவரது மாருதி 800 இல் பழனிக்குச் சென்றேன். செந்திலிடம் முழு விஷயத்தையும் விவாதித்தேன். நெருப்பு - இரவு - ராமேஸ்வரம்.... செந்தில் அதிகம் யோசித்தார். ஆனால் எதுவும் பிடிபடவில்லை. எப்பொழுதும் போல தெய்வத்தை நம்பி செல்வோம் எனத் தீர்மானித்தோம். நாங்கள் ராமேஸ்வரம் சென்றோம்!

சுமார் பத்து மணியளவில் ராமேஸ்வரம் சென்றடைந்தோம். சிவராத்திரிக்கு முந்திய நாள் இரவு வாடகைக்கு அறை எடுத்துத் தங்கினோம்.

செந்தில் அங்குச் சுற்றி இருந்தவர்களிடம் விசாரித்தார். யாருக்கும் நெருப்பு தொடர்புடைய எதுவும் தெரியவில்லை. மனரீதியாகவும், உடல் ரீதியாகவும் நாங்கள் சோர்வாகிவிட்டோம். நான் ராமேஸ்வரத்தின் வானத்தைப் பார்த்துவிட்டு கண்களை மூடிக்கொண்டேன். திடீரென்று வானம் முழுவதும் சிவபெருமான் இருப்பது போல் உணர்ந்தேன். அதன் பிறகு நான் மிகவும் அசாதாரணமான ஒன்றை உணர்ந்தேன். அந்த வாசனை எனக்குப் புதிதாக இருந்தது. நான் கண்களைத் திறந்து பார்த்த பொழுது அது எரிந்து கொண்டிருக்கும் சிதை என்பதைப் புரிந்துகொண்டேன்.

அருகில் ஒரு மயானம் இருந்ததை அறிந்தோம். அதற்குக் கடலோரமாக அரை மணி நேரம் நடக்கவேண்டும். அங்கே போகிறோமா இல்லையா எனக் கேட்டேன். செந்திலும் ராமனும் தயாராகிவிட்டனர். நாங்கள் எங்கள் நடையைத் தொடங்கினோம். இரவு 11 மணிக்குப் பிறகு எல்லாம் வெறிச்சோடி இருந்தது. நிலவு இல்லாத இரவு போல வானம் மிகவும் இருட்டாக இருந்தது. நட்சத்திரங்கள் கூட குறைந்த உற்சாகத்துடன் பிரகாசித்துக் கொண்டிருந்தன.

இறுதியாக ஒரு கட்டத்தில் நாங்கள் கல்லறையை அடைந்தோம். அங்கு இருட்டாக இருந்த ஒரு வாயிலைக் கண்டோம். நாங்கள் மூவரும் வாயிலைப் பிடித்துக் கொண்டு மயானத்தின் வாசலில் நின்று இருளைப் பார்த்துக் கொண்டிருந்தோம். மூவருக்கும் பயம் பற்றிக்கொண்ட தருணம் அது. அடுத்து என்ன செய்வது என்று எங்களுக்குத் தெரியவில்லை. நாம் அங்குச் செல்ல வேண்டுமா? ஆம் எனில், எதற்காக? நாங்கள் நீண்ட நேரம் நள்ளிரவு வரை அங்கேயே நின்றிருந்தோம். எந்த வகையான அறிகுறிகளும் தெரியவில்லை.

பின்வாங்குவது நல்லது என்று நினைத்தோம். திரும்பிச் சென்றபொழுது, நீல நிறத்தில் திடீரென்று ஒரு நெருப்புப் பந்து கல்லறைக்குள் இருந்து வெளியே உருண்டு வந்ததைக் கண்டோம். அங்கே யாரோ அமர்ந்திருக்கின்றார்கள் என்று செந்தில் கத்தினார். அனிச்சையாக நாங்கள் கதவைத் திறந்து உள்ளே நுழைந்தோம்.

ஆவோ..ஆவோ.. என்று ஒருவர் ஹிந்தியில் எங்களை அழைத்தார். அங்கே ஒரு அகோரி முனிவரைக் கண்டோம். இதையெல்லாம் செய்ய எங்களுக்கு எப்படி தைரியம் வந்தது என்று எனக்கு எதுவும் புரியவில்லை. கடவுள் மீதிருந்த நம்பிக்கையினால் என்று தான் நினைக்கின்றேன்.

அகோரிகள் தீவிரசிவ பக்தர்கள். சிவபெருமான் எந்த கோவிலிலும் இல்லை, கைலாசத்தில் கூட இல்லை என்று நம்புகின்றார்கள். அவர் சம்கார பரிபாலனம் செய்யும் இடங்களில் இருக்கின்றார் என்று உறுதியாக நம்புபவர்கள். அது அவர்களின் நம்பிக்கை - அவர்களின் மதம். சிவபெருமான் பிரபஞ்ச ஆற்றலுக்கு இணையானவர். மனிதர்களாகிய நாம் சிவபெருமானை மனித வடிவில் சங்கரர் என வணங்குகின்றோம். சிவலிங்கத்திற்குள் சிவபெருமானின் ஆற்றல் உச்சத்தில் இருப்பதாகக் கூறப்படுகின்றது. நீங்கள் உன்னிப்பாகக் கவனித்தால், அணு உலைகள் சிவலிங்கத்தின் வடிவத்தைப் போலவே வடிவமைக்கப்பட்டுள்ளன என்பது புரியும். ஒருமுறை மாக்ஸ் முல்லர் அவர் கவனித்ததைக் குறிப்பிட்டார். ஒரு அணு வெடிப்பின் எல்லைக்கோடு என்பது சிவனின் நடராஜ ரூபத்தைப் போலவே இருப்பதாகக் கூறினார். எனவே எல்லாவற்றையும் கடந்தவர் சிவபெருமான். யுகங்களையும், காலத்தையும் தாண்டி நிற்பவர் அவர்! அவர் தனது சிறகுகளை விரித்து அனைத்து முடிவிலிக்கும் மேலாக அமர்ந்திருக்கின்றார். மனிதர்களால் உண்மையிலேயே புரிந்துகொள்ள முடியாத முடிவிலி- சிவபெருமான் – ருத்ரன் – காலேஸ்வரன் !

அகோரிகள் சிவபெருமானின் மிக உயர்ந்த மற்றும் உண்மையான பக்தர்கள். அவர்கள் நம்மைப் போன்றவர்களுடன் பழகுவதில்லை. அவர்கள் கல்லறைகளை தங்கள் புகலிடமாகக் கருதுகின்றனர். அதனால்தான் அவர்களைப் பற்றிப் பல தவறான கருத்துக்களைப் பரப்புகின்றனர். அவர்கள் தீவிர மாமிச உண்ணிகள் என்றவதந்திகளும் உள்ளன. சில மறைமுக நோக்கங்களுக்காக இது போன்ற வதந்திகள் சிலரால் திட்டமிட்டு பிரச்சாரம் செய்யப்படுகின்றது என்று நான் உறுதியாக நம்புகின்றேன்.

அந்த மயானத்தில் நிச்சயமாக ஒரு அகோரிதான் எங்களைக் கல்லறைக்குள் அழைத்தார். அவர் மரத்தாலான தீபத்தை ஏற்றியபடி இருந்தார். நாங்கள் அவருக்கு முன்பாக சென்று அமர்ந்தோம். டார்ச் வெளிச்சத்தில் அவர் தெளிவாகத் தெரிந்தார். அவரது தோற்றம் அவரை ஒரு முழு அகோரி எனக் காட்டியது. ராமன் தனது சரளமான ஹிந்தியில் எனது கனவை அகோரியிடம் விவரித்தார். எங்களைப் பயபக்தியுடன் உட்காரச் சொல்லி ஒரு மண்டை ஓட்டில் பால் ஊற்றி ஒரு பிடி குங்குமத்தை என் கைகளில் பூசினார். பிறகு ஓம் நம

சிவாய என்று என்னை உச்சரிக்கச் சொன்னார். அந்த ஓங்கார நாதம் அவர்களின் ஆன்மாவிலிருந்து வருவது போல் தெரிந்தது. அந்த இடம் முழுவதும் அவரின் முழக்கத்தில் மூழ்கிவிடுவது போன்று சக்தி வாய்ந்ததாக இருந்தது.

அவரின் ஓம் கோஷத்தில் நட்சத்திரங்களும் நடுங்குவது போல் தெரிந்தது.

நம்பமுடியாத ஒன்று! நள்ளிரவில்ஒரு அகோரி சித்தரின் முன்னிலையில் சிவராத்திரியைக் கடந்தது என்பது சிவபெருமானுடன் கலந்ததுபோல இருந்தது. அதனை நான் நம்பமுடியாத ஆசீர்வாதமாக உணர்ந்தேன்!

அன்றிரவு என்னால் ஒரு கணம் கூட கண்களை மூட முடியவில்லை. இந்த வியத்தகு நிகழ்வில் எப்படி தூக்கம் வரும்? கனவில் வந்த காட்சியை வைத்து இலக்கில்லாமல் ராமேஸ்வரத்தின் கரையைச் சுற்றி இறுதியாக எங்களுக்காகவே காத்திருந்ததை போன்ற ஒரு அகோரியையச் சந்திக்கின்றோம். பிறகு அவரின் வழிகாட்டுதலின் படி சிவபெருமானை வழிபடுகின்றோம். இவை அனைத்தும் எவ்வாறு வடிவம் பெற்றன என்பதற்குக் காரணங்களே இல்லை.

மறுநாள் நான் தனியாக அங்குச் சென்று அகோரியைத் தேடினேன். யாரும் கண்ணில் படவில்லை!

பின்னர் நாங்கள் பழனிமலை ஏறியபொழுது மயானத்தில் நாங்கள் அனுபவித்த அதே வாசனையை நான் உணர்ந்தேன். ராமனும் கூட அதையே உணர்ந்ததாகச் சொன்னார். அதிர்ச்சியில் நான் ஏதோ சொல்வதற்கு என் வாயைத் திறந்தேன். அப்பொழுது எங்கிருந்தோ ஒரு சிட்டிகை சாம்பல் என் நாக்கின் நுனியில் நழுவியது. யாரோ எதையோ அணைப்பது போன்ற வாசனை வீசியது.

என் அன்பான வாசகர்களே இந்த அத்தியாயம் நம் ஐம்புலன்களைப் பற்றியது. நம் புலன்கள் என்பது ஒரு எல்லைக்குள் மட்டுப்படுத்தப்பட்டுள்ளது. நமது அதிர்வெண்ணுக்காக வடிவமைக்கப்பட்ட விஷயங்களை மட்டுமே நம்மால் பார்க்கவோ, கேட்கவோ அல்லது உணரவோ முடியும். எடுத்துக்காட்டாக, 20Hz முதல் 20 KHz வரையிலான ஒலிகளை மட்டுமே நம்மால் கேட்க முடியும். அதற்கு மேல் நம்மால் எதையும் கேட்க முடியாது என்பதால் அதற்கு மேல் எதுவுமே இல்லை என்று அர்த்தமல்ல, இல்லையா? ஒன்றைக் கேட்டாலோ அல்லது உணர்ந்தாலோ மட்டுமே அதனை

நம்புவது அகங்காரம் ஆகும். நம்மை மீறி எத்தனையோ விஷயங்கள் இந்த பிரபஞ்சத்தில் உள்ளன. நமக்கு அப்பாற்பட்ட இந்த ஒலிகளை சில நேரங்களில் நாய்கள், பாம்புகள் மற்றும் வெளவால்களால் கேட்கமுடிகின்றது.

அதே கோட்பாடு நம் கண்களுக்கும் பொருந்தும். பிரபஞ்சம் நமக்கு பார்ப்பதற்காக அமைத்துள்ள விஷயங்களை மட்டுமே நாம் பார்க்கின்றோம். நாம் வேறு அதிர்வெண்களைக் கடந்தால் இன்னும் நம்மால் அதிகமாக விஷயங்களைப் பார்க்க முடியும். நம் அன்புக்குரியவர்களின் ஆவிகள் நம் அருகில் தங்கி நமக்குத் தெரியாத மற்றும் புரிந்துகொள்ள முடியாத வழிகளில் உதவுவதும் சாத்தியமான ஒன்று. நம் கண்களால் பார்க்க முடியாது என்பதற்காக ஒரு பொருள் இல்லவே இல்லை என்று எண்ணுவதும் அகங்காரம் தான். ஊடுகதிர் (எக்ஸ்ரே) போன்றவற்றைப் பார்க்கக்கூடிய வித்தியாசமான கண்கள் நமக்கு இருந்தால் இன்று நாம் பார்ப்பதை விடப் பலவற்றைக் காண்போம், இல்லையா?

எனவே அனைத்து அறிவியல் விதிகளுக்கும் மரியாதையளித்து நான் சொல்ல விரும்புவது என்னவென்றால், இங்கு அனைத்தும் ஒரு மாயை.

ஓம் சரவண பவாய நமஹ !!

அறுபடைவீடு - முருகப்பெருமானின் கோவில்கள்

"அறுபடை வீடு" பற்றி அதிகம் தெரியாதவர்களுக்காக இந்த அத்தியாயம் சமர்ப்பிக்கப்படுகின்றது. உங்களில் பெரும்பாலானோர் இதைப் பற்றி ஏற்கனவே அறிந்திருப்பீர்கள். குறிப்பாக LMRK உறுப்பினர்களான எனது அன்பான நண்பர்கள் கட்டாயம் அறிந்திருப்பார்கள். ஆகையால் இந்த பகுதி அறுபடைவீட்டினைப் பற்றி ஆழமாகத் தெரியாதவர்களுக்காக.

அறுபடைவீடு என்பது முருகர் சிலையுடன் கூடிய தமிழ்நாட்டின் முக்கியமான ஆறு கோவில்களை உள்ளடக்கியது.

அவை வழக்கமாகக் கீழே குறிப்பிடப்பட்டுள்ள வரிசையில் குறிப்பிடப்படுகின்றன:

1. அருள்மிகு சுப்ரமணியசுவாமி திருக்கோவில், திருப்பங்குன்றம்
2. அருள்மிகு சுப்ரமணியசுவாமி திருக்கோவில், திருச்செந்தூர்
3. அருள்மிகு தண்டாயுதபாணி சுவாமி திருக்கோவில், பழனி
4. அருள்மிகு சுவாமிநாத சுவாமி திருக்கோவில், சுவாமிமலை
5. அருள்மிகு சோலைமலை முருகன் திருக்கோவில், பழமுதிர்சோலை
6. அருள்மிகு சுப்ரமணிய சுவாமி திருக்கோவில், திருத்தணி

முருகப்பெருமான் பிறந்த கதை என்பது பல கட்டுக்கதைகளுடன் தொடர்புடையது மற்றும் அடிக்கடி விவாதிக்கப்படும் ஒன்றாகவும் இருந்துவருகின்றது. காசிப மகரிஷியின் மகனும் தாரகாசுரனின்

சகோதரனுமான சூரபத்மன் ஒருமுறை வலிமைமிக்க சிவபெருமானை வணங்கி ஆழ்ந்த தியானத்தில் ஈடுபட்டதாகக் கூறப்படுகின்றது. இறுதியில் சூரபத்மனுக்கு சிவபெருமானாலேயே வெல்ல முடியாத வரம் வழங்கப்பட்டது. அந்த வரத்தின்படி சிவபெருமானின் நேரடி சந்ததியினர் மட்டுமே அவரை வெல்ல முடியும். பெரும் சக்தி ஒருவரைத் தீய சக்தியாக மாற்றும் என்பதற்கு சூரபத்மன் ஒரு உதாரணம். சூரபத்மனின் கொடுமையைத் தாங்கமுடியாத தேவேந்திரன் தன் தலைமையில் பல தெய்வங்களை அழைத்துக் கொண்டு சிவபெருமானிடம் செல்கின்றார்.

அப்பொழுது சிவபெருமான் தியானத்தில் ஆழ்ந்திருந்தார். சிவபெருமான் தியான நிலையிலிருந்து வெளியே வந்தால் மட்டுமே தங்கள் பிரச்சினைகளுக்குத் தீர்வு காண முடியும் என்பதைத் தேவர்கள் உணர்ந்தனர். இதனால் அவர்கள் அவருடைய துணைவி பார்வதி தேவியிடம் உதவி கோரினர். சிவபெருமான் தியானத்தில் ஆழ்ந்திருந்ததால் பார்வதியால் எதுவும் செய்ய முடியவில்லை. அதனையடுத்து தேவர்கள் காமதேவரின் உதவியை நாடினர். காமதேவர் தனது அம்பினை சிவபெருமான் மீது ஏவினார். காமதேவரின் அம்பினால் கண்விழித்த சிவபெருமான் தன்னுடைய மூன்றாவது கண்ணை திறந்தார். அதனால்அவரது நெற்றியிலிருந்து நெருப்பு வடிவத்தில் ஆற்றல் வெளியேறியதாகக் கூறப்படுகின்றது. அவரிடமிருந்து வந்த ஆற்றலை வாயு பகவான் கவனமாகவும், மிகவும் மங்களகரமாகவும் புனித கங்கையின் ஆழத்தில் வைத்ததாகவும் சொல்லப்படுகின்றது.

கார்த்திகை நட்சத்திரத்தில் உள்ள ஆறு நட்சத்திரங்களே, அந்த ஆற்றலிலிருந்து பிறந்த மகிமையான குழந்தையைப் பார்த்துக் கொள்ளத் தேர்ந்தெடுக்கப்பட்டன. அந்த குழந்தைக்கு பஞ்ச பூதங்களுடன் சேர்ந்து ஆறாவதாக இறைவனின் ஞானமும் இணைந்தது. கார்த்திகை கன்னிகைகளால் கண்டெடுக்கப்பட்ட குழந்தையானது கார்த்திகேயன் என்றும் முருகன் என்றும்அழைக்கப்பட்டது. பின்னர் ஒரு கார்த்திகைத் திருநாளில் பார்வதி தேவி இந்த ஆறு குழந்தைகளையும் இணைத்ததாக கூறப்படுகின்றது. அந்த குழந்தை கார்த்திகேயன் என்று பெயர் பெற்றது.

தனது விதியை வென்று சூரபத்மனை முருகப்பெருமான் தோற்கடித்தார். முருகரின் வாகனமாக வேண்டும் என்ற சூரபத்மனின் கடைசி ஆசையை நிறைவேற்றினர். அசுர்களை வென்று சூரபத்மனை மயிலாகவும், சேவலாகவும் மாற்றினார். மயில் முருகருக்கு வாகனம் ஆனது. சேவல் முருகரின் வெற்றிக்கொடி ஆனது.

பழங்கால சமஸ்கிருதத்திற்கு முன்னரே தமிழின் இருப்பு இருந்ததற்கான சான்றுகளை வரலாறு காட்டுகின்றது. தமிழர்களின் முக்கிய தெய்வம் முருகர் ஆவார். ஆதிகாலம் முதலே முருகப்பெருமானின் பிறப்பு குறித்துப் பல கட்டுக்கதைகள் பரப்பப்பட்டு வருகின்றன. இந்த அத்தியாயத்தில் குறிப்பிடப்பட்டுள்ள ஆறு கோயில்களும் முருகரின் முக்கிய தலங்கள் என்று நம்பப்படுகின்றன.

இந்தக் கோயில்களைப் பற்றி இன்னும் ஆழமாகத் தெரிந்து கொள்வோம்:

1. அருள்மிகு சுப்ரமணியசுவாமி திருக்கோவில், திருப்பங்குன்றம் முருகப்பெருமான் சூரபத்மனை வென்றதற்கு நன்றியறிதலாகவும், பாராட்டுதலாகவும், தேவேந்திரன் (இந்திரன்) தன் மகள் தேவயானையை முருகப்பெருமானுக்கு திருப்பங்குன்றத்தில் உள்ள இக்கோவிலில் திருமணம் செய்து வைத்ததாகக் கூறப்படுகின்றது.

   அறுபடைவீடுகளின் கீழ் வரும் அனைத்துக் கோயில்களிலும் முதன்மையான கோவிலாக திருப்பங்குன்றத்தில் உள்ள சுப்பிரமணியர் கோவிலானது தமிழ்நாட்டில் மதுரை மாவட்டத்தில் அமைந்துள்ளது. புகழ் பெற்ற சங்க கால கவிஞர் நக்கீரர் தியானம் செய்யத் தேர்ந்தெடுத்த இடம் இதுவாகும்.

2. அருள்மிகு சுப்ரமணியசுவாமி திருக்கோவில், திருச்செந்தூர் முருகப் பெருமானின் கோவில்கள் அனைத்தும் பொதுவாக மலை மற்றும் மலை சார்ந்த இடங்களில் அமைந்திருக்கும். ஆனால் திருச்செந்தூரில் மட்டும் கடலை நோக்கி அமைந்திருக்கும். இந்தப் புனிதக் கரையில்தான் முருகப்பெருமான் சூரபத்மனையும் அவனது படையையும்

தோற்கடித்து இந்திரனை விடுவித்ததாகப் புராணக் கதைகள் கூறுகின்றன. இந்த நிகழ்வினை தான் சூரசம்ஹாரம் என்றும் சொல்கின்றனர். முந்தைய அத்தியாயத்தில் நான் திருச்செந்தூர் சென்று ஒரு இரவு தங்கியதை குறித்துச் சொல்லியிருந்தேன். 2004 ஆம் சுனாமியின் பொழுது இந்த இடத்திற்கு எந்த ஒரு சேதமும் விளையவில்லை என்பது குறிப்பிடத்தக்க அதிசயமாகும்.

3. அருள்மிகு தண்டாயுதபாணி சுவாமி திருக்கோவில், பழனி அறுபடைவீட்டின் கீழ் உள்ள கோவில்களில் பழனி கோவில் மிகவும் பிரபலமானது. ஒருமுறை நாரத மகரிஷிகள் ஞானப் பழம் ஒன்றைக் கைலாசத்திற்குக் கொண்டு சென்றதாகப் புராணங்கள் கூறுகின்றன. சிவபெருமானும் பார்வதி தேவியும் தங்களுடைய குழந்தைகளில் யாருக்கு இந்த விலைமதிப்பற்ற பழத்தைத் தருவது என்பதில் பெரும் குழப்பத்திலிருந்தனர். தங்களின் குழந்தைகளான விநாயகர் மற்றும் முருகர் ஆகிய இருவரும் பழத்தைப் பெற ஆசைப்பட்டனர். தங்களின் இக்கட்டான நிலைக்கு முற்றுப்புள்ளி வைப்பதற்காக விநாயகருக்கும் முருகருக்கும் ஒரு போட்டி வைத்தனர். யார் முதலில் மூன்று முறை உலகைச் சுற்றி வருகின்றார்களோ அவர்களுக்கே பழம் தரப்படும் என்று அறிவித்தனர். முருகப்பெருமான் உடனடியாக தனது புகழ்பெற்ற மயில் வாகனத்தில் ஏறிப் புறப்பட்டார்.

இந்த உலகப் பயணத்தில் முருகப்பெருமானைத் தோற்கடிக்கும் வாய்ப்பில்லை என்பதை விநாயகப் பெருமான் அறிந்திருந்தார். எனவே அவர் தனது புத்திசாலித்தனத்தைப் பயன்படுத்தி பழத்தைப் பெற முடிவு செய்தார். என்னை பெற்றவர்களே எனது உலகம் என்று அறிவித்து சிவபெருமானையும் பார்வதி தேவியையும் மூன்று முறை வலம் வந்தார். பழத்தையும் பெற்றுக்கொண்டார். முருகர் தனது பெற்றோரின் முடிவில் ஏமாற்றமடைந்தார். அதற்கு எதிர்ப்புத் தெரிவிக்கும் விதமாகக் கைலாசத்தை விட்டு வெளியேறி பழனிமலையை தனது புதிய வசிப்பிடமாக மாற்றிக்கொண்டார் என்று புராணங்கள் கூறுகின்றன.

போகர் சித்தர் அங்கே நவபாஷாண முருகர் சிலையை வடிவமைத்து நிறுவியுள்ளார்.

4. அருள்மிகு சுவாமிநாத சுவாமி திருக்கோவில், சுவாமிமலை

சுவாமிமலை தமிழ்நாட்டின் தஞ்சாவூர் மாவட்டத்தில் கும்பகோணம் அருகே உள்ளது. ஓங்காரம் என்றும் அழைக்கப்படும் ஓம் என்பதன் அர்த்தத்தை முருகர் ஒருமுறை பிரம்மாவிடம் கேட்டதாகக் கூறப்படுகின்றது. எப்பொழுதும் தனது படைப்புக் கடமையில் மூழ்கியிருக்கும் பிரம்மதேவர் உண்மையில் ஓம் என்பதன் பொருளைப் படிக்கவே இல்லை.

பிரம்மாவின் இந்த பதிலைக் கேட்டு கோபம் கொண்ட முருகப்பெருமான் அவரை சிறையில் அடைத்தார். அப்பொழுது சிவபெருமான் தலையிட்டு பிரம்மாவை விடுவிக்குமாறு கோரினர். சிவபெருமானின் தலையீட்டின் பெயரில் முருகர் தனது தந்தையிடம் அதே கேள்வியை எழுப்பினார். சிவபெருமான் சற்று திகைத்து தனக்கும் அர்த்தம் தெரியாது என்று ஒப்புக்கொண்டார். சுவாமிமலை மலையில் தான் முருகர் ஓங்காரத்தின் பொருளைச் சிவபெருமானின் காதில் ஓதினார் என்று கூறப்படுகின்றது. இதனால் முருகர் சுவாமிநாதன் என்ற பட்டத்தைப் பெற்றார். தமிழர்களின் கூற்றுப்படி, "தந்தைக்கு அறிவுரை கூறியவர் தங்கப்பன்சுவாமி" என்று அழைக்கப்பட வேண்டும்.

ஓங்காரம் உலகப் புகழ் பெறப் பல ஆண்டுகள் ஆனது என்பது சுவாரஸ்யமானது. ஓங்காரத்தின் வலிமையும் முக்கியத்துவமும் எந்த துறவிகளாலும், யோகிகளாலும் அல்லது பண்டிதர்களாலும் பிரபலப்படுத்தப்படவில்லை. புகழ்பெற்ற ஒலி கலைஞரான ரசூல் பூக்குட்டி, ஆஸ்கார் விழாவில் தனது ஒரு நிமிட உரையில் இதை உலகம் முழுவதும் பரப்பினார். 'எல்லா ஒலிகளுக்கும் தாயான ஓங்காரத்தின் தேசத்திலிருந்து வருகிறேன்' என்றார். 22 பிப்ரவரி 2009 அன்று சக்தி வாய்ந்த காசிவிஸ்வநாதர் ஆலயம் அமைந்த மண்ணில் ரசூல் பூக்குட்டியின் வார்த்தைகளைக் கேட்டேன். "நாளை சிவராத்திரி என்பதால் இந்த ஆஸ்கார் விருதை எனது தாய்நாடான இந்தியாவுக்கு அர்ப்பணிக்கின்றேன்" என்று ரசூல் பூக்குட்டி கூறினார்.

நான் பிரமிப்புடனும், ஆச்சரியத்துடனும் காசிவிஸ்வநாதர் கோவிலையே பார்த்துக்கொண்டிருந்தேன். இந்தியத் தாயின் தொப்புளிலிருந்து எழுந்த ஓங்கார நாதத்தை நான் உணர்ந்தேன்.

5. அருள்மிகு சோலைமலை முருகன் கோவில், பழமுதிர்சோலை பழமுதிர்ச்சோலை என்ற பெயர் காதலுடன் ஒலிப்பது போன்று இந்த கோவிலுக்கும் காதலுக்கும் ஒரு தொடர்பு உள்ளது. இது தமிழ்நாட்டின் மதுரை மாவட்டத்தில் உள்ள நூபுர கங்கை ஆற்றங்கரையில் அமைந்துள்ளது. இங்குதான் முருகப்பெருமான் தனது இரு மனைவியருடன் மகிழ்ச்சியாக வாசம் செய்கின்றார் என்பது ஐதீகம்.

அவ்வையார் என்ற தமிழ்ப் புலவர் மற்றும் அவதூதத் துறவியைப் பற்றிய வரலாறு இங்கு உள்ளது. பல நூற்றாண்டுகளுக்கு முன்பு வாழ்ந்த அவரின் புகழ் தமிழ்நாட்டின் பள்ளிகளில் இன்றும் ஒலித்துக் கொண்டிருக்கின்றது. அவரின் புகழ் பெற்ற கவிதைகள் பள்ளிகளில் கற்பிக்கப்படுகின்றன.

அவ்வையார் முருகப் பெருமானைப் போற்றிப் பாடி உலகம் முழுவதும் வலம் வந்தவர். அவர் பழமுதிர்ச்சோலையை அடைந்தபொழுது அங்கே முருகர் ஈட்டி மரத்தின் மீது இடையர் வேடமிட்டு அமர்ந்துகொண்டிருந்தார். ஒளவையார் மரத்தடிக்குச் சென்றபொழுது, "பாட்டி எங்கே செல்கின்றாய்?" என்று முருகர் கேட்டார். பாட்டியின் வயதை மதித்து அன்புடன் அவரை அழைத்தார். அதற்கு ஒளவையார் தன் கால்கள் வலிப்பதாகவும், தனக்குச் செல்வதற்கென்று எந்த இடமும் இல்லை என பதிலளித்தார். "தயவுசெய்து சிறிது ஓய்வெடுங்கள்" என்றார் முருகர். பின் பசியோ, தாகமோ இருக்கின்றதா என அவ்வையிடம் நலம் விசாரித்தார். அவ்வையார் உண்மையில் பசியுடன் இருப்பதாக ஒப்புக்கொண்டார். உணவு சூடாக வேண்டுமா அல்லது குளிர்ச்சியாக வேண்டுமா என முருகர் கேட்டார். அன்புடன் எதனை கொடுத்தாலும் பரவாயில்லை என்றார் ஒளவையார். அப்பொழுது, தான் அமர்ந்திருந்த மரத்தை முருகர் உலுக்கினார். அந்த மரத்தின் பழங்கள் கீழே விழுந்தன.

அந்த பழங்களை எடுத்து சுத்தம் செய்து அவ்வையார் உண்ணத் தொடங்கினார். அந்த பழங்களில் சூடு அதிகமாக இருப்பதாகத் தெரிகின்றதே என முருகர் நகைத்தார். நடப்பதையெல்லாம் உணர்ந்த ஒளவையார் இது கடவுளின் செயல் எனப் புரிந்து கொண்டு முருகப் பெருமானைப் பணிந்து வணங்கினார். அவர் குழந்தைகளுக்காகப் பல கவிதைகளை எழுத இந்த சம்பவம் காரணமாக இருந்ததாக நம்பப்படுகின்றது.

6. அருள்மிகு சுப்ரமணியசுவாமி திருக்கோவில், திருத்தணி

அறுபடைவீடு கோவில்களில் கடைசியாகச் சென்னைக்கு அருகில் உள்ள திருத்தணியில் சுப்ரமணியசுவாமி கோவில் உள்ளது. இங்குதான் ஆதிவாசி இனத்தைச் சேர்ந்த வள்ளியைக் காதலித்து மணந்தார்.

என் அன்பான வாசகர்களே, முருகப்பெருமானைக் குறித்து நான் கண்ட முதல் தரிசனம் தொடங்கி பல முக்கிய ஆன்மிகச் சம்பவங்கள் வரை இந்தப் புத்தகம் உங்களுடன் பகிர்ந்து கொள்கின்றது என்பதை நீங்கள் அறிவீர்கள்.

இன்னொருமுக்கியமான ஒன்றை உங்களுக்குச் சொல்லவேண்டும். எல்லாவற்றிலும் மிக முக்கியமானது. அது முருகரின் புகழ்பெற்ற ஆயுதமான வேல்- ஐ வணங்க வேண்டும் என்பதாகும். இது எனக்கு வந்த செய்தி. நான் ஒரு வேல்- ஐ எடுத்துக்கொண்டு ஒரே பயணத்தில் அறுபடை வீட்டிற்கும் சென்று வழிபட வேண்டும் என்று செய்தி வந்தது.

இந்த அத்தியாயத்தை முடிக்கும் முன் இன்னொரு விஷயம் சொல்லவேண்டும்.

ரசூல் பூக்குட்டியை பற்றிச் சொன்ன பொழுது இது நினைவிற்கு வந்தது. 2009 ஆம் ஆண்டு சிவராத்திரி அன்று நான் கங்கைக் கரையிலிருந்தபொழுது என் மனைவியின் இரண்டாவது கர்ப்பம் குறித்த செய்தி தெரியவந்தது. குழந்தை பெண்ணாக இருந்தால் கங்கா என்று பெயர் வைப்பது என்று அப்பொழுதே முடிவு செய்திருந்தேன். அந்த வருடம் கங்கா எங்கள் வாழ்வில் வந்தாள். நான் முன்பு குறிப்பிட்டது போல் எனது மூத்த மகள் நக்ஷத்ரா ஷஷ்டியில் பிறந்தாள். என்

இரண்டாவது மகளான கங்கா பிரதோஷ நாளில் பிறந்தாள். இது சிவபெருமானுக்கு உகந்த ஒரு மாதம். ஆசீர்வாதம்!

ஓம் சரவண பவாய நமஹ !!!

குமரிகண்டம் - இலெமூரியா - தொலைந்த கண்டம்

என் அன்பான வாசகர்களே,

ஏழாவது அத்தியாயத்தில் எனக்கு வந்த முதல் கனவைப் பற்றி உங்களுக்கு விவரித்திருந்தேன். உங்களுக்கு நினைவிருக்கின்றதா? அது என் திருமணத்திற்கு முன்பு வந்த கனவு.

நான் உறங்கிக்கொண்டிருந்த பொழுது திடீரென்று ஒரு ஒளிக்கற்றை என் கனவில் தோன்றியது. இல்லை, அது ஒரு பெரிய தீப்பொறி. என் அருகில் நின்றுகொண்டிருப்பது போல் தோன்றியது. பின்னர் நல்ல தெளிவுடன் அதிலிருந்து ஒரு குரல் வெளிப்பட்டது.

"நான் முருகன்! 30 வயதைத் தாண்டிய பிறகு நீங்கள் என் பாதுகாப்பில் இருப்பீர்கள்."

அது மிருதுவான மற்றும் தெளிவான செய்தி.

அனைத்தையும் திரும்பிப் பார்க்கையிலே எனக்கு மிகவும் ஆச்சரியமாக இருக்கின்றது. ஒரு சந்தேகம் கொண்ட இளைஞன் இறை தரிசனத்தைப் பெற்று முதன் முறையாகப் பழனி மலை ஏறியதை நினைக்கையிலே இன்றும் சிலிர்ப்பாக இருக்கின்றது. என்னுடைய திரைப்பட ஆசைகளை இறைவனிடமிருந்து பெற்ற தரிசனத்தில் நிறைவேற்ற நினைத்த சுயநலவாதி நான்.

அதன் பின் மாயாஜாலங்கள் பொருந்திய எட்டு ஆண்டுகள்! இந்த அனுபவங்கள் அனைத்தும் இறைவனால் வழங்கப்பட்டது. எட்டு ஆண்டுகளுக்குப் பிறகு அறுபடைவீடுகளுக்குச் சென்று வேல்

வழிபாடு நடத்தும் பணி என்னிடம் வழங்கப்பட்டது. அதற்காக சென்ற அத்தியாயத்தில் விவரித்த கோவில்களுக்கெல்லாம் சென்று இறையருளால் அந்த கோவில்களின் புனிதத் தன்மையினை உணர்ந்து வேல் வழிபாடு செய்தோம்.

அந்த நேரங்களில் நானே என்னைப் பார்த்து வியந்ததுண்டு. தெய்வத்தின் உபதேசத்தை ஏற்று அறுபடைவீடு கோவில்களுக்கும் சென்று வழிபாடு செய்தது இந்த சந்தேகம் நிறைந்த இளைஞனா என ஆச்சரியமாக இருக்கும். நான் முற்றிலுமாக மாற்றப்பட்டதை நான் முழுமையாக உணர்ந்தேன். அந்த சந்தேகப்படும் இளைஞன் தன் சுயத்திலிருந்து மாற்றமடைந்தது ஒரு நீண்ட பயணம்! அந்த பயணத்தில் என் சந்தேகமான சுயத்திலிருந்து வெகுதூரம் நான் சென்றிருந்தேன். போகர் பெருமான் நடந்த பாதையில் முருகப் பெருமான் என்னை நடக்க வைப்பதை உணர்ந்தபொழுது எனக்கு ஆச்சரியமாக இருந்தது. ஒவ்வொரு கோவிலுக்குச் செல்லும்பொழுதும் முருகப் பெருமான் என்னை வழிநடத்துகின்றார் என்ற எண்ணம் எனக்கு அதிக சக்தியைத் தந்தது. நான் சக்தி வாய்ந்தவனாக உணர்ந்தேன். அந்த எண்ணம் மற்றும் நம்பிக்கை மட்டுமே மிகுந்த தைரியத்தையும் யாருக்கும் பயப்படத் தேவையில்லை என்ற புரிதலையும் எனக்கு தந்தது.

நான் மேலே குறிப்பிட்ட கோவில்களில் வேல் வழிபாடு செய்வது என்பது எளிதான காரியம் அல்ல. அங்கு வழிபாட்டிற்கான அனுமதியைப் பெற நிறைய ஆவணங்கள் தேவைப்பட்டன. அனைத்தும் அதிகாரத்துவம் நிறைந்ததாக இருந்தது. ஆனால் எல்லாம் வல்ல இறைவனுக்கு அதெல்லாம் ஒன்றுமே இல்லை. எங்களின் காகித வேலைகள் அனைத்தும் சிரமமின்றி நடைபெற்றது. இந்த பணிக்கான ஏற்பாடுகளை திருச்சூரைச் சேர்ந்த நண்பர் சதானந்தன் நம்பூதிரி என்பவர் வசதியாகச் செய்துதந்தார். டிசம்பர் 18, 2012 முதல் மூன்று நாட்களுக்குள் நானும் செந்திலும் ஆறு கோவில்களுக்கும் சென்று வேல் வழிபாடு செய்தோம்.

அந்த வேல் இன்றுவரை என்வீட்டின் பூஜை அறையில் வழிபடப்பட்டுவருகின்றது.

தனக்கே உரித்தான மகிமையில் பிரகாசித்துக்கொண்டிருக்கின்றது. அதன் ஒளி சுற்றிலும் பரவி பாதுகாப்பளிக்கின்றது.

லண்டன் விலங்கியல் சங்கத்தில் 42 ஆண்டுகள் (1860 - 1902) செயலாளராக பணிபுரிந்தவர் பிரிட்டிஷ் விலங்கியல் நிபுணர் பிலிப் ஸ்க்லாட்டர்.

அங்குப் பலர் பிலிப் என்ற பெயருடன் தொடர்புடைய பெயர்களைக் கொண்டுள்ளனர்.

1864 இல் அவர் வெளியிட்ட ஒரு ஆய்வு மிகவும் சுவாரசியமானது. அது உலகெங்கிலும் உள்ள புகழ்பெற்ற அமானுஷ்ய வாதிகளால் போற்றப்பட்ட ஒரு கருதுகோளாகும். இது இந்தியப் பெருங்கடலின் ஆழத்தில் மறைந்த இலெமூரியா கண்டத்தின் மீது வீசப்பட்ட வெளிச்சம் போன்றது. நமது பூமியின் நிலப்பரப்பு இன்று நாம் பார்க்கும் விதத்தை விட மிகவும் வித்தியாசமானது என்பதை பிலிப் அறிந்திருந்தார். இந்தியா, ஆபிரிக்கா முதலிய நாடுகள் ஒன்றாக ஒருங்கிணைந்திருந்தது என்றும், இயற்கை பேரிடரின் விளைவாக அவை பிரிந்தன என்றும் அவருடைய போதனைகள் வலியுறுத்துகின்றன. அவரின் ஆய்வின்படி அந்த பேரழிவு தான் கண்டங்களை உருவாக்கியது.

இலெமூரியாவின் இருப்பை சுட்டிக்காட்டும் சான்றுகளும் காலப்போக்கில் வெளிவர தொடங்கின.

வேல் வழிபாடு செய்த தருணத்திலிருந்து இந்த மூழ்கிய கண்டம் தான் நான் முன்னேறுவதற்குக் காரணமாக இருந்தது. இந்நூலின் முன்னேற்றத்திலும் முக்கிய பங்கு வகிக்கின்றது.

அறுபடை வீடுகளிலும் வேல் வழிபாடு முடித்தபின் பழனியில் சிறப்பு யாகம் நடைபெற்றது. அந்த வழிபாட்டின் பொழுது எனக்கு வெளிப்படுத்தப்பட்ட தெய்வீக ஞானம் மிகவும் முக்கியத்துவம் வாய்ந்தது.

2012 ஆம் ஆண்டு உலகம் அழியும் எனப் பெரிய அளவில் பேசப்பட்டது உங்களுக்கு நினைவிருக்கலாம். அதை உண்மையென்று பலர் நம்பினார்கள். இந்த ஊகத்திற்கு ஆதாரமாக ஒரு குழுவினர் தங்களின் புராதன நாட்காட்டியை மேற்கோள் காட்டினார். இதை வைத்து 2012 என்ற ஹாலிவுட் படமும் வெளிவந்தது.

அதில் எந்த உண்மையும் இல்லை என்பதை இன்று நாம் அறிவோம். ஆனாலும் இதில் ஓரளவு உண்மை இருந்தது என்பதை ஒப்புக்கொள்ளத் தான் வேண்டும். டைனோசர்களும், மம்மத்களும் கற்பனையில் உருவானவை அல்ல என்பது நம் அனைவருக்கும்

தெரியும். அல்லவா? அந்த வலிமைமிக்க உயிரினங்கள் ஒரு காலத்தில் நம் பூமியிலிருந்தன. இப்பொழுது அது இல்லாமல் போய்விட்டது. நமது பூமி பல்வேறு வகையான சகாப்தங்களையும் வாழ்க்கை வடிவங்களையும் கொண்டது. பல சமயங்களில் புதிய இருப்பு ஒன்று தொடங்குவதற்கு ஒரு பழைய இருப்பு துடைத்தெறியப்படுகின்றது. விஞ்ஞானம் கூட இந்த உண்மைகளுடன் ஒத்துப்போகின்றது, உண்மைதானே?

நான் சொல்வதைக் கேட்டுக்கொள்ளுங்கள். இந்த பூமியில் ஒரு பெரிய ஆற்றல் மாற்றம் நடைபெறவுள்ளது. நமது பூமி ஒரு சகாப்தத்திலிருந்து இன்னொரு சகாப்தத்திற்கு மாறுவதற்குத் தயாராகி வருகின்றது. இந்த மாற்றங்கள் கார்த்திகை நட்சத்திரக் கூட்டத்துடன் (Pleiadians) இணைந்து நடைபெறும். இந்த புதிய சகாப்தத்தின் உருவாக்கத்தின் பொழுது ப்ளெயடியன்ஸ் கதிர்கள் அதிக முக்கியத்துவம் வாய்ந்ததாக இருக்கும். இந்த ஆறு நட்சத்திரங்களும் முருகப்பெருமானின் வளர்ப்புத் தாய்கள் என்பது நாம் அறிந்ததே.

இந்த பிரபஞ்சத்தில் ப்ளெயடியன்ஸ்களுக்கு என்று ஒரு தனித்துவமான நிலை உள்ளது. இந்த நட்சத்திரங்கள் நம் பூமியின் மீது செலுத்தும் ஆதிக்கத்தைப் பற்றி ஆராய்ந்து அறிந்து கொள்வது மதிப்பு மிக்கதாக இருக்கும். இந்த நட்சத்திரக் கூட்டத்தின் நீலக் கதிர்கள் விழும் இடம் ஆன்மீக உயர்வுகளைத் தரக்கூடிய வல்லமை வாய்ந்ததாக இருக்கின்றது. உலகெங்கிலும் உள்ள அனைத்து புராணங்களும் இந்த நட்சத்திரக் கூட்டத்தின் கதிர்களின் முக்கியத்துவத்தைப் பற்றிப் பேசுகின்றன. வரவிருக்கும் காலத்தில் அதனுடைய முக்கியத்துவம் எல்லையற்றதாக இருக்கும்.

பூமியின் அடுத்த சகாப்தத்திற்கான ஏற்பாடுகள் இந்த பூமியின் நிழலிடா (ஆரா) உடலில் நடைபெறத் தொடங்கியதற்குப் பல அறிகுறிகள் தெரிகின்றன. அதனைப் பற்றி நான் விவரிக்கின்றேன்.

ஒரு பொருளிலிருந்து பரவிச் செல்லும் ஒளியைப் பற்றி நீங்கள் அறிந்திருப்பீர்கள். அதனை 'ஆரா' என்றும் அழைக்கலாம். இந்த பூமியில் உள்ள ஒவ்வொரு உயிரினத்திற்கும், இந்த பூமிக்கும் இருக்கும் கண்ணிற்கே தெரியாத ஒளி வளைய ஆற்றலே ஆரா என்று அழைக்கப்படுகின்றது. 1939 ஆம் ஆண்டு சோவியத் கண்டுபிடிப்பாளரும், ஆராய்ச்சியாளருமான செமியோன்

டேவிடோவிச் கிர்லியன் என்பவர் ஆராவை படம் பிடித்துக் காண்பித்தார். ஆரா புகைப்படம் எடுத்தல் என்பது கிர்லியன் புகைப்படக் கலையின் ஒரு கிளையாகும். இது இன்றுவரை பலரை ஆச்சரியப்படுத்தவும், ஈர்க்கவும் செய்கின்றது.

நான் முன்பு குறிப்பிட்டது போல, இந்த ஆரா என்பது மனிதர்களுக்கு மட்டும் ஆசிர்வதிக்கப்பட்ட ஒன்று அல்ல. இந்த பூமியும்அதன் ஆராவை கொண்டுள்ளது.

நிழலிடா உடல் எனப்படும் கண்ணிற்குத் தெரியாத ஒரு ஒளி வளையம் நம்மைச் சுற்றி உள்ளது. நம் உடலுக்கு ஒரு நோய் ஏற்படும் முன்னர் நம் நிழலிடா உடலே முதலில் பாதிக்கப்படும். அதை உணர்ந்து கொண்டால் நம் உடல் சிரமங்களிலிருந்து நம்மை நாம் காத்துக் கொள்ளலாம்.

சொன்னது போல, வரவிருக்கும் ஆற்றல் மாற்றங்களை நமது நிழலிடா உடலே முதலில் உணரும். பூமியின் ஆராவானது ஆற்றல் மாற்றங்களின் அறிகுறிகளை உணர்ந்து அனுபவிக்கும் தருணத்தில் இயற்கையும் ஆற்றல் மாற்றங்களுக்குத் தயாராகும். இந்த ஏற்பாடுகள் குறித்த எதையும் என்னால் வெளிப்படுத்தமுடியாததற்கு நான் மன்னிப்பு கேட்டுக்கொள்கின்றேன்.

ஏனென்றால் அதனை வெளிப்படுத்துவதற்கான அனுமதியை இறையிடமிருந்து நான் இன்னும் பெறவில்லை.

தமிழ் என்பது வெறும் ஒரு மொழி அல்ல. அது ஒரு அடையாளம். அது ஒரு சாதி மற்றும் இனத்தைக் குறிக்கக்கூடிய உயர்ந்த அடையாளம் என்பதைப் புரிந்து கொள்ளுங்கள். பேசும் மொழியிலேயே இறை கருத்துக்களையும், ஆன்மீக தகவல்களையும் கொண்டு விளங்கும் வேறு மொழி உலகில் இல்லை என்று நான் நம்புகின்றேன். முருகப்பெருமான் தமிழ் கடவுள் என்று அழைக்கப்படுகின்றார். காலம், சகாப்தம் போன்றவற்றையெல்லாம் கடந்தது தமிழ் மொழி என்பதற்கு இதுவே ஒரு சான்று.

நாம் இலெமூரியா கண்டத்தைப் பற்றி மேலும் பார்ப்போம். இந்த கண்டத்தின் இருப்புக்கான சான்றுகள் வெளிவந்தபொழுது அதனுடைய வலிமைகளும் வெளிவந்தன. ஒரு முனையில் ஆஸ்திரேலியாவையும் மறுமுனையில் மடகாஸ்கரையும் வைத்திருந்த வலிமையான நிலப் பகுதியே இலெமூரியா கண்டமாகும். ஆஸ்திரேலியாவிலும், மடகாஸ்கரிலும் இருக்கக்கூடிய கடலைக்

கடக்காத உயிரினங்களின் புதைபடிமங்கள் மேலும் இந்த கருத்திற்கு வலு சேர்ப்பதாக உள்ளது.

அந்த வலிமையான இலெமூரியா கண்டம் கன்னியாகுமரியையும் உள்ளடக்கியதா? அப்படியா? தமிழ் வரலாற்றின்படி, குமரி கண்டம் என்ற ஒரு பகுதி இருந்ததற்கான ஆதாரமும் உள்ளது. குமரி கண்டம் மிகவும் செழிப்பான அரசாக இருந்ததாக வரலாற்றுச் சான்றுகள் கூறுகின்றன.

முருகப்பெருமானால் ஆளப்பட்ட அந்த மண்ணில் வசித்தவர்கள் அற்புதமான திறன்களைக் கொண்டிருந்ததாகக் கூறப்படுகின்றது. புவியீர்ப்பு விசை மற்றும் பொருள்களைக் கடந்த நிலை போன்றவற்றில் திறமையானவர்களாக இருந்துள்ளார்கள். இன்று நாம் இருக்கும் நிலையை விட அது முற்போக்கானது. இன்று நம்மிடமிருக்கும் உலகின் மிகச் சக்தி வாய்ந்த கிரேன் வாகனத்தால் முடியாததைக் கூட அந்த காலங்களில் சுலபமாகச் செய்துள்ளார்கள்.

இது முற்றிலும் உண்மை. தற்சமயம் பிலிப் ஸ்க்லாட்டரால் இலெமூரியா என்று அழைக்கப்படும் தொலைந்த கண்டம் தான் குமரி கண்டம். அன்பான வாசகர்களே, இந்த புத்தகத்தில் இதற்கான சான்றுகள் ஒவ்வொன்றாக வெளிவரும். இவை அனைத்தும் ஒன்றோடொன்று இணைந்திருப்பதை அறிந்துகொள்ளும் பொழுது ஒரு அழகான உணர்வை நம்மால் உணர முடியும் என்று நான் உங்களுக்கு உறுதியளிக்கின்றேன்.

2007 ஆம் ஆண்டில் 11 வயதைக் கடந்த ரஷ்யா நாட்டை சேர்ந்த போரிஸ்கா கிப்ரியானோவிச் என்ற ஒரு சிறுவனைப் பற்றி நான் உங்களுக்குச் சொல்கின்றேன். இளம் வயது முதலே அவர் ஒரு வித்தியாசமான நபராக இருந்து வருபவர். 2007 ஆம் ஆண்டு முதல் அவர் தன்னை வேற்றுகிரகவாசி என்று கூறி வருகின்றார். அவர் மட்டும் செவ்வாய்க் கிரகத்திலிருந்து வரவில்லை என்றும், அவரோடு பல குழந்தைகள் ஒரு பணியை நிறைவேற்றுவதற்காக இந்த பூமிக்கு அனுப்பப்பட்டுள்ளதாகவும் சொல்கின்றார். நிச்சயமாகக் கருத்துச் சுதந்திரம் என்ற ஒன்று அனைவருக்கும் உண்டு. கற்பனை அல்லது மாயை என நினைத்து இவற்றைச் சுலபமாக ஒதுக்கியும்விடலாம். இது முற்றிலும் ஒவ்வொரு தனிமனிதனைப் பொறுத்தது. இருப்பினும், போரிஸ்கா குமரி கண்டம் மற்றும் இலெமூரியா

குறித்தும் பேசுகின்றார். செவ்வாய்க் கிரகத்திற்கு முன்பு அவர் பூமியிலிருந்ததாகவும், அந்த நேரத்தில் அவர்கள் காலப் பயணம் செய்யும் ஆற்றலைக் கொண்டிருந்ததாகவும் அவர் கூறியுள்ளார். பூமியில் ஏற்படும் மாற்றங்கள் குறித்தும் அவர் தீர்க்கதரிசனம் கூறியுள்ளார். இப்பொழுது அவர் சில ரகசிய அமைப்பின் ஒரு பகுதியாக இருப்பதாகப் பலரால் நம்பப்படுகின்றது.

நமது பூமியானது ஒரு பெரிய ஆற்றல் மாற்றத்தின் எல்லையில் உள்ளது. 2013 ஆம் ஆண்டு முதல் பூமியின் நிழலிடா உடல் இதை அனுபவிக்கத் தொடங்கிவிட்டது. தன்னுடைய ஆரா வை ஆழமாக அறிந்தவர்கள் இதனைத் தெளிவாக உணர்ந்திருப்பார்கள். இந்த ஆற்றல் மாற்றத்தை வரவேற்க அவர்கள் தயார் நிலையில் உள்ளனர். இது உண்மையில் எப்பொழுது நடக்கும் என்று சொல்வது கடினம். ஆனால் நாம் ஏற்கனவே அதன் பாதையில் இருக்கின்றோம் என்பது மட்டும் சத்தியமான உண்மை. அந்த ஆற்றல் மாற்றங்கள் நடக்கும் பொழுது பலர் லாபங்களை அடைவர் மற்றும் பலர் சிலவற்றை இழக்கவும் நேரிடலாம்.

இந்த ஆற்றல் பரிமாற்றம் என்பது ஒரு காலத்தில் அதிக திறமைகளைக் கொண்டு சிறந்து விளங்கிய குமரி கண்டத்தில் வசித்த நம் முன்னோர்களால் நீண்டகாலமாக எதிர்பார்க்கப்பட்ட ஒன்று என்பது மட்டும் நிச்சயமான உண்மை. என்ன காரணத்திற்காக அவர்கள் இந்த பூமியிலிருந்து மறைந்தார்கள் என்பது மனிதக்குலத்திற்குத் தெரியாத ஒரு விஷயமாக இருக்கின்றது. இந்நூலைப் படிக்கும் நீங்கள் ஒவ்வொருவரும் உங்களையே அறியாமல் இந்த ஆற்றல் மாற்றத்தின் ஒரு பகுதியாக உங்கள் சொந்த வழியில் இருப்பீர்கள் என்பதும் உண்மைதான்.

இவை அனைத்தும் நம் இந்தியக் கலாச்சாரத்தில் முடிவடையும். இது ஆயிரக்கணக்கான ஆண்டுகளாகப் பாதுகாக்கப்பட்டு, மற்ற கலாச்சாரங்களை வழிநடத்தும் ஆளுமையைக் கொண்டுள்ளது. தற்சமயம் சிறிது அமைதியாக இருந்தாலும், சாம்பலுக்கு அடியில் தொடர்ந்து எரியும் நிலக்கரியைப் போல சித்தர்கள் கலாச்சாரமானது பீனிக்ஸ் பறவை போல மீண்டும் எழுந்து முன்னால் நின்று வழிநடத்தும். என் அன்பான வாசகர்களே, இந்தியா தன் பெருமையை மீட்டெடுக்கும் நேரம் வெகு தொலைவில் இல்லை. இந்த கருத்தில் நான் மிகவும் நேர்மறையாக இருக்கின்றேன்.

இதனையெல்லாம் படிக்கையிலே மனிதர்களுக்கு ஒரு அவநம்பிக்கை உணர்வு ஏற்படுவது என்பது இயல்பான ஒன்று தான். இந்தப் புத்தகத்தில் வரவிருக்கும் அத்தியாயங்களை நீங்கள் படிக்கும்பொழுது இந்த முன்னறிவிப்பு பற்றிய எனது உறுதிப்பாடு வெளிப்படும். படிப்படியாக அனைத்து வளைவுகளையும் அது நேர்செய்யும்.

2013 ஆம் ஆண்டு முதல், முருகப் பெருமான் என்னையும் இந்த பணிக்காகத் தயார் செய்து வருகின்றார். குமரி கண்டத்தின் எச்சங்கள் முருகப்பெருமானால் எனது ஞான அலைவரிசைக்குக் கொண்டு வரப்பட்டுள்ளன. சாம்பலுக்கு அடியில் எரியும் நிலக்கரி போல உங்களில் பலருக்குள் அது எரிந்துகொண்டிருக்கும். இது உண்மையா என்று தெரிந்து கொள்ள உங்கள் தொப்புளிலிருந்து தோன்றி உங்கள் உடலில் உள்ள அனைத்து நரம்புகளையும் அதிர வைக்கும் ஓங்காரத்தை உச்சரிக்க முயலவும். அது அந்தச் சாம்பலைச் சிதறடித்து, எரியும் நிலக்கரியை உணர உதவும். உங்களுக்குள் எரியும் நிலக்கரியைக் கண்டறிய உதவும் கடமை என்னிடம் ஒப்படைக்கப்பட்டுள்ளது. முருகப்பெருமான் இதை நிறைவேற்றுவார் என்று நான் நம்புகின்றேன் - நம்மால் இதைச் செய்ய முடியும்!

ஓம் சரவண பவாய நமஹ !!!

முருகப் பெருமான் - அரசர்களின் அரசர்!

2018 ஆம் ஆண்டு வரை எனக்கு கனவுகளின் வாயிலாகவே இறைவனின் அறிவுரைகள் வந்துகொண்டிருந்தன. முந்திய அத்தியாயங்களின் மூலமாக இதனை நீங்கள் அறிந்திருப்பீர்கள். மனிதனின் அறிவைக் கொண்டு கனவுகளைப் பகுப்பாய்வு செய்து பார்த்தால், அது எதுவுமே நனவாகும் வாய்ப்புகள் இல்லை என்று தான் தோன்றும். ஆனால் இங்கு நடப்பது தெய்வீக செயல். கனவுகள் ஒவ்வொன்றையும் உண்மையென்று நிரூபித்து அதனை நனவாக்கியது இறைவனே ஆவார். எனது ஒவ்வொரு முயற்சியிலும், பயணங்களிலும் என் இறைவனின் கரம் என்னைப் பிடித்துக் கொண்டிருந்தது என்பதை என்னால் உணர முடிந்தது. அனைத்து பணிகளும் சிறப்புடன் முடிவடைய இறைவனே மூல காரணம் என்று நான் இன்றுவரை உறுதியாக நம்புகின்றேன். எல்லாம் இறைவனின் திட்டம்.

2013 ஆம் ஆண்டிலிருந்து எனக்கு முற்றிலும் மாறுபட்ட அனுபவங்கள் கிடைக்க ஆரம்பித்தன. அப்பொழுது நடந்த ஒரு சம்பவத்திற்குப் பிறகு கனவுகள் மூலம் அறிவுரைகள் வருவது நிறுத்தப்பட்டது. எனக்கு இறைவனிடமிருந்து நேரடியாகச் செய்திகள் வரத் தொடங்கின.

எழுத்துக்கள் மூலமோ, வார்த்தைகள் மூலமோ அல்லது வாக்கியங்கள் மூலமோ அந்த சம்பவத்தை என்னால் விளக்க முடியும்

என்பதில் எனக்கு 100% நம்பிக்கை இல்லை என்று தான் சொல்ல வேண்டும். நான் ஆழமாக அனுபவித்ததை எவ்வளவு வார்த்தைகள் கொண்டு மொழிபெயர்க்க முடியும் என்பது எனக்குத் தெரியவில்லை. இந்த தருணம் வரை அந்த அனுபவங்கள் என் வாழ்வில் எந்த சந்தேகமுமற்ற மிக உயர்ந்த தருணங்களாக இருக்கின்றன என்பது மட்டும் தூய்மையான உண்மை!

அது ஒரு சாதாரண நாள். என் மனைவி காலை 9:30 மணியளவில் வேலைக்குச் சென்றுவிட்டார். என் குழந்தைகளும் பள்ளிக்குச் சென்றுவிட்டனர். அன்றைக்கு மதிய நேரம் நான் வேலைக்குச் செல்லவிருந்ததால் அன்று காலை வீட்டிலிருந்தேன். அப்பொழுது அலுவலகத்திலிருந்து எனக்கு அலைப்பேசி அழைப்பு வந்ததால் நான் வீட்டின் வாசலில் நின்று சாலையை நோக்கிப் பேசிக்கொண்டிருந்தேன். சாலையில் சென்றுகொண்டிருந்த நண்பர்கள், உறவினர்கள் மற்றும் தெரிந்தவர்கள் என அனைவரையும் பார்த்து புன்னகித்து கைகளை உயர்த்தி மரியாதை செய்துகொண்டிருந்தேன். அழைப்பை முடித்த பிறகு அலைப்பேசியை என் சட்டைப் பையில் போட்டுகொண்டு வீட்டிற்குள் செல்ல முயன்றேன். அப்பொழுது எனக்கு ஒரு மந்த நிலை ஏற்பட்டது. சிறிது நேரம் அப்படியே வீட்டின் வாயிலிலேயே நின்றுவிட்டேன்.

அதன் பிறகு வீட்டிற்குள் திரும்புவதற்கு நான் திரும்பியது மட்டுமே எனக்கு நினைவிருந்தது. என் முகம் வீட்டைப் பார்த்தபடி திரும்பி இருந்தது. உடலின் மற்ற பகுதிகள் திரும்பும் நிலையிலிருந்தது. அவ்வளவுதான். நான் அந்த நிலையிலேயே உறைந்து விட்டேன்! அதற்கு மேல் என்னால் நகர முடியவில்லை. என் அம்மா சமையலறையில் இருப்பதை உணர முடிந்தது. அவரை அழைக்க முயற்சிசெய்தேன். ஆனால் என் நாக்கு மரத்துப்போயிருந்தது.

கண்கள் அப்படியே அசையாமல் நின்றுவிட்டது. என் வீடு, என் முற்றம் போன்றவற்றை என்னால் பார்க்க முடிந்தது. ஆனால் என்னால் நகர முடியவில்லை. எலும்புடன் உறைந்து நிற்கும் அந்த நிலை மிகவும் சங்கடமாக இருந்தது. சாலையில் நடந்து செல்லும் யாராவது என்னைக் கவனிக்கின்றார்களா என நினைத்து நான் அங்கேயே நின்று கொண்டிருந்தபொழுது, கண்ணிற்குத் தெரியாத சிலர் என் கீழ் கன்னத்தைத் தொட்டு என் தலையை மேல்நோக்கித்

தள்ளுவதை நான் உணர்ந்தேன். அங்கே நான் வானத்தை நோக்கி நின்றுகொண்டிருந்தேன்.

ஒரு தென்னை மர உயரத்திற்கு மேகங்கள் கூட்டமாக இருப்பதை நான் பார்த்தேன். வானம் சற்று வித்தியாசமாகத் தோன்றத் தொடங்கியது. என் முகம் மேகங்களின் அலைச்சலை நேரடியாகச் சந்தித்தது. அத்தனை நேரமும் அசைய முடியாமல் அப்படியே நின்றுகொண்டிருந்தேன். திடீரென்று என்னைச் சுற்றியிருந்த காற்று சூடாக மாறுவதை என்னால் உணர முடிந்தது. வெப்பநிலை தொடர்ந்து அதிகரித்து வந்தது. அங்கு ஏற்பட்ட மாற்றம் எனக்கு வசதியானதாக இல்லை என்றுதான் சொல்ல வேண்டும். திடீரென்று அந்த இருண்ட மேகங்களுக்கிடையில் ஒரு தங்கக் கோடு வெளிப்படுவதை நான் கவனித்தேன். அந்த மேகங்களின் சத்தம் அதிகமாகி இறுதியாக ஒரு வெளிச்சம் என் கண்ணைக் குருடாக்குவது போல ஒளிர்ந்தது. அந்த ஒளி பெரிதாகிக்கொண்டே வந்தது. முருகப்பெருமான் தனது மகிமையான வடிவில் வந்ததை அறிவிக்கும் ஒரு குரல் எனக்குள் கேட்டது. அங்குச் சூழ்ந்திருந்த வெப்பத்தால் எனக்கு வியர்க்கத் தொடங்கியது. ஒளிர்ந்த அந்த பேரொளி என் மீது தங்கக் கதிர்களை வீசியது. என் கைகள் விடுவிக்கப்பட்டன. மெல்ல மெல்ல என் உடல் தளர்ந்தது. சுடப்பட்ட என் உடலுடன் அந்த தெய்வீக ஒளிக்கு என் கைகளைக் கூப்பி தலை வணங்கி மரியாதை செலுத்தினேன்.

இறைவனின் தெய்வீக வருகையால் நான் ஆசீர்வதிக்கப்பட்டேனா? அடக்கமுடியாத அளவிற்கு அழுகை வந்தது.

சுமார் மூன்று நிமிடங்களில் எல்லாம் சகஜ நிலைக்கு மாறிவிட்டது. அந்த சம்பவம் நடந்தபொழுது இயற்கையே நின்றுவிட்டது என்று எனக்குத் தோன்றியது. என் வீட்டிற்கு வெளியே சாலை வெறிச்சோடி காணப்பட்டது. சமையலறையில் என் அம்மாவைக் கண்டேன். எல்லாமே அப்படியே ஒரு கணம் உறைந்து விட்டது போல இருந்தது.

சிறிது நேரம் ஓய்வு எடுப்பதற்காக நான் என் அறைக்குள் சென்றேன். ஆனால் அதற்குப் பதிலாக நான் ஜன்னல் இரும்பு கம்பிகளைப் பிடித்துக்கொண்டு மேலே பரந்த வானத்தை வெறித்துப் பார்த்துக்கொண்டிருந்தேன். நடந்ததை நினைத்து நான் திகைத்துக்

கொண்டிருந்தேன். நான் எவ்வளவு நேரம் அங்கே நின்றேன் என்று எனக்குத் தெரியவில்லை. ஆனால் என் கண்களிலிருந்து கண்ணீர் பெருகி முகத்தில் வழிந்தோடிக்கொண்டிருந்தது.

என் அன்பான வாசகர்களே, என்னுடைய இந்த அனுபவத்தை எப்படி விவரித்தேன் மற்றும் எதனைத் தவறவிட்டேன் என்பதை நான் அறியேன். ஏனென்றால் அந்த நேரத்தில் நான் அனுபவித்த ஆற்றல் ஓட்டங்கள் என்னால் விவரிக்க முடியாதவை!

அரசர்களுக்கெல்லாம் அரசனான என் முருகப் பெருமானிடமிருந்து நான் நேரடியாக ஆற்றல்களை அனுபவித்தேன். அந்த ஆற்றல்களை என்னால் தாங்க முடியவில்லை. இதேபோன்ற மற்றொரு சம்பவம் எனக்கு நினைவிற்கு வருகின்றது. "அர்ஜுனன் தனது எல்லா மகிமைகளையும் வெளிப்படுத்தும் முன் அவருக்கு விசேஷ பலத்தைப் பகவான் கிருஷ்ணர் அவருக்கு ஆசீர்வாதமாகத் தந்தார் ". அப்படித் தரவில்லையென்றால் அர்ஜுனன் வெறும் தூசியாகியிருப்பார். இந்த சம்பவத்தை விவரிக்கும்பொழுதும் என் கண்கள் மகிழ்ச்சியில் நிரம்பி வழிவதை நான் பெரும் பாக்கியமாக உணர்கின்றேன். இந்த சம்பவம் என்னை மேலும் உயிர்ப்புடன் இருக்கவைக்கின்றது.

என் வாழ்வில் இந்த சம்பவம் பெரும் அதிர்ச்சியை ஏற்படுத்தியது!

இந்த சம்பவத்திற்குப் பிறகு இறைவனிடமிருந்து நேரடியாக எனக்குச் செய்திகள் வர ஆரம்பித்தன. கனவுகள் மூலம் செய்திகள் வருவது நின்றது. அதன் பின் இறை செய்திகள் நேரடியாக வருவதை நான் உணர ஆரம்பித்தேன். இறை செய்திகள் வருவதற்கானச் சமிக்கைகளாக வெப்பநிலை என்பது ஏற்ற இறக்கத்துடன் காணப்படும். இதை எதையுமே தொடக்கத்தில் நான் புரிந்துகொள்ளவில்லை. நாட்கள் செல்ல செல்ல, ஆழ்ந்த விழிப்புணர்வில் தான் எனக்குத் தெளிவு வந்தது. இது போன்ற சமிக்கைகளைப் புரிந்துகொண்ட பின், நான் நேரடியாகப் பூஜை அறைக்குச் சென்றுவிடுவேன். சில நிமிடங்களில் எங்கோ இருந்து தொலைநகல் அனுப்புவது போல் எனக்குச் செய்திகள் வரும். சொடோகு விளையாட்டு போல எனக்குத் தகவல்கள் வந்தன. அதாவது வரும் செய்திகளில் தடயங்கள் மட்டுமே இருக்கும். மீதமுள்ளவற்றை நானாக ஆராய்ந்து நிரப்பவேண்டியதாக இருக்கும்.

தொடக்கத்தில் இறை செய்திகளைப் புரிந்து கொள்ள எனக்கு இரண்டு வாரங்களாயின. ஒரு செய்தியை நான் புரிந்து கொள்ள அதிக நேரங்கள் எடுத்துக்கொண்டால் அடுத்தடுத்த செய்திகள் அதிக நேரம் வரிசையில் காத்திருக்க வேண்டியிருக்கும் என்பதை உணர்ந்தேன். ஆகையால் என்னுடைய ஆற்றல்களையெல்லாம் செலவு செய்து இறை செய்திகளை உணர்ந்து கொண்டேன்.

முன்பே சொன்னது போல் இறைவன் என்னிடம் எதையோ சொல்ல வருகின்றார் என்பதைத் தெளிவாக உணர்ந்து கொண்டேன். கிடைத்த விவரங்களை வைத்து இறை செய்தியைப் புரிந்து கொள்ள நான் வேறு ஒரு பரிமாணத்திற்குப் பயணித்தேன். இப்பொழுது உள்ள இந்த பரிமாணத்தில், வழக்கம் போல என் வாழ்க்கை, குடும்பம், பணி மற்றும் ஓய்வு என இருப்பதால் மற்றவை மறைக்கப்பட்டிருக்கும். இறை செய்திகளை உணர்ந்து கொள்ள நான் வேறு ஒரு பரிமாணத்தில் கவனம் செலுத்தினேன். எனது ஆன்மிக மற்றும் பௌதிக வாழ்க்கையைச் சமநிலைப்படுத்த எனக்குக் கிடைத்த ஒரு பெரிய வரமாக இதனை நான் கருதுகின்றேன்.

எனக்குக் கிடைத்த முதல் செய்தி என்னுடைய பல நாள் கேள்விக்குக் கிடைத்த விடையாக இருந்தது. எவ்வாறு எனக்குத் தெரியாத பல இடங்களுக்கு இறைவன் என்னை வழிநடத்தினார் என்று உங்களுக்குத் தெரியும். இப்படியாக அனைத்தையும் சொன்ன இறைவன் ஏன் இன்னும் என்னைக் காவடி எடுக்கச் சொல்லவில்லை என்று எனக்கு எப்பொழுதும் ஆச்சரியமாக இருந்தது. அந்த எண்ணத்திற்குச் சற்று ஓய்வு கொடுக்க வேண்டிய நேரம் வந்தது என்றும் சொல்லலாம். எனக்கு வந்த செய்தியில், "நாளைக்கு மறுநாள் முழு நிலவு நாள். நான் கொடுக்கும் காவடியை எடுத்துக்கொண்டு பழனிக்கு வாருங்கள்" என்றார் இறைவன்.

அன்று மதியம் என் அலுவலகத்திலிருந்து செந்திலை அழைத்து காவடி தேவை என்று தெரிவித்தேன். நான் கேட்டதில் செந்தில் முற்றிலும் ஆச்சரியமடைந்தார்.

ஏனென்றால் அன்று காலை தான் புலிப்பாணி ஆசிரமத்தில் உள்ள ஒரு துறவியிடம் 400 ஆண்டுகள் பழமையான காவடி ஒன்று இருப்பதைப் பற்றிக் கேள்விப்பட்டுள்ளார். இதனை சம்மோத்திரியோ அல்லது வேறு யாரோ வழங்கியுள்ளார்கள். அந்த காவடி வெளிச்சத்தைப் பார்த்து சுமார் 250 வருடங்கள் ஆகின்றது என்று

சொன்னார். அதனைச் சுத்தம் செய்து நன்றாகப் பராமரிக்கும்படி அவரிடம் துறவி ஒப்படைத்ததாக தெரிவித்தார்.

இதைக் கேட்டதும் நான் மிகுந்த மகிழ்ச்சி அடைந்தேன். அதுதான் எனக்காகக் காத்திருக்கும் காவடி என்று செந்திலிடம் சொன்னேன். மறுநாள் வந்துவிடுகின்றேன் என்றும் அவரிடம் தெரிவித்தேன். இந்த கதையை இங்குச் சிறிது நேரம் நிறுத்துவோம்.

அகத்திய மகரிஷிகளின் ஆணைக்கிணங்க, சிவகிரி மற்றும் சக்திகிரி என்ற இரு மலைகளை எடுத்துக் கொண்டு இடும்பன் அவரது இடத்திற்குத் தனது பயணத்தைத் தொடங்கினார். மலைகளின் பாரத்தால் களைத்துப் போன இடும்பன் சிறிது நேரம் ஓய்வெடுக்க விரும்பினார். ஓய்வை முடித்து தனது பயணத்தைத் தொடங்கிய பொழுது சக்திகிரி மட்டும் அசையவில்லை. அதற்கான காரணத்தை ஆராய்ந்தபொழுது அங்கே ஒரு குழந்தை விளையாடிக்கொண்டிருப்பதை உணர்ந்தார். தன் பணியை முடிக்க எண்ணிய இடும்பன் அந்த குழந்தையுடன் வாக்குவாதத்தில் ஈடுபடுகின்றார். விரைவில் விவாதம் சண்டையாக மாறி இறுதியாக அது போரில் சென்று முடிகின்றது.

அந்தக் குழந்தை வேறு யாருமல்ல. ஞானப்பழத்திற்காகப் பெற்றோருடன் ஏற்பட்ட சண்டையால் ஏமாற்றமடைந்து கைலாசத்தை விட்டு வந்த முருகப்பெருமான் ஆவார். இடும்பனுடன் நடந்த போரில் முருகப்பெருமான் இடும்பனை வதம் செய்துவிடுகின்றார்.

அந்த நேரத்தில் அங்கு வந்த அகத்திய மகரிஷிகள் இடும்பன் மிகப் பெரிய சிவ மற்றும் முருக பக்தர் என்றும், தன்னுடைய பணிக்காகத் தான் அவர் வந்தார் என்றும் தெரிவிக்கின்றார். தன் செயலுக்காக வருந்திய முருகர் இடும்பனின் உயிரை மீட்டுத்தருகின்றார். சிவகிரியும் சக்திகிரியும் அந்த இடத்திலேயே நிலைபெற்றது. இதன் விளைவாக, முருகப்பெருமானின் அனைத்து பக்தர்களிலும் இடும்பனே முதன்மையானவராகவும், சிறந்தவராகவும் அறிவிக்கப்பட்டார்.

சிவகிரி மலையே பின்னர் இடும்பன் மலை என்று அழைக்கப்பட்டது.

கைலாசத்தை விட்டு ஏமாற்றத்துடன் வெளியேறிய முருகப்பெருமானைப் பார்த்துக் கவலையடைந்த சிவபெருமான் அவரை தேடி வந்தார். அந்த மலைகளுக்கு நடுவில் முருகரைக் கண்டுபிடித்ததில் மகிழ்ச்சியடைந்தார்.

அவரை சமாதானம் செய்யக் கடுமையாக முயன்றார். ஆனால் முயற்சிகள் அனைத்தும் தோல்வியில் முடிந்தன. அப்பொழுது சிவபெருமான் முருகரைப் பார்த்து, "நீயே ஞானத்தின் பழமாக இருக்கையிலே உனக்குப் பழம் எதற்கு?" என்று கேட்டார். பழம் மற்றும் நீ என்ற சொற்கள் முறையே தமிழில் பழம் மற்றும் நி என மொழிபெயர்க்கப்படுகின்றன. அதனால் பழனி என்ற பெயர் வந்தது.

இந்த புராணக் கதை இங்கு ஏன் சொல்லப்படுகின்றது? இரண்டு உண்மைகளை வெளிப்படுத்துவதற்காக:

1. முருகப் பெருமானிடம் எவ்வளவு பக்தி கொண்டவராக ஒருவர் இருந்தாலும் அவர் இரண்டாம் இடத்தில் தான் நிற்க வேண்டும். முருகப்பெருமானே அறிவித்தபடி இடும்பனுக்கே எப்பொழுது முதல் இடம்.

2. இடும்பன் இரண்டு மலைகளையும் அகத்திய மஹாரிஷிகளிடன் எடுத்துச் செல்லும் பொழுது அவற்றை முன்னும் பின்னுமாகத் தன் தோள்களில் வைத்துச் சமப்படுத்தி எடுத்துச் சென்றார். அங்குதான் காவடி என்ற கருத்து உருவானது. காவடியுடன் மலையேறும் பொழுது இடும்பனைச் சித்தரிக்கின்றோம்.

அன்பார்ந்த வாசகர்களே, அடுத்த முறை பழனி செல்கையிலே இடும்பன் மலையையும் தவறாமல் சென்று பாருங்கள். அனைவரும் அமைதியாக இருந்து வழிபடவேண்டிய அழகான மலை அது. அந்த மலையில் 570 படிக்கட்டுகள் இருக்கின்றன. மலையேறி உச்சியை அடைந்தால் அங்கு இடும்பன் கோவிலைக் காணலாம். அங்கு எட்டிலிருந்து ஒன்பது அடி உயரமுள்ள இடும்பன் சிலையையும் காணலாம். மாலை 6.30 மணிவரை பூசாரி அங்கு இருப்பார். அந்தி மறையும் பொழுது குளிர்ந்த காற்றை அனுபவித்து இடும்பன் மலையின் உச்சியில் அமர்ந்து தியானம் செய்ய முயலவும். அந்த அனுபவத்தை நீங்கள் விரும்புவீர்கள் என நான் உறுதியளிக்கின்றேன்.

அங்கிருந்து பார்த்தால், பழனிமலை வானத்தை உயர்ந்து பிடிப்பது போல் தெரியும். மாலை வானத்தின் மகிமைகளை உங்கள் கண்கள் உணரட்டும்! ஒவ்வொரு முறையும் நான் அங்குச் செல்கையிலே வானத்தில் ஒரு வித்தியாசமான தொனி இருப்பதை

உணர்கின்றேன். என் வார்த்தையை எடுத்துக்கொண்டு அங்கே செல்லுங்கள். அந்தி சாயும் நேரத்தில் அங்கே செல்லுங்கள். பழனிமலை மீது வானம் தனது அனைத்து வண்ணங்களையும் கொட்டுவது போன்ற உணர்வு உங்களுக்கு ஏற்படும். இரவு நெருங்கும்பொழுது பழனி மலை பிரகாசிப்பதை உணரலாம். இது போன்ற காட்சிகளை உணரமட்டுமே முடியும். இவை வார்த்தைகளுக்கு அப்பாற்பட்டவை. மேலும் விலைமதிப்பற்றவை. இதுவே சொர்க்கம்! மேலே இருந்து காணும் காட்சிகள் உங்களின் கவலைகளைத் துடைத்தெறிந்து உங்கள் ஆத்மாவை இறைவனுடன் ஒன்றிணையவைக்கும் சக்திகளைக் கொண்டுள்ளது. இதனை நம்பி முயற்சி செய்யுங்கள்!

நாம் மீண்டும் கதைக்கு வருவோம்! முன்பு சொன்னது போல் செந்தில் காவடிக்கு ஏற்பாடு செய்திருந்தார். காலை 4:30 மணிக்கு மேல்நோக்கிச் செல்ல முடிவு செய்தோம். நான் காவடியைப் பார்த்தவுடன் என் உற்சாகம் காற்றில் பறந்துவிட்டது. அந்த காவடி பித்தளையால் ஆனது. குறைந்தபட்சம் 40 கிலோ எடையுள்ளதாக இருந்தது. நான் என் மனதளவில் இறைவனைத் தொடர்பு கொண்டு காவடியை என்னால் சுமக்க முடியமா எனக் கேட்டுக்கொண்டேன். இந்த எடையைத் தோளில் வைத்துக் கொண்டு மலை ஏறுவதை யோசித்துப்பாருங்கள்! அது ஏறக்குறைய ஒரு மலையை நீங்களே சுமந்து செல்வது போன்றது.

காவடி என் தோளில் வைக்கப்பட்டது. என்னுடன் எனது ஓட்டுநர் சசி, செந்தில் மற்றும் அவரது குழுவினர் வந்திருந்தனர். இந்த நிலையில் என்னால் வேறெதையும் யோசிக்கமுடியவில்லை. அதனால் காவடியின் பாரத்துடன் மேலே ஏற ஆரம்பித்தேன். செந்திலும் மற்ற குழுவினரும் "வெற்றி முருகா... வேலாயுதா.. அரோகரா..!" என்று குரல் எழுப்பினர். அவர்களின் கோஷம் என் பயணத்தை முன்னோக்கி இட்டுச்சென்றது. என் இறைவனால் நான் பர்வத மலை உட்படப் பல மலைகளுக்கு அழைத்துச் செல்லப்பட்டதை நினைவுபடுத்திக் கொண்டேன். என்னால் இதைச் செய்ய முடியும்! எனது முழு ஆற்றலையும் செலுத்தி முன்னோக்கி நகர்ந்தேன்.

பாதி வழியில் இருக்கும் பொழுது சோர்வு மற்றும் வியர்வையின் காரணமாக வானத்தை நோக்கிப் பார்த்தேன். எனக்கு அதிர்ச்சி தரும் விதத்தில் வேறு நேர மண்டலத்திலிருந்து மூன்று சித்தர்கள் என்னைக்

கண்காணிப்பதைக் காண முடிந்தது. அவர்கள் என்னைக் காவடியால் அலங்கரித்துப் பார்த்துக்கொண்டிருந்தார்கள்.

"அவர்கள் யாராக இருக்க முடியும்? போகர் சித்தர், குரு பாபாஜி, புலிப்பாணி சித்தர்...????".

ஓம் சரவண பவாய நமஹ !!!

அத்தியாயம் 20

சீனாவிலிருந்து பழனிக்கு கொண்டு வரப்பட்ட மண்

போகர் சித்தர் சென்ற பாதைகளே எனது பயணங்களின் பொதுவான அம்சங்களாக இருப்பதை முந்தைய ஒரு அத்தியாயத்தில் குறிப்பிட்டிருந்தேன்.

சொடோகு விளையாட்டு போன்று புதிர்கள் வடிவத்தில் எனக்கு வரும் இறை செய்திகள் குறித்தும் விவரித்திருந்தேன். அந்த தடயங்கள் அனைத்தும் தீவிரமான மற்றும் வேடிக்கையான சவால்களாக இருக்கும். அது போன்று வந்த இறை செய்திகளில் ஒன்று சீனாவிலிருந்து ஒரு பிடி மண்ணை எடுத்து வந்து அதைப் பழனியில் வைத்து வழிபாடு செய்யவேண்டும் என்பதாகும்.

இந்தியாவிற்கு சீனா மிக முக்கியமான ஒரு நாடு. கேரள மாநிலத்திலும் கூட அன்றாடம் நடக்கும் வர்த்தகம் மற்றும் பிற நடவடிக்கைகளில் சீனா குறிப்பிடத்தக்கப் பங்கை வகிக்கின்றது. நமது சமையலறையில் சீன சட்டிகள் முதல் சீன வலைகள் வரை பயன்படுத்தப்பட்டு வருகின்றது. நவீன தொலைக்காட்சிகள், பொம்மைகள் எனப் பல பொருட்களில் சீனாவின் செல்வாக்கு உள்ளது. இமய மலையினால் மொழி மற்றும் கலாச்சாரம் ஓரளவு தடுக்கப்பட்டாலும் வணிகம் சார்ந்த கொடுத்தால் வாங்கல் இன்று வரை இடைவிடாமல் நடந்து வருகின்றது.

எனக்கு வந்த இறை செய்தியின் துணுக்குகளை வைத்து பார்க்கையிலே நான் சீனாவிற்குச் செல்ல வேண்டும் என உணர்ந்து கொண்டேன். ஆனால் அது ஒரு பொழுதும் நடக்காத ஒரு அழகிய

கனவு என்று என் மனம் சொன்னது. இந்த எண்ணத்திற்கு மூல காரணம் எனக்கு இருந்த வங்கிக் கடன்கள். அப்பொழுதெல்லாம் அதிகம் பணப் புழக்கம் கிடையாது. இருப்பினும் நான் பல்வேறு சுற்றுலா அழைத்துச் செல்லும் நிறுவனங்களைத் தொடர்பு கொண்டு விசாரித்தேன். இந்த பயணத்திற்காக எனது வருங்கால வைப்பு நிதியிலிருந்து எவ்வளவு கடன் வாங்கலாம் என்பது குறித்த ரகசிய ஆராய்ச்சியும் செய்தேன். 55000 ரூபாய் வரை பெறமுடியும் என்று சொன்னார்கள். இந்த வட்டியில்லாக் கடனை நான் மூன்று ஆண்டுகளுக்குள் திருப்பி செலுத்த வேண்டியிருந்தது.

சரியான நேரத்தில் கோட்டயத்திலுள்ள செய்தித்தாளில் பெய்ஜிங், ஷாங்காய், மக்காவ் சுற்றுலா குறித்து ரியா ட்ராவில்ஸ் விளம்பரம் செய்திருந்தது.

அவர்களைத் தொடர்பு கொண்டு விசாரித்தபொழுது அதற்கு 1,20,000/- ரூபாய் செலவாகும் என்பதை அறிந்துகொண்டேன். நான் என் ஆசைகளைப் பூட்டிவைத்துவிட்டு என் இயல்பான வாழ்க்கைக்குத் திரும்பி என் வழக்கமான கடமைகளில் ஈடுபட்டேன்.

எதுவாக இருந்தாலும் இது இறைவனின் திட்டம் என்பதை மறந்துவிடக்கூடாது.

எனது பெரும்பாலான பயணங்கள் சாத்தியமற்றதாக இருந்தபோதிலும் ஒரு பயணம் கூட தடைப்பட்டதில்லை. என்னால் ஆன முயற்சியை நான் செய்தேன். சிறிது கஷ்டப்பட்டாலும் அவை என் எல்லைக்குள் இருந்தன. எல்லாவற்றிற்கும் மேலாக என்னுடைய தளராத மனப்பான்மையும் ஒரு காரணம். ஆனால் இந்த பயணம் எல்லாவற்றையும் விட வேறுபட்டிருந்தது. நான் பேருந்திலோ, மகிழுந்திலோ அல்லது ரயிலிலோ பயணிக்கக் கூடிய இடம் அல்ல இது. பயணத்திற்கு மட்டுமின்றி விசா, பாஸ்போர்ட் மற்றும் பிற செலவுகளுக்கும் நான் நிதி சேகரிக்க வேண்டியிருந்தது. அது எனக்கு எட்டாத தூரத்தில் இருந்தால் அதனை நான் இறைவனிடமே விட்டுவிட்டேன். முருகப்பெருமானுக்கும் எனக்கும் இடையே 50:50 முயற்சியின் பங்களிப்புடன் இந்தப் பயணம் நடைபெறுவது கடினம். இறைவன் தான் இதற்கு முழுமையாகப் பொறுப்பேற்க வேண்டும்.

அவர் எதை முன்மொழிகின்றாரோ அது நடக்க வேண்டும்!

சுமார் இரண்டு வாரங்கள் கழித்து ஷாங்காய் மற்றும் பெய்ஜிங்கிற்கு மட்டும் ரூபாய் 55,000க்கு ஒரு சுற்றுலா இருப்பதாக

எனக்கு அழைப்பு வந்தது. இது உணவு உட்பட அனைத்தையும் உள்ளடக்கியிருந்தது. எப்பொழுதும் போல எல்லாம் மாயாஜாலம் தான். அறிவுறுத்தியவாறு நான் ஒரே நாளில் ரியா ட்ராவில்ஸ்க்கு பணத்தைச் செலுத்தினேன்.

இந்த அற்புதங்களுக்கு மத்தியில் வதந்திகளும் உலாவத் தொடங்கின. வெளியூர்களுக்குச் செல்வதற்கு நான் கடன் வாங்கிக் கொண்டிருந்ததாக வதந்திகள் பரவின. நான் தேவையற்ற ஆடம்பரமான வாழ்க்கையை வாழ விரும்புகின்றேன் என்று சமூகம் ஊகித்தது. சமூகம் அப்படிதான் பேசும்! என் அம்மாவும், என் மனைவி ஜிதாவும் அந்த பேச்சையெல்லாம் காதில் வாங்கிக் கொள்ளக் கூடாது என்று முடிவு செய்தனர். அவர்கள் என்னோடு இணைந்துகொண்டார்கள். அதுதான் முக்கியம். அவர்கள் என் மீது வைத்திருந்த நம்பிக்கை எனக்கு பாதுகாப்புக் கவசமாக இருந்து என் நம்பிக்கையை உயர்த்தியது!

சீனா செல்வதற்கு எனக்கு முன்னால் பல தடைகள் இருந்தன. நான் அரசு ஊழியராக இருப்பதால் வெளிநாடு செல்ல இந்திய அரசின் அனுமதி தேவைப்பட்டது. இதற்காகத் தயார் செய்யப்பட்ட ஆவணங்கள் பல அலுவலகங்களைத் தாண்டி செல்லவேண்டியிருந்தது. பொதுவாக நத்தை வேகத்தில் தான் அங்கு வேலைகள் நகரும். மேலும் என்பயணத்தைக் குறித்துப் பல கேள்விகளும் எழுப்பப்படும். அதற்கெல்லாம் பதில் அனுப்பி இறுதியாக வேலை முடிவதற்குக் கூடுதலாக சில நாட்களாகும். ஆனால் இறையின் அற்புதங்கள் இவை அனைத்திற்கும் அப்பாற்பட்டவை. ஆவணங்கள் அனைத்தும் அமைதியாக நகர்ந்து சரியான நேரத்தில் எனக்கு ஆட்சேபனை இல்லா சான்றிதழ் (NOC) கிடைத்தது.

இறுதியாக நான் புறப்படுவதற்குத் தயாராக இருந்தேன். என்னையும் சேர்த்து 15 பேர் கொண்ட சுற்றுலாக் குழு சீனா செல்ல காத்துக்கொண்டிருந்தது. அதில் நானும் ஒருவன். அந்த 15 பேரில் 14 பேர் ஒரே குடும்பத்தைச் சேர்ந்தவர்கள். நான் மட்டும் தனி ஒரு நபராக இருந்தேன். இந்த பயணத்திற்குப் பேச்சாளர் ஒருவர் தான் முக்கிய காரணம் எனத் தெரியவந்தது. அவர் ஒரு பிரபலமான பேச்சாளர். என்னைப் போலவே அவரும் சீனாவுக்குச் செல்ல ஆசைப்பட்டு அதற்கான தொகையை விசாரித்துள்ளார். ரியா ட்ராவல்ஸ் சொன்ன தொகை அவருக்கும் மிக அதிகமாக இருந்துள்ளது. எனக்கும் 50,000

ரூபாய்க்கு மேல் செலவு செய்வது கடினம் என்று இறைவனிடம் சொல்லிவிட்டு என் வழக்கமான வெளிக்குத் திரும்பியிருந்தேன். அந்த சமயத்தில் அந்த பேச்சாளர் ரியா ட்ராவெல்ஸிடம் பேச்சுவார்த்தை நடத்தி இந்த விலைக்குக் கொண்டுவந்தாக என்னிடம் தெரிவித்தார். இவர்கள் குடும்பத்துடன் நானும் என் ரகசிய ஆன்மீக நோக்கத்தைக் கொண்டு சீன தேசத்தின் மண்ணை சேகரிக்கச் சென்றேன்.

போகர் சித்தர் தனது வாழ்நாளில் கணிசமான பகுதியைச் சீனாவில் கழித்தவர். தாவோ மதத்தின் நிறுவனரான லாவோ சூ என்பவர் போகர் சித்தரின் அவதாரம் எனப் பலர் நம்புகின்றார்கள். இந்த அறிக்கைக்கு ஆதாரம் இல்லை என்றாலும் லாவோ சூ மற்றும் போகர் சித்தர் இடையே உள்ள ஒற்றுமைகள் குறிப்பிடத்தக்கது.

தாவோயிசம் என்பது எளிமையான வாழ்க்கை வாழ வேண்டும் என்ற கொள்கையின் அடிப்படையில் நிறுவப்பட்டது. ஒரு மரத்தின் நிழலின் கீழ் அமர்ந்து கொண்டு, மரத்திலிருந்து விழும் இலையை வெறுமனே கவனிப்பதன் மூலம் லாவோ சூ ஞானம் பெற்றார். இலை அதன் கிளையின் முனையிலிருந்து பிரிந்து, அதன் சொந்த நேரத்தை எடுத்துக்கொண்டு, சோம்பேறித்தனமாகக் காற்றில் சுழன்று, பறந்து படிப்படியாகப் புவியீர்ப்பு விசைக்கு உட்பட்டு கீழே தரையில் விழுகின்றது. போதி மரத்தடியில் புத்த பெருமானுக்குள்ளே எப்படி ஞானம் துளிர்விட்டதோ அதனைப்போன்றே இந்த அவதானிப்பு லாவோ சூவில் ஞானத்தைத் தூண்டியது. இந்த ஞானமே தாவோயிசம் பிறக்கக் காரணமாக இருந்தது. இதை ஒரு மதம் என்று சொல்வதைக் காட்டிலும் இதனை ஒரு வாழ்க்கை முறை என்று சொல்லலாம். தாவோயிஸத்தில் தெய்வமோ கடவுள்களோ கிடையாது. உன்னிப்பாகக் கவனித்தால் தாவோயிசம் என்பது ப்ரம்மம் அல்லது முழுமையான பூஜ்ஜியத்தின் மீதான நம்பிக்கையிலிருந்து பிறக்கும் ஒரு சிந்தனையின் வழி என்று ஒருவர் முடிவு செய்யலாம்.

தாவோயிஸ்டுகளின் எண்ணிக்கை சீனாவில் அதிகம். அவர்களின் எண்ணிக்கை ஆறிலிருந்து ஏழு கோடிக்கும் அதிகமாக இருக்கும். சீன மக்கள்தொகையின் சதவீதத்தைப் பொறுத்தவரை அது ஐந்து சதவீதத்திற்கும் குறைவாகவே இருக்கும். மக்கள்தொகை அடிப்படையில் தைவானில் 45% மக்கள் தாவோயிஸ்டுகளாக இருக்கின்றார்கள். அதைத் தொடர்ந்து ஹாங்காங்கில் 15% மற்றும் சிங்கப்பூரில் 12% இருக்கின்றார்கள். எளிமையான வாழ்க்கையை

நடத்த வேண்டும் என்று வலியுறுத்தும் ஒரு மதம் இவ்வளவு தூரம் பரவியுள்ளது என்பது மிகவும் சுவாரஸ்யமானது. எனக்கு ஒரு முறை சிங்கப்பூரில் ஒரு தாவோ ஆசிரியரைச் சந்திக்கும் வாய்ப்பு கிடைத்தது. நாங்கள் தாவோயிசம் மற்றும் போகர் சித்தர் பற்றி நன்றாக விவாதித்தோம். அதைப் பற்றி பின்னர் பேசுவோம்.

உலகெங்கிலும் உள்ள புனிதர்கள் தங்கள் பிறப்பில் சில சிறப்புகளைக் கொண்டிருப்பார்கள். அதற்கு லாவோ சூ விதிவிலக்கல்ல. அவரது தாயார் பிளம் மரத்தடியில் நிற்கும் பொழுது வானத்திலிருந்து ஒரு தெய்வீக ஒளி அவரது கருப்பையில் நுழைந்ததால் அவர் கர்ப்பமானதாகப் புராணங்கள் கூறுகின்றன. லாவோ சூ அரசு நூலகராக இருந்ததாகவும், அந்த நூலகத்தில் உள்ள அனைத்து புத்தகங்களையும் படித்ததன் காரணமாக அவர் அறிவின் களஞ்சியமாக மாறியதாகவும் கூறப்படுகின்றது. அப்படியிருந்தும் அவர் ஒரு வாக்கியம் கூட எழுதவில்லை. அவரது வாழ்நாளின் முடிவில் அவர் ஒரு பன்றியின் மீது அமர்ந்து திபெத்துக்குப் பயணம் செய்ததாகக் கூறப்படுகின்றது. அவருடைய மகத்துவத்தை உணர்ந்த திபெத்தியன் காவலர் ஒருவர், வரும் தலைமுறைகளின் நலனுக்காக ஏதாவது எழுத வேண்டும் என்று அவரிடம் வேண்டிக்கேட்டுள்ளார். இந்த தாழ்மையான வேண்டுகோளை ஏற்றுக்கொண்ட அவர் ஒரு முழு புத்தகத்தையும் ஒரே இரவில் எழுதினார் என்று நம்பப்படுகின்றது. அதன் பெயர் தாவோ தே சிங். இந்த புத்தகம் 2000 ஆண்டுகளுக்கும் மேலாக விவாதிக்கப்பட்டுவருகின்றது.

லாவோ சூ என்பவர் போகர் சித்தரின் மறு அவதாரம் என்று நம்பும் பலர் உள்ளனர். நான் ஒரு கூட்டத்துடன் சீனாவிற்குச் சென்றதால் அங்குப் போகர் சித்தரைக் குறித்து எந்த ஆராய்ச்சியும் செய்யமுடியவில்லை. தனிப்பட்ட ஆய்வு அல்லது விசாரணை என்று எதுவும் செய்யமுடியவில்லை.

எங்களின் பயணம் வெற்றிகரமாக என்னைச் சீனாவில் இறக்கியது. அங்கு உலகின் ஏழு அதிசயங்களில் ஒன்றான சீனப் பெருஞ்சுவரில் நான் அமர்ந்திருந்தேன். நிலவிலிருந்து பார்த்தால் அது பூமியின் மேலுள்ள வடு போன்று காட்சியளிக்கும் என்று கூறப்படுகின்றது. அங்கே உட்கார்ந்து என் வாழ்க்கை எப்படிப் பல திருப்பங்களை எடுக்கின்றது என்று என் மனதளவில் யோசித்துக்கொண்டிருந்தேன். எல்லாம் மிகவும் அற்புதமாக இருந்தது!

சீன வீதிகளைப் பார்ப்பதற்குக் கண்கொள்ளாக் காட்சியாக இருந்தது. மனிதர்களாகிய நாம் அனைவரும் ஒரே கடவுளால் படைக்கப்பட்டவர்கள். ஆனால் மிகவும் வேறுபட்டவர்கள். அங்கு வீதி ஓரங்களில் வரிசையாகப் பல உணவகங்கள் இருந்தன. வறுத்த கரப்பான் பூச்சிகள், புழுக்கள் மற்றும் பாம்புகள் அங்கு விற்பனை செய்யப்பட்டன. இந்த சீனப் பயணத்தின் பொழுதுதான் வெளிநாடுகளுக்குச் செல்லும்பொழுது கவனிக்க வேண்டிய பல விஷயங்களைக் கற்றுக்கொண்டேன்.

தியானன்மென் சதுக்கம்! நான் தியானன்மென் சதுக்கத்திலிருந்தபொழுது எனக்கு ஏற்பட்ட உணர்ச்சி நிலையை விவரிப்பது மிகக் கடினம். புத்தகங்கள், திரைப்படங்கள் மற்றும் செய்தித்தாள்கள் மூலம் மட்டுமே நமக்குத் தெரிந்த இடங்களை நேரில் பார்ப்பது என்பது மிகச் சுவாரசியமான விஷயம்.

தியானன்மென் பற்றி ஒவ்வொரு முறையும் நாங்கள் வினவும்பொழுதும் எங்கள் வழிகாட்டி எப்படி செவிடாக மாறுகின்றார் என்று கவனிப்பது சுவாரசியமாக இருந்தது. தியானன்மென் சதுக்கத்தை ஒட்டி ஒரு பழைய அரண்மனை உள்ளது! பெர்னார்டோ பெர்டோலூசியின் தி லாஸ்ட் எம்பயர் திரைப்படத்தில் நான் பார்த்த இந்த அரண்மனைக்குள் நடப்பேன் என்று நான் கனவில் கூட நினைத்ததில்லை. இந்த வாழ்க்கை ஆச்சரியங்கள் நிறைந்தது. முருகப் பெருமானுக்கு நன்றி!

மிகவும் பிரபலமான சீனத் தலைவரான சைமன் மாவோவின் நினைவுகள் ஒவ்வொரு சீன நபரின் சுவாசத்திலும் கலந்திருந்தாக தோன்றியது. உலகின் வலிமைமிக்க நாடுகளின் தலைவர்களில் மிகவும் போற்றப்படும் தலைவராக அவர் இன்றும் மதிக்கப்படுகின்றார். தலைவர் மாவோ - சரித்திரம் படைத்தவர்!

ஆன்மீக மனநிலையிலேயே நான் இருந்தேன். எனது சக பயணிகளின் ஓய்வு மனநிலைக்கு மாறாக என் மனநிலை இருந்தது. இருப்பினும் எனது பயணத்தில் நான் அனைவருடனும் நன்றாக இணைந்திருந்தேன். இது திட்டமிட்ட சுற்றுப்பயணம் என்பதால் எல்லாவற்றுக்கும் நேரக் கட்டுப்பாடு இருந்தது. தியானம் செய்வதற்காகவும் ஒரு கைப்பிடி மண்ணையும் சேகரிக்கவும் எனக்குச் சிறிது அவகாசம் தேவைப்பட்டது. அந்த நேரத்திற்காக நான் பொறுமையாகக் காத்திருந்தேன். எனக்கான நேரத்திற்காக!

இறுதியாக எனக்கு அந்த வாய்ப்பு கிடைத்தது. போகர் மகரிஷி தன் வாழ்நாளில் ஒரு நல்ல பகுதியைக் கழித்த மண்ணை தியானித்து அங்கிருந்து ஒரு பிடி மண்ணைச் சேகரித்து கவனமாகப் போர்த்தி எடுத்துக் கொண்டேன்.

நான் இந்தியா திரும்பியதும் உடனடியாக பழனிக்குச் சென்று போகர் சிலை வைக்கப்பட்ட இடம் என்று என் கனவில் வந்த குகையின் முன் மண்டியிட்டு வணங்கினேன். நான் என்னுடன் எடுத்துச் சென்ற சீன மண்ணை என் உள்ளங்கைகளில் வைத்துக் கொண்டு போகர் பெருமானை நினைத்து தியானம் செய்தேன்.

"என் அன்பான போகர் சித்தரே, கனவுகளின் மூலம் முருகர் உங்களை எனக்கு அறிமுகப்படுத்தும் வரை உங்களைப் பற்றிய எந்த தகவலும் எனக்கு தெரியாது. நீங்கள் பயணித்த பாதையில் இன்று என்னைப் பயணிக்க வைத்ததால் நாம் இவ்வாறு இணைக்கப்பட்டிருக்கின்றோம். முருகர் என்னை நீங்கள் சென்ற பாதைகளில் நடக்க வைக்கின்றார் என்று நினைக்கும் பொழுது எனக்கு ஆச்சரியமாக இருக்கின்றது. நான் நினைத்துக்கூடப் பார்க்காத பாதைகளில் நடக்க ஏன் நான் தூண்டப்படுகின்றேன்? உங்கள் ஆற்றல் செழித்துக்கொண்டிருக்கும் உலகின் அனைத்து பகுதிகளுக்கும் நான் ஏன் தேர்ந்தெடுக்கப்பட்டேன்? இது மிகவும் அதிசயமானது. ஆனால் மிகவும் மர்மமானது. இதோ சீனாவிலிருந்து வந்த மண். உங்கள் வாழ்க்கையின் ஒரு நல்ல பகுதியை நீங்கள் கழித்த பூமி அது. நான் ஏன் இதற்குத் தேர்ந்தெடுக்கப்பட்டேன் என்று எனக்கு இன்னும் தெரியவில்லை. நான் எப்பொழுதும் நன்றியுள்ளவனாக இருப்பேன். நான் யார்? இதற்கெல்லாம் நான் ஏன் தேர்ந்தெடுக்கப்பட்டேன்?" என்று நான் பிரார்த்தனை செய்தேன்.

நான் கையில் வைத்திருந்த மண்ணிலிருந்து சிலவற்றை எடுத்து அங்குத் தூவினேன். அன்று செந்திலுடன் சேர்ந்து முருகப்பெருமானை வணங்கியதில் ஒரு வித மகிழ்ச்சியில் ஆழ்ந்து போனேன்.

பழனியில் முருகர் சிலையை நிறுவிய போகர் சித்தருக்கு இருக்கும் விழாக்கள் நாம் கேள்விப்படாதவை. 2007ஆம் ஆண்டு முதல் நானும் செந்திலும் மேற்கொண்ட பயணங்களில் பெரும்பாலானவை போகர் சித்தர் சம்பந்தப்பட்டவையேயாகும். 2012 ஆம் ஆண்டு முதல் போகர் ஜெயந்தி விழாவானது பழனி மலையடிவாரத்தில் வெகு விமரிசையாகக் கொண்டாடப்பட்டு வருகின்றது. போகர்

ஜெயந்தி கொண்டாட்டங்களின்பொழுது போகர் வழிபட்ட மரகத சிவலிங்கமானது அவரின் சமாதியில் வைத்து வழிபடப்படுகின்றது.

இவ்வுலகின் புதிய சகாப்தத்தின் அறிவிப்பின் பொழுது போகர் உலகிற்கு வருவார் என்று செந்திலின் ஆசிரியர் பாலசுப்ரமணியம் அடிக்கடி அவரிடம் கூறிவருவார். அந்த வார்த்தைகளை உறுதிப்படுத்துவது போல் ஒரு சம்பவம் நடந்தது. போகர் சித்தர் வழிபாட்டுக்குப் பயன்படுத்திய மரகத சிவலிங்கம் பல நூற்றாண்டுகளாக வெளியே எடுக்கப்படாமல் வீட்டுக்குள்ளேயே பாதுகாக்கப்பட்டு வந்தது. இப்பொழுது அந்த லிங்கத்தை வெளியே கொண்டு வந்து பக்தர்கள் அனைவரின் பார்வைக்காக வைக்கப்பட்டுள்ளது. 2013 ஆம் ஆண்டிலிருந்து போகரின் சிவலிங்கத்தைத் தரிசனம் செய்யப் பக்தர்கள் கூட்டம் அதிகரித்துவருகின்றது. புதிய சகாப்தத்தின்பொழுது போகர் சித்தர் வெளிவருவார் என்பதற்கு இது ஒரு சான்றாக விளங்குகின்றது.

இவையனைத்தும் வெளிவருவதற்கு ஒரு சிறிய அளவிலாவது நான் பங்களித்திருக்கின்றேன் என்பதை என் உள்ளத்தில் பாதுகாத்துக்கொள்ளும் உரிமை எனக்கு இல்லையா? அப்படிப்பட்ட சாதனைக்கும், அமைதிக்கும் எனக்கு உரிமை இல்லையா? உங்களின் தீர்ப்பு என்ன?

ஓம் சரவண பவாய நமஹ !!!

தூய, இயற்கையான மற்றும் பேரின்பம் தரவல்ல பூட்டான்

வெளிநாட்டுப் பயணங்கள் என்பவை நீண்டதாகவோ, குறைவானதாகவோ அல்லது எப்படி இருந்தாலும் அதற்குத் துல்லியமான, சரியான திட்டமிடல் என்பது மிக மிக முக்கியம். நல்ல திட்டம் இருந்தால் பாதி வேலை முடிந்தது. இன்று LMRK குடும்ப உறுப்பினர்கள் உலகம் முழுவதும் பரவலாக இருக்கின்றார்கள். எனக்கு எந்த உதவி தேவைப்பட்டாலும் முன்வந்து செய்வார்கள். ஆனால் முன்பெல்லாம் அப்படி கிடையாது. என்னை முருகப்பெருமான் போகச் சொன்ன பெரும்பாலான இடங்களில் ஒரு நபரைக்கூட எனக்குத் தெரியாது. அனைத்தும் தனியான பயணமாகவே இருந்தது. ஒவ்வொரு முறை பயணத்தை முடித்த பிறகும் ஒரு சாதித்த மனநிலையுடன் ஊர் திரும்புவேன்.

எனவே நான் சென்ற பயணங்களிலிருந்து நான் கற்றுக்கொண்ட சில முக்கிய பயணக் குறிப்புகள் குறித்து இங்கு எழுதுவது பொருத்தமானதாக இருக்கும் என நம்புகின்றேன். தெரியாத ஒரு நாட்டிற்குச் செல்கையிலே அங்கு நம்மை வரவேற்க ஒருவர் கூட இல்லாத பொழுது, எப்படி பயணங்களைச் சிறப்பாக மேற்கொள்வது என்பதற்கான சில முக்கிய குறிப்புகளை இங்குப் பகிர்கின்றேன்.

என்னுடைய வெளிநாட்டுப் பயணத் திட்டங்களில் முதன்மை பங்கு வகிப்பது என் அலுவலகத்தில் வழங்கப்படும் ஆட்சேபனை இல்லா சான்றிதழ் (NOC) ஆகும். இது ஒரு நீண்ட செயல்முறையினைக் கொண்டது. ஒவ்வொரு முறையும் முருகப்பெருமானின்

ஆசீர்வாதத்தால் எந்த தடையும் இன்றி எனக்கு NOC கிடைத்தது. அதற்கு என்றென்றைக்கும் நான் நன்றியுணர்வுடன் இருப்பேன். மேலும் இந்த விஷயங்களில், அனைத்து உயிர் அதிகாரிகளின் நல்ல எண்ணமும் எனக்கு ஆசீர்வாதமாகக் கிடைத்தது.

பொதுவாக வெளிநாட்டுப் பயணங்களின் திட்டமிடலில் முதல் படி என்னவென்றால், எங்குச் செல்ல வேண்டும்? எத்தனை நாட்கள் வெளியே செலவிட விருப்பம்? பார்வையிட விரும்பும் இடங்கள் போன்றவை மிக முக்கியம். இந்த தகவல்களைக் கையில் வைத்துக் கொண்டுதான் எந்த ஒரு பயண நிறுவனத்தையும் தொடர்பு கொள்ள வேண்டும். பிரபலமான நல்ல நிறுவனத்தை மட்டுமே நாட வேண்டும் என்று நான் பரிந்துரைக்கின்றேன்.

அடுத்ததாக நம்முடைய பொருளாதாரம். பயண செலவுகளில் சிக்கனம் கடைப்பிடிப்பது என்பது இயற்கையான ஒரு செயல். நமக்கு உண்மையில் மிகுதியான ஆர்வம் இருக்குமேயானால் கூட்டத்துடன் சேர்ந்து பயணிப்பது சிறப்பானதாக இருக்காது என்பதை நான் உணர்ந்தேன். ஆகையால் கூடுதலாகச் சிறிது பணம் செலவழித்துத் தனிப்பட்ட முறையில் நல்ல மகிழுந்து மற்றும் வழிகாட்டியைத் தேர்ந்தெடுப்பது சிறப்பானதாக இருக்கும். பயணத்தின் பொழுது நாம் விரும்பும் நெகிழ்ச்சியை இது தரும். இது போன்ற தருணங்களில் பயண ஏற்பாட்டாளர்கள் கூறும் நேரத்திற்குள் நாம் குழுவோடு சேர்ந்துவிடவேண்டும். சரியான நேரத்தைக் கடைப்பிடிப்பது மிக முக்கியமான விஷயம். ஏனென்றால் இதுபோன்ற சூழ்நிலைகளில் சிக்கி கவலையிலும் விரக்தியிலும் பல சுற்றுலாப் பயணிகள் நின்றதை நான் கண்டிருக்கின்றேன். நீங்கள் நல்ல மகிழுந்து மற்றும் வழிகாட்டியைத் தேர்வுசெய்தால் இது போன்ற சூழல்களைத் தவிர்க்கலாம். இது போன்ற முன்னேற்பாடுகள் உங்களை நிதானமாகவும், நெகிழ்ச்சியாகவும் இருக்க உதவும் என்று நான் உறுதியளிக்கின்றேன்.

நம்முடைய ஆவணங்கள் மிகவும் முக்கியமானவை! நீங்கள் வெளிநாட்டில் இருக்கும்பொழுது உங்களின் அனைத்து அதிகாரப்பூர்வ ஆவணங்களின் நகலை எப்பொழுதும் எடுத்துச் செல்வதை உறுதிப்படுத்திக் கொள்ளுங்கள். இது நான் கண்டிப்பாகக் கடைப்பிடிக்கும் ஒரு செயலாகும். நான் என்னுடன் எடுத்துச் செல்லும் பையில், ஒழுங்கமைக்கப்பட்டுத் தாக்கல் செய்யப்பட்ட அனைத்து

ஆவணங்களின் நகலையும் எப்பொழுதும் வைத்திருப்பேன். உண்மையில் எனது பயணத்தின் பொழுது என்னிடம் இருக்கும் ஒவ்வொரு பையிலும் ஒரு தாக்கல் செய்யப்பட்ட நகல்களை எப்பொழுதும் வைத்திருப்பேன். எனது பயண விவரங்களுடன், எனது ஆவணங்களின் நகலையும் என் வீட்டில் உள்ளவர்களிடம் ஒப்படைத்து வைத்திருப்பேன். ஏதேனும் அவசர நிலை ஏற்பட்டால் இந்த ஏற்பாடுகள் உதவும்.

விமான நேரத்திற்குப் பல மணிநேரம் முன்பாகவே நான் விமான நிலையத்திற்கு வந்துவிடுவேன். பல மணிநேரங்களை என் வசம் வைத்திருக்க நான் விரும்புவேன். நான் வரும் நேரத்தை என் வழிகாட்டிக்குத் திரும்பத் திரும்பச் சொல்ல இது வசதியானதாக இருக்கும். இது என்னுடைய முக்கியமான ஒரு பழக்கம். ஏனென்றால் நான் திரும்பிச் செல்லும் விமானத்தைத் தவறவிட்டால் இன்னொரு சீட்டை வாங்க என்னிடம் ஒரு பைசா கூட இருக்காது.

பயணத் திட்டத்தில் மிக மிக முக்கியமான ஒரு விஷயம் நிதி. நான் என் PF மூலம் வாங்கிய கடனில் சீனாவிற்குப் பயணம் செய்தது உங்களுக்கு நினைவிருக்கும். அது எல்லா நேரத்திலும் வேலை செய்யாது, இல்லையா? எனது நிதி தேவைப்படும்போதெல்லாம் அது ஏதாவது ஒரு வடிவத்தில் என்னை வந்தடையும். இது அனைத்தும் முருகப்பெருமான் வகுத்த பாதை. எல்லா தீர்மானங்களும் அவருடையது.

இத்தருணத்தில் என் இரண்டு நண்பர்களைப் பற்றிக் குறிப்பிட விரும்புகின்றேன். அவர்களில் ஒருவர் பட்டயக் கணக்காளர் (CA) மற்றும் மற்றொருவர் ஒரு நிறுவனச் செயலர் (CS). சில காலங்களுக்கு முன் ஒன்றாக வணிகம் செய்தவர்கள். அவர்கள் என்ன செய்கின்றார்கள் என்பது பற்றிய முழு விவரமும் எனக்குத் தெரியாது. ஆனால் அவர்கள் தொழில்முனைவோர் மற்றும் வணிகர்களுக்குத் தேவையானசேவைகளைவழங்குவதைநான்அறிவேன்.சட்டரீதியாக நிறுவனங்களை நிறுவுதல், பங்குதாரர்களுக்கு இடையேயான தகராறுகளின் பொழுது உதவுதல், தேவைப்படும்பொழுது நிறுவனங்களை விற்பனை செய்தல் போன்றவற்றில் அவர்களின் சேவை இருந்தது. சில ஆண்டுகளுக்கு முன்பு அவர்கள் தங்கள் முயற்சியில் புதியவர்களாக இருந்தபொழுது அவர்களின் வணிகம் அவர்கள் எதிர்பார்த்த வேகத்தை எடுக்கவில்லை. அதனால்

என்னிடம் பிரார்த்தனை செய்யச்சொல்லி வந்தார்கள். அது எனக்கு மிகவும் புதிதாக இருந்தது. அன்றிரவு அவர்களுக்கான தீர்வில் கவனம் செலுத்தி தியானம் செய்தேன். அப்பொழுது எனக்கு ஒரு உள்ளுணர்வு வந்தது. அவர்களுக்குக் கிடைக்கும் லாபத்தில் ஒரு சிறிய சதவிகிதத்தை முருகப்பெருமானுக்குக் கொடுத்தால் நன்றாக இருக்கும் என்று அறிவுறுத்தினேன். அவர்களும் அதைச் செய்ய ஒப்புக்கொண்டார்கள்.

பிரார்த்தனை செய்த பிறகு வெகு விரைவில் அவர்களின் வெற்றிக்கும் அவர்களுக்கும் இடையில் நின்ற சுவர்கள் இடிந்து விழ ஆரம்பித்தது அதிசயமாக இருந்தது. முருகப்பெருமான் அறிவுறுத்திய பணிகளை முடிப்பதற்காக மூன்று வருடங்கள் அவர்கள் எனது பயணங்களுக்கு நிதியுதவி செய்தனர். இன்றும் அவர்கள் எனக்கு மிகச் சிறந்த நண்பர்களாக உள்ளனர். அவர்கள் இருவரும் இப்பொழுது இரண்டு மதிப்புமிக்க அமைப்புகளின் உயர் அதிகாரிகளாக இருக்கின்றார்கள். ஆகையால் அவர்களின் பெயர்களை இங்கு வெளியிடுவதைத் தவிர்க்கின்றேன். கனவுகள் மூலமாக எனக்கு வந்துகொண்டிருந்த இறை செய்திகள் நேரடி குறிப்புக்கள் வாயிலாக வர ஆரம்பித்ததை நான் முன்பே குறிப்பிட்டிருந்தேன். ஒவ்வொரு முறையும் வரும் குறிப்புகளை முழுமையாகக் கண்டுபிடிக்க முயற்சிக்கும் சமயங்களில் என்னைச் சுற்றி முற்றிலும் மாறுபட்ட அதிர்வுகள் இருக்கும். குறிப்புகளைக் கண்டுபிடிக்க முயலும்பொழுதெல்லாம் என் முன் பல மாறுபட்ட எண்ணங்கள் விரிந்திருக்கும். அது ஒரு பறவையின் படபடப்பு அல்லது ஒரு விலங்கின் அசைவு அல்லது ஒரு செய்திக் கட்டுரை என நான் பார்க்கும் எதில் வேண்டுமானாலும் இருக்கலாம். இறை குறிப்புகளை நான் கண்டுபிடிக்கும் தருணங்களில் எனக்குள் ஒரு பரவச நிலை தோன்றும். பல நாட்கள் ஆகியும் எனக்குக் கிடைத்த குறிப்புகளை என்னால் கண்டுபிடிக்க முடியாத காலங்களும் இருந்திருக்கின்றன. பின்னர் அதனைத் தீர்த்து எனக்கு உதவ இறைவன் தனிப்பட்ட முறையில் தலையிடுவார். இவ்வாறு நடந்தால் எனக்கு வரும் அடுத்த செய்தி தாமதமாகிவிடும். இதுபோன்ற தாமதங்களைத் தவிர்க்க மற்றும் முடிந்தவரை விரைவாகக் குறிப்புகளைக் கண்டுபிடிக்க என் உணர்வுகளைக் கூர்மையாக வைத்திருப்பேன். பல காலத்திற்கு முன்பிருந்தே

எனக்குக் கிடைக்கும் இறை குறிப்புகளைக் கண்டுபிடிக்கத் தொடங்கிவிட்டேன். அது என்னைப் பரவசப்படுத்தக்கூடிய ஒரு விளையாட்டு.

அப்படியாக வந்த இறை குறிப்புக்கள் மூலம் கண்டுபிடிக்கப்பட்ட ஒரு இடம் தான் டைகர் நெஸ்ட், பூட்டான்! சூரசம்ஹார நாளில்நான் டைகர் நெஸ்டின் உச்சியில் இருக்க வேண்டும் என்பதுதான் அந்தச் செய்தி.

பூட்டானை அடைய இரண்டு வழிகள் இருந்தன. ஒன்று சாலை மார்க்கம். மற்றொன்று விமான மார்க்கம். இரண்டுமே கொல்கத்தாவிலிருந்து தொடங்குகின்றது. நான் விமானத்தில் பயணம் செய்வதைத் தேர்ந்தெடுத்தேன்; எனவே பூட்டானின் பாரோ விமான நிலையத்திற்கு ட்ரூக் விமானச்சேவையில் எனது பயணத்தைத் தொடங்கினேன். கடல் மட்டத்திலிருந்து 3000 அடிஉயரத்தில் வலிமைமிக்க மலைத்தொடர்களின் சிகரங்களுக்கு இடையே விமானம் சென்றது. ட்ரூக் விமானச்சேவைகளுக்கு நிச்சயமாகத் திறமையான விமானிகள் தேவை!

நான் இடது பக்க ஜன்னல் அருகில் அமர்ந்திருந்தேன் என்பது எனக்குத் தெளிவாக நினைவிருக்கின்றது. நம் வாழ்வில் ஒரு முறையாவது காண வேண்டிய ஒரு காட்சியைக் காணுமாறு எங்கள் விமானி அறிவித்தார். அதைப் பார்த்த பின் என்னால் எதுவும் பேசமுடியவில்லை. இது என் வாழ்நாளின் மிக முக்கிய அனுபவமாக இருந்தது. நாங்கள் பார்த்த சிகரம் கம்பீரத்துடன் மேகங்களுக்கு மேல் தலையைத் தூக்கியிருந்தது. வானத்தையும் மேகங்களையும் துளைத்த வேல் போன்று காட்சியளித்தது. நேபாளத்தின் சாகர்மாதா - ஒரே எவரெஸ்ட் சிகரம்! இத்தகைய அற்புதமான காட்சிகளை என் கண்களுக்கு விருந்தளித்த முருகப்பெருமானுக்கு நான் என்றும் கண்ணீருடன் நன்றியோடிருப்பேன்.

1953 இல் சர் எட்மண்ட் ஹிலாரி மற்றும் ஷெர்பா டென்சிங் நோர்கே அவர்கள் இந்த கம்பீரமான அழகை அளந்தபொழுது அவர்களின் உணர்வுகள் எப்படி இருந்திருக்கும் என்பதை நினைத்து நான் மிகவும் வியந்தேன். படைப்பாளியின் படைப்புகள் மீது எனக்கு மிகுந்த மரியாதை உண்டு. என்னுடைய நினைவு புத்தகத்தில் இந்த அற்புதமான காட்சி பதித்து வைக்கப்பட்டுள்ளது. நான் பாரோ விமான நிலையத்தில் பாதுகாப்பாகத் தரையிறங்கினேன்.

விமான நிலையத்தில் எனக்காக மிகவும் கண்ணியமான வழிகாட்டி மற்றும் ஒரு மௌனமான ஓட்டுநர் ஆகிய இருவரும் அழகான மகிழுந்து ஒன்றில் காத்திருந்தார்கள். பூட்டான் முழுவதும் பொதுவாகவே அமைதி, அமைதி மற்றும் அமைதி தான். அங்கு தூய்மை என்பது ஒரு தனிச்சிறப்பாகும். அதற்கேற்றாற்போல் அங்குத் தூய்மையான தெளிவான நீரும் உள்ளது. பூட்டானில் எங்கும் மகிழ்ச்சியும், உற்சாகமும் செழித்து வளர்கின்றது. அந்த இடத்தின் திருப்திக் குறியீடு உலகிலேயே மிக உயர்ந்ததாக மதிப்பிடப்பட்டதில் எந்த ஆச்சரியமில்லை. இது மறுக்க முடியாதது!

சூரசம்ஹாரத்திற்கு இரண்டு நாட்களுக்கு முன்பே நான் பூட்டானிலிருந்தேன். நான் பூட்டானில் அலைந்து திரிந்தேன். அங்கிருந்த சிறு சிறு மகிழ்ச்சியையும், அமைதியையும் என்னால் முடிந்தவரை உள்வாங்க முயன்றேன். மூன்றாம் நாள் டைகர் நெஸ்டிற்கு சென்றேன்.

நவம்பர் மாதத்தின் குளிர்ச்சியுடன் டைகர் நெஸ்ட் கடல் மட்டத்திலிருந்து 10,000 உயரத்தில் கம்பீரமாக நின்றுகொண்டிருந்தது. அந்த அழகிய மலையில் ஏறுவது எளிதான காரியம் அல்ல. நான் சக மலையேற்றக்காரர்களுடன் நடந்து சென்றேன். அதில் பெரும்பாலானோர் அமெரிக்கர்கள். சுமார் மூன்றரை மணி நேரத்தில் அதன் உச்சத்தை அடைந்தேன்.

அந்த சிகரம் ஒரு அழகான புத்த கோவிலைக் கொண்டிருந்தது. அது ஒரு மந்திரத்தின் அலைகளைக் காற்றில் இடைவிடாமல் அனுப்பிய வண்ணமாயிருந்தது. அதனை ஒருபொழுதும் விட்டுவிடக்கூடாது என்பதில் அந்நாட்டு மக்கள் மிகுந்த அக்கறை கொண்டிருந்தனர்.

"அது என்ன?" என்று வினவினேன்.

"ஐயா, நாங்கள் எளிமையான வாழ்க்கை வாழ்பவர்கள். எங்கள் நாடு இராணுவத் திறன் இல்லாத சிறிய நாடு. கடல் என்ற வார்த்தையை மட்டுமே நாங்கள் கேள்விப்பட்டிருக்கின்றோம். நாங்கள் அனைவரும் எல்லாம் வல்ல இறைவனிடம் அடைக்கலம் புகுந்தவர்கள். எந்த ஒரு நாட்டாலோ அல்லது ஒரு நபராலோ நாங்கள் ஒருபொழுதும் தாக்கப்பட்டதில்லை. இந்த மந்திரம் காற்றில் இருக்கும்வரை நாங்கள் நன்கு பாதுகாக்கப்படுவதாக நம்புகின்றோம். நாங்கள் மகிழ்ச்சியாகவும், திருப்தியாகவும் இருக்கின்றோம்.

அதனைப்போன்றே நாங்கள் மகிழ்ச்சியை வெளிப்படுத்தவும் செய்கின்றோம். யாரையும் தொந்தரவு செய்யக்கூடாது என்பதில் நாங்கள் விழிப்புடன் இருக்கின்றோம். என்றென்றும் தொடரும் இந்த மந்திரம் எங்களுக்குப் பாதுகாப்பாக இருக்கின்றது. இந்த மந்திரம் என்பது நமது பாதுகாவலரான படைப்பாளருடன் நாங்கள் செய்துகொண்ட உடன்படிக்கை போன்றது." என்று சொன்னார்கள்.

அவர்களின் நம்பிக்கையை நான் பெரிதும் நேசித்தேன். அவர்களின் உறுதியான நம்பிக்கை உண்மையில் அனைத்து ஆயுதங்களைக் காட்டிலும் சக்தி வாய்ந்தது. இறைவனிடம் பூரண சரணாகதி! அங்குள்ள மக்கள் அனைவரிடத்திலும் நான் காதல் கொண்டேன்.

ஒரு கோயிலுக்குள் சீன முனிவர், குரு பரமசம்பவ மற்றும் அவரது மனைவிகள் சிலை இருந்தது. அவருக்கு இரண்டு மனைவிகள். அவர் புத்தரின் மறு அவதாரம் என்று நம்பப்படுகின்றது. அதனைப் பார்த்ததும் எனக்கு முருகர் தன் மனைவிகளான வள்ளி, தேவயானையுடன் இருப்பது நினைவிற்கு வந்தது. எனக்கு வந்த இறை குறிப்பில் வந்த செய்திக்கும், இந்த இடத்திற்கும், முருகப் பெருமானுக்கும் ஏதோ தொடர்பு உள்ளது என்பதை நான் புரிந்துகொண்டேன்.

அந்த இடம் குபேரனுடன் சில தொடர்புகளைக் கொண்டதாக இருந்தது.

என் இறைவன் ஏன் என்னைப் பூட்டானுக்கு அனுப்பினார் என்று அங்கு நின்று யோசித்துக்கொண்டிருந்தேன். ஒருவேளை பூட்டானின் ஆற்றல் ஓட்டத்தை வெளிப்படுத்தும் சில ரகசியங்களை எனக்கு வெளிப்படுத்த என்னை அங்கு அனுப்பியிருக்கலாம். அந்த இடத்தை நீங்கள் அனுபவிக்கும் பொழுது, பூமியில் இவ்வளவு தூய்மையான நிலம் வேறெங்கும் இருக்க முடியாது என்பதை நீங்கள் புரிந்துகொள்வீர்கள். நான் டைகர் நெஸ்டின் உச்சியில் தியானம் செய்து கொண்டிருந்த பொழுது என்னுடைய இந்த புவி வாழ்க்கையின் கடைசிக் கட்டத்தில் இந்த இடத்தில்தான் நான் இருப்பேன் என்பதை உணர்ந்தேன். யாருக்குத் தெரியும்? எல்லாவற்றையும் அதற்கான நேரத்தில் இறைவன் வெளிப்படுத்துவார் என்று எனக்கு நானே சொல்லிக்கொண்டேன்.

அங்கிருந்த நான்கு நாட்களும் என்னை நான் மீட்டெடுக்க உதவியாக இருந்தது. பூட்டானின் அமைதியான மற்றும் கரியமிலம் இல்லாத தூய்மையான காற்றில் என் உடல், மனம் மற்றும் ஆன்மா தூய்மையடைந்து அறிவொளி பெறுவதை உணர்ந்தேன்.

ஓம் சரவண பவாய நமஹ !!!

விண்வெளியை பிரதிபலிக்கும் பரந்து விரிந்த ரஷ்யா

இறைவனால் வழங்கப்பட்ட மற்றொரு செய்தி ஜனவரி 2014 ஆம் ஆண்டு வந்தது. இந்த முறை வந்த செய்தி பரந்த வெறுமையான விண்வெளியுடன் தொடர்புடையதாக இருந்தது. "சென்று பிரார்த்தனை செய்துவிட்டுத் திரும்பி வாருங்கள்" என்பதே எனக்கு அளிக்கப்பட்ட செய்தியாகும். இறை செய்திகள் வரும்வேளையில் என் உணர்வுகள் கூர்மையாகி செய்திக்கான துப்புகளைச் சேகரிக்கத் தொடங்கிவிடும். அப்பொழுதெல்லாம் நான் உயர்ந்த அதிர்வலையில் ஆழ்ந்திருக்கவேண்டும். மிக விரைவாக நான் அந்த இடத்தை கண்டு பிடித்தேன். அந்த இடம் - மாஸ்கோ!

செல்ல வேண்டிய இடத்தை கண்டுபிடித்தாகிவிட்டது. இந்தமுறை மாஸ்கோவைப் பற்றி நன்கு தெரிந்துகொள்வதற்காகப் பல விஷயங்களை வாசித்தேன். மாஸ்கோவைப் பற்றி நான் படித்த எல்லாவற்றிலும் திரு சந்தோஷ் ஜார்ஜ் குளங்கராவின் நடாஷாயுதே வர்ணபல்லூனுகள் (ஒரு மலையாள நாவல் - நடாஷாவின் வண்ணமயமான பலூன்கள்) மிகவும் சிறப்பானதாக இருந்தது. திரு. சந்தோஷ் தனது பயணக்கட்டுரைகளுக்காக மலையாளிகள் மத்தியில் மிகவும் பிரபலமானவர். அவர் தனது கைக்கடக்கமான புகைப்படக் கருவியைக் கொண்டு பல இடங்களுக்குச் சென்று புகைப்படங்கள் எடுத்து மலையாள மக்களை மெய் நிகர் சுற்றுப்பயணம் அழைத்துச் செல்வார். பல நாட்களாகப் பல இடங்களைப் பற்றி மக்களுக்கு விவரித்து வருகின்றார்.

அவரது புத்தகத்திலிருந்த ஒரு பகுதி என் உள்ளுணர்வைத் தூண்டியது. அதே சமயம் மிகவும் திகிலூட்டுவதாகவும் இருந்தது. அதை நான் ஒரு புதிரைப் போலப் பார்த்தேன்.

அவர் மாஸ்கோவை அடைந்து அங்குப் பதிவு செய்யப்பட்ட விடுதிக்குள் சென்று தன் அறைக் கதவை பூட்டியபின்னும் குளிர் அவரை விடவில்லை. பனி அவரை வாட்டி வதைத்துள்ளது. கடந்து செல்லும் ஒவ்வொரு நொடியிலும் அவரது கவலை அதிகரித்துள்ளது. இறுதியில் வரவேற்பாளரின் அறிவுறுத்தல்களின்படி அவர் ஒரு மருத்துவரிடம் அழைத்துச் செல்லப்படுகின்றார். அந்த மருத்துவர் தூக்கம் கலைந்ததால் எரிச்சலடைந்தாலும் கடும் காய்ச்சலுடன் இருந்த திரு குளங்கரைப் பரிசோதிக்கின்றார். அவர் திரு குளங்கராவுக்கு மாத்திரை கொடுத்து ஓய்வெடுக்கச் சொல்கின்றார். சதோஷ் குளங்கரா எப்படியோ தன்னுடைய அறைக்குத் திரும்பிவந்து ஓய்வெடுக்கின்றார். (அது ஒரு சாகசமாக இருந்ததா என்று எனக்கு ஆச்சரியமாக இருந்தது!) புத்தகத்தின்படி அவர் தனது அறையை அடைந்து மருத்துவர் கொடுத்த மாத்திரையை விழுங்குவதுதான் நினைவிருந்ததாம். மீண்டும் அடுத்த நாள் காலை 10.30 மணிக்குத் தான் அவருக்கு நினைவு வந்ததாம். அவரின் வலிமிகுந்த பார்வையாளர்களளான காய்ச்சல் மற்றும் பனிக்கடி அவரை விட்டுச் சென்றதை அப்பொழுதுதான் அவர் உணர்ந்துள்ளார்.

மேலே குறிப்பிட்ட பகுதியைப் படித்த நான் சற்று அதிர்ச்சியடைந்தேன். ஏன்? அதற்கு இரண்டு காரணங்கள் இருந்தன:

1. நானும் அதே விடுதியில் ஓர் அறையை பதிவு செய்திருந்தேன்.
2. நான் பிப்ரவரியில் மாஸ்கோவிற்குச் செல்லவிருந்தேன்.

அப்பொழுது நவம்பரை விடக் குளிர் கடுமையாக இருக்கும். சந்தோஷின் இடத்தில் நான் இருந்திருந்தால் நான் என்ன செய்திருப்பேன் என நினைத்துப் பார்த்தபொழுது அதிர்ச்சியாக இருந்தது.

ரஷ்யாவின் குளிர்காலம் அதன் சொந்த தன்மையைக் கொண்டுள்ளது என்பது ஒரு சுவாரஸ்யமான உண்மை. இது பல முறை வரலாற்றின்போக்கை மாற்றியுள்ளது. அதனோடு ரஷ்யாவைப் பாதுகாப்பாக வைத்திருப்பதில் பெரும் பங்கு வகித்துள்ளது.

1812ல் பிரெஞ்சு இராணுவ மற்றும் அரசியல் தலைவரான நெப்போலியன் போனபார்டே ரஷ்யாவைக் கிட்டத்தட்டக் கைப்பற்றிவிட்டார். ஆனால் அந்த நாட்டில் அவருக்குத் தெரியாத ஒரு போர் வீரனை அவர் எதிர்கொள்ளவேண்டிவரும் என்பது அவருக்குத் தெரியாமல் போய்விட்டது. ஜூன் மாதம் தொடங்கிய போர் டிசம்பரில் ஒரு திருப்புமுனையைச் சந்தித்தது. குளிர்காலத்தில் ரஷ்ய இராணுவம் வலுவடைந்து கடுமையாகத் தாக்கியது. ஐரோப்பியர்களாக இருந்தாலும் பிரெஞ்சுக்காரர்களால் கூட ரஷ்யாவின் காலநிலையைச் சமாளிக்க முடியவில்லை. நெப்போலியனுக்கு தனது இராணுவத்தைத் திரும்பப் பெறுவதைத் தவிர வேறு வழியில்லாமல் போனது.

ஹிட்லருக்கும் இதே கதி தான் ஏற்பட்டது. உலகம் முழுவதையும் அதிர்ச்சிக்குள்ளாக்கிய ஹிட்லர் 1941 ஜூன் மாதம் ரஷ்யாவைத் தாக்கினார்.

ஒருபுறம் தனது கூட்டாளிகளுடன் சண்டையிட்டு, மறுபுறம் ரஷ்யாவைத் தாக்கும் அபத்தத்தை அவர் செய்தார்.

இது முட்டாள்தனம்! நாஜிக்கள் ரஷ்ய ரயில் நிலையத்தைக் கைப்பற்றினர். ஆனால் அவர்களால் வானொலி நிலையங்களை அடைய முடியவில்லை. டிசம்பருக்கு முன் ரஷ்யாவை வெல்வோம் என்ற ஹிட்லரின் கணிப்புகள் தவறாகிவிட்டன. குளிர்காலம் ரஷ்யர்களுக்கு மீண்டும் அவர்களின் வீரத்தை நிரூபிக்க உதவியது.

"ஐயகோ, வலிமைமிக்க வீரர்களை விரட்டியடித்த அந்த வலிமைமிக்க குளிர்காலத்தில் நான் தப்பிப்பிழைப்பேனா?" என்று நினைத்துப்பார்த்தேன்.

அப்பொழுது எனக்கு ரஷ்யாவில் நான்கு அல்லது ஐந்து நபர்களைத்தான் தெரியும். அவர்கள் லெனின், ஸ்டாலின், டால்ஸ்டாய் மற்றும் தஸ்தாயெவ்ஸ்கி.

துரதிர்ஷ்டவசமாக இவர்கள் யாரும் இப்பொழுது உயிருடன் இல்லை.

"எனக்கும் யாரையும் தெரியாது. என்னையும் யாருக்கும் தெரியாது. இது நான் இதுவரை அனுபவித்திராத ஒரு சூழ்நிலை. எனக்கு எதுவும் தெரியாத ஒரு மொழியால் நான் சூழப்பட்டிருப்பேன். நான் இங்கு என்ன செய்வேன்? ஐயகோ! முருகப்பெருமானே..

என்னை பத்திரமாக வீட்டிற்கு அழைத்து வந்துவிடுங்கள் என்று நான் என் இறைவனிடம் பிரார்த்தனை செய்தேன். இது நம்பிக்கையை மட்டுமே அடிப்படையாகக் கொண்ட பயணம். இறைவன் எப்படி எல்லாவற்றையும் மாற்றினார் என்பதை இன்று நினைத்தாலும் வியப்பாக இருக்கின்றது. நான் ரஷ்யாவில் காலடி எடுத்து வைத்தவுடன் எனக்காக எதையும் செய்யத் தயாராக இருக்கும் LMRK உறுப்பினர்கள் இன்று என்னோடு இருக்கின்றார்கள். இது எல்லாம் வல்ல விதியின் நாடகம்!

என் இரண்டு நண்பர்களின் தொழில் வளர்ச்சிக்கு உதவிய காரணத்தால் அவர்கள் என் பயணங்களுக்கு நிதி ஏற்பாடுகள் செய்ததை நான் முன்பே குறிப்பிட்டிருந்தேன். தெய்வத்துடனான ஒப்பந்தத்தின்படி அவர்கள் எப்பொழுதும் தங்கள் வருமானத்தில் ஒரு சதவிகிதத்தை முருகப்பெருமானின் செயல்களுக்காக ஒதுக்குவார்கள். என் சொந்த செலவிற்கு என்று ஒரு பொழுதும் அந்த பணத்தை நான் எடுத்ததில்லை. அந்த பணத்தை அவர்கள் பாதுகாப்பிலேயே வைத்துக்கொள்ளும்படி அவர்களைக் கேட்டுக்கொண்டேன். அந்தப் பணத்தை அவர்கள் சரியான காரணங்களுக்காகப் பயன்படுத்துவதை உறுதிசெய்ய முருகர் அவர்களைத் தூண்டுவார் என்று நான் அறிவுறுத்தினேன். எனது மாஸ்கோ பயணத்தைப் பற்றி அவர்கள் கேள்விப்பட்டவுடன் பயண நிதிக்காக வேறெங்கும் செல்லக்கூடாது என அன்போடு கேட்டுக்கொண்டனர்.

எனது முழு பயண ஏற்பாடுகளையும் ரியா டிராவல்ஸ் செய்திருந்தது.

மாஸ்கோவ் செல்ல கொழும்பு சென்றேன். அங்கு ஒரு இரவு தங்கி ஓய்வெடுத்துவிட்டு அடுத்த நாள் ஸ்ரீலங்கா விமானத்திலிருந்தேன். அது வெளிநாட்டவர்களால் நிரப்பப்பட்டிருந்த ஒரு பெரிய விமானம். "இந்த விமானத்தில் இருக்கும் ஒரே இலங்கையர் நீங்கள்தான் சார். மற்ற அனைவரும் ரஷ்யர்கள்," என்று விமானப் பணிப்பெண் ஒருவர் நல்ல நகைச்சுவையுடன் கிசுகிசுத்தார். நான் ஒரு இலங்கையர் என்று அந்த பணிப்பெண் எப்படி முடிவு செய்தார் என்ற ஆர்ச்சர்யத்துடன் சிரித்தேன். எனது பயணச் சீட்டில் ரெஜித் குமாருக்குப் பதிலாக எனது பெயர் ரெஜித் குமாரா என்று எழுதப்பட்டிருந்தது. நான் இலங்கையர் என்று அவர்கள் நினைத்துக்கொண்டதால் நான் மிகக் கவனத்துடன் நடத்தப்பட்டேன்.

நான் மாஸ்கோ விமான நிலையத்தை அடைந்ததும் அங்கிருந்த குடிவரவு வரிசையில் நான் மிகவும் பதற்றமாக நின்றிருந்தேன். அதிகாரிகள் என்னிடம் என்ன மொழியில் பேசுவார்கள் மற்றும் அவர்கள் என்னிடம் என்ன கேட்பார்கள் என்று நான் ஆர்வமாகப் பார்த்துக்கொண்டிருந்தேன். ரஷ்ய விசாவைப் பெற, நான் தங்கும் விடுதியின் அசல் செலவுச்சீட்டு எனக்குத் தேவைப்பட்டது. எனக்கு அஞ்சல் வரத் தாமதமானது பெரும் குழப்பத்தை ஏற்படுத்தியது. என் நல்ல நேரம் குடிவரவு அதிகாரிகள் என்னிடம் எதுவும் கேட்கவில்லை. விமான நிலையத்திற்கு வெளியே நான் சுதந்திரமாக இருந்தேன்.

விமான நிலையத்திற்கு வெளியே தாங்கள் அழைத்துச் செல்ல வேண்டிய நபர்களின் பெயர்கள் அடங்கிய பலகைகளை ஏந்தி பலர் நின்றிருந்தனர். நான் தேடினேன். தேடிக்கொண்டே இருந்தேன். என் பெயர் கொண்ட பலகையை எங்கும் காணவில்லை. நான் அங்கும் இங்கும் தேடிக் கொண்டிருந்ததைப் பார்த்ததும் பல வாகன ஓட்டுநர்கள் என்னிடம் சவாரி வேண்டுமா எனக் கேட்டார்கள். அவர்களின் சேவையை நிராகரித்துவிட்டு என் பெயர் எழுதிய பலகையைப் பிரார்த்தனை செய்துகொண்டே தேடிக்கொண்டிருந்தேன். ஒரு பையன் ஒரு மூலையில் சோம்பேறியாக நிற்பதைக் கவனித்தேன். அவனுடைய பலகை கீழே வைக்கப்பட்டிருந்தது. அவனுடைய பலகையில் என் பெயர் எழுதியிருந்ததைப் பார்த்து மகிழ்ச்சியடைந்தேன்! ஆனால் அவனிடத்தில் எந்த மாற்றமும் இல்லை. நான் உடன் வருகின்றேன் என்று மட்டும் ஒரு சமிக்ஞை செய்தார்.

நான் அந்த நிலத்திலிருந்தேன்! மாஸ்கோ – ரஷ்யா – சோவியத் ஒன்றியம்!

மலையாளிகளாகிய எங்களுக்குச் சோவியத் ஒன்றியம் என்பது மிகப் பரிச்சமான ஒரு நாடு என்று தான் சொல்லவேண்டும். 1989 இல் சோவியத் ஒன்றியம் வீழ்ச்சியடையும் வரை மலையாளிகளாகிய நாங்கள் சோவியத் ஒன்றியம் என்ற சொர்க்கம் பூமியில் இருப்பதாக நம்பியிருந்தோம்.

தஸ்தாயெவ்ஸ்கியும் டால்ஸ்டாயும் நமக்கு அந்நியர்கள் அல்ல என்று நினைத்துக்கொண்டிருந்தோம். 1980களின் இறுதி வரைசோவியத் ஒன்றியத்தில் இருந்து வந்த விலையுயர்ந்த பளபளப்பான காகிதத்தில் அச்சிடப்பட்ட கதைகளைப் படித்தே

வளர்ந்தார்கள் கேரளக் குழந்தைகள். ரஷ்யாவின் அதிகாரப்பூர்வ செய்தித்தாள் பிராவ்தா என்பதை அறியாத எவரும் என் மாநிலத்தில் இல்லை என்பது என் கருத்து. இப்பொழுது 40 வயதில் இருக்கும் எத்தனையோ பெண்கள் பிராவ்தா என்று பெயர் சூட்டப்பட்டவர்கள். கேரளாவில் லெனின், ஸ்டாலின், நடாஷா, வைகா போன்ற பெயர்களும் பொதுவானவை! இன்றும் கூட கேரளாவில் மாஸ்கோ என்று பெயரிடப்பட்ட பல சாலை சந்திப்புகள் உள்ளன!

கடவுளின் கிருபையால் நான் ரஷ்ய தேசத்திற்கு வந்தேன்!

அடுத்த நாள் எனது பயணத் திட்டத்தில் குறிப்பிடப்பட்டுள்ள நேரத்தில் எனது வழிகாட்டி வந்தார். அந்த அழகான வழிகாட்டியின் பெயர் ஸ்வெட்லெனா! பூட்டான் போன்ற பிற இடங்களில் உள்ள வழிகாட்டிகள் போலல்லாமல் ரஷ்யாவில் உள்ள வழிகாட்டிகள் மிகவும் தொழில் சார்ந்தவர்கள்.

பூட்டானிலிருந்த வழிகாட்டி மிகவும் நெகிழ்வானவர். பயணத்திட்டத்தில் குறிப்பிடப்பட்ட நேரம் காலை 9:00 மணி என்றாலும் எனது பூட்டான் வழிகாட்டி 8:30 மணிக்கெல்லாம் எனது தங்குமிடத்தில் இருப்பார். மாலையில் நாங்கள் ஒரு மணிநேரம் அல்லது இரண்டு மணிநேரம் தாமதமாக வந்தாலும் அவர் புகார் சொல்லமாட்டார். ஸ்வெட்லெனா அப்படி கிடையாது. அவர் உண்மையில் கடிகாரத்தில் நடப்பது போல் இருந்தது. அது காலையோ அல்லது மாலையோ, அவர் ஒரு நிமிடம் முன்னதாகவோ ஒரு நிமிடம் தாமதமாகவோ கூட வரமாட்டார். தன்னிடம் உள்ளக் குறிப்பில் அனைத்தையும் சரி பார்த்துக்கொள்வார். நான் தங்கியிருந்த விடுதியிலேயே எனக்குக் காலை உணவு ஏற்பாடு செய்யப்பட்டிருந்தது. காலை உணவு என்று வரும்பொழுது ரொட்டி, சீஸ் மற்றும் ஜாம் ஆகியவை இந்தியர்களாகிய நமக்குப் பரிச்சயமானவை. நிச்சயமாக முட்டைகளுக்கு உலகளாவிய அடையாளம் உண்டு. ஒரு கனமான காலை உணவு என்பது ரொட்டியுடன் மூன்று முட்டை ஆம்லெட்களைக் குறிக்கும். நான் காலையில் அதிக உணவைச் சாப்பிடுவதற்கு ஒரு காரணம் இருந்தது. எங்கள் அழகான ஸ்வெட்லெனா மிகவும் கண்டிப்பான வழிகாட்டி. காலை 9:30 மணி முதல் மாலை 4:00 மணி வரை நிகழ்ச்சிகள் வடிவமைக்கப்பட்டிருந்தது.

நாங்கள் மதிய உணவுக்கு நேரத்தைச் செலவிட்டால் மாலை நான்கு மணிக்குத் தங்குமிடத்திற்கு வருவது தாமதமாகிவிடும்.

நிகழ்ச்சிகள் முடிந்து அறைக்கு வந்த பின்பு தான் நான் விரும்பியதைச் செய்ய முடியும். ஸ்வெட்லெனா இப்படித்தான் தொழில் ரீதியாகச் செயல்பட்டார்.

ரஷ்ய வழிகாட்டிகளுக்கு நேரத்தைக் கடைப்பிடிப்பது ஒரு பொதுவான பழக்கமாக இருந்தது. ஸ்வெட்லெனா காலை 9:30 மணிக்கு விடுதிக்கு வந்த பின்பு தான் அன்றைய நாளை திட்டமிடுவார். உதாரணமாக ஒரு நாளில் நாங்கள் ஐந்து இடங்களை உள்ளடக்கியிருந்தால் அந்த ஒவ்வொரு இடத்திற்கும் பொருத்தமான நேரத்தை அவர் தேர்வு செய்வார். மேலும் அந்த நாளில் ஒரு பல சாறுகூட அவர் அருந்தமாட்டார். "நீங்கள் குடியுங்கள் நான் உங்களோடு அமர்ந்திருக்கின்றேன்" என்று மட்டும் அவரிடமிருந்து வார்த்தைகள் வரும். ஒவ்வொரு நாளும் மாலை 4.30 மணிக்கு என் தங்குமிடத்திற்குத் திரும்புவேன்.

அருங்காட்சியகங்கள் நிறைந்த ஒரு இடம் தான் மாஸ்கோ. நாம் தவற விட்ட ஒரு கலாச்சாரம் அது. நமது கலாச்சாரமும் எவ்வளவு செழுமையானது என்று என்னால் ஆச்சரியப்படாமல் இருக்க முடியவில்லை. அருங்காட்சியகங்களை உருவாக்குவதிலும் அதனை நம் மக்களுக்குத் தெரியப்படுத்துவதிலும் நமக்கு எந்த ஆர்வமும் இல்லாமல் போனது. கடந்த காலத்தை ஒரு கெலிடோஸ்கோப் வடிவில் காண்பிக்கும் வேலையை அருங்காட்சியகங்கள் செய்கின்றன. நம்மால் என்ன செய்ய முடியும் என்பதைத் தொடர்ந்து நினைவூட்ட நமது வேர்களை வலுவாக வைத்திருப்பது மிகவும் அவசியம். எனது ரஷ்யா பயணத்தில் ஸ்வெட்லெனா ஒவ்வொரு காட்சியையும் எளிமையான ஆங்கிலத்தில் நிறையத் தெளிவுடன் விவரித்தார். சோவியத் சகாப்தத்தை அவர்கள் இன்று வரை உயிர்ப்புடன் வைத்திருப்பதாக உணர்ந்தேன். எந்த சாலையிலும் மேம்பாலங்கள் கிடையாது. ஒரே மட்டத்தில் சுமார் பன்னிரண்டு அல்லது பதினெட்டு பாதைகளைக் கொண்டிருக்கின்றார்கள்.

இலங்கையில் நான் விமானத்தில் ஏறியதிலிருந்தே எனது ஆற்றல் ஓட்டம் அதிகமாக இருந்ததை நான் உணர்ந்தேன். எந்த ஒரு சிறப்பு நிகழ்ச்சி நிரலும் இல்லாமல் இந்தப் பயணம் தொடங்கியிருந்தாலும், என் இறைவன் எனக்காக ஏதாவது ஒரு விசேஷமான விஷயத்தை வைத்திருப்பார் என்பதில் நான் உறுதியாக இருந்தேன். ஆனால் அது என்னவென்று எனக்குத் தெரியாது.

எனக்குத் தெரிந்தெல்லாம் ரஷ்யாவிற்கு அண்டவெளிக்கும் சம்பந்தம் இருப்பது மட்டும் தான். அந்த எண்ணத்தில் என்னை நிலைநிறுத்த சில அறிகுறிகள் எனக்கு அனுப்பப்பட்டன. உதாரணமாக, விமானத்தில் எனது இருக்கைக்கு முன்னால் இருந்த திரையில் விண்வெளி தொடர்பான திரைப்படம் தான் முதலில் திரையிடப்பட்டது.

ரஷ்யாவில் நான் பார்த்த இடங்களில் டால்ஸ்டாயின் இல்லம் என்னால் மறக்க முடியாதது. நான் அங்கிருந்தபொழுது நான் உணர்ந்த உணர்ச்சியை என்னால் விவரிக்கவே முடியாது. எங்கள் ஊரிலிருந்த சிறிய நூலகத்தின் மங்கலான மஞ்சள் விளக்கில் அவரின் எழுத்துக்களைப் படிக்கும்பொழுது இருந்த உணர்வுகள் திரும்ப வருவது போன்று இருந்தன. அத்தனை கதாபாத்திரங்களும் இப்பொழுது உயிர் பெற்று என்னைச் சுற்றி நிற்பதைப் போன்று உணர்ந்தேன்.

அவர்களின் இருப்பை என்னால் உணர முடிந்தது.

1980ஆம் ஆண்டு மாஸ்கோ ஒலிம்பிக்கிற்காகக் கட்டப்பட்ட பெரிய விடுதி ஒன்றில் நான் தங்கியிருந்தேன். அந்த விடுதியின் வரவேற்பு பகுதியின் இருபுறமும் பல பெரிய லிஃப்ட்களால் ஆக்கிரமிக்கப்பட்டிருந்தன. வழக்கம் போல் அன்றும் மாலை 4:30 மணிக்கு என் அறைக்குத் திரும்பினேன். அட்டை வைத்திருப்பவர்கள் மட்டுமே வரவேற்பறையைத் தாண்டிச் செல்ல முடியும். நான் மாலை 5.30 மணிக்கு புத்துணர்ச்சியடைந்து அன்றைய செலவுகளை எழுதிய பின்னர் எனது பயணக் குறிப்புகளை எழுதுவேன். அங்கிருந்த கண்ணாடிச் சுவர்கள் அந்த நகரத்தைச் சுற்றிப் பார்க்க அழைத்தன. ரஷ்யாவில் எனக்காக என் கடவுள் என்ன வைத்திருக்கின்றார் என்று நான் வானத்தைப் பார்த்துக்கொண்டிருந்தேன்.

எனது அறை 12வது மாடியிலிருந்தது. அங்கிருந்து பார்த்தால் ஒருபுறம் சாலையும் மறுபுறம் கட்டிடங்களும் இருப்பதைக் காண முடியும். அதைத் தாண்டி ஏதோ ஒன்று ஒட்டிக்கொண்டிருப்பதை நான் கவனித்தேன். அது ஏதோ எனக்கு சவால் விடுவதை போன்றே தெரிந்தது. அது என்னவென்று தெரிந்துகொள்ள மிகவும் ஆர்வமாக இருந்தது. மாஸ்கோவின் இரவு வாழ்க்கையைப் பார்க்க வேண்டும் என்ற ஆசை எனக்கு ஏற்பட்டது. இருப்பினும், அந்த இடத்தைப் பற்றி நான் படித்த அனைத்தும் என்னைக் கட்டுக்குள் வைத்திருந்தது. பல விரும்பத்தகாத சம்பவங்கள் நடைபெறுவதால் பயணிகள் யாரும்

இரவு நேரத்தில் வெளியே செல்வதை யாரும் ஊக்குவிப்பதில்லை. மேலும் எனக்கு ஏதாவது நடந்தால் அங்குத் தொடர்பு கொள்ள எனக்கு யாரும் கிடையாது. மிஸ் ஸ்வெட்லெனா பரிந்துரைத்த நேரத்திற்கு (காலை 9:30 மணி முதல் மாலை 4:30 மணி வரை) வெளியே தொலைப்பேசியில் கூட அவர் பதிலளிப்பாரா என்பது எனக்குத் தெரியவில்லை.

எனது விடுதியில் காலை உணவு எப்படி எனக்குப் பிரதானமாக இருந்ததோ, அதனைப் போன்றே இரவு உணவிற்கும் ஒரு இடம் இருந்தது. நான் தங்கியிருந்த இடத்திற்கு அருகில் உள்ள உணவகத்தில் பச்சைப் பட்டாணி வைத்து அரிசி சமைக்கப்பட்டிருப்பதைக் கண்டுபிடித்தேன். இங்கு ஒரு சிறிய கிளாஸ் பச்சை நிற ஃப்ரிஸி பானத்துடன் உணவு பரிமாறப்பட்டது. அந்த ஐந்து நாட்களும் அதுதான் என் இரவு உணவாக இருந்தது. அப்போதைய அந்நியச் செலாவணி விகிதங்களின்படி இந்த இரவு உணவின் விலை ஆயிரம் ரூபாயாக இருந்தது.

மாஸ்கோவை இரவில் பார்க்க வேண்டும் என்ற எனது விருப்பத்தை அடுத்த நாள் ஸ்வெட்லெனாவிடம் தெரிவித்தேன். இது உங்கள் தொகுப்பின் ஒரு பகுதியாக இல்லை என்று ஸ்வெட்லெனா விளக்கினார். கூடுதல் செலவை நான் ஏற்கத் தயார் என்று கூறினேன். அப்பொழுது கூடுதலாக $100க்கு என்னை இரவு சுற்றுலாவிற்கு அழைத்துச் செல்ல ஒப்புக்கொண்டார்.

அடுத்து நாங்கள் ரஷ்யாவின் சின்னமான லெனின் சதுக்கத்திலிருந்தோம். அங்கு ஒரு பக்கத்தில் பெரிய குவி மாடத்துடன் ஒரு தேவாலயம் இருந்தது. நடுப்பகுதி முழுவதும் செங்கற்களால் கட்டப்பட்ட அலமாரிகள் போல இருந்தது. பின்னர் லெனினின் கல்லறை இருந்தது - அவரின் உடல் பாதுகாக்கப்பட்ட இடம்.

முதலில் தேவாலயத்திற்குள் சென்றேன். அங்குப் பாடகர்கள் பாடிக்கொண்டிருந்தார்கள். பல சுற்றுலாப் பயணிகள் தேவாலயத்திற்குள் வரவில்லை. ஒரு இந்தியரைப் பார்த்த மகிழ்ச்சியில் பாடகர்கள் குழு எனக்காக ஒரு பாடலைப் பாடியது. நான் அதை எதிர்பார்க்கவில்லை. அவர்களின் சைகைக்கு நன்றியுடன் தலைவணங்கினேன். தன்னிலையிலிருந்து இறங்கி வந்து ஸ்வெட்லெனாவும் பாடலைக் கொஞ்சம் கொஞ்சமாக ரசிக்கத் தொடங்கினார்.

அங்கிருந்து லெனினின் கல்லறையை நோக்கி நடந்தேன். அனைத்து சோதனைகளும் முடிந்தபின் என் உடைமைகள் அனைத்தையும் ஒரு அறையில் வைத்த பிறகு நான் உள்ளே அனுமதிக்கப்பட்டேன். லெனினின் உடல் வைக்கப்பட்டிருந்த இடத்தைப் பார்த்தபொழுது நான் உணர்ந்தது விவரிக்க முடியாதது. எனக்குள் ஏதோ கிளர்ந்தெழுந்தது. இந்த தலைவரைப் பற்றி சிறுவயதில் படித்தபொழுது ஏற்பட்ட உணர்ச்சிகள், ஜான் ரீடின்னின் உலகத்தை உலுக்கிய பத்து நாட்கள் படித்தபொழுது ஏற்பட்ட பயம் மற்றும் வேகம் என அனைத்தும் அங்கு நின்றபொழுது என்னுடன் இருந்தது. நான் வரலாற்றின் ஒரு பகுதியை எதிர்கொள்வது போல உணர்ந்தேன். அதில் நான் ஒரு அங்கமாக இருப்பது போல் உணர்ந்தேன். நான் அவரது சமாதியைச் சுற்றிச் சென்று அவர் முகத்தைப் பார்த்து அவருக்கு மரியாதையுடன் வணக்கம் செலுத்தினேன்.

பாதுகாப்பு அறையில் வைக்கப்பட்டிருந்த எங்கள் பொருட்களை எல்லாம் எடுத்துக்கொண்டு நடக்க ஆரம்பித்தபொழுது ஒரு ரஷ்யப் பெண்மணி என்னை நோக்கி ஓடி வந்தார். அவர் ரஷ்ய மொழியில் சத்தமாக ஏதோ சொல்ல ஆரம்பித்தார். எனக்கு ஒரு வார்த்தைகூட புரியவில்லை. நானும் ஸ்வெட்லெனாவும் திகைத்து நின்றோம். ஸ்வெட்லெனா விரைவில் அந்த பெண்மணியிடம் பேச ஆரம்பித்தார். அந்த பெண்மணி சிரித்துவிட்டு அங்கிருந்து கிளம்பிச் சென்றார்.

இவ்வளவு தூரம் வந்த பிறகும் நான் ஏன் யூரி ககாரின் கல்லறைக்குச் செல்லவில்லை என்று அந்தப் பெண்மணி சொன்னதாக ஸ்வெட்லெனா விளக்கினார். "என் ஆண்டவரே, அதுதான்!" என்று மனதிற்குள் நினைத்தேன். என் முகம் மலர்ந்து ஒரு பூவைப்போல இருந்தது. என்னுடைய மாற்றம் ஸ்வெட்லெனாவை ஆச்சரியப்படுத்தியது. "அது எங்கே உள்ளது?" என்று தீவிரமாக விசாரித்தேன். என் உற்சாகத்தைப் பார்த்த ஸ்வெட்லெனா என்னை யூரி ககாரின் கல்லறைக்கு அழைத்துச் சென்றார்.

அங்குச் சென்றதும் என் உடலின் மொழி 360 டிகிரி மாறியது. கடந்த மூன்று நாட்களாக இருந்த என்னுடைய சுயம் இப்பொழுது மாறிவிட்டது. சக்தியின் எழுச்சி தெரிந்தது. வெட்டவெளியின் பரந்த தன்மையை முதன்முதலில் அனுபவிக்கும் பாக்கியத்தைப்

பெற்ற விண்வெளி வீரருடன் எனது ஆரா விண்வெளியைப் பகிர்ந்து கொள்ளப் போகின்றது. முருகப்பெருமான் எனக்காக ரஷ்யாவில் வைத்திருந்தது இதுதான் என்பதை நான் அறிந்துகொண்டேன்.

ஸ்வெட்லெனா எனது உற்சாகத்தைக் கண்டு வியந்தார். யூரி ககாரின் கல்லறையில் நான் பிரார்த்தனை செய்தது மற்றும் அந்த விண்வெளி வீரருக்கு வணக்கம் செலுத்துவதை அவர் முற்றிலும் ஆச்சரியத்துடன் பார்த்தார்.

ஏனென்றால் அவருக்கு எதுவும் தெரியாது. இறைவன் எனக்காக அங்கு என வைத்துள்ளார் என்பதை நானும் அறியவில்லை. ஆனால் எனக்கு ஏதோ ஒரு விசேஷம் காத்திருக்கின்றது என்று மட்டும் எனக்குத் தெரியும். இறைவன் என்னை விண்வெளிக்கு முதலில் சென்ற மனிதனின் கல்லறையின் முன் அழைத்துச் சென்று விண்வெளியின் வெறுமையில் பயணம் செய்ய வைத்தார். இது ஒரு தெய்வீக மற்றும் ஆச்சரியமான பரிசாக இருந்தது. நான் மிகவும் மகிழ்ச்சியடைந்தேன். இறைவனின் வழிகளைக் கண்டுபிடிப்பது எப்பொழுதும் சிலிர்ப்பூட்டுகின்றது.

வழிகாட்டி ஸ்வெட்லெனாவைப் பொறுத்தவரை யூரி ககாரின் கல்லறை மிகவும் முக்கியமான ஒன்று கிடையாது. எனவே அதனை நாங்கள் முற்றிலும் தவறவிட்டிருப்போம். அப்படி நடந்திருந்தால் நான் தவறவிட்டதை அறியாமலேயே திரும்பிச் சென்றிருப்பேன். ஆனால் அப்படி எதுவும் நடக்கவில்லை. கடவுள் அப்படி நடக்க அனுமதிக்கமாட்டார், இல்லையா? லெனினின் கல்லறையிலிருந்து வெளியே வரும் வழியில் மற்றொரு ரஷ்யப் பெண்ணின் உடலின் மூலமாக இறைவன் வேலை செய்தார். முன் பின் சந்திக்காத ஒரு நபர் என்னிடம் செய்தி சொல்ல வந்தது உண்மையில் வியப்பாக இருந்தது. பின்னாளில், பலமுறை இதே போன்ற அனுபவங்களை நான் சந்தித்திருக்கின்றேன்.

நான் ககாரினின் கல்லறையில் நின்று கொண்டிருந்தபொழுது நான் மீண்டும் நேரம் என்ற புதிரை எதிர்கொள்வது போல் உணர்ந்தேன். காலத்துடன் எனக்கு ஏற்பட்ட பிணைப்பு அங்கு தான் ஆரம்பமானது. உலகின் ஒவ்வொரு பகுதிக்கும் அதன் சொந்த ஆற்றல் ஆதாரம் உள்ளது. யூரி ககாரினின் கல்லறையானது பிரபஞ்சத்துடன்

ஒரு தொடர்பிலிருந்தது. அந்த தொடர்பினால் ரஷ்யா மிகவும் ஆசீர்வதிக்கப்பட்டுள்ளது. விண்வெளி அறிவியலில் அமெரிக்காவை விட வளர்ச்சியடைந்த பூமியாக ஒரு காலத்தில் ரஷ்யா இருந்தது இங்கே குறிப்பிடத்தக்கது.

யூரி ககாரின் கல்லறையிலிருந்து எனக்கு ஏராளமான ஆற்றல்கள் கிடைத்தன. மற்ற எல்லா பயணங்களையும் போலவே எனது ரஷ்யப் பயணமும் வெற்றிகரமாக இருந்தது. இறைவன் ஒருபொழுதும் தோல்வியடைவதில்லை!

என் இளமைப் பருவத்தில் யூரி ககாரின் என்னை மிகவும் பாதித்த ஒரு நபராக இருந்தார். நான் எட்டாம் வகுப்பு படிக்கும்பொழுது சிறிய கதை புத்தகம் ஒன்றை வைத்திருந்தேன். சிந்தனைப் பதிப்பகம் இந்த விண்வெளி வீரரின் பெயரிலேயே ஒரு புத்தகம் வெளியிட்டிருந்தது. நான் அந்த புத்தகத்தை ஒரு மில்லியன் முறை மீண்டும் மீண்டும் படித்திருப்பேன். அதே புத்தகத்தை என் மகள் நக்ஷத்ரா சமீபத்தில் எங்கிருந்தோ எடுத்தாள். அந்த புத்தகத்தை என் மகள் என்னிடம் காட்டியபொழுது மீண்டும் ஒரு முறை நான் காலம் என்ற நிகழ்வைத் தொட்டதை உணர்ந்தேன். அன்று அது என்னை எவ்வளவு உற்சாகப்படுத்தியது என்பது எனக்கு நினைவிருக்கின்றது! யூரி ககாரின் எப்பொழுதும் என்னுடன் ஒரு தொடர்பில் இருப்பதை என்னால் உணர முடிகின்றது. உங்களுக்கும் அப்படித் தோன்றுகின்றதா?

அன்று ஸ்வெட்லெனா என்னை விடுதியில் இறக்கிவிட்டபொழுது, ஒரு நீண்ட வாலைப் போன்றிருந்த சுவரைப் பற்றி அவரிடம் விசாரித்தேன். சுற்றும் முற்றும் பார்த்துவிட்டு அதுதான் விண்வெளி அருங்காட்சியகம் என்று சொன்னார். நல்லது! அது விண்வெளி அருங்காட்சியகம்! என் கண்களை அது ஈர்த்ததில் எந்த ஆச்சரியமுமில்லை!

நான் அங்குச் செல்ல வேண்டும் என்ற எனது விருப்பத்தை அவரிடம் தெரிவித்தேன். "நீங்கள் ஏன் தனியாகச் செல்லக்கூடாது என்று ஸ்வெட்லெனா பரிந்துரைத்தார். "இந்த சாலையைச் சுரங்கப்பாதை மூலம் கடக்க முடியும்" என்றும் அறிவுறுத்தினார். அவரின் நேரம் முடிந்துவிட்டதால் அவர் செல்ல வேண்டியிருந்தது. புறப்படுவதற்கு முன் அவர் எனக்கு ஒரு ஊக்கத்தைத் தந்தார்,

"மாஸ்கோ நீங்கள் நினைப்பது போன்று மோசமானது இல்லை. குற்றக் கதைகள் பொதுவாகப் பரபரப்பாகப் பேசப்படுகின்றன" என்றார்.

என் அறைக்குச் சென்று புத்துணர்ச்சி அடைந்த பின்னர் தனியாக அருங்காட்சியகத்தைப் பார்வையிடலாம் என்று யோசித்தேன். "நான் அதைச் செய்ய வேண்டுமா? ஏதாவது தவறு நடந்தால் என்ன செய்வது? நான் கடத்தப்பட்டால் அல்லது நான் தாக்கப்பட்டால் என்ன செய்வது?" என்று வெற்றிடத்தைப் பார்த்து வினவினேன். "உங்கள் இறைவனால் நீங்கள் இங்குக் கொண்டு வரப்பட்டீர்கள். உங்களுடைய முருகர் உங்களுடன் இருக்கும்பொழுது நீங்கள் எப்படி தனியாக இருக்க முடியும்?" என்று வெற்றிடம் பதிலளித்தது.

அவ்வளவுதான்! நான் தயாராக ஆரம்பித்தேன். நான் என் கோட், மப்ளர் மற்றும் கையுறைகளை அணிந்துகொண்டேன். என் கண்களைத் தவிர மற்ற அனைத்தும் மூடப்பட்டிருந்தன. நானும் ஒரு ரஷ்யன் என்று எனக்குள் சொல்லிக்கொண்டேன். நான் அருங்காட்சியகத்திற்குள் நுழைவதற்கான சீட்டுகளைப் பாதுகாத்து வைத்திருந்தேன். அது ஒரு நீண்ட அருங்காட்சியகமாக இருந்தது. அருங்காட்சியகத்தின் ஒரு வால் முனையை மட்டுமே என் அறையிலிருந்து என்னால் பார்க்க முடிந்தது.

அருங்காட்சியகத்தை முழுவதுமாகப் பார்க்க எனக்கு ஒன்றரை மணிநேரம் ஆனது. அங்கு யூரி ககாரினைப் பற்றி நிறையத் தெரிந்து கொண்டேன். ஏப்ரல் 23, 1983 அன்று ரஷ்ய சோயுஸ் டி - 11 என்ற விண்கலத்தில் ராகேஷ் சர்மாவின் விண்வெளி பயணத்தின் படங்களையும் எழுத்துக்களையும் பார்த்தேன். ரஷ்யா ஒரு காலத்தில் விண்வெளி பற்றிய ஆய்வில் மிகவும் முன்னேறியிருந்தது. அந்த ஆராய்ச்சிகள் அமெரிக்காவைப் புறம் தள்ளும் வகையிலிருந்தன.

ஒப்புக்கொண்டபடி, ஐந்தாம் நாள் இரவு மிஸ் ஸ்வெட்லெனா மாஸ்கோவின் இரவு வாழ்க்கையை எனக்குக் காட்டுவதற்காகச் சரியாக 6:30 மணிக்கு விடுதியை அடைந்தார். அன்று ஸ்வெட்லானா கொஞ்சம் குறைவான கண்டிப்புடன் நடந்துகொண்டார். நான் கூடுதலாக $100 தருவதாகச் சொன்னதால் கூட அப்படி இருந்திருக்கலாம்.

ஒரு நல்ல ஓட்டுநர் எங்களைத் தெருக்களுக்குள் அழைத்துச் சென்றார். அன்று மாஸ்கோ விளக்குகளால் குளித்துக்கொண்டிருந்தது. எங்கள் வாகனம் ஒரு கோட்டையின் முன்பு நின்றது. நானும் ஸ்வெட்லெனாவும் இறங்கி வெளியே சென்றோம். ஒரு பெண்ணின் அலங்காரத்தைப் போல அந்த கோட்டை வெள்ளி ஒளியால் நனைக்கப்பட்டிருந்தது. கோட்டையைச் சுற்றியுள்ள நீர் அதன் அழகைப் பிரதிபலித்தது. கோட்டையைச் சுற்றி ஒரு பெரிய தோட்டம் இருந்தது. அதன் விளிம்பில் அழகான மரங்கள் மற்றும் பரந்த நடைபாதைகள் இருந்தன. வெப்பநிலை மைனஸ் மூன்று அல்லது நான்கு டிகிரியாக இருந்தது. ஒரு மெல்லிய குளிர்ந்த காற்று எங்களைச் சுற்றி வீசிக்கொண்டிருந்தது. வானம் எண்ணற்ற நட்சத்திரங்களால் அலங்கரிக்கப்பட்டிருந்தது. கோட்டையைச் சுற்றி நடக்கும்பொழுது நான் மிகவும் மகிழ்ச்சியடைந்தேன். அந்த இடத்தின் சூழல் மிகவும் ரம்மியமாக இருந்தது. ஒட்டுமொத்த இயற்கையும் என் மகிழ்ச்சியில் பங்குகொள்வது போல எனக்குத் தோன்றியது. முருகப்பெருமான் மீண்டும் ஒரு பணியை என் மூலம் நிறைவேற்றிவிட்டால் இந்த பிரபஞ்சமே கொண்டாட்டத்தில் இருந்திருக்கலாம். வானத்தின் பரந்து விரிந்த நட்சத்திரக் கடலில் நான் கார்த்திகை நட்சத்திரக் கூட்டத்தைத் தேடினேன்.

கிரானைட் நடைபாதையில் நடந்த நடை, நிலவொளியில் பளபளக்கும் பனித்துளிகள் மரத்தின் உச்சியில் சறுக்கி இறங்கியது, கைகோர்த்து நடந்த தம்பதிகள் என இவை அனைத்தும் எனக்கு ஒரு பழைய ரஷ்ய நாவலின் ஒரு பகுதியாக இருப்பதைப் போல தெரிந்தது.

"மிஸ் ஸ்வெட்லெனா, நீங்கள் தயவுசெய்து எனக்காக ஒரு ரஷ்யப் பாடலைப் பாடுவீர்களா?" என்று நான் கேட்டேன்.

எதற்காக என்பது போல அவரின் புருவங்கள் இருந்தன.

"இந்த நேரத்தில் நான் ஒரு ரஷ்ய நாவலுக்குள் இருப்பது போல உணர்கின்றேன்" என்று நான் விளக்கினேன்.

ரஷ்யா நாவல்களை நான் படித்திருக்கிறேனா என்று அவர் என்னிடம் கேட்டார். "ஓ, பல!" என்று உற்சாகமாகப் பதிலளித்தேன்.

ஸ்வெட்லெனாவின் கண்களில் ஒரு நட்பு மலர்ந்தது. ஒரு அழகிய உறவு வெறும் வார்த்தைகளால் தொடங்கியது. அவர் தனது ஜீன்ஸ்

பாக்கெட்டுகளில் தன் கைகளை விட்டபடி நடந்தார். மெல்ல மெல்ல ஒரு பாடல் அவர் உதடுகளிலிருந்து வெளியேறியது. எனக்கு ஒன்றும் புரியாவிட்டாலும் அது அன்பு நிறைந்த ஒரு பாடலைப்போல இருந்தது.

ஓம் சரவண பவாய நமஹ !!!

வாசுகியின் நிலத்திலும், பாங்காகிலும்

2014 ஆம் ஆண்டு எனக்கு வந்த ஒரு தெய்வீக அழைப்பு என்னை ஊக்கப்படுத்தி, ஆயத்தப்படுத்தி ஆயிரம் தீவுகளின் நிலமான இந்தோனேசியாவிற்கு அழைத்துச் சென்றது. கொச்சி விமான நிலையத்திலிருந்து சிங்கப்பூர் விமானச்சேவை மூலமாகச் சிங்கப்பூருக்குச் சென்று, அதன் பின் அங்கிருந்து ஒரு இணைப்பு விமானம் மூலம் பாதுகாப்பாக இந்தோனேசியாவுக்குச் சென்றோம்.

இந்தோனேசியா என்பது ஆயிரம் தீவுகளின் பூமி! 17,000 தீவுகளை உள்ளடக்கியுள்ளதால் இந்த பெயர் அதற்கு மிகவும் பொருத்தமானது. இந்தோனேசியத் தீவுகளில் மிகப் பிரபலமானது பாலி தீவாகும். எனது விமானம் தரையிறங்கத் தயாரான பொழுது என் ஜன்னல் வழியாக நான் பார்த்த காட்சிகளைக் கண்டு வியந்துபோனேன். ஓடுபாதை கடலுக்கு மேல் மிதப்பது போல் இருந்தது.

உலகிலேயே அதிக இஸ்லாமியர்கள் வசிக்கும் நாடு இந்தோனேசியா என்பது அனைவரும் அறிந்ததே. அப்படியிருந்தும் உலகெங்கிலும் உள்ள மற்ற பாரம்பரிய முஸ்லீம் நாடுகளிலிருந்து இந்த நிலத்தை வேறுபடுத்தும் ஒன்று உள்ளது. இந்தோனேசியர்கள் தங்கள் தோற்றம் மற்றும் இருப்பு குறித்து பெருமிதம் கொள்பவர்கள். இந்தோனேசியப் பெயர்களை நீங்கள் கவனித்திருக்கின்றீர்களா? மேகவதிகள், தேவிகள் மற்றும் கார்த்திகைகள் என்று இருக்கும். பெயர் எதுவாக இருந்தாலும் இவர்களில் பெரும்பாலோர் இஸ்லாமியர்களாக இருப்பார்கள். மேலும் பொதுஇடங்களில் பகவத் கீதைப் பற்றிப் பேசக்கூடிய சிலைகள் இருக்கும். அவர்களின்

அதிகாரப்பூர்வ விமானச் சேவைக்குக் கருடா என்று பெயர். இதை ஒருவர் வியப்புடன் பார்க்க நேரிடலாம்.

இந்தோனேசிய மக்களுக்கு அவர்களின் மதம் மற்றும் ஆணிவேர் இரண்டும் மிகவும் முக்கியமானது!

இந்தோனேசியாவின் 17000 தீவுகளில் ஒன்றான பாலிக்குச் செல்ல வேண்டும் என்பது எனக்குக் கிடைத்த இறை செய்தியாகும். இந்தோனேசியாவின் மற்ற தீவுகளைப் போலல்லாமல் பாலி தீவில் பெரும்பாலான மக்கள் இந்துக்களாக இருந்தார்கள். பாலியின் மக்கள்தொகையில் 90% இந்துக்கள். ஆகையால் அங்கு இந்துக் கோயில்களும் நிறைந்திருந்தன.

கான்கிரீட் கோவில்கள், நீண்ட பெரிய வராண்டா கோவில்கள் இருந்த காலம் உங்களுக்கு நினைவிருக்கின்றதா? கேரளாவில் உள்ள வராண்டாக்கள் மத முக்கியத்துவம் வாய்ந்த மரங்களை உடையது. பாரம்பரிய மிக்க வராண்டாக்களில் ஒரு கல் தெய்வமும், வனப்பகுதியில் வைக்கப்படும் ஒரு கல் விளக்கும் இருக்கும்.

பாலியின் பல கோவில்கள் கேரளாவில் உள்ள கோவில்களை எனக்கு நினைவூட்டியது. அதாவது திறந்த கூரையற்ற கோவில்கள். அங்குப் பிரம்மா, விஷ்ணு பகவான் மற்றும் சிவபெருமானைக் குறிக்கும் மூன்று பெரிய கற்கள் இருந்தன. அதனோடு விநாயகர் சிலையும் இருந்தது. இந்தோனேசிய மக்கள் அதிக ஆன்மீக நாட்டம் கொண்டவர்கள். அவர்கள் தெய்வீகத்துடன் நன்றாக இணைக்கப்பட்டுள்ளனர். அனைத்து பாலினீஸ் வீடுகளிலும் சொந்தமாக ஒரு கோவில் உள்ளது. மேலும் ராமாயணம் மற்றும் மகாபாரதம் பற்றி அனைவரும் நன்கு அறிந்தவர்களாக இருக்கின்றார்கள். இது கற்ற அறிவு கிடையாது. இந்த ஞானங்கள் பரம்பரை பரம்பரையாக வாய்மொழியாகக் கடத்தப்படுகின்றது. அவர்களின் பூசாரிகள் (மதச் சடங்குகள் மற்றும் பிரார்த்தனைகளைச் செய்யும் இந்து பூசாரிகள்) வெள்ளைநிற மேல் சட்டை மற்றும் கால்சட்டை அணிகின்றார்கள். இது நம் நாட்டின் பூசாரி உடைக்கு முற்றிலும் மாறுபட்டிருந்தது. நம் நாட்டின் வெள்ளை நிற வேட்டிகளையே பூசாரிகள் அணிந்திருப்பார்கள்.

பல சுவாரஸ்யமான விஷயங்களை நான் பாலியில் பார்த்தேன். உதாரணமாக, பாலினீஸ் மக்கள் தங்கள் கோவில்களில் இறைச்சியை வைத்து வழிபடுகின்றார்கள். மற்றொரு சுவாரஸ்யமான விஷயம் என்னவென்றால், பூசாரிகளோடு சேர்ந்து மக்களும் சடங்களைச்

செய்கின்றார்கள். ஆனால் கேரளாவிலோ பூசாரிகள் மட்டுமே கருவறைக்குள் செல்லமுடியும். பூசாரிக்கும் பக்தர்களுக்கும் இடையே நிறைய நல்ல தொடர்பு பாலியில் இருக்கின்றது. அங்குள்ள பூசாரிகள் மக்களோடு பேசி அறிவுரை கூறி நல்லுறவைப் பேணுகின்றார்கள். சில பூசாரிகள் பக்தர்களுக்கு அறிவுரை கூறும்பொழுது கடுமையாக இருப்பதையும் நான் கவனித்தேன்.

நானும் என் மனைவி ஜிதாவும் இதையெல்லாம் கவனித்துக்கொண்டு பொழுதை போக்கிக்கொண்டிருந்தோம். பாலி பயணம் ஜிதாவின் முதல் சர்வதேச பயணமாகும். இது எங்களுக்கு ஒரு விடுமுறைப் பயணம் போல இருந்தது. ஆனாலும் ஒவ்வொரு மணி நேரமும் என்னுள் ஒரு அசௌகரியம் ஊர்ந்து செல்வதை என்னால் உணர முடிந்தது. அது என்னவாக இருக்கும்?

எதற்காக இறைவன் என்னைப் பாலிக்கு வரவழைத்தார்? என் இறைவன் எனக்காக ஏதாவது ஒன்றை நிச்சயம் வைத்திருப்பார் என்பதை எனது வாழ்க்கை அனுபவங்கள் மற்றும் அனைத்து பயணங்களிலிருந்து நான் தெரிந்து வைத்திருந்தேன். அது ஒரு தெய்வீக அறிவாக இருக்கும். பாலி பயணம் நிச்சயமாக அதற்கு விதிவிலக்காக இருக்காது.

எங்களின் இறுதி நாள் பயணத்தில் கிந்தாமணி என்ற இடத்தில் அமைத்திருந்த பத்தூர் என்ற எரிமலையைப் பார்க்கச் சென்றிருந்தோம். இந்த எரிமலை 30,000 ஆண்டுகள் பழமையானது. 1963 இல் எதிர்பாராத எரிமலை வெடிப்பு நிகழ்ந்தபொழுது சுமார் 1,700 பேர் கொல்லப்பட்டனர். இன்றுவரை மவுண்ட் பத்தூர் எரிமலை இயங்கிக்கொண்டே தான் இருக்கின்றது. அதன் எரிமலை வெடிப்பு 2017-18 காலகட்டத்தில் சர்வதேச விமானப் பாதையையும் பாதித்தது. பாலிக்கு வரும் சுற்றுலாப் பயணிகள் கட்டாயம் பார்க்க வேண்டிய இடம் இந்த பத்தூர் மலை. எரியும் நெருப்பை தன் மார்புக்குள் பாதுகாக்கும் ஒரு மலை அது. எந்த நேரத்திலும் தன்னுடைய சீற்றத்தைக் காட்டத் தயாராக இருக்கும் மலை! இது போன்ற மலைகளை இந்தியர்கள் தாள்களில் மட்டுமே படித்திருப்போம்.

நாங்கள் பத்தூர் மலையிலிருந்தபொழுது ஜிதா பல புகைப்படங்களை எடுத்துக்கொண்டிருந்தார். நான் ஏன் பாலிக்கு அனுப்பப்பட்டேன் என்ற எண்ணத்துடன் நான் சுற்றிக் கொண்டிருந்தேன். வழக்கமாக நான் ஒவ்வொரு இலக்கை அடையும்பொழுதும் அதிக அதிர்வென் கொண்ட அதிர்வலைகளை

அனுபவிப்பேன். ஆனால் இங்கு அது போன்ற எதையும் நான் உணரவில்லை.

எங்கள் திட்டத்தின் படி நாங்கள் பார்க்க வேண்டிய இடத்தில் ஒன்று மட்டும் எஞ்சியிருந்தது. அது புரா பெசாகி என்ற ஒரு கோவில். அந்த கோவில் மிகவும் வித்தியாசமான முறையில் கட்டப்பட்டிருந்தது. அங்குச் சென்றவுடன் நான் அதிர்வுகளைப் பெற ஆரம்பித்தேன். அந்த கோவில் பல சிறிய கட்டமைப்புகளை உள்ளடக்கியிருந்தது. கோவில் படிக்கட்டுகள் அகுங் மலையை நோக்கியவாறு இருந்தது. ஜிதாவை சுற்றிப் பார்க்கச் சொல்லிவிட்டு நான் தியானத்தில் இறங்கினேன்.

எனது தியானத்தின் பொழுது நான் ஒரு துளைக்குள் நுழைந்து மற்றொரு நேர மண்டலத்தை அடைந்ததை போல உணர்ந்தேன். எனக்கு ஏற்பட்ட மாற்றங்களை என்னால் சரியாக விளக்க முடியுமா என்பது சந்தேகம் தான். இந்து புராணங்களில் நாம் அமிர்தம் மற்றும் பாற்கடல் குறித்து கேள்விப்பட்டிருப்போம். அமிர்த்திற்காகப் பாற்கடலைக் கடைந்தார்கள். அந்த பணியின்பொழுது மந்தார மலையில் இயற்கையாக வசித்த பலருக்குக் கேட்ட சத்தம் எனக்குள் எதிரொலித்தது. அந்த சகாப்தத்திற்குள் நான் தொலைந்து போனது போல் இருந்தது... அந்த நேரத்தில் நான் அந்த இடத்திலிருந்தது போல இருந்தது... மந்தார மலையின் ஒரு புறத்தில் தேவர்கள் இருப்பதையும் மறுபுறம் அசுரர்கள் வரிசையாக இருப்பதையும் என்னால் உணர முடிந்தது... மந்தார மலையைச் சுற்றி இருந்தது வாசுகி பாம்பு என்ற மன்னன். இந்த புரா பேசகி தான் வாசுகி பாம்பு என்பதை அப்பொழுது உணர்ந்தேன்.

நான் பெற்ற இந்த ஞானத்தை பாற்கடலைப் பற்றி ஆராய்ச்சி செய்யும் ஒருவரால் பெறமுடியுமா? மந்தார மலையைப் பயன்படுத்தி பாற்கடலைக் கடைந்தபொழுது ஏற்பட்ட விளைவுதான் புத்தூர் மலையில் நெருப்பாக எரிந்துகொண்டிருக்கின்றதா? என் உள்ளத்தில் உள்ள ஒவ்வொரு அணுவும் துடிப்பது போல் உணர்ந்தேன். நான் ஏன் இந்த அனுபவங்களை அனுபவித்தேன்? இவ்வளவு ஆற்றலைத் தாங்கும் அளவுக்கு என் உடலில் வசதியுள்ளதா? ஏறக்குறைய ஒரு மணிநேரம் நான் வேறொரு பகுதிக்கு டெலிபோர்ட் செய்யப்பட்டிருந்தேன். ஒரு நொடியில் மற்றொரு பரிமாணத்திலிருந்து நான் தொடங்கிய இடத்திற்கே வந்துவிட்டேன். அத்தகைய அற்புதமான அனுபவத்திற்குப் பிறகு புரா பெசாகியில் நான் மீண்டும் பிறந்தது போல இருந்தது.

அப்படி பாற்கடலைக் கடைந்த பொழுது அமிர்தத்திற்கு முன்னதாக ஆலகால விஷமே வெளி வந்தது. இது காலாக்குட்டா என்று அறியப்படுகின்றது. இது உலகம் முழுவதையும் அழிக்கும் ஒரு விஷப் பொருளாகும். இப்புவியினைக் காப்பாற்ற அதனை சிவபெருமான் அருந்தியதாகச் சொல்லப்படுகின்றது. இதனைப் பார்த்த பார்வதி தேவி சிவபெருமானின் தொண்டைக்குள் விஷம் இறங்குவதை தடுக்க அவரது தொண்டையைப் பிடித்தார். இதனால் சிவபெருமானின் தொண்டை நீலமாக மாறியது. அதனால் தான் அவருக்கு நீலகண்டன் (நீல கழுத்தை உடையவர்) என்று பெயர் வந்தது. அந்த விஷம் சிவபெருமானுக்கு முடிவினை ஏற்படுத்தக்கூடும் என பார்வதி தேவி அஞ்சினார். அதனால் அனைத்து தெய்வங்களுடனும் பிரார்த்தனை மற்றும் விரதங்கள் இருந்து அன்றைய இரவை கழித்ததாகப் புராணங்கள் சொல்கின்றன. அதையே இன்றுவரை நாம் மகாசிவராத்திரி என்று நினைவு கூறுகின்றோம்.

எனக்கு வந்த அழைப்பிற்கும், சிவராத்திரி கதைக்கும் தொடர்பு இருப்பதை அப்பொழுது உணர்ந்தேன். பாலியில் மகாசிவராத்திரி மிகுந்த மரியாதையுடன் அனுசரிக்கப்படுகின்றது. ஒவ்வொரு ஆண்டும் சிவராத்திரி அன்று பாலி ஸ்தம்பித்து விடுகின்றது. முழு தீவும் விரதம் கடைப்பிடிக்கின்றது. அன்றைக்கு அவர்கள் தியானம் மற்றும் யோக பயிற்சி போன்றவற்றைச் செய்கின்றார்கள். இந்த ஒரு இரவு மட்டும் ஆன்ம தூய்மைக்காகஅர்ப்பணிக்கப்படுகின்றது.

அவர்கள் அன்று கடவுளிடம் சரணடைந்து மன்னிப்பு கேட்டு நல்லிணக்கத்திற்காக ஏங்குகின்றார்கள். புரா பெசாகியில் தியானம் செய்தபொழுது என்னுள் புகுத்தப்பட்ட ஆற்றல் என் ஆராவை மேலும் சுத்திகரித்தது. இதன் மூலம் பாற்கடலுடன் ஒரு அர்த்தமுள்ள இணைப்பு ஏற்பட்டது!

பாலினீஸ் மக்களின் விருந்தோம்பல் மற்றும் பணிவு நமக்கு மிகுந்த ஊக்கமளிப்பதாக இருக்கும். பாலி மற்றும் குட்டா கடற்கரையின் அழகு பாலினியர்களின் நடத்தையிலும் பிரதிபலிக்கின்றது என்று சொன்னால் அது மிகையாகாது. இந்த மனத்தூய்மையே இந்து பாரம்பரியத்தை அவர்கள் மண்ணில் பல நூற்றாண்டுகளாக நிலைநிறுத்த உதவுகின்றது. இஸ்லாமியர்கள் அதிகம் வசிக்கும் தீவுகளின் கூட்டத்தின் மத்தியில் இந்து பாரம்பரியம் நிறைந்த ஒரு நிலம் தன்னம்பிக்கையுடன் இருப்பது அதிசயமானது. இந்த சமநிலையையும், அமைதியையும் அப்படியே பேணி காப்பதென்பது இந்தோனேசிய

அரசாங்கத்தின் சாதனையாகும். இந்தோனேசியாவிற்கு வருகை தரும் அனைவரும் தங்கள் நண்பர்களையும் குடும்பத்தினரையும் அங்குச் செல்ல ஊக்குவிப்பார்கள் என்பது உறுதி. அண்டை நாடான ஆஸ்திரேலியா உட்படப் பல வெளிநாட்டினருக்கும் இந்தோனேசியா ஒரு விருப்பமான விடுமுறை இடமாக இருக்கின்றது.

2014 ல் இந்தோனேசியா மட்டும் அல்ல. மேலும் ஒரு இடம் இருந்தது....

2014 ல் நான் பெற்ற அடுத்த செய்தி என்னுள் ஒரு குழப்பத்தை ஏற்படுத்தியது. அந்த செய்தி மிகத் தெளிவாக இருந்தது. அது என்னவென்றால், நான் ஒரு யோக கோலை உருவாக்க வேண்டும் என்பதாகும். யோக கோலுடன் நான் எங்குச் செல்ல வேண்டும் என்பதை நான் கண்டுபிடித்ததுதான் இந்த கதையின் திருப்பமாக இருந்தது. நான் எனக்குக் கிடைத்த தகவல்களை வைத்து அந்த இடத்தை கண்டுபிடித்தபொழுது நான் மிகவும் அதிர்ச்சியடைந்தேன். அது தாய்லாந்து.. பாங்காக்! பாங்காக் எதற்காக மிகவும் பிரபலமானது என்பதை நாம் அனைவரும் அறிவோம், இல்லையா? உண்மையாகச் சொல்லவேண்டுமென்றால், எனக்குக் கிடைத்த தடயங்களை வைத்து அந்த இடத்தை கண்டுபிடித்தவுடன் நான் மிகவும் வருத்தப்பட்டேன். பாங்காக் உலக இன்பங்களுக்கான ஒரு இடமாக அறியப்படுகின்றது. தற்காலிக உலக இன்பங்களைத் தேடுகிற அனைவரையும் அந்தச் சுரங்கப்பாதைதான் கவர்ந்து இழுக்கின்றது. போகர் சித்தரின் வாழ்க்கைக்கும் பாங்காக்கிற்கும் என்ன தொடர்பு? என் இறைவன் ஏன் என்னை அங்கு அனுப்ப வேண்டும்?

நான் போகர் சித்தரைப் பற்றி மேலும் ஆராய்ச்சி செய்தேன். எனக்குக் கிடைத்த தகவலைப் பார்த்து நான் வியந்துபோனேன். கடவுள் சரியான நேரத்தில் சரியான முறையில் ரகசியங்களை வெளிப்படுத்துவார் என்று கூறப்படுகின்றது. நான் அனுப்பப்பட்ட இடங்கள் அனைத்தும் போகர் சித்தருடன் சில சமயங்களில் தொடர்பு கொண்டிருந்ததை வாசகர்களாகிய நீங்கள் இப்பொழுது உணர்ந்திருப்பீர்கள் அல்லவா? ஒரு முறை போகர் சித்தர் சீனாவில் தங்கியிருந்த பொழுது சில அழகிய பெண்களால் ஈர்க்கப்பட்டு ஆன்மீகத்திற்கு வெகு தொலைவில் உள்ள வாழ்க்கை முறையைப் பின்பற்றிச் சென்றுவிட்டார். அதன் மூலம் போகர் தனது சித்தர் வாழ்க்கை முறையை இழந்துவிட்டார் என்று வரலாறு கூறுகின்றது.

இதனையடுத்து தனது குருவின் வாழ்க்கை முறை மாற்றத்தைப் பற்றி அறிந்து வருத்தப்பட்ட புலிப்பாணி சித்தர் தனது குருநாதரைத் தேடிச் சென்றதாகவும் வரலாறு சொல்கின்றது. அப்படிச் செல்லும்பொழுது பழனியில் ஆசிர்வதிக்கப்பட்ட யோகக் கோலுடன் போகர் சித்தரைத் தேடிச் சென்றதாகச் சொல்லப்படுகின்றது.

ஒரு காலத்தில் மிகவும் ஒழுக்கமாக இருந்த தனது குரு இப்பொழுது பொறுப்பற்ற சோம்பேறித்தனமான காம வாழ்க்கையை நடத்துவதைக் கண்டு அதிர்ச்சியடைந்தார் புலிப்பாணி சித்தர். அதனைக் கண்டு ஆத்திரம் அடைந்த அவர் தன் கையிலிருந்த யோக கோலால் அங்கிருந்த பெண்களை விரட்டிவிட்டு தன் குருவை மீட்கின்றார். பின்னர் தனது குரு ஆன்மீக வாழ்க்கைக்குத் திரும்புவதற்கு அவரை ஊக்கப்படுத்த அனைத்து வழிகளிலும் முயல்கின்றார். தனது குருவைக் கண்டிக்கவும், கெஞ்சவும் செய்கின்றார். இறுதியாக பழனியில் அருள்பெற்ற யோகக் கோலைப் பயன்படுத்தி போகர் சித்தரைத் திரும்பப் பெறுவதில் வெற்றி பெற்றார். யோகக் கோலின் ஸ்பரிசம் சர்வ நிவாரணம் போல் வேலை செய்தது. அதன் மூலம் போகர் சித்தர் உலக போதையிலிருந்து குணமடைந்ததாகவும், அதன் பின் தன் சீடரால் அழைத்துச் செல்லப்பட்டதாகவும் கூறப்படுகின்றது.

எனது தாய்லாந்து பயணம் உறுதி செய்யப்பட்ட பிறகு நான் என் மனைவியுடன் அங்குச் செல்ல முடிவு செய்தேன். யோகக் கோல் தயாரானதும் நானும் ஜிதாவும் எங்கள் ஏழு நாள் பட்டாயா-பாங்காக் பயணத்திற்குத் தயாரானோம். இந்தப் பயணம் பொழுதுபோக்கிற்காக என்றால், எதற்காக யோகக் கோல் செய்ய வேண்டும் என்று எனக்குக் குழப்பமாக இருந்தது. இந்த பயணத்தின் நோக்கம் அப்பொழுது எனக்குப் புரியவில்லை.

பாங்காக் மற்றும் பட்டாயா ஆகிய இரண்டும் சுற்றுலாவிற்கானது என்று அறியப்பட்டாலும், என்னைப் பொறுத்தவரை அது மலிவான மற்றும் சிறந்த வர்த்தகம் செய்யக் கூடிய இடங்களாகும். இந்தியர்கள் மீதான வியாபாரிகளின் அலட்சியத்தைப் பற்றி என்னால் போதுமான அளவு புரிந்துகொள்ள முடிந்தது. அவர்களைப் பொறுத்தவரை இந்தியர்கள் அதிகமாகப் பேரம் பேசி கடைசியில் எதுவும் வாங்க மாட்டார்கள் என்பதாக இருந்தது. அந்த காரணத்திற்காக இந்தியர்களை அவர்கள் முக்கிய நுகர்வோர்களாகக் கருதுவதில்லை. ஆகையால் இந்தியர்கள் என்றால் ஒரே ஒரு விலையை

மட்டும் சொல்லி பிடிக்கவில்லையென்றால் சென்றுவிடுமாறு சொல்லிவிடுகின்றார்கள்.

சில இந்தியர்களின் நடத்தையால் ஒட்டுமொத்த இந்தியர்களின் நன்மதிப்பும் கெட்டுவிடுகின்றது. இது மிகவும் பரிதாபகரமானது!

அங்கு நடந்த மற்றொரு சம்பவத்தைப் பற்றிச் சொல்கின்றேன். நாங்கள் தங்கியிருந்த விடுதிக்கு பின்னால் ஒரு அழகான நீச்சல் குளம் இருந்தது. மாலை நேரத்தில் அதன் அருகில் நாங்கள் ஓய்வெடுத்துக் கொண்டிருந்தோம்.

ஜிதாவையும் என்னையும் தவிர மேலும் ஒரு மேற்கத்திய நாட்டவரும் அங்கிருந்த நாற்காலியில் ஓய்வெடுத்துக் கொண்டிருந்தார். தான் வாங்க விரும்பும் பொருட்களின் பட்டியலைத் தயாரிப்பதில் ஜிதா மும்முரமாக இருந்தார். நான் அமைதியாக ஓய்வெடுத்துக் கொண்டிருந்தேன். அங்கு ஒரு சிறிய வாயிலிருந்தது. அது ஊழியர்களுக்காகவா என்று சரியாகத் தெரியவில்லை. திடீரென்று ஒரு சிறிய குழு மக்கள் தங்கள் கைகளில் அழுக்கடைந்த தட்டுகளுடன் அந்த வாயிலுக்குள் நுழைவதைக் கண்டோம். அவர்கள் தங்கள் வாகனத்தில் அமர்ந்து உணவு உண்டிருப்பார்கள் என்று நினைக்கின்றேன். நான் அடுத்துக் கண்டதை என்னால் நம்ப முடியவில்லை. அவர்கள் நீச்சல் குளத்தின் அருகே அமர்ந்து அந்த அழகிய தெளிவான மற்றும் அமைதியான நீரில் தங்கள் தட்டுகளைக் கழுவத் தொடங்கினர். மேற்கத்தியர் அதைக் கண்டு துள்ளிக் குதித்து எழுந்து வந்து அவர்களை விரட்ட ஆரம்பித்தார். அவர்கள் மீது அவதூறான வார்த்தைகளை வீசினார். அவர் விடுதி அதிகாரிகளை அழைத்துக் கூச்சலிட்டார். ஜிதாவும் நானும் அதனைக் கண்டு அதிர்ச்சியடைந்து நின்றுவிட்டோம். இந்தியர்களாகிய நமக்கு பொது இடங்களில் எவ்வாறு நடந்து கொள்ள வேண்டுமென்ற சில பயிற்சிகள் தேவைப்படுகின்றது என்பது கடவுளுக்குத் தெரியும்.

தாய்லாந்தைப் பற்றி வெளியுலகத்திற்கு என்ன தெரிந்ததோ அதற்கு முற்றிலும் மாறாக இருந்தது. பிரமிக்க வரைக்கும் கடற்கரைகள், சுவையான உணவுகள் மற்றும் அற்புதமான வர்த்தகம் செய்வதற்கு ஏற்ற இடம் தான் தாய்லாந்து. எல்லாவற்றிற்கும் மேலாக அங்குள்ள மக்கள் அனைவரும் ஆன்மீக சூழ்நிலையைப் பராமரிக்கின்றார்கள் என்பது தான் உண்மை!

தாய்லாந்தில் நாங்கள் தங்கியிருந்த மூன்றாவது நாள் தி ட்ரூத் என்ற அருங்காட்சியகத்தைப் பார்வையிட்டோம். அந்த இடம் முழுவதும் மரத்தால் ஆனது. அந்த இடம் பழங்காலத்தின் வாசனையை வெளிப்படுத்தியது. நாங்கள் அங்கு இருக்கையிலே நான் தெய்வீக அதிர்வுகளைப் பெற ஆரம்பித்தேன். நான் எங்குச் சென்றாலும் யோகக் கோலை எடுத்துச் செல்ல வேண்டுமென்பது என் இறைவனின் அறிவுரையாக இருந்தது. ஒவ்வொரு முறையும் நான் அருங்காட்சியகத்தில் எதையாவது புதிதாகப் பார்க்கும்பொழுது என்னுள் ஆற்றல் தீப்பொறிகள் குமிழ்வதை உணர முடிந்தது. ஒரு குறிப்பிட்ட இடத்தில் ஒரு உயரமான சிலை அமைக்கப்பட்டிருப்பதைக் கண்டேன். ஒரு பார்வையில் அது நரசிம்ம அவதாரம் (நரசிம்ம என்றால் பாதி மனிதன் மற்றும் பாதி சிங்கம்) போல் காட்சியளித்தது. அதை என் கண்கள் பார்த்த நொடியில் அதிலிருந்த ஆற்றல் என் உள்ளத்தில் பாய்ந்தது.

"இந்த சிலை யாருடையது," என்று எங்கள் பர்மிய வழிகாட்டியிடம் கேட்டேன். அவர்களால் சரியாக விளக்கமுடியவில்லை.

வழிகாட்டியின் முகம் ஆழ்ந்த சிந்தனைக்குச் சென்றது போல் தெரிந்தது. ஆனால் அவர்களால் சரியாக நினைவுகூர முடியவில்லை. "அது ஒரு பழைய கடவுள் - மிகவும் பழமையான கடவுள். என் நாக்கின் நுனியில் பெயர் இருக்கின்றது. ஆனால் நினைவில் வரத் தவறுகின்றது," என்று மன்னிப்பு கேட்கும் விதமாக விளக்கினார். இந்தியர்கள் வணங்குவார்கள் இல்லையா?

அவருக்குக் கோபமும் அமைதியும் நிறைந்த முகங்கள் உள்ளன... ஒரு குழந்தை கடவுள்... என்றெல்லாம் விளக்கினார்.

அவருடைய தெளிவற்ற விளக்கங்களைக் கேட்டு நான் அமைதியாக என் இறைவனை அழைத்தேன். "ஆண்டவா... பாலமுருகா... போகர் சித்தர் சென்ற பாதையில் என்னை எப்பொழுதும் நடக்க வைக்கின்றீர்கள். இங்கேயும்... தாய்லாந்தில்..." நான் பிரார்த்தனை செய்து கொண்டிருந்தபொழுது என் வழிகாட்டி என்னை திடீரென்று அழைத்து, "ஏய், எனக்குக் கிடைத்துவிட்டது! உங்கள் விநாயகப் பெருமானுக்குச் சகோதரர் இருப்பார் தானே? எப்பொழும் மயிலுடன் இருக்கும் கடவுள்..."

அவ்வளவுதான்! இந்த தகவல்கள் எனக்கு போதுமானதாக இருந்தது. நான் தானாக மண்டியிட்டேன். என்னை இந்த நிலத்திற்கு வர

வைப்பதற்கு என் இறைவனுக்கு ஒரு உறுதியான காரணம் இருந்தது. போகர் சித்தர் கவனக்குறைவாகவும், பொறுப்பற்றவராகவும் வாழ்ந்த உண்மையான இடம் இது என்பதை நான் அப்பொழுது புரிந்துகொண்டேன். அந்த உண்மையைப் புரிந்துகொள்ள எனக்கு வேறு எந்த ஆதாரமும் தேவைப்படவில்லை.

நான் பிரார்த்தனையில் ஆழ்ந்து கண்களை மூடிக்கொண்டு நின்றேன். எனக்குள் எழுந்த புயல் என் இரு கைகளாலும் பிடித்திருந்த கோலை அசைத்தது. என் அன்பான வாசகர்களே, இவை அனைத்தும் தாய்லாந்தின் தி ட்ருத் அருங்காட்சியகத்தில் நடைபெற்றது என்பதை நினைவுபடுத்த விரும்புகின்றேன். என் மனைவி ஜிதா வழிகாட்டியுடன் அருங்காட்சியகத்தின் மற்ற பகுதிகளைப் பார்வையிடச் சென்றுவிட்டார். நான் என் இறைவனிடத்தில் நின்று கொண்டிருந்தேன். எனக்குள் ஆர்ப்பரித்துக்கொண்டிருந்த அனைத்தும் அமைதியாகிவிட்டன.

பழனியில் உள்ள அந்தக் குகைக்கு முன்னால் யோகக் கோலை வைத்து பிரார்த்தனை செய்த பிறகு அதனைப் பத்திரமாக என் பூஜை அறையில் வைக்க வேண்டும் என்று திட்டமிட்டேன். அதன் மூலமாக சில முக்கிய நேரங்களில் நான் வேறு கால நேரத்தில் பயணம் மேற்கொள்வேன் என்று அப்பொழுது எனக்கு தெரியாது! ஆசீர்வதிக்கப்பட்டதாகவும், மீட்கப்பட்டதாகவும், ஆனந்தமாகவும் உணர்ந்தேன்!

ஓம் சரவண பவாய நமஹ !!!

பொதுவெளியில் என்னுடைய முதல் வெளிப்பாடு

இந்த புத்தகத்தின் வாயிலாக எனது ஆன்மீகப் பயணத்தில் நீங்களும் ஒரு பகுதியாக இதுவரை இருந்திருக்கின்றீர்கள். உண்மைதானே? இதுவரை நடந்ததைச் சற்று நிதானித்து நீங்கள் ஆய்வு செய்து பார்த்தால் எனது ஆன்மீக பரிணாமம் என்பது ஒவ்வொரு கட்டங்களாக நிகழ்ந்திருப்பதை உங்களால் புரிந்துகொள்ளமுடியும்.

பழனிமலையில் முதல் கட்டமாக 18 நாட்கள் விரதம் கடைப்பிடிக்கப்பட்டது. இரண்டாம் கட்டமாக 2012ல் அறுபடைவீடு என்று சொல்லப்படுகின்ற அனைத்து கோவில்களுக்கும் சென்று வேல் வழிபாடு செய்து வழிபட்டது. அடுத்த கட்டம் மிக முக்கியமானது. நான் என் வீட்டின் வெளியே இருந்தபொழுது என் இறைவன் அவரது ஆற்றலின் ஒரு துளியை எனக்கு ஊட்டிய உன்னதமான அந்த தருணம். ஒரு காலத்தில் எனக்குக் கனவுகளாக வந்த தெய்வீக செய்திகள் அனைத்தும் இதற்குப் பிறகுதான் தெளிவான உள்ளுணர்வாகவும், குரல்களாகவும் மாறியது. போகர் சித்தர் கடந்து வந்த பாதைகளில் என்னையும் பயணிக்க அழைத்துச் சென்ற மேடை இதுவேயாகும். மேலே குறிப்பிட்ட ஒவ்வொரு கட்டமும் எல்லாம் வல்ல என் இறைவனுக்கும், எனக்கும் இடையேயான இரகசிய ஒப்பந்தம் போல் பாதுகாக்கப்பட்டது. எந்த இடத்திலும் இவற்றைப் பகிர்ந்து கொள்ளும் உரிமை எனக்கு வழங்கப்படவில்லை. இவை அனைத்தையும் ரகசியமாய் பாதுகாக்குமாறு அறிவுறுத்தப்பட்டேன். என்னுடன் மிகவும் நெருக்கமாக இருந்த ஒரு சிலரைத் தவிர வேறு யாருக்கும் தெரியாது.

எனது அரசாங்க வேலையின் காரணமாகப் பல நேரங்களில் வெளிநாடு பயணங்களுக்காக ஒப்புதல்கள் பெறவேண்டியிருந்தது. ஆகையால் எனது பயணங்கள் முழுவதையும் என்னால் மறைக்கமுடியவில்லை. எல்லாம் வல்ல இறைவனின் அருளால் எனது ஆவணங்களைக் கையாண்ட மக்கள் அன்பாகவும், அக்கறையுடனும் இருந்தார்கள். பயணத்திற்கான காரணங்களை வெளிப்படுத்த எனக்கு அதிகமான அழுத்தங்களை அவர்கள் தரவில்லை. இறைவன் என்னிடம் கோரிய அந்த ரகசியத் தன்மைகளை கடைப்பிடிக்க இவை அனைத்தும் எனக்குப் பெரிதும் உதவியாக இருந்தது.

ஆரம்பக் கட்டங்களில் அதாவது 2005 - 2007 வரை இந்த ரகசியத்தன்மையை என்னால் பராமரிக்க முடியவில்லை. எனது வயது மற்றும் அனுபவமின்மை காரணமாகவோ அல்லது அந்த நேரத்தில் எனக்கிருந்த அதீத ஆர்வம் காரணமாகவோ அவ்வாறு நடந்திருக்கலாம். இது என் கற்றலுக்கு ஒரு தளமாக அமைந்தது. அந்த நேரங்களில் பல இடங்களிலிருந்து எனக்கு அறிவுரைகள் வந்தன. என் பெயரை மாற்றச் சொன்னார்கள். என் உடையை மாற்றும் படி அறிவுறுத்தினார்கள். என்னை இறைத்தன்மை உடையவன் என்று அனைவருக்கும் அறிவிக்கும்படி சொன்னார்கள். இந்த புத்தகத்தின் முதல் அத்தியாயத்தில் நான் குறிப்பிட்டதை மீண்டும் இங்கே வலியுறுத்துகின்றேன். நிச்சயமாக நான் இந்த உலகத்தில் உள்ள அனைவரையும் போல் ஒரு சாதாரண மனிதன். 2005 ஆம் ஆண்டு தொடங்கி 25 ஏப்ரல் 2022 இன்று வரை நான் அப்படி தான் வாழ்ந்து வருகின்றேன். நான் கடவுள் இல்லை. கடவுளின் பணிகளுக்குத் தேர்ந்தெடுக்கப்பட்ட ஒரு காரணத்தினாலேயே நான் எந்த மாறுவேடத்தையும் அணியக்கூடாது என்பது இறைவனின் அறிவுறுத்தலாக இருந்தது. முருக யுகத்தை அறிவிக்கும் பொருட்டு முருகப்பெருமான் அறிவுறுத்தும் சில பணிகளைச் செய்ய வேண்டும். அவ்வளவுதான். இதில் சிறந்த அம்சம் என்னவென்றால், நான் எதையும் செய்வதில்லை. அனைத்தும் அதன் போக்கில் தன்னாலே நடக்கின்றன. என் வழியில் வந்த தெய்வீக தகவல்களைப் பின்பற்றுவது மட்டுமே என் வேலையாக இருக்கின்றது. ஆர்வ மிகுதியில் நான் வேறு எதையாவது ஆராய்ச்சி செய்தால் அது என்னை நோக்கிச் செயல்படத் தொடங்கிவிடும். இறைப் பணிகளின் தேவைகளை நான் பூர்த்தி செய்வேன் என்பதை உணர்ந்த

இறைவன், அவரின் ஆற்றலைக் கொண்டு எப்பொழுதும் எனக்கு சக்தியூட்டிக்கொண்டே இருக்கின்றார். சென்ற பகுதிகளில் நான் குறிப்பிட்ட சம்பவங்களில் எந்த நேரத்திலும் நான் வெடித்துச் சிதறியிருக்கலாம். எப்பொழுதெல்லாம் நான் வலிமை இழந்து காணப்படுகின்றேனோ அப்பொழுதெல்லாம் என் இறைவன் என்னைத் தொட்டு உற்சாகப்படுத்துகின்றார்.

2007 முதல் 2015 வரை இருந்த என் பயணத் திட்டங்கள், பயணங்கள் மற்றும் அனுபவங்கள் என அனைத்தையும் என்னுள் மட்டும் வைத்திருந்தேன். எனது பிரத்தியேக பயண அனுபவங்கள் மற்றும் நான் சென்ற இடங்களில் எனக்கு ஏற்பட்ட பிரத்தியேக அனுபவங்கள் என அனைத்தும் என்னுள் பூட்டப்பட்டிருந்தது. அவைகள் என் ரகசிய அனுபவங்களாக முத்திரை குத்தி வைக்கப்பட்டிருந்தது.

2015 ஆம் ஆண்டு இறைவனிடம் இருந்து ஒரு தெளிவான செய்தி கிடைத்தது. அதில் என் அனுபவங்களைப் பகிர்ந்து கொள்ள எனக்கு அனுமதி வழங்கப்பட்டிருந்தது. எனக்குக் கொடுக்கப்பட்ட விளக்கம் என்னவென்றால், "நான் ஒரு சாதாரண மனிதன். காலமும் நேரமும் என்னைத் தெய்வீக ஆற்றலைப் பெறுவதற்கான ஒரு நல்ல நிலைக்கு இட்டுச்சென்றிருக்கின்றது. இது என்னுடைய அதிர்ஷ்டம் அல்லது எனக்குக் கிடைத்த ஆசீர்வாதம். எனது அனுபவங்களை மற்றவர்களுடன் பகிர்ந்து கொள்ளும் முதிர்ந்த அறிவார்ந்த நிலையை நான்வளர்த்துக்கொள்ளவேண்டும். முருகப்பெருமானின்சகாப்தத்தை அறிவிக்கும் நேரம் விரைவில் நெருங்கிக்கொண்டிருக்கின்றது. அதற்கு இந்த உலகம் தயாராக வேண்டும்" என்பதாகும். அதன் பொருட்டு நான் செய்ய வேண்டியவை மற்றும் செய்யக்கூடாதவற்றின் தொகுப்பும் வழங்கப்பட்டது.

- மகிழ்ச்சி, துக்கம், கவலைகள் மற்றும் பிரச்சனைகளைப் பகிர்ந்து கொள்ள என்னைத் தேடி வருபவர்களுடன் பழக எனக்குத் தெய்வீக அனுமதி வழங்கப்பட்டது. அவர்களின் குறைகளைக் கேட்கவும் அவர்களுக்கு ஆலோசனைகள் வழங்கவும் எனக்கு அனுமதி கிடைத்தது.
- என்னிடம் வருபவர்கள் என்னைப் போல் ஆன்மீக ரீதியில் பரிணமித்திருக்க வேண்டிய அவசியமில்லை என்பதை நான் மனதில் கொள்ள வேண்டும். நான் இருக்கும் நிலை வரை அவர்கள் பயணித்திருக்க மாட்டார்கள். எனவே

நான் விழிப்புடன் செயல் படவேண்டும். அவர்களைப் புரிந்துகொண்டு அவர்களைக் கையாள வேண்டும்.

- என்னைத் தொடர்புகொள்ளும் அனைவருடனும் நான் பெற்ற ஆற்றலைப் பகிர்ந்து கொள்ளுமாறு கேட்டுக் கொள்ளப்பட்டேன்.

- யாரையும் எதைச் செய்யவும் வற்புறுத்தக் கூடாது. குமரி கண்டத்தோடு தொடர்புடைய யாரிடமாவது நான் பேசினால் அவர்கள் உரையாடலின் ஆரம்பத்திலேயே விஷயங்களைப் புரிந்துகொள்வார்கள் என்று என்னிடம் கூறப்பட்டது.

- என்னுடன் வரும் நபர்கள் எனக்குச் சவால் விடும் நபர்களாகும் இருக்கலாம். நான் அவர்கள் அனைவரையும் புன்னகையுடன் எதிர்கொள்ள வேண்டும்.

- அனைத்து பாம்புகளும் கழுகுகளைக் கண்டு பயப்படுவதை நாம் அறிவோம். ஆனால் சிவபெருமானின் கழுத்தில் இருக்கும் வாசுகி பாம்பு மட்டும் எந்த கழுகுக்கும் பயப்பட வேண்டியதில்லை. ஏனென்றால் அதற்கு சிவபெருமானே பாதுகாப்பு. அதே போல இறைவனின் தெய்வீக சக்தியின் தன்மையினால் நானும் எதற்கும் பயப்படவேண்டியதில்லை. குமரி கண்டத்தைப் பிரதிநிதித்துவப்படுத்தும் முதல் ஆளாக நான் தைரியமாகப் பேச வேண்டும் என்று அறிவுறுத்தப்பட்டேன்.

நானா? குமரி கண்டத்தின் முதல் பிரதிநிதியா... இந்த தெய்வீக அறிவுரைகள் எனக்குள் அமைதியின்மையையும், பதட்டத்தையும் உண்டாக்கியது. இவை தெய்வீக அறிவுறுத்தல்களாக இருந்தபோதிலும் நான் ஏன் கவலைப்படுகின்றேன் என்று உங்களுக்குத் தோன்றலாம். உண்மைதானே? என் அன்பான வாசகர்களே, கவனிக்க வேண்டிய மற்றும் எப்பொழுதும் மனதில் கொள்ள வேண்டிய ஒன்றை உங்களுக்குச் சொல்கின்றேன்.

நான் தெய்வீக அதிர்வுகளைப் பெறும் நேரத்திலும், தெய்வீகத்துடன் உரையாடும்பொழுதும் நான் என்னை ஒரு மனிதனாக உணருவதில்லை. அந்த நேரத்தில் நான் என்னுடைய மற்றொரு பதிப்பாக மாறியதாகவே உணர்கின்றேன். அந்த கட்டத்தில் என்னிடம் சொல்லப்படும் அனைத்தையும் என்னால் எளிதாக உணரமுடியும் மற்றும் உள்வாங்கிக்கொள்ளவும் முடியும். அந்த சமயத்தில் ஒரு விதமான சக்தி என்னை ஆக்கிரமிக்கின்றது. நான்

அந்த கட்டத்தில் இல்லாத நேரத்தில் நான் ஒரு சாதாரண மனிதன். சோகம், பயம், பதட்டம், கோபம், சங்கடம் போன்ற அனைத்து வகையான உணர்ச்சிகளையும் உணரும் ஒரு மனிதன். எனது நாளின் 90% இந்த மனித வடிவில்தான் கழிகின்றது. இப்படியிருக்கும் பொழுது எப்படி என்னிடமிருந்து அனைவராலும் கேட்டதைப் பெற முடியும்? இதை நினைத்தால் கவலையும் பயமும் வரத்தானே செய்யும்?

பகிரங்கமாக அறிக்கையை வெளியிடுமாறு நான் கேட்டுக் கொள்ளப்பட்டேன்.

எப்பொழுது? எங்கே? எப்படி? இப்படிப் பல கேள்விகள் என் தலையைச் சுற்றிக்கொண்டிருந்தன. இதற்கான விடைகளை என் நண்பர்களான லாலு மற்றும் வேணு போன்றவர்களுடன் விவாதித்துப் பெறலாம் என முடிவு செய்தேன்.

எங்களின் சொந்த நிலத்திலிருந்து இதைத் தொடங்குவது நல்லது என்று முடிவு செய்தோம். ஒரு பிரமாண்டமான விழாவை நடத்த நினைத்தோம். விழாவை எங்கள் ஊரில் நடத்துவதற்கு இரண்டு காரணங்கள் இருந்தன.

1. எல்லாவற்றையும் வீட்டிலிருந்து தொடங்குவது சிறந்தது. முதலில் என்னை நன்கு அறிந்தவர்களிடம் என்னைப் பற்றிச் சொல்ல வேண்டும். அவர்கள் கேட்கும் கேள்விக்கு நான் முதலில் பதில் சொல்லவேண்டும்.

   அப்பொழுதுதான் என்னைத் தெரியாதவர்களின் கேள்விகளுக்கு என்னால் பதில் சொல்ல முடியும்.

2. இரண்டாவது, என் நண்பர்கள் கேட்டுக்கொண்டது. என்னுடைய பொதுத் தோற்றம் மற்றும் என்னுடைய பயணங்கள் குறித்துக் கேள்விகேட்டவர்களுக்குப் பதில் சொல்வதாக இருக்க வேண்டும் என்று என் நண்பர்கள் ஆசைப்பட்டனர்.

எனவே ஒரு பெரிய விழா ஏற்பாடு செய்யப்பட்டது! எவ்வளவு செலவாகும் என்று கணக்கிட்டபொழுது எங்களின் உற்சாகம் காற்றில் பறந்துபோனது. குறைந்த பட்சம் ரூ. 6,00,000/- தேவைப்படும் போலிருந்தது. அது எங்கிருந்து வரும்? அவ்வளவு பணம் யாரிடம் உள்ளது? தனிப்பட்ட முறையில் என்னிடம் சேமித்த பணமென்று எதுவும் இல்லை. அப்பொழுது நான் பூஜ்ஜிய கணக்கிலிருந்தேன். அந்த நாட்களிலெல்லாம் என் சம்பளம் வந்தவுடன் காணாமல்

போய்விடும். எனது வருமானத்திற்கும், செலவுக்கும் சரியாக இருக்கும். இருப்பினும் என் நண்பர்கள் கைவிடத் தயாராக இல்லை. ஒரு நல்ல நாளில் எங்களுக்குத் தேவையான ரூ. 6,00,000/- கிடைத்தது.

1000 பேரைப் பார்வையாளர்களாகக் கொண்ட ஒரு விழாவை நடத்தத் திட்டமிட்டோம். இந்த விழாவில் சிறப்பு விருந்தினர்களும் பங்கேற்க வேண்டும் என்று நாங்கள் விரும்பினோம். பக்தி பாடல்களின் கச்சேரியைத் தொடர்ந்து என்னுடைய அனுபவங்களைக் கூறுவதுதான் எங்களின் திட்டமாக இருந்தது. எங்கள் திரூர் கோவிலின் முற்றத்தில் விழா நடத்த முடிவு செய்தோம். எல்லாம் சரியாக நிறுவப்பட்டது!

அந்த முக்கியமான நாளிற்கான பணிகள் வேகமெடுக்கத் தொடங்கின. அறிவிப்புகள் அச்சடிக்கப்பட்டன. விழாவை ஊக்குவிக்கும் வகையில் பல்வேறு இடங்களில் நெகிழ் பலகைகள் நிறுவப்பட்டன. எல்லாம் முழு வீச்சில் நடந்து கொண்டிருந்தது. அந்த இடத்தின் இளைஞர்கள் மற்றும் சங்க உறுப்பினர்களை நாங்கள் முழு செயல்பாட்டில் வைத்திருந்தோம். செந்தில் மற்றும் அவரது குழுவினர்கள் எல்லா வேலைகளிலும் முழுமையாகப் பங்கு பெற்றனர். நிர்ணயிக்கப்பட்ட அந்த நாளிற்காக பழனியைச் சேர்ந்த மக்கள் மூன்று வாகனங்களில் வந்திருந்தார்கள்.

என் கவலை மீண்டும் என்னை ஆட்கொள்ள ஆரம்பித்தது. "பொதுமக்கள் வருவார்களா-மக்கள் யாராவது வருவார்களா?" முக்கிய விருந்தினர்களில் அரசியல் நிர்வாகிகள் மற்றும் ஆன்மீக குருமார்கள் குறிப்பிடத்தக்கவர்கள். அவர்கள் வரும்பொழுது குறைவான கூட்டம் இருந்தால் என்ன செய்வது? 30 அல்லது அதற்கும் குறைவான மக்கள் மட்டுமே வந்தால்?? இதுபோன்ற எண்ணங்கள் என் கவலையை அதிகரித்தது. விழாவிற்கு சில நாட்கள் முன் பணம் அளிக்க ஒப்புக்கொண்ட சிலர் அந்த பொறுப்பிலிருந்து விலகிவிட்டார்கள். வாக்குறுதியளிக்கப்பட்ட மொத்த 6,00,000 ரூபாயில் 3,00,000 ரூபாயை மட்டுமே எங்களால் பெறமுடிந்தது.

நான் முன்பே குறிப்பிட்டதுபோல், நான் இறைவனின் கட்டுப்பாட்டில் முழுமையாக இருக்கும்பொழுது அனைத்தும் நான் விரும்பும் வழியிலேயே நடப்பது போல இருக்கும். இந்த உலகிற்கு மேலே நான் இருப்பது போன்ற உணர்வு இருக்கும். ஆனால் மற்ற நேரங்களில் எனக்குப் பதற்றமும் கவலையும் இருக்கும். அன்றைக்கு

எனக்குத் தூக்கமே வரவில்லை. முருகப்பெருமானிடம் கதறினேன். நான் எடுத்த ஒரு செயல்பாட்டின் விளைவுகளை நான் தான் தாங்க வேண்டும் என்று அவர் என்னிடம் சொல்வது போல் உணர்ந்தேன்.

அது எனக்குத் தாங்க முடியாததாக இருந்தது. என்னால் சாப்பிடவும் முடியவில்லை. தூங்கவும் முடியவில்லை. எனது அவல நிலையைப் பார்த்த எனது நண்பர்கள் தங்களுக்குத் தெரிந்த ஒருவரிடம் கடன் வாங்க முடிவு செய்தனர். அதுதான் எங்களுக்கு முன்னால் திறந்திருந்த ஒரே பாதையாக இருந்தது. அந்த கடனிற்காக நான் ஒரு மாதத்திற்கு ரூ 6000/- திரும்பச் செலுத்த வேண்டியிருந்தது.

இறுதியாக நிர்ணயிக்கப்பட்ட அந்த நாள் வந்தது. மக்கள் வந்து குவிய ஆரம்பித்தார்கள். நாங்கள் 750 நாற்காலிகள் ஏற்பாடு செய்திருந்தோம். ஆனால் அமர்ந்திருந்தவர்களைத் தவிர பலர் சுற்றி நின்று நிகழ்ச்சியை பார்த்துக்கொண்டிருந்தார்கள். விழா வெற்றிகரமாக முடிந்தது. அதில் எந்த சந்தேகமும் இல்லை. இருப்பினும் எனக்கு அதில் மகிழ்ச்சி இல்லை. ஏனென்றால் அதற்குப் பின்னால் இருந்த பணப் பதற்றம் என்னை இறுக்கமாகப் பிடித்திருந்தது.

மாதத்தின் தொடக்கத்தில் 6000/- ரூபாயை நான் பெற்ற கடனிற்காகத் திருப்பிச் செலுத்த வேண்டியிருந்தது. அதில் என் மனம் சமாதானம் ஆக மறுத்தது. நடந்த நிகழ்ச்சி வெற்றிகரமாக முடிந்தால் எனது கடன் தொகையையச் செலுத்துவதில் பங்குபெறச் சிலர் முன்வந்தார்கள். ஆனால் இரண்டு மாதங்கள் மட்டுமே அவர்கள் உதவினார்கள். இது கடினப்பட்டு சம்பாதிக்கும் பணம். நான் யாரையும் குறை சொல்ல முடியாது.

அன்றைய என் நிலையை உங்களால் புரிந்துகொள்ள முடியுமா என்று எனக்குத் தெரியவில்லை. நான் வாங்கும் சம்பளம் முழுவதும் அன்றைக்கே வரவு மற்றும் பற்று கணக்கில் வைக்கப்பட்டுவிடும். அடுத்த 30-நாட்கள் தொடர்ந்து வாழ்வதே கேள்விக்குறியாக இருந்தது. அந்த நாட்களில் எப்படி உயிர் பிழைத்தோம் என்று இன்று வரை தெரியவில்லை. அதை நினைத்துப் பார்த்தால் இன்றும் என் மூளை உறைந்து நிற்கின்றது. எப்படியோ இரண்டு மாதங்கள் பிழைத்தோம். அதன் பின் என் உயிர் நழுவுவதை போல் உணர்ந்தேன். ஒரு நாள் இரவு நான் என் பூஜை அறைக்குள் சென்று தாழிட்டுக்கொண்டு ஒரு குழந்தையைப் போல அழ ஆரம்பித்துவிட்டேன். நான் எங்கே தடம் மாறினேன் என்பது பற்றி எல்லாம் வல்ல இறைவனிடம் தொடர்ந்து

கேட்டுக்கொண்டிருந்தேன். எனக்கு எந்த செய்தியும் வரவில்லை. அதற்கான எந்த துப்பும் கிடைக்கவில்லை. ஆனால் அன்று இரவு ஒரு அதிசயம் நடந்தது போல் இருந்தது. நீண்ட நாட்களுக்குப் பிறகு அன்று இரவு நான் ஒரு குழந்தையைப் போலத் தூங்கினேன். எப்படியோ என் பாரமெல்லாம் தூக்கி எறியப்பட்டதைப் போல உணர்ந்தேன். ஒரு இறகைப் போல் லேசாக உறங்கினேன்.

மறுநாள் எனக்காக ஒரு நல்ல செய்தி காத்திருந்தது. அந்த மாதம் முதல் அரசு ஊதிய திருத்த மசோதா அமல்படுத்தப்படும் என நாளிதழ்கள் அறிவித்தன! நான் பார்த்ததை என்னால் நம்பவே முடியவில்லை. இந்த திருத்தப்பட்ட சம்பள ஆணையம் நீண்ட காலமாகக் கிடப்பில் போடப்பட்டிருந்தது. நீண்ட காலமாக அது ஒரு கதையாகவும், நம்பிக்கையற்ற நகைச்சுவையாகவும் கருதப்பட்டு வந்தது. சம்பள திருத்தம் பற்றிய அனைத்து நம்பிக்கைகளும் இழக்கப்பட்டு மறந்துபோயின. ஆனால் இன்றைக்கு வந்த செய்தி நீரில் மூழ்கவிருந்த என்னைக் காக்க ஒரு படகு வந்ததை போல இருந்தது. அது ஒரு உயிர் காக்கும் படகைப் போல் காட்சியளித்தது! அந்த மாதத்திலிருந்தே ஊதிய உயர்வுடன் சேர்த்து நிலுவைத் தொகையையும் பெறுவோம் என்பது எனக்கு ஆச்சரியமாக இருந்தது.

என் அன்பான வாசகர்களே, முருகப்பெருமானின் தெய்வீக அருளால் அன்று முதல் இந்த நிமிடம் வரை நான் பொருளாதார ரீதியில் வளமாக இருக்கின்றேன் என்பது தான் நிதர்சனமான உண்மை.

ஓம் சரவண பவாய நமஹ !!!

மூன்றாவது கண்

எனது இறை அனுபவங்களை இந்த உலகத்துடன் பகிர்ந்து கொள்ள எனக்கு அனுமதி கிடைத்ததிலிருந்து என்னைச் சுற்றிச் செயல்படும் பல விஷயங்களில் மாற்றங்கள் நிகழ ஆரம்பித்தன.

சென்ற பகுதியில் நான் குறிப்பிட்டது போல், பொதுமக்களுடன் எனது வாழ்க்கை நிகழ்வுகளைப் பகிர்ந்து கொள்வதற்காக எங்கள் சொந்த ஊரில் ஏற்பாடு செய்யப்பட்டிருந்த நிகழ்ச்சி மகத்தான வெற்றியைப் பெற்றிருந்தது. அதற்காக நாங்கள் பயணித்த பாதை இக்கட்டானதாக இருந்தபோதிலும், எங்களின் எல்லா வித சந்தேகங்களையும் புறந்தள்ளி அது ஒரு அற்புத நிகழ்வாக மாறியது. இருப்பினும், அது எனக்கு அளித்த மன அழுத்தத்திற்கு எல்லையே இல்லை.

அந்த நிகழ்விற்கான ஏற்பாட்டுக் குழுவில் எனது நலம் விரும்பிகள் மற்றும் நான் மட்டுமே இருந்தோம். அந்த நிகழ்வை ஒழுங்கமைத்து நடைமுறைக்குக் கொண்டுவந்தது எங்களுக்கு மிகப் பெரிய பாடத்தை கற்றதுபோல் இருந்தது. இதுபோன்ற விஷயங்கள் எவ்வளவு சவாலானவையாக மாறும் என்பதை நாங்கள் உணர்ந்து கொண்டோம். எல்லாவற்றிற்கும் மேலாக நான் இரண்டரை லட்சம் கடனையும் சம்பாதித்தேன். அந்தக் கடனுடன் இணைக்கப்பட்ட வட்டியைச் செலுத்துவதற்குக் கிட்டத்தட்ட மூன்று ஆண்டுகள் ஆனது. அசல் தொகையைச் செலுத்துவதற்கு மேலும் அதிக காலம் ஆனது. சரியான அமைப்பு ஒன்று இல்லாமல் இதற்கு மேல் நான் எதிலும் குதிக்கமாட்டேன் என்ற ஒரு வலுவான முடிவை எடுத்தேன்.

அந்த நேரத்தில் தமிழ்நாட்டைச் சேர்ந்த வேந்தர் தொலைக்காட்சி செந்திலை அணுகியது. அந்த தொலைக்காட்சியின் ஒரு நிகழ்ச்சிக்காக அவரை தொடர்பு கொண்டார்கள். வேந்தர் தொலைக்காட்சி உலகெங்கிலும் உள்ள தமிழ் பார்வையாளர்களைக் கொண்டதாகும். அவர்கள் மூன்றாம் கண் என்ற நிகழ்ச்சியைத் தொடங்கியிருந்தார்கள். இது தனித்துவமான ஆன்மீக அனுபவங்களைக் கொண்ட மர்மமான இடங்களை ஆராயும் ஒரு நிகழ்ச்சியாகும். எனது அனுபவங்கள் மற்றும் பயணங்கள் குறித்து மூன்றாவது கண்ணின் திட்ட இயக்குனரான திரு. நாகராஜுடன் செந்தில் பகிர்ந்து கொண்டார்.

ஒருமுறை பழனியில் நாகராஜைச் சந்தித்தேன். ஒரே ஒரு அத்தியாயம் செய்வதற்காக ஏற்பாடுகள் செய்யப்பட்டிருந்தன. ஆனால் என்னுடைய கதைகளைக் கேட்ட நாகராஜ் நான்கு அல்லது ஐந்து அத்தியாயங்கள் செய்யத் திட்டமிட்டார். அதற்காக நாகராஜ் மற்றும் அவரது குழுவினர் திருச்சூர் வந்திருந்தனர்.

கேரளர்களும், தமிழர்களும் - திராவிடர்களே! கேரளாவும், தமிழ்நாடும் ஒரு பிரம்மாண்டமான மாளிகையின் இரண்டு பெரிய அறைகள் என்று நான் உணர்கின்றேன். இயற்கையாய் அமைந்துள்ள மேற்குத் தொடர்ச்சி மலைகள் என்ற சுவரால் இரண்டும் பிரிக்கப்பட்டுள்ளது. இயற்கைச் சுவரால் பிரிந்திருந்தாலும் கேரளர்களும், தமிழர்களும் உடன்பிறப்புகள்தான். ஒருபுறம் தமிழர்கள் தங்கள் தாய்மொழியின் மீது மிகுந்த பெருமை கொள்கின்றார்கள். மறுபுறம் கேரள மக்களுக்கு ஆதரவளிக்கும் வலுவான கரத்தையும் கொண்டுள்ளார்கள். எப்பொழுதும் வரவேற்கும் குணம் கொண்ட அன்பான மக்கள் தமிழர்கள்!

தமிழர்களிடம் அன்பான மற்றும் குழந்தை போன்ற ஒரு குணம் உள்ளது. அது அப்பாவித்தனம். இயற்கை அன்னை அவர்கள் மீது வீசிய ஒரு வரம் என்று தான் இதனைச் சொல்லவேண்டும். மகிழ்ச்சியாக இருக்கும்பொழுது சத்தமான சிரிப்பையும், சோகமாக இருக்கும்பொழுது சத்தமான அழுகையும் வெளிப்படுத்தும் தைரியம் கொண்டவர்கள். அவர்கள் தங்கள் உணர்ச்சிகளை வெளிப்படையாக வைத்திருக்கின்றார்கள். தங்களின் பிறப்பு முதல் இறப்பு வரை உள்ள அனைத்து வாழ்க்கை நிகழ்வுகளையும் அவர்கள் கொண்டாடுகின்றார்கள். யாரும் தங்களைப் பார்க்காதது போல்

சாலையில் நடனமாடுகின்றார்கள். அந்த அதிர்வு ஒரு தொற்றைப் போல் எளிதில் பரவுகின்றது.

ஆனால் கேரளா மக்களோ தங்கள் உணர்ச்சிகளை தங்களுக்குள் காத்துக்கொள்வார்கள். அவர்கள் அமைதியான மற்றும் கம்பீரமான மனநிலையை மட்டுமே வெளிப்படுத்துவார்கள். கேரள மக்கள் தங்களின் செயல்பாடுகளில் மிகுந்த அக்கறை கொண்டவர்கள். மற்றவர்கள் தங்களைப் பற்றி என்ன நினைக்கின்றார்கள் என்பதில் மிகுந்த விழிப்புணர்வுடன் இருப்பவர்கள்.

எனவே மேற்குத் தொடர்ச்சி மலையின் இரண்டு பக்கங்களிலிருந்தும் வரும் இந்த திராவிட உடன்பிறப்புகளின் கண்ணோட்டங்களும், கருத்துக்களும் வேறுவேறாக இருப்பதில் ஆர்ச்சயமில்லை. ஒரு நிலையான மற்றும் ஆக்கப்பூர்வமான வேலையை ஒன்றாகச் செய்வதற்கு வெளிப்படைத்தன்மை மற்றும் ஒத்துழைப்பு இரண்டும் அவசியமாகின்றது.

நான் புரிந்து கொண்டவரை, தன் மனதில் சில கற்பனைகளை வைத்துக்கொண்டு தான் நாகராஜ் என்னைப் படமெடுக்க வந்திருந்தார். இந்த நிகழ்ச்சிக்கு ஆன்மீக ஒளியைக் கொடுக்க நினைத்த அவர், ஒரு முனிவர் தோற்றத்துடன் நெற்றியில் சாம்பலைப் பூசி இருக்கும் ஒரு விசித்திரமான உருவத்தை கற்பனை செய்திருந்தார். ஆனால் அது போன்ற விஷயங்களில் எனக்குத் தனிப்பட்ட சில கருத்துக்கள் இருந்தன.

இதுபோன்ற ஆடம்பரமான விஷயங்களிருந்தும், என்னை இறைவன் என்று சொல்வதிலிருந்தும் நான் விலகியிருக்க வேண்டும் என்பது என் இறைவனின் கட்டளையாகும்.

ஆரோக்கியமான சில விவாதங்களுக்குப் பிறகு என் கருத்தைப் புரிந்துகொண்ட நாகராஜ் படப்பிடிப்பைத் தொடங்கினார். நாங்கள் விவாதித்துக்கொண்டிருந்தபொழுது ஒரு குறிப்பிட்ட விஷயம் எனக்கு ஞாபகம் வந்தது. உண்மையைச் சொல்லவேண்டுமென்றால் அந்த விஷயத்தைப் பற்றி நான் அதிகம் யோசித்ததில்லை.

என் நண்பர்களைப் பற்றி உங்களிடம் சொன்னபொழுது நான் லாலுவைக் குறிப்பிட்டிருந்தேன். ஆனால் விரிவாக எதுவும் சொல்லவில்லை. லாலுவிற்கு ஒரு ஆட்டோமொபைல் பட்டறை உள்ளது. அது எல்லா நேரத்திலும் சீராக இயங்கவேண்டுமென்றால் அவர் அங்கே இருந்தாக வேண்டும். இதன் காரணமாக எனது

பயணங்களின் ஒரு சில பகுதிகளில் மட்டுமே அவர் இருப்பார். அவர் எப்பொழுதும் என் வாழ்க்கையில் ஒரு வலுவான தூணாக இருந்தார் என்ற உண்மையை அது ஒருபொழுதும் மறைக்கவில்லை. அவருக்கு நண்பர்கள் என்று வந்தால் எந்த எல்லையும் கிடையாது. எனக்கு மட்டும் அல்ல. அவரின் நண்பர்கள் அனைவருக்கும் இது பொருந்தும். நெருக்கடியான சூழ்நிலைகளில் அவர் எது சரி, எது தவறு என்று யோசிக்கமாட்டார். அவரின் சரி மற்றும் தவறு என்பது நண்பர்களில் ஆரம்பித்து நண்பர்களிலேயே முடிவடையும். அது போன்ற காலங்களில் சட்டம், நீதி, அரசியல் பார்வை போன்றவற்றுக்கு இடமிருக்காது. அவருடன் நட்பு என்ற ஒரு அழகிய மொழி மட்டுமே இருக்கும்.

நான் சொல்லப்போகும் சம்பவம் 2014-2015க்கு இடையில் நடந்தது. அப்பொழுது லாலு உற்சாகம் இல்லாமல் இருந்ததை நாங்கள் கவனித்தோம். அவர் சோகமாக இருந்தார்! எவ்வளவோ விசாரித்தும் அவர் எந்த தகவலையும் எங்களுக்குத் தரவில்லை. இறுதியாக ஒரு கட்டத்தில் அவரின் கவலைக்கான காரணத்தை அறிந்துகொண்டோம். அவரது மனைவி சௌமியாவின் உடலில் ஒரு கட்டி இருந்துள்ளது. அது புற்று நோய் என்ற கண்டறியப்பட்டிருந்தது.

அதற்காக அவர்கள் பரிசோதனை மற்றும் மேல் சிகிச்சைக்காகப் பரிந்துரைக்கப்பட்டிருந்தனர். அவர்கள் அமலா புற்றுநோய் சிறப்பு மருத்துவமனை, திருச்சூர் மற்றும் பிராந்திய புற்றுநோய் மையம் (RCC), திருவனந்தபுரம் ஆகியவற்றில் ஒன்றைத் தேர்வு செய்ய வேண்டியிருந்தது. லாலுவின் வாழ்க்கையில் நடந்த இந்த திருப்பத்தால் நாங்கள் அனைவரும் அதிர்ச்சியிலிருந்தோம். எதுவாக இருந்தாலும் புற்றுநோய் என்ற சொல்லை நம் உணர்வுகள் தானாகவே மரணத்திற்குச் சமன் செய்வதை நான் உணர்ந்திருக்கின்றேன். இது நமது ஆற்றல்களை முழுவதுமாக வடிகட்டி விடுகின்றது. எங்கள் மொத்த நண்பர்கள் கூட்டமும் சோகத்தில் ஆழ்ந்திருந்தது. சௌமியா மற்றும் லாலுவின் நிலையை உங்களால் நிச்சயம் உணரமுடியும் என்று நினைக்கின்றேன். அவர்கள் மனதளவில் முடங்கிப் போனார்கள்.

மேல் சிகிச்சைக்காக RCC - ஐ தேர்ந்தெடுத்த லாலுவும் சௌமியாவும் தங்கள் வாழ்க்கையின் மற்றொரு கட்டத்திற்குத் தயாராகினர். அவர்கள் புறப்படுவதற்கு முந்தைய இரவு எனக்குத் தூக்கம் இல்லாமல் இருந்தது. அன்றைய இரவு முழுவதையும் எனது

பூஜை அறையில் கழித்தேன். அவர்களைப் பார்க்க எனக்கு சக்தி இல்லை. விதியின் பெயரால் யாருக்கும் எந்தத் தீங்கும் செய்யாத மனிதர்கள் ஏன் இப்படிப்பட்ட கொடுமைக்கு ஆளாகின்றார்கள் என்று என் இறைவனிடம் கேட்டுக்கொண்டே இருந்தேன். திடீரென்று தீப்பொறி போன்று எனக்கு ஒன்று தோன்றியது.

அடுத்த சில நிமிடங்களில் நான் லாலுவின் இல்லத்திலிருந்தேன். லாலுவின் வீட்டில் அவரது அண்டை வீட்டினரும், உறவினரும் இருந்தபொழுதிலும் அந்த இடம் இருளடைந்திருந்தது. சிகிச்சை முடிந்து வரும்பொழுது செளமியா எந்த ரூபத்தில் இருப்பார்களோ என்ற கவலை அனைவரிடமும் இருந்தது. நான் லாலுவின் கையைப் பிடித்து அந்த கூட்டத்திலிருந்து வெளியே அழைத்துவந்தேன். "தயவு செய்து என்னிடம் உண்மையாக இருங்கள். என்னிடம் எதையாவது மறைக்கின்றீர்களா? தயவு செய்து எதையும் மறைக்காதே" என்று அவரிடம் வற்புறுத்தினேன்.

முதலில் லாலு என்னை வெறித்துப் பார்த்தார். பின் அமைதியான குரலில் சொல்ல ஆரம்பித்தார். கடந்த மாதம் செளமியாவின் கனவில் பாலமுருகன் (சின்ன முருகன்) தோன்றி அவரின் தலைமுடியைக் கொடுக்க முடியுமா என்று கேட்டுள்ளார். அவள் அந்த கனவைக் கண்டு பயந்து உன்னிடன் சொல்லவேண்டாம் என்று கேட்டுக்கொண்டதாக லாலு கூறினார்.

அனைத்தும் தெளிவாக வெளிப்பட்டுச் சரியான இடத்தில் விழுவது போல் தோன்றியதால் நான் ஒரு நிம்மதியை உணர்ந்தேன். செளம்யா பூரண குணமடைந்தால் பழனியில் முடியைக் காணிக்கையாகத் தருவேன் என்ற உறுதி மொழியை எடுக்கச் சொன்னேன். இது என்னுடைய வார்த்தையல்ல முருகப்பெருமானுடையது என்று உறுதியளித்தேன். இதற்காகத்தான் நான் அவசரமாக அவரை சந்திக்க வந்ததாகக் கூறினேன். எல்லாம் நல்லபடியாக நடக்கும் என்ற நம்பிக்கையுடன் அவர்களை வழியனுப்பி வைத்தேன்.

செளமியாவும், லாலுவும் திருவனந்தபுரத்தில் உள்ள RCCயை அடைந்து செளமியா மேற்கொள்ள வேண்டிய சோதனைகளைத் தொடங்கினர். பத்து நாட்களுக்குப் பிறகு லாலு என்னை அழைத்து ஒரு குழந்தையைப் போல அழுதார். தன்னைச் சுற்றி இருக்கும் கடினமான சூழலைத் தாங்க முடியவில்லை என்றும் என்னிடம் கூறினார். லாலுவுக்கு மன உளைச்சல் ஏற்பட்டது. அங்குத் தோராயமாகவேப்

பரிசோதனைகள் செய்யப்பட்டன. ஆனால் அவர்களுக்கு எதுவும் தெரிவிக்கப்படவில்லை. லாலுவும், சௌமியாவும் தங்கள் வீட்டை விட்டு வெகு தொலைவில் இருப்பதைப்போலவும், துன்பத்தின் காட்சிகளை மட்டுமே வழங்கும் ஏதோ ஒரு கிரகத்தில் தொலைந்து விட்டதைப் போலவும் உணர்ந்தனர்.

லாலுவிடம் சொல்வதற்கென்று எதுவுமே என்னிடம் இல்லை என்பது எனக்கு நினைவிருக்கின்றது. அவர் சொல்வதை மட்டும் வெறுமனே கேட்டுக்கொண்டிருந்தேன். அந்த உரையாடலுக்குப் பிறகு எனக்கொரு அழைப்பு வந்தது. என் நண்பர்களின் ஒருவரான சுதீர் என்பவருக்கு பஞ்சாப் என்ற செல்லப்பெயர் உண்டு. வினோத்தும் தானும் லாலுவைச் சந்திக்கத் திருவனந்தபுரம் செல்லத் திட்டமிட்டிருப்பதாக அவர் என்னிடம் கூறினார். நானும் அவர்களுடன் சேர விரும்புகின்றேனா என்று கேட்டார்கள். அவர்கள் வைத்திருந்த டொயோட்டா குவாலிஸில் நிறைய இடம் இருந்தது.

நான் வலுவான சில அதிர்வுகளை உணர ஆரம்பித்தேன். என்ன நடிக்கின்றது என்பதை என்னால் புரிந்துகொள்ள முடிந்தது. நான் லாலுவை அலைபேசியில் அழைத்தேன். பஞ்சாபும் வினோத்தும் குவாலிஸில் திருவனந்தபுரத்திற்கு வருகின்றார்கள். அவர்களுடன் நீயும் சௌம்யாவும் வீடு திரும்புங்கள் என்று கூறினேன்.

"என்ன சொல்கின்றாய்?" என்று லாலு அதிர்ந்துபோய்க் கேட்டார். "மருத்துவர்கள் எங்களைப் பார்த்து விட்டுச் சென்றுவிட்டனர். வழக்கம் போல் அவர்கள் எதையும் சொல்லவில்லை. அவர்கள் எங்களை விடுவித்தால் தானே இங்கிருந்து வரமுடியும்" என்று வினவினார்.

நான் இதற்கு மேல் எதுவும் சொல்லவில்லை. ஏனென்றால் என்னிடம் சொல்வதற்கு எதுவும் இல்லை.

அரை மணி நேரத்தில் லாலு மீண்டும் என்னை அழைத்தார். இந்த முறை அவரின் குரல் மாறியிருந்தது. அவருக்கு சக்தியூட்டப்பட்டிருந்ததைப் போல் உணர்ந்தேன். "நாங்கள் நாளை காலை டிஸ்சார்ஜ் செய்யப்படுகின்றோம் என்று எங்களுக்குத் தெரிவிக்கப்பட்டது," என்று அவர் கூச்சலிட்டார்! என் கண்கள் கலங்கின. இது இப்படிதான் நடக்கும் என்பது எனக்குத் தெரியும்.

"அனைத்து சோதனைகளும் புற்றுநோய் இல்லை என்பதை நிரூபித்துள்ளன. இது தீங்கற்ற ஒரு சாதாரண கட்டி. வழக்கமான

அறுவை சிகிச்சை மூலம் இதனை அகற்ற முடியும்" என்று மருத்துவர்கள் சொன்னதாகத் தெரிவித்தார். தேவைப்பட்டால் அறுவை சிகிச்சை செய்யலாம். இல்லை என்றால் அப்படியே விட்டுவிடலாம் என்று உற்சாகமாக லாலு கூறினார். லாலுவின் குரலிலிருந்த உற்சாகம்... நம்பிக்கை... நன்றியுணர்வு... அனைத்தையும் என்னால் உணர முடிந்தது.

அந்த நேரத்தில் எனக்கிருந்த உணர்ச்சிகளின் எழுச்சியை என்னால் வார்த்தைகளால் சொல்ல முடியாது. நான் உடனடியாக விடுமுறை எடுத்துக்கொண்டு வீட்டிற்கு வந்து என் பூஜை அறைக்குள் சென்று என்னைப் பூட்டிக்கொண்டேன். குறும்புத்தனத்தின் சாயல் பாலமுருகனின் (சின்ன முருகன்) முகத்தில் பளிச்சிடுவதை நான் உணர்ந்தேன். கோபமும், மகிழ்ச்சியும் கலந்த என் உணர்வை என்னால் மறைக்க முடியவில்லை. நான் நன்றியுடன் என் இரு கரங்களையும் குவித்தேன். என் கண்கள் கண்ணீரால் நிரம்பின. அது என்னைக் குளிர்வித்து என்னை அமைதிப்படுத்தியது.

லாலு, சௌமியா மற்றும் அவர்களது குழந்தை குஞ்சுமோள் ஆகியோர் முறையாகப் பழனிக்குச் சென்று பிரார்த்தனை செய்தனர். அவர்கள் தங்கள் தலையை மொட்டையடித்து நன்றி செலுத்தினர்.

நாகராஜ் உடனான விவாதத்தின் பொழுது இந்தக் கதை வெளியே வந்தது. அதுவரை இந்த சம்பவத்தை ஒரு அதிசயமாக என் மனம் எண்ணவில்லை. இது என் நண்பனின் ஒரு கதை என்று மட்டும் தான் தோன்றியது. இதை நான் சொல்லி முடித்தவுடன் நாகராஜ் லாலுவைச் சந்தித்து இதை ஒரு அத்தியாயமாகவே படமாக்க விரும்பினார்.

மூன்றாவது கண்ணில் வந்த இந்த நான்கு அத்தியாயங்கள் உலகம் முழுவதும் சென்றது. பலரால் பார்க்கப்பட்டது. அந்த அத்தியாயங்களைப் பார்க்கும்பொழுது பலர் உற்சாகத்தையும், ஆற்றலையும் உணர்ந்திருப்பார்கள். அவர்கள் அனைவரும் குமரி கண்டம் தொடர்புடையவர்கள் என்பதில் எந்த சந்தேகமுமில்லை.

அதன் பின் உலகம் முழுவதிலுமிருந்து எனக்கு அழைப்புகள் வர ஆரம்பித்தன.

புதிய முருக சகாப்தத்திற்கு முருகப்பெருமானின் முன்னோடி வீரர்கள் பலர் நம்மிடம் இருப்பது எனது ஆற்றல் ஓட்டத்தைப் பன்மடங்கு அதிகரித்தது. இதனை முற்றிலும் வேறுபட்ட ஒரு சகாப்தமாக நான் உணர்ந்தேன். என்னைத் தொடர்பு கொண்டு பலர்

என்னைக் காண வந்தனர். சிலர் எந்தவித முன்னறிவிப்பும் இன்றி வருகை தந்தனர். ஒருமுறை நான் அலுவலகத்தில் இருந்தபொழுது, வீட்டில் எனக்காக ஆட்கள் காத்திருப்பதாக எனக்கு அழைப்பு வந்தது. இன்னொரு நாளில் திருச்சூர் ரயில் நிலையத்திலிருந்து எனக்கு அழைப்பு வந்தது. என்னைக் காண்பதற்காக வந்திருப்பதாகச் சொன்னார்கள். விஷயங்கள் தாறுமாறாக நடக்க ஆரம்பித்தன. நான் ஒரு செயல்முறையை அமைக்க வேண்டும் என்று முடிவு செய்தேன். எனக்குத் தெய்வீக அறிவுரைகள் கிடைக்கும் வரை நான் சக்தியற்றவன் என்பதை எனக்கு நினைவூட்டிக் கொண்டே இருந்தேன். இறை உணர்த்துதல் வராமல் எதையும் என் கைகளில் எடுக்கக் கூடாது என்பதில் நான் உறுதியாக இருந்தேன். இப்பொழுதும் அதே உறுதியுடன் இருக்கின்றேன்.

பெயருக்கு ஏற்றாற்போல், மூன்றாவது கண் நிகழ்ச்சி என்னுள் இருந்த உள்ளுணர்வு என்ற மூன்றாவது கண்ணை வெளிப்படுத்தியது. எனது பயணத்திற்கு நல்லதொரு பாதையை உருவாக்கியது. அது எனக்கும், எனது இயக்கத்திற்கும் ஒரு திருப்புமுனையாக அமைந்தது.

ஓம் சரவண பவாய நமஹ !!!

பின்னடைவுகள் ஏற்பட்ட காலங்கள் - வெறுமை உணர்வுகள்!

மூன்றாவது கண் நிகழ்ச்சிக்கு பின் என்னைச் சுற்றியிருந்த விஷயங்கள் எவ்வாறு மாற தொடங்கின என்பதை முந்தைய அத்தியாயத்தில் பகிர்ந்திருந்தேன். எனது வாழ்க்கை அனுபவங்களைப் பகிர்ந்து கொள்ள இறையின் அனுமதி கிடைத்த பிறகு இரண்டு முறை நான் பொதுவெளியில் என்னுடைய அனுபவங்களை பகிர்ந்துகொண்டேன். ஒன்று எனது சொந்த ஊரில் நான் ஏற்பாடு செய்திருந்த நிகழ்ச்சி. மற்றொன்று, மூன்றாவது கண் நிகழ்ச்சியின் மூலமாக நடந்த மெய் நிகர் நிகழ்வு. முதலாவதாக நடத்தப்பட்ட நிகழ்ச்சி வெற்றிபெற்றிருந்தாலும் அதனை ஆழ்ந்த சிந்தித்துப் பார்த்ததில் எனக்கு அப்படித் தோன்றவில்லை.

முதலாவதாக நடத்தப்பட்ட நிகழ்ச்சியில் நாங்கள் எதிர்பார்த்ததை விட அதிக மக்கள் வந்து கலந்துகொண்டார்கள். ஆனால் நாங்கள் 6,00,000 ரூபாய் செலவு செய்தோம். இவ்வளவு செலவு செய்து அதிகபட்சம் 1000 பேரை மட்டுமே அந்த நிகழ்வு சென்றடைந்தது. இந்த நிகழ்ச்சியினால் எனக்கு ஏற்பட்ட கடனால் நான் இவ்வாறு சொல்லவில்லை. யாருடைய தயவும் இல்லாமல் அந்தக் கடனை திருப்பிச் செலுத்த என் இறைவன் எனக்கு ஒரு வழியைக் காண்பித்ததற்கு நான் எப்போதும் நன்றியுள்ளவனாக இருக்கின்றேன்.

அடுத்ததாக மெய் நிகர் மூலமாக வேந்தர் தொலைக்காட்சியில் ஒளிபரப்பப்பட்ட மூன்றாவது கண் நிகழ்ச்சி. இதில் 6000 ரூபாய் கூட

செலவில்லாமல் ஆறு லட்சத்திற்கும் மேற்பட்ட பார்வையாளர்களைச் சென்றடைந்தது. இந்த இரண்டு அனுபவங்களை வைத்துப் பார்க்கும்பொழுது தொழில்நுட்பத்தால் எவ்வளவு வழங்க முடிகின்றது என்பதை உணர முடிந்தது. அது சென்றடையும் தூரம் நம்மால் கணிக்க முடியாதது.

நேரடியாக நடப்பட்ட நிகழ்ச்சியில் பல மக்களைச் சந்திக்க முடிந்தது. பல பேச்சாளர்கள் மற்றும் உயர் பதவியில் உள்ளவர்கள் அதில் கலந்துகொண்டார்கள். பொது மக்களிடம் உரையாடுவதற்கு நேரடி நிகழ்வு உதவியாக இருந்தது. இருப்பினும் அது ஒரு முந்தைய காலக் கட்டத்தில் நடந்த நிகழ்வாகும். அதன் பின்னர் அது கடந்த காலத்தில் நடந்த ஒரு விஷயமாகிவிட்டது. ஆனால் தொழில்நுட்பமோ மீண்டும் மீண்டும் அதனை நினைவூட்டுகின்றது. அது நம்மிடமிருந்து பல மக்களின் வீடுகளுக்குச் செல்கின்றது.

இதனை விட அதிகமான அளவு முன்னேற்றங்கள் குமரி கண்டத்திலிருந்திருக்கும் என்பதை நினைக்கும் பொழுது எனக்குப் புல்லரிக்கின்றது! நான் சொன்ன இந்த அறிக்கை உங்களை மகிழ்விக்கின்றதா? நான் எதனைப் பற்றிப் பேசுகின்றேன் என்று உங்களுக்கு ஆச்சரியமாக இருக்கின்றதா? மிகவும் பழமையான இடம். ஆனால் தொழில்நுட்பம் மிகவும் மேன்பட்டிருந்த இடம். என் மனதை விட்டு வெளியே சென்று எதையோ பேசிக்கொண்டிருக்கிறேனா? கட்டாயம் இல்லை!

பூமியில் டைனோசர்கள் போன்ற பிரம்மாண்டமான உயிரினங்கள் இருந்ததை நீங்கள் மறந்துவிடக் கூடாது. எந்தவித நகைச்சுவையும் இன்றி விஞ்ஞானிகள் கூட இதனைப் பற்றி தீவிரமாக ஆராய்கின்றார்கள். இந்தப் பிரபஞ்சத்தின் அனைத்து ரகசியங்களும் நமக்குத் தெரியாது. நாம் செய்யவேண்டியது ஒன்றே ஒன்றுதான். நம் மனதைத் திறந்து வைத்து பதில்களைத் தேடுவது மட்டும்தான். அந்த பணிவு இருந்தால் இந்த பிரபஞ்சம் கட்டாயம் அனைத்தையும் திறந்துகாட்டும். இன்று நம்மிடம் இருக்கும் தொழில் நுட்பத்தைவிட, ஒரு காலத்தில் குமரி கண்டம் அதிக தொழில்நுட்பம் கொண்டிருந்தது என்று நான் உறுதியாக நம்புகின்றேன். இதனை நம்புவதற்கு நிச்சயம் உங்களுக்கு ஆதாரங்கள் கிடைக்கும். இந்தப் புத்தகத்தின் மூலமாகவே அதனைப் புரிந்துகொள்ள இறைவன் உங்களுக்குக் கட்டாயம் உதவுவார்.

இப்போதைக்கு இதையெல்லாம் ஒதுக்கி வைப்போம். மூன்றாவது கண் நிகழ்ச்சிக்குத் திரும்ப வருவோம்! அந்த நிகழ்ச்சியினால் முன்பின் தெரியாதவர்கள் கூட என்னை அணுக ஆரம்பித்தார்கள். அவர்கள் என்னுடன் தொடர்பு கொண்டு தங்களின் பிரச்சனைகளையும் வேதனைகளையும் பகிர்ந்து கொண்டார்கள். உலகம் முழுவதிலுமிருந்து மக்கள் என்னைத் தொடர்புகொண்டார்கள்.

இதனைக் கேட்பதற்கு ஆகா என்றிருந்தாலும் அது அவ்வாறு இல்லை! நான் மீண்டும் குழப்பமடைந்ததாக உணர்ந்தேன்! என்னால் அவர்கள் சொல்வதைக் கேட்டு அவர்களுக்கு ஆறுதல் சொல்லி அவர்களின் வலிகளில் பங்குகொள்ளமுடியும். எல்லாம் சரியாக நடக்கும் என்று உறுதியளிக்கமுடியும். ஆனால் அதையும் தாண்டி என்னைப் போன்ற ஒரு சாமானியனால் என்ன செய்ய முடியும்? என் மனம் குழப்பத்திலும், சங்கடத்திலும் ஆழ்ந்துபோனது. ஒவ்வொரு நாளும் என்னுடன் தொடர்பு கொள்பவர்களின் எண்ணிக்கை அதிகரிக்க ஆரம்பித்தது.

எனக்கு பல்வேறு வகையான விஷயங்களைப்பற்றியெல்லாம் தெரியாது.

ஆனால் ஒரு விஷயத்தில் உறுதியாக இருக்க வேண்டும் என்று வாழ்க்கை எனக்குக் கற்றுக் கொடுத்திருக்கின்றது. அது என் இறைவனை அழைப்பது என்பது தான். என் இறைவன் இதில் தலையிட வேண்டும் என்பது என்னுடைய அவசர தேவையாக இருந்தது. என்னிடம் வரும் மக்களுக்கு என்னால் என்ன செய்ய முடியும் என்பதற்கான என் பிரார்த்தனையைத் தொடங்கினேன். நான் அவர்களுக்கு என்ன சொல்ல வேண்டும் என்பதை அறிய விரும்பினேன். உடனடி பதில்களை தர எனக்கு விருப்பமில்லை என்று இறைவனிடம் அழுதேன். அப்பொழுது இறைவனுடனான என் தொடர்பு மற்றும் அவரின் அறிவுறுத்தல்களைப் பெறத் தொடங்கி 12 வருடங்கள் ஆகியிருந்தன. அதற்குள் நான் சர்வ வல்லவருடன் ஒரு நெருக்கத்தை வளர்த்துக் கொண்டேன். அவருடன் முழு மனதுடனும், உண்மையான உணர்ச்சிகளுடனும் பேசுவதற்கான சுதந்திரத்தை அது எனக்குக் கொடுத்தது. "உங்கள் பக்தர்களுக்கு நான் என்ன சொல்வது? அவர்களின் வலியைக் குறைக்க நான் அவர்களுக்கு என்ன செய்ய வேண்டும்?" என்று இறைவனிடம் கேட்டேன்.

நான் எவ்வளவு கேட்டும் எனக்கு எந்த பதிலும் வரவில்லை. இருப்பினும் நான் தொடர்ந்து பிரார்த்தனை செய்துகொண்டிருந்தேன். அது 2-3 நாட்கள் நீடித்தது. வழக்கமாக இறைவனின் உணர்த்தலை ஒரு விதமான அதிர்வின் மூலமாக என்னால் உணர முடியும். ஆனால் அந்த தருணம் வரை நான் எந்த உணர்வையும் பெறவில்லை. மூன்று நாள் பிரார்த்தனைக்கு பிறகும் எந்த தகவலும் வரவில்லை என்பது வெறுப்பாக இருந்தது.

"இனி எதையும் மறைக்க வேண்டாம் என்றும், என் அனுபவங்களை அனைவரிடமும் பகிர்ந்து கொள்ளலாம் என்றும் நீங்கள் அனுமதி அளித்தீர்கள். இப்பொழுது நான் அனைத்தையும் இழந்து நடுவில் நிற்பது போல் உணர்கின்றேன். உங்களிடமிருந்தும் எனக்கு எந்த செய்தியும் வரவில்லை. என்னிடம் வரும் ஆத்மாக்களுக்கு நான் என்ன சொல்வது என்று தெரியாமல் எதையோ சொல்வதற்குப் பதிலாக நான் பேசாமல் அமைதியாக இருந்து விடுகின்றேன்" என்று சொல்லிக்கொண்டே பிரார்த்தனையை முடித்துவிட்டு மௌனத்தைத் தொடங்குவதற்காகக் கையில் வேல் - ஐ எடுத்தேன். அப்பொழுது திடீரென அதிர்வுகள் வருவதை உணரமுடிந்தது. வேல் - ஐ என் அருகில் கொண்டு வந்து மார்போடு அணைத்து சரணாகதி நிலையில் கண்களை மூடினேன். என் உடலில் வெப்பம் உயர்வதை உணர முடிந்தது. அப்பொழுது ஒரு குரல் வந்தது. "உங்களுக்கு என்ன தோன்றுகின்றதோ அதைத்தான் பேச வேண்டும். நீங்கள் பேசுவதைக் கேட்கத்தான் அவர்கள் உங்களிடம் வருகின்றார்கள்" என்று பதில் வந்தது.

"நான் என்ன பேசுவது? அவர்களுக்கு என்ன சொல்வது என்று எனக்குத் தெரியவில்லை... நீங்கள் என்னிடம் சொல்லவேண்டும்... அவர்கள் உங்கள் பக்தர்கள்" என்று நான் என் மனதிலிருந்து கதறினேன்.

அந்த நேரத்தில் நான் ஆஞ்சநேய மலையின் மேல் இருப்பது போன்ற உணர்வு ஏற்பட்டது. அங்கு கார்த்திகை நட்சத்திரத்தின் நீல ஒளியில் குளிப்பது போல் இருந்தது. அங்குக் குறும்புக்கார குட்டி பாலமுரளி தனது ஆறு தாய்மார்களுக்கு இடையே ஓடுவதை என் மனக்கண்ணில் என்னால் காண முடிந்தது. அவரின் விளையாட்டிற்கு நடுவில் எனக்கு சில அறிவுரைகளைத் தந்தார். அனைத்தையும் அன்பாகக் கூறினார். "உண்மையில் நான்தான் பேசுவேன், நீங்கள்

அல்ல. எனவே தைரியமாகப் பேசுங்கள். என் வார்த்தைகளே எப்பொழுதும் உங்கள் எண்ணங்களாக இருக்கப் பிரார்த்தனை செய்யுங்கள்" என்றார்.

அந்த நேரத்தில் நான் உணர்ந்ததை உங்களால் புரிந்துகொள்ள முடிகின்றதா? என்னால் அதனை விவரிக்கத் தொடங்கக்கூட முடியவில்லை.

அந்த தருணத்திலிருந்து இன்று வரை என்னை அணுகிய அனைவருக்கும் என் இறைவன் உணர்த்தியபடியே பதிலுரைக்கின்றேன். சிலருடன் பேசும்பொழுது அவர்கள் சொல்ல வருவதைப் புரிந்துகொள்வதற்கே எனக்கு சில நேரம் எடுக்கும். ஆனால் எப்படியோ அந்த வார்த்தை பரிமாற்றங்களிலேயே அவர்களின் பிரச்சனைக்குத் தீர்வு கிடைத்திருக்கும். பெரும்பாலான நேரங்களில் என்னிடம் பேசுபவர்களுக்கு இறைவனே ஒரு தீர்வைக் கொடுப்பார். நான் சொல்ல நினைக்காத அல்லது இதற்கு முன்னால் யோசிக்காத சில விஷயங்களை சில நேரங்களில் சொல்வேன்.

இவையனைத்திற்கும் சர்வவல்லமை பொருந்திய என் இறைவனே காரணம். உண்மையில் இறையின் வழியில் அனைத்தும் அதிசயமே!

அனைத்து நல்ல செயலுக்கும் வெகுமதி என்று ஒன்று உண்டு. இதுவே அதன் சிறப்பம்சம். தங்களின் வாழ்க்கை சரியாகிவிட்டது என்று மக்கள் என்னை அழைத்துச் சொல்வதை மிகப்பெரிய வெகுமதியாக நான் கருதுகின்றேன். அவர்களின் குரலில் உள்ள மகிழ்ச்சி என்பது பாலைவனத்தில் நீண்ட நடைப்பயணத்திற்குப் பிறகு ஒரு மரத்தைக் கண்டதைப் போன்றிருக்கும். ஒரு குளத்தின் அருகில் இருக்கும் மரம் நிறையப் பழங்களையும், நிழலையும் தரும். மக்கள் அந்த மகிழ்ச்சியுடனும், நன்றியுணர்ச்சியுடனும் என்னை அழைத்துப் பேசுவது என்னை பரவச நிலைக்கு இட்டுச்செல்கின்றது. நான் ஒரு கருவி மட்டுமே. நான் ஒரு ஒலிபெருக்கியைப் போல என்பதை அவர்களுக்கு நினைவூட்டுவதில் மிகவும் கவனமாக இருக்கின்றேன். "இதெல்லாம் நான் இல்லை. இது எல்லாம் வல்ல முருகப்பெருமானின் அருள். எல்லா நன்றிகளும் அவருக்குக் சமர்ப்பிக்கப்படவேண்டியது, எனக்கு அல்ல," என்று மக்களின் மகிழ்ச்சியான அழைப்புகளுக்கு நான் தொடர்ந்து பதிலளித்து வருகின்றேன்.

ஆர்வ மிகுதியால் 2005 ஆம் ஆண்டு நான் பழனிமலை ஏறியபொழுது இது இந்த அளவிற்கு உயரும் என்று எனக்கு தெரியாது. அனுபவங்கள் மற்றும் வாய் வார்த்தைகளின் மூலமாக முருக பக்தர்கள் ஒருவர் பின் ஒருவராக அதிகரிக்கத் தொடங்கினார்கள். நான் அவர்களின் வீட்டிற்கு வந்து பிரார்த்தனை செய்ய வேண்டும் என்று பலர் விரும்பினார்கள். நாங்கள் அனைவரும் குமரி கண்டத்தின் குடிமக்கள் என்பதை அனைவரும் உணர ஆரம்பித்தோம். இவர்கள் என் சொந்த மக்கள் என்பதை உணர்ந்தேன். அதனைத் தொடர்ந்து பல இடங்களிலிருந்து எனக்கு அழைப்புகள் வந்தன.

இந்த புதிய பயணத்தின் ஒரு பகுதியாக நவம்பர் 2016 ஆம் ஆண்டு நான் லண்டன் சென்றிருந்தேன். பல்வேறு உணர்வுகளுடன் அங்குக் காலடி வைத்தேன். நான் வேறொரு காலநேரத்தில் பயணம் செய்வதைப் போல உணர்ந்தேன். பழமையைப் பாதுகாத்த ஒரு இடம் - யுனைடெட் கிங்டம். ஆங்கிலேயர்களிடம் இருந்து நாம் கற்றுக் கொள்ள வேண்டியது அதிகம் என்று நான் உணர்ந்தேன். நவீன வாழ்க்கை வழங்கும் அனைத்து வசதிகளையும் அவர்கள் விரும்பினாலும், தங்கள் மரபுகளை மிகவும் ஆர்வத்துடன் வைத்திருக்கின்றார்கள். இது மிகவும் போற்றப்படவேண்டிய ஒரு பண்பு. லண்டனின் தெருக்களில் நாம் நடக்கும்பொழுது அங்குச் சாலையில் உள்ளவர்களை நாம் பல ஆண்டுகளுக்கு முன்பு படித்த புத்தகங்களின் கதாபாத்திரங்களாகச் சித்தரிக்க முடியும். அவர்களின் வாடகை வண்டிகள், சீருடைகள் என எல்லாவற்றிலும் பாரம்பரியம் இருந்தது! இதைப் பற்றி நான் பிரமிப்புடன் கருத்து தெரிவித்தபொழுது எனது டாக்சி ஓட்டுநர் பெருமிதத்துடன் என்னுடன் ஒரு புகைப்படம் எடுத்துக்கொண்டார். தேம்ஸ் நதியின் குறுக்கே அமைந்திருந்த புகழ்பெற்ற வெஸ்ட்மினிஸ்டர் பாலத்தின் மீது நாங்கள் வேகமாகச் சென்றபொழுது நான் இதுவரை சுவர் நாட்காட்டிகளில் மட்டுமே பார்த்திருந்த ஒரு வரலாற்றுச் சிறப்பு மிக்க இடத்தை காண முடிந்தது.

அங்குச் சென்றிருந்தபொழுது லண்டனிலிருந்த பல முருக பக்தர்கள் என்னை அவர்களின் வீட்டிற்கு அழைத்துச் சென்று பிரார்த்தனை செய்யக் கேட்டுக்கொண்டார்கள். இது ஒரு நல்ல தொடர் நிகழ்ச்சியாக இருந்தது. ஒரு வீட்டில் பிரார்த்தனை முடிந்தவுடன் அடுத்த வீட்டிற்கு அழைத்துச் சென்றார்கள். இவை அனைத்திற்கும் நடுவே பக்கிங்ஹாம் அரண்மனை மற்றும் புகழ்பெற்ற மெழுகு அருங்காட்சியகத்தையும்

பார்க்க நேர்ந்தது. அந்த புராதன நினைவுச்சின்னங்களை நான் ஆர்வத்துடன் பார்வையிட்டதைப் பார்த்து அந்த மண்ணில் வசிப்பவர்கள் ஆச்சரியப்பட்டனர். பிரார்த்தனை செய்யும் நோக்கத்துடன் வந்த ஒருவருக்கு அந்த மண்ணின் வரலாற்றில் ஆர்வம் இருப்பது அவர்களுக்கு வித்தியாசமாகத் தெரிந்திருக்கலாம்.

தற்செயலாக அங்குள்ள ஒரு கோயிலுக்குச் சென்றிருந்தபொழுது, அந்த கோவிலைப் பராமரிப்பவர்கள் முருக பக்தர்கள் என்று தெரியவந்தது. அந்த கோவிலில் முருகர் சிலையை வைப்பது சாத்தியமா என்ற ஒரு யோசனை எனக்கு வந்தது. அங்கிருந்தவர்களிடம் நான் என் எண்ணத்தைப் பகிர்ந்து கொண்டேன்.

அவர்கள் என் எண்ணத்தை வரவேற்றார்கள். இந்த யோசனைக் கோவில் செயற்குழு உறுப்பினர்களுடன் விவாதிக்கப்படும் என்று கூறினார்கள். அதற்குள் நான் கிளம்பும் நேரம் வந்துவிட்டது.

நான் என் வீட்டிற்கு வந்த பிறகு அந்த கோவிலில் முருகர் சிலையை வைக்க அவர்கள் குழு சம்மதம் தெரிவித்ததாக எனக்குத் தகவல் வந்தது. சிலையை உருவாக்கி லண்டனுக்குக் கொண்டு செல்வதற்கான அனைத்து செலவுகளையும் அவர்கள் குழு கவனித்துக் கொள்ளும் என்று சொல்லியிருந்தார்கள். திருச்சூர் மாவட்டத்தின் ஒரு பகுதியான இரிஞ்சாலக்குடாவில் உள்ள ஒரு இடத்தில் முருகர் சிலை செய்யப்பட்டது. சிலை வேலை முடிந்ததும் பழனிமலையில் பூஜை செய்ய வேண்டும் என்று நினைத்தேன். நான் அதனை பழனிமலை அடிவாரத்தில் ஊர்வலமாக எடுத்துச் செல்வதை உறுதி செய்தேன். மிகுந்த மகிழ்ச்சியுடன் அந்தச் செலவுகளை நானே கவனித்துக்கொண்டேன். அதன் பின் அந்த சிலை சென்னைக்கு அனுப்பிவைக்கப்பட்டது. அங்கிருந்து செயற்குழு உறுப்பினர்களுக்குக் கிடைக்கும்.

எனக்கு ஆறு மாதங்கள் விசா பாக்கி இருந்ததால் நான் மீண்டும் பிப்ரவரி மாதத்தில் லண்டன் சென்றிருந்தேன். அதன் பின் நடந்தவை என் இதயத்தை நொறுக்கியது. முருகர் சிலை வைக்க முடிவு செய்த கோவிலின் செயற்குழு இரண்டாகப் பிரிந்ததை அறிந்துகொண்டேன். அதில் சிலர் சிலையை விரும்பினர். சிலர் விரும்பவில்லை. பெரும்பாலான சண்டைகளைப் போலவே மோதலுக்கான உண்மையான காரணம் புத்திசாலித்தனமாக மூடிமறைக்கப்பட்டிருந்தது. முருகர் சிலையை வைக்கலாமா

வேண்டாமா என்று சண்டை போட்டுள்ளார்கள். மக்களின் மனச்சோர்வைக் கண்டு நான் அதிர்ச்சியடைந்தேன்.

நம்முடைய ஆணவத்தால் எதற்காகச் சண்டை போடுகின்றோம் என்பதனையே சில நேரங்களில் நாம் மறந்துவிடுகின்றோம். இந்த வழக்கில் சர்வவல்லமையுள்ள ஒரு சிலைக்காக மனிதர்கள் சண்டையிட்டுக் கொண்டிருந்தனர். அந்த வாதத்தில், நான் கேரளாவில் சூனியம் செய்பவன் என்றும், அந்தச் சிலை எதிர்மறை ஆற்றலைத் தூண்டும் என்றும் பிரச்சாரம் செய்யப்பட்டிருந்தது. நேர்மறையுடன் எடுத்த முயற்சிகள் அனைத்தும் வீணாகிவிட்டன!

அவர்கள் அனைவரையும் முருகப் பெருமான் மன்னிப்பாராக!

இந்த சம்பவம் என்னை மோசமான நிலைக்குத் தள்ளியது. இதை என்னுடைய தனிப்பட்ட தோல்வியாக எண்ணினேன். வார்த்தைகளால் விவரிக்க முடியாத அளவுக்கு அது என்னைப் பாதித்திருந்தது. லண்டனிலிருந்து திரும்பி பழனிக்குப் போனேன். இரவு முழுவதும் நிலவொளியில் குளித்துக்கொண்டிருந்த வலிமைமிக்க பழனி மலையைப் பார்த்தபடி அமர்ந்திருந்தேன். நான் ஏன் இவ்வளவு தோல்வியையும், அவமானத்தையும் சந்திக்க வேண்டும் என்று குழந்தை போல் அழுதேன். தன் உள்ளங்கையால் எனக்கு பாதுகாப்பு அளிப்பதாக உறுதியளித்த என் இறைவனிடமிருந்து எனக்கு நேரடியாகப் பதில்கள் தேவைப்பட்டன.

அதே நேரத்தில் நான் மற்றொரு சோதனைக்கு உட்படுத்தப்பட்டேன். எனது வலது கை போன்றிருந்த செந்தில் அரசியலில் நுழைவதற்காக தன்னுடைய தளத்தைத் திண்டுக்கல்லுக்கு மாற்றிவிட்டார். அவரின் வாழ்விலும் பல சோதனைகள். அவரது சகோதரரின் மறைவு அவரை ஆன்மீகத்திலிருந்த வெளியே செல்லவைத்தது. அதன் பின் நாங்கள் முன்பு போல் சந்திக்கவோ பேசவோ இல்லை. செந்தில் என்னுடைய பல பயணங்களுக்கு வழி வகுத்தவர். என்னைப் பழனி மலையோடு ஒன்றிணைப்பதில் முக்கிய பாலமாக இருந்தவர். நிலவொளியில் பழனி மலையைப் பார்த்துக்கொண்டே அவருடன் பேசிக் கொண்டிருந்த இரவுகள் எண்ணற்றவை.

அன்று இரவும் அவர் என்னுடன் இருந்தார். கடையாக அவர் சில வார்த்தைகளைச் சொன்னார். "ஜி, இவ்வளவு நாளாக ஒன்றாக இருந்தோம். நீண்ட காலமாக ஒன்றாகப் பயணம் செய்துள்ளோம்.

இப்பொழுது நாம் பிரிய வேண்டிய நேரம் வந்துவிட்டது என்று நினைக்கின்றேன்" என்றார். அவர் என் உள்ளங்கைகளை அவரது கைகளில் வைத்துக்கொண்டு, "எனக்கு எப்பொழுதும் உங்கள் மீது நிறைய அன்பு இருக்கும். ஆனாலும் நாம் தனித்தனியாகச் செல்வோம்" என்று சொல்லிவிட்டு செந்தில் திரும்பிப் பார்க்காமல் சென்றுவிட்டார்.

நான் மிகவும் அதிர்ச்சியடைந்தேன். பத்து ஆண்டுகள் அவர் என்னோடு தோளோடு தோளாக நின்றார். நாங்கள் ஒன்றாக நிறையப் பயணம் செய்துள்ளோம். எங்களிடம் பணம் இல்லாமல் இருந்தபோதிலும் நாங்கள் பல பயணங்களில் இணைந்திருந்தோம். எங்களின் பேருந்துப் பயணங்கள், தொலைதூர பயணங்களுக்காகப் பேருந்து நிலையங்களில் காத்திருந்த அந்த இரவு நேரங்கள், தமிழ்நாட்டின் தொலைதூரப் பகுதிகளுக்கான எங்கள் பயணங்கள் என அனைத்தும் என் முன் ஒளிர்ந்தன. மேலும், அவரை என் இதயத்தில் செதுக்கியிருந்தது நான் மட்டுமல்ல. என் அம்மா கூட அவரைப் பற்றி அன்பாக மட்டுமே பேசுவார். நான் அவரை என் இதயத்தில் மிக உயர்ந்த இடத்தில் வைத்திருந்தேன். என் சொந்த சகோதரனுக்கு மேலாகச் செந்திலை வைத்திருந்தேன். அந்த செந்தில் சென்றுவிட்டார்.

அவர் மரியாதையுடன் பிரிந்து சென்றதை நினைத்து இன்றுவரை நான் மகிழ்கின்றேன். அவர் பிரிந்து செல்ல விரும்புகின்றார் என்பதை உணர வைத்த கடவுளுக்கு என் நன்றிகள். நாங்கள் ஒருவருக்கொருவர் வைத்திருந்த அன்பும் மரியாதையும் அப்படியே இருப்பதை அவரின் வெளிப்படைத்தன்மை உறுதி செய்தது. இன்றும் என்னைச் சந்திக்க நேர்ந்தால் அவர் மிக அன்பாக என்னிடம் வருவார். என்னுடன் உறவை முறித்துக் கொள்ளும் அளவுக்கு என்ன நடந்தது என்று நான் அவரிடம் கேட்கவே இல்லை. அவர் கேட்ட இடத்தை அவருக்குக் கொடுக்க வேண்டும் என்று மட்டும் விரும்பினேன்.

படைத்தல் - காத்தல் – அழித்தல். இது உடைக்க முடியாத சுழற்சி சங்கிலி என்பதை நான் புரிந்துகொண்டேன். தொடங்கும் அனைத்தும் முடிவடையத் தான் வேண்டும். நாம் விண்வெளிக்கு அனுப்பப்பட்ட ஏவுகணைகள் போன்றவர்கள். நாம் மேலே செல்வதற்காகப் பல இயந்திரங்கள் இணைந்து வேலை செய்கின்றன. அந்த இயந்திரங்கள் ஒவ்வொன்றும் ஒரு நோக்கத்தைக் கொண்டுள்ளன. அந்த நோக்கம்

நிறைவேறும் வரை அவை நம்முடன் இணைந்திருக்கும். பின்னர் நம் பயணம் தொடர்வதற்காக அது நம்மிடமிருந்து வேகமாகப் பிரிந்து சென்றுவிடும்.

அதுவரை இல்லாத ஒரு தனிமையை அன்று இரவு உணர்ந்தேன். அது பின்னடைவுகளின் பருவம். வெறுமை உணர்வு நிரம்பியிருந்தது. மீண்டும் நிரப்பப்பட முடியாத வெறுமை.

ஓம் சரவண பவாய நமஹ !!!

அவிழ்க்கப்படும் மர்மங்கள்

இந்த அத்தியாயம் முழுவதிலும் சில அமானுஷ்ய கோட்பாடுகளைப் பற்றிப் பேசுவது போல உங்களுக்குத் தோன்றலாம். ஆனால் எனக்கு உணர்த்தப்பட்ட சிலவற்றில் ஒரு துளியையாவது உங்களுடன் பகிர்ந்து கொள்ள நான் செய்யும் ஒரு நேர்மையான முயற்சி இது.

மனிதனின் பூர்வீகத்தைப் பற்றி சிறிது சிந்திப்போம். மனித தோற்றம் என்பது ஒரு பரிணாம வளர்ச்சி என்று பகுத்தறிவாளர்கள் விளக்குகின்றார்கள். அவர்களின் கருத்துப்படி கிருமிகள், ஒற்றை செல் உயிரினங்கள், மீன், விலங்குகள் உட்பட அனைத்து உயிரினங்களுக்கும் இந்த கோட்பாடு பொருந்தும்.

இதனை மதம் சார்ந்து பார்த்தால் நமக்கு வேறுவகையான விளக்கங்கள் கிடைக்கும். இப்புவியில் உள்ள அனைத்துமே ஒரு படைப்பாளரால் உருவாக்கப்பட்டவை என்று மதவாதிகள் நம்புகின்றார்கள்.

எந்த ஒரு குறிப்பிட்ட மதத்தின் மீதும் நம்பிக்கையற்றவர்கள், வெவ்வேறு மதங்களில் பல பெயர்களால் அழைக்கப்படும் ஒரே ஒரு படைப்பாளர் இருப்பதாக நம்புகின்றார்கள். இதுபோன்ற சிந்தனைகளைக் குறித்த வெவ்வேறு கண்ணோட்டங்களைக் கொண்ட பல வகையான மக்கள் நம் பூமியில் வாழ்கின்றார்கள். இந்த புவி மண்டலம் மற்றும் அதற்கும் அப்பால் உள்ள சில உண்மையான நித்திய சக்திகள் இங்குள்ள மனிதர்களைக் கட்டுப்படுத்துவதாகவும் சிலர் நம்புகின்றார்கள். இந்த சக்திகளுக்கு இடையேயான மோதல்கள் இந்த பூமியில் வாழும் மனிதர்களை பெரும் அளவில் பாதிப்பதாகவும் நம்பப்படுகின்றது.

எனது ஆராய்ச்சி, வாசிப்புகள் மற்றும் தியான அமர்வுகளின் விளைவாக நான் பெற்ற தெளிவுகளை இப்பொழுது உங்களோடு பகிர்ந்து கொள்கின்றேன்.

ஆன்மீக உலகில் இரண்டு வகையான நீர்த்தடங்கள் உண்டு. ஒன்று மிகத் தெளிவாக இருந்தாலும் மற்றொன்று மர்ம விடிவிலேயே உள்ளது. இந்த அறிக்கையை வெளியிடுவதன் மூலம் நான் ஏதோ ஒரு சதி கோட்பாட்டை மிகைப்படுத்தி அதை இங்கு நிலைநிறுத்த முனைகின்றேன் என்று பலருக்குத் தோன்றலாம். நிச்சயம் கிடையாது! இந்த பிரபஞ்சத்தின் அடிப்படையான சில விஷயங்களில் எது சரி மற்றும் எது தவறு என்ற குழப்பம் பொதுவாகவே இருந்துவருகின்றது. சரியும், தவறும் உறவினர்கள் என்று நான் கூறுகின்றேன். இதற்கு நீங்கள் என்னுடன் உடன்படுவீர்கள் என நம்புகின்றேன். ஒருவர் சரியென நிலைநிறுத்துவது இன்னொருவருக்குத் தவறாகத் தோன்றலாம்.

சமூகத்தின் ஒரு பிரிவினர் தவறான வழிகளில் பெறப்பட்ட ஒரு சாதனையைக் கொண்டாடலாம். அது காலப்போக்கில் சரியானதாக மாறக்கூடும். இவை அனைத்தும் தொடர்ந்து நடந்துகொண்டே இருக்கும். இந்த தத்துவத்தை நாம் சரியாகப் புரிந்து கொள்ளவில்லை என்றால் உலகளாவிய எந்த விஷயத்தையும் இயற்கையாக நம்மால் சாதிக்கமுடியாது. குறிப்பாக மேற்கத்திய உலகத்தில் வெற்றி பெறவே முடியாது. அதிலும் குறிப்பாக அமெரிக்கா மற்றும் ஐரோப்பாவில் வெற்றி பெற்ற ஆளுமைகளை நீங்கள் பகுப்பாய்வு செய்தால் இதை நீங்கள் ஆழமாகப் புரிந்துகொள்வீர்கள்.

ரோஜா பூவை பார்த்தாலே நாம் மயங்குகின்றோம். ரோஜாவைப் பார்க்கையிலே அதன் காம்பில் உள்ள முட்களை நாம் மறந்துவிடுகின்றோம். ரோஜாக்களின் அழகு அதன் முட்களை மறக்கவைக்கின்றது. அதேபோல் அதன் இலைகளைத் தின்ற புழுக்களையும், அதனால் அழகிழந்த இலைகளையும் நாம் கணக்கில் கொள்வதில்லை. இப்பொழுது நாம் ரோஜா பூக்களை மட்டுமே பார்த்தால் வேறெதுவும் அங்கு இல்லை என்று அர்த்தமில்லை. உண்மைதானே? புழுக்கள், இலைகள் மற்றும் முட்கள் என அனைத்தும் இருக்கின்றன. அவை அனைத்தும் உண்மையானவை. நாம் அவற்றைப் பாராட்டவில்லை என்றாலும் அதன் இருப்பு என்பது மறுக்க முடியாதது. அப்படித்தானே?

இப்புவியில் ஆன்மீக அலைகளை உருவாக்கியவர்கள் தங்களின் 30 வயதிற்குள் தங்களுக்குத் தேவையான அனைத்தையும் நிறைவேற்றிவிட்டு இப்புவியைவிட்டு சென்றுவிட்டனர். இதற்கு ஏசுநாதர், விவேகானந்தர் போன்ற பலரை எடுத்துக்காட்டாகச் சொல்லலாம். ஆன்மிகம் தவிர மற்ற துறைகளில் தாக்கத்தை ஏற்படுத்தியவர்களிடமும் இதே போன்ற நிகழ்வை நம்மால் பார்க்கமுடியும். உதாரணமாக, பேரரசர்நீரோ, சில்வியா பிளாட், ஃபிரான்ஸ் காஃப்கா, சங்கம்புழா, ராமானுஜன் போன்றவர்கள்.

தற்சமயம் நாம் ஆன்மீகத்தில் மட்டும் கவனம் செலுத்துவோம். ஒரு மனிதர் ஒரு குறிப்பிட்ட நிலைகளைத் தாண்டியவுடன் அவர் பல ஆற்றல் மிக்க மனிதர்களால் அல்லது சக்திகளால் பின்தொடரப்படுவார் என்பது தான் உண்மை. புத்திசாலித்தனமாக யோசித்துப் பார்த்து நாம் எது போன்ற சக்திகளுடன் இணைந்திருக்கின்றோம் என்பதைப் புரிந்துகொண்டு நம் நேரத்தை ஆக்கப்பூர்வமாகச் செலவிடுவது நம் கையில் தான் உள்ளது. எந்த ஒரு சக்தியுடன் நம்மை இணைத்துக்கொள்வது என்பது நம் கையில் தான் உள்ளது. இது ஒருவரின் தனிப்பட்ட விருப்பம். உணர்வுப்பூர்வமாக அந்த முடிவை எடுப்பது மிகவும் முக்கியமானது. தோல்வியிலிருந்தபொழுது நான் கற்றுக் கொண்ட முக்கியமான பாடம் இது. நீங்கள் ஐரோப்பாவிலே+ அல்லது அமெரிக்காவிலோ ஒரு முயற்சியை முன்னெடுக்கின்றீர்கள் என்றால், உங்களுடன் சண்டையிடவோ அல்லது இணைவதற்கோ ஆற்றல் மிக்க சில சக்திகள் எப்பொழுதும் தயாராக இருக்கும். இது இல்லுமினாட்டிகளின் நிலைப்பாடு.

இதனைக் கேட்கும்பொழுது மர்மமான முறையில் செயல்படும் சில மனிதர்கள் அல்லது இயக்கங்களை உங்கள் மனம் கற்பனை செய்யலாம். எவ்வாறாயினும் நான் இங்கு ஒரு குழுவினரையோ அல்லது அவர்களின் பணி அமைப்பைப் பற்றியோக் குறிப்பிடவில்லை. நான் அதற்குப் பின்னால் செயல்படும் ஆற்றல்கள் அல்லது சக்திகளைப் பற்றிக் குறிப்பிடுகின்றேன். இந்த பூமியில் இந்த சக்திகள் அதிக ஆற்றல் கொண்டதாக இருக்கின்றன. குறிப்பாக ஐரோப்பா மற்றும் அமெரிக்காவில் மிகவும் வலுவாக உள்ளது. முன்பு கூறியது போல், இங்கு சரி மற்றும் தவறு என்பது முற்றிலும் ஒன்றோடு ஒன்று தொடர்புடையது. அது சூழ்நிலைகளையும், மனிதர்களையும் பொறுத்ததாக இருக்கின்றது. இந்த சக்திகளின் ஆதரவில் பலர் வெற்றி

பெற்றிருக்கின்றார்கள். மேற்கத்திய நாடுகளில் வெற்றி பெற்று உயர் அந்தஸ்தில் உள்ள பலர் இலுமினாட்டிகளால் ஆதரிக்கப்பட்டுள்ளனர் என்பதற்கு வரலாற்றில் பல ஆதாரங்கள் உள்ளன.

உங்களுடன் இணைய முயற்சிக்கும் ஆற்றல்களை அடையாளம் காண்பது நிச்சயம் எளிதான விஷயம் அல்ல. இதனை நீங்கள் கட்டாயம் புரிந்து கொள்ளவேண்டும். உங்களுக்குத் தேவையான நேரங்களில் இந்த சக்திகள் உங்களுக்காகச் சரியாக வேலைசெய்யும்.

இல்லுமினாட்டியின் பிரபலமான சின்னம் என்பது பிராவிடன்ஸ் கண் என்று சொல்லப்படுகின்ற ஒரு பிரமிடில் பொறிக்கப்பட்ட கண் ஆகும். அமெரிக்க டாலர் நோட்டில் இந்த சின்னம் அச்சிடப்பட்டிருப்பது அதிர்ச்சிக்குரியது.

அமெரிக்காவை நிறுவிய ஜார்ஜ் வாஷிங்டன் அச்சிட அனுமதித்த டாலர் நோட்டுகள் இவை! இதையெல்லாம் வைத்து நீங்கள் ஜார்ஜ் வாஷிங்டனின் வரலாற்றில் இறங்கினால் அவரைப் பற்றி என்ன புரிந்துகொள்ள முடியும்?

இலுமினாட்டி- உலகிற்கு அச்சுறுத்தல் என்று ஜார்ஜ் வாஷிங்டன் பகிரங்கமாகக் கூறியதாக வரலாறு கூறுகின்றது! நான் இதற்கு முரண்படுகின்றேனா? இல்லை! ஆற்றல் சக்திகளின் வழிகள் விசித்திரமானவை. அவர் சொல்லும் வரை மக்கள் மனதில் இல்லுமினாட்டி என்பது ஒரு கட்டுக்கதையாகவே இருந்தது. இது வெறும் சந்தேகத்திற்குரிய கருத்தாகவே இருந்தது. ஜார்ஜ் வாஷிங்டனின் ஒரு அறிக்கை மூலம் இலுமினாட்டிகள் உண்மையானவர்கள் என்பதை மறைமுகமாக மக்கள் மனதில் அவர் பதித்தார். இதைச் சொன்னவர் டாலர் நோட்டிலிருந்த இலுமினாட்டி சின்னத்தில் தவறி விழுந்தார்.

இதையெல்லாம் நான் உங்களுடன் பகிர்ந்துகொள்வதற்கு வலுவான பல காரணங்கள் உள்ளன! ஆன்மீக உலகில் சில நிலைகளை நீங்கள் கடந்தவுடன் உங்களை விரக்தியிலும் முழுமையான அவலத்திலும் ஆழ்த்தும் ஆற்றல் கொண்ட பல சோதனையான நேரங்களை நீங்கள் சந்திப்பீர்கள். அத்தகைய இக்கட்டான கட்டத்திலிருந்து வெளியே வந்து ஒரு புதிய கட்டத்தை அடையும் நேரம் வரை இந்த சக்திகள் உங்களை வழிநடத்தவோ அல்லது உங்களை அவர்கள் வலையில் வீழ்த்தவோ உங்களைத் தேடி வரும். நான் முன்பே குறிப்பிட்டது போல் நீங்கள் அறியாமலேயே அதில்

நழுவி விழலாம். இந்த நிகழ்வுகளைப் பற்றி விழிப்புடன் இருப்பது உங்களைப் பாதுகாப்பில் வைத்திருக்க உதவும். மேற்கத்திய உலகில் இந்த சக்திகளின் செல்வாக்கு மிகவும் வலுவாக உள்ளது. இதை நான் உறுதியாகச் சொல்கின்றேன். ஏனென்றால் நான் அதனைக் கடந்துவந்தவன்.

ஒரு காலத்தில் ஒரு பெரிய இயக்கம் இருந்தது. அது இந்த உலகத்தை ஆன்மீக ரீதியாக மாற்றக்கூடிய திறன் கொண்டதாக இருந்தது. இந்த மாபெரும் இயக்கத்தின் குறிக்கோள் என்பது இந்த உலகை ஆன்மீகத்தை நோக்கி வழிநடத்தும் திறன் கொண்ட ஒரு குருவை (ஒரு ஆன்மீகத் தலைவர்) கண்டுபிடிப்பதாகும். வெளிநாட்டில் இந்த இயக்கம் தொடங்கப்பட்டது. திராவிடர்களிடையில் தான் முதல் குரு பிறப்பார் என்று முன்னறிவிப்பு செய்தது. இந்த மனநிலையைக் கொண்ட ஆன்மீக ஆர்வலர்கள் இந்தியாவில் தங்கியிருந்தபொழுது, இந்தியாவின் தென்பகுதியில் உள்ள கடற்கரையில் இரண்டு குழந்தைகள் விளையாடுவதைக் கண்டனர். இந்த குழந்தைகளில் ஒருவரின் உச்சந்தலையில் ஒரு வலுவான ஒளி வீசுவதை அவர்கள் கவனித்தார்கள். இந்த நிறுவனம் இந்த குழந்தைகளைத் தத்தெடுத்து விமானம் மூலம் அவர்களை இங்கிலாந்துக்கு அனுப்பியது. அவர்கள் கணித்தபடி அந்த இரண்டு குழந்தைகளில் ஒருவர் மிகுந்த புத்திசாலி என்பதை நிரூபித்தார். படிப்படியாக அவர் மிகச் சிறிய வயதிலேயே அசாதாரண திறமைகளை வெளிப்படுத்தினார். மேலும் மேற்கத்திய ஆன்மீக உலகில் ஒரு முக்கிய நபராக உயர்ந்தார். உலகம் முழுவதும் வேரூன்றிய இந்த நிறுவனம் அவரை உலகளாவிய குருவாக அறிவிக்க முடிவு செய்தது. அந்த காலகட்டத்தில் இந்த குழந்தையின் சகோதரனும், தோழனும், நம்பிக்குரியவருமாக இருந்தவர் இறந்து போனார். இந்த சம்பவம் அவரை மிகவும் பாதித்தது. எல்லாவற்றையும் கைவிட முடிவு செய்யும் அளவுக்கு இந்தச் சம்பவம் அவரை உடைத்தெறிந்துவிட்டது.

உலகையே ஆன்மீக பாதையில் வழிநடத்த இருப்பவர் என்று முன்னறிவிக்கப்பட்டவர் தன்னை வளர்த்த நிறுவனத்திற்கு எதிராக திரும்பினார்.

அவரது வாழ்க்கையின் மிக முக்கியமான கட்டத்தில் என்ன நடந்தது என்று பாருங்கள். அந்த ஒரு சம்பவம் மட்டும் நடக்காமலிருந்திருந்தால் இந்த உலகையே ஆன்மீக ரீதியில்

திருப்பும் ஆற்றல் அவரிடம் அப்படியே இருந்திருக்கும். அந்தத் திட்டத்தின்படி எல்லாம் நடந்திருந்தால் நாம் இப்பொழுது வித்தியாசமான ஒரு வாழ்க்கையை வாழ்ந்துகொண்டிருப்போம். இந்த நபரின் பெயரை வெளிப்படுத்த வேண்டாம் என்று நான் நினைக்கின்றேன். கூர்மையாக இதனை ஆராய்ந்து பார்த்தால் அவர் எவ்வாறு இந்த பாதையிலிருந்து விலகிச் சென்றார் என்பதையும், அவர் தொடரவிருந்த நிலையையும் தெளிவாக உணர முடிகின்றது. சக்திகள் அவரை சரியான நேரத்தில் மற்றும் சரியான முறையில் திசைதிருப்பி இருக்கின்றன. இது என்னுடைய தனிப்பட்ட அவதானிப்பு. எனது வாழ்க்கையில் பெரும்பாலான நேரங்களில் நான் செய்த ஆராய்ச்சி மற்றும் தியானங்களை வைத்து என்னால் இதைச் சொல்ல முடிகின்றது. மீண்டும் சொல்கின்றேன். இது எனது தனிப்பட்ட முடிவு.

நான் ஐரோப்பாவிலிருந்தபொழுது, நான் அனுபவித்த விரக்தியின் காரணமாக என்னால் இதனைத் தெளிவாகப் புரிந்து கொள்ள முடிந்தது. ஒரு குறிப்பிட்ட புள்ளிக்குப் பிறகு ஆன்மீக உலகின் எல்லா முனைகளிலும் இத்தகைய பின்னடைவுகள் வருவது சகஜம். நான் அனுபவிக்கத் தொடங்கிய தனிமை தான் இது போன்ற ஆராய்ச்சியில் என்னை இறக்கியது. நான் செய்த ஆராய்ச்சியை வைத்துத் தான் என்னால் அனைத்தையும் எதிர்த்து எல்லா வல்ல இறைவனிடம் சரணடைய முடிந்தது. இந்தப் புத்தகத்தை எழுத நினைத்தபொழுது இதனைப் பற்றிப் பேச வேண்டுமா என்று ஆழ்ந்து யோசித்தேன். அதற்கான பதிலைத் தேடினேன். மேலே செல் என்று எனக்குக் கிடைத்த பதில் தான் இதனை எழுத வைத்தது. எல்லா ஆன்மீகத் தலைவர்களும் இத்தகைய நிலைகளை எதிர்கொண்டு கடந்து செல்கின்றனர். இது உறுதியானது.

இருப்பினும் சில காரணங்களால் அவை பேசப்படுவதில்லை அல்லது ஆவணப்படுத்தப்படுவதில்லை. நான் அனுபவித்ததில் 10% மட்டுமே இங்கே சொல்லப்பட்டுள்ளது. பெரும்பாலான தகவல்களை நான் விட்டுவிட்டேன் என்பதை நான் ஒப்புக்கொள்கின்றேன்.

இத்தகைய நெருக்கடிகளிலிருந்து பெறப்பட்ட போதனைகள் மற்றும் ஆற்றலின் எழுச்சியை நான் இப்பொழுது எதிர்நோக்குகின்றேன். எனது முன்னோக்கிச் செல்லும்

பயணத்திற்கு எனது இறைவனின் அறிவுறுத்தல்களை ஆவலுடன் எதிர்பார்க்கின்றேன்.

ஓம் சரவண பவாய நமஹ !!!

லயன் மயூரா ராயல் கிங்டம் (LMRK)

சென்ற அத்தியாயத்தில், எவ்வாறு நம்முடைய ஆன்மீக வளர்ச்சிகளின் முக்கியமான தருணங்களில் வரும் பின்னடைவுகளையும், தனிமையையும் அனுபவிக்க நேர்கின்றது என்பதனைப் பற்றி விவாதித்தோம். இது போன்ற சம்பவங்கள் நம்மை அதிர்ச்சியில் ஆழ்த்துகின்றது. அதனோடு, நாம் அதனை எதிர்கொள்ளத் தயாராக இல்லாத சூழ்நிலைக்கும் நம்மைத் தள்ளிவிடுகின்றது.

எல்லாம் வல்ல என் இறைவனின் அருளால் எல்லாவற்றிலிருந்தும் மீண்டு வந்தேன். மேலும், இது போன்ற பின்னடைவுகள் ஏன் நடக்கின்றன? அதனை எவ்வாறு சமாளித்து அதிலிருந்து முன்னேறுவது போன்றவற்றைப் புரிந்துகொள்வதற்கான உந்துதல்களையும் பெற்றேன். இன்று நான் ஆசிர்வதிக்கப்பட்டதாக உணர்கின்றேன். எவ்வாறு தடைகளை கடப்பது என்பதைப் புரிந்துகொண்டதன் மூலம் சில ஆற்றல் மிக்க சக்திகளின் செல்வாக்கை எதிர்க்கும் வலிமையைப் பெற்றேன். இதனையே நான் உண்மையான சாதனையாகக் கருதுகின்றேன். நான் மிகத் தைரியமாக இருப்பதற்கும், எனது ஆன்மீக வளர்ச்சி வலுவாக அமைவதற்கும், எனது கடமைகளில் அதிக கவனம் செலுத்துவதற்கும், எனது இறைவன் வடிவமைத்த கருவிகளாக இருந்த எனது பின்னடைவுகளைத் திரும்பிப் பார்ப்பதில் நான் மகிழ்ச்சியடைகின்றேன்.

அந்த எதிர்மறை ஆற்றல்களை எதிர்த்து, அதனைக் கடந்த பின்பும் அவற்றை எதிர்கொள்ள வேண்டிவரும் என்பதை நான் உணர்ந்தேன். இந்த புரிதல் தான் என் ஆரா வை சுற்றி ஒரு பாதுகாப்பு

வளையத்தை உருவாக்குவதில் என்னைக் கவனம் செலுத்த வைத்தது. ஒரு கட்டத்தில் இந்த எண்ணங்கள் என் சிந்தனைகளில் தொடர்ந்து ஓடிக்கொண்டேயிருந்தது. அதற்கான பரிந்துரைகளையும், அறிவுறுத்தல்களையும், வழிகாட்டுதல்களையும் இறைவனிடமிருந்து பெறுவேன் என்பதை உறுதியாக நம்பினேன். மேலும் நான் மற்றொரு உண்மையை உங்களிடம் வெளிப்படுத்துகின்றேன். என் இறைவன் எனக்குக் கரண்டியால் ஊட்டிவிடுவதை ஒரு கட்டத்தில் நிறுத்திவிட்டார். 12 ஆண்டுகளுக்கு முன்பு என்னைப் போன்ற ஒரு முட்டாளைத் தேர்ந்தெடுத்து, கற்பித்து, பயிற்சி அளித்து, தெய்வீக பணிகளைச் செய்யக் கூடியவராக ஆளாக்கினார். அதன் பின் அதிவேக சோதனைகள் தொடங்கின. எல்லாவற்றிலும் உச்சமாக எனது வலது கை என்று நான் கருதிய ஒரு நபர் என்னை விட்டுப் பிரிந்து சென்றார். பின்னடைவு மற்றும் பற்றின்மையைக் குறித்தும் நான் சோதிக்கப்பட்டேன். ஏமாற்றமடைந்து கடலில் மூழ்குவதற்குப் பதிலாக என் நிலையைச் சுயபரிசோதனை செய்து என்னை மீட்டெடுக்க என் என்னை இறைவன் ஆசிர்வதித்தார். என்னைச் சிறந்த மற்றும் முதிர்ந்த நிலைக்கு மாற்றிக்கொள்ளப் பெரிதும் உதவினார். இக்கட்டான தருணங்களில் இறைவனிடமிருந்து உதவியை எதிர்நோக்காமல் நல்ல காரியங்களைச் செய்யக்கூடிய நம்பிக்கை எனக்கு வரவேண்டும் என்று முருகப்பெருமான் கூறியதை என்னால் உணர முடிந்தது. என் இறைவன் எப்பொழுதும் என் ஆதாரமாக இருப்பார். இதனை நான் முழுமையாக நம்ப வேண்டும்.

விண்வெளி வீரர் யூரி ககாரின் வாழ்வில் நடந்த ஒரு கதை எனக்கு நினைவிற்கு வருகின்றது. விமானம் ஓட்டுவதற்கு அவர் பயிற்சி செய்துகொண்டிருந்த காலத்தில் நடந்த ஒரு சம்பவம் இது. வழக்கம் போல் ஒரு நாள் அவர் விமான பயிற்சி பெரும் இடத்திற்கு வந்தார். தான் பயிற்சி பெற்றுக்கொண்டிருக்கும் சிறிய விமானத்தில் ஏறினார். யூரி ககாரின் எல்லாவற்றையும் சரிபார்த்துவிட்டு தன் இருக்கையின் பட்டையை அணிந்துகொண்டு இயந்திரத்தைத் தயார் நிலையில் வைத்துக்கொண்டு அவருடைய பயிற்சியாளருக்காகக் காத்துக்கொண்டிருந்தார். அன்றைய தினம் அவரது பயிற்சியாளர் அவருக்கு ஒரு புதிய பாடத்தை கற்றுக் கொடுக்க இருக்கின்றார் என்பது அவருக்குத் தெரியாது. அவரது பயிற்சியாளர் விமானத்தின் அருகே வந்து கதவைத் திறந்து, "இன்று நான் உன்னுடன் வரமுடியாத

நிலையில் இருக்கின்றேன் யூரி. ஆனால் உங்களால் இதனைச் செய்ய முடியும் என்று எனக்குத் தெரியும். நீங்கள் விமானத்தைச் செலுத்துங்கள்" என்று கட்டளையிட்டு விட்டு கதவை மூடிவிட்டுச் சென்றுவிடுகின்றார்.

அங்கு நடந்த திடீர் திருப்பத்தினால் அந்த குளிர் காலத்திலும் யூரிக்கு வியர்ப்பதை என்னால் கற்பனை செய்ய முடிகின்றது. அவரது விமானத்தை நீண்ட காலமாக அவரே கையாண்டார். ஆனால் அப்பொழுதெல்லாம் அவருக்குப் பக்கத்து இருக்கையில் அவரின் பயிற்சியாளர் அமர்ந்திருந்தார். அது யூரிக்கு மிகப் பெரிய பாதுகாப்பையும் நம்பிக்கையையும் அளித்தது. ஆனால் திடீரென்று விஷயங்கள் வேறாக நடக்க ஆரம்பித்தன. பின்னர் அவர் பேஸ் ஸ்டேஷனிலிருந்து தொடர்பைப் பெற்றுக்கொண்டு திரும்பிப் பார்க்காமல் பறக்கத் தொடங்கினார்.

தன்னுடைய புறப்பாடு அற்புதமாக இருந்ததென்று அவருடைய பயிற்சியாளர் கூறியது அவருடைய காதுகளில் விழுந்தது. அன்றிலிருந்து அவருடைய பயிற்சியாளர் அவருடன் செல்வதை நிறுத்தினார். பேஸ் ஸ்டேஷனில் இருந்து கொண்டு அவரைக் கண்காணித்து அவரின் தவறுகளைத் திருத்தி, எச்சரித்து, ஊக்கமளித்து வந்தார்.

அன்று யூரி ககாரின் எந்த நிலையிலிருந்தாரோ அதே நிலையில்தான் நானும் இருந்தேன். ஒரு காலத்தில் என் கனவில் வந்து செய்திகளை சொன்ன சர்வ வல்லவர் பின் உள் குரலாக மாறி நேரடியாக செய்திகளைச் சொன்னார். இப்பொழுது என்னைக் கண்காணிக்கவும் மற்றும் என்னைப் பறக்க விடவும் முடிவெடுத்தார். தவறான வழியில் சென்றால் நான் அன்பாகத் தண்டிக்கப்படுவேன் என்ற உணர்வுடன் நான் ஒரு குழந்தையாக மாறிப்போனேன். எனவே சில விஷயங்களை ஒழுங்கமைக்க வேண்டிய நேரம் வந்துவிட்டதை உணர்ந்தேன். நமக்கென்று ஒரு இடத்தில் ஒரு அமைப்பு இருப்பது நல்லது என்று தோன்றியது.

நான் முன்பு குறிப்பிட்டது போல், உலகெங்குமுள்ள முருகப்பெருமானின் பக்தர்கள் என்னை அழைத்து தங்கள் வாழ்க்கையில் நடக்கும் விஷயங்களைப் பகிர்ந்துகொண்டனர். சிலருக்கு தங்களின் தனிப்பட்ட வாழ்க்கை தொடர்பானப் பிரார்த்தனைகளும், ஆலோசனைகளும் தேவைப்பட்டது. சிலருக்கோ

அவர்களின் வணிகம் அல்லது படிப்பில் உள்ள போராட்டங்களை எளிதாக்கப் பிரார்த்தனைகள் தேவைப்பட்டது. நான் அவர்களுக்குச் சொல்ல வேண்டிய அனைத்தும் என் இறைவனின் கருணையினால் முறையாக வழங்கப்பட்டது. பிரார்த்தனைகள் பலன் அளித்தவுடன் என்னை தொலைப்பேசியில் தொடர்பு கொண்டு பலர் தங்களின் மகிழ்ச்சியை தெரிவித்தனர். கிட்டத்திட்ட 92% பேர் நன்றியுடன் திரும்ப அழைத்தார்கள் என்பது எனக்குத் தெரியும். தொற்றுநோய்கள் வந்தபொழுது இந்த சதவீதம் 96% க்கும் அதிகமாக அதிகரித்தது என்பதை உண்மையில் நான் என் பாக்கியமாக உணர்கின்றேன்.

2017 ஆம் ஆண்டு ஏப்ரல் மாதத்திற்குள் உலகம் முழுவதிலுமிருந்த முருக பக்தர்களுடன் ஒரு நல்ல தொடர்பு உருவானது. கடவுளின் ஆசீர்வாதத்தில் இந்த நட்பு வட்டாரங்கள் நன்கு ஒருங்கிணைந்த ஒரு குழுவாக மாறியது.

நாம் வழியில் சந்திக்கும் பல்வேறு பிரச்சனைகளை எப்படி மென்மையாக மாற்றுவது என்பதனைக் குறித்த என் ஆராய்ச்சிக்கு மீண்டும் வருவோம். இதில் ஒரு உண்மை என்னவென்றால், என்னுடன் முன்பு இருந்தவர்களில் எவரும் இப்பொழுது இல்லை. முதல் 12 வருடம் எனக்கு ஆதரவாக நின்றவர்களில் பெரும்பாலானோர் ஏதோ ஒரு கட்டத்தில் கலைந்து சென்றுவிட்டனர். இவை அனைத்தையும் என் இறைவனிடம் ஒப்படைத்துவிட்டு எனக்கான நம்பிக்கையைத் தேடினேன். நீங்கள் எதனைத் தேடுகின்றீர்களோ அதனைக் கண்டுபிடிப்பீர்கள். என்னைச் சுற்றி என்ன நடக்கின்றது என்ற உண்மையை ஒரு உவமை மூலம் இறைவன் எனக்குப் புரிய வைத்தார்.

என் இறைவன் இவ்வாறு விவரித்தார், "நீங்கள் குமரி கண்டத்தில் கால் பதிக்கும் நோக்கில் ஒரு கப்பலில் இருக்கின்றீர்கள் என்று கற்பனை செய்து பாருங்கள். நீங்கள் இந்தக் கப்பலில் பயணிப்பவர் மட்டுமல்ல. நீங்கள் தான் தலைவர். உங்களின் பயணம் நீண்டது. வழியில் பல துறைமுகங்களில் நீங்கள் கப்பலை நிறுத்த நேரிடும். உங்கள் பயணிகளில் சிலர் சில துறைமுகங்களில் இறங்கிக்கொள்வார்கள். அது உங்களை ஏமாற்றமடையச் செய்யக்கூடாது.

அவர்கள் குமரி கண்டத்தை மீட்டெடுப்பதில் சிறிய கடமைகள் கொடுக்கப்பட்டவர்கள் என்பதை நீங்கள் புரிந்து கொள்ள வேண்டும். மேலும் ஒவ்வொரு துறைமுகத்திலும் கப்பலில் ஏறும் புதிய ஆட்களும்

இருப்பார்கள். இந்தப் பயணத்தில் உங்களுக்குப் பக்கத்தில் துணையாக நிற்க வேண்டியவர்களும் இந்தக் கூட்டத்தில் இருப்பார்கள். எனவே பயணத்தில் கவனம் செலுத்தி தன்னம்பிக்கையுடன் முன்னேறுங்கள்" என்றார்.

இந்த உவமையின் மூலமாக எனக்கு வழங்கப்பட்ட நம்பிக்கையும், உறுதிப்பாடும், சமாதானமும் கணக்கிடமுடியாதது. எல்லா நேரங்களிலும் என்னுடன் நெருக்கமான தொடர்பில் இருப்பவர்கள் தான் என்றும் என்னோடு இருப்பவர்கள் என்பதை நான் தாமதமாக உணர்ந்துகொண்டேன். குறிப்பிடத்தக்க சில பெயர்களைச் சொல்லவேண்டுமென்றால், சென்னையைச் சேர்ந்த தேவேட்டன் என்று அன்புடன் அழைக்கப்படும் தேவன், தகவல் தொழில்நுட்ப நிபுணரும் மூத்த நிர்வாகியுமான ஸ்ரீனிவாசன், முழங்குன்னத் காவிலைச் சேர்ந்த ராஜேஷ், அனூப், அனு மற்றும் திரூரைச் சேர்ந்த கோகுல் மற்றும் உலகெங்கிலும் உள்ள பலர் உள்ளனர். அனைவரும் தற்பொழுது தெய்வீக பணியில் உள்ளனர். இது தவிர என்னுடைய நண்பர்கள் லாலுவும், வேணுவும் எப்பொழுதும் இருக்கின்றார்கள். இந்த மக்களோடுதான் எங்களது எதிர்கால நடவடிக்கைகளை விவாதித்து வருகின்றேன். எங்களின் எல்லா விவாதங்களின் முடிவிலும், முருகர் நமக்கென ஒரு பாதையைத் திறக்கும் வரை நாம் காத்திருப்போம் என்று கூறி நிறைவுசெய்வோம்.

ஏப்ரல் 2017 ல் விஷூவுக்குப் பிறகு எனக்கு ஒரு செய்தி கிடைத்தது. நமது இயக்கம் எப்படிச் செல்லவேண்டும்? எப்பொழுது தொடங்க வேண்டும் போன்றவற்றைப் பற்றிய தெளிவான செய்தி இறைவனிடமிருந்து வந்தது. நல்ல நாளான சஷ்டி நாளில் இந்த இயக்கத்தின் தொடக்கத்தை அறிவிக்க வேண்டும் என்பது எனக்கிடப்பட்ட கட்டளையாக இருந்தது. செய்தி அதிமுக்கியமானதாக இருந்ததால் அதிர்வுகள் குறையும் முன் நான் சில குறிப்புகளை எடுத்து வைத்தது எனக்கு நினைவிருக்கின்றது. இது தான் லயன் மயூரா ராயல் கிங்டம் (LMRK) பிறந்த கதை!

LMRK பற்றிய சில உண்மைகளை இப்பொழுது பகிர்கின்றேன்:

- LMRK என்றால் என்ன?

  குமரி கண்டத்தின் மறுசீரமைப்பிற்காக அயராது உழைக்க வேண்டும் என்ற நம் இறைவனின் கட்டளையோடு

நிறுவப்பட்ட ஒரு இயக்கம் ஆகும். ஒரு காலத்தில் உலகமே வியந்து போற்றிய இந்தியாவையும், அதன் பொற்காலத்தையும் மீட்டெடுப்பதற்கான மறுசீரமைப்பு நடைபெற்று வருகின்றது. சித்தர் பாரம்பரியத்தை மீண்டும் கொண்டு வந்து இந்தியாவின் ஆன்மீக எழுச்சியை உணர்வதற்கு இது வழிவகை புரியும்.

- LMRK வின் உறுப்பினர்கள் யார்?
  முருகப்பெருமானின் பக்தர்கள் அனைவரும் LMRK வில் சேர வரவேற்கின்றோம்.

- LMRK அதன் உறுப்பினர்கள் மீது எத்தகைய செல்வாக்கைச் செலுத்துகின்றது?
  பெரும்பாலான பாரம்பரிய ஆன்மீக நிறுவனங்களைப் போலவே LMRK அதன் உறுப்பினர்கள் மீது எதையும் திணிப்பதில்லை - இது நாங்கள் பின்பற்றும் மிகப்பெரிய நெறிமுறை.

  - ஒரு நபரின் முதன்மையான பொறுப்பு என்பது நிச்சயமாக குடும்பத்தை நோக்கியது என்று நாங்கள் உறுதியாக நம்புகின்றோம்.

  - தங்கள் குடும்பத்தைப் புறக்கணித்து விட்டு LMRK விற்காக வேலை செய்வதை நாங்கள் ஒருபொழுதும் ஊக்கப்படுத்துவதில்லை. LMRKவை பொறுத்தவரை, தங்களின் முதன்மைப் பொறுப்பை நிறைவேற்றுபவர்கள் மட்டுமேநீண்டகால அடிப்படையில்LMRKஇயக்கத்திற்காக உண்மையாக பணியாற்ற முடியும்.

  - ஒருவர் என்ன உடுத்த வேண்டும் அல்லது சாப்பிட வேண்டும் போன்ற தனிப்பட்ட விஷயங்களில் LMRK தலையிடாது. எப்பொழுதும் சரியான உணர்வுடன் நடந்து கொள்ள வேண்டும். அதே போல் முன்னோக்கியும் செல்ல வேண்டும். நம்மால் முடிந்தவரை ஒரு அடக்கமான வாழ்க்கையை வாழ முயற்சி செய்ய வேண்டும்.

  - ஒரு நாளைக்கு ஒருமுறை உங்கள் வீட்டிலிருக்கும் முருகர் படத்தின் முன் தீபம் ஏற்றி ஓம் சரவணபவாய நமஹ என்று ஒன்பது முறை ஜபிப்பதை வழக்கமாக்கிக் கொள்வது சிறப்பு. இதை முடிக்க இரண்டு நிமிடங்கள் போதுமானது.

- வாரத்திற்கு ஒருமுறை 15 நிமிடங்கள் தியானத்திற்கு என்று ஒதுக்க வேண்டும். இதனை ஞாயிற்றுக்கிழமை காலை 10 -10:15 IST வரை செய்தல் மேலும் சிறப்பு. பூமியில் உள்ள முருகப்பெருமானின் அனைத்து சக்திகளும் அந்த நேரத்தில் திறக்கப்படுகின்றன. எனவே நான் தவறாமல் தியானம் செய்யும் நேரம் இது. அதனையே அனைவருக்கும் நான் பரிந்துரைக்கின்றேன். பக்தர்கள் அனைவரும் ஒரே நேரத்தில் இந்த விதியைப் பின்பற்றினால் அதன் விளைவு பூமியில் பெரும் நேர்மறையான தாக்கத்தை ஏற்படுத்தும். இன்று நம்மில் சிலர் மட்டுமே இருக்கின்றோம்... குமரி கண்டத்தை மீட்டெடுத்தவுடன் அந்த 15 நிமிட சக்திவாய்ந்த அதிர்வுகளின் பொழுது இந்த முழு உலகமும் உற்சாகமடையும்.

- உறுப்பினர் ஆன பிறகு LMRK இயக்கத்திலிருந்து யாராவது வெளியேற விரும்பினால் என்ன செய்வது?
  LMRK வின் கதவுகள் எப்பொழுதும் திறந்தே இருக்கும். முருக பக்தர்கள் உள்ளே நுழைவதற்கும் வெளியே செல்வதற்கும் இதுவே வழி.

- மாதவிடாய் சுழற்சியின் பொழுது LMRK வின் பெண்கள் பின்பற்ற வேண்டிய விதி என்ன?
  கந்த புராணத்தைப் பொறுத்தவரை, முருகப்பெருமானின் தாய்மார்கள் என்று சொல்லப்படுகின்ற பார்வதி தேவியோ அல்லது அவரது வளர்ப்புத் தாய்மார்களோ மாதத்தில் ஏழு நாட்கள் பிரார்த்தனை செய்வதிலிருந்து தங்களை விலக்கி வைத்தார்கள் என்பதைக் குறித்த எந்த நிகழ்வும் அதில் இல்லை., மாதவிடாயைத் தூய்மையின் அடையாளமாகக் கருதாமல், தாய்மையின் அடையாளமாக LMRK கருதுகின்றது. பகவதி அம்மனின் மாத விளக்கைக் கூட திராவிடப் பழங்குடியினர் விழாவாகக் கொண்டாடுகின்றார்கள் என்பது இங்கே குறிப்பிடத்தக்கது. முருகர் திராவிட வர்க்கத்தவர்.

- LMRK ஏதேனும் ஆடைக் குறியீட்டைப் பின்பற்றுகின்றதா?
  நிச்சயம் இல்லை! இறைவனின் கட்டளையின் பெயரில் செய்யப்படும் சில பணிகளின் பொழுது, ஒற்றுமை மற்றும்

மகிழ்ச்சியின் அடையாளமாக LMRK உறுப்பினர்கள் நீலம் மற்றும் சிவப்பு நிறத்தை அணிவார்கள்.

■ LMRK என்ற பெயர் எதைக் குறிக்கின்றது?

இதன் சுருக்கத்தின் ஒவ்வொரு பகுதியின் விரிவாக்கப்பட்ட வடிவம் மற்றும் பொருள் பின்வருமாறு:

L (LION) என்பது சிங்கத்தைக் குறிக்கின்றது.

இங்குதான் நரசிம்மர் என்ற பெயர் இணைக்கப்பட்டுள்ளது. இந்த இயக்கத்திற்குப் பெயர் சூட்டப்பட்டதன் பின்னணியில் ஒரு ரகசியம் இருக்கின்றது. ஆனால் இந்த ரகசியம் தற்சமயம் வெளிவரக்கூடிய ஒன்றல்ல. நல்ல நேரத்தில் எல்லாம் நல்லதாக நடக்கும்.

M (MAYURA) என்பது முருகரின் வாகனமான மயிலைக் குறிக்கும்.

R (ROYAL) என்பது ராயல்டி (அரசு)

K (KINGDOM) என்பது ராஜ்ஜியத்தைக் குறிக்கின்றது. இது முருகப்பெருமானின் புதிய சகாப்தத்தின் தலைமையகமாக இருக்க வேண்டிய குமரி கண்டத்தின் ராஜ்யத்தை மீட்டெடுப்பதாகும்.

பல சுற்று விவாதங்களுக்குப் பிறகு, இறுதியாக மே 1, 2017 அன்று சஷ்டி நாளில் பிரார்த்தனை செய்ய அனைவரும் கூடினர். அதுதான் LMRK பிறந்த தருணம்.

மேலும் ஒரு விஷயத்தைச் சொல்லி இந்த அத்தியாயத்தை நிறைவு செய்கின்றேன். இது கடவுளின் செய்தி. ஒரு காலத்தில் குமரி கண்டத்தில் வாழ்ந்தவர்களில் பலர் இன்றும் உயிருடன் இருக்கின்றார்கள். இந்த உலகம் முழுவதும் சிதறிக்கிடக்கின்ற ப்ளெயடியன்ஸ்களின் நீர்ப்பிடிப்புப் பகுதியில் (மழை நீர் சென்று ஆறு, ஏரி அல்லது நீர்த்தேக்கத்தில் கலக்கக்கூடிய பகுதி) அவர்கள் சிதறியிருக்கின்றார்கள். இன்றும் அவர்கள் வெவ்வேறு நாடுகளில், வெவ்வேறு இனத்தில், வெவ்வேறு குடிகளாக வாழ்ந்து வருகின்றார்கள். அவர்களில் தலைவர்கள், மருத்துவர்கள், விஞ்ஞானிகள், விவசாயிகள், மீனவர்கள், தினக்கூலித் தொழிலாளர்கள் போன்ற அனைத்து வகையினரும் இருக்கின்றார்கள். எல்லா நதிகளும் எப்படிப் பெருங்கடலில்

கலக்கின்றதோ அதே போல் குமரி கண்டம் புனரமைக்கப்படும் பொழுது உலகின் பல்வேறு பகுதிகளில் வாழும் இவர்கள் அனைவரும் என்னுடன் இணைவார்கள். நீங்கள் ஒவ்வொருவரும் குமரி கண்டத்தை மீட்டெடுப்பதற்காக சில பணிகளைச் செய்ய முருகப்பெருமானால் தேர்ந்தெடுக்கப்பட்டவர்கள். அவர்களுக்கான நேரம் கனியும் பொழுது ஒவ்வொருவரும் தனிப்பட்ட முறையில் LMRK இயக்கத்தின் ஒரு பகுதியாக இருப்பார்கள்.

இது இந்த தருணம் வரை மிகவும் துல்லியமாக நடைபெற்று வருகின்றது.

இன்று LMRK உலகெங்கிலும் உள்ள பத்துக்கும் மேற்பட்ட நாடுகளில் உள்ளது. அவை மலேசியா, இந்தோனேசியா, சிங்கப்பூர், ஆஸ்திரேலியா, இங்கிலாந்து, பல ஐரோப்பிய நாடுகள், மத்திய கிழக்கு, அமெரிக்கா, இலங்கை, ரீயூனியன் தீவு மற்றும் மங்கோலியா முதலியன.

கடவுளின் விருப்பத்தில் மற்றும் அவர் குறித்த நேரத்தில் அனைத்தும் நன்றாக நடக்கும்!

ஓம் சரவண பவாய நமஹ !!!

மலேசியா மற்றும் சிங்கப்பூர் எனக்குப் பரிசாகத் தந்த இனிய நினைவுகள்

மலேசியா

2010-ல் தான் நான் முதன்முதலில் மலேசியா சென்றேன். தெய்வீக கனவின் விளைவாக இந்த பயணம் திட்டமிடப்பட்டது. மலேசியாவில் உள்ள பத்துமலை என்று அழைக்கப்படுகின்ற ஒரு இடம் கார்த்திகைக் கதிர்களின் தெய்வீக ஸ்பரிசத்தைப் பெற்றிருப்பதாகக் கனவில் எனக்கு அறிவிக்கப்பட்டது. எனவே அங்குச் சென்று பிரார்த்தனை செய்யும்படி அறிவுறுத்தப்பட்டேன். அந்த காலகட்டத்தில் என்னுடைய பொருளாதார சூழ்நிலை அவ்வளவு பெரியதாக இல்லை. சரியான நேரத்தில் கிடைத்த அன்பு மற்றும் உதவியினால் தான் என்னால் இலங்கைக்கு செல்லமுடிந்தது. எது எப்படியிருந்தாலும் கடவுள் எப்பொழுதும் ஒரு நல்ல வழியை உருவாக்குவார். இலங்கையைப் போன்றே இம்முறையும் இறைவனால் மலேசியாவிற்குப் பாதை வகுக்கப்பட்டது. அது பட்ஜெட் விமான சேவையின் ஊடாக நடைபெற்றது. அந்த நேரத்தில் தான் ஏர் ஏசியா புதிதாகத் தனது விமான சேவையைத் தொடங்கியிருந்தது. கொச்சியிலிருந்து கோலாலம்பூருக்கு வெறும் ரூ. 3,500/-க்கு விமானத்தில் செல்லலாம் என்று ஏர் ஏசியா அறிவிப்பு வெளியிட்டிருந்தது. அப்படியென்றால் ஒரு சுற்றுப்பயணத்திற்கு ரூ. 7,000/- மட்டுமே செலவாகும். யாராலும் நம்பமுடியாத இந்த செய்தியை எனது TCC நண்பர்களுடன் பகிர்ந்து கொண்டேன். அவர்களுள் சிலர் மலேசியா வர ஆர்வம் காட்டினார்கள். என்னுடன் சேர்த்து மனோஜ், ராஜு, பிஜு, ஷிபு என

நாங்கள் ஐந்து பேரும் கோலாலம்பூர் சென்றடைந்தோம். ஜிதாவின் நெருங்கிய உறவினர்களில் ஒருவரான திரு. சுரேஷ் என்பவர் நாங்கள் தங்கியிருந்த நேரத்தில் எங்களுக்குத் தேவையான அனைத்து உதவிகளையும் செய்து எங்களுக்கு ஆதரவாக இருந்தார்.

மலேசியாவைப் பற்றி நினைக்கையிலே அதன் அழகான சாலைகளைப் பற்றி கருத்து தெரிவிக்காமல் இருக்க முடியவில்லை. கேரளாவைப் போலவே மலேசியாவிலும் போதிய மழை பெய்தது என்ற செய்தி என்னுள் இருந்த ஒரு மாயையை உடைத்தெறிந்தது. கேரளாவின் சாலைகளில் ஏற்பட்ட பள்ளங்களுக்கு மழை ஒரு காரணம் இல்லை என்பதை உணர்ந்துகொண்டேன்.

பத்து குகைகள் - உங்கள் கண்களுக்கு ஒரு காட்சி விருந்து! பத்துமலை என்று அழைக்கப்படும் மலைகளுக்கு மேலே குகைகள் அமைந்துள்ளன. குகைகள் என்றாலே அது ஒரு சிறிய நுழைவாயிலைக் கொண்டிருக்கும் என்று நமக்குத் தோன்றும். ஆனால் பத்து குகைகள் பிரமாதமாகப் பறந்து விரிந்திருந்தன.

இந்த குகைகள் 400 மில்லியன் ஆண்டுகளுக்கு முந்தயவை. அவை சுண்ணாம்புக் கற்களின் மேல் உருவாகியிருக்கலாம் என்று கூறப்படுகின்றது. மரம் போல மாறிய 272 கான்கிரீட் படிகள் உங்களை இந்த வலிமைமிக்க குகைகளுக்கு அழைத்துச் செல்கின்றன. 1890 ஆம் ஆண்டு தம்புசுவாமி பிள்ளை என்பவர் குகைகளுக்கு அருகாமையில் முருகப் பெருமானுக்கு என்று ஒரு கோவிலை நிறுவினார். சுற்றுலாப் பயணிகளுக்காகவும், பக்தர்களுக்காகவும் என்று குகைகளுக்குள் இரண்டு பாதைகள் உள்ளன. 2010-ல் நாங்கள் அங்குச் சென்றிருந்தபொழுது, சுற்றுலாப் பயணிகள் அந்த இடத்தைச் சுற்றி புகை பிடிப்பதைக் கண்டோம். ஆனால் அதன் பின் அந்த இடம் ஆன்மீக வடிவில் நன்கு பராமரிக்கப்படுகின்றது.

முதல் மலேசிய பயணத்தை அடுத்து நான் பத்து குகைகளுக்கு பலமுறை சென்றிருக்கின்றேன். முருக க்ஷேத்திரத்தில் பிரார்த்தனை செய்த பிறகு நாம் இன்னும் மேல்நோக்கிச் செல்லலாம். அது மற்றொரு கோவிலுக்கு வழிவகுக்கும். அங்குள்ள குகை முழுமையாக மூடப்படவில்லை என்பது குறிப்பிடத்தக்கது. கார்த்திகை நட்சத்திரக் கூட்டத்தின் கதிர்களைப் பெறுவதற்காகவே அதன் ஒரு பக்கம் மேலே வானம் வரை திறக்கின்றது. இறைவனின் படைப்பில் இதுவும் ஒரு அற்புதம்! ஒவ்வொரு முறை நான் அங்குத் தியானம்

செய்யும்பொழுதும் அங்குள்ள ஆற்றல் இயக்கத்தை முழுமையாக என்னால் உணர முடிகின்றது என்பதை நான் உங்களுக்குச் சொல்லியாக வேண்டும்.

தைப்பூசம் என்பது தமிழ் மாதமான தை மாதத்தில் வரும் பெளர்ணமி அன்று இந்து தமிழ்ச் சழுகத்தால் கொண்டாடப்படும் பண்டிகையாகும். இந்த திருவிழா 1892 ஆம் ஆண்டு முதல் பத்து குகைகளில் உள்ள கோவில்களில் கொண்டாடப்படுகின்றது. இந்த திருவிழா பல ஆண்டுகளாக மிக ஆடம்பரமாகக் கொண்டாடப்பட்டு வருகின்றது. உண்மையாகச் சொல்ல வேண்டுமென்றால், அந்த விழா நாட்களில் நீங்கள் பத்து குகைகளிலிருந்தால் உங்களுக்கு தமிழ்நாட்டில் இருப்பதைப்போன்றே தோன்றும்.

பத்து குகைகளின் அடிவாரத்தில் இறங்கி வந்தால் அங்கே பல தங்குமிடங்களைக் காணலாம். தென்னிந்திய சூப்பர் ஸ்டார் ரஜினிகாந்தின் கபாலி திரைப்படம் மலேசியாவை அடிப்படையாகக் கொண்டு எடுக்கப்பட்டதாக நான் கேள்விப்பட்டேன். அங்குள்ள விடுதி ஒன்றில் நுழைந்த பொழுது நெகிழிக் காகிதத்தால் மூடப்பட்ட ஒரு நாற்காலியைக் கவனித்தோம். அது ஒரு காலத்தில் ரஜினிகாந்த் பயன்படுத்தியது என்று சொன்னார்கள். தமிழ்நாட்டிற்கு அடுத்தபடியாக மலேசியாவில் சூப்பர் ஸ்டாருக்கு ஏராளமான ரசிகர்கள் உள்ளனர் என்று நினைக்கின்றேன். கபாலி படத்தின் பல முக்கியமான காட்சிகள் ஒரு பெரிய கட்டிடத்தின் கூரையில் படமாக்கப்பட்டது உங்களுக்கு நினைவிருக்கின்றதா? அந்த காட்சிகளில் நீங்கள் மலேசியாவின் நினைவுச்சின்னத்தைக் கவனித்திருக்க வேண்டும். அது தான் பெட்ரோனாஸ் இரட்டை கோபுரம்.

நான் கபாலி படத்தை அந்த கட்டடத்திற்குள் பார்த்தேன். அது ஒரு அற்புதமான உணர்வு!

கோலாலம்பூரிலிருந்து சாலை வழியாகச் சென்றால் சுமார் 45 நிமிடங்களில் ஜென்டிங் என்று அழைக்கப்படும் ஒரு அழகான உயரமான இடம் இருக்கும். இந்த குளுமையான இடத்தில்தான் அதிகாரப் பூர்வ சூதாட்ட விடுதி இயங்குகின்றது. சூதாட்டத்தை விரும்புபவர்கள் சட்டப்பூர்வமாக சூதாட்டத்தில் ஈடுபட இங்கு நேரத்தைச் செலவிடுகின்றார்கள். இந்த சூதாட்ட விடுதிகள் அனைத்தும் உயர் நிபுணத்துவத்துடன் பராமரிக்கப்படுகின்றன.

மலாக்கா என்பது மலேசியாவின் மற்றொரு வரலாற்று முக்கியத்துவம் வாய்ந்த சுற்றுலாத் தலம். நாம் இரவு நேரங்களில் அங்குச் சைக்கிள் ஓட்டலாம். இசையைக் கேட்டுக்கொண்டே அந்தப் பாதைகளில் சைக்கிள் ஓட்டுவது மிகவும் இனிமையான அனுபவம். உங்கள் குடும்பத்துடன் நேரத்தைச் செலவிட அது சரியான இடம்.

நான் கட்டாயம் குறிப்பிடவேண்டிய மற்றொரு சுற்றுலாத் தலம் என்றால் அது லங்காவி. லங்காவி சஸ்பென்ஷன் பாலம் ஒரு மறக்கமுடியாத அனுபவம். இது மூச்சடைக்கக்கூடிய அற்புதமான மற்றும் அழகான ஒரு இடம். நானூற்றுப் பத்து அடி வளைந்த பாலத்தின் குறுக்கே ஒரு பயணம். உண்மையில் மறக்க முடியாதது! அதை நினைக்கையிலே எனக்கு நெஞ்சு வலிக்கின்றது. இது மகிழ்ச்சியைப் பரிசளிக்கும் ஒரு இடம். குடும்பத்துடன் தரமான நேரத்தைச் செலவிடும் இடமாக மலேசியா உள்ளது. இங்கு மலாய்க்காரர்கள், சீனர்கள் மற்றும் தமிழர்கள் மிகுந்த அன்புடனும் அமைதியுடனும் வாழ்கின்றார்கள். அவர்கள் அனைவரும் மிகவும் அன்பான, உதவிகரமான மக்கள். எல்லாவற்றிற்கும் மேலாக அவர்கள் அப்பாவி மக்கள்.

2010 இல் நான் மலேசியாவிற்கு முதன்முறையாகச் சென்றபொழுது நான் ஒரு சுற்றுலாப் பயணியாக இருந்தேன். அந்த காலகட்டத்தில் என்னை அங்கு யாருக்கும் தெரியாது. ஆனால் இப்பொழுது அப்படி அல்ல. இது LMRK உறுப்பினர்கள் நிறைந்த இடமாக இருக்கின்றது. LMRK உறுப்பினர்களின் எண்ணிக்கையில், தமிழ்நாட்டிற்கு அடுத்தபடியாக மலேசியா உள்ளது. பல முறை நான் மலேசியா சென்றிருக்கின்றேன். LMRK வின் சக உறுப்பினர்களான மந்திரா, சாரா, தில்கன், சுப்பிரமணியன், சுபத்ரா, கருப்பண்ணசாமி, சண்முகம் (ஒரு மாகாணத்தின் தலைவர் மற்றும் அமைச்சர்), மாலா, குமரேசன், கணபதி, பாலச்சந்தர் போன்றவர்களைச் சந்திக்கும் பொழுது என் சொந்தங்களைப் போல உணர்கின்றேன். மலேசியாவில் இருக்கும்பொழுது பலரது இல்லங்களுக்குச் செல்வதும், அவர்களின் இல்லங்களில் தங்குவதும் எனக்குப் புதிதல்ல. அவர்கள் அனைவரும் என் குடும்பத்தினர். இவர்கள் கோலாலம்பூர் முதல் ஜோஹர் வரை மலேசியாவின் பல்வேறு பகுதிகளைச் சேர்ந்தவர்கள் என்பது ஆச்சர்யமானது. LMRK வின் மலேசிய அத்தியாயம் மிகவும் ஆர்வமுள்ள மற்றும் ஆற்றல் மிக்க குழுவாகும். அவர்கள் தமிழ்நாட்டுடன்

ஒரு நல்ல பிணைப்பைக் கொண்டிருப்பதாகத் தெரிகின்றது... இவர்கள் சுமார் நான்கு அல்லது ஐந்து தலைமுறைகளுக்கு முன்பு தமிழ்நாட்டிலிருந்து குடிபெயர்ந்து சென்றவர்கள். அவர்களுக்கு இந்தியாவில் உறவினர்கள் யாரும் கிடையாது. இருப்பினும் அவர்கள் தமிழன் என்று பிரபலமாக அறியப்படும் ஒரு பொதுவான தமிழரின் ஆன்மாவையும் பெருமையையும் நிலைநிறுத்துகின்றார்கள். தமிழர் பண்பாட்டைக் காக்க அவர்கள் செய்யும் முதலீடு நம்மால் நம்பமுடியாததாக இருக்கின்றது. குமரி கண்டத்தை மீட்டெடுப்பதில் இவர்களுக்கு முக்கியப் பங்கு உண்டு என்பது சந்தேகத்திற்கு இடமின்றி எனக்குத் தெளிவாகத் தெரிகின்றது.

இதனை நினைத்துப் பார்த்தால் மலேசியாவுக்கும் எனக்கும் இடையே எப்பொழுதும் ஒரு பந்தம் இருப்பதை என்னால் தெளிவாக உணரமுடிகின்றது. ஜிதாவின் அம்மா மலேசியாவில் பிறந்து சிறிது காலம் அங்கேயே வளர்ந்தார். ஜிதாவின் அத்தை (தாயின் சகோதரி) மலேசியாவில் குடியேறியவர். ஒருமுறை எங்கள் குடும்பம் மற்றும் ஜிதாவின் பெற்றோர்கள் என நாங்கள் அனைவரும் மலேசியாவிற்குச் சுற்றுலா சென்றிருந்தோம். அந்த பயணம் உண்மையிலேயே ஆனந்தமாக இருந்தது! அதற்கு எங்கள் LMRK குடும்பம் எங்களுக்குப் பொழிந்த விருந்தோம்பல் தான் காரணம். பெர்த்தை சார்ந்த LMRK உறுப்பினர் சரவணன் என்பவர் மலேசியாவில் உள்ள அவரது வீட்டைப் பயன்படுத்த அனுமதியளித்தார். LMRK உறுப்பினர் மாலா தனது சொந்த குடும்பத்தைப் போல் எங்களைப் பார்த்துக் கொண்டார். எனது அன்பான குடும்பம் மலேசியாவின் அழகை ரசித்து அனுபவிப்பதைப் பார்ப்பது எனக்கு மிகுந்த மகிழ்ச்சியையும் அரவணைப்பையும் அளித்தது.

ஒவ்வொரு கணமும் நம் வழியில் வரும் அனைத்தும் பரலோகத்திலிருந்து வரும் ஆசீர்வாதமே!

சிங்கப்பூர்

ஒரு முழு பேரரசை ஒரு நகரமாகக் கற்பனை செய்துபாருங்கள். கற்பனை செய்வது கடினமாக இருக்கின்றதா? சரி, அது தான் சிங்கப்பூர் குடியரசு!

தூய்மைக்கான அடையாளம் சிங்கப்பூர் என்றும் சொல்லலாம். தூய்மையான நகரம் என்ற வரையறையை முற்றிலும் வேறொரு நிலைக்குச் சிங்கப்பூர் எடுத்துச் சென்றுவிட்டது.

சிங்கப்பூரும் ஒரு காலத்தில் இந்தியாவைப் போலவே பிரிட்டிஷ் ஆட்சியின் கீழ் காலனியாக இருந்தது. இரண்டாம் உலகப் போரின் பொழுது சிங்கப்பூரை ஜப்பான் கைப்பற்றியிருந்தது. ஆனால் 1945ல் ஜப்பான் சரணடைந்த பின்னர், சிங்கப்பூர் மீண்டும் பிரிட்டிஷ் ஆட்சியின் கீழ் சென்றுவிட்டது. 1959ல் ஆங்கிலேயர்கள் தங்களது காலனிகளை விட்டுக்கொடுக்கத் தொடங்கியதும் சிங்கப்பூர் ஓரளவு சுதந்திரமடைந்தது. அந்த காலகட்டங்களில் தான் ஒருங்கிணைந்த கூட்டமைப்பு ஒன்று உருவாக்கப்பட்டது. அது மலாய் கூட்டமைப்பு என்று பெயரிடப்பட்டிருந்தது. இந்த கூட்டமைப்பில் மலாய் பிரதேசங்கள், சிங்கப்பூர், வடக்கு போர்னியோ மற்றும் சரவாக் உள்ளிட்ட பகுதிகள் இருந்தன. ஆனால் இது நீண்ட காலம் நீடிக்கவில்லை. இதன் விளைவாக இன்றைக்கு இருக்கும் சிங்கப்பூர் அரசிற்கு ஆகஸ்ட் 9, 1965 ஆம் ஆண்டு சிங்கப்பூர் குடியரசு என்று பெயரிடப்பட்டது.

LKY எனப் பிரபலமாக அறியப்படும் லீ குவான் யூ 1959 - 1990 வரை நாட்டை வழிநடத்தினார். இன்று நாம் காணும் சிங்கப்பூரை வடிவமைத்த பெருமை இவரையே சாரும். உலகளாவிய இலவச வர்த்தகம் என்ற கருத்தை அறிமுகப்படுத்தியதன் மூலம் சிங்கப்பூர் துறைமுகங்களை உலகின் பரபரப்பான துறைமுகங்களாக மாற்றினார். இந்த திட்டம் உலகெங்கிலும் உள்ள வணிக முதலீட்டாளர்களைச் சிங்கப்பூரை நோக்கி ஈர்த்தது.

சிங்கப்பூர் ஒரு சிறிய நகரமாக இருந்தாலும் தன்னுடைய முழு மன உறுதியின் காரணமாக ஒரு பேரரசாக உயர்ந்துள்ளது. முதன்முதலாக நானும் ஜிதாவும் சிங்கப்பூர் சென்றோம்.

அதன்பின் பல முறை அங்குச் செல்லும் வாய்ப்பு கிடைத்தது. சிங்கப்பூரின் ஒரு முனையிலிருந்து மறுமுனைக்குச் செல்ல உங்களுக்கு 1-1.5 மணிநேரம் மட்டுமே தேவைப்படும் என நினைக்கின்றேன். ஆனால் வழிநெடுகிலும் ஏராளமான சுற்றலா தலங்கள் இருக்கின்றன. எனது சிங்கப்பூர் பயணங்கள் குறைந்தபட்சம் இரண்டு முதல் மூன்று நாள் சுற்றுலாவாக வடிவமைக்கப்படும். எனக்கு மிகவும் பிடித்த பிடித்த இடம் சென்டோசா தீவு. இது எல்லா நேரங்களிலும் அணுகக்கூடிய ஒரு பொழுதுபோக்கு இடம். என்னைப் பொறுத்தவரை, குடும்பத்துடன் வெளியே பொழுதைக் கழிக்க இது

ஒரு சிறந்த இடம். அங்கு ஒரு அற்புதமான உயிரியல் பூங்கா மற்றும் இரவு நேர உலாவும் உள்ளது. அங்கு ஒரு ராட்சத ராட்டினம் உள்ளது. இருப்பதிலேயே மிகப் பெரிய ராட்டினமாக இது இருக்கக்கூடும். ஏனெனில் இந்த ராட்டினம் முழு சிங்கப்பூர் குடியரசின் பார்வையை உங்களுக்கு வழங்கும் அளவுக்கு பெரியது.

சிங்கப்பூரைப் பற்றிச் சொல்லும் அளவிற்கு அங்கு நிறைய உள்ளது. உங்கள் குடும்பத்துடன் சிங்கப்பூர் சென்றால் நிச்சயம் யாரும் வருத்தப்பட மாட்டார்கள் என்பது உறுதி. உங்கள் வாழ்நாளில் ஒரு முறையாவது அங்குச் சென்று அதன் காந்த தன்மையை உணரவேண்டுமென்று நான் பரிந்துரைக்கின்றேன்.

சிங்கப்பூர் சென்றால் அங்குள்ள வாணியின் இல்லத்தில் தான் வழக்கமாகத் தங்குவேன். வாணி மிகவும் ஊக்கமளிக்கும் LMRK உறுப்பினர். இவரது கணவர் பெயர் தினேஷ். அவர் சிங்கப்பூர் காவல்துறையிலிருந்து ஓய்வு பெற்ற காவல்துறை அதிகாரி. நான் அவரது நாட்டில் மிகவும் வசதியாக இருப்பதை உறுதிசெய்யும் வகையில் அவர் தனது வாகனத்தில் என்னை அனைத்து இடங்களுக்கும் அழைத்துச் செல்வார். சிங்கப்பூரும், மலேசியாவும் என் வீட்டிலிருந்து தொலைவில் உள்ள இடங்கள். மலேசியாவைப் போல சிங்கப்பூரும் பல LMRK உறுப்பினர்களைக் கொண்ட இடமாக உள்ளது. சிங்கப்பூரில் எத்தனையோ வீடுகளில் பிரார்த்தனை செய்திருக்கின்றேன். எல்லாமே குறுகிய தொலைவில் இருப்பது தான் சிங்கப்பூரின் சிறந்த அம்சம். அதனால் பயணத்திற்கென்று நேரத்தை வீணாக்கவேண்டிய தேவை இருக்காது. மேலும், நான் சிங்கப்பூரில் இருக்கும்பொழுது எனக்காக உதவ வரும் கரங்களுக்கும் பஞ்சமிருக்காது.

நான் எனது குடும்பத்துடன் சிங்கப்பூர் சென்றிருந்தபொழுது ரமேஷின் குடியிருப்பில் எங்களுக்குத் தங்குமிடம் வழங்கப்பட்டது. நாங்கள் சிங்கப்பூரில் இருக்கும் வரை அவர் வீட்டில் தான் தங்கியிருந்தோம். LMRK உறுப்பினர் செல்வ மணி என்பவர் என் குழந்தைகளை யுனிவர்சல் கலைக்கூடத்தில் உள்ள பிரபல கிட்ஸ் கார்னருக்கு அன்புடன் அழைத்துச் சென்றார். எப்பொழுதாவது ஒரு தமிழ்ப் படத்தை இயக்கவேண்டும் என்பது செல்வமணியின் கனவு. அவரது கனவு நனவாக கடவுள் ஆசீர்வதிப்பார்.

செல்வமணியின் நண்பரான நகைச்சுவை நடிகர் வீரா மற்றும் ஓய்வுபெற்ற ராணுவ அதிகாரியான சுந்தரசேகர் போன்றோர்கள் என்னை அடிக்கடி அவர்கள் இடத்திற்கு அழைத்துச் செல்வார்கள். ஒரு பெருங்களிப்புடைய ஆளுமையான சுந்தரசேகர் அவர்களின் பூஜை அறைதான் நான் பார்த்திலேயே மிகச் சிறந்தது. அதன் பின் அனிதா, சரவணன், சேகர்... எனப் பலர் உள்ளனர். அனைவருடைய பெயரையும் இங்கே குறிப்பிட இயலாது. அங்குள்ள அனைத்து LMRK உறுப்பினர்களும் எனக்கு நெருக்கமானவர்கள். குமரி கண்டத்தின் மறுசீரமைப்பில் அவர்களில் பலருக்குக் குறிப்பிடத்தக்க பாத்திரங்கள் வழங்கப்படுவதை நான் பாக்கியமாக உணர்கின்றேன். அவர்கள் அனைவரையும் இறைவன் ஒருமுகப்படுத்தட்டும்.

ஓம் சரவண பவாய நமஹ !!!

சுவஸ்திகா - ஒரு சக்திவாய்ந்த சின்னம்!

சுவஸ்திகாவில் உள்ள இரண்டு கோடுகள் இரண்டு ஆற்றல் பாதைகளைக் குறிக்கின்றன. ஒன்று கார்த்திகை (பிளியடியன்) கூட்டத்திலிருந்து பாய்கின்றது. மற்றொன்று சப்தரிஷி மண்டலத்திலிருந்து பாய்கின்றது. இந்த இரண்டு ஆற்றல் பாதைகளும் சந்திக்கும் சந்திப்பில் தான் ஆண் மற்றும் பெண் ஆற்றல்கள் இணைகின்றன. ஒரு புறம் மகாதேவனின் பிரபஞ்ச சக்தி என்றும், மறுபுறம் வடக்கு நட்சத்திரத்தின் ஆற்றலான தேவியின் ஆற்றல் என்றும் சொல்லப்படுகின்றது. ஸ்வஸ்திகாவின் மையப் புள்ளி என்பது இந்த இரண்டு ஆற்றல்களும் ஒன்றிணைந்த மண்டலத்தை குறிக்கின்றது. இந்த சந்திப்பு புள்ளியிலிருந்து பிறந்த குழந்தைகள் உலகத்தின் பாதையை மாற்றும் அளவிலான கருவியாக இருப்பார்கள். தெய்வீக ஒளியைப் பெற்ற கர்ப்பத்திலிருந்து பிறந்தவர்கள் இந்த உலகத்தின் பாதையை மாற்றி அதிசயங்களைச் செய்துள்ளனர்.

பிரபஞ்சத்தின் ஆண் மற்றும் பெண் ஆற்றல்கள் இணையும் ஒரு ஆற்றல் புள்ளி சிங்கப்பூரில் உள்ளது என்ற தெய்வீக செய்தி எனக்கு ஒருமுறை கிடைத்தது. அந்த செய்தியில் உள்ள இடத்தை ஆராய்ந்தபொழுது, அந்த ஆற்றலை வைத்திருக்கும் இடம் சிங்கப்பூரில் உள்ள மேக்ரிட்ச்சி நீர்த்தேக்கம் என்று தெரியவந்தது. இன்னும் ஆழமாக ஆராய்ந்தபொழுது சில அசாதாரணமான ஞானங்கள் கிடைத்தன.

மேக்ரிட்ச்சி என்பது சிங்கப்பூர் பெருநகருக்குள் உள்ள ஒரு அடர்ந்த வனப்பகுதியாகும். இது ஒரு பெரிய நன்னீர் ஏரியின் கரையில் செழித்து வளர்கின்றது. இரண்டாம் உலகப் போரில் ஜப்பான் சிங்கப்பூரைக் கைப்பற்றியபொழுது ஜப்பானிய ராணுவப் படைகள் இந்த அடர்ந்த காடுகளுக்குள் தான் தங்குமிடம் அமைத்திருந்தது. ஒரு ஜப்பானிய இராணுவத் தலைவர் தனக்கு வெளிப்படுத்தப்பட்ட சில தெய்வீக ரகசியங்களைப் பின்பற்றி அந்தப் பகுதியில் ஒரு கோவிலை நிறுவியதாகக் கூறப்படுகின்றது. துரதிர்ஷ்டவசமாக பிரிட்டிஷ் படைகள் சிங்கப்பூரை மீண்டும் வென்றபொழுது அந்த கோவில் அழிக்கப்பட்டது. இதற்குச் சான்றாக அந்த கோவிலின் இடிபாடுகள் இன்னும் அடர்ந்த காடுகளில் கிடக்கின்றன. இதில் சுவாரஸ்யமான ஒரு விஷயம் என்னவென்றால், நாம் பேசிக்கொண்டிருக்கக்கூடிய இடம் ஒரு தடை செய்யப்பட்ட பகுதி. இதுபோன்ற ஆற்றல் புள்ளிகள் பொதுவாகவே தடைசெய்யப்பட்ட பகுதிகளாகவே இருக்கின்றன என்பதை என் பயணங்களின் மூலமாக தெரிந்துகொண்டேன். அரசாங்கத்தால் பல காரணங்கள் சொல்லப்பட்டாலும் இந்த பகுதிகளை இன்னும் அவர்கள் கட்டுப்பாட்டிற்குள் வைத்திருப்பது பயனற்றதாகத் தெரிகின்றது.

இந்தக் கட்டுப்பாடுகள் எல்லாம் எதற்கு? இதிலுள்ள மர்மங்கள் என்ன? அரசுகள் எதற்காகப் பயப்படுகின்றன?

எனக்குக் கிடைத்த தெய்வீக செய்தியிலிருந்து, மகாதேவர் மற்றும் அன்னை தாவோவின் ஆற்றல்களை மேக்ரிட்ச்சி நீர்த்தேக்கம் வைத்திருக்கின்றது என்பதை நான் புரிந்துகொண்டேன். இந்த புரிதலை அங்கிருந்த எனது LMRK உறுப்பினர்களிடம் தெரிவித்து அவர்களின் இந்து தலைவர்களையும் சந்தித்தேன். அப்பொழுது தாவோயிஸ்ட் தலைவர் சுங் ஐ சந்திக்க நேர்ந்தது.

தாவோயிசத்தை நிலைநாட்டிய லாவோ சூ வேறு யாருமல்ல. அவர் போகர் சித்தர்தான் என்பதை அவருடன் பகிர்ந்துகொண்டேன். போகர் சித்தரைப் பற்றிய எனது அறிவை அவருடன் பகிர்ந்துகொண்டேன். அவரும் ஆர்வமாகக் கேட்டுத் தெரிந்துகொண்டார். இது எங்கள் இருவருக்கும் இடையே ஒரு அற்புதமான மற்றும் சுவாரஸ்யமான உரையாடலை ஏற்படுத்தியது. போகர் சித்தர் நேரப் பயணம் செய்தது மற்றும் அவர் மூலம் இரண்டு பெரிய நாடுகளில் கலாச்சார பரிமாற்றங்கள் நிகழ்ந்ததைக் குறித்தும் அவருக்குச் சொல்லப்பட்டது.

சுங் என்னை அவரது அலுவலகம் மற்றும் நூலகத்திற்கு அழைத்துச் சென்றார். அன்னை தாவோ பற்றிய புத்தகங்களின் தொகுப்பை என்னிடம் காட்டினார். அவர் என்னைத் தாவோ கோயில்களுக்கு அழைத்துச் சென்று அங்குப் பிரார்த்தனை செய்ய எனக்கு ஏற்பாடுகள் செய்து தந்தார்.

லாவோ சூ மற்றும் தாவோயிசம் பற்றி நான் உங்களுக்குச் சில விஷயங்களைச் சொல்ல வேண்டும். கன்பூசியஸைப் போலவே லாவோ சூ வும் சீனாவில் ஒரு மகாத்மாவின் வடிவிலிருந்தவர். உயர்ந்த அதிர்வெண்களில் செழித்து வளரும் ஒரு ஆத்மாவாகக் கருதப்பட்டார். லாவோஸின் தாய் ஒரு மரத்தடியில் நின்று கொண்டிருந்த பொழுது ஒரு உறுதியான ஒளி அவரை வந்தடைந்தது என்றும், அதன் மூலமாக அவர் கருவுற்றார் என்றும், அதன் விளைவாகப் பிறந்தவரே லாவோ சூ என்றும் நம்பப்படுகின்றது.

லாவோ சூ தனது பெரும்பாலான நேரத்தை அரச நூலகங்களில் நூலகராகக் கழித்ததாகக் கூறப்படுகின்றது. அவருடைய தீவிர வாசிப்பு பழக்கத்தின் விளைவாக அவர் நிறைய அறிவைப் பெற்றார். ஆனால் இந்த வாசிப்பு மட்டுமே அவருடைய ஞானோதயத்திற்குக் காரணம் அல்ல. மரத்திலிருந்த இலை உதிர்வதைக் கண்டு அவர் ஞானம் பெற்றதாகக் கூறப்படுகின்றது. ஒரு நாள் பிற்பகல் நேரம் அவர் ஓய்வெடுத்துக்கொண்டிருக்கும்பொழுது ஒரு இலை பூமியின் மீது சறுக்குவதை உன்னிப்பாகக் கவனிக்க நேர்ந்தது. எந்த அவசரமும் இல்லாத படிப்படியான அதன் இயக்கம் மற்றும் அசைவுகளை கவனித்தார். எதையும் அல்லது யாரையும் காயப்படுத்தவோ அல்லது தொந்தரவு செய்யவோ கூடாது என்ற உணர்வைப் போல் அந்த இலைகள் தரையில் விழுகின்றன. இது லாவோஸின் வாழ்க்கையை முழுவதுமாக மாற்றியதாக நம்பப்படுகின்றது. அதுதான் தாவோயிசத்தின் தோற்றத்திற்குக் காரணமாக அமைந்தது. மிகவும் எளிமையான வாழ்க்கையை ஊக்குவிக்கும் ஒரு மதம். அதாவது வாழ்க்கையில் எதிலும் பேராசை அல்லது அதிகப்படியான பற்றுதல் இல்லாத நிலையைப் போதிக்கின்றது. தாவோ என்றால் பாதை என்று மொழிபெயர்க்கப்படுகின்றது.

லாவோ சூ தனது வாழ்க்கையின் இறுதி நேரத்தில் திபெத்திற்கு ஒரு பன்றியின் மேல் பயணம் செய்ததாகக் கூறப்படுகின்றது. திபெத்தின் வாயிலில் ஒரு காவலர் அவரைத் தடுத்து நிறுத்தி வரவிருக்கும்

தலைமுறையினருக்கு அவரது போதனைகளை ஆவணப்படுத்துமாறு கெஞ்சிக் கேட்டுள்ளார். அவரது வேண்டுகோளை ஏற்ற லாவோ சூ, அந்த காவலரின் வீட்டிலேயே சில நாட்கள் தங்கி 81-அத்தியாயங்கள் கொண்ட தாவோ தே சுங் வேதத்தை எழுதி முடித்ததாகக் கூறப்படுகின்றது.

இன்றும் தாவோயிசம் ஆறிலிருந்து ஏழு கோடி சீன மக்களால் பின்பற்றப்படுகின்றது. உலகிலேயே அதிக எண்ணிக்கையிலான தாவோசிஸ்டுகளைக் கொண்ட நாடு தைவான்.

மேக்ரிட்சி நீர்த்தேக்கத்தின் திறந்த வெளியில் ஒரு சிவலிங்கத்தை வைக்கவேண்டுமென்று ஒரு உள்ளுணர்வு தோன்றியது. நான் சுங் மற்றும் சிங்கப்பூரில் உள்ள இந்து சமாஜம் உறுப்பினர்களிடம் இந்த கோரிக்கையை முன்வைத்தேன். மத விஷயங்களில் சிங்கப்பூர் அரசாங்கம் எவ்வளவு கடுமையாக இருக்கின்றது என்பதை அவர்கள் எனக்கு விளக்கினார்கள். எனது பரிந்துரையை அவர்கள் விரும்பினாலும் அதனை நிறைவேற்றுவது நடைமுறையில் சாத்தியம் அல்ல என்று அவர்கள் அறிவுறுத்தினார்கள். சரியான நேரத்தில் சிங்கப்பூர் அரசாங்கம் இதனைச் செய்யும் என்று நான் சந்தேகத்திற்கு இடமின்றி உறுதியாக நம்புகின்றேன். என் முருகப்பெருமானால் இந்த செய்தி எனக்கு அனுப்பப்பட்டதால் இது நடக்கும் என்பதில் நான் உறுதியாக இருக்கின்றேன். தேவையில்லாமல் எந்த விதமான ஆசைகளையும் அவர் என்னுள் தூண்ட மாட்டார். முருகப்பெருமான் என்னுள் வந்த இத்தனை ஆண்டுகளில் நான் புரிந்துகொண்டது இது தான்.

ஒவ்வொரு முறையும் நான் சிங்கப்பூருக்குப் பயணிக்கும் பொழுதும் LMRK உறுப்பினர்கள் அனைவரும் மேக்ரிட்ச்சி நீர்த்தேக்கத்திற்கு அருகில் கூடுவோம். நாங்கள் சிவபெருமான், அன்னை தாவோ மற்றும் போகர் சித்தருக்கு அருகிலிருந்து தியானம் செய்வோம். அந்த அடர்ந்த காட்டிலுள்ள அளப்பரிய சக்தி நம்முடைய ஆராவை தீண்டுவதை நம்மால் உணர முடியும்.

இதேபோன்ற மற்றொரு ஆற்றல் புள்ளி உள்ள இடம் மெர்லியன் பூங்காவாகும்.

மெர்லியன் என்பது உண்மையில் ஒரு கட்டுக்கதை. கடல் சிங்கம் என்பது இதன் அர்த்தம். இது சிங்கத்தின் தலையையும் மீனின் உடலையும் கொண்ட உயிரினமாகக் கருதப்படுகின்றது.

மெர்லியனின் புகைப்படங்களை நீங்கள் பார்த்திருப்பீர்கள். அது ஒரு ஏரிக்குள் அமைந்திருப்பதை நீங்கள் சிங்கப்பூருக்குச் சென்றால் காணலாம். அதன் உதடுகளிலிருந்து எப்பொழுதும் நீரூற்று ஓடிக்கொண்டேயிருக்கும்.

எனது எல்லா பயணங்களின் முடிவிலும், இரவு நேரங்களில் நான் மெர்லியன் புள்ளியை வந்தடைவேன். அந்த நேரத்தில் அவர்கள் வழங்கும் படகு சவாரியை நான் தவறவிடுவதில்லை. ஏரியின் ஒரு பக்கம் பெரிய கட்டிடங்களைப் பிரதிபலிக்கின்றது. குளிர்ந்த காற்றில் படகு சவாரி செய்யும் சுகத்தை அனுபவித்தால் மட்டுமே அதனை உணரமுடியும். இது மிகவும் வித்தியாசமான ஒரு அனுபவம்.

சிங்கப்பூரைப் பற்றிய ஒரு சுவாரஸ்யமான உண்மை என்னவென்றால், வங்கிகளே அவர்களுடைய பொருளாதாரத்தில் பெரும் தாக்கத்தை ஏற்படுத்துகின்றது. உலகெங்கிலும் உள்ள அனைத்து வங்கிகளும் சிங்கப்பூரில் தங்கள் நிறுவன அலுவலகங்களைக் கொண்டுள்ளன. அந்த வங்கிகள் அனைத்தும் மெர்லியன் அமைந்துள்ள ஏரியின் கரையோரத்தில் உயரமான கட்டிடத்தில் தலையை உயர்த்தி நிற்பதை நீங்கள் காணலாம். சுவாரஸ்யமாக, ஆற்றின் மறுபுறம் காலியாக இருக்கும். இதைப் பற்றி ஆர்வமாக நான் விசாரித்தபொழுது எனக்கு ஒரு சுவாரஸ்யமான பதில் கிடைத்தது. சீன வாஸ்து கோட்பாட்டின் படி வங்கிகள் வரிசையாக இருக்கும் பகுதி செல்வ ஆற்றல் உள்ள இடமாகச் சொல்லப்படுகின்றது. எதிர் பக்கம் அந்த ஆற்றல் ஓட்டம் இல்லாததால் அங்கு எதுவும் இல்லை. பிரமாதம்! நான் முக்கியமான ஒன்றை உங்களுக்குச் சொல்கின்றேன். உலகெங்கிலும் உள்ள பல இடங்கள் எனது தனிப்பட்ட வளர்ச்சியுடன் நிறையத் தொடர்புடையவை... உங்களுக்கு ஞானம் வேண்டும் என்று நீங்கள் நினைத்தாலும் அல்லது நீங்கள் பணம் ஈட்டவேண்டுமென்று நினைத்தாலும் இந்த மொத்த உலகமும் தனக்கான ஆற்றல் ஆதாரங்களையே தேடிச் செல்கின்றது. தனிப்பட்ட முறையில் செழிப்பாக இருக்கவேண்டுமென்றாலும் அல்லது ஒரு நாடு செழிப்பாக இருக்கவேண்டுமென்றாலும், அது ஆற்றல் நிறைந்த இடங்களையே சார்ந்துள்ளது என்பதில் சந்தேகமேயில்லை. இது நாம் இருக்கும் இடத்திலிருந்து வரும் ஆசீர்வாதம் போன்றது. ஒருவர் எதைச் செய்தாலும், செய்யாவிட்டாலும் அதிக ஆற்றல்

ஆதாரங்களைக் கொண்ட இடங்கள் சரியான நேரத்தில் செழிக்கும். காரியங்கள் நடக்கும்!

ஓம் சரவண பவாய நமஹ !!!

ரீயூனியன் தீவு மற்றும் மங்கோலியாவில் இருந்து பரிசாகப் பெற்ற நினைவுகள்

ரீயூனியன் தீவு

எப்பொழுதும் போல இறைவனிடமிருந்து எனக்கு ஒரு செய்தி வந்தது. இது குமரி கண்டத்தின் இரண்டாவது போரைப் பற்றியதாக இருந்தது.

நான் ஏற்கனவே முருகப்பெருமானின் ஆறு படை வீடுகளைப் பற்றி விரிவாகக் கூறியிருந்தேன். இவை தமிழ்நாட்டில் அமைந்துள்ள முக்கியமான ஆற்றல் புள்ளிகளாகும். குமரி கண்டத்தைக் கடல் கொண்டுசெல்வதற்கு முன்னாள் அங்கிருந்த ஆறு ஆற்றல் புள்ளிகளின் நினைவாகவே தமிழ்நாட்டில் ஆறு கோவில்கள் நிறுவப்பட்டுள்ளன.

குமரி கண்டம் புனரமைக்கப்பட்டவுடன் புதிய கோயில்கள் எங்கு நிறுவப்பட வேண்டும் என்பதனைக் குறித்த செய்திகள் இறைவனால் விவரிக்கப்பட்டுள்ளது. முதலாவது ஆஸ்திரேலியாவில் உள்ள லயன் தீவில் இருக்குமென்றும், மூன்றாவது உஜ்ஜைனியில் இருக்குமென்றும் அறிவுறுத்தப்பட்டுள்ளது.

ஒன்றிற்குப் பிறகு மூன்று ஏன்? அப்படியானால் இரண்டாவது எங்கே? என்று உங்களுக்கு ஆச்சரியமாக இருக்கலாம். எனக்கும் அப்படிதான் இருந்தது. ஆனால் கடவுளின் வழிகளை யார் கேள்வி கேட்க முடியும்? சரியான நேரத்தில் சரியானது நடக்கும். சமீபத்தில்

தான் எனக்கு இரண்டாவது கோவில் குறித்துத் தெரியவந்தது. இது மிகவும் குறைவான மக்கள் வாழக் கூடிய நெருப்பு சூழ்ந்த நிலம் என்று குறிப்புகள் வந்தன. மடகாஸ்கருக்கு அருகிலுள்ள இடங்களை அடிப்படையாகக் கொண்டு நான் ஆராயும்பொழுது எனக்கு விடை கிடைத்தது. அது ரீயூனியன் என்று அழைக்கப்படும் ஒரு இடம்.

இன்றுவரை ரீயூனியன் பிரெஞ்சு அதிகார வரம்பிற்கு உட்பட்ட ஒரு சிறிய தீவாக இருந்து வருகின்றது. அங்குத் தங்கியிருக்கும் பெரும்பாலான மக்கள் பிரெஞ்சு குடிமக்கள் என்பதால் அந்த இடம் இன்னும் பிரெஞ்சு ஆட்சியின் கீழ் உள்ளது என்று நம்மால் உறுதியாக வரையறுக்கமுடியாது.

இந்த சிறிய தீவில் 8000 அடி உயரத்தில் இன்னும் செயல்பாட்டில் இருக்கக்கூடிய எரிமலை உள்ளது. அதுமட்டுமின்றி தற்சமயம் செயல்படாத மூன்று எரிமலைகளும் உள்ளன. இந்த தீவு உலக வரைபடத்தில் ஒரு சிறு புள்ளி தான். நான் பிறந்த திருச்சூர் மாவட்டத்தை விட இது சிறியது. பிரெஞ்சு அதிகார வரம்பிற்கு உட்பட்ட ஒரு சிறிய நிலம்!

இதனைப் பற்றி அறிந்தவுடன் உண்மையில் நான் சிறிது ஏமாற்றமடைந்தேன்.

அதற்குக் காரணம் பிரெஞ்சு விசா. அதனை பெறுவது என்பது அவ்வளவு எளிதான காரியம் அல்ல. ஆனால் இறைவனால் முடியாதது என்று எதுவுமே இல்லை. வழக்கம் போல் முருகப்பெருமான் அனைத்தையும் பார்த்துக்கொண்டார்.

ஒரு நாள் பவானி என்ற பெண்ணிடமிருந்து எனக்கு அலைபேசி அழைப்பு வந்தது. அவர் தமிழ் வம்சாவளியைச் சார்ந்த ஒரு பெண். ரீயூனியனைப் பூர்வீகமாகக் கொண்டு வாழ்ந்து வருகின்றார். அவர் இந்தியா வந்திருந்தபொழுது மதுரை கோவிலுக்குப் பிரார்த்தனை செய்ய வந்திருந்தார். இங்கு வருவதை அவர் வழக்கமாகக் கொண்டிருந்தார். அவர் LMRK மற்றும் குமரி கண்டத்தைப் பற்றி அறிந்தபின் என்னுடன் தொடர்பு கொண்டு பேசினார். பழனி கோயிலுக்கும் செல்வதாகத் தெரிவித்த அவர் என்னைச் சந்திக்க முடியுமா என்று கேட்டார். அந்தச் சமயத்தில்தான் நானும் பழனிக்குப் போகத் திட்டமிட்டிருந்தேன். எனவே நாங்கள் சந்திக்க முடிவு செய்தோம். அவருக்குத் தமிழ் தெரியாததால் எங்கள் உரையாடல் ஆங்கிலத்திலிருந்தது. அவரது ஆங்கிலத்தில் பிரெஞ்சு

உச்சரிப்பு வலுவாக இருந்தால் என்னால் எளிதில் புரிந்துகொள்ள முடியவில்லை. ஆகையால் தேவேட்டனையும் என்னுடன் அழைத்துச் சென்றிருந்தேன்.

பழனியில் நாங்கள் பவானியைச் சந்தித்தபொழுது குமரி கண்டத்தை மீட்டெடுப்பது பற்றியும், அதற்கு ரீயூனியன் தீவு எவ்வளவு முக்கியம் என்பதைக் குறித்தும் எடுத்துரைத்தோம். மேலும் பிரெஞ்சு விசா பெறுவதில் உள்ள சவால்கள் பற்றிக் குறிப்பிட்டேன். இவற்றையெல்லாம் கேட்டறிந்த பவானி நான் கட்டாயம் ரீயூனியனுக்கு வரவேண்டும் என்றும், மற்றதை அவர் பார்த்துக்கொள்வதாகவும் உறுதியளித்தார்.

ஆனால் பிரெஞ்சு விசாவிற்கு என்ன செய்வது? ஓராண்டுக்கு முன்புதான் பிரான்ஸ் அரசு இந்திய அரசுக்குச் சாதகமாக சில விதிமுறைகளை மாற்றியமைத்திருந்தது. இந்தியர்கள் ரீயூனியன் சென்ற பின் விசா வாங்கிக்கொள்ளலாம் என்ற அறிவிப்பு வெளியானது. நான் உங்களுக்கு ஒன்று சொல்கின்றேன், முருகர் தோற்கடிக்க முடியாதவர்!

இன்றும் பவானி மிகவும் ஆர்வமுள்ள LMRK உறுப்பினராக உள்ளார். அவரை வெறும் விருந்தளிப்பவர் என்று மட்டும் சொல்லிவிடமுடியாது. நாங்கள் எவ்வளவோ மறுத்தபோதிலும் எனக்கும் தேவேட்டனுக்கும் ரீயூனியன் வருவதற்கான டிக்கெட்டை அனுப்பிவைத்தார். சென்னையிலிருந்து ரீயூனியனுக்கு இரண்டு நேரடி விமானங்கள் உள்ளன. இதில் ஆச்சரியப்படும் விதமாக பவானி எங்களுக்கு பிசினஸ் கிளாஸ் டிக்கெட்டுகளை அனுப்பியிருந்தார்.

இறைவனின் அறிவுறுத்தலின் படி நானும் தேவேட்டனும் உலகில் மிகவும் அமைதியான இடமான ரீயூனியன் தீவிற்குச் சென்று இறங்கினோம். எல்லாவற்றையும் கூர்ந்து கவனித்தால் அதில் ஒரு அழகு தெரியும். அப்படிக் கவனித்ததில் ரீயூனியனில் உள்ளவர்கள் அவசரப்படுவதில்லை என்பதை உணர்ந்துகொண்டேன். அனைத்து விஷயங்களையும் தங்களால் இயன்ற அளவிற்கு முழுமையாகச் செய்யவேண்டுமென்று தங்களுடைய நேரங்களைச் செலவிடுகின்றார்கள்.

எங்களுக்காக பவானி ஒரு ஓய்வு விடுதியை முன்பதிவு செய்திருந்தார். இந்த இடம் அதன் உரிமையாளரின் வீட்டிற்கு அருகிலேயே இருந்தது. அங்கு எங்களுக்கு மிகவும் நிதானமான

விருந்தோம்பல் அளிக்கப்பட்டது. உரிமையாளர் எங்களை அமைதியாக அறைக்கு அழைத்துச் சென்றார். பின்னர் அவர் மிகவும் மகிழ்ச்சியுடன் அறையைச் சுற்றிக் காட்டினார். மேலும் நாங்கள் புறப்படுவதற்கு முன் ஏர் கண்டிஷனர் ரிமோட்டைத் திருப்பித் தர வேண்டும் என்று நகைச்சுவையின் சாயலுடன் அறிவுறுத்தினார்.

ரீயூனியன் என்பது பல கோவில்களைக் கொண்ட ஒரு இடம். நான் ரீயூனியன் சென்று சிறிது களைப்பாறிய பிறகு பவானி எங்களை ஒரு கோவிலுக்கு அழைத்துச் சென்றார்.

இந்த இடத்தை சுமார் 38% இந்தியர்கள் ஆக்கிரமித்துள்ளனர். அதில் கிட்டத்தட்ட அனைவரும் தமிழர்கள். பல நூற்றாண்டுகளுக்கு முன்பு அவர்களின் முன்னோர்கள் கரும்பு விவசாயம் செய்துவந்துள்ளனர். இந்த மக்களுக்கு அவர்களின் வம்சாவளி குறித்த எந்த தகவலும் தெரியவில்லை. அவர்கள் அனைவரும் காகிதத்தில் மட்டும் பிரெஞ்சு குடிமக்களாக வாழ்கின்றார்கள். அவர்களில் யாருக்கும் தமிழ் தெரியாது. காலங்கள் செல்ல செல்ல தங்களின் தாய்மொழியை இழந்துவிட்டனர். ஆனால் அவர்களின் பக்தி மற்றும் ஆன்மீக உணர்வைக் காணும்பொழுது எப்படி அவர்கள் அவர்களின் தாய்மொழியைப் பாதுகாக்கத் தவறினார்கள் என்று ஆர்ச்சரியமாக இருந்தது. இந்தியாவை விட அந்த மக்கள் அதிகமாகவே தமிழ்ப் பண்பாட்டைப் பாதுகாத்து வருகின்றார்கள்.

இதில் மற்றொரு சுவாரஸ்யமான விஷயம் என்னவென்றால், அங்குள்ளவர்கள் இந்துக்களாக இருந்தாலும் அவர்களில் பலர் கிறிஸ்தவ பெயர்களைக் கொண்டிருந்தனர். ஜார்ஜ், ஜேக்கப், லூசி போன்ற பெயர்களை அங்குக் காண முடிந்தது. அவர்கள் தங்களின் கோவில்கள் மற்றும் சடங்கு சம்பிரதாயங்களைப் பாதுகாப்பது நம் மனதைக் கவருவதாக உள்ளது. நாம் இங்குச் செய்வதைவிட அங்கு மிகுந்த கவனத்துடன் செய்யப்படுகின்றது!

அங்கிருந்த கோவிலில் கர்நாடக இசையில் தமிழ்ப் பாடல்களை அழகாகப் பாடிய ஜார்ஜுக்குக்கூடத் தமிழில் பேசத் தெரியாது. அவருடன் உரையாடியபொழுது அவரின் குமரி காண்டம் குறித்த ஆராய்ச்சி என்னைப் பெரிதும் வியக்கவைத்தது.

எங்களை மேலும் ஆச்சரியப்படுத்தும் விதமாக, பவானி எங்கள் இருவருக்கும் சுற்றிப்பார்க்க விமானப் பயணத்தை ஏற்பாடு

செய்திருந்தார். ரீயூனியனில் உள்ள பொழுதுபோக்குகளில் இதுவே மிகவும் விலை உயர்ந்தது. சிறிய விமானங்களில் விமானியுடன் அமர்ந்து அங்குள்ள இடங்களைப் பார்வையிடலாம். உண்மையிலேயே ரீயூனியன் மக்களின் மனப்பான்மை மிகவும் போற்றத்தக்கது. அங்குள்ள விமானிகள் கூட எந்த அவசரமும் காட்டுவதில்லை. மெதுவான வேகத்தில் நாங்கள் எங்கள் விமானங்களுக்குள் அழைத்துச் செல்லப்பட்டோம்.

அங்கு எங்களுக்கு ஏற்பட்ட அனுபவம் மிகவும் அற்புதமானது. மேலே பார்ப்பதற்கு முன் எங்களுக்குப் பொம்மை விமானத்தில் அமர்ந்திருப்பது போல் இருந்தது. விமானம் மேலே பறந்தபொழுது மேகங்களுக்குள் ஒரு சிறிய பறவை பறப்பதைப் போல இருந்தது. மேகங்களுக்கு நடுவே இருக்கும்பொழுது கீழே பார்ப்பது மிகப் பெரிய தவறு. வலிமைமிக்க கடலால் எல்லாப் பக்கங்களிலும் சூழப்பட்ட ஒரு சிறிய நிலம் போல ரீயூனியன் தெரிந்தது. அந்த மேகங்களுக்கு இடையே குளிர்ந்த காற்று இருந்தபோதிலும் எனக்கு வியர்த்துக்கொண்டிருந்தது. என் பதற்றத்தைப் பார்த்த விமானி அந்த விமானத்தின் கட்டுப்பாட்டை நம்பிக்கையுடன் என்னிடம் ஒப்படைத்துவிட்டார்.

அந்த குட்டி விமானத்தில் எனக்கும், தேவேட்டனுக்கும் ஒரு வாழ் நாள் அனுபவம் கிடைத்தது. பவானியும் அவர் கணவரும் தங்களின் விருந்தோம்பலில் எங்களை மூழ்கடித்துவிட்டனர். நாங்கள் ரீயூனியனில் இருந்தவரை தின்பண்டங்கள் மற்றும் சுவையூட்டிகள் எங்களைத் தேடி வந்துகொண்டே இருந்தன. பவானியின் உறவினர் ஒருவர் ஒரு நாள் முழுவதும் எங்களை ரீயூனியனை சுற்றிப் பார்க்க அழைத்துச் சென்றார். அந்த இடங்கள் நம்பமுடியாத அளவிற்கு அழகாக இருந்தது. காகிதத்தில் வரையப்பட்டதைப் போன்ற அழகான காடுகளைக் கொண்டிருந்தது. அங்கிருந்த நீர் மிகவும் தெளிவான நீல நிறத்தில் காட்சியளித்தது.

இதற்கிடையில் ரீயூனியனில் உள்ள பல வீடுகளுக்குச் சென்று பூஜை மற்றும் பிரார்த்தனைகள் செய்தோம்.

நாங்கள் ஒரு நாள் ஒரு செயலற்ற எரிமலையைப் பார்ப்பதற்காகச் சென்றிருந்தோம். மிகச் சிறப்பு! அந்த இடம் முழுவதும் சிவந்து செவ்வாய்க் கிரகம் போலக் காட்சியளித்தது. அதன் அருகாமையில் ஒரு துளி புல் கூட இல்லை. சில பாறைகள் பூமியின் மையப்பகுதியிலிருந்து

வெளியேறி மேற்பரப்பைத் திடமாக்கியிருந்தன. இந்த இடங்கள் அதிக ஆற்றல்கள் கொண்டதாக இருக்கும். சித்தர்கள் சேகரித்த ஞானத்தில் இதுவும் அடங்கும்.

அதன் அருகாமையில் பிரெஞ்சு மொழியில் எழுதப்பட்ட அறிவுறுத்தல்கள் அடங்கிய ஒரு பலகையைப் பார்த்தேன். அது தடை செய்யப்பட்ட பகுதி என்று பவானி மொழிபெயர்த்துச் சொன்னார்.

அதிகப்படியாக ஆற்றல்கள் பாயக் கூடிய இடங்களை அரசுகள் தடைசெய்திருப்பதைப் பார்த்து என்னால் சிரிக்காமல் இருக்க முடியவில்லை. உண்மையில் தடைசெய்யப்பட்டுள்ளது! இதெல்லாம் உங்களுக்குத் தற்செயலாகத் தோன்றுகின்றதா? இது தற்செயல் என்ற வரைமுறைக்குள் நிச்சயம் வராது! நமக்கு அப்பாற்பட்டவை இறைவன் கைகளில் உள்ளது.

அங்கு அந்த மண்டலத்தில் அப்பொழுது முருகப்பெருமான் இருந்தார் என்றுதான் சொல்லவேண்டும். ஏனென்றால் நாங்கள் அங்கு இருக்கையிலே ஒரு அதிசயம் நடந்தது. அந்த வாயிலின் உள்ளே இருந்து பிரெஞ்சு பூர்வீக வாசிகள் இருவர் வெளியே வந்தனர். அவர்கள் பிரெஞ்சு தொல்லியல் துறையைச் சேர்ந்த அதிகாரிகள். பவானி அவர்களிடம் பேசிக்கொண்டிருந்ததை என்னால் காணமுடிந்தது. பவானியின் வேண்டுகோளில் இருந்த நேர்மையை உணர்ந்த அதிகாரிகள் என்னை மட்டும் அந்த வாயிலுக்குள் செல்ல அனுமதித்தனர். ஆம், நான் மட்டும் உள்ளே சென்றேன். நான் தடைசெய்யப்பட்ட பிரதேசத்திற்குள் இருந்தேன். பவானியும், தேவேட்டனும் எனக்காக வெளியே காத்திருந்தனர்.

பிரான்ஸ் தொல்லியல் துறையைச் சேர்ந்த அந்த அதிகாரிகளால் என்னால் தடைசெய்யப்பட்ட பகுதிக்கு உள்ளே செல்லமுடிந்தது. அவர்கள் சிறிது நேரம் என்னைத் தியானம் செய்ய அனுமதித்தனர். இந்த பணி இவ்வளவு பெரிய வெற்றிப் பெற்றதை என்னால் நம்ப முடியவில்லை.

மறுசீரமைக்கப்பட்ட குமரி கண்டத்தில், இரண்டாவது கோவில் வரவிருக்கும் இடத்தில் என்னால் முடிந்த அளவு ஆற்றல்களைப் பெற்றேன். பேரின்பம்!

அளவுக்கதிகமான அமைதியால் ஆசீர்வதிக்கப்பட்ட அந்த இடத்தில் ஐந்து ஆனந்தமான நாட்களைக் கழித்த பிறகு நானும்,

தேவேட்டனும் எங்கள் இந்தியப் பயணத்திற்குத் தயாரானோம். ரீயூனியன் என்ற அந்த இடத்தையும், அங்கிருந்த நாட்களையும் என்னால் மறக்கவே முடியாது. அங்கிருந்த அனைவரும் மிக அன்பாக இருந்தார்கள். குறிப்பாக பவானி மற்றும் அவரது கணவர். அமைதியின் உருவகம் என்றால் ரீயூனியன் என்று அங்கிருந்த ஐந்து நாட்களில் தெரிந்துகொண்டோம். எல்லாம் வல்ல இறைவன் எங்களிடம் ஒப்படைத்த பணியை ஐந்து நாட்களில் நிறைவேற்ற முடிந்தது. சிறிதளவு கூட மாசு இல்லாத தூய காற்றை அந்த ஐந்து நாட்களில் சுவாசிக்கமுடிந்தது. அமைதியான ஐந்து நாட்கள் - மிக உயர்ந்தவரிடமிருந்து கிடைத்த பரிசு.

மங்கோலியா

கடவுளின் விருப்பப்படி அவர் குறித்த நேரத்தில் எனக்கு மற்றொரு செய்தி கிடைத்தது! எனது பிறந்தநாள் அன்று, நாகம் மற்றும் கருடன் சக்திகள் கலந்திருக்கும் இடத்தில் நான் இருக்க வேண்டும் என்று அந்த செய்தியில் குறிப்பிடப்பட்டிருந்தது. இந்த ஆற்றல்கள் ஒன்றுக்கொன்று இணையாகப் பாய்கின்றன என்பது இங்குப் புரிந்து கொள்ள வேண்டிய ஒரு முக்கியமான கருத்தாகும். கருடன் ஆற்றல் என்பது பூமிக்குரியது மற்றும் நாகத்தின் ஆற்றல் என்பது ஆன்மீகத்திற்குரியது. இந்த இரண்டு ஆற்றல்களும் சந்திப்பது மிகவும் அரிதானது என்ற மற்றொரு உண்மையையும் கருத்தில் கொள்ளவேண்டும். இதனைப் பற்றி உஜ்ஜைனி அத்தியாயத்தில் விரிவாகக் கூறியுள்ளேன்.

எனக்கு வழங்கப்பட்ட அனைத்து துப்புகளையும் வைத்து ஆராய்ந்தபொழுது, அந்த இடம் மங்கோலியாவில் உள்ள கோபி பாலைவனம் என தெரியவந்தது. அதாவது ஒரு காலத்தில் மிகவும் சக்திவாய்ந்த ஆட்சியாளராக இருந்த செங்கிஸ் கானின் சாம்ராஜ்யத்திற்கு நான் என்னுடைய பிறந்தநாளன்று செல்ல வேண்டும் என்பதை உணர்ந்து கொண்டேன். அந்த இடத்தைக் கண்டுபிடித்ததும் முதலில் என் நினைவிற்கு வந்தது தி வே பேக் என்ற திரைப்படம். சோவியத் யூனியனின் பிரபலமற்ற சைபீரிய சிறைகளிலிருந்து மூன்று கைதிகள் தப்பிச் செல்வதுதான் படத்தின் கதைக்களம்.

மங்கோலியாவில் உள்ள புத்த சிலைகள் மற்றும் மடாலயங்களின் இடிபாடுகளை அந்தக் கைதிகள் மிதிக்கும் காட்சிகள் என் மனதில் ஓடியது. அதுமட்டுமல்லாமல் மங்கோலியாவைத் தாக்கும் கடுமையான குளிர் காலநிலையைப் பற்றி நினைத்த பொழுது என் முதுகுத்தண்டில் என்னால் குளிர்ச்சியை உணர முடிந்தது. -38 டிகிரிக்கு கீழே செல்லும் குளிரைக் கற்பனை செய்து பாருங்கள். அதனை நினைத்தவுடன் என் எலும்புகள் உறைந்துபோயின.

2015 ஆம் ஆண்டு மே மாதம் நமது பிரதமர் திரு நரேந்திர மோடியின் மங்கோலிய விஜயத்தின் பொழுது இரு நாடுகளுக்கும் இடையிலான நிதி மற்றும் தொழில்நுட்ப ஒப்பந்தங்கள் கையெழுத்தானது எனக்கு நினைவிற்கு வந்தது. இந்தத் தருணத்தில் ஒரு சுவாரஸ்யமான விஷயத்தைச் சொல்கின்றேன். தனது கட்சியால் மோடி பிரதம வேட்பாளராக அறிவிக்கப்பட்ட காலத்தை நினைவுபடுத்திப் பாருங்கள். அவர்களுக்குத் தெரிந்தோ தெரியாமலோ அவர்கள் காலத்தின் கோட்பாடுகளைப் பின்பற்றியதை உங்களால் உணரமுடியும்.

கருடன் மற்றும் நாகத்தின் ஆற்றல்கள் கலக்கும் அரிய தருணங்களில் வலிமையான ஆட்சியாளர்கள் உருவாவார்கள் என்பதே உண்மை!

மங்கோலியா மற்றும் உஜ்ஜைனி ஆகியவை இந்த ஆற்றல்கள் சங்கமிக்கும் இரண்டு இடங்களாகும்.

தேவேட்டனும் நானும் மங்கோலியப் பயணத்திற்குத் தயாராகையிலே மற்றொரு அதிசயம் நிகழ்ந்தது. எங்கள் குழுவைச் சேர்ந்த ஒருவர் எங்களை அழைத்து மங்கோலியாவில் உள்ள அவரது உறவினரான ராம் குமார் என்பவர் குறித்து எங்களுக்குத் தெரிவித்தார். ராம் குமார் உலான்பாதரில் இருந்தார். நான் அங்குச் சென்றவுடன் ராம்குமார் எங்களை அன்போடு வரவேற்பார் என்றும் தெரிவித்தார். மங்கோலியாவின் கடுமையான குளிர் நிலை சுற்றுலாப் பயணிகளைப் பெரிதளவில் ஈர்க்கவில்லை. இந்தியர்கள் மிக அரிதாக இருக்கும் தேசத்திலிருந்து ஒரு தமிழர் நம்மை வரவேற்பது என்பது மிகவும் அதிசயமான ஒன்று.

ராம் குமார் மங்கோலியன் குடியுரிமை பெற்றவர். மங்கோலியாவை சேர்ந்த ஒருவரைத் திருமணம் செய்து கொண்டார். ராமின் வீட்டிலும்

அவருடைய பல நண்பர்களின் வீடுகளிலும் நான் பிரார்த்தனைகள் செய்தேன்.

மங்கோலியா என்பது சோவியத் ஒன்றியத்துக்கும், சீனாவிற்கும் இடையில் உள்ள ஒரு நிலமாகும். மங்கோலியாவின் பெரும்பகுதி பாலைவனமாக உள்ளது. மங்கோலியாவில் செம்பு மற்றும் நிலக்கரி அதிகம் உள்ளது. இந்த மண்ணின் நாயகன் தான் மிகப்பெரிய பேரரசுகளை உருவாக்கியவர். அவர் பெயர் செங்கிஸ்கான். அங்கு அவரின் சிலைகள் அதிகமாக உள்ளன.

செங்கிஸ்கான் அரச குடும்பத்தில் பிறந்தவர். அவரின் இளமைப் பருவத்தில் அவரது தந்தையை யாரோ விஷம் வைத்துக் கொன்றதாக வரலாறு கூறுகின்றது. அந்தச் சம்பவத்தைத் தொடர்ந்து இவரின் வாழ்க்கை அவலநிலைக்குச் சென்றது. ஒரு முறை ஒரு மலை உச்சியில் அவரை ஒரு தங்கச் சாட்டை தடுமாறவைத்தது. அதுவே அவரை நாடோடி வாழ்க்கைக்குத் தள்ளியது. இது அவருக்கு மிகப்பெரிய திருப்புமுனையாக அமைந்தது. ஒருமுறை செங்கிஸ்கானுக்கு கசையடி வழங்கிய அந்த இடத்தில் இன்று அவரின் விலை உயர்ந்த சிலை உள்ளது.

எத்தனை மன்னர்கள் போர்க்களத்திலேயே படைகளை உருவாக்கி வெற்றி வாகை சூடினார்கள் என்று உங்களுக்கு நினைவிருக்கின்றதா? அத்தகைய பேரரசுகளில் வலிமை மிக்கவர்கள் அலெக்சாண்டர் அல்லது நெப்போலியன் போனபார்ட் என்று தான் நமக்கு பொதுவாக தோன்றும். ஆனால் அது முற்றிலும் தவறானது. அத்தகைய வலிமை மிக்கவர் செங்கிஸ்கான் ஒருவரே ஆவார். அவர் சுமார் 330 மில்லியன் சதுர கிலோமீட்டர் பரப்பளவுடைய ஒரு பேரரசை ஆட்சி செய்து வந்தார். சீனா, ஆப்கானிஸ்தான், ஈரான், ஈராக், சிரியா மற்றும் ஜார்ஜியா (காஸ்பியன் கடலுக்கு மேற்கே அமைந்துள்ளது) ஆகியவற்றை உள்ளடக்கியது அவரின் பேரரசு.

செங்கிஸ் பேரரசின் வீழ்ச்சிக்குப் பிறகு மங்கோலியப் பேரரசின் வீழ்ச்சி ஆரம்பித்தது. சோவியத் மற்றும் சீனப் பகுதிகள் ஆக்கிரமிக்கப்பட்டன. அந்த காலகட்டத்தில் இந்த இடத்தின் மத கோட்பாடுகள் மற்றும் கலாச்சாரம் ஆகியவை கடுமையாகப் பாதிக்கப்பட்டன.

இறைவன் அருளால் எங்களால் மங்கோலியாவில் உள்ள அனைத்து இடங்களுக்கும் சென்று வர முடிந்தது. கம்யூனிஸ்ட்டுகள்

ஆட்சி செய்யும் இடங்களில் சதுக்கங்கள் கட்டப்படுவது ஒரு காலத்தில் பாரம்பரியமாக இருந்துவந்தது. சோவியத்தின் ஆக்கிரமிப்புகள் முடிவிற்கு வந்தவுடன் மங்கோலியாவில் இருந்த அனைத்து சிலைகளும் செங்கிஸ்கான் சதுக்கங்களாக மாற்றப்பட்டன. செங்கிஸ் கானை இஸ்லாமியர் என்று பலர் தவறாக நினைக்கின்றார்கள். ஆனால் அது உண்மை அல்ல. அவர் டெங்கிரிசம் என்ற பழங்குடி மதத்தைப் பின்பற்றியவர். அவர் அந்த மதத்திற்கென ஒரு வடிவத்தையும், ஒருங்கிணைக்கப்பட்ட குறியீட்டையும் கொடுக்கும் வரை இந்த மதம் தன்னிச்சையான சடங்குகளை மட்டுமே கொண்டிருந்தது. இந்த மதத்தின் குறியிடப்பட்ட சடங்குகள் புத்தகமாக ஆவணப்படுத்தப்பட்டுள்ளது. இது யாசிக் என்று அழைக்கப்படுகின்றது.

உளன்பாதரில் இருந்து கோபி பாலைவனத்திற்குச் செல்கையிலே எங்களுடன் உருகா என்ற பெண் வழிகாட்டியும், ஒரு ஓட்டுநரும் இருந்தனர். நாங்கள் லேண்ட் க்ரூஸரில் பயணம் செய்து கொண்டிருந்தோம். நகரத்தின் அடையாளங்களை விட்டு வெளியே வந்தவுடன் நாங்கள் பார்க்கும் திசையெல்லாம் மணற்குவியல்களாக இருந்தன.

குவியல்களுக்கு நடுவில் அமைக்கப்பட்ட சாலையில் வாகனங்கள் செல்கின்றன. அங்கு எந்த ஒரு மரமோ அல்லது செடியோ கிடையாது. பாலைவன மணற் குவியலை மூடிய ஒரு குவிமாடம் போன்று வானம் காட்சியளித்தது. வானமே எல்லையாக இருந்தது. அடிவானத்தைத் தாண்டிச் செல்ல வேண்டும் என்பதைப் போல நாங்கள் சென்ற லேண்ட் க்ரூஸர் வேகமாகச் சென்றது.

செல்லும் வழியில், வேகமாக ஓடும் குதிரைகள் மற்றும் அதனை மேய்ப்பவர்களைப் பார்த்தோம். எங்கோ ஒரு இடத்தில் சிறிய வீடுகள் தென்பட்டன. புத்தகங்களில் பார்த்திருந்த இக்லூஸைப் போலவே அந்த வீடுகள் இருந்தன. பெரிய பானைகளைப் போன்று வடிவமைக்கப்பட்ட வீடுகளின் வாயில்கள் கீழ்நோக்கி வைக்கப்பட்டிருந்தன. அந்த வீட்டின் வடிவங்களை அங்குள்ள வீடுகளின் மேல் இருந்த சிறிய புகைபோக்கிகள் தொந்தரவு செய்வதைப் போலிருந்தது. வழி நெடுகிலும் உருகா எங்களிடம் பல விஷயங்களை விளக்கிக் கொண்டே வந்தார்.

மங்கோலியாவின் நகரங்களைத் தவிர மற்ற இடங்களைச் சுரங்கங்களின் குவியல்கள் என்றே சொல்லலாம். பெரும்பான்மையான மக்கள் சுரங்கங்களில் வேலை செய்து பிழைப்பு நடத்தி வருகின்றார்கள். மக்கள் கடுமையான குளிர்க் காலங்களுக்கான உணவுகளைச் சேமித்து வைப்பார்கள் என்று உருகா சொன்னதை என்னால் நம்பவே முடியவில்லை. அப்பொழுது எனக்கு எறும்புகள் தான் நினைவிற்கு வந்தது. ஆனால் மனிதர்கள் அதைச் செய்யும் ஒரு இடம் இருப்பது யாருக்குத் தெரியும்? குளிர்காலம் தொடங்குவதற்கு முன்பு குதிரைகள் அல்லது ஒட்டகங்கள் படுகொலை செய்யப்பட்டு அதன் இறைச்சிகள் சேமித்துவைக்கப்படுவதாக உருகா விளக்கினார். கடுமையான குளிர்காலத்திலும் இந்த இறைச்சிகள் புதிது போன்றே இருக்கும் என்று உருகா விளக்கினார்.

மங்கோலியாவில் சுரங்கங்களில் வேலை செய்வதைத் தவிர மற்றொரு தொழிலும் செய்கின்றார்கள். அது தோல் தொழிலாகும். மங்கோலியர்களின் உணவின் முக்கிய ஆதாரமாக இருப்பது விலங்குகளின் இறைச்சி என்பதால் அவற்றின் தோல் பகுதி அவர்களின் தொழிலுக்காகப் பயன்படுத்தப்படுகின்றது. உங்களுக்கு மங்கோலியாவில் நல்ல தோல் பைகள் கிடைக்கும். நான் அங்கு வாங்கிய ஒரு தோல் பையை பல ஆண்டுகளாக பயன்படுத்தி வருகின்றேன். இன்றும் அது புதிது போலவே உள்ளது.

மங்கோலியாவில் சைவ உணவுகள் கிடைப்பது மிகக் கடினம். நாங்கள் உணவுகள் உண்பதற்குச் சென்றபொழுதெல்லாம் அங்குள்ள மக்கள் அதிக இறைச்சிகளையும், மிகக் குறைந்த சாதத்தையும் பரிமாறி உண்பதை நான் கவனித்தேன். நமது (தமிழர்கள் மற்றும் கேரளர்கள்) உணவுப் பழக்கத்திற்கு இது அப்படியே நேர் மாறானது.

இறுதியாக நாங்கள் ஒரு மாபெரும் மலையின் அடிவாரத்திற்கு வந்தோம்.

துல் ஆற்றங்கரையில் உள்ள செங்கிஸ்கான் சிலை மிகப் பெரியது. அதை வெகு தொலைவிலிருந்து கூடப் பார்க்க முடியும். செங்கிஸ் கான் தனது போர்வீரர் உடையில் குதிரையின் மேல் இருப்பதைப் போன்ற துருப்பிடிக்காத எஃகு மூலம் செய்யப்பட்ட ஒரு பளபளப்பான கம்பீரமான சிலை அது. செங்கிஸ்கான் வளாகம் என்று அழைக்கப்படும் 33 அடி உயர கான்கிரீட் மேடையின் மேல்

இந்த 130 அடி உயர சிலை அமைக்கப்பட்டுள்ளது. இந்த சிலை மிகவும் பிரமாண்டமானது. பாராட்ட வார்த்தைகளே இல்லாத இணையற்ற மகத்துவம் ! செங்கிஸ்கான் வளாகத்தில் நின்று எல்லாவற்றையும் விரிவாகப் பார்த்தோம். மிகவும் பொறுமையாக உருகா விளக்கமளித்தார்.

செங்கிஸ்கானின் வாரிசுகளான மங்கோலிய வம்சத்தை ஆண்ட 36 பேரரசர்கள் பற்றிய தகவல்கள் அனைத்தும் அங்கு நன்கு ஆவணப்படுத்தப்பட்டுள்ளன.

சிறிது நேரம் கழித்து மீண்டும் எங்கள் பயணத்தைத் தொடர்ந்தோம்.

இறுதியாகக் கோபி பாலைவனத்தின் அருகே சென்றோம். அந்த சிறிய நகரத்தில் உள்ள ஒரு விடுதியில் நாங்கள் தங்குவதற்காக அறை பதிவு செய்யப்பட்டிருந்தது.

அடுத்த நாள் காலை - என் பிறந்தநாள்... தெய்வீக அறிவுறுத்தலின் படி கோபி பாலைவனத்தில் நான் இருந்தேன்!

ஓம் சரவணபவாய நமஹ!

எனது பிறந்த நாள் அன்பளிப்பாக, இந்தத் தருணத்தில் ஒரு சுவாரஸ்யமான விஷயத்தைச் சொல்கின்றேன். இது ஷம்பலா என்று அழைக்கப்படும் ஒன்றைப் பற்றியது. இது முற்றிலும் வேறுபட்ட உலகம் என்று கூறப்படுகின்றது. காலப் பயணம் செய்யும் திறமை பெற்ற சித்தர்கள் சந்திக்கக்கூடிய இடம் இது என்றும் சொல்கின்றார்கள். சித்தர்கள் தங்களுக்கு ஒதுக்கப்பட்ட சில பணிகளை நிறைவேற்றப் பூமியின் மேற்பரப்பிற்கு வருவதாகவும், அவர்களின் பணி முடிந்ததும் அவர்கள் சாம்பாலாவை அடைவதாகவும் கூறப்படுகின்றது.. வேறொரு நேர மண்டலத்திலிருந்து பூமிக்கு வரும் பல அவதாரங்களுக்கு இது ஒரு நுழைவு வாயிலாக இருப்பதாகவும் கூறப்படுகின்றது.

ஷம்பாலாவின் இருப்பிடம் குறித்து அடிக்கடி விவாதிக்கப்படுகின்றது. சிலர், இது திபெத்தில் அமைந்துள்ளது என்கின்றார்கள். சிலரோ இது இமயமலையில் உள்ளதாக சொல்கின்றார்கள். சிலர் கோபி பாலைவனத்தில் இருப்பதாகவும் சொல்கின்றார்கள். எனக்கு அருளப்பட்ட தெய்வீக அறிவுறுத்தல்களின்படி அது கோபி பாலைவனத்தில் இருக்கின்றது என்பது என் புரிதலாகும்.

ஒருமுறை மங்கோலியத் துறவி ஒருவர் இந்த பாலைவனத்தை மிதிக்கையிலே அவர் அலைகளைப் பார்த்ததாகப் புராணக்கதை கூறுகின்றது. அவர் பெற்ற உள்ளுணர்வின்படி, நான்காவது பரிமாணத்திற்கான நுழைவாயில் இது என்று அவருக்கு புரிந்தது. அதனால் அந்தப் பகுதியிலிருந்தவர்களை வரவழைத்து அந்த இடத்தின் முக்கியத்துவத்தை அவர்களிடம் பகிர்ந்துள்ளார். ஆகையால் அந்த இடம் புனிதமாக கருதப்பட்டு அங்கு பிரார்த்தனைகள் செய்ய பலர் சென்றதாகவும் கூறப்படுகின்றது. அந்த இடம் நான்கு வாயில்கள் எனப்படும் நான்கு வாசல்களைக் கொண்டதாகவும் கருதப்படுகின்றது.

சூரியனின் தொடுதல், சிவந்த மணல் மற்றும் குளிர்ந்த காற்றைக் கொண்ட இடம் தான் கோபி பாலைவனம். அந்த நிலத்தின் ஆற்றலைப் பெறுவதற்காக அங்குள்ள மணலில் நிறைய மக்கள் படுத்திருப்பதைக் கண்டேன். அங்கே அமர்ந்து தியானம் செய்ய என் சொந்த நேரத்தை எடுத்துக் கொண்டேன். நான் விடியற்காலையிலிருந்தே அதிக அதிர்வெண் கொண்ட அதிர்வுகளைப் பெற ஆரம்பித்திருந்தேன். தியான நேரத்தில் அந்த அதிர்வுகள் உச்சத்தை எட்டின.

நான் மங்கோலியர்களைப்போல இல்லாததால் சுற்றியிருந்தவர்கள் எங்களை ஆச்சரியத்துடன் பார்த்ததாக தேவேட்டன் பின்னர் என்னிடம் கூறினார். அவர்களில் சிலர் எங்களிடம் வந்து பேசுவதற்கு ஆர்வமாக இருந்தனர்.

சிறிது நேரம் கழித்து நான் ஒரு குகையின் நுழைவாயிலைக் கண்டேன். அங்கு நான் அதிக நேரம் அமர்ந்திருந்தேன். செங்கிஸ்கான் மற்றும் அவரது போர்வீரர்களின் அதிர்வுகளை அங்கு என்னால் உணர முடிந்தது. அந்த அதிர்வுகள் குறையத் தொடங்கியவுடன் எதற்காக என் இறைவன் என்னை என் பிறந்த நாளன்று இங்கே வரச் சொன்னார் என்று யோசிக்க ஆரம்பித்தேன். எனது பிறந்த நாளன்று இந்த ஆற்றல் ஓட்டத்தில் என்னைத் திளைக்கச் செய்ய இங்கு வரவழைத்துள்ளார் என்று உறுதியாக நம்பினேன். அது சக்தியும் ஆன்மிகமும் இணைந்த ஒரு மண்டலம் என்பதை உணர்ந்தேன்.

ஓம் சரவண பவாய நமஹ !!!

நாங்கள் உளன்பாதருக்குத் திரும்பியதும் மீண்டும் ராம் குமாரின் இல்லத்தில் தங்கியிருந்தோம். அவர்கள் என்னுடன் அவர்களின்

தனிப்பட்ட துயரத்தைப் பகிர்ந்து கொண்டனர். அவர்களுக்கு அப்பொழுது வாரிசுகள் இல்லாமல் இருந்தது. நான் முருகப்பெருமானை அழைத்துப் பிரார்த்தனை செய்தேன். எங்களுக்கு யாரையும் தெரியாத அந்த மண்ணில் எங்களைக் கவனித்துக் கொள்ள இறைவனால் நியமிக்கப்பட்டவர் ராம் குமார். வேறு எதற்காக இல்லையென்றாலும் அந்த ஒரு காரணத்திற்காகக் கடவுள் அவர்களைக் கைவிட மாட்டார் என்று அவர்களுக்கு நான் உறுதியளித்தேன்.

என் அன்பான வாசகர்களே, இந்த வரிகளை நான் எழுதும் இந்த நேரத்தில் ராம் குமார் மற்றும் அவரது மனைவியின் சிறிய குழந்தை அவர்களின் இனிமையான வீட்டில் விளையாடிக் கொண்டிருக்கின்றது. அதனோடு, அதிக எண்ணிக்கையிலான LMRK உறுப்பினர்களைக் கொண்ட இடமாக மங்கோலியா உள்ளது என்று கூறுவது எனக்கு மிகுந்த மகிழ்ச்சியைத் தருகின்றது.

இறைவன் அருளால் எல்லாம் நலமே!

ஓம் சரவண பவாய நமஹ !!!

ஆஸ்திரேலியா மற்றும் குமரி கண்டம் - இவை தொடர்புடையதா?

எப்பொழுதும் போல முருகப்பெருமானிடமிருந்து எனக்கொரு ஒரு புதிரான செய்தி வந்தது. எனக்குக் கிடைத்த தடயங்களை வைத்து அதனைக் கண்டுபிடிக்கத் தொடங்கினேன். ஒரு போர் மண்டலம்... குமரி கண்டத்தின் சகாப்தம்... முருகரின் வீரர்கள் தங்கியிருந்த ஒரு பெரிய குகை... ஒரு பெரிய மழைக்கு அருகில்... எனக்குக் காட்சியாக வந்த இந்த இடத்தில் நான் சூரசம்ஹாரம் அன்று பிரார்த்தனை செய்ய வேண்டும் என்பது எனக்கு அறிவுறுத்தப்பட்ட செய்தியாக இருந்தது.

எனக்குக் கிடைத்த துப்புகளை வைத்து எங்கிருந்து தொடங்குவது என்ற எந்த யோசனையும் வராமல் இருந்த சமயத்தில் எனக்கு ஆஸ்திரேலியாவிலிருந்து ஒரு தொலைப்பேசி அழைப்பு வந்தது. அலைபேசியின் மறுமுனையில் ஒரு உற்சாகமான குரல் ஒலித்தது. அவர் தமிழ் FM வானொலி நிலையத்தின் நிகழ்ச்சி தொகுப்பாளரான சாரு என்று தன்னை அறிமுகப்படுத்திக் கொண்டார். நேர்முக பேட்டிக்காக என்னிடம் நேரம் கேட்பதற்காக என்னை அழைத்திருந்தார். அந்த நேரத்தில் நான் பழனிக்குச் சென்று கொண்டிருந்ததால் அதற்கு அடுத்தநாள் நேரம் தருவதாக சொல்லியிருந்தேன். மிகவும் அமைதியான இடமான ஐவர் மலையின் உச்சியில் நான் இருக்கும் நேரத்தில் அவருடன் பேசலாம் என்று எண்ணியிருந்தேன். நான் ஒரு தெய்வீக செய்தியைக் கண்டுபிடிக்கும் நேரத்தில் சாருவின் அழைப்பு வந்தது எனக்கு மற்றொரு துப்பு கிடைத்ததுபோல் இருந்தது.

மறுநாள் நேர்காணலின் பொழுது நான் ஒரு செய்தியை வைத்து ஆராய்ச்சி செய்யும் பணியில் ஈடுபட்டிருக்கின்றேன் என்று சாருவிடம் கூறினேன். அந்த இடம் ஆஸ்திரேலியா என்பது மட்டும்தான் இதுவரை உறுதியாகத் தெரிகின்றது என்றும் அவரிடம் தெரிவித்தேன். நேர்காணல் முடிந்த பிறகு ஆஸ்திரேலியா செல்வதற்கான தயாரிப்பைத் தாமதிக்காமல் தொடங்குமாறு சாரு பரிந்துரைத்தார். அவரின் FM நிலையத்திலிருந்து எனக்கு ஒரு அழைப்பை அனுப்புவதாகும் அவர் தெரிவித்தார். இது ஆஸ்திரேலியாவிற்கு விசிட் விசாவைப் பெறுவதற்கான முதல் படியாக அமைந்தது.

எனக்கு வந்த இறை செய்தியிலிருந்த இடத்தை ஒரு வாரத்திற்குள் கண்டுபிடித்தேன். ஆஸ்திரேலியாவின் நீல மலைகள் மற்றும் ஜெனோலன் குகைகளுக்கு நான் செல்ல விரும்புவதாக சாருவிடம் தெரிவித்தேன். அதன் பிறகு எல்லாமே வேகமாக முன்னோக்கிச் செல்ல ஆரம்பித்தது. சூரசம்ஹார தினத்தில் அங்கு இருக்க வேண்டும் என்பதற்காக நான் நவம்பர் மாதம் ஆஸ்திரேலியா சென்றேன். உலகின் பிற பகுதிகளைப் போலல்லாமல் ஆஸ்திரேலியாவில் நவம்பர்-டிசம்பர் காலகட்டம் கோடைக்காலமாக இருந்தது.

முந்தைய பயணங்களில் நான் ரியா டிராவல்ஸ் மற்றும் வழிகாட்டிகளைச் சார்ந்திருந்தேன். ஆனால் இப்பொழுது எனக்கு ஆதரவாக LMRK நண்பர்கள் இருக்கின்றார்கள். சாருவின் இடத்தில் நான் தங்குவதற்கான ஏற்பாடுகள் செய்யப்பட்டிருந்தன. சாருவின் இல்லம் மிகவும் இதமாகவும், வசதியாகவும் இருந்தது. ஆஸ்திரேலியாவின் பழங்குடியின மக்கள் வசிக்கும் புளூ மவுண்டன்ஸிற்கு நான் சென்றிருந்தேன். கடல் மட்டத்திலிருந்து சுமார் 1100 அடி உயரத்தில் இருக்கும் இந்த அழகிய இடம் நீல நிறத்தில் உள்ள வித்தியாசமான தாவர வகைகளால் அலங்கரிக்கப்பட்டுள்ளது. நீங்கள் ஆஸ்திரேலியா சென்றால் இந்த இடம் கட்டாயம் பார்க்க வேண்டிய இடமாக இருக்கும். அதன் ஒரு பக்கத்தில் இறைவன் எனக்குக் காட்டியதைப் போலவே இயற்கை அன்னையின் ஆதரவுடன் கூடிய ஜெனோலன் குகைகள் பெரிய தங்குமிடங்களுடன் இருந்தன. குகைகள் மிகப் பெரியவை. அங்கு பத்திற்கும் மேற்பட்ட கனரக வாகனங்கள் உள்ளே சென்றாலும் காலி இடங்கள் இருக்கும். குமரி கண்டத்தின் காலத்தில் நம் இறைவனின் வீரர்கள் தங்கியிருந்த இடம் அது. அங்குத்

திறந்த மண்டலங்கள் மற்றும் மறைவிடங்கள் இருந்ததால் அது ஒரு போர்க்களத்திற்கான சரியான நிலப்பரப்பாக தென்பட்டது.

ஒரு காலத்தில் என் ஆண்டவர் காலடி எடுத்து வைத்த நிலத்தில் நான் அப்பொழுது இருந்தேன். நான் தரையில் மண்டியிட்டு பிரார்த்தனை செய்தேன்.

அறுபடைவீடு என்பது குமரி கண்டத்தின் காலத்திலும் இருந்ததாகக் கூறப்படுகின்றது. அவை உலகின் ஆறு ஆற்றல் புள்ளிகளாக இருந்திருக்கின்றன. அந்த ஆறு புள்ளிகளில் ஒன்று தான் ப்ளூ மௌண்டைன்ஸ். இன்று நமக்குத் தெரிந்த தமிழ்நாட்டின் அறுபடைவீடானது இந்த பழமையான அறுபடைவீட்டின் பிரதியாகும். குமரி கண்டத்தின் அழிவின்பொழுது அங்கிருந்து சென்ற மக்களால் தமிழகத்தில் கட்டப்பட்டதே இப்போதுள்ள ஆறு படைவீடுகளாகும். தமிழ்நாட்டில் உள்ள ஆறு ஆற்றல் புள்ளிகளில் அந்தக் கோவில்கள் கட்டப்பட்டுள்ளன. குமரி கண்டத்தின் புனரமைப்பின் பொழுது ஆறு படை வீடுகளும் புனரமைக்கப்படும் என்பது உண்மை.

வித்தியாசமான ஆற்றல், மகிழ்ச்சி மற்றும் வைராக்கியம் நிறைந்த அந்த அழகான இடத்தில் நாங்கள் பிரார்த்தனை செய்தோம். பிரார்த்தனையின் பொழுது நம் மூதாதையர்களையும், குமரி கண்டத்தின் இறைவனையும் அழைத்து பிரார்த்தனை செய்தோம். ப்ளூ மவுண்டனில் பிரார்த்தனை செய்தபொழுது முருகப்பெருமானின் புதிய சகாப்தத்தின் வருகையை என்னால் உண்மையிலேயே அனுபவிக்க முடிந்தது.

நான் ஆஸ்திரேலியாவில் இருந்தபொழுது சிட்னியில் உள்ள சில வீடுகளில் பிரார்த்தனைகள் செய்வதற்காக நான் அழைக்கப்பட்டேன். சிட்னியிலிருந்து மெல்பேர்னுக்குச் சென்று ஒருசிலரைச் சந்தித்தோம். அப்பொழுது என்வசம் நான்கு நாட்கள் இருந்தன. எனவே நிலத்தின் அழகையும், அமைதியையும் அனுபவிப்பதற்காக நான் சிறிது ஓய்வாக இருந்தேன். என்னுடைய பழைய நண்பரான ஜோயி மெல்பேர்னுக்குக் குடிபெயர்ந்தது எனக்கு நினைவிற்கு வந்தது. அந்த நாட்களில் அவர் YBC நாடகக் குழுவின் தீவிர உறுப்பினராக இருந்தார். நான் அவரை சந்திக்க வேண்டுமென்று நினைத்தேன். ஆனால் அவரின் தொலைப்பேசி எண் என்னிடமில்லை. சில நிமிடங்களிலேயே நாங்கள் முகநூலின் மூலம் இணைந்தோம். பழைய நாட்கள் திரும்பி

வந்ததைப் போல நாங்கள் தொலைப்பேசியில் அரட்டை அடித்தோம். அவர் 300 கிமீ தொலைவிலிருந்தாலும் என்னை நேரில் வந்து சந்திப்பதாகச் சொன்னார். இளங்கோவின் வீட்டிலிருந்து என்னை அழைத்துக் கொள்வதாக ஜோயி தெரிவித்தார். இளங்கோ என்பவர் இலங்கையைப் பூர்வீகமாகக் கொண்டவர் மற்றும் மெல்பேர்னின் ஆன்மீக வட்டத்தில் ஒரு முக்கிய நபர்.

இளங்கோவின் இடத்திலிருந்தபொழுது சுமார் 50 பேர் மத்தியில் நான் இருந்தேன். அவர்களில் யாருமே LMRK உறுப்பினர்கள் கிடையாது. எனவே LMRK எவ்வாறு செயல்படுகின்றது என்பது குறித்த எந்த தகவலும் அவர்களுக்குத் தெரியாது. ஆன்மிகத்தைப் பிரசங்கிக்கும் பாரம்பரிய உடை மற்றும் அலங்காரம் கொண்ட ஒரு நபராக அவர்கள் என்னை நினைத்துக்கொண்டிருந்தபொழுது, அவர்கள் முன் நான் டி-சர்ட் மற்றும் ஜீன்ஸ் அணிந்து தோன்றினேன். இளங்கோவின் வீட்டின் ஒரு முக்கிய இடத்தில் வெல்வெட் துணியால் மூடப்பட்ட சிம்மாசனம் போன்ற நாற்காலி அமைக்கப்பட்டிருந்தது. நான் மரியாதையுடன் அத்தகைய முறையை மறுத்தேன். அனைவருக்கும் திகைப்பூட்டும் வகையில் தரையில் அமர்ந்து பேச ஆரம்பித்தேன். ஆச்சரியம் மற்றும் மகிழ்ச்சியுடன் ஒரு கூட்டம் என்னைச் சுற்றி தரையில் அமர்ந்திருந்தது. நாங்கள் பிரார்த்தனை செய்ய ஆரம்பித்தோம். பிரார்த்தனைகளுக்கு நடுவே ஜோயி வந்தார். அவருக்கும் சிறப்பான வரவேற்பு அளிக்கப்பட்டது. ஜோயி நாத்திகராக இருந்தபோதிலும் நான் அனைத்து சடங்குகளையும் நிறைவு செய்யும்வரை அவரும் அமர்ந்திருந்தார்.

அன்று ஜோயின் இல்லத்திற்குச் சென்று அவருடைய மனைவி, தாய் மற்றும் குழந்தைகளைச் சந்தித்து விட்டு அன்றைய இரவு அவர்களின் வீட்டில் தங்கினேன். பழைய திரூர் நாட்களின் இரவு போல் இருந்தது. மறுநாள் நான் விஸ்வநாதன் என்ற நபரைச் சந்திக்க நேர்ந்தது. அவர் ஒரு சில உடல் உபாதைகளால் அவதிப்பட்டுவந்தார். விஸ்வநாதன் இருக்கும் இடத்தில் தமிழன் என்று நம்பமுடியாத பவன் என்ற ஒரு மலேசியரைச் சந்தித்தேன்.

விஸ்வநாதனைச் சந்தித்த பிறகு மேலும் இரண்டு நாட்கள் மெல்பேர்னில் இருந்தேன். ஆச்சரியப்படும் விதமாக அடுத்த இரண்டு நாட்களில் எனக்கு மெல்பேர்னைச் சுற்றிக் காண்பிக்கப் பவன் முன்வந்தார். என் நட்பு மரத்தின் புதிய கிளையாகப் பவன் இருந்தார்.

அது ஒரு அழகான இரண்டு நாட்கள். இவ்வளவு மகிழ்ச்சியாக அந்த நகரத்தைப் பவனுடன் சுற்றிப் பார்ப்பேன் என்று உண்மையில் நான் நினைக்கவில்லை. அவருக்கு நான் மிகுந்த நன்றியுள்ளவனாக இருப்பேன். இறைவனின் வழிகள் விசித்திரமானவை.

ஆஸ்திரேலிய பயணத்தை முடித்து விட்டு இந்தியா திரும்பும் பொழுது எதிர்பாராத மற்றும் அழகான ஒன்று நடந்தது. என் அருகில் அமர்ந்திருந்தவர் சிறிது நேரமாக என்னைக் கவனித்துக்கொண்டிருப்பதை என்னால் உணர முடிந்தது. அவருடைய இக்கட்டான நிலையிலிருந்து அவரை வெளியே கொண்டு வர எண்ணினேன். அவர் என்னிடம் ஏதாவது சொல்லவிரும்புகின்றாரா என்று கேட்டேன். அவர் என்னை எங்கேயோ பார்த்தது போல இருக்கின்றது என்று சொன்னார். ஆனால் அவருக்குப் பெயர் ஞாபகம் வரவில்லை. அவர் சொன்ன பெயர் என்னுடையதாக இல்லை. பின் அவர் என்னிடம் மன்னிப்பு கேட்டுவிட்டு அவரது இருக்கையில் அமர்ந்துகொண்டார். பயணத்திற்காகப் புறப்படும் நேரங்களில் முருகப்பெருமானின் புகைப்படத்தை என் கைப்பேசியில் வைத்து வணங்கும் பழக்கம் எனக்கு உண்டு. நான் அதைச் செய்து கொண்டிருந்தபொழுது நீங்கள் ரெஜித் குமார் தானே என்று அதே நபர் கேட்டார். அவர் தேடிய ஒன்றைக் கண்டுபிடித்து விட்டது போல அவர் முகம் அப்பொழுது பிரகாசித்தது. "ஆம்" என்று நான் பதிலளித்தேன். அவருடனான உரையாடல் ஒரு புதிய உறவிற்கான தொடக்கமாக இருந்தது. அவர் தன்னை மெல்பேர்னைச் சேர்ந்த தொழிலதிபர் ஆறுமுகம் என்று அறிமுகம் செய்து கொண்டார். நான் முருகப்பெருமானுக்கு மரியாதை செய்தபொழுது என்னை அடையாளம் கண்டுபிடித்ததாக விளக்கமளித்தார். மூன்றாவது கண் நிகழ்ச்சியை அவர் பார்த்திருந்தார்!

அவருடைய கதையை நான் கேட்கும் அளவிற்கு எங்களின் அறிமுகம் இருந்ததை நினைத்து அவர் மகிழ்ச்சியடைந்தார். மூன்றாவது கண் நிகழ்ச்சியைப் பார்த்ததிலிருந்து அவர் என்னை நேரில் சந்திக்க விரும்பியதாகத் தெரிவித்தார். அதன் விளைவாக நாங்கள் நீண்ட நேரம் ஒன்றாகப் பறக்க நேர்ந்ததை நினைத்து அவர் பெரிதும் ஆனந்தம் அடைந்தார். சிங்கப்பூர் விமான நிலையத்தில் தரையிறங்குவதற்கு முன் எனக்கு இன்னொரு நல்ல நண்பர் கிடைத்ததாக நான் உணர்ந்தேன்.

அந்த சந்திப்பு சிங்கப்பூர் விமான நிலையத்தோடு நிற்கவில்லை. 2018 பிப்ரவரியில் சர்வ வல்லவர் எனக்கு மற்றொரு செய்தியை அனுப்பினார். அந்த செய்தியில் வந்த குறிப்பை வைத்து நான் ஆஸ்திரேலியாவின் நியூ சவுத் வேல்ஸ் மற்றும் லயன் தீவு போன்ற இடங்களுக்கு செல்ல வேண்டும் என்று புரிந்துகொண்டேன். அந்த சமயத்தில் ஆறுமுகம் அவர்கள் தன்னுடைய தொழிலில் புதிய திட்டத்தைச் செயல் படுத்துவதற்கான தொடக்க விழாவிற்காக என்னை ஆஸ்திரேலியாவிற்கு அழைத்தார். இது தற்செயலாக நடந்த ஒன்று. இறைவன் நமக்கான விஷயங்களை எப்படியெல்லாம் செயல்படுத்துகின்றார்! என்னிடம் செல்லுபடியாகும் விசாக்கள் இருந்ததால் என் அலுவலகத்திலிருந்து NOC யைப் பெற்றுக் கொண்டு மீண்டும் ஆஸ்திரேலியாவுக்குப் பறந்தேன்.

அப்பொழுது மெல்பேர்ன் மற்றும் பெர்த்தில் நிறைய LMRK உறுப்பினர்கள் இருந்தார்கள். ஆறுமுகம் அவர்கள் பெர்த்தில் இருந்ததால் என்னை வரவேற்க விமான நிலையம் வந்திருந்தார். தொடக்க விழாவில் முழுமனதுடன் வழிபாடு செய்தோம். அப்பொழுது பல்வேறு வீடுகளிலிருந்து பிரார்த்தனை செய்வதற்கான அழைப்புகள் வந்தன. லயன் தீவிற்குச் செல்ல வேண்டும் என்ற எனது எண்ணத்திற்கும் நிறைய அழைப்புகள் வந்திருந்தன. தேவையான அனைத்து ஏற்பாடுகளையும் ஆறுமுகம் அவர்கள் செய்திருந்தார்கள். அவர்களுக்கு என் மனமார்ந்த நன்றிகள்.

நான் எங்கெங்கு செல்லவேண்டும் என்ற அட்டவணையில் பவனைச் சந்திக்க வேண்டும் என்பதை நான் குறிப்பாக வைத்திருந்தேன். அவரைச் சந்திக்க நான் குறிப்பாக நேரம் ஒதுக்கியிருந்தேன் என்பதை அவர் உணர்ந்தபொழுது என்னைக் கட்டிதழுவி அவரின் மகிழ்ச்சியை வெளிப்படுத்தினார். நட்பு என்றால் என்ன, மகிழ்ச்சியுடன் அழுவது என்றால் என்ன என்பதைத் தனது வாழ்க்கையில் முதல்முறையாகப் புரிந்துகொண்டதாக அவர் ஒப்புக்கொண்டார். அவரின் அந்த வார்த்தைகள் என் மனதைத் தொட்டது. என் கண்களையும் ஈரமாக்கியது. நாம் சந்திக்க வேண்டிய பல மனிதர்கள் இந்த பூமியில் நிறைந்துள்ளார்கள். கடவுள் உண்மையிலேயே மிகவும் பெரியவர்!

எனது வாசகர்களே, தொல்பொருள் ஆராய்ச்சியாளரான திரு. கொலின் ஹெய்டரை இப்பொழுது உங்களுக்கு

அறிமுகப்படுத்துகின்றேன். எனது குமரி கண்டம் மீட்புப் பணி பற்றி அறிந்த பின்பு அவர் என்னை மெசஞ்சர் மூலம் தொடர்பு கொண்டார். அவருடன் உரையாடியபொழுது நாங்கள் ஒரே அலைநீளத்தோடு (வேவ்லென்த்) இருக்கின்றோம் என்பதை உணர்ந்து கொண்டேன். அவருக்குக் குமரி கண்டம் என்ற சொல்லைக் குறித்த நல்ல அறிவு இருந்தது. அவரது ஆராய்ச்சியின் மூலம் ஆஸ்திரேலியாவின் பழங்குடியின மக்கள் குமரி கண்டத்துடன் தொடர்புடையவர்கள் என்பதை அவர் அறிந்துகொண்டார்.

நான் ஆஸ்திரேலியாவிலிருந்தபொழுது ஆறுமுகம் மூலமாக கொலினை தொடர்புகொண்டேன். அங்கு எனக்கு இன்னொரு ஆச்சரியம் காத்திருந்தது. குயின்ஸ்லாந்தைத் தளமாகக் கொண்ட கொலின் அதிகாரப்பூர்வ நோக்கங்களுக்காக ஏற்கனவே லயன் தீவில் இருப்பது தெரியவந்தது. மேலும் இரண்டு நாட்கள் அவர் அங்கேயே தங்கியிருப்பார் என்றும் தெரிந்தது. அவர் என்னைச் சந்திப்பதற்காக மகிழ்வுடன் காத்திருந்தார். எவ்வளவு உற்சாகம்! உடனே ஆறுமுகம் சிட்னிக்கு இரண்டு டிக்கெட்டுகளை ஏற்பாடு செய்தார். எங்களுக்கான மற்ற ஏற்பாடுகளைச் செய்ய ஒலெக் என்ற ரஷ்ய நண்பரை அவர் தொடர்பு கொண்டு பேசினார்.

ஒலெக் - மிகவும் நகைச்சுவையான ஒரு நபர். அவரின் டிரக் வண்டியில் வந்து எங்களை வரவேற்றார். அவரது டிரக் வண்டியை வைத்து கொண்டு அவரின் வாழ்க்கையை இலகுவாகவும், வேடிக்கையாகவும் வைத்திருந்தார். அவரது வண்டியில் அனைத்து வகையான பொருட்களும் இருந்தன. பார்பிக்யூ ஸ்டாண்ட், மீன்பிடிக்கும் தூண்டில், மதுபானம் மற்றும் பல! ஒலெக் தன்னையும் தன்னைச் சுற்றியுள்ள அனைவரையும் மகிழ்ச்சியாகவும், உற்சாகமாகவும் வைத்திருப்பதை வழக்கமாகக் கொண்டிருப்பவர்.

பொழுது விடிவதற்குள் ஒரு காட்டுப் பகுதிக்கு அருகில் தன்னை சந்திக்குமாறு கொலின் சொல்லியிருந்தார். ஒலெக்கின் வாகனத்தின் மெல்லிய ஒளிக் கோடு அந்த அமைதியான காட்டின் இருளில் ஊடுருவிச் சென்றது. அங்கே நாங்கள் கொலினுக்காகக் காத்திருந்தோம். நான் ஒரு சாகசத் திரைப்படத்தின் ஒரு பகுதியாக இருப்பதைப் போல் உணர்ந்தேன்.

அதற்குக் காரணம் ஒலெக்கின் டிரக்கின் உள்ளே ஒலித்த ராப் இசையா அல்லது பயணத்தின் பொதுவான ஆற்றலா என்று

எனக்குத் தெரியவில்லை. பளபளப்பான வழுக்கைத் தலையுடனும், மின்னும் கண்களுடனும், வீரமான மற்றும் மெதுவான நடையுடன் வந்த கொலினைப் பார்த்தேன். அந்த இடங்கள் அவருக்கு மிகவும் பரிச்சயமானது. எங்களுடன் பயணித்து எங்களுக்கு வழி சொல்லத் தொடங்கினார்.

காடுகளுக்கு அருகிலிருந்து பயணித்து கடலை ஒட்டிய இடத்தை அடைந்தோம். அடிவானத்தில் உள்ள கடலில், ஒரு இருட்டான பின்னணியில், ஒரு சிங்கம் தன் மேனியை அசைப்பது போல் தோன்றியது. நாங்கள் லயன் தீவை நோக்கி சென்றுகொண்டிருந்தோம்! காலை சூரியனின் முதல் கதிர்கள் லயன் தீவைத் தொடுவதாக கொலின் சொன்னார். அந்த இடம் மிகவும் மர்மமானது என்றும், அதன் மார்பில் நிறைய ரகசியங்கள் இருப்பதாகவும் அவர் கூறினார். குமரி கண்டத்தின் அழிவின்பொழுது, அதன் ஒரு பகுதி நீரில் மூழ்கியபொழுது, அங்கிருந்த சில மக்கள் எகிப்துக்குச் சென்றதாக அவர் விளக்கமளித்தார். தங்களின் நிலத்தைப் பிரதிபலிக்கும் வகையில் அங்கே அவர்கள் ஸ்பிங்க்ஸைக் கட்டினார்கள் என்றும் கூறினார். ஸ்பிங்க்ஸ் என்பது லயன் தீவில் உள்ள இயற்கையான ஒன்றைச் சித்தரிக்கும் ஒரு நினைவுச்சின்னமாகக் கருதப்படுகின்றது. இது மனிதர்களால் உருவாக்கப்பட்டது. அவருடைய எகிப்து பயணத்தின் பொழுது தமிழ் கல்வெட்டுகளைக் கொண்ட ஒரு படகு நீரில் மூழ்கியிருந்ததை அவர் கண்டதாகவும் தெரிவித்தார். தடைசெய்யப்பட்ட மற்றும் மிகவும் அபாயகரமான பகுதியிலிருந்து அவருக்குக் கிடைத்த அறிவை முருகப்பெருமான் எனக்கு இலவசமாகத் தருவதாகக் கூறி கொலின் கேலி செய்தார்!

கொலின் எப்படி அரசாங்க அதிகாரிகளை ஏமாற்றி தடை செய்யப்பட்ட நேரத்தில் லயன் தீவிற்குள் பதுங்கியிருந்தார் என்று எங்களுடன் பகிர்ந்து கொண்டார். பாறைகளின் நிறத்தைக் கொண்ட ஆடைகளை அணிந்தால் அவர்களை ஏமாற்றலாம் என்று விளக்கினார். சீரான இடைவெளியில் அதிகாரிகள் ஹெலிகாப்டரில் ஆய்விற்கு வருவதைக் காணலாம் என்று சொன்னார். தீவில் உள்ள பாறைகளில் அவர் மறைந்திருக்கும் புகைப்படங்களை எங்களிடம் காட்டினார். என்ன ஒரு சாகச வாழ்க்கை!

கொலின் ஆதிவாசிகளின் நம்பிக்கையைப் பெற்றவர். ஆதிவாசிகள் யாரையும் எளிதில் நம்புபவர்கள் அல்ல. ஆனால்

அவர்கள் மத்தியில் கொலின் மிகவும் பிரபலமாக இருந்தார். அவர்கள் அவரை முழு மனதுடன் நம்பினார்கள். அவர் அவர்களின் அதிகாரப்பூர்வ செய்தித் தொடர்பாளராக இருந்தார். கொலினின் மீது மிகுந்த மரியாதை கொண்ட ஆதிவாசி மக்கள், அவர்களின் நினைவாக அவருக்கு ஒரு நீண்ட செங்கோலை வழங்கியுள்ளார்கள். அவர்களின் வழக்கப்படி இது வயதானவர்களுக்கு மட்டுமே வழங்கப்படும் ஒன்றாகும். இதுபோன்ற விஷயங்களில் எனக்கிருந்த நாட்டத்தை உணர்ந்த கொலின் அந்த செங்கோலை ஒரு முறை நான் பிடிக்க அனுமதித்தார்!

நாங்கள் உரையாடிக் கொண்டிருந்தபொழுது சூரியன் தன் தங்கக் கதிர்களுடன் லயன் தீவைச் சுற்றி வர தொடங்கினார். படிப்படியாகச் சிங்கத்தின் கட்டமைப்பைக் கொண்ட அந்த பாறை வெளிப்பட்டது. மனதை வருடும் அனுபவம் அது. பொழுது விடிவதற்குள் எங்களை அங்கு வரச் சொன்னதற்காக கொலினை இன்று வரை பாராட்டிக் கொண்டே இருக்கின்றேன். அந்த காட்சியின் அழகை என்னால் வார்த்தைகளால் சொல்ல முடியாது!

லயன் தீவில் குமரி கண்டத்தின் ரகசியங்கள் பல உள்ளன என்ற கொலினின் முடிவு உண்மையானதாக இருக்கும் என்று இக்காட்சியைக் கண்டவுடன் உணர்ந்தேன். எனக்கு நேரம் கிடைக்கையிலே லயன் தீவை எகிப்தின் ஸ்பிங்க்ஸுடன் ஒப்பிட்டுப் பார்க்குமாறு கொலின் எனக்கு அறிவுறுத்தினார். ஸ்பிங்க்ஸ் நிச்சயமாகக் குமரி கண்டத்தின் பிரதிதான். அது எவ்வளவு அற்புதமானது!

எனது வாழ்நாளில் நான் சந்தித்த பல உயர்ந்த மனிதர்களில் கொலின் ஹெய்டர் மிகவும் மதிப்புமிக்கவராக இருக்கின்றார். அவர் கேலியாகச் சொன்னாலும் அது சரிதான். அவர் கடினப்பட்டு தேடிய அறிவை முருகப்பெருமான் என்னிடம் இலவசமாக ஒப்படைத்தார். கொலினும் நானும் இன்றும் மிகவும் அன்பான உறவைப் பேணுகின்றோம். குமரி கண்டத்தை மீட்டெடுக்கும் பணியில் கடவுள் அவருக்கு ஒரு குறிப்பிடத்தக்கப் பங்களிப்பை வழங்குவார் என்று நான் உறுதியாக நம்புகின்றேன். நம்பிக்கையின் மூலமாக எனக்கு வரும் விஷயங்களை அவர் அறிவியல் விளக்கங்களுடன் சான்றளிக்கின்றார். அவர் என்னை வளப்படுத்துகின்றார். எங்கள் கையிலுள்ள இந்த நோக்கத்தினால் எங்களின் உறவு நீண்ட தூரம் செல்லும் என்று நான் நம்புகின்றேன். ஆஸ்திரேலிய பூர்வ குடிகளுக்கும்,

எகிப்திய கலாச்சாரத்திற்கும், பண்டைய குமரி கண்டத்திற்கும் உள்ள தொடர்பை உலகிற்கு உண்மையாகத் தெரிவிக்க அவர் இறைவனால் நியமிக்கப்படுவார் என்ற உணர்வு எனக்கு உள்ளது. காலப்போக்கில் கடவுள் அனைத்தையும் வெளிப்படுத்தட்டும்!

நீல மலைகளில் உள்ள பழங்குடியினர் தமிழுக்கு நிகரான ஒலியைப் பயன்படுத்துகின்றார்கள் என்று கொலின் பல சொற்களைக் குறிப்பிட்டார். மேலும் அங்கு மீனி, விமலா மற்றும் குன்னேடு (மூன்று சகோதரிகள்) என்று அழைக்கப்படும் மூன்று உயரமான பாறைகள் உள்ளன.

கார்த்திகை நட்சத்திர மண்டலத்தின் ஆற்றல் கோளத்துடன் ஒத்திசைவாக இருக்கக்கூடிய நிலம் என்று அறிவியல் பூர்வமாக நிரூபிக்கப்பட்ட இடமே ஆஸ்திரேலியா. வெளிப்படையாகக் குமரி கண்டத்திற்கு அருகில் இருக்கும் நிலம்.... LMRK வின் வேர்கள் இப்பொழுது ஆழமாக இயங்கும் நிலம்!

நான் மூன்றாவது முறையாக ஆஸ்திரேலியாவுக்குச் சென்ற நேரத்தில் நிறையப் பிரார்த்தனைகள், அர்ப்பணிப்புகள், தியான வகுப்புகள் என LMRK வின் வேர்கள் ஆஸ்திரேலியாவில் மிகவும் ஆழமாக இயங்கியது. குமரி கண்டத்தை மீட்டெடுக்கும் பணியில் நாம் முன்னேறி வருகின்றோம் என்பதற்கு LMRK ஆஸ்திரேலியா அத்தியாயம் பல சான்றுகளைக் காட்டுகின்றது.

ஓம் சரவண பவாய நமஹ !!!

குரு பாபாஜி மற்றும் ஜப்பான்

2018 ஆம் ஆண்டில், LMRK வின் முதலாம் ஆண்டுவிழாவிற்கு நான் என்ன செய்ய வேண்டும் என்று இறைவனால் எனக்கு அறிவிக்கப்பட்டது. மகாவதார் பாபாஜி சித்தரின் ஆற்றல் இருக்கும் ஒரு மலை உச்சியில் மே 1 ஆம் தேதி நான் பிரார்த்தனை செய்ய வேண்டுமென்று எனக்கு வந்த இறை செய்தியிலிருந்தது. அங்குள்ள ஆற்றல் ஓட்டத்தின் ஒரு பகுதியை நான் எனக்குள் கொண்டிருக்க வேண்டும் என்பதாக அந்த செய்தி இருந்தது.

வழக்கம் போல் எனக்கு வந்த துப்புகளை வைத்து அந்த இடத்தை கண்டுபிடிக்கும் பணியில் இறங்கினேன். இறுதியாக அந்த இடம் ஜப்பானில் உள்ள கியோட்டோ எனத் தெரியவந்தது. கியோட்டோ என்பது ஜப்பானின் முந்தைய தலைநகரமாகும். மேலும் நவீன ஜப்பானின் கலாச்சார தலைநகரமாக இருக்கின்றது.

இம்முறை வந்த இறை செய்தியில் ஒரு கூடுதலான வழிமுறையை கடைப்பிடிக்கச் சொல்லி வந்திருந்தது. அதாவது, முதலில் நான் பாபாஜியின் பிறந்த இடமான பரங்கிப்பேட்டைக்குச் சென்று பிரார்த்தனை செய்துவிட்டு அதன் பின் கியோட்டோவுக்குப் புறப்பட வேண்டும் என்பதாகும். இந்தச் செய்தியில் இன்னொரு சிறப்பும் இருந்தது. இந்த பணியில் என்னுடன் சேர்ந்து ஜிதாவும் பங்கேற்கும்படி கேட்டுக் கொள்ளப்பட்டார்.

கியோட்டோவில் அவரது ஆற்றல் ஓட்டத்தை நான் பெறும் அதே நேரத்தில், பரங்கிப்பேட்டையில் உள்ள மஹாவதார் பாபாஜி கோவிலில் உள்ள பாபாஜியின் சிலைக்கு முன்னால்

ஜிதா பிரார்த்தனை செய்ய வேண்டும் என்பது எனக்குக் கிடைத்த அறிவுறுத்தலாக இருந்தது. முருகப்பெருமான் என் கையைப் பிடித்த இந்த 16 ஆண்டுகளில் நானும், ஜிதாவும் ஒன்றாகப் பணிபுரிவது இதுவே முதல் முறை.

எதற்காக அன்றைய தினம் க்யோடோவில் பாபாஜி எனக்கு ஆற்றலை வழங்குவார் என்பதனையும் இறைவன் எனக்குச் சொல்லியிருந்தார்.

வெளிப்படையாகச் சொல்லவேண்டுமென்றால், குமரி கண்டத்தை மீட்டெடுப்பதில் ஒவ்வொரு சித்தருக்கும் ஒரு கடமை ஒதுக்கப்பட்டுள்ளது.

அதில் மகா அவதார் பாபாஜி அவர்களுக்கு உலக அமைதியை நிலைநாட்டும் பெரிய பொறுப்பு வழங்கப்பட்டுள்ளது.

ஜப்பான் பற்றி விசாரிக்கையிலே அங்கு ராஜ் என்ற LMRK உறுப்பினர் இருப்பது தெரியவந்தது. இந்த இறை செய்தியை நான் பெற்றிருந்த நேரத்தில் ஜப்பானில் சில விஷயங்கள் நிலையில்லாமல் இருந்தன. பசிபிக் பிராந்தியங்களில் அரசியல் மற்றும் பாதுகாப்பு பதட்டங்கள் உச்சத்திலிருந்த காலகட்டம் அது. வடகொரியாவின் தலைவரான கிம் ஜோங்-யூன் ஜப்பான் மீது ஏவுகணை சோதனையைச் செய்துகொண்டிருந்தார். அதிர்ஷ்டவசமாக அத்தனையும் ஜப்பானைத் தீண்டாமல் பசிபிக் பெருங்கடலில் விழுந்தன. இரண்டாம் உலகப் போரின் விளைவுகளால் ஏற்பட்ட பயங்கரமான சோகத்திற்குப் பிறகு ஜப்பான் உலக அமைதியையே விரும்புகின்றது. ஆனால் கிம் ஜோங்-யூன் இவை எல்லாவற்றையும் புறம் தள்ளிவிட்டார். ஒருவேளை தென் கொரியா இந்த விவகாரத்தைக் கையில் எடுத்தால் அங்குப் போர் மூளும் அபாயம் இருந்தது.

ஜப்பானின் மீது மகாவதார் பாபாஜியின் ஆற்றல்கள் பூரணமாக இருப்பதனால் அங்கு அமைதி மட்டுமே நிலவும் என்று இறைவன் உறுதியளித்திருந்தார். இந்த உள்ளுணர்வின் எழுச்சியால் நான் தேவட்டனை அழைத்து ஒரு கோரிக்கை வைத்தேன். உலக அமைதியின் தூதரான குரு பாபாஜியின் ஆசீர்வாதம் அவர்களின் நிலத்தில் இருப்பதால் அவர்களுக்குப் பாதகமான எதுவும் அங்கு நடக்காது என்று ஜப்பான் தூதரகத்திற்கு ஒரு கடிதம் அனுப்புமாறு கூறினேன்.

தேவேட்டன் விரைவில் ஒரு மின்னஞ்சலைத் தயாரித்து அவர்களுக்கு அனுப்பினார். ஜப்பான் அரசாங்கம் நிச்சயமாக இந்த மின்னஞ்சலுக்கு எந்த பதிலும் தரப் போவதில்லை என்பதனை அறிந்திருந்தும் இதனைச் செய்தோம். நாம் ஒரு அதிசயத்தைக் காண்பது உறுதி என்று நான் தேவட்டனிடம் சொன்னேன்.

ஒரு அதிசயம் நடந்தது!

யாரோ எதையோ நிறுத்தியதைப் போல அமைதி திரும்பியது. தேவேட்டன் வியந்தார். ஆனால் நான் முழுமையாக நம்பினேன். குரு பாபாஜியின் அருளால் இந்த இக்கட்டான சூழ்நிலையிலிருந்து எந்தத் தாக்கமும் இன்றி இந்த உலகம் தப்பிக்கும் என்பதில் நான் உறுதியாக இருந்தேன். என் உறுதிக்குக் காரணம் என் எண்ணங்கள் அல்ல. என் உள்ளுணர்வுகள் அனைத்தும் இறைவனால் ஊட்டப்படுபவை. எனவே நான் என் எண்ணங்களை நம்பினேன்.

எனக்கு அவநம்பிக்கையை ஏற்படுத்திய ஒன்றும் நடந்தது. 2017 ஆம் ஆண்டில் வட கொரியாவும், தென் கொரியாவும் ஒன்றுக்கொன்று போருக்குச் செல்லாது என்ற நம்பிக்கையில் இந்த உலகமே உற்றுப் பார்த்துக்கொண்டிருந்தது. இந்தப் போர் கதைகள் உலகம் முழுவதும் பெரும் பதற்றத்தை ஏற்படுத்தியது. ஏனென்றால் இந்த திட்டத்தால் முதலில் ஜப்பான் தான் பாதிக்கப்படும். அதன் பின் படிப்படியாக மீதமுள்ள நாடுகளும் பாதிப்பிற்குள்ளாகும். இது உண்மையாகிவிட்டால் உலகளாவிய பேரழிவு என்பது நிச்சயம். ஆனால் தெய்வீக அறிவுறுத்தல் வேறாக இருந்தது. அனைத்தும் அமைதியில் முடியும் என்று இறைவன் கூறினார். இந்த நெருக்கடியான சூழ்நிலையை இந்த உலகம் உற்று நோக்கிக்கொண்டிருந்த வேளையில் யாரும் எதிர்பார்க்காத ஒன்று நிகழ்ந்தது. 27 ஏப்ரல் 2018 அன்று வட மற்றும் தென் கொரியத் தலைவர்கள் இருவரும் அவர்களின் நாட்டின் எல்லையில் சந்தித்துக் கொண்டனர். என்ன ஒரு சந்திப்பு அது! அந்த சந்திப்பு இந்த முழு உலகத்தையும் மகிழ்ச்சியில் ஆழ்த்தியது. கனவில் கூட யாரும் நினைத்துப் பார்க்காதது நடந்தேறியது.

மூன்றாம் உலகப் போர் குறித்த உலகளாவிய பதற்றம் தணிந்து அமைதியாகிவிட்டது.

அதற்குக் காரணம் உலக அமைதிக்காகப் போடப்பட்ட கையெழுத்து கிடையாது. ஆனால், கையொப்பமிடப்பட்ட நாள் என்பது 27 ஏப்ரல் 2018 வெள்ளிக்கிழமை ஆகும். இறைவனின்

அறிவுறுத்தலைப் பெற்று நான் ஜப்பானில் காலடி வைத்த அதே நாளில் அமைதிக்கான ஒப்பந்தம் கையெழுத்தானதை அறிந்து சிலிர்த்துப்போனேன். எல்லாம் தற்செயலாக நடக்காது.

நான் ராஜ் கவாசாகி என்ற இடத்தில் தங்குவதற்குத் திட்டமிட்டிருந்தேன்.

நீங்கள் இதற்கு முன் இதனை கவனித்திருக்கின்றீர்களா என்று எனக்குத் தெரியவில்லை.

பொதுவாகவே ஆன்மீக பாதையில் இருக்கும் குருக்கள், குருமார்கள் மற்றும் யோகிகள் போன்றவர்கள் தங்கள் யாத்திரையின் பொழுது பல முக்கியத்துவம் வாய்ந்த இடங்களுக்குச் செல்வார்கள். பின்னர் தங்களின் நிகழ்ச்சிக்காக ஏற்பாடு செய்யப்பட்டிருக்கும் இடங்களையும், அரங்குகளையும் பார்வையிடுவார்கள். ஆனால் என் விஷயத்தில் அப்படி கிடையாது. என் இறைவன் என்னை எப்பொழுதும் முற்றிலும் மாறுபட்ட பகுதிகளுக்கு மட்டுமே அனுப்புகின்றார். காடுகள், மலைகள் போன்றவற்றிற்கு நான் அனுப்பப்பட்டேன். என் கடந்த காலத்திலும் அப்படிதான் நடந்தது. இப்பொழுதும் அப்படி தான் நடந்துகொண்டிருக்கின்றது. எந்த இடத்தையும் கைப்பற்றுமாறு எனக்குக் கட்டளைகள் வருவதில்லை. எனக்கான அனுபவங்களைப் பெறுவதற்காகவே நான் எல்லா இடங்களுக்கும் அனுப்பப்பட்டேன். இறைவன் எனக்காக வைத்திருக்கும் தெய்வீக விஷயங்களை என் அனுபவத்தின் மூலம் பெறும்படி நான் கேட்டுக்கொள்ளப்பட்டேன். ஒரு இடத்திற்குச் செல்வதற்கும் அதனை அனுபவிப்பதற்கும் ஏராளமான வித்தியாசங்கள் உள்ளன. எந்த ஒரு இடத்தையும் பார்வையிடுவதற்குப் பதிலாக அந்த இடத்தை அனுபவிப்பதற்காகவே நான் நியமிக்கப்பட்டேன். என்ன ஒரு வரம்!

நான் செல்லும் இடங்களையெல்லாம் ஆராய்வதை என் பழக்கமாகக் கொண்டிருந்தேன். எனக்கு ஒதுக்கப்பட்ட பணியை விட நான் அதிகமாக ஆராய்ச்சி செய்வேன். அதற்கென்று அதிக நேரத்தை ஒதுக்குவேன். மாளிகைகள், கோட்டைகள், அருங்காட்சியகங்கள், புதிய தலைமுறை வணிக வளாகங்கள், கடற்கரைகள் என அனைத்தையும் ஆராய்வது எனக்குப் பிடித்த செயல். இந்த வாய்ப்புகளை நல்கிய இறைவனுக்கு நன்றிகள்!

அதுமட்டுமல்லாமல், இரவு நேரங்களில் என் அறை ஜன்னலிலிருந்து நிலவொளியில் மூழ்கிய பாதைகளை நான்

பார்த்துக்கொண்டேயிருப்பேன். இது எனக்கு ஒரு வித தியானத்தை போன்றது. வாகனங்கள் அதிவேகமாகச் செல்வதைக் கவனிப்பதும், இரவு பத்து மணி முதல் 12:30 மணி வரை சாலைகள் எப்படி மெல்ல மெல்ல அமைதி அடைகின்றன என்பதைக் கவனிப்பதும் எனக்கு விருப்பமான ஒன்று.

அந்த வாகனங்களுக்குள் இருக்கும் நபர்களைப் பற்றி நான் கற்பனை செய்திருக்கின்றேன். அவர்கள் உணர்ந்தாலும் உணராவிட்டாலும் அவர்களுக்கென்று ஒரு தெய்வீக பணி ஒதுக்கப்படும். அவர்களில் சிலர் தங்களின் பரபரப்பான நாளின் முடிவில் வீட்டிற்குச் செல்வதற்காகக் காத்திருக்கலாம். சிலர் விருந்திற்குச் செல்லலாம், சிலர் மருத்துவமனையில் காத்திருக்கும் தங்களின் அன்பானவர்களைக் காண்பதற்காகச் செல்லலாம், சிலரோ கடற்கரைகளில் ஓய்வெடுப்பதற்காகச் செல்லலாம். ஒவ்வொருவரின் நிகழ்ச்சிகளும் மாறிக்கொண்டேயிருக்கும். ஒவ்வொருவரும் தங்களுக்குத் தேவையானதைச் செய்துகொண்டே இருப்பார்கள். அவர்கள் அனைவரும் புதியவர்கள் - பலதரப்பட்டவர்கள்!

எப்பொழுதாவது என் எண்ணங்களை அதன் போக்கிற்கு விடுகையிலே, என் மனதும் அதன் அழுத்தங்களும் லேசாவதை நான் உணர்வேன்.

மாஸ்கோ, மெல்போர்ன், சிட்னி, கோலாலம்பூர் மற்றும் சிங்கப்பூர் என வெவ்வேறு இடங்கள், வெவ்வேறு நிகழ்ச்சிநிரல்கள், வெவ்வேறு வாழ்க்கை முறைகள், பார்வைகள், பொறுப்புகள் மற்றும் சவால்களுடன் எல்லா இடங்களிலும் வெவ்வேறு நபர்கள். ஆனால் அடிப்படை மனித உணர்வு என்று வரும்பொழுது அதுவும் வேறுபட்டதா? அதற்கு வாய்ப்பில்லை. நாம் அனைவரும் மகிழ்ச்சி, துக்கம், உற்சாகம், காமம் மற்றும் கோபம் போன்றவற்றை உணர்கின்றோம். அது அனைவருக்கும் ஒன்று தான், இல்லையா?

ஆடை, வசிக்கும் இடம், நேர மண்டலம், கலாச்சார வேறுபாடுகள் போன்ற வெளிப்புற காரணிகளுக்கு அப்பால் நாம் அனைவரும் பொதுவான உணர்ச்சிகளால் இணைக்கப்பட்டுள்ளோம். உங்களுக்கும், எனக்கும் மற்றும் உலகில் உள்ள அனைவருக்கும் இது ஒன்றுதான். அடிப்படை உணர்ச்சிகளால் நாம் ஒன்றுபட்டுள்ளோம்.

நான் சொன்னது போல், என் ஜன்னலுக்கு வெளியே பல நேரங்கள் சேர்ந்தாற்போல பார்ப்பது எனக்கு வழக்கமான ஒன்று.

எனது அவதானிப்புகளிலிருந்து, இத்தகைய உணர்ச்சிகள் மற்றும் நமக்காக ஒதுக்கப்பட்ட அன்றாட ஓட்டங்கள் என இவை அனைத்தும் விதியின் சதுரங்க நகர்வுகள் என்றே நான் உணர்கின்றேன். முதல் அத்தியாயத்தில் நான் சொன்ன ஆப்பிள்களில் உள்ள புழுக்கள் உங்களுக்கு நினைவிருக்கின்றதா? இது எனக்குப் பிரபல மலையாள கவிஞர் குமாரன் ஆசானின் கவிதை ஒன்றின் வசனத்தை நினைவூட்டுகின்றது:

ஒரு நிச்சயமில்லை ஒண்ணினும்
வருமொறோ தசா வண்ணாப்போலே போம்
வீரயுன்னு மனுஷ்யனேத்தினோ;
திரிய லோகராஸ்யமார்குமே...

மேலோட்டமாக மொழிபெயர்த்தால்,

உலகில் எதுவும் நிரந்தரம் இல்லை
வாழ்க்கையின் கட்டங்கள் காலப்போக்கில் வந்து செல்கின்றன
மனிதன் எதையாவது பற்றிக் கவலைப்படுகின்றான்
வாழ்க்கையின் ரகசியங்களை அறியாமல்...

கவாசாகியில் ராஜ் தனியாகத் தங்கியிருந்தார். நான் அங்கிருக்கையிலே அவருடன் தங்கியிருந்தேன். ராஜ் தினமும் காலை உணவைத் தயார் செய்வார். அவரின் அன்பின் காரணமாக ராஜ் என்னை டோக்கியோ நகரம் முழுவதையும் சுற்றிக் காட்டினார். புஜி மலையையப் பார்ப்பதற்காக ஒரு நாள் இரவு பேருந்தில் புறப்பட்டோம். விடியற்காலையில் எங்கள் இலக்கை அடைந்தோம். திருச்சூர் மற்றும் சென்னை/பெங்களூரு இடையே நாங்கள் செய்யும் பயணங்கள் போலவே இந்த பயணமும் இருந்தது. மவுண்ட் புஜி என்பது செயல்பாட்டிலுள்ள எரிமலை இருக்கும் இடமாகும். இந்தியர்களுக்கு இமயமலை போன்று ஜப்பானியர்களுக்கு புஜி மலை. இந்த இடம் பிரமிப்பு, வழிபாடு மற்றும் பணிவு போன்ற உணர்வைத் தூண்டுகிறது.

இப்பொழுது கியோட்டோவைப் பற்றிப் பார்க்கலாம். கியோட்டோவில் ஒரு வரலாற்று அம்சம் உள்ளது என்பது பலருக்குத் தெரியாது. இதன் வரலாற்று முக்கியத்துவம் மற்றும் பெருமையின் காரணமாகவே, அமெரிக்கா அணுகுண்டுகளை வீசுவதற்காகத் தேர்ந்தெடுத்த இடங்களில் இந்த இடம் முதன்மை பெற்றிருந்தது.

"அதிகம் வலிக்கும் இடத்தில் அடி" என்பது புத்தகத்தில் உள்ள பழைய தந்திரம்! ஆனால் மனிதன் முன்மொழிந்ததையெல்லாம் கடவுள் நிராகரிக்கின்றார். கியோட்டோ தன்னிடம் உள்ள ஆற்றல் புள்ளிகளின் காரணமாக எப்பொழுதும் அதன் சொந்த சக்தியைக் கொண்டுள்ளது. மேலும் குரு பாபாஜியின் சக்தி க்யோடோவை பாதுகாத்திருக்கலாம், யாருக்குத் தெரியும்? எப்படியோ, 12 ஜூன் 1945 அன்று நடைபெற்ற கூட்டத்தில் அமெரிக்க பாதுகாப்புச்செயலர் ஹென்றி எஸ். ஸ்டிம்சன் கியோட்டோவை முதன்மையான முன்னுரிமை பட்டியலிலிருந்து வெளியேற்றியதாக வரலாறு பதிவு செய்கின்றது. அதற்கான காரணங்கள் இன்று வரை தெரியவில்லை. கியோட்டோவின் அதிர்ஷ்டம் நாகசாகியின் துரதிர்ஷ்டமாக மாறியது.

இந்த பூமியில் நடப்பது எதுவும் தற்செயலானதல்ல என்பதை அந்தச் சம்பவம் மீண்டும் ஒருமுறை அடிக்கோடிட்டுக் காட்டுகின்றது. நாம் புரிந்து கொண்டாலும் இல்லாவிட்டாலும் அனைத்தும் ஒரு காரணத்திற்காகவே நடக்கின்றது. ஆற்றல் ஓட்டம் அதிகம் உள்ள ஒரு நிலத்தை அழிக்கவோ காயப்படுத்தவோ ஒருவராலும் முடியாது.

ஜனாதிபதி ட்ரூமனின் விசுவாசமான போர்வீரன் ஹென்றி எஸ். ஸ்டிம்சன் தனது தேனிலவைக் கொண்டாடுவதற்காக கியோட்டோவில் பல ஆண்டுகள் கழித்ததனால் கியோட்டோவை அந்த பட்டியலிலிருந்து வெளியேற்றியதாக வீண் வதந்திகள் பரப்பப்பட்டன. தனது வாழ்க்கையின் இனிமையான தருணங்களைக் கழித்த நகரத்தை எரிக்க ஹென்றி விரும்பவில்லை!

ஆற்றல் சக்திகளின் வழிகள் எவ்வளவு விசித்திரமானவை என்று உங்களால் கற்பனை செய்ய முடியுமா? நான் வார்த்தைகளின் மூலமும், இந்தப் புத்தகத்தின் மூலமும் திரும்பத் திரும்பச் சொன்னதை மீண்டும் ஒருமுறை உறுதியாகச் சொல்கின்றேன். ஒரு இடத்தின் ஆற்றல் ஓட்டமே அந்த இடத்தின் புகழ் மற்றும் வரலாற்றைத் தீர்மானிக்கின்றது. ஆற்றல் ஓட்டமே அனைத்திற்கும் ஜாதகம் எழுதுகின்றது. அனைத்தும் அதனை ஒட்டியே நடந்தேறிடும்!

நான் மே 1 அன்று கியோட்டோ சென்றேன். கியோட்டோ ஒரு சாதாரணமான இடம் கிடையாது! அது ஜப்பானின் முன்னாள் தலைநகரம் மற்றும் தற்போதைய கலாச்சார தலைநகரமாகும். இதைத்தவிர இந்த இடம் ஆன்மீக ஆற்றலைக் கொண்ட ஒரு இடமாகும்.

நீங்கள் செங்குத்தான மலையில் ஏறவில்லை என்ற மாயையை உங்களுக்கு பரிசளிப்பதற்கவகே இந்த வலிமைமிக்க மலை மேல் ஏறுவதற்குப் படிகள் கொடுக்கப்பட்டுள்ளன. மலை சிகரமானது கடல் மட்டத்திலிருந்து 764 அடி உயரத்தில் உள்ளது. என்னதான் படிகள் இருந்தாலும் மேலே செல்ல செல்ல படிப்படியாக மூச்சுத்திணறல் ஆரம்பித்துவிடும். நாங்கள் மலை ஏறத் தொடங்கிய அதே நேரத்தில் LMRK உறுப்பினர்களளான ரீனா மற்றும் சுமியுடன் பரங்கிப்பேட்டையில் உள்ள மஹாவதார் பாபாஜி கோவிலில் ஜிதா பிரார்த்தனையை செய்யத் தொடங்கினார்.

கியோட்டோ மலைத்தொடரின் பரந்த பரப்பளவில் இனாரி கோயில் வளாகம் அமைந்துள்ளது. இனாரி கோவிலில் தான் நான் பிரார்த்தனை செய்ய அறிவுறுத்தப்பட்டேன்!

மேல்நோக்கி ஏறத் தொடங்கியதும் உயர் அதிர்வெண் அதிர்வுகள் என்னைச் சுற்றி நீடித்ததை என்னால் உணர முடிந்தது. வழிபாட்டிற்கு முன் விரதம் கடைப்பிடிப்பது என் வழக்கம். பூஜை முடியும் வரை எதுவும் சாப்பிட மாட்டேன். இறுதியாக கோவில் வளாகத்தின் உச்சியை அடைந்தோம். மலையின் உச்சியை அடைந்தவுடன் எனக்கு முன்னால் நான் கண்ட காட்சி என்னை மூச்சடைக்கவைத்தது. அது அடிவானத்தின் எல்லையற்ற விரிவு. என்னை நிதானப்படுத்திக்கொண்டு முருகப்பெருமானை மனதில் வேண்டிக்கொண்டேன். சிறிது நேரத்தில், மேல் வானத்திலிருந்து குரு பாபாஜி தன் இரு கைகளையும் உயர்த்தி என்னை ஆசீர்வதித்தது போல் உணர்ந்தேன்.

அப்பொழுதுதான் என் உள்ளத்தில் ஒரு விதமான ஆற்றல் பாய்ந்ததை என்னால் உணர முடிந்தது.

அதே நேரத்தில் தானும் இதே போன்ற அதிர்வுகளை உணர்ந்ததாக ஜிதா பின்னர் என்னிடம் கூறினார். ஒரு காந்தம் போல் பாபாஜியின் சிலை தன்னை இழுத்ததாக ஜிதா கூறினார். பொதுவாகவே ஆன்மீகம் தொடர்பான விஷயங்களை ஜிதா என்னுடன் விவாதிப்பதில்லை. அவருடைய அனுபவத்தைப் பற்றி அவர் மிகவும் உற்சாகமாகப் பேசுவதைக் கேட்பது எனக்குப் புதிதாக இருந்தது. பின்னர் எங்களின் அன்றாட வாழ்க்கையில் பாபாஜியால் ஜிதா பெரிதும் ஆசிர்வதிக்கப்படுவதை நான் பல முறை உணர்ந்திருக்கின்றேன்.

உங்களை மீண்டும் இனாரி கோவிலுக்கு அழைத்துச் செல்கின்றேன். அதிர்வுகள் என்னுள் அடங்கியவுடன் நான் மிகவும்

அமைதியாக உணர்ந்தேன். அதன்பின் உலக அமைதிக்காகப் பிரார்த்தனை செய்தேன். அன்றைய தினம் நான் அதிக திருப்தியுடன் திரும்பிச் சென்றேன்.

நாங்கள் புல்லட் ரயிலில் பயணித்தோம். ஜப்பானியர்கள் இதை ஷிங்கன்சென் என்று அழைக்கின்றார்கள். இது சுமார் 260-320 கிலோமீட்டர் வேகத்தில் பயணிக்கின்றது. இந்தப் பயணம் மிக அற்புதமாக இருந்தது. ஜப்பானிய கிராமங்கள், நெல் வயல்கள் வழியாக ரயில் சென்றது. ஜப்பானின் பாரம்பரிய கட்டிடக்கலையை என்னால் காண முடிந்தது. அப்பொழுது ஷாங்காய்-பெய்ஜிங் பாதையில் புல்லட் ரயிலில் பயணித்தது எனக்கு நினைவிற்கு வந்தது.

ஷிங்கன்சென் சேவை அதன் முதல் சேவையை 1964 இல் தொடங்கியது. அன்றிலிருந்து இன்றுவரை இந்த ரயிலால் எந்தவிதமான அசம்பாவிதமும் ஏற்படவில்லை என்பது குறிப்பிடத்தக்கது. ரயில் பயணத்தின் பொழுது ஒருவர் கூட உயிரிழந்ததில்லை.

டோக்கியோவைப் பொறுத்தவரை அது வளர்ச்சி மற்றும் செம்மையின் உச்சத்தில் இருக்கும் ஒரு இடம். வானளாவிய கட்டிடங்கள் உண்மையில் வானத்தை முத்தமிடுவதைப் போன்று அமைந்துள்ளது. மேலும் உலகின் பரபரப்பான சந்திப்பு டோக்கியோவில் தான் உள்ளது. ஆயிரக்கணக்கான மக்கள் சில நொடிகளில் தன்னை தாண்டி செல்வதை ஷின்ஜுகு நிலையம் தினமும் காண்கின்றது! அந்த ரயிலுக்குள் இருக்கையிலே மனித கடலில் ஒரு துளியாக நான் இருப்பதைப் போல உணர்ந்தேன்.

நீங்கள் எப்பொழுதாவது ஜப்பானுக்குச் சென்றால் அங்குள்ள ஆன்சென் குளியலைத் தவறவிடாதீர்கள். இது பாறைகளிலிருந்து வெளிப்படும் மருத்துவ நீரில் உங்களைச் சுத்தப்படுத்துகின்றது. ஒரு மணிநேரத்திற்கு என்று கட்டணங்கள் வசூலிக்கப்படுகின்றன. இந்த நீரைச் சேகரிக்க நீச்சல் குளம் போன்ற இடங்கள் உள்ளன. சில இடங்களில் பாறைகளிலிருந்து தண்ணீர் மலைபோல வருகின்றது. ஒன்று அல்லது இரண்டு மணிநேரம் இங்கு உங்களைத் தூய்மைப்படுத்துவது உண்மையிலேயே மதிப்புக்குரியது. நீங்கள் புத்துணர்ச்சியுடனும், தூய்மையுடனும் உணர்வீர்கள். ஆன்சென் குளியலை என் மனதிற்கு நிறைவாக அனுபவிக்க வாய்ப்பளித்த முருகப்பெருமானுக்கு நன்றி.

ஜப்பானியர்களைப் பற்றி எதுவும் சொல்லாமல் இந்த அத்தியாயத்தை நிறைவு செய்தால் நிச்சயம் இந்த அத்தியாயம் முழுமை பெறாது. ஜப்பானிய மக்களின் உழைக்கும் தன்மையை இந்த உலகம் அறியும். அங்குச் சென்று பார்த்தால் தான் அவர்கள் எவ்வளவு பணிவானவர்கள் என்று உங்களுக்குத் தெரியும். அவர்களின் ஆணவமற்ற தன்மை நம்மை வியக்க வைக்கின்றது. அவர்கள் தங்களுடைய விருந்தினர்களைக் கடவுளைப் போன்று பார்க்கின்றார்கள். ஒவ்வொரு தனிமனிதனும் இந்த சிந்தனையில் வேரூன்றியிருக்கின்றார்கள். இதற்காக இவர்களுக்கு அரசாங்கம் எந்த வித பயிற்சியும் அளிப்பது கிடையாது. சுற்றுலாப் பயணிகள் அவர்களிடம் ஏதேனும் சந்தேகங்கள் கேட்டால் அதனை அவர்கள் ஒரு பொறுப்பாக எடுத்துக்கொண்டு சரியான முறையில் வழிநடத்துகின்றார்கள். ஒருவேளை அவர்களுக்குத் தெரியவில்லை என்றால் அங்குள்ள பிறரிடம் கேட்டு நமக்குச் சரியான விடையைத் தருகின்றார்கள்.

நான் ஜப்பானையும், ஜப்பானிய மக்களையும் விரும்புகின்றேன்.

கற்பனை செய்து பாருங்கள்! முன்பு ஒரு காலகட்டத்தில் இந்த இடம் எரிக்கப்பட்டது. வரலாற்றில் எழுதப்பட்ட மிகவும் அழிவுகரமான விதிகளில் இதுவும் ஒன்று. ஆனாலும் அந்த மக்கள் துக்கம் தாங்காமல் சோகத்தில் மூழ்கவில்லை. மீண்டும் எழுந்து நேரத்தை இழக்காமல் அனைத்தையும் தூசி தட்டி முன்னேறிச் செல்ல முயன்றனர். அதனால் சரியான நேரத்தில் நல்ல காரணங்களுடன் மீண்டும் அவர்கள் வரைபடத்திற்குள் வந்தனர்.

அது மட்டுமல்ல. நிகழ்வுகளின் விளைவுகள் அவர்களைப் புகையிலும், புழுதியிலும், சாம்பலிலும் விட்ட பிறகும் அவர்கள் உலக அமைதிக்கான பாதையையே தேர்ந்தெடுத்தனர். பழிவாங்க வேண்டுமென்ற எண்ணத்தை அவர்கள் எழுப்பவில்லை. அதற்கு மாறாக அவர்கள் ஒரு அழகான இடத்தை உருவாக்குவதற்குக் கவனம் செலுத்தினார்கள். அவர்களின் ஆற்றல் ஓட்டம் மிகவும் நேர்மறையானது என்பதை இது நிரூபிக்கின்றது. இந்த இடத்திற்கு குரு பாபாஜியின் ஆசீர்வாதம் இருப்பதில் எந்த ஆச்சரியமும் இல்லை.

விதிவிலக்கான உத்வேகம் தரும் ஒரு இடம்!

LMRK உறுப்பினர் ராஜ் வழங்கிய அற்புதமான ஆதரவினால் எனது ஜப்பான் பயணத்தை அமைதியாகவும், நிறைவான உணர்வுடனும்

முடிக்க முடிந்தது. குரு பாபாஜியின் ஆசீர்வாதத்தால் மிகுந்த திருப்தியுடனும், புத்துணர்ச்சியுடனும் நாடு திரும்பினேன்.

இதற்குப் பிறகு பல சந்தர்ப்பங்களில் என்னைச் சுற்றி குரு பாபாஜியின் இருப்பை நான் உணர்ந்திருக்கின்றேன்.

இந்தியா பாகிஸ்தான் இடையே பதற்றமான சூழல் இருக்கையிலே இந்திய விமானியைப் பாகிஸ்தான் அரசு சிறைபிடித்தது. அப்பொழுது பெரும் போர் மூளும் சூழ்நிலை நிலவியது. அப்பொழுது உலக அமைதிக்காக நான் குரு பாபாஜியை நாடியது எனக்கு நினைவிருக்கின்றது. அவர் தன்னுடைய ஒரு பார்வையில் என்னை நோக்கி புன்னகித்து அமைதி கொடியை அசைத்தார்.

அமெரிக்காவுக்கும் ஈரானுக்கும் இடையே பதற்றம் அதிகரித்த நேரத்திலும், உக்ரைன்-ரஷ்யா போர் மற்றொரு உலகப் போராக மாறும் அபாயம் இருந்தபொழுதும் நான் அவரையே பிரார்த்தனை செய்தேன். குரு பாபாஜியால் அணைக்க முடியாத போரின் தீப்பொறிகள் என்று எதுவும் இல்லை என நான் உறுதியாக நம்புகின்றேன். மகாவதார் குரு பாபாஜியின் கைகளில் உலகம் பாதுகாப்பாக இருக்கின்றது. இது எல்லாம் வல்ல முருகப்பெருமானால் அவருக்கு வழங்கப்பட்ட கடமையாகும்.

ஜெய் மஹாவதார் பாபாஜி!
ஜெய் முருகன்!

ஓம் சரவண பவாய நமஹ !!!

கிழக்கையும் மேற்கையும் ஒன்றிணைத்தல்

எனக்குக் கிடைத்த பல தெய்வீக செய்திகளைப் பற்றி இதுவரை பார்த்து வந்தோம். இயற்கையாக உங்களுக்கு சில கேள்விகள் எழுந்திருக்கலாம். எனக்கு வரும் செய்திகளில் இருக்கும் துப்புகளைக் கொண்டு எப்படி நான் அதனைக் கண்டுபிடிக்கின்றேன்? இந்த இறை செய்திகளை எந்த வடிவத்தில் நான் பெறுகின்றேன்? போன்றவை.. அனைத்தும் சரியான கேள்விகள்! என்னால் முடிந்தவரை விளக்க முயல்கின்றேன். செய்திகளை நான் உரையாடல் வடிவில் பெறுகின்றேன். இது ஒரு மின்னல் போன்ற உள் குரல் அல்லது வார்த்தைகளைப் போன்றது. 31 வது அத்தியாயத்தில் நாம் விவாதித்த செய்தியை உதாரணமாக இங்கு எடுத்துக் கொள்வோம். ஒரு பெரிய போருக்குப் பிறகு இறைவனும், அவரது வீரர்களும் ஓய்வெடுக்கும் ஒரு குகையைப் பற்றி ஒரு குரல் என்னிடம் சொல்லியது. அதன் பின் அதன் அருகில் இருக்கும் ஒரு மலை என்று அந்த குரலில் ஒலித்தது. இதனைத் தொடர்ந்து சூரசம்ஹாரத்தை நினைவுகூரும் நாளில் அந்த இடத்தில் நான் பிரார்த்தனை செய்ய வேண்டும் என்றும் வந்தது. அந்த அறிவுறுத்தலுடன் அந்த செய்தி முடிந்தது.

அத்தகைய குகைகள் எங்கெல்லாம் இருக்கின்றன போன்றவற்றைக் கண்டுபிடிப்பதே என் முதல் வேலை. அதனைக் கண்டுபிடிக்க நான் சில தடயங்களைத் தேட வேண்டும். இந்த

துப்புகள் ஏதாவது செய்தித்தாளில் உள்ள கட்டுரையோடு ஒத்துப்போகலாம். ஏதாவது மிருகத்தின் பெயரைக் கேட்டாலோ அல்லது விலங்கைப் பார்த்தாலோ அது வெளிப்படலாம். மேலும் எனது பார்வையிலோ, உணர்விலோ அல்லது குழந்தைகள் எழுப்பும் வார்த்தைகள் மூலமாகக் கூட வெளிப்படலாம். அது எங்கிருந்தும் வரலாம். அவற்றைக் கண்டுபிடிக்கும் வரை நான் விழிப்புடனும், கவனத்துடனும் இருக்க வேண்டியது மிக மிக அவசியம். சரியான துப்பு கிடைப்பதை நான் எப்படி உணர்ந்து கொள்கின்றேன்? நல்ல கேள்வி! எனக்கு கிடைத்த துப்பு சரியானதாக இருந்தால் அதன் துல்லியத்தைக் குறிக்கும் ஒரு அதிர்வை நான் என் உடலில் உணர்வேன்.

தொடக்கத்தில் இதுபோன்ற இறை செய்திகளைக் கண்டுபிடிக்க நான் சிறிது போராடினேன். அப்பொழுதெல்லாம் எனக்குக் கிடைத்த துப்புகளைக் கொண்டு முழு செய்தியையும் கண்டுபிடிப்பதற்குக் குறைந்தது இரண்டு வாரங்களாவது தேவைப்படும். பயிற்சிகளின் மூலம் படிப்படியாக நான் இந்த விளையாட்டில் சிறிது சிறப்பாகச் செயல்பட ஆரம்பித்தேன். அதன் விளைவாக எனக்கு வரும் இறை செய்திகளை ஓரிரு நாட்களில் கண்டுபிடிக்க முடிந்தது.

ஒரு கட்டத்தில் முருகப்பெருமானின் பக்தர்களிடமிருந்து தொலைப்பேசி அழைப்புகள் அதிகரிக்கத் தொடங்கியபொழுது, எனக்கு கிடைக்கும் தகவல்களை வைத்து செய்தியைக் கண்டுபிடிப்பது கடினமானதாக இருந்தது.

அப்பொழுதுதான் இதற்கென ஒரு முறையை உருவாக்க முடிவு செய்தேன். ஒரு துப்பு கிடைக்கப்பெற்றதும் தேவேட்டனிடமும், சீனிவாசனிடமும் நான் தியானத்தில் ஈடுபடப் போவதாகத் தெரிவிப்பேன். LMRK குழுவிலும் நான் தியானத்தில் இருக்கப் போவதாகச் செய்தி அனுப்புவேன். எந்த கவனச்சிதறலும் இல்லாமல் அமைதியான முறையில் செய்தியைக் கண்டுபிடிப்பதற்கு இது எனக்கு போதுமான அவகாசத்தை அளித்தது.

எனக்கு முதல் துப்பு கிடைத்ததும் அனைத்து செயல்களும் வேகமாக நடைபெறத் தொடங்கிவிடும். நாம் எடுத்துக்கொண்ட உதாரணத்திற்கு மீண்டும் வருவோம். எனக்குச் செய்தி வந்ததும் நான் பழனிக்குச் சென்று தியானம் செய்ய முடிவு செய்தேன். அப்பொழுது தான் சாருவிடமிருந்து எனக்கு அழைப்பு வந்தது.

அவர் ஆஸ்திரேலியாவிலிருந்து அழைப்பதாகத் தெரிவித்தார். ஆஸ்திரேலியா என்ற வார்த்தையைக் கேட்டதும் என் உடல் அதிர்ந்தது. அது தான் சரியான இடம் என்று முடிவு செய்ய இதுவே எனக்கு போதுமானதாக இருந்தது. இது போன்று ஒவ்வொரு படியாகச் செல்ல செல்ல என் உற்சாகமும், நிம்மதியும் அதிகரித்துக்கொண்டே செல்லும். அதிக அதிர்வெண் நிலையில் இருக்கும்பொழுது, என்னைச் சுற்றி நடக்கும் அனைத்து விஷயங்களிலும் நான் விழிப்புணர்வுடன் இருப்பேன். இந்த நிலையில் தான் எனக்குத் தடயங்கள் விரிவாகக் கிடைக்கும். இப்பொழுது நாம் பார்த்துக் கொண்டிருக்கும் உதாரணத்தைப் பொறுத்தவரை, உலர்ந்த சுண்ணாம்புக் கற்களால் ஆன குகையைப் பற்றிய ஆவணம் அல்லது கட்டுரையைக் காண நேர்ந்தது.

அதனைப் பார்த்த பொழுது என் உடல் அதிர்ந்தது. பிறகு நான் ஆஸ்திரேலியாவில் உள்ள சுண்ணாம்புக் குகைகளைக் கூகுளில் தேட ஆரம்பித்தேன். சிறிது நேரத்தில் ஜெனோலன் குகைகள் பற்றித் தெரிந்து கொண்டேன். இதனை உறுதிப்படுத்துவதற்கு குகைகளுக்கு அருகில் ஏதேனும் மலைகள் உள்ளதா என்பதையும் சரிபார்த்தேன். நான் சரியான திசையில் தான் செல்கின்றேன் என்பதை ப்ளூ மெளண்டன்ஸ் உறுதிப்படுத்தியது.

இறை செய்திகளைக் கண்டுபிடிப்பதற்கான எனது செயல்பாட்டின் சாராம்சம் இதுதான்.

இப்பொழுது நான் பெற்ற மற்றொரு செய்திக்கு வருவோம். அதனைக் கண்டுபிடித்து பார்த்ததில், இலங்கையின் கதிர்காமாவிலிருந்து ஒரு பிடி மண்ணை எடுத்துச் சென்று லண்டனில் உள்ள வேறு நேரமண்டலமான கேட்வேயில் வைக்க வேண்டும் என்று புரிந்துகொண்டேன். அது முடிந்ததும் அகஸ்திய மகரிஷி அவர்கள் முருகப்பெருமானின் கருவியைச் சேமித்து வைத்திருந்த ஒரு மலைக்கு நான் செல்ல வேண்டியிருந்தது.

கதிர்காமத்திலுள்ள மண் நமது பூமியின் மண் அல்ல என்பதை வாசகர்கள் இங்குக் கவனத்தில் கொள்ளவேண்டும். விண்வெளியிலிருந்து ஒருமுறை பூமி மேல் விழுந்த ஒரு விண்கல்லினால் ஏற்படுத்தப்பட்ட நிலமே கதிர்காமத்திலுள்ள நிலமாகும். விண்கல் முழுவதுமாக எறிவதற்குள் அது பூமியில் விழுந்து அங்குச் சிதறியதாகக் கூறப்படுகின்றது.

இந்த மண்ணை எடுத்துப்பதற்காக நான் இலங்கை செல்ல வேண்டியிருந்தது. இந்த முறை என்னுடன் என் மனைவியும் வந்திருந்தார். என்னுடைய முந்திய இலங்கை பயணம் உங்களுக்கு நினைவிலிருக்கும் என நம்புகின்றேன். அதற்கு மாறாக, இந்த பயணத்தில் அனைத்தும் அமைதியாக இருந்தது. நாங்கள் சென்ற எந்த இடத்திலும் ராணுவத்தின் சோதனைகள் நடத்தப்பவில்லை. மேலும் எனக்குத் தேவையான உதவிகளைச் செய்ய LMRK உறுப்பினர்கள் இருந்தார்கள். ஆகையால் இந்த முறை எனக்கு வழிகாட்டிகள் தேவைப்படவில்லை.

விக்னேஸ்வரி என்ற உற்சாகமான LMRK உறுப்பினர் எங்களுடன் இருந்தார். கோவிலில் வழிபாடு செய்த பின் நமக்குத் தேவையான மண்ணை அங்கிருந்து எடுத்து வந்தோம்.

அதன்பின் நான் லண்டனில் உள்ள மற்றொரு நேர மண்டலத்திற்கான நுழைவாயிலைக் கொண்டிருந்த ஒரு இடத்திற்குச் சென்றேன். எனக்குக் கிடைத்த செய்தியைக் கொண்டு அந்த இடம் லண்டனில் உள்ள ஸ்டோன்ஹெஞ்ச் என்று கண்டுபிடித்தேன். தெரியாதவர்களுக்காகச் சொல்கின்றேன், இந்த இடம் லண்டனுக்கு மேற்கே 90 மைல் தொலைவில் ஒரு குறிப்பிட்ட வடிவியல் முறையில் கிரானைட் கற்களால் அமைந்த இடமாகும். இது கிமு 3000 இல் கட்டப்பட்டதாகத் தொல்பொருள் ஆராய்ச்சியாளர்கள் கூறுகின்றனர். இது மிகவும் மர்மமான இடம் என்பது என் கருத்து!

எனது பயணம் இன்னும் முடியவில்லை. நான் ஸ்டோன்ஹெஞ்சிற்கு அருகில் உள்ள டிராகன் மலைக்கும் செல்ல வேண்டியிருந்தது. இந்த டிராகன் ஹில் எல்லோராலும் அடிக்கடி பார்க்கப்படும் இடம் அல்ல. இது இங்கிலாந்தின் ஒரு கிராமப் பகுதியில் இருக்கின்றது. இங்குச் சென்றதன் மூலம் ஆங்கிலேயக் கிராமத்தில் பொழுதைக் கழிக்க வேண்டும் என்ற எனது கனவு நிறைவேறியது. அங்கு நான் பார்த்த காட்சிகள் ஆங்கில நாவல் அல்லது எனிட் பிளைடன் புத்தகத்தின் பக்கங்கள் போல இருந்தன.

பெரிய மற்றும் அழகான பசுக்களை அங்குள்ள காவலாளிகள் குதிரையின் மீது அமர்ந்து பராமரிக்கின்றார்கள். மரத்தால் கட்டப்பட்ட வீடுகள், மர பீப்பாய்கள் மற்றும் அங்குமிங்கும் ஓடும் ஆட்டுமந்தைகள் என அந்த இடத்தில் இருப்பதற்கு உண்மையிலேயே நான் பாக்கியவானாக உணர்ந்தேன்.

அடுத்த நாள் நாங்கள் டிராகன் மலையின் அடிவாரத்திற்கு வந்தோம். நாங்கள் வாகனத்தை விட்டு இறங்கியதும் வலுவான காற்றின் தாக்கத்தை எங்களால் உணர முடிந்தது. அது நம்மைத் தூக்கி எரித்துவிடும் போலிருந்தது. ஒருவரையொருவர் பிடித்துக் கொண்டும், கைகளைப் பற்றிக் கொண்டும், காற்றைத் தாங்கிக்கொண்டும் மலையேறினோம். மலையேறுவதற்குப் படிகள் இருந்தன. படிகளில் ஏறி மேலே சென்று பார்த்தால் அது ஒரு தட்டையான நிலமாக இருந்தது. கதிர்காமத்திலிருந்து எடுத்துச் சென்ற மண்ணை அங்கே இரைத்தோம்.

அங்கே மற்றொரு இயற்கை அதிசயத்தைக் கவனித்தேன். டிராகன் ஹில்லின் ஒரு பக்கம் பசுமையாகவும், அழகாகவும் இருந்தது. ஆனால் அதன் மறுபக்கம் தரிசாக இருந்தது. அங்கே ஒரு புல் கூட முளைக்கவில்லை. ஒரு முறை துறவி ஒருவர் ஒரு நாகத்தைக் கொன்றதாகவும், அந்த நாகத்தின் குருதி அந்த நிலத்தில் கலந்ததனால் அந்த இடம் அவ்வாறு உள்ளதாகவும் அந்த மக்கள் கூறுகின்றார்கள்!

நான் அடுத்துச் செல்லவேண்டியிருந்த இடம் சில்பரி ஹில்ஸ். இது மனிதனால் உருவாக்கப்பட்ட மண் பிரமிடு! இது அகஸ்திய மகரிஷிகள் முருகப்பெருமானின் கருவியைச் சேமிக்கத் தேர்ந்தெடுத்த இடம் என்பதை எனக்குக் கிடைத்த இறை செய்தியின் மூலம் அறிந்துகொண்டேன். மனிதனால் உருவாக்கப்பட்ட பிரமிடுகளில் முதன்மையானது சில்பரி மலை என்று வரலாறு கூறுகின்றது. அந்த மலையைக் கீழிருந்து பார்க்கும்பொழுது, அது பழனிமலையின் சிறு காட்சியைப் போல் எனக்குத் தோன்றியது.

இந்த பிரமிடுக்குள் என்ன இருக்கின்றது என்பது யாருக்கும் தெரியாது. பலர் இந்த இடத்தை தோண்ட முயன்றதை இந்த இடம் வெளிப்படுத்துகின்றது. அதிகப்படியான அத்துமீறல்கள் இருந்ததனால் இந்த இடத்தை தடைசெய்யப்பட்ட பகுதியாக அறிவிக்க அரசாங்கம் முடிவு செய்திருக்கும் என நம்புகின்றேன்.

நான் சிறிது நேரம் அங்கே பிரார்த்தனையில் ஆழ்ந்தேன். பிரார்த்தனையில் இருந்தபொழுது நான் ஆஞ்சநேயர் மலையின் மீது உணர்ந்த அதே உணர்வு ஏற்பட்டது. நீல நிற ஒளி, கார்த்திகை நட்சத்திரம் போன்றவற்றை உணர்ந்தேன். சுழலும் நாற்காலியில் அமர்ந்து நீங்கள் வான் கோள்களின் அமைப்பைப் பற்றிய நிகழ்ச்சியைப் பார்த்திருக்கின்றீர்களா? விண்வெளிக் கப்பலின்

ஜன்னல் வழியாகக் கிரகங்கள் மற்றும் விண்வெளியைப் பார்ப்பது போன்று இருக்கும். அல்லது அதே போன்ற ஒரு உணர்வையாவது பெற முடியும். நான் அங்குத் தியானிக்கையிலே, உண்மையாகவே நான் விண்வெளியில் இருப்பது போல் உணர்ந்தேன். என்னால் உணர முடிந்தது.

இது காலத்தை தழுவுவது போலவும், காலத்தோடு இணைவது போலவும் இருந்தது. மணிக்கு 100 கிமீ வேகத்தில் செல்லும் பேருந்தின் பின்னால் நீங்கள் 100 கிமீ வேகத்தில் ஓடினால் என்ன நடக்கும் என்று கற்பனை செய்து பாருங்கள். நீங்கள் பேருந்தின் அதே வேகத்தில் செல்வதால், உங்களுக்குப் பேருந்து நகராதது போன்ற உணர்வே இருக்கும். அந்த பேருந்தின் ஓட்டுநருடன் நீங்கள் பேசிக்கொண்டு கூட செல்லலாம். இப்பொழுது அந்த பேருந்தை, வழியில் வரும் ஒரு வளைவில் விட்டுவிட்டு, அதே பேருந்தைப் பிடிக்க ஒரு நடைபாதையின் குறுக்கே நீங்கள் ஓடினால் என்ன நடக்கும்? அந்த பேருந்திற்கு முன்னதாக நீங்கள் செல்வீர்கள். இல்லையா? நான் அப்படிப்பட்ட ஒரு நிலையில் தான் இருந்தேன். முடிவிலியை (infinity) நான் மேலோட்டமாக கடந்தது போன்றிருந்தது. இது, பூமியைக் கட்டுப்படுத்தக்கூடிய ஒரு நேர மண்டலத்திற்குள் நுழைந்து பூமியின் நேரத்தைத் தோற்கடித்தது போன்ற ஒரு நிகழ்வு. இது மிகவும் சக்திவாய்ந்த அனுபவமாக இருந்தது. பிரமிடுக்குள் நிறுவப்பட்டிருக்கும் முருகப்பெருமானுடைய கருவியின் தாக்கத்தால் நான் இவ்வாறு அனுபவித்தேனா?

நான் கண்களைத் திறந்தபொழுது, அந்த இடத்தைச் சுற்றி நடந்துகொண்டிருந்த சக பயணிகளை நான் பல ஆண்டுகள் முந்திச் சென்றது போல் உணர்ந்தேன். பின்பு நான் கண்களைச் சிமிட்டி என் தலையைக் குலுக்கி பார்த்தேன். நான் பூமிக்குத் திரும்பியிருந்தேன். இந்த பூமிக்கென வரையறுக்கப்பட்ட 24 மணிநேரத்திற்குக் கட்டுப்பட்ட ஒரு நபராக மீண்டும் அதில் வந்து சேர்ந்தேன்!

நாங்கள் சென்ற இரண்டு இடங்களும் முக்கியமானவை என்று உணர்ந்து கொண்டேன். அந்த இடங்கள் நேரப் பயணத்தை வழங்கும் ஆற்றலைப் பெற்றிருப்பதாகத் தோன்றியது. இந்த பயணம் செய்வதற்கான ரகசியத்தின் திறவுகோலாக முருகப்பெருமானின் கருவி செயல்படலாம். குமரி கண்டம் மீட்கப்பட்டவுடன் இவை அனைத்தும் வெளிப்படும் என்று நான் நம்புகின்றேன்.

இத்தருணத்தில் உங்களுடன் ஒரு சிறப்பான செய்தியைப் பகிர்கின்றேன். உலகெங்கிலும் உள்ள ஆற்றல் மிக்க புள்ளிகள் அனைத்தும் அரசாங்கத்தால் தடை செய்யப்பட்ட சொத்தாக நடத்தப்படுவதை நான் கவனித்தேன். அதற்கு அவர்கள் கூறும் காரணங்கள் வேறு ஏதாவதாக இருக்கும். எடுத்துக்காட்டாக, லயன் தீவை அணுகுவது தடைசெய்யப்பட்டுள்ளது. ஏனெனில் இது சிறிய பெங்குவின்களுக்கான இயற்கை வாழ்விடம் என்று கூறப்படுகின்றது. காலம் எல்லா ரகசியங்களையும் வெளியில் கொண்டுவரும். இது தவிர்க்க முடியாதது.

இவ்வளவு காலமாக செய்திகள், வழிகாட்டுதல்கள் மற்றும் அது தொடர்பான பணிகளை இறைவன் எனக்கு அளித்து வந்தார். தாமதமாக ஒரு வித்தியாசத்தை என்னால் உணர முடிந்தது. அதுவே ஆற்றல் மாற்றம்! இதனை LMRK வின் கடமைகள் என்றும் கூறலாம். கடமை என்பது மிகவும் பொருத்தமான வார்த்தையாக இருக்கும் என்று நினைக்கின்றேன்.

இப்படியாக 2018ல் முதல் கடமையைப் பெற்றேன். குமரி கண்டத்தின் மறுசீரமைப்பைக் குறிக்கும் வகையில் மயில் சிம்மாசனம் ஒன்றை அமைத்து அதனைப் பழனியில் வைத்து பூஜை செய்த பின் அதனை பூஜ்ஜிய நேர மண்டலத்தில் (ஜீரோ டைம் சோன்) வைக்க வேண்டும். இன்றைய உலகின் பூஜ்ஜிய நேர மண்டலம் கிரீன்விச் ஆகும். இது இங்கிலாந்தில் உள்ளது. ஐரோப்பாவில் ஒரு இறைப் பணியை நிறைவேற்றுவது அவ்வளவு எளிதல்ல என்பதை கடந்த கால அனுபவங்களிலிருந்து நாம் அறிவோம். கிரீன்விச்சில் ஒரு சிம்மாசனம் வைக்கக்கூடிய இடம் தேவை, இல்லையா?

எது எப்படியிருந்தாலும் நம்முடைய கடமையிலிருந்து பின்வாங்குவதற்கான காரணங்களாக இவை இருக்கக்கூடாது. இது என்னிடம் ஒப்படைக்கப்பட்ட கடமை. அதை நான் எப்படியாவது நிறைவேற்ற வேண்டும். இதனைப்பற்றி நான் LMRK உறுப்பினர்களுடன் கலந்துரையாடினேன். அனைவரும் உற்சாகமடைந்தனர். நானும் உற்சாகமாக இருந்தேன். ஆனால் இந்த கடமை ஐரோப்பாவில் நிறைவேற்றப்படவேண்டிய ஒன்றாக இருந்ததனால் இதில் எந்த தவறும் வந்துவிடக்கூடாது என்பதில் நான் தீவிர யோசனையிலிருந்தேன். ஆனால் LMRK உறுப்பினர்களிடையே

உள்ள உற்சாகத்தைப் பார்த்தபொழுது என்னுடைய எல்லா சந்தேகங்களையும் நான் சிறிது நேரத்தில் விட்டுவிட்டேன்.

மற்ற சில விஷயங்களையும் நான் மனதளவில் சமாளிக்க வேண்டியிருந்தது. என்னுடைய இறை அனுபவங்களைப் பொதுத்தளத்தில் அறிவிக்கும்பொருட்டு ஏற்பாடு செய்திருந்த நிகழ்ச்சிக்காக நான் வாங்கிய கடனை அப்பொழுது திரும்ப செலுத்திக்கொண்டிருந்தேன். இங்கிலாந்தில் உள்ள ஒரு கோவிலில் முருகர் சிலையை நிறுவ முயன்றபொழுது நான் அடைந்த தோல்வியும் எனக்கு அப்பொழுது நினைவிற்கு வந்தது. அது என்னுள் ஏற்படுத்திய தாக்கம் என் மனதில் பசுமையாக இருந்தது.

ஆனால், ஆர்வமிக்க LMRK உறுப்பினர்கள் தங்களின் பங்களிப்பை தெரிவிக்கும் வகையில் தாங்களாகவே LMRK வங்கி கணக்கில் பணத்தைச் செலுத்தத் தொடங்கிவிட்டார்கள். எங்கள் உறுப்பினர்களிடையே நான் கண்ட விழிப்புணர்வு என்னுடைய அனைத்து சந்தேகங்களையும் வெளியே கொண்டுவந்தது. நம் பக்கத்தில் கடவுளை வைத்துக்கொண்டு நாம் ஏன் பயப்பட வேண்டும்?

மயில்சிம்மாசனத்தைப் பித்தளையால் செய்யலாம் என்று நாங்கள் விரும்பினோம். இதனுடைய அளவின் காரணமாக பெரும்பாலான தொழிலாளர்கள் எங்களை அணுகினார்கள். இறுதியாக தமிழ்நாட்டில் உள்ள கும்பகோணத்தில் அமைந்திருக்கும் ஒரு பட்டறையுடன் ஒப்பந்தம் போடப்பட்டது.

இப்பொழுது எங்கள் முன் இருந்த அடுத்த கேள்வி, இந்த சிம்மாசனத்தை எங்கு அமைப்பது என்பதுதான். எங்கள் பயம் மற்றும் சந்தேகங்கள் அனைத்தையும் நீக்கும் விதமாக வேல்ஸ் என்ற இடத்தில் வசிக்கும் சக்தி என்ற பெண்மணி முன் வந்தார். வேல்ஸில் உள்ள ஒரு கோவிலின் உறுப்பினர்களுடன் சக்தி இதைப்பற்றி விவாதித்துள்ளார். இதைக் கேட்டு நாங்கள் மிகவும் மகிழ்ச்சியடைந்தோம். ஆனால் முடிவு எங்களுடையதல்ல. நான் இறைவனின் அனுமதியைப் பெற வேண்டியிருந்தது. அதற்காக ஒரு நாள் அவகாசம் கேட்டேன்.

அன்று இரவு முழுவதும் நான் ஆழ்ந்த தியானத்திலிருந்தேன். ஆனால் இறைவனிடமிருந்து எனக்கு உத்தரவும் கிடைக்கவில்லை. அதற்குப் பதிலாக எனக்கு ஒரு செய்தி வந்தது. அடுத்த நாள் நான்

சக்தியைத் தொடர்பு கொண்டு, அதன் அருகிலேயே ஆஞ்சநேயர் கோவில் இருப்பதாக இறைவன் குறிப்பிடுவதாகக் கூறினேன். சக்தி அதைக் குறித்து விசாரித்துவிட்டு அன்று மதியத்திற்குள் மீண்டும் என்னைத் தொடர்புகொண்டார். தாந்தோன்றி ஆஞ்சநேயர் கோவில் நமக்காகக் காத்திருப்பது போல் தெரிகின்றது என்றார். திரு. பரமசிவராச சுவாமி என்பர் அங்கிருந்த ஒரு முக்கியமான நபர். அவர் இலங்கையைச் சேர்ந்தவர். நம் பணிக்கு ஒத்துழைப்பதில் அவர் அதிக மகிழ்ச்சி அடைவதாகச் சக்தி தெரிவித்தார்.

LMRK குடையின் கீழிருந்த அனைவரும் ஒரு பண்டிகை மனநிலைக்கு வந்தனர். சிம்மாசனத்தை லண்டனுக்கு எடுத்துச் செல்வதற்கு முன் பழனியில் வைத்து வழிபடப்பட்டது. முன்பு செந்தில் என் பக்கத்திலிருந்தபொழுது இதுபோன்ற பணிகளுக்கு ஒரு தொலைப்பேசி அழைப்பு மட்டுமே போதுமானதாக இருந்தது. அவரை நினைத்த பொழுது என் மனம் வலித்தது.

இறைவனிடம் சரணடைந்தேன். எனது எல்லா காயங்களுக்கும் பரிகார மருந்தை வழங்கும் என் இறைவன், உடனடியாக எனக்கு ஒருவரை உதவிக்கு அனுப்பினார். அவர் பெயர் ஜெகன். இனிமையாக மற்றும் மென்மையாகப் பேசக்கூடியவர். கற்பனை செய்யமுடியாத அளவிற்குச் செயல்களை செய்யக்கூடிய ஒரு பெரிய இளைஞர் கூட்டத்தைக் கொண்டவர். அன்றிலிருந்து பழனியில் நான் செய்ய வேண்டிய எல்லா காரியங்களுக்கும் ஜெகன் தான் எனக்கு உதவியாக இருக்கின்றார். முன்பு செந்தில் இருந்தது போன்றே விரைவில் அவர் என் வலது கரமாக மாறினார்.

பழனி நிகழ்ச்சிக்காக அனைவரையும் அழைக்கும் பொறுப்பைச் சென்னையைச் சேர்ந்த ஸ்ரீ பிரபு ஏற்றுக்கொண்டார். திட்டத்தை அவர் வேறொரு நிலைக்குக் கொண்டு சென்றார். இந்த விழாவில் கலந்து கொள்வதற்காக உலகம் முழுவதிலுமிருந்து வரும் அனைவருக்கும் எங்கள் அறக்கட்டளையின் பெயரில் அறைகள் பதிவு செய்யப்பட்டிருந்தன. செயல்பாடுகள் அனைத்தும் இவ்வளவு பெரியதாக உயரும் என்று நாங்கள் நினைத்துக்கூடப் பார்க்கவில்லை. ஆனால் எல்லாம் நன்மைக்காகவே இருந்தது. தாங்கள் ஒரு பெரிய நிகழ்வின் ஒரு பகுதியாக இருக்கின்றோம் என்பதை LMRK உறுப்பினர்கள் அனைவரும் உணர ஆரம்பித்தார்கள். இப்பொழுது அவர்கள் அனைவரும் மிகப் பெரிய செயல்களைச் செய்யக்கூடிய

நம்பிக்கையோடும், திறமையோடும் இருக்கின்றார்கள். LMRK அமைப்பு மற்றும் அதன் பணியின் மீதான அவர்களின் நம்பிக்கை ஒரு மில்லியன் மடங்கு அதிகரித்துள்ளது.

முதலில் ஐவர் மலையில் வைத்து மயில் சிம்மாசனம் வழிபடப்பட்டது. அங்கு வந்திருந்த அனைவருக்கும் உணவு பரிமாறப்பட்டது. அதன்பின் மாலையில் பழனி மலை அடிவாரத்தில் தேரோட்டம் நடைபெற்றது. ஏராளமான பேருந்துகள், வாகனங்கள் மற்றும் மக்களைக் கண்டு பழனி வாசிகள் வியப்படைந்தனர். LMRK நண்பர்கள் சிவப்பு மற்றும் நீல நிற உடையணிந்து தங்கள் ஒற்றுமையை நிலைநாட்டினார்கள். பழனி முழுவதுமே அன்று அதிர்ந்து போனது.

இத்தனைக்கும் பிறகு பிரபல இசையமைப்பாளர் கங்கை அமரன் அவர்கள் தலைமை விருந்தினராகக் கலந்து கொண்ட பிரம்மாண்ட விழா நடைபெற்றது. நிகழ்ச்சியின் ஒவ்வொரு அங்குலமும் மிகப்பெரிய வெற்றியாக மாறியது. இந்த பிரம்மாண்ட நிகழ்வின் மூலம் பழனியின் வரலாற்றுப் புத்தகத்தில் LMRK இடம் பிடித்தது. எங்கள் உறுப்பினர்கள் அனைவரும் மிகுந்த மகிழ்ச்சியுடனும், நம்பிக்கையுடனும் தங்கள் வீடுகளுக்குத் திரும்பினார்கள்.

விழாவில் பங்கேற்க மெல்பேர்னில் இருந்து இளங்கோ வந்திருந்தார். எல்லாம் முடிந்த பிறகு அவர் என்னை அழைத்து சில வார்த்தைகளைச் சொன்னார். அவை என் இதயத்தில் ஒரு மூலையில் செதுக்கப்பட்டுள்ளன. அதனை உங்கள் அனைவருடனும் பகிர்ந்து கொள்ள விரும்புகின்றேன்:

'ரெஜித், முதன்முறையாக மெல்பேர்னில் உள்ள எனது இடத்திற்கு நீங்கள் வந்த நாள் நினைவிருக்கின்றதா? அப்பொழுது எங்களுக்கு அறிந்த வகையிலான ஒரு ஆன்மிக நபருக்காக நாங்கள் 50 பேர் காத்திருந்தோம். ஆனால் நீங்கள் டீ-ஷர்ட் மற்றும் ஜீன்ஸ் அணிந்து தோளில் ஒரு பையுடன் வந்திருந்தீர்கள். அது எங்கள் மனதிலிருந்த எல்லா பிம்பத்தையும் உடைத்தெறிந்தது. அதற்கு உச்சமாக நாங்கள் உங்களுக்காக அமைத்த பீடத்தில் நீங்கள் உட்கார மறுத்து எங்கள் அனைவருக்கும் மத்தியில் தரையில் அமர்ந்தீர்கள். நான் உங்களைச் சாதாரணமாக நினைத்தேன் என்றுதான் சொல்லவேண்டும். ஆனால் நீங்கள்

எங்களுடன் பிரார்த்தனை செய்த பிறகு, அங்குக் கூடியிருந்த 50 பேரில் ஒவ்வொருவரும் ஒரு சிறந்த அனுபவத்தைப் பெற்றனர். அங்கிருந்த அனைவரும் மகிழ்ச்சியாக உணர்ந்தனர். அன்றிலிருந்து உங்களை உன்னிப்பாகக் கவனித்து வருகின்றேன். இந்த பிரம்மாண்டமான நிகழ்ச்சிக்குப் பின் கட்டாயம் இதை நான் சொல்லவேண்டும். நான் உங்களைப் பற்றிப் பெருமைப்படுகின்றேன்! நீங்கள் மிகவும் வித்தியாசமான ஆன்மீக பாதையில் செல்கின்றீர்கள். நீங்கள் ஒரு பீடத்தில் அமர்வதற்குப் பதிலாக, அனைவருடனும் நடந்து அவர்களை இறைவனை நோக்கி வழிநடத்துகின்றீர்கள். இது உண்மையில் அற்புதமான செயல்!' என்றார்.

என் அன்பான வாசகர்களே, இந்தக் கருத்தை இங்கே பதிவிடுவது பொருத்தமற்றது என்று நீங்கள் கருதினால் தயவுசெய்து என்னை மன்னிக்கவும். இளங்கோவின் கருத்து எனது ஆன்மீகப் பாதையையும், இந்த முழு நிறுவனத்தை நான் நடத்த விரும்பும் விதத்தையும் உள்ளடக்கியது. அவருடைய இந்த அங்கீகாரத்தால் நான் உண்மையிலேயே மகிழ்ச்சியடைந்தேன். நான் ஒரு உலக ஆன்மீக தலைவர். பாராட்டுக்களை நான் பொக்கிஷமாகக் கருதுகின்றேன். அவை அனைத்தும் கடவுள் கொடுத்தவை! LMRK விற்கு இளங்கோவின் மிகவும் பொக்கிஷமான பங்களிப்பு என்றால் அது திரு. விமலநாதன் என்றுதான் சொல்ல வேண்டும். நமது ஆஸ்திரேலியா அத்தியாயத்தில் மிகவும் சுறுசுறுப்பான நபர்களில் ஒருவராக விமலநாதன் இருக்கின்றார்.

மீண்டும் ஒருமுறை, நிலவொளியில் குளித்துக் கொண்டிருந்த கம்பீரமான பழனிமலையைப் பார்த்து என் இரவைக் கழித்தேன். அப்பொழுது என்னுடைய கடந்த கால காயங்கள் ஆறுவதற்காகவும், கடந்த கால துயரங்களைத் துடைப்பதற்காகவும் பழனியின் மலையின் இதமான தென்றல் காற்று என்னைச் சூழ்ந்தது.

தனது கனவில் கிடைத்த தரிசனத்தை வைத்து ஒரு இளைஞன் ஒருமுறை பழனிக்கு வந்தான் என யோசிக்க ஆரம்பித்தேன். என்னுடைய எந்த கர்ம வினை எனக்கு போகர் சித்தர் மற்றும் முருகப்பெருமானிடம் இருந்து அன்பை ஈர்த்துத் தருகின்றது என்று ஆர்ச்சரியமாக இருந்தது. எனக்கு உறுதியாகத் தெரியாது. நான்

இங்குத் தனியாக வந்தேன். ஆனால் சரியான நேரங்களில் சரியான நபர்களை நான் பரிசாகப் பெறுகின்றேன்.

ஓம் சரவணபவாய நமஹ !!!

314 | குமரிக்கண்டத்தை நோக்கிய என் பயணம்

இங்குத் தனியாக வந்தேன். ஆனால் சரியான நேரங்களில் சரியான நபர்களை நான் பரிசாகப் பெறுகின்றேன்.

ஓம் சரவணபவாய நமஹ !!!

மயூரஸிம்ஹாஸனம் - மயில் சிம்மாசனம்

நாங்கள் எதிர்பார்த்ததை விட மயூர சிம்மாசன வழிபாடு பழனியில் மிகச்சிறப்பாக நடைபெற்றது. இப்பொழுது மயூர சிம்மாசனம் ஐரோப்பாவிற்குச் செல்ல வேண்டும். இதனை நினைக்கும் பொழுதெல்லாம் என் மனதில் ஒரு விதமான அழுத்தத்தை உணர்ந்ததாகச் சென்ற அத்தியாயத்திலேயே சொல்லியிருந்தேன். என் முன் இருக்கும் இலக்கு மற்றும் நான் அங்கு எதிர்கொள்ள வேண்டிய சக்திகளைக் குறித்து யோசித்த பொழுது என் முதுகெலும்பில் ஒரு நடுக்கம் ஏற்பட்டது. அதனைக் குறித்து எதுவும் யோசிக்கக் கூடாது என்று முயன்றபொழுதிலும் என்னால் அவ்வாறு இருக்கமுடியவில்லை. இதற்கு மேற்கோளாக ஒரு பழமொழி நினைவிற்கு வருகின்றது. அது "ஒன்ஸ் பிட்டன் டுவைஸ் சைய்". அதன் பொருள், "ஒரு முறை கடித்தால் இரண்டு முறை வெட்கப்படும்" என்பதாகும். மயூர சிம்மாசனத்தின் பயணத்திற்கான தேதி நெருங்க நெருங்க எனது அச்சமும், பதற்றமும் வெளிவரத் தொடங்கியது.

மயூர சிம்மாசன வழிபாட்டின் வெற்றியிலேயே மூழ்கியிருந்த சீனிவாசன், தேவேட்டன் மற்றும் செயற்குழு உறுப்பினர்கள் என்னுடைய குழப்பத்தைப் புரிந்து கொள்ளத் தவறிவிட்டனர். பழனியில் நடைபெற்ற விழாவிற்கு மூளையாகச் செயல்பட்ட பிரபு அவர்கள், மயூர சிம்மாசனத்தின் பயண ஏற்பட்டிருக்கும் பொறுப்பேற்றிருந்தார். எல்லாம் நன்றாகவே அமைக்கப்பட்டிருந்தது. ஆனால், நடைபெறப்போகும் விழாவினைத் தடுக்க எதிர் படைகள்

தயாராகிவிடும் என்று எனக்கு உறுதியாக தோன்றியது. நாம் யாருடன் பழகுகின்றோம், என்ன பேசுகின்றோம், யாரிடம் பேசுகின்றோம் என்று எல்லாவற்றிலும் நாம் எச்சரிக்கையாக இருக்க வேண்டும் என்பதை உணர்ந்தேன்.

செப்டம்பர் 22, 2018 அன்று பூஜை விழா நடைபெற்றது. மேலும், சூரசம்ஹாரத்திற்கு மறுநாளான திருக்கல்யாண தினத்தன்று மயூர சிம்மாசனத்தைப் பூஜ்ஜிய நேர மண்டலத்தில் பிரதிஷ்டை செய்ய திட்டமிடப்பட்டிருந்தது. நான் பத்து நாட்களுக்கு முன்பே ஐரோப்பாவிற்குச் செல்ல திட்டமிட்டிருந்தேன். ஜிதாவும் என்னுடன் வரவிருந்தார். அது அவரின் முதல் ஐரோப்பியப் பயணம். இந்த பயண நிகழ்வுகளை நாங்கள் சரியாகத் திட்டமிட்டிருந்தபோதிலும், பல இல்லங்களுக்குச் சென்று பிரார்த்தனைகள் செய்ய அழைப்பு வந்திருந்தபோதிலும், ஜிதாவுடன் செலவிடுவதற்காக சில நாட்களை நான் ஒதுக்கி வைத்திருந்தேன். அவர் அதற்குத் தகுதியானவர்! அந்த காலகட்டத்தில் பல விஷயங்கள் நடந்தன. அதில் பலவற்றைப் பகிர்ந்து கொள்ள எனக்கு அனுமதி இல்லை. அனுமதிக்கப்பட்ட சிலவற்றை மட்டும் நான் பகிர்ந்துகொள்கின்றேன். கடந்த முறை நான் லண்டன் வந்திருந்தபொழுது மற்றொரு குருவைப் பின்தொடர்ந்து வந்த ஐந்து பேர் கொண்ட குழுவைச் சந்திக்க நேர்ந்தது. எங்கள் LMRK வின் நோக்கம் குமரி கண்டத்தை மீட்டெடுப்பது என்பதாலும், எங்கள் குழுவில் அங்கம் வகிப்பவர்கள் அனைவரும் முருகப்பெருமானின் பக்தர்களாக இருப்பதாலும் அவர்கள் எங்கள் குழுவில் இணைக்கப்பட்டார்கள். காலப்போக்கில் அவர்கள் எதிர்மறையான பேச்சுகளைப் பிரச்சாரம் செய்யத் தொடங்கினர். அதனால் அவர்களை எங்கள் குழுவிலிருந்து சீனிவாசன் நீக்கிவிட்டார்.

இருப்பினும், எங்களுக்குக் துன்பம் தரக்கூடிய செயல்களையே அவர்கள் தொடர்ந்து செய்து வந்தார்கள். அங்கு உள்ள ஆஞ்சநேயர் கோவிலில் இருக்கக்கூடிய சுவாமியிடம் மயூர சிம்மாசனத்திற்கு ஆதரவு அளிக்கக்கூடாது என்று கூறினார்கள். அவ்வாறு நடந்தால் இந்த கோவிலுக்கு வரும் பக்தர்களின் எண்ணிக்கை குறைந்துவிடும் என்றும் மிரட்டல் விடுத்திருந்தார்கள். நடந்தவற்றை எல்லாம் எங்கள் பிரதிநிதியான சக்தியிடம் ஸ்வாமிஜி முறையாக அறிவித்தார். மேலும் அவர் அளித்த வாக்குறுதியிலிருந்து பின்வாங்கப்போவதில்லை என்றும் உறுதியளித்தார்.

எதிர்மறை சக்திகள் தங்களால் முடிந்ததைச் செய்ய அரங்கில் நுழைந்துள்ளன என்பதை நான் இதிலிருந்து புரிந்துகொண்டேன். தோல்வி என்ற ஒரு மாயையை நமக்கு அளித்தே இங்குப் பல செயல்கள் நடக்க ஆரம்பிக்கின்றன. திட்டமிட்டபடி, சிம்மாசனம் லண்டனை அடையவில்லை. நாங்கள் கண்காணித்துப் பார்த்தபொழுது, அது பிரான்சில் உள்ள கேரேஜில் (கிடங்கில்) இருப்பதை உணர்ந்தோம். அடுத்த நாள் சிம்மாசனம் துபாய்க்குச் சென்றுவிட்டது என்று தெரியவந்தபொழுது தேவேட்டனும், சீனிவாசனும் அந்த நிறுவனத்தை அணுகி விசாரித்தனர். என்னுடைய பதற்றம் உயர ஆரம்பித்தது. முன்பு நடந்த தோல்விகளை என் மனம் நினைவிற்குக் கொண்டுவர முயன்றது. ஆனால் மீண்டும் அதனை எதிர் கொள்ள எனக்கு விருப்பமில்லை. அந்த இடத்தில் என்னால் தோல்வியடைய முடியவில்லை. மயூர சிம்மாசனம் மும்பை விமான நிலையத்திற்கு வந்துவிட்டது என்று அடுத்த நாள் செய்தி வந்தது.

"என்ன நடந்து கொண்டிருந்தது?". "முருகப்பெருமானே, அந்த சக்திகளை மீண்டும் வெல்ல வைக்கப் போகின்றீர்களா?" என்று மனதில் நினைத்துக்கொண்டேன். தேவேட்டன் அந்த அஞ்சல் நிறுவனத்தைத் தொடர்புகொண்டு விசாரித்தார். நாங்கள் அளித்த சுங்க ஆவணங்களில் தவறு இருப்பதாகக் கூறி எல்லாப் பொறுப்பிலிருந்தும் அவர்கள் நழுவிவிட்டனர். தேவேட்டனும், சீனிவாசனும் தங்கள் நிம்மதியை இழந்திருந்தனர். சிம்மாசனத்தை மீண்டும் எடுத்துச் செல்ல வேண்டுமென்றால் ரூ 2,00,000/- செலுத்த வேண்டும் என்று எங்களுக்குச் சொல்லப்பட்டது. இறைவனின் அருளால் பணத்திற்கு ஒரு கவலையும் இல்லை. ஆனால் அனைத்து காகித வேலைகளும் மீண்டும் செய்யப்பட வேண்டும். எங்கள் கணக்கீட்டின்படி, எல்லாவற்றையும் முதலிலிருந்து மீண்டும் செய்தால் சரியான நேரத்தில் சிம்மாசனம் கோவிலைச் சென்றடையாது. மேலும் இரண்டாவது முயற்சியும் தோல்வியாகவே கருதப்படும். அதனோடு என்னுடைய NOC யும் விரைவில் கலவாதியாகிவிடும்.

அதற்கு முன் நான் பணிக்குத் திரும்பாவிட்டால் என் வேலை பாதிக்கப்படும். நிமிடத்திற்கு நிமிடம் நிலைமை மாறிக்கொண்டே இருந்தது.

மும்பை விமான நிலையத்தில் சிம்மாசனம் மாட்டிக்கொண்டிருந்த சமயத்தில், நான் லண்டன் செல்வதற்கு விமானம் ஏற வேண்டியிருந்தது.

என்னுடைய அந்த மனநிலையை உங்களால் புரிந்துகொள்ளமுடிகின்றதா என்று எனக்குத் தெரியவில்லை. ஜிதாவின் உற்சாகத்தைப் பார்த்த எனக்கு இந்த தடைகளைக் குறித்த எதையும் அவரிடம் பகிர்ந்து கொள்ள மனம் வரவில்லை. என்னால் முடிந்த அளவிற்கு மகிழ்ச்சியாக அவரை அழைத்துச் செல்ல வேண்டும். அதனால் என் தலைக்குள் நெருப்பு எரிந்து கொண்டிருந்தபொழுதிலும் அவரிடம் மகிழ்ச்சியாக இருப்பது போலப் பாவனை செய்துகொண்டிருந்தேன்.

விமானத்தில் அமர்ந்ததும் கண்களை மூடி ஓய்வெடுக்க முயன்றேன். கண்களை மூடிக்கொண்டால் மட்டும் நாம் எதிர்கொள்ளும் அனைத்து பிரச்சனைகள் விலகிவிடுமா என்ன? என்னுடைய கவலைகள் வேகமாக வளர ஆரம்பித்தன. இந்த பணி தோல்வியடைந்தால் நான் முடிந்துவிட்டேன் என்று எனக்குத் தெரியும். மக்கள் என்னைப் பற்றி எழுதுவதற்கு இதுவே போதுமானதாக இருக்கும். சர்வ வல்லவரின் ஆதரவு எனக்கு இல்லை என்பதற்கான ஆதாரம் இது என்று சொல்வார்கள், அல்லவா? இந்த பணிகள் அனைத்தையும் நானே செய்கின்றேன் என்று மக்கள் நினைக்க மாட்டார்களா? என்னோடு சேர்த்து என் நோக்கமும் கேள்விக்குறியாக்கப்படும். LMRK கப்பலின் தலைவனாக என்னால் இந்த தோல்வியை ஏற்றுக்கொள்ள முடியுமா? இது தோல்வியில் முடிந்தால் LMRK மிகவும் அவமதிப்புடன் பார்க்கப்படும். மக்களுக்கும் நம்பிக்கை குறைய ஆரம்பித்துவிடும். மனிதன் எங்கே முடிகின்றானோ அங்கே கடவுள் தொடங்குகின்றார் என்பார்கள். என் நம்பிக்கையை நிலைநாட்ட நான் கடுமையாக முயன்றேன்.

தேவேட்டன், சீனிவாசன் மற்றும் என்னைத் தவற மற்ற அனைவரும் (எனக்கு அடுத்தபடியாக உற்சாகமாக அமர்ந்திருந்த ஜிதா உட்பட) இன்னொரு பிரமாண்டமான மற்றும் வெற்றிகரமான கொண்டாட்டத்தை எதிர்பார்த்துக் காத்திருந்தனர். நாங்கள் மூவர் மட்டும் நெருப்பில் தூக்கி வீசப்பட்டவர்கள் போலிருந்தோம்.

நானும் ஜிதாவும் தங்குவதற்கு ராமின் வீட்டில் ஏற்பாடு செய்யப்பட்டிருந்தது. நான் கடைசியாக ஐக்கிய ராஜ்ஜியத்திற்குச் சென்றிருந்தபொழுது என்னைப் பார்த்துக் கொண்டவர் தான் ராம் என்பவர். நான் ராமின் வீட்டிற்குள் நுழைந்ததிலிருந்தே அவரின் முகத்தில் ஒரு பதற்றத்தைக் காண முடிந்தது. அவர்

சிரித்துக்கொண்டு கண்ணியமாக எல்லாவற்றையும் கவனித்துக் கொண்டிருந்தாலும் அவர் முகத்தில் ஏதோ குறை தெரிந்தது. அதைப் பற்றி யோசித்தபொழுது என்னால் ஒன்றைக் கணிக்க முடிந்தது. என் தேவைகளைப் பூர்த்தி செய்த பிறகு இன்னொரு தோல்வியைச் சந்திக்க நேர்ந்தால் என்ன செய்வதென்ற அவருடைய சிந்தனையே அவருக்குச் சுமையாக இருந்ததை என்னால் உணர முடிந்தது. ஆஞ்சநேயர் கோவிலில் மயூர சிம்மாசனம் வைப்பதற்கு இருந்த எதிர்ப்பை பற்றி அவர் அறிந்திருந்தார். நான் அவருடைய அவலநிலையை முழுமையாகப் புரிந்துகொண்டேன். என்னால் அவரை குறை கூற முடியவில்லை.

நான் அவரிடம் சென்று எங்களுக்கு ஒரு விடுதி அறையை முன்பதிவு செய்து தருமாறு கேட்டேன். அப்பொழுது ஜிதா இன்னும் வசதியாக இருப்பார் என்று உணர்ந்ததாக அவரிடம் கூறினேன். அதற்கு நானே பணம் தருவதாக அவருக்கு உறுதியளித்தேன். குறிப்பாக, பணம் செலுத்துவதை நான் பார்த்துக்கொள்கின்றேன் என்பதை தெளிவுபடுத்தியபொழுது அவருடைய முகம் பிரகாசித்ததை என்னால் பார்க்க முடிந்தது.

தேவேட்டனும், சீனிவாசனும் அஞ்சல் நிறுவனத்துடன் பேசிக் கொண்டிருந்த நேரத்தில் சிம்மாசனம் இத்தாலி விமான நிலையத்தை அடைந்துவிட்டதை அறிந்தோம். அந்த செய்தி கோடைக்காலத்தில் வீசிய குளிர்ந்த தென்றலைப் போல இருந்தது. எப்படியோ சிம்மாசனம் மும்பையிலிருந்து கிளம்பிவிட்டது. எங்கள் அனைவருக்கும் ஆறுதல் அளிக்கும் வகையில் அடுத்த நாள் சிம்மாசனம் லண்டன் விமான நிலையத்தை அடைந்துவிட்டதாக எங்களுக்குத் தெரிவிக்கப்பட்டது.

ராம் எங்கள் நிறுவனத்தை விட்டு வெளியேறியது என்னை மிகவும் வேதனைப்படுத்தியது. ராம் மனித நிலையில் மட்டுமே இருந்தார். ஆனால் நடப்பது எல்லாம் கடவுளுக்கும் எனக்கும் இடையேதான் என்பதை நான் மட்டுமே உணர்ந்தேன். எப்பொழுதுமே மாற்றீடுகள் தொடர்ந்து காண்பிக்கப்படும். இப்பொழுது யுவராஜ் உள்ளே நுழைந்தார். தகவல் தொழில்நுட்ப துறையில் அவரும் அவரது மனைவியும் பணியிலிருந்தனர்.

யுவராஜின் உலகம் அவரது மனைவி மற்றும் குழந்தையைச் சுற்றியே சுழலும் ஒரு மகிழ்ச்சியான வாழ்க்கையாக இருந்தது. யுவராஜ் ஒரு இனிமையான ஆளுமை. மேலும் அவர் கட்டமைக்கப்பட்ட ஒரு

இளைஞராக இருந்தார். அவர் அனைத்து விஷயங்களையும் மிக எளிமையாகக் கையாள விரும்புபவர்.

அவரின் வாழ்க்கைத் தத்துவம் எனக்கு ஓலெக்கை நினைவூட்டியது. அவர் தன்னையும், தன்னை சுற்றியிருப்பவர்களையும் மகிழ்ச்சியாகவும், உற்சாகமாகவும் வைத்திருப்பதை விரும்புபவர். நீண்ட காலமாக எங்கள் குழுவிலிருந்தபோதிலும் அவர் செயலில் இறங்காமலிருந்தார். அவருக்குத் தெரியாமலேயே LMRK மீதும், என் மீதும் அவருக்கு நேர்மையான விளைவை ஏற்படுத்தக்கூடிய தன்மை இருந்தது. அதனை இப்பொழுது அவர் வெளிப்படுத்தினார். எங்களுடன் இணைப்பதற்காகவே முருகப் பெருமான் அவரை கீழே இறங்கிவிட்டது போல் இருந்தது.

நமது பிரச்சனைகள் அனைத்தும் இதனோடு மறைந்து விட்டதா? நிச்சயம் இல்லை! எங்களின் வாழ்க்கையைச் சிக்கலாக்க நினைத்த கும்பல் தொடர்ந்து பொய்ப் பிரச்சாரம் செய்து கொண்டேயிருந்தது. ஆஞ்சநேயர் கோவிலில் முக்கிய பிரமுகரான பரமசிவராச சுவாமி, அர்ச்சகர் மற்றும் சக்தி ஆகியோர் ஆழ்ந்த குழப்பத்திலிருந்தனர். மக்கள் அவர்களின் அதிருப்தியைச் சொல்லிக்கொண்டிருந்த நேரத்தில் சிம்மாசனம் ஒரு விமான நிலையத்தைச் சுற்றி மற்றொன்றுக்குச் சென்று கொண்டிருந்தது. அவர்கள் மூவரும் முழு மன உளைச்சலுக்கு ஆளாகியிருந்தனர் என்பதைச் சொல்லத் தேவையில்லை!

வேல்ஸ் கேரேஜுக்கு சிம்மாசனம் வந்துவிட்டது என்ற செய்தி கிடைத்ததும் அவர்களின் மத்தியில் அமைதி நிலவியது.

ஒரு தடையைத் தாண்டியதும் மற்றொன்று வரத் தயாராக இருந்தது.

வண்டியிலிருந்து சிம்மாசனத்தை எடுக்க ஆள் பலம் இல்லாததால் வந்த பொருள் திரும்பிச் செல்ல வேண்டியிருந்தது. எங்களிடம் பாரந்தூக்கும் கருவியும் இல்லை, ஆட்களும் இல்லை. சிம்மாசனம் 130-150 கிலோ பித்தளையால் ஆனது. அதற்குப் பெருமளவில் மனித சக்தி தேவைப்பட்டது.

அஞ்சல் நிறுவனம் இரண்டு முறை பொருளைக் கொடுக்க முயற்சி செய்தபோதிலும் ஆள் பலம் இல்லாததால் திரும்பிச் செல்ல வேண்டியதாயிற்று.

என் பக்கத்தில் ஜிதா இருந்தால் என்னால் இறைவனிடம் அழக் கூட முடியவில்லை. குறிப்பிட்ட அந்த நாள் நெருங்கிக் கொண்டிருந்தது.

பழனியில் நடந்த நிகழ்வுகளின் வெற்றியை அனுபவித்தவர்கள் இந்தக் கொண்டாட்டத்தையும் காணப் பயணச்சீட்டை முன்பதிவு செய்திருந்தார்கள். நான் ஏன் எங்கள் குழுவில் எந்த பதிவுகளையும் வெளியிடவில்லை என LMRK உறுப்பினர்கள் குழப்பத்திலிருந்தனர். சிறிய விஷயங்களைக் கூட பதிவிடுவதில் நான் பிரபலமாக இருந்தேன். ஆனால் அப்பொழுது என்னிடம் பதிவிட எதுவும் புதிதாக இல்லை என்பது தான் உண்மை. என் மனம் ஒரு குதிரையைப் போல் ஓடிக்கொண்டிருந்தது. சோர்வு வந்து என்னைப் பற்றுவதை என்னால் நன்றாக உணர முடிந்தது.

அன்று இரவு நான் அமைதியாக என் தலையணையில் அழுதேன்.

தேவேட்டனும், சீனிவாசனும் மேற்கொண்ட தொடர்ச்சியான மற்றும் இடைவிடாத முயற்சியின் காரணமாக கடைசியாக ஒருமுறை பொருளை அதன் இலக்கிற்குக் கொண்டுவர அஞ்சல் நிறுவனம் ஒப்புக்கொண்டது. எல்லாம் வல்ல இறைவன் ஏற்பாடு செய்தது போல் இந்த முறை 10-15 பேர் வண்டியிலிருந்து சிம்மாசனத்தை வெளியே எடுக்க உதவினார்கள். இறுதியாக சூரசம்ஹாரத்தை நினைவுகூரும் நாளில் சிம்மாசனம் கோயிலுக்குள் இருந்தது.

இறைவன் மீண்டும் ஒருமுறை செய்து காண்பித்துவிட்டார். அந்த சந்தேகத்திற்கிடமான நாளில் அவர் மீண்டும் தனது ஒளிக்கு எதிராகச் சதி செய்த அனைத்து சக்திகளையும் தோற்கடித்து சிம்மாசனம் இருக்க வேண்டிய இடத்தில் அதனை நிலைநிறுத்திவிட்டார். இதில் இன்னொன்றையும் நான் கவனித்தேன். அது என்னவென்றால், என்னுடனே சிம்மாசனமும் பயணித்தது. நான் லண்டனை அடையும் வரை சிம்மாசனம் தன் எசமானைக் கண்டும் காணாமல் போன குதிரையைப் போல் சுற்றிக் கொண்டே இருந்தது. நான் லண்டனில் காலடி எடுத்து வைத்த அன்றே சிம்மாசனம் அங்கு வந்து சேர்ந்தது. வேல்ஸில் நான் கால் பதித்த அன்றே சிம்மாசனமும் அங்கு வந்தது. எனது நிம்மதிக்கு எல்லையே இல்லை. நான் சிம்மாசனத்திற்கு அருகில் ஒரு படத்தை எடுத்து அதனை எங்கள் LMRK குழுவில் பதிவிட்டேன். அனைவரும் மகிழ்ச்சியில் ஆழ்ந்தனர்!

திருக்கல்யாண தினத்தையொட்டி ஆஞ்சநேயர் கோவில் வளாகத்தில் மக்கள் கூட்டம் அலைமோதியது. சரவண மந்திரத்தின் உரத்த முழக்கங்களுக்கு மத்தியில் பூஜ்ஜிய நேர மண்டலத்தில் மயூர சிம்மாசனம் நிறுவப்பட்டது. மிகவும் பெருமையாக உணர்ந்தேன்!

இந்த புனிதமான நிகழ்வு நடந்துவிடக்கூடாது என்று நினைத்த சக்திகள் குறித்து நான் உறுதியாக இருக்கின்றேன். இப்பொழுது எல்லா விஷயங்களும் மாறிக்கொண்டிருக்கின்றன. அலைகள் திரும்ப அடிக்க ஆரம்பித்துள்ளன. கொள்கையளவில் எங்களுக்கு எதிராகத் திரும்பிய குழுவிற்கு நாங்கள் எதையும் செய்யவில்லை. அவர்கள் தெரிந்தோ தெரியாமலோ தவறான சக்திகளுடன் இணைந்திருப்பதை நாங்கள் அறிவோம். எங்களின் அனுபவம், முயற்சிகள் மற்றும் செயல்பாடுகள் என அனைத்தும் குமரி கண்டத்தை எப்படியும் மீட்டெடுக்கும் என்பதை மீண்டும் நிரூபித்தது! ஜெனோலன் குகைகளில் நான் பிரார்த்தனை செய்தபொழுது முருகப்பெருமானின் புதிய சகாப்தத்தின் வருகையை என்னால் உணர முடிந்தது. இப்பொழுது தொடங்கிவிட்டது!

இந்த அத்தியாயத்தை முடிப்பதற்கு முன் மயூர சிம்மாசனத்தின் பராமரிப்பாளரான யுவராஜை நான் இங்கு குறிப்பிட விரும்புகின்றேன்!

ஓம் சரவணபவாய நமஹ !!!

செல்வம், அமைதி - இந்த இரண்டும் நமக்குத் தேவை!

2019 டிசம்பரில் ஒரு நாள் என்று நினைக்கின்றேன்... சிங்கப்பூரில் உள்ள சிட்டி வங்கி ஊழியரான திரு ரமேஷ் என்பவரிடமிருந்து எனக்கு ஒரு அழைப்பு வந்தது. அவர், "என்னுடைய குரு ஒருவர் முருகர் சிலையை எனக்குப் பரிசளிக்க விரும்புகின்றார். ஆனால் முருகர் சிலையை ஒரு காட்சிப்பொருளாக என் வீட்டில் வைத்திருக்க எனக்கு விருப்பம் இல்லை. அது சரி என்றும் எனக்குத் தோன்றவில்லை", என்று என்னிடம் தெரிவித்தார். பின்னர், அந்த சிலையை என்னிடம் கொடுக்க விரும்புவதாகவும் கூறினார். "நீங்கள் பூஜிக்கும் உங்கள் பூஜை அறையில் வைத்து வழிபாடு செய்யலாம்" என்றார். நான் கடந்து வந்த ஒவ்வொரு தேர்விலுமிருந்து நான் கற்றுக் கொண்ட ஒன்றை அவருக்குப் பதிலாகக் கூறினேன். "தயவுசெய்து காத்திருங்கள், நான் உங்களுக்குத் தெரிவிக்கின்றேன். இறைவனின் கட்டளைகளைப் பொறுத்தே நான் எந்த முடிவையும் எடுப்பேன்" என்று நான் பதிலளித்தேன்.

அதே மாதத்தில் இறைவனிடமிருந்து எனக்கு மற்றொரு செய்தி கிடைத்தது. அது ஒரு கடமையாகத் தோன்றியது. அந்த செய்தி மிகவும் வித்தியாசமானதாக மற்றும் குழப்பமானதாக இருந்தது. ஒவ்வொரு நாளும் ஒரு பள்ளி நாளை போன்றது. தினமும் புதிதாகக் கற்றுக்கொள்ள எத்தனையோ விஷயங்கள் இருக்கின்றன என்பதை நான் புரிந்துகொள்கின்றேன். செய்யவேண்டிய கடமைகள் என்று வந்தால் அதற்கான செய்திகள் வெளிப்படையாக இருக்கும். அதனை

கடினப்பட்டு கண்டுபிடிக்க வேண்டிய தேவை இருக்காது என்று நான் அதுவரை நினைத்துக்கொண்டிருந்தேன். ஆனால் நான் நினைப்பதா இங்கு முக்கியம்? செய்தியை இந்தமுறை ஒரு புதிர் வடிவில் கடவுள் அனுப்பினார். எனக்கு வழங்கப்பட்ட ஆணை இதுதான்:

"என்னுடைய ஒரு நவபாஷாண சிலையைப் பிரதிஷ்டை செய்யுங்கள்... இது குமரி கண்டம் புதுப்பித்தலோடு தொடர்புடையது... அந்த சிலை அமைதியான மண்ணில் பிரதிஷ்டை செய்யப்பட வேண்டும்.. இது மிகவும் முக்கியமானது. ஏனெனில் இது ஒரு பேரரசின் அடித்தளத்தை உருவாக்குவதற்கானது. மேலும், உலகின் அனைத்து செல்வங்களும் குவியும் இடமாக அது இருக்க வேண்டும்... அர்ப்பணம் செய்ய வேண்டிய தினம் மிக முக்கியமானது – 12 ஏப்ரல் 2020."

இந்த செய்தியைக் கண்டு நான் அதிர்ச்சியும், குழப்பமும் அடைந்தேன். முதலில் அந்த சிலை நவபாஷாண சிலையாக இருக்க வேண்டும் என்பதையே என்னால் கடந்து செல்ல முடியவில்லை. இந்த புதிரைக் கண்டுபிடித்த பிறகு தான் நான் மற்றவற்றுக்குச் செல்ல முடியும். நவபாஷாண சிலையை எப்படி உருவாக்குவது? இது குறிப்பிட்ட சில பொருட்களால் உருவாக்கப்படுவது. இதனை உருவாக்க தேவி பட்டணம் என்ற கிராமத்தில் விளையும் மூலிகைகளிலிருந்து ஒன்பது வகையான நச்சுப் பொருட்கள் எடுக்கப்பட்டு, குறிப்பிட்ட அளவுகளில் ரசவாத சூத்திரத்தைப் பயன்படுத்தி அனைத்தும் ஒன்றாகக் கலக்கப்படுவதாகச் சாஸ்திரங்கள் கூறுகின்றன. இந்த நூற்றாண்டில் இதுபோன்ற சிலைகளைச் செய்யக் கூடியவர் யார்? நான் எங்குத் தொடங்குவது? இதைச் செய்யக்கூடிய ஒருவரை நான் எப்படித் தேடுவது? என்னுடைய இந்த குழப்பமான சூழ்நிலையை தேவேட்டன் மற்றும் சீனிவாசனிடம் விவாதிக்கலாம் என்று நினைத்தபொழுது என்னைச் சிங்கப்பூரிலிருந்து தொடர்பு கொண்ட ரமேஷ் என் நினைவிற்கு வந்தார். அவர் முருகர் சிலையைப் பற்றிப் பேசியிருந்தார். ஒருவேளை அது நவபாஷாண சிலையாக இருக்குமோ?

மேலும் கவலைப்படாமல் நான் ரமேஷுக்கு செய்தி அனுப்பினேன்:

ரமேஷ், அன்றைக்கு நீங்கள் சொன்ன முருகர் சிலையை உங்களுக்குப் பரிசளித்தது யார்? எனக் கேட்டேன்

நான் இன்னும் அதைப் பெறவில்லை - அது இன்னும் என் குருவிடம் உள்ளது என்றார் ரமேஷ். இப்படியாக எங்கள் உரையாடல் தொடர்ந்தது..

யார் அந்த குரு? அவர் எங்கே இருக்கின்றார்?

அவர் மதகுரு ஸ்ரீ சுவாமி நாராயண தீர்த்த சங்கராச்சார்யர், ஸ்ரீ கலிக்கம்ப பீடம், கங்கோத்ரி என்று பதிலளித்தார்.

சிலை எதனால் ஆனது என்று உங்களுக்குத் தெரியுமா?

அந்த சிலை நவபாஷாணத்தால் ஆனது. அதனால்தான் அதைக் காட்சிப்பொருளாக வைக்காமல் உங்களுக்குப் பரிசளிக்க விரும்பினேன் என்றார்.

நான் என் இறைவனை நோக்கி, "ஐயோ, ஆண்டவா.. இங்கு எதுவுமே சாதாரணமாக நடக்கவில்லை. தங்கள் வழியில் அனைத்தும் ஆசிர்வதிக்கப்பட்டுள்ளது" என்று அழுதேன்.

நான் நிம்மதியடைந்தேன். இந்த தகவலைக் குழுவில் பதிவிடும் முன் தேவேட்டன் போன்றவர்களுடன் முழு விஷயத்தையும் விவாதித்தேன்.

நான் இப்பொழுது முருகர் சிலையை வைப்பதற்கான இடத்தைக் கண்டுபிடிக்க வேண்டியிருந்தது. உலகின் அனைத்து செல்வங்களும் குவிந்து கிடக்கும் இடம் எது? நான் என் மூளையைக் கொஞ்சம் கொஞ்சமாகத் தூண்டி எனக்கு உதவி செய்யும்படி வேண்டினேன். எந்த முன்னேற்றமும் இல்லை. எனவே சிலையைக் கொண்டுவருவதற்கான ஏற்பாடுகளை முதலில் செய்யலாம் என்று முடிவு செய்து ரமேஷை அழைத்தேன்.

முருகர் சிலை தயாராக இருப்பதை நான் உறுதிசெய்துகொண்டேன். பின் அந்த சிலை இப்பொழுது எங்கு உள்ளது என்று விசாரித்தேன். அந்தச் சிலை தனது குருவிடம் உத்தரகாண்டில் இருப்பதாக அவர் தெரிவித்தார். அவருக்கு ஒரு மாத கிறிஸ்துமஸ் விடுமுறை இருப்பதால், உத்தரகாண்டிலிருந்து சென்னைக்குச் சிலையைக் கொண்டு வருவதைத் தானே கவனித்துக் கொள்வதாக உறுதியளித்தார்.

ரமேஷின் வேலை சுழற்சியைப் பற்றி நான் முற்றிலும் மறந்துவிட்டேன். சிட்டி வங்கியில் பணிபுரியும் அவர்,

சிங்கப்பூரிலிருந்து முதல் ஆறு மாதங்கள் பணிபுரிவார். பின்னர் அடுத்த ஆறு மாதங்கள் சுவிட்சர்லாந்தில் பணிபுரிவார். நான் அதனை முற்றிலும் மறந்துவிட்டேன். அவர் சுவிட்சர்லாந்தில் இருக்கும் சமயத்தில் நான் எப்பொழுதாவது சிங்கப்பூர் சென்றால், ரமேஷ் அவரது வீட்டை எனக்குத் தங்குவதற்காகத் தருவார்.

"சிலையை நான் சென்னைக்குக் கொண்டு வருகிறேன் ஜி," என்று ரமேஷ் உறுதிப்படுத்தினார். அப்பொழுது நான் ஒரு அதிர்வை உணர்ந்தேன். படிப்படியாக அது உயரத் தொடங்கியது. புதிர்கள் ஒரு இடத்தில் வந்து சேர ஆரம்பித்தன. உலக அமைதிக்கான தலைமையகம் என்பது சுவிட்சர்லாந்தில் உள்ள ஜெனீவா என்று கருதப்படுகின்றது. இரண்டு உலகப் போர்களை நடத்திய நிலங்களுக்கு மத்தியிலிருந்தாலும், இரு கட்சிகளுடனும் கூட்டணி அமைக்க மறுத்த ஒரே நிலம் அது. அமைதியான மண் நிச்சயமாக அதுவாகத்தான் இருக்க வேண்டும். ஆனால் செல்வம்? நிச்சயமாக அதுவும் சுவிட்சர்லாந்து தான். மக்கள் அதிக செல்வம் வைத்திருந்தால் அதனை சுவிஸ் வங்கிகளில் தான் அதிகம் சேமிக்கின்றார்கள். எல்லாம் தெளிவாக இருந்தது. இறைவனின் வழியில் முதலாவதாக பூஜ்ஜிய நேர மண்டலம். அங்கு அவர் சக்திகளை எவ்வாறு அமைத்தார் என்பதை நினைத்து வியந்தேன். அடுத்து அவர் உலகின் செல்வ ஆற்றலை ஈர்க்கும் இடத்தை நோக்கமாகக் கொண்டிருந்தார். அனைத்து செயல்களையும் தானாகவே இயக்குகின்றார் இறைவன். அவர் உத்தரகாண்டில் உள்ள ஒரு ஞானி ஒருவரிடம், சுவிட்சர்லாந்தில் உள்ள ஒருவருக்கு நவபாஷாண சிலையைப் பரிசளிக்க செய்தார். பின்னர் அவர் சுவிட்சர்லாந்தில் உள்ள ரமேஷை என்னிடம் சிலை வேண்டுமா எனக் கேட்கவைத்தார். எல்லாமும் இப்பொழுது ஒரு இடத்தில் வந்து விழுந்து கொண்டிருந்தது. முருகப் பெருமானின் புதிய யுகத்தில் செல்வ ஓட்டம் சீராக இருக்கும். அவர் அதனைச் செய்து காண்பிப்பார்.

இந்த நேரத்தில் என்னால் தற்காலிக மகிழ்ச்சியில் மூழ்கிப் போக முடியவில்லை. அது ஏன் என்று முந்தைய அத்தியாயத்திலிருந்து உங்கள் அனைவருக்கும் தெரிந்திருக்கும். இல்லையா?

நான் முதன்முதலில் தோல்வியை ருசித்த இடம் ஐரோப்பா... எனது இரண்டாவது முயற்சியை கடைசிக் கணம் வரை சோதித்துப் பார்த்த இடமும் அதுதான். அதன் பின்னரே என்னால் வெற்றிக்குமுன் சரணடைய முடிந்தது.

தங்களை எதிர்ப்பவர்களிடம் சரணடையாமல் வெற்றி கண்ட மக்கள் இருக்கும் இடம் ஐரோப்பா.. மீண்டும் ஒருமுறை என் முன் நின்று, என்னைக் கேலிசெய்து, மிரட்டி, சவால் விடுவது போல் தோன்றியது! இம்முறை போர் மிகவும் வலிமையானது. ஆற்றல் மிக்க சக்திகளினுடைய புதையல்கள் அனைத்தும் பாதுகாப்பாக இருக்கும் ஒரு இடத்தில் முருகப்பெருமானின் சக்தியைக் கண்டறியும்படி நான் கேட்டுக்கொள்ளப்பட்டேன்.

சுவிட்சர்லாந்தின் தத்துவத்தை நீங்கள் எப்பொழுதாவது ஆராய்ந்திருந்தால் அவர்கள் ஏன் ஒரு போரில் கூட பங்கேற்கவில்லை என்பது உங்களுக்குத் தெரியவரும்! அவர்கள் ராஜதந்திரிகளாக இருக்க வேண்டும். எப்படியென்றால், அவர்கள் தான் போரை நடத்துபவர்கள். மேலும் போரிடும் நாடுகளின் சொத்துகளை காப்பவர்கள். வெற்றி பெற்றவர்கள் மற்றும் அடிபட்டவர்களின் இருப்புக்களை அவர்கள் கவனித்துக் கொள்பவர்கள். இம்முறை எனது முயற்சிகளையும், உற்சாகத்தையும் முறியடிக்க இலுமினாட்டி படைகள் இருமடங்கு பலமாக இருக்கும் என்பதில் நான் தெளிவாக இருந்தேன்.

இந்த எண்ணங்களை எடுத்துச் செல்ல வேண்டுமா அல்லது அப்படியே விட்டு விட வேண்டுமா என்று என் மனம் என்னிடம் மீண்டும் மீண்டும் கேட்டுக் கொண்டே இருந்தது. நான் கைவிட வேண்டுமா அல்லது என் கப்பலில் என் இறைவன் என்னுடன் இருக்கிறான் என்ற முழு நம்பிக்கையுடன் நான் முன்னோக்கிச் செல்ல வேண்டுமா? நான் பகுத்தாய்வு செய்ய ஆரம்பித்தேன்...

LMRK என்றால் என்ன - அது எதைக் குறிக்கின்றது?

அது குமரி கண்டத்தை மீட்டெடுப்பதற்காகக் கட்டமைக்கப்பட்ட ஒரு கப்பல்.

எனது முருகப்பெருமான் என்னை என்னவாக நியமித்தார்?

தலைவராக நியமித்தார்.

ஒரு தலைவரின் பங்கு என்ன?

அந்த கப்பலை முன்னோக்கிக் கொண்டு செலுத்தவது மற்றும் அணியை வழிநடத்தவது. இதுவே ஒரு தலைவரின் கடமையாகும். மோசமான காற்று, புயல்கள் அல்லது கடற்கொள்ளையர்கள் வரலாம். எல்லா நிலைமைகளும் சிறப்பானதாக இருந்தால் இறைவனுக்கு எதற்காகப் போர்வீரர்கள் தேவை? இதுபோன்ற விளைவுகள்

வருவது எதார்த்தமான விஷயம் என்று ஒரு கட்டத்தில் தலைவர்கள் அறிந்துகொள்கின்றார்கள்.

கப்பலை நங்கூரம் இட்டு நிறுத்தவோ அல்லது பின்வாங்கவோ என்னால் முடியாது. தலைவர் என்ற எனது பணியில் நான் நம்பிக்கையுடன் முன்னேற வேண்டும். எனது வேகத்தில் தொடர வேண்டும் மற்றும் சக வீரர்களையும் உற்சாகப்படுத்தவேண்டும்.

LMRK குழுவில் ஒரு விரிவான செய்தியைப் பதிவிடுவதன் மூலமாக நான் முன்னோக்கிச் செல்கின்றேன் என்பதற்கான ஒரு நேர்மையான ஒலியைப் பரப்பினேன்.

LMRK விற்கு இறைவன் இரண்டாவது கடமையை அளித்துள்ளார்: முருகப்பெருமானின் நவபாஷாண சிலையை சுவிட்சர்லாந்திற்கு அர்ப்பணித்தல். உகந்த நாள்: பங்குனி மாதத்தில் கிருஷ்ண பஞ்சமி (மலையாள நாட்காட்டியின்படி) - 12 ஏப்ரல் 2020 என்று பதிவிட்டேன்.

குழு அன்பர்கள் அனைவரும் மீண்டும் உற்சாகமடைந்தார்கள்.

நான் சுவிட்சர்லாந்தில் ஒரு மங்களகரமான இடத்தைக் கண்டுபிடிக்க வேண்டியிருந்தது. அங்கு வேறு LMRK உறுப்பினர் எங்களிடம் இல்லாததால், அனைத்திற்கும் ரமேஷை மட்டுமே சார்ந்திருக்க வேண்டியிருந்தது. நம் மூளையால் இவ்வளவு தான் யோசிக்க முடியும். எனக்கு வேறொரு செய்தி மெசஞ்சர் மூலம் வரும் வரை என் எண்ணங்கள் இப்படிதான் இருந்தது.

அதில் வந்த செய்தி: ரெஜித்ஜி, என் பெயர் சுஜித். உங்களுடைய சில காணொளிகளை நான் பார்த்திருக்கின்றேன். நான் உங்களிடம் பேசவேண்டும். உங்களின் அலைபேசி எண் கிடைக்குமா?

அவரின் செய்திக்குப் பதிலளிக்கும் வகையில் அவர் எங்கிருக்கின்றார் என்று விசாரித்தேன்.

அவர் சுவிட்சர்லாந்தில் இருப்பதாகப் பதிலளித்தார்.

நல்லது! ஒவ்வொரு முறையும் இறைவன் என்னைப் பிரமிப்பில் ஆழ்த்துகின்றார். ஒவ்வொரு முறையும் அவர் தன்னை தானே தாண்டிச் செல்கின்றார்.

நான் சுஜித்திடம் எனது அலைபேசி எண்ணைக் கொடுத்து உடனடியாக என்னைத் தொடர்பு கொள்ளச் சொன்னேன்.

நான் அவரிடம் அனைத்தையும் சொல்லி முருகப்பெருமானின் நவபாஷாண சிலையைப் பிரதிஷ்டை செய்யச் சாதகமான இடத்தைக்

கண்டுபிடிக்க முடியுமா என்று கேட்டேன். அதனை சுஜித் மிகச் சிலிர்ப்பாகவும், கௌரவமாகவும் உணர்ந்தார்.

"நான் பாக்கியசாலியாக உணர்கின்றேன், ரெஜித்ஜி. இங்கே சில கோவில்கள் உள்ளன. என்ன செய்ய முடியும் என்று நான் முயற்சி செய்து பார்க்கின்றேன்" என்று கூறினார்.

இரண்டு நாட்களில் சுஜித் மீண்டும் என்னைத் தொடர்பு கொண்டார்.

சுஜித்திடம் நான் குறிப்பாக விரும்பும் ஒரு குணம் இருக்கின்றது. அவர் எப்பொழுதும் பிரச்சனையின் அறிக்கையை மட்டும் தரமாட்டார். அதனோடு அந்த பிரச்சனைக்கான தீர்வையும் சேர்த்துக் கொண்டுவருவார்.

"ரெஜித்ஜி, இங்குள்ள எந்தக் கோயில்களிலும் இப்படிப்பட்ட செயல்களுக்கு வாய்ப்பே இல்லை. அரசாங்க அனுமதி போன்றவற்றைப் பெறுவதில் அவர்கள் ஆர்வம் காட்ட மாட்டார்கள். நான் ஒரு புதிய தியான மையத்தைத் தொடங்க உள்ளேன். இதனை ஆதரிக்கும் நண்பர்களும் உள்ளனர். எனது தியான மையத்தில் சிலையைப் பிரதிஷ்டை செய்வதைப் பற்றிய உங்கள் கருத்து என்ன?" என்று என்னிடம் கேட்டார்.

அடடா! இரண்டு நாட்களுக்கு முன்பு வரை இப்படி ஒரு நபர் இருக்கின்றார் என்று கூட எனக்குத் தெரியாது. சுஜித்திற்கு இரண்டு நாள் முன்பு வரை LMRK பற்றி எதுவும் தெரியாது. விசித்திரமான அதிசயங்கள் நிறைந்ததே இறைவனின் வழிகள். சுஜித் பண்டைய குமரி கண்டத்தில் வாழ்ந்தவர் அல்ல என்று இதற்கு மேல் கூற முடியுமா? அவர் கடவுளால் மறுசீரமைப்பு பணிக்காக நியமிக்கப்படவில்லை என்று சொல்ல முடியுமா? நான் நிம்மதிப் பெருமூச்சு விட்டேன். ஆனால், இதற்கு இறைவனின் அனுமதியைக் கேட்கவேண்டியிருந்தது. நான் இறைவனின் வழிகாட்டுதலைக்கேட்டு அதன் பின் அவரை தொடர்பு கொள்வதாகத் தெரிவித்தேன். எல்லாம் வல்ல இறைவனிடமிருந்து அனுமதி கிடைத்து. குழு உறுப்பினர்களுடன் ஒரு சிறிய ஆலோசனையை முடித்த பிறகு சுஜித்தின் ஆலோசனையின்படி எங்கள் திட்டம் உறுதி செய்யப்பட்டது.

மகாசிவராத்திரி அன்று ஆஞ்சநேய மலை மற்றும் ஐவர் மலையில் நவபாஷாண சிலையை வைத்து பூஜை செய்து அதன் பின் பழனிமலை அடிவாரத்தில் ஊர்வலம் நடத்தி பூஜையை முடிப்போம்

என அனைத்து உறுப்பினர்களும் இணைந்து ஒப்புக்கொண்டார்கள். எங்களுக்கு வழங்கப்பட்ட முதல் கடமையைச் செய்ததைப் போன்று பிரம்மாண்டமாக நடத்த வேண்டாம் என்று முடிவு செய்தோம். அந்த ஆற்றல்கள் முழுவதையும் ஊர்வலம் மற்றும் வழிபாட்டின் மேல் மற்றும் செலுத்தலாம் என்று அனைவரும் ஒப்புக்கொண்டனர்.

இவ்வாறாகத் திட்டங்கள் தீட்டப்பட்டன. உறுப்பினர்கள் மகிழ்ச்சியுடன் விழாவிற்கான நிதிகளைத் திரட்டத் தொடங்கினர். சென்ற முறை தன்னால் முடிந்ததை விட அதிகமான அளவு செயல்பட்ட பிரபு அவர்கள் இம்முறை பாஸ்கர் மற்றும் அரிஸ்டாட்டில் ஆகிய இருவருக்கும் அந்த வாய்ப்பினை வழங்கினார். LMRK வில் உறுப்பினர்களான இவர்கள் இருவரும் மிகச் சிறப்பாகச் செயல்பட்டு தங்களை மிகச் சிறந்தவர்கள் என்பதை நிரூபித்தார்கள்.

எதிர் சக்திகள் தங்களின் மோசமான விளையாட்டுகளை விரைவில் தொடங்கும் என்று நான் எதிர்பார்த்தேன். கடைசி போரில் போராடியதிலிருந்து, இந்த முறை மேலும் கூடுதலான எதிர்ப்பையும், வேகமான விளையாட்டையும் நான் எதிர்பார்த்தேன். இம்முறை அவர்கள் ஆட்சி செய்யும் சமாதான கூரையின் கீழ் இலக்கு வைக்கப்பட்டுள்ளது. அவர்களின் குறுக்கீடு எந்த நேரத்திலும் தொடங்கும் என்று நான் எதிர்பார்த்திருந்தேன்.

அந்த சமயத்தில் என் அம்மா நோயுற்றார்! அவர் மிகவும் நோய்வாய்ப்பட்டிருந்தர். என் தம்பி எங்களை விட்டு மறைந்த பொழுது நான் செய்த சத்தியத்தை நான் மறக்கவில்லை. அவர்களை எப்பொழுதும் மகிழ்ச்சியாகவும், தனிமையை உணராமலும் வைத்திருக்கவேண்டுமென்று தீர்மானம் செய்திருந்தேன். அது என் கடமையாகவும் இருந்தது. நான் என் இறைவனின் கடமைகளை நிறைவேற்றும் அதே ஆர்வத்தில் இதனையும் செய்தேன்.

நான் செய்ய வேண்டிய முயற்சிகள் என்னை எப்பொழுதும் பலவீனப்படுத்தாது. ஆனால் அம்மாவின் உடல்நிலை சரியில்லாமல் இருந்ததை என்னால் தாங்கிக்கொள்ள முடியவில்லை. என்னைப் பலவீனப்படுத்த என் உள்ளத்தில் ஏதோ ஊர்ந்து செல்வதை என்னால் உணர முடிந்தது. அம்மா இல்லாத ஒரு வாழ்க்கையை என்னால் நினைத்துக்கூடப் பார்க்க முடியவில்லை.

எதிர் சக்திகள் அதனோடு நிற்கவில்லை. அவர்கள் தங்களால் இயன்ற எல்லா துவாரங்களிலும் நுழைய முயன்றனர். என்

அலுவலகச் சூழல் மாறத் தொடங்கியது. பொறுப்பேற்ற புதிய உயர் அதிகாரி நான் செயல்பட்ட விதத்திற்கு ஒத்துழையாமை காட்டத் தொடங்கினார். எனது வெளிநாட்டுப் பயணங்களைப் பார்த்து முகம் சுளித்தார். ஆனால் நான் பயப்படவில்லை. அரசாங்கத்தினால் ஒதுக்கப்பட்ட விடுமுறையை மட்டுமே நான் உபயோகித்துள்ளேன். மேலும் அனைத்து சட்டப்பூர்வ அனுமதிகளையும் பெறாமல் நான் எங்கும் பயணம் செய்ததில்லை. அனைத்திலும் மேலாக, எனது உத்தியோக பூர்வ கடமைகளைக் கவனித்துக்கொள்வதில் நான் எப்பொழுதும் மிகுந்த அக்கறையுடன் செயல்படுகின்றேன். ஆம், என் லட்சியம் எனது தொழிலை நோக்கியது மட்டும் கிடையாது. ஆனால் அது ஒரு குறைபாடா? நான் எனது வேலையை ஒரு சேவையாகப் பார்த்தேன். அதன் மீது எனக்கு மிகுந்த மரியாதை இருந்தது. என்னைப் பொறுத்தவரை, என் வேலை என்பது எனது தந்தையின் வாழ்க்கை... அவருடைய ஆசீர்வாதம்... எனக்குக் கிடைத்த சொத்து.

இதற்குமுன், எனது அலுவலக சூழல் எப்பொழுதும் மகிழ்ச்சியாகவும், இனிமையாகவும் இருந்தது. ஆனால் இப்பொழுதோ அது கிட்டத்தட்ட எல்லா நேரங்களிலும் மங்கி எரிச்சலூட்டத் தொடங்கியது. எதிர்சக்திகள் எதையும் விட்டுவைக்கவில்லை. என் பணியிடத்தில் எல்லாவிதமான தந்திரங்களையும் பிரயோகித்து விளையாடினார்கள். கிட்டத்தட்ட எல்லா நேரங்களிலும் நான் குறிவைக்கப்பட்டதாக உணர்ந்தேன். நான் அந்த நிறுவனத்தின் ஒரு பகுதியாக இருக்கின்றேன். மேலும் அதனை மதிக்கின்றேன். ஆகையால் வேறு எதைப் பற்றியும் நான் ஆராய விரும்பவில்லை. குறிப்பாக நான் இரண்டு உண்மைகளை அறிந்திருந்தேன்:

1. என்னை எரிச்சலூட்டும் நபர்கள் எதிர்மறை ஆற்றல் சக்திகளின் கருவிகளாகப் பயன்படுத்தப்படுகின்றார்கள் என்பது அவர்களுக்கே தெரியாது. ஆனால் எனக்குத் தெரிந்திருந்தது.

2. இந்த சக்திகள் என்னைத் தொந்தரவு செய்யலாம், சரணடையத் தூண்டலாம், என்னை விரக்தியில் விடலாம். ஆனால் என்னை உடைக்கும் சக்தி அவர்களிடம் இல்லை.

இப்பொழுது நான் சோர்வடைய ஆரம்பித்துவிட்டேனா? நிச்சயமாக ஆமாம் என்று தான் சொல்லவேண்டும். ஏனென்றால் நானும்

எல்லோரையும் போல ஒரு சாதாரண மனிதன் தான். இவ்வளவு அனுபவங்கள் இருந்தும் நான் ஏன் சோர்வடைகின்றேன் என்று நீங்கள் நினைப்பது இயற்கையான ஒன்று. நான் சொன்னது போல் நம்பிக்கை வலுவானது - ஆன்மா வலிமையானது. ஆனால் சில நேரங்களில், முன்னணியில் இருக்கும் உடலும் மனமும் சோர்வடைந்து தேய்ந்து போகின்றன.

இந்த குழப்பங்களுக்கு மத்தியில் எங்களுக்கு நிம்மதியை வழங்குவதற்காகவே எங்கள் மீது கருணை மலை பொழிந்தது போல் ஒன்று நடந்தது. ரமேஷ் உத்தரகாண்டிலிருந்து நவபாஷாண சிலையைப் பெற்று அதனைச் சென்னையில் உள்ள எங்கள் பிரதிநிதியிடம் வழங்கினார். சிவராத்திரி சமயத்தில் அம்மாவும் குணமடைந்தார்கள். அம்மாவை என்னுடன் பழனிக்கு அழைத்துச் செல்ல வேண்டும் என்று நான் விரும்பினேன். ஆனால் எங்கள் மருத்துவரின் ஆலோசனையைப் பின்பற்றி அந்த யோசனையைக் கைவிட்டுவிட்டேன்.

21 பிப்ரவரி 2020

எங்களின் நோக்கம் மற்றும் எங்களின் முதல் கடமையின் வெற்றியின் காரணமாக இந்த நிகழ்விற்கு இன்னும் பலர் குவிந்தனர். ஆஞ்சநேயர் மலை மற்றும் ஐவர் மலை அருகே வரிசையாக நின்ற வாகனங்களைப் பார்த்து என் உள்ளம் பெருமிதம் கொண்டது. இந்த நிகழ்வில் கலந்து கொள்ள நிறைய மக்கள் வந்திருந்தார்கள். LMRKவின் நிகழ்வுகள் முக்கிய நிலைகளை அடைந்தன. இதற்காக நான் எப்பொழுதும் நன்றியுள்ளவனாக இருப்பேன். பழனிமலையை நிமிர்ந்து பார்த்து பயபக்தியுடன் கைகளைக் கூப்பி கண்களை மூடி பிரார்த்தனை செய்தேன்.

ஜெகன் LMRK வின் பழனிமலைக்கான தலைவராக நியமிக்கப்பட்டார். அவர் மிகவும் சுறுசுறுப்பானவர். நிகழ்வின் ஒவ்வொரு அம்சமும் அவரால் சிறப்பாகக் கையாளப்படும். அவர் கிட்டத்தட்ட எல்லாவற்றிலும் ஒரு பகுதியாக இருந்தார். இந்த நிகழ்ச்சியைப் பழனி வாசிகள் தங்களின் சொந்த நிகழ்ச்சியாக உணரும் வகையில் நிகழ்ச்சியை நடத்தினார். ஜெகன் தன்னுடைய திறமை, புத்திசாலித்தனம், வசீகரம் போன்றவற்றைப் பயன்படுத்தினார். எல்லாம் சீராக நடப்பதை உறுதிசெய்ய அவர் தன்னை எல்லாவற்றிலும் இணைத்துக்கொண்டார்.

ஊர்வலம் அற்புதமாக இருந்தது! ஊர்வலம் நடந்தபொழுது மலையடிவாரம் முழுவதும் LMRK வின் நீல மற்றும் சிவப்பு நிற காட்சிகளே நிறைந்திருந்தன. LMRK உறுப்பினர்கள் அனைவரும் ஒரே சீராக மலையைச் சுற்றி நடந்துகொண்டிருந்தார்கள். நான்கு தேர்கள் இருந்தன. அதனோடு நானும் நவபாஷாண சிலையுடன் அலங்கரிக்கப்பட்ட யானையின் மீது அமர்ந்திருந்தேன். தமிழ் முறைப்படி யானைக்கு முன்னும் பின்னும் மக்கள் அணிவகுத்து வந்தனர். கலைகள் எங்களைச் சூழ்ந்திருந்தன. ஊர்வலத்தில் மகிழ்ச்சியும், பக்தியும் சரிசமமாக இருந்தது. உற்சாகமும், ஆற்றலும் அனைவரையும் தொற்றிக் கொண்டது. ஒவ்வொரு உயிரின் ஒவ்வொரு அணுக்களும் நேர் மறை ஆற்றலால் சக்தியூட்டப்பட்டிருந்தது. பார்ப்பவர்கள் அனைவரும் பிரகாசமாக மிளிர்ந்தார்கள். யானையின் மேல் இருந்து என்னால் அனைத்தையும் தெளிவாகப் பார்க்க முடிந்தது.

நேரம் செல்ல செல்ல உற்சாகம் பொங்கி வழிந்தது. யாரும் தங்களைப் பார்க்காதது போல் மக்கள் அனைவரும் ஹரோஹர மந்திரத்திற்கு நடனமாடினார்கள். யானையின் மேல் நான் மட்டும் நிலையாக அமர்ந்திருந்தேன். சிறிது நேரத்திற்குப் பிறகு என்னால் பொறுமை காக்க முடியவில்லை. நான் யானையிலிருந்து இறங்கி முருகப்பெருமானை என் மார்போடு அணைத்துக்கொண்டு நானும் நடனமாடினேன். எனது உற்சாகத்தை இது மேலும் உச்சத்திற்குக் கொண்டுசென்றது.

இது போன்ற வாய்ப்புகள் நம் வாழ்வில் மிக அரிதாகவே கிடைக்கும். கைவிடாமல் நடனமாடுவது தமிழர்களின் தனிச்சிறப்பாகும். இது அவர்களின் வெளிப்படைத்தன்மையையும், அப்பாவித்தனத்தையும் குறிக்கின்றது. யாரையும் கவனிக்காமல் நடனமாடுவது 100 தியான அமர்வுகளின் விளைவை அளிக்கின்றது என்பது உண்மைதான்.

ஊர்வலத்தின் பொழுது நேர்மறை ஆற்றல் உச்சத்திலிருந்தது. அது முடிவதற்குள் அனைவரும் பரவசத்தில் ஒருவரையொருவர் கட்டி தழுவிக் கொண்டனர். படிப்படியாக அனைவரும் அமைதியான மனநிலைக்கு வந்தனர். அனைவரும் கலைந்து செல்வதற்கு முன், நவபாஷாண சிலை தேவேட்டன் மற்றும் சீனிவாசன் ஆகியோரின் திறமையான பராமரிப்பிற்கு மாற்றப்பட்டது.

நள்ளிரவு! வழக்கம் போல் நான் என் இறைவனுடன் இருக்கும் நேரம் வந்தது. நான் பழனிமலை அடிவாரத்தில் அமர்ந்து அதனையே ஏறிட்டுப் பார்த்துக் கொண்டிருந்தேன். நிலவின் வெளிச்சத்தில் குளித்துக்கொண்டிருந்த பழனி மலையை என்றைக்கும் விட அன்று அதிகமாகப் பார்த்தேன். அதுவே என் ஆறுதல், என் ஏக்கம், என் மதிப்பீடு, என் நேர இயந்திரம். நடனத்தில் தேய்ந்த உடலுடனும், உற்சாகம் கூடிய மனதுடனும் கிட்டத்தட்ட ஒரு மணி நேரம் அங்கேயே அமர்ந்திருந்தேன். பழனிமலையின் குணப்படுத்தும் தென்றலை ரசித்தபடி கண்களை மூடினேன்.

நாங்கள் செல்ல வேண்டிய தூரமும், சண்டையிடவேண்டிய எதிர்மறை சக்திகளும் மற்றும் பல்வேறு தடைகளும் எங்கள் முன் குதிக்கத் தயாராக இருந்தன. எனக்குத் தெரிந்ததெல்லாம் ஒன்றே ஒன்று. நமக்குக் கொடுக்கப்பட்ட கடமையைச் செய்ய வேண்டும்.. அவ்வளவுதான்..

ஓம் சரவண பவாய நமஹ !!!

சுவிட்சர்லாந்தில் நவபாஷாண சிலை பிரதிஷ்டை: சாத்தியப்படுமா...?

நவபாஷாண சிலை வழிபாடு மற்றும் ஊர்வலம் 21 பிப்ரவரி 2020 அன்று சிறப்பாக நடைபெற்றதை நாம் அனைவரும் அறிவோம். கடவுளின் அருளால் இந்த நிகழ்வு வெற்றி பெற்றதைச் சென்ற அத்தியாயத்திலிருந்து நீங்கள் அறிந்திருப்பீர்கள். பழனியில் நடந்த இந்த நிகழ்ச்சியானது திருப்திகரமாகவும், வெற்றிகரமாகவும் நிறைவடைந்த பின் அங்கு வந்திருந்த அனைவரும் தங்களது இடத்திற்குச் சென்று விட்டனர். அவர்களில் பலர் அடுத்த கட்ட பணிக்காக சுவிட்சர்லாந்தில் மீண்டும் சந்திப்பதாக உறுதியளித்தனர்.

சுவிட்சர்லாந்திற்குச் சிலையை அனுப்புவதற்காக தேவேட்டனும், சீனிவாசனும் முருகர் சிலையைச் சென்னைக்கு எடுத்துச் சென்றனர்.

இரண்டாவது பணியை சுவிட்சர்லாந்தில் மேற்கொள்ளுமாறு முருகப்பெருமான் அறிவுறுத்தியதையும் நீங்கள் அறிந்திருப்பீர்கள். இது குமரி கண்டத்தின் நிதி ஒருமைப்பாட்டைக் கட்டியெழுப்பவும், பாதுகாக்கவும் இறைவனால் அறிவுறுத்தப்பட்டது. எதிர் சக்திகள் அவர்கள் செய்ய நினைத்த அனைத்தையும் செய்யத் தொடங்கினார்கள். எந்த தடங்கல் குறுக்கே வந்தாலும் எங்கள் கப்பலையும், எங்கள் உறுப்பினர்களையும் நாங்கள் என்றும் உற்சாகமாக வைத்திருப்போம். எத்தனை முறை விழுந்தாலும் திரும்ப எழுந்து தூசிகளை உதறிவிட்டு நாம் முன்னேறிச் செல்வதில் கவனம் செலுத்தவேண்டும். வீழ்ச்சியில் கவனம் செலுத்துவதிலோ அல்லது

எதிர்பாராமல் தரையில் வீசப்பட்டதில் கவனம் செலுத்துவதிலோ எந்த பயனும் கிடையாது.

இந்த பணிக்குப் பின்னால் இருந்த இறைவனின் இலக்கு என்பது செல்வத்தின் ஆற்றல் ஓட்டத்தைக் கட்டுப்படுத்துவதாகும். அது நிச்சயமாக எதிர் சக்திகளுக்கு எதிரான ஒரு வெளிப்படையான போர்ப் பிரகடனமாகும். அவர்கள் தங்களின் முழு பலத்துடன் சண்டையிடுவது இயற்கையே. இந்த பணியில் செல்வ ஆற்றல் இலக்காக இருந்ததால் அவர்கள் எங்களின் செல்வதோடு விளையாட முடிவு செய்தனர். அவர்கள் LMRK வின் கருவூலத்தைக் குறிவைத்தனர்.

அறக்கட்டளைக்கென்று ஒரே ஒரு வங்கிக் கணக்கு YES வங்கியிலிருந்தது. 5 மார்ச் 2020 அன்று இந்திய ரிசர்வ் வங்கியால் YES வங்கி தடை செய்யப்பட்டதாக அறிவிக்கப்பட்டது! ஒரு இடியுடன் கூடிய மழைக்குக் கீழ் என் சக்திகள் இருப்பதைப்போல் உணர்ந்தேன். YES வங்கியில் கணக்கு வைத்திருப்பவர்கள் மாதம் ரூ. 50,000 மட்டுமே எடுக்க வேண்டும் என்று மாண்புமிகு ரிசர்வ் வங்கி அறிவித்திருந்தது. அப்பொழுது பழனியில் நடந்த நிகழ்ச்சிக்கான ரசீதுகள் வந்துகொண்டிருந்த நேரம். அதற்கான தொகையை 12 ஏப்ரல் 2020க்கு முன் நாங்கள் செலுத்தவேண்டும். மேலும் திட்டமிட்டிருந்த செயலுக்கான செலவுகளும் இருந்தன. பணம் நிரம்பிய ஒரு பெட்டியின் சாவி தொலைந்தது போலிருந்தது. எங்கள் பொருளாளர் அனூப் உதவியற்று, நம்பிக்கையற்று இருப்பதைப் போன்று உணர்ந்தார்.

இடியுடன் கூடிய மலை துவங்குகின்றது என்பதை என்னால் உணர முடிந்தது. வங்கித் தடை என்பது ஒரு முதல் அடிதான். இன்னும் நிறைய இருக்கின்றது என்று எனக்குத் தெரிந்திருந்தது. எதிர்ப்படைகள் தயாராகிக் கொண்டிருந்தன. வருவதற்கு நிறையக் காத்திருக்கின்றது என்பதில் நான் உறுதியாக இருந்தேன். LMRK நடவடிக்கைகள் மீதான தாக்குதல்கள் ஒரு பக்கம் இருந்தாலும், முந்தைய அத்தியாயத்தில் நான் குறிப்பிட்டது போல் எனது தனிப்பட்ட மற்றும் தொழில் வாழ்க்கையும் குறிவைக்கப்பட்டது. அந்த நாட்களில் அதனை யாருடனும் பகிர்ந்து கொள்ள வேண்டாம் என்று நான் முடிவு செய்திருந்தேன். ஒரு தலைவனாக என் மன அழுத்தங்களை முடிந்தவரை மாற்றிக்கொள்ள விரும்பினேன்.

நாம் நமது நல்லறிவை எப்பொழுதும் உயர்வாக வைத்திருக்க வேண்டும்.

COVID என்ற பெயர் முதன்முதலில் சளி மற்றும் காய்ச்சலுக்கு ஒத்ததாக அறியப்பட்டது. இது தொலைக்காட்சி மற்றும் செய்தித்தாள்களில் வரும் ஒரு வழக்கமான செய்தியாக இருந்தது. அது சீனாவில் ஆரம்பித்த ஒன்று. ஆனால் யாரும் கனவிலும் நினைக்காத அளவுக்கு கோவிட் பரவியது. தங்கள் மக்களின் ஆரோக்கியம், தூய்மை போன்றவற்றில் பெருமிதம் கொண்ட நாடுகள் அப்பொழுது சடலங்களைப் புதைத்து பெருமூச்சு விட்டுக்கொண்டிருந்தன. பணக்காரர்களும், ஏழைகளும் சுவாசக் காற்றிற்காக ஒன்றாகப் போராடினார்கள். பிராணவாயு சிலிண்டர்களின் பற்றாக்குறையால் யாருடைய உயிரைத் தியாகம் செய்வது, யாரைப் பாதுகாப்பது என்ற சுகாதார ஊழியர்களின் குழப்பம் சமூக ஊடகங்களில் பெரும் அதிர்ச்சியை ஏற்படுத்தியது. எல்லாவற்றிற்கும் மேலாக ஒரு புதிய சொல் உருவாகத் தொடங்கியது. அதுவே ஊரடங்கு...

ஊரடங்கு என்பது இயக்கத்தைத் தடை செய்யும் ஒன்று என்பதை அறிந்தவுடன் என் முதுகுத்தண்டில் ஒரு குளிர் பரவியது. உலகம் முழுவதும் இயக்கம் உறைந்து நிற்பதற்குள் நவபாஷாண சிலையை சுவிட்சர்லாந்திற்கு எப்படிக் கொண்டு செல்வது? ஏற்கனவே அஞ்சல் நிலையங்கள் செயல்படக் கூடாதென்று கேட்டுக் கொள்ளப்பட்டிருந்தன.

இந்த உலகில் இருக்கும் எந்த ஒரு உயிரினமும் அறியாத ஒரு பிரச்சனையை எவ்வாறு சரி செய்வது என்று இறைவனிடம் வேண்டினேன். காலப்போக்கில், LMRK குழுக்களுக்குள் எதிர்பார்ப்புகள் உருவாகத் தொடங்கின. காலத்தையே உறையவைக்கும் அரக்கனைப் போல, தான் தொட்ட அனைத்தையும் அசையா நிலைக்கு கொரோனா மாற்றிக்கொண்டிருந்தது.

இவையெல்லாம் எதிர் சக்திகளின் செயல்பாடுகளாகவும் இருக்க வாய்ப்பிருக்கின்றதா? கொரோனாவிலிருந்து தப்பித்த உயிர்களையும் அது விழுங்கும் என்று நிரூபித்ததால் அது எவ்வாறு இருக்கும் என்ற எந்த முடிவிற்கும் என்னால் வரமுடியவில்லை.

எல்லா யுகங்களின் முடிவும் இது போன்ற பல துயரங்களுக்கு உட்படும். எல்லாம் குழப்பமாக இருந்ததால் என்னால் எதையும் புரிந்து கொள்ள முடியவில்லை. ஒரு தெய்வீக சுத்திகரிப்பு புவியில்

நடந்துகொண்டிருந்ததை நான் சேகரித்த சிறிய ஞானத்திலிருந்து என்னால் புரிந்துகொள்ள முடிந்தது. மூன்று அல்லது நான்கு ஆண்டுகளில் எல்லாம் நல்ல நிலைக்கு வந்துவிடும்.

குழப்பங்கள் இருந்தாலும் இல்லாவிட்டாலும், நெருக்கடிகள் இருந்தாலும் இல்லாவிட்டாலும் எங்களின் பணி முன்னேற வேண்டும். என்ன நடந்தாலும் முருகப்பெருமானின் நவபாஷாண விக்கிரகத்தின் பிரதிஷ்டையானது 12 ஏப்ரல் 2020 அன்று சுவிட்சர்லாந்தில் நிகழ வேண்டும் என்பதை நான் மீண்டும் எனக்குள் வலியுறுத்திக் கொண்டேயிருந்தேன். இறைவனை விடச் சக்தி வாய்ந்த ஒன்று இங்கு கிடையாது. புயலில் தங்களை வழிநடத்தும் ஒரு கலங்கரை விளக்கத்தை மாலுமிகள் எப்பொழுதும் நம்பிக்கையாக வைத்திருப்பார்கள். அதனைப்போன்று, உதவி தேவைப்படும் தருணங்களில் இறைவன் செயல்படுவார்!

இருண்டு கிடந்த சுரங்கப்பாதையில் ஒரு வெளிச்சம் வந்தது.

18 மார்ச் 2020 அன்று YES வங்கி மீதான தடையை இந்திய ரிசர்வ் வங்கி நீக்கியது. இதற்கிடையில், தனிமைப்படுத்துதல் என்பது முன்னுரிமை பெறத் தொடங்கியது.

இளைஞர்கள் முதல் பெரியவர்கள் வரை, பணக்காரர்கள் முதல் ஏழைகள் வரை, தங்கள் வாழ்க்கை நடைமுறையில் 365 டிகிரி மாற்றத்தைக் கொண்டு வர வேண்டிய கட்டாயத்திற்குத் தள்ளப்பட்டார்கள். அஞ்சல் நிறுவனங்கள் மூடப்பட்டன. பள்ளிகளில் புதிய நடைமுறைகள் வரத்தொடங்கின. தேர்வுகள் மறு அறிவிப்பு வரும் வரை ஒத்திவைக்கப்பட்டன.

மனம் குழப்பமாக இருந்ததால் என் வீட்டிலுள்ள நீளமான இருக்கையில் அமர்ந்திருந்தேன். பள்ளிகள் மூடப்பட்டு தேர்வுகள் அனைத்தும் ஒத்திவைக்கப்பட்ட நிலையில், என் மகள் நக்ஷத்ரா ஒரு தொல்பொருள் ஆய்வாளராக மாறியிருந்தாள். அவள் பழைய பெட்டிக்குள் இருந்த பழைய புதையல்களைக் கண்டுபிடித்துக்கொண்டிருந்தாள். அவை என் குழந்தைப் பருவத்தில் நான் படித்த புத்தகங்கள். அதில் சிலவற்றை இருக்கையின் மீது வைத்திருந்தாள்.

நான் பெட்டியிலிருந்த சில புத்தகங்களை ஆர்வ மிகுதியால் புரட்டிப்பார்க்க நேர்ந்தது.

யூரி ககாரின் வாழ்க்கை வரலாறு என்ற தலைப்பில் ஒரு சிறிய புத்தகம் கிடைத்தது. அச்சன் (என் தந்தை) அந்தப் புத்தகத்தை எனக்காகப் பரிசளித்திருந்தது நினைவிற்கு வந்தது. அந்த புத்தகத்தின் சில பக்கங்களைப் புரட்டிப் பார்த்தேன். விண்வெளியின் பரந்த வெறுமையைத் தொட்டு உணர வாய்ப்புக் கிடைத்த முதல் விண்வெளி வீரர் யூரி ககாரின் ஆவார். யூரியின் கல்லறைக்கு எப்படி என் இறைவன் என்னைக் கொண்டு சென்றார் என்ற நினைவுகள் மீண்டும் என்னை உற்சாகப்படுத்தியது. ஆச்சரியமான ஒரு உண்மையை நான் நினைத்துக் கொண்டிருந்தபொழுது என் கைகள் குழந்தை போன்ற உற்சாகத்துடன் அந்த புத்தகத்தின் பக்கங்களைப் புரட்ட ஆரம்பித்தன. 1961 ஆம் ஆண்டு ஏப்ரல் 12 ஆம் தேதி யூரி ககாரின் விண்வெளியில் இறங்கினார். மேலும், ஏப்ரல் 12 ஆம் தேதி உலக விண்வெளி தினம் என்றும் அழைக்கப்படுகின்றது என்பதைக் கண்டு வியந்துபோனேன்.

என் உடல் இப்பொழுது அதிக அதிர்வெண்ணில் அதிர்ந்தது. நான் மிகவும் சிலிர்ப்பாக உணர்ந்தேன். இந்த பணியை எப்படியாவது நன்றாக நிறைவு செய்ய வேண்டும். ஆனால் எப்படி?

மனிதன் உதவியற்றவனாக உணரும் தருணம் கடவுள் உதவி செய்யத் தொடங்குகின்றார். அப்பொழுது வந்த அலைபேசி அழைப்பு என்னை உற்சாகப்படுத்தியது.

ரெஜீத்ஜி, நான் விமானத்தில் ஏறுகின்றேன் என்று சுஜித் பேசினார். மனிதர்கள் பயணம் செய்ய எந்த அஞ்சல் நிறுவனமும் தேவையில்லை தானே? சிலையை நான் எடுத்துச் செல்கின்றேன். நான் அதனை என் கையில் கொண்டு செல்லும் பொருளாக எடுத்துச் செல்கின்றேன் என்று சுஜித் கூறினார்.

இந்த உற்சாகம் தான்.. இது தான் வைராக்கியம்! இதுவே சுஜித்தை குமரி கண்டத்தின் துணிச்சலான வீரனாக ஆக்குகின்றது என்று நான் சொல்கின்றேன். ஒருவரை ஒருவர் சந்திக்கவிட்டாலும் துணிச்சலே பாதைகளை அமைக்கின்றது. அதனாலேயே சுஜித் அங்கிருந்து கிளம்பினார்.

அவர் செல்லவிருந்த பாதை நம்பமுடியாத அளவிற்கு ஆபத்தானதாக இருந்தது. அவர் செல்ல வேண்டியிருந்த விமானத்தின் வழி நெடும்பசேரி (கொச்சி விமான நிலையம்) - சென்னை - பஹ்ரைன் - சுவிட்சர்லாந்து. இந்த விமான நிலையங்களில் ஏதேனும் ஒரு சுங்க அதிகாரிக்குச் சந்தேகம் வந்தாலும்.. அதன் விளைவை

நினைத்துக்கூடப் பார்க்க நான் விரும்பவில்லை. சுஜித் தடுக்கப்படுவார் அல்லது சிலை தடுக்கப்படும். பழனிமலை அடிவாரத்தில் ஆசீர்வதிக்கப்பட்டு செயல்பாட்டிற்குக் கொண்டுவரப்பட்ட ஒரு அசல் நவபாஷாண சிலை விமான நிலைய அறையில் ஏதோ ஒரு மூலையில் சிக்கிக்கொள்வதை என்னால் நினைத்துக் கூட பார்க்கமுடியவில்லை. கடவுளே இப்படி எதுவும் நடந்துவிடக்கூடாது என்று பிரார்த்தனை செய்துகொண்டேன்.

என் எண்ணங்களை உணர்ந்தவர் போல சுஜித் சில கேள்விகளைக் கேட்டார். "ரெஜிஜி, இது வெறும் சிலையா? இல்லை. இது முருகர். அதை யார் என்னிடம் ஒப்படைப்பது? LMRK தலைவர்! இந்தப் பயணத்தின் எல்லா தடைகளையும் கடக்க உங்களின் பிரார்த்தனைகளும், நல்ல அதிர்வுகளும் போதுமானது. இதற்கு மேல் வேறெதுவும் தேவையில்லை" என்றார்.

சுஜித் சென்னை வந்தடைந்தார்.

விமான நிலையத்திற்கு அருகில் சீனிவாசன் ஒரு அறையைப் பதிவு செய்திருந்தார். சிலையை சுஜித்திடம் ஒப்படைத்தார். அனைத்து செயல்களும் சிறப்பாக நடந்துகொண்டிருக்கும்பொழுது எதிர் சக்திகளின் அடுத்த தடை அங்கே பதுங்கியிருந்தது. அதே நாள் நள்ளிரவில் சென்னை விமான நிலையம் மூடப்பட உள்ளதாக எங்களுக்குத் தெரிய வந்தது. என் மனதில் பதட்டம் ஊடுருவுவதை என்னால் உணர முடிந்தது. அதனால் என்னை பிரார்த்தனைகளில் முழுமையாக ஈடுபடுத்திக்கொண்டேன். நான் முருகரின் வேல்-ஐ என் இதயத்திற்கு அருகில் வைத்து பிரார்த்தனை செய்தேன். சுஜித்தின் விமானம் திட்டமிட்டபடி பறக்க வேண்டும் என்று பிரார்த்தனை செய்தேன்.

என்னுடைய கவலைகளை என் கையிலிருந்த வேல் முழுமையாக உள்வாங்கியது போலிருந்தது. எங்களால் நினைத்துக்கூடப் பார்க்க முடியாத வகையில் செயல்கள் நடந்தன. covid பரவலின் காரணமாக சுஜித் யாராலும் சோதிக்கப்படவும் இல்லை, விசாரிக்கப்படவும் இல்லை. சென்னையிலிருந்து விமானம் புறப்பட்டது.

அடுத்த நிறுத்தம் - பஹ்ரைன். சென்னை விமான நிலையத்திற்குப் பிறகு எங்கள் கவலை மேலும் அதிகரித்தது. முருகர் சிலையென்றால் சென்னையில் புரிந்துகொள்வார்கள். நம் பழக்கவழக்கங்கள் பற்றி அவர்களுக்குத் தெரியும். ஆனால், பஹ்ரைனில்....

பஹ்ரைனில் சுஜித் உணர்ந்தது நாங்கள் எதிர்பார்த்தை விட அதிகமாக இருந்தது. அன்று விமான நிலையம் முழுவதும் பீதியும், குழப்பமும் நிலவியிருந்தது. பல இடங்களில் அனுமதி மற்றும் சட்டங்கள் பற்றிய குழப்பம் இருந்தது. இந்த விமானத்தில் உள்ள மக்களுக்கு அவர்களின் நாட்டில் நுழைவதற்கு அனுமதி உண்டா இல்லையா என்பதே தெரியாமல் இருந்தது. இத்தனை குழப்பங்களுக்கிடையிலும், சுஜித் தன் கையில் சிலையை மட்டுமே வைத்திருந்தபோதிலும், அவர் இணைப்பு விமானத்தின் மூலம் பயணம் செய்திருந்தபோதிலும் அவரின் கையிலிருந்த சிலை எங்கும் சோதிக்கப்படவில்லை. குழப்பங்களையும், கொந்தளிப்புகளையும் நமது சுற்றுச்சூழல் நமக்காகத் தோற்றுவிக்கும் நேரங்களும் உள்ளன. அத்தகைய நேரங்கள் நமது பணியின் உன்னதத்தை மீண்டும் நிலைநிறுத்துகின்றன.

படபடப்பு ஓய்ந்து மீண்டும் ஒரு புதிய நிவாரணம் கிடைத்தது. அதுவரை 4 மணி நேரங்கள் என்னை நான் பிரார்த்தனையில் வைத்திருந்தேன். சிறிது ஓய்வெடுக்கலாம் என்று நினைத்தபொழுது அடுத்த தடை தோன்றியது. சுவிட்சர்லாந்திற்கான விமானங்கள் நிறுத்திவைக்கப்பட்டன. வேலின் மீதான என் பிடி மீண்டும் இறுகியது, "அண்டாவா," நான் சத்தமாக அழுதேன்.

எல்லா கதவுகளும் மூடப்படும்பொழுது கடவுள் ஒரு ஜன்னலைத் திறப்பார். சுவிஸ் குடிமக்கள் மட்டும் சுவிட்சர்லாந்திற்குப் பறக்க அனுமதிக்கப்பட்டதாக சில மணிநேரங்களில் அறிவிக்கப்பட்டது. மற்றொரு தடையும் தகர்ந்தது!

இருப்பினும் எதிர்மறை படைகளுக்கு எதையும் கைவிட மனம் இல்லை. சுவிட்சர்லாந்தை அடைந்ததும் 30 நாட்கள் தனிமைப்படுத்தலில் இருக்க வேண்டும் என்று விமானத்திற்கு உள்ளே அறிவிக்கப்பட்டது. ஒருவேளை அப்படி ஏதாவது நடந்தால் ஏப்ரல் 12 என்று நிர்ணயிக்கப்பட்ட தேதி கனவாகவே போய்விடும். அவ்வளவுதான்! உடனே அடுத்த ஆறு மணி நேரத்திற்குத் தொடர் பிரார்த்தனையில் ஈடுபட முடிவு செய்தேன். சுஜித்தின் அழைப்பிற்காக விரக்தியிலும், நம்பிக்கையிலும் காத்திருந்தேன்.

நித்திய தருணம் தோன்றியது போல சுஜித் என்னை அழைத்தார்.

"தனிமைப்படுத்துதல் எதுவும் இல்லை - அரசாங்கம் அதற்கு எதிராக முடிவு செய்திருக்கின்றது," என்று சுஜித் ஒரு வெற்றிகரமான வீரனைப் போல் வெற்றியுடன் கூறினார்.

இறைவனின் சிலை இப்பொழுது இலக்கை அடைந்துவிட்டது. நான், சீனிவாசன் மற்றும் தேவேட்டன் ஆகிய மூவரும் இறுதியாகச் சிறிது நேரம் உறங்கினோம்.

நேரம் செல்ல செல்ல சிலை இருக்கும் இடத்தைக் குறித்த தங்கள் கவலைகளை LMRK உறுப்பினர்கள் எழுப்பத் தொடங்கினார்கள். அவர்கள் தலைவனின் மௌனம் அவர்கள் அனைவரையும் விரக்தியில் ஆழ்த்தியது. அவர்களை எவ்வாறு எதிர்கொள்வது என்று எனக்கு யோசனையாக இருந்தது. அந்தச் சிலை அதன் இலக்கை அடைந்துவிட்டது என்பதை யாரிடமும் சொல்ல எனக்கு மனமில்லை. ஏனென்றால் எதிர்மறை சக்திகள் யார் மூலமாவது தங்கள் விளையாட்டை விளையாடுவதற்கான வாய்ப்பை அப்பொழுது தேடிக்கொண்டிருந்தார்கள்.

எங்கள் குழுவிற்கு வெளியே இருந்த சில குருக்களின் வழிகாட்டுதலைப் பெற சில LMRK உறுப்பினர்கள் முயன்றனர். நவபாஷாண விக்கிரகத்திற்கு வழிபாடுகள் செய்வது அவ்வளவு எளிதான காரியம் கிடையாது போன்ற அறிவுரைகள் வந்து குவிய ஆரம்பித்தன. இது என்ன கஷ்டமான காலம் என்று சுட்டிக் காட்டியவர்களும் இருந்தார்கள். இந்த பிரபஞ்சமே கொந்தளிப்பில் இருப்பதாகத் தோன்றியது. LMRK மீதான அதீத நேசமா, அவரது குருவின் மீதிருந்த மதிப்பா அல்லது இருவருடனான ஆழ்ந்த பந்தம் காரணமாகவா என்று தெரியவில்லை, ஒரு உறுப்பினர் என்னை அவரது குருவுடன் அலைபேசியில் பேசுவதற்காக அழைப்பு விடுத்திருந்தார். "இங்கே எந்தப் பிரச்சினையும் இல்லை" என்று நான் அந்த அழைப்பில் பதில் சொன்னேன். அந்த உறுப்பினர் அவரது குருவிடம் எங்களுக்காக வழிபாடு செய்யுமாறுக் கேட்டுக்கொண்டார்.

இதையெல்லாம் எதிர் சக்திகளின் செயல்களாகவே என்னால் பார்க்க முடிந்தது. மனரீதியாக அவர்கள் எல்லா வகையான தந்திரங்களையும் அதிக வேகத்துடன் செய்ய முயல்வார்கள் என்று நான் கணித்திருந்தேன். சிலை இருக்கும் இடம் ரகசியமாக வைக்கப்படாவிட்டால் அந்தச் எதிர்சக்திகள் யார் மூலமாகவும் செயல்படத் துணியும் என்பதனை உணர்ந்திருந்தேன். அந்த நேரத்தில் யாருக்கும் முன்னுரிமை அளிக்கப்படுவது நோக்கமாக இல்லை. அந்த நேரத்தில் சுஜித் மற்றும் சிலையின் பாதுகாப்பிற்கு மட்டுமே முன்னுரிமை அளிக்கப்பட்டது.

அனைத்து LMRK உறுப்பினர்கள் மத்தியிலும் ஏமாற்றம் கரைபுரண்டோடியது. அவர்கள் அனைவரும் இந்த பணி முடிவடையாது என்று நினைத்தனர்.

தொற்றுநோய் காரணமாக உலகம் விரக்தியடைந்த நிலையில் இருந்தபொழுது அந்த எதிர்மறை அதிர்வு LMRK குழுவிலும் உணரப்பட்டது.

துரதிர்ஷ்டவசமாக ஒரு குறிப்பிட்ட அளவிற்கு எனது மௌனமும் அந்த அதிர்வுகளைத் தூண்டியுள்ளது என்பதை நான் உணர்ந்தேன்.

ஏப்ரல் 12, 2020 அன்று கிருஷ்ண பஞ்சமியின் புனித நாளில் உலகம் முற்றிலும் முடங்கியிருந்தது. அமைதியை உடைப்பது போல சுவிட்சர்லாந்திலிருந்து சுஜித் நேரடி காணொளி மூலமாக வந்தார். நடுங்கும் கைகளுடன் என் பூஜையறையின் புனிதத்திலிருந்தே எல்லா பூஜைகளையும் நடத்தினேன்.

சுஜித்துக்கு அறிவுரைகள் வழங்கியபொழுது தடுமாற்றத்துடன் என் வாயிலிருந்து வார்த்தைகள் வெளியே வந்தன.

சுவிஸ் நேர நள்ளிரவில் பிரார்த்தனைகள் முடிவுக்கு வந்தன. அது அதிகாலை இரண்டு முதல் மூன்று மணி IST. பிரம்ம முகூர்த்தமாகும். அது சரஸ்வதி தேவிக்காக ஒதுக்கப்பட்ட நேரம்! அந்த தூய்மையான காலத்தில் நான் ஓம் சரவணபவாய நமஹ மந்திரத்தை உரக்க உச்சரித்தேன். முருகரின் நவபாஷாண சிலையை சுஜித் புனிதமான இடத்தில் வைத்தார்.

இலக்கு அடையப்பட்டு விட்டது!

மனதுக்குள் நன்றியுணர்வு மற்றும் நடுங்கும் கைகால்களுடன், காணொளியை அனைத்து LMRK குழுக்களிலும் பகிர்ந்தேன்.

உறுப்பினர்கள் அனைவரையும் நேர்மறை ஆற்றல்கள் தொற்றிக்கொண்டது.

அவர்கள் அனைவரும் மகிழ்ச்சியுடன் ஆச்சரியப்பட்டனர். நன்றியுணர்வு மற்றும் பணியின் வெற்றியால் மகிழ்ச்சியில் குதித்தனர்.

LMRK உறுப்பினர்களின் உணர்வுகள் அனைத்தும் கருத்துகள் வடிவில் என் அலைபேசியில் பெருக்கெடுத்து ஓடியது. ஆனால் என்னால் எதையும் படிக்க முடியவில்லை. அந்த நேரத்தில் நான் என்ன நிலையிலிருந்தேன் என்று எனக்கே தெரியவில்லை. கடந்த சில நாட்களில் நடந்த நிகழ்வுகள் என் மனதில் திரும்பத் திரும்ப ஒலித்துக் கொண்டே இருந்தன. நிச்சயமற்ற தன்மை, குழப்பம் மற்றும்

கொந்தளிப்புகளுக்கு மத்தியில் தடைகளையெல்லாம் கடந்து எப்படி அந்தப் பணியை நிறைவேற்றினோம் என்பதை என்னால் கற்பனை செய்யவோ அல்லது புரிந்துகொள்ள முயலவோ கூட முடியவில்லை. ஒரு வித்தியாசமான முறையில், அந்த குழப்பங்கள் அனைத்தும் நமக்குச் சாதகமாக எப்படிச் செயல்பட்டன என்பதைப் பற்றி மட்டும் என்னால் அமைதியாக உட்கார்ந்து யோசிக்க முடிந்தது. இறைவனின் பணிக்காக நியமிக்கப்பட்ட ஒரு சாதாரண மனிதனான என்னால் இதைச் சாதிக்க முடிந்தது. நம்பமுடியாதது, ஆனால் உண்மை!

ஒரு சில நேரங்களில் நான் என் இருப்பிலிருந்து வெடித்துவிடுவேன். நான் அதைச் செய்தேன் என்று உலகிற்கு உரைக்கச் சொல்லவேண்டுமென்று தோன்றியது. கடவுளின் கிருபை என்னில் நிரப்பப்பட்டதால் இதைச் சாதிக்க முடிந்தது! இந்த வெற்றி மற்றும் பரவசத்தின் உணர்வுகளை நம்மால் பேசாமல் இருக்கமுடியாது. நீங்கள் ஒப்புக்கொள்கின்றீர்களா? நான் அப்படிப்பட்ட ஒரு நிலையில் தான் இருந்தேன். எல்லோரும் உறங்கிக்கொண்டிருக்கும் தருணத்தில் இரவும் மடிந்து விடுகின்றது.

நான் மிகவும் உற்சாகமாக இருந்ததால் என்னால் உறங்க முடியவில்லை. நான் எங்கள் முற்றத்திற்கு வெளியே வந்து என் கை முட்டியை இறுக்கமாக மூடிக்கொண்டேன். என் ஆற்றல் மற்றும் உற்சாகத்தை எனது சிறிய கை முட்டியில் செலுத்தியது போல் இருந்தது. மதில் சூழ்ந்த இடத்திற்கு வெளியே அனைத்தும் அமைதியாக இருந்தது. நடந்த அனைத்தையும் உள்வாங்கும் செயல்பாட்டில் மட்டுமே இருந்த நான், நாங்கள் அதனைச் செய்தோம் என்ற சிந்தனையிலிருந்த நான், அனைத்தையும் அப்படியே நிறுத்திவிட்டு யோசித்துப்பார்த்தேன். அந்த இரவின் அமைதியில் எதுவும் அசையவில்லை. ஒரு இலைகூட அசையவில்லை. காற்றும் வீசவில்லை. நட்சத்திர வெள்ளம் என்னைப் பார்க்க, நான் வானத்தைப் பார்த்தேன்.

அவர்கள் அனைவரும் பிரமிப்புடன் என்னைப் பார்த்து கைகளை உயர்த்தி பாராட்டுவதைப் போல் உணர்ந்தேன். கார்த்திகை நட்சத்திரக்காரர்கள் என்னைப் பற்றி பெருமிதம் கொள்வதை என்னால் உணர முடிந்தது. நான் எவ்வளவு நன்றாகச் செய்தேன் என்று சொல்ல என்னைச் சுற்றிச் சுழன்றார்கள். இது ஒரு வெற்றி! வெற்றிக்கான தருணம். அதுவரை என்னுள் இருந்த அனைத்து மன

அழுத்தத்தையும் பிரபஞ்சத்தில் நேர்மறை அதிர்வுகளாக விடுவித்த தருணம் அது.

ஆற்றல் நிறைந்த என் கையை உயர்த்தி மீண்டும் மீண்டும் என் உற்சாகத்தை இந்த உலகிற்கும், என் இறைவனிடத்திலும் வெளிப்படுத்தினேன். ஜெய் குமரி கண்டம்!

வெற்றிவேல் முருகா – ஹர ஹரோ ஹராா !

ஓம் சரவண பவாய நமஹ !!!

அத்தியாயம் 37

அம்மா

அம்மா.. என் அம்மாவின் ஆத்மா இந்த உலகியல் கடமைகளையெல்லாம் முடித்துவிட்டு 2021 ஜனவரி 1 அன்று தனது விண்ணை நோக்கிய பயணத்தைத் தொடர்ந்தது. அம்மா எப்பொழுதும் தன்னோடு தான் இருப்பார் என்று நினைத்துக்கொண்டிருந்த ஒரு முட்டாள் பையன் நான் என்று அவர் பிரிந்த பின்பு தான் உணர்ந்துகொண்டேன். அவர் அவருடைய உடலோடு என்றும் என்னோடு இருப்பார் என்ற எண்ணம் என் இதயத்தில் மிக ஆழமாகப் பதிந்திருந்தது. அதனால் அவருடைய பிரிவு என்பது என்னால் தாங்க முடியாத அளவிற்கு அதிகமாக இருந்தது. அம்மா என் அருகில் இனி இருக்க மாட்டார் என்ற எண்ணத்தை அவ்வளவு எளிதில் என்னால் உள்வாங்க முடியவில்லை.

இந்த உலகை விட்டு அம்மா செல்வதற்கு ஒரு வருடத்திற்கு முன்பிருந்தே நோய்வாய்ப்பட்டிருந்தார். அவருடைய நோய் என்னைப் பெரிதும் பாதித்திருந்தது. அப்பொழுதெல்லாம் நான் பெரும் அதிர்ச்சியிலும், விரக்தியிலும் இருந்தேன். என்னைப் பொறுத்தவரை, என் குடும்பத்தின் நோய்களைத் தீர்க்கும் சஞ்சீவியே, அதாவது அடித்தளமே நோய்வாய்ப்பட்டிருந்ததைப் போல் இருந்தது. உங்கள் அனைவருக்கும் தெரிந்தது போல, இந்த உலகம் முழுவதிலும் உள்ள பல மக்களிடமிருந்து பல்வேறு பிரச்சனைகளுக்காக எனக்கு அழைப்புகள் வருகின்றன. அந்த அழைப்புகளில் பெரும் சதவீதம் நோய்களால் பாதிக்கப்பட்டவர்களிடமிருந்து வந்தவையேயாகும். என்னுடன் பேசிய பிறகு எவ்வாறு அவர்கள் குணமடைந்தனர் என்பதைப் பற்றி என்னிடம் சொல்லியிருக்கின்றார்கள்.

இந்த இடத்தில் ஒரு விஷயத்தை நான் முன்னிலைப்படுத்த விரும்புகின்றேன். இந்த மக்கள் பிரார்த்தனையின் மூலம் மட்டுமே குணமடையவில்லை.

அவர்களுக்குப் பரிந்துரைக்கப்பட்ட மருத்துவ நடைமுறைகளையும் தொடர்ந்தனர். அதனோடு கடவுள் மீதும் வலுவான நம்பிக்கை கொண்டிருந்தனர். உண்மையில், மருந்துகளை எல்லாம் நிறுத்திவிட்டு பிரார்த்தனையை மட்டுமே நம்பிவிடலாம் என்ற மனநிலையில் இருந்தவர்களை நான் கண்டித்திருக்கின்றேன். மருத்துவர்களின் அறிவுரைகளைக் கடைப்பிடிப்பது நமது கடமை. பிரார்த்தனைகள் நமது குணப்படுத்துதலை ஊக்குவிக்கின்றன. நம்மை நேர்மறையாக வைத்திருக்கவும், விரைவான குணப்படுத்துதலுக்கான சரியான பாதையில் நம்மை வழிநடத்தவும் பிரார்த்தனைகள் உதவுகின்றது. மருத்துவர்களிடமிருந்தும், அறிவியலிலிருந்தும் விலகிச் செல்வது என்பது மரணத்தின் கடவுளான யம கடவுளுக்கு நேரடி அழைப்பை விடுப்பது போன்றது.

சிகிச்சைகளுக்கு அப்பாற்பட்ட ஒன்றும் இருக்கின்றது. மிகவும் திறமையான மருத்துவர்களில் சிலர் ஏன் கடவுளை நம்புகின்றார்கள் என்று நீங்கள் எப்போதாவது யோசித்திருக்கின்றீர்களா? நோய்க்கும், சிகிச்சைக்கும் இடையே விவரிக்க முடியாத இடைவெளி உள்ளது என்பதை தயவுசெய்து புரிந்து கொள்ளுங்கள். நம்பிக்கை அந்த இடைவெளியை நிரப்புகின்றது. மேலும், பிரார்த்தனைகள் நம்பிக்கையை நிலைநிறுத்துகின்றது. மனிதர்களாகிய நாம் அனைவரும் எப்பொழுதும் அலைவரிசைகளை அனுப்பிக்கொண்டேயிருக்கின்றோம். வெவ்வேறு அதிர்வெண்களில் அதிர்வுகளை அனுப்புகின்றோம். இறைவனால் வழங்கப்பட்ட சில கடமைகளின் காரணமாக, சில மனிதர்கள் அதிக அதிர்வெண்ணில் அதிர்வுறும் பாக்கியத்தைப் பெற்றுள்ளார்கள். அவர்கள் நமக்காகப் பிரார்த்தனைகள் செய்வது நல்ல மாற்றத்தை ஏற்படுத்துகின்றது. குமரி கண்டத்தை மீட்டெடுக்கும் கப்பலின் தலைவனாக இருக்கும் எனக்கு பல பல அனுபவங்களைச் சந்திக்க நேர்கின்றது. அவை அனைத்தும் என் நம்பிக்கையைக் கூர்மைப்படுத்தி என் அதிர்வெண்களை மேம்படுத்த உதவுகின்றது. கடவுளுக்கு நன்றி!

அப்படியிருக்க, ஏன் என் பிரார்த்தனைகள் என் அம்மாவிற்குப் பலிக்காமல் போனது? இதை என்னால் ஏற்றுக்கொள்ள முடியவில்லை.

என் தாயாருக்கு என்னுடைய பிரார்த்தனைகள் உதவவில்லை என்றால் அப்படிப்பட்ட ஆன்மீக தொடர்புகளை வைத்து என்ன பயன்? ஒரு பக்கம் இந்த எண்ணங்களையும், மறுபக்கம் அம்மாவின் நினைவுகளையும் வைத்துப் போராடிக்கொண்டிருந்தேன். அந்த நாட்களில் நான் பெரும்பாலான நேரங்களை மௌனத்தில் செலவழித்தேன். என் குழப்பத்தை போக்கக்கூடிய பதில்கள் எனக்குத் தேவைப்பட்டன. எனது இருப்பை நியாயப்படுத்த எனக்கு ஆன்மீக வழிகாட்டுதல் தேவைப்பட்டது.

நீண்ட நாட்களுக்குப் பிறகு என் இறைவன் அதை எனக்கு வெளிப்படுத்தினார்.

என்னைப் பாதுகாப்பாக வைத்திருக்க என் அம்மா விதிக்கப்பட்டவர் என்பதை நான் புரிந்துகொண்டேன். நான் ஆன்மிகப் பாதையில் பயணிக்கத் தொடங்கிய தருணத்தில் மிகவும் மகிழ்ச்சியடைந்தவர் அவர் தான். ஆன்மீக பாதை என்பது அபூர்வமாகவே எளிதானதாக இருக்கும். நான் இந்தப் பயணத்தைத் தொடங்கியதிலிருந்தே எனது வாழ்க்கையானது ஆன்மிகச் செய்திகளை கண்டுபிடித்தல், தெய்வீகப் பணிகள் மற்றும் கடமைகளை மேற்கொள்ளுதல் போன்றவற்றால் நிறைந்திருந்தது. என்னைப் பொறுத்தவரை நான் செய்தேன் என்பதை விட, எப்படிச் செய்தேன் என்பது தான் முக்கியம். எனது ஆன்மீக பாதை தொடர்பான பதட்டங்களை வீட்டிலிருந்து விலக்கி வைப்பதில் நான் மிகவும் குறிப்பாக இருந்தேன். இல்லத்தை எப்பொழுதும் உற்சாகமாக வைத்திருக்க முயன்றேன். ஆனால் ஒரு தாயிடமிருந்து எதை மறைக்க முடியும்? சில நிகழ்வுகள் எனக்கு நினைவில் உள்ளன. நான் வேலை முடிந்து வீட்டிற்கு வந்ததும், மசாலா தோசை சாப்பிட்டாயா என்று என் அம்மா கேட்பார். சில வேளையில், நீ மதிய உணவைத் தவிர்த்துவிட்டாயா என்று வினவுவார். அவர் இதையெல்லாம் எப்படி கண்டுபிடித்தார் என்று எனக்குத் தெரியாது. ஒருவரால் எப்படி இவ்வளவு உறுதியாகச் சொல்ல முடியும்? படிப்படியாக நான் உணர்ந்தேன். ஒருவருடைய தாயிடமிருந்து ஒருவரால் எதையும் மறைக்க முடியாது.

என் அம்மா எல்லாவற்றையும் அறிந்தும், புரிந்தும் வைத்திருந்தார்கள். விஷயங்களை உற்சாகமாக வைத்திருக்க நான் எவ்வளவு கடினமாக முயன்றாலும், அவரோடு சேர்ந்து

விளையாடினாலும் நான் அனுபவிக்கும் பதற்றத்தை அவர் நன்கு அறிந்துகொள்வார். அவர்களின் வயிற்றில் பட்டாணி போல நாம் இருந்த காலத்திலிருந்து உருவாகும் பந்தம் காலப்போக்கில் வலுவடைகின்றது. அதனை நினைக்க நினைக்க நான் எப்பொழுதும் அவரின் பாதுகாப்பின் கீழ் இருப்பதை உணர்ந்தேன். நான் என்ன செய்கின்றேன் என்று அவரது ஒளி தொடர்ந்து அவருக்குச் சமிக்கைகளை அனுப்பிக்கொண்டே இருந்தது. எல்லாம் வல்ல இறைவன் எனக்கு வழங்கிய கடமைகளை உணர்ந்து கொண்ட அவர், எதிர் சக்திகள் எல்லாம் எனக்கு எதிராக விளையாடிய பொழுது, எந்த சக்தியையும் என் குழந்தைக்குத் தீங்கு விளைவிக்க விட மாட்டேன் என்று உறுதியுடன் பிரார்த்தனைகள் செய்தார். அம்மாவின் பிரார்த்தனைகள் அந்த எதிர் மறை சக்திகளை எதிர்த்துப் போராடியது. அவரின் அந்த செயல்பாட்டினால் எதிர்மறை ஆற்றலை அவர் உள்வாங்கிக் கொண்டார். எனக்கு அருளப்பட்ட தெய்வீக நுண்ணறிவைக் கொண்டு என் அம்மா எவ்வளவு வலிமைமிக்க வீராங்கனை என்பதை நான் உணர்ந்து கொண்டேன். தன் குழந்தையின் பாதுகாப்பிற்காகத் தன்னைத் தானே அர்ப்பணித்தார்.

தேவர்களும், அசுரர்களும் சாகா வரத்தைத் தரக்கூடிய அமிர்தத்தை எடுக்கும் முயற்சியிலிருந்தபொழுது, அதிலிருந்து வந்த ஆலகால விஷத்தை எப்படி சிவபெருமான் தான் ஏற்றுக்கொண்டாரோ அதே நிலைக்கு அம்மாவும் உயர்ந்தார் என்பதை நான் உணர்ந்தேன். குமரி கண்டத்தின் மறுசீரமைப்பு பணிக்கு அதிக பங்களிப்பை வழங்கிய அவர், இப்பொழுது ஒரு தியாகியாக இருக்கின்றார் என்பதை என் மனக்கண்ணால் காண முடிகின்றது.

முருகப்பெருமான் எவ்வளவு பெரிய மற்றும் தீவிரமான பணிக்காக என்னைத் தேர்ந்தெடுத்துள்ளார் என்பதை நான் அம்மாவிடம் வெளிப்படுத்தவில்லை. ஒவ்வொரு பணிக்காகவும் நான் செல்லவேண்டிய பாதை ரோஜாக்களால் அமைக்கப்பட்டிருக்காது என்பதை காலம் செல்ல செல்ல நான் அறிந்துகொண்டேன். நவபாஷாண விக்கிரகத்தை சுவிட்சர்லாந்தில் பிரதிஷ்டை செய்வதற்காகக் கொண்டு சென்ற தருணத்தில் எனக்கு பெரும் பாதிப்பு ஏற்பட்டது. உண்மையாகச் சொல்லவேண்டுமென்றால் அந்த நேரத்தில் நான் மிகவும் பரிதாபகரமான நிலையிலிருந்தேன். எல்லாவற்றிலும் நான் ஒரு துணிச்சலான முன்னோடியாக இருப்பேன்.

ஆனால் ஒருவரின் சொந்த தாயிடமிருந்து ஒருவரால் எப்படி எறியும் நெருப்பை மறைக்க முடியும்? நடக்கும் எல்லாவற்றையும் அம்மா பார்த்துக்கொண்டிருந்தார். என்னைக் காப்பதற்காக முருகப்பெருமானின் தந்தையான சிவபெருமானிடம் பிரார்த்தனைகள் செய்தார். அவரின் உதவியை நாடியிருந்தார்.

என் அம்மா அப்படிதான் இருந்தார்கள்! அம்மாக்கள் அப்படித்தான்! அவர்களின் வலிமையும், உள்ளுணர்வும் நம் புரிதலுக்கு அப்பாற்பட்டது.

அம்மாவை அடிக்கடி சந்திக்கும் குழந்தைகளுடனும் அவர் பழகிய நினைவுகள் எனக்கு ஒன்றை நினைவூட்டுகின்றது. ஸ்ரீ ஆதி சங்கராச்சாரியாரின் கதையை அடிக்கடி அவர்களிடம் கூறுவார். சங்கராச்சாரியார் தனது பாதையைத் தேர்ந்தெடுத்தபொழுது அவரின் தாயார் உணர்ந்த வழியை என் அம்மா எப்பொழுதும் அனுதாபத்துடன் நினைத்துப் பார்ப்பார். தன் கடைசி நாட்களில் தன் மகனின் இருப்பிற்காக அந்த தாய் எவ்வளவு ஏங்கினாள் என்பதை அந்த கதை விவரிக்கின்றது. அதனை உணர்ந்த ஸ்ரீ சங்கராச்சாரியார் தன் தாயுடன் இருப்பதிலும், அவர்களைக் கவனிப்பதிலும், அவர்களுக்காகப் பிரார்த்தனை செய்வதிலும் தனது நேரத்தைச் செலவிடுவதற்காக ஆகாய மார்க்கத்தின் மூலமாக தொலைத்தொடர்பு வைத்திருந்ததாகக் கூறப்படுகின்றது. அதன்மூலம் அவரது தாய் இந்த உலகத்தை விட்டு அமைதியாகப் பயணிக்க சிறிதவு நீரை அவருக்கு வழங்கினார்.

நான் முன்பு குறிப்பிட்டது போல், என் அம்மா இந்த கதையால் பெரிதும் ஈர்க்கப்பட்டிருந்தார். இந்த கதையை அவர் பல குழந்தைகளிடம் சொல்லிவந்தார். ஏன் இந்தக் கதையை அவர் அடிக்கடி சொல்கின்றார் என்று பல முறை நான் ஆச்சரியப்பட்டிருக்கின்றேன். ஆனால் ஒருபொழுதும் எனக்குப் புரிந்ததில்லை. ஒருவேளை அதை ஆழமாகப் புரிந்துகொள்ள நான் விரும்பாமல் இருந்திருக்கலாம்.

இவரின் வாழ்க்கையிலும் அதே போன்ற அனுபவத்தைப் பெற்றார் என்பதை பின்னாளில் உணர்ந்தேன். மார்ச் 2020ல், எங்கள் இரண்டாவது பணியை நிறைவேற்றுவதில் உள்ள சிக்கல்கள் உச்சத்தை எட்டியபொழுது, நான் ஊதிய இழப்பில் ஜூலை 15 வரை மூன்று மாத விடுப்பு எடுத்திருந்தேன். ஊரடங்கு காரணமாகவும், நோய்த் தொற்று காரணமாகவும் என்னால் அம்மாவை நன்றாகக்

கவனித்துக் கொள்ள முடிந்தது. ஆனாலும் அவர் குணமடையவில்லை. அவருடைய பிரகாசமும், கருணையும் அவர் முகத்தில் வெளிப்பட்டது. ஆகஸ்ட் மாதமும் இதே தொடர்ந்தது. அவருக்கு மீண்டும் நோய் வரத் தொடங்கியது.

இதற்கிடையில், 2021 ஜனவரி மாதம் எனக்கு மற்றொரு இறை செய்தி வந்தது. முருகருக்குரிய தைப்பூச நாளில் வள்ளலார் சித்தரைத் தரிசித்து பிரார்த்தனை செய்யுமாறு அறிவுறுத்தப்பட்டிருந்தேன்.

வள்ளலார் சித்தர் மிகவும் பிரபலமானவர். சமரச சுத்த சன்மார்க்க சத்திய சங்கம் என்ற அமைப்பை நிறுவித் திறம்படச் செயல் பட வைத்தவர். இது ஒரு கோட்பாடாக மட்டுமில்லாமல் நடைமுறையிலும் உள்ளது. தெய்வீக ஒளியின் மூலம் அவருடைய 50 வயதில் அவர் ஒளியுடல் பெற்றார்.

தைப்பூசத் திருநாளில் வள்ளலார் சித்தரிடம் செல்வதற்காக உடல்நிலை பாதிக்கப்பட்டிருந்த என் அம்மாவிடம் அனுமதி கேட்டேன். அவரின் மனமார்ந்த ஆசீர்வாதத்துடன் சென்னையில் உள்ள வள்ளலார் சித்தரின் இல்லத்திற்குச் சென்று பிரார்த்தனை செய்தேன். நான் அங்கிருந்து திரும்பும் பொழுது என் மனைவி ஜிதாவிடமிருந்து எனக்கு அழைப்பு வந்தது.

என்னால் முடிந்தவரைச் சீக்கிரம் திரும்பி வரும்படி ஜிதா கேட்டுக்கொண்டார். அம்மாவின் நிலை ஜிதாவின் பயத்தை அதிகப்படுத்தியது. கூடிய விரைவில் அம்மாவை சந்திப்பதற்காக அடுத்து இருந்த விமானத்திலேயே ஏறினேன்.

விமானத்திலிருந்தபொழுது அம்மா சொன்ன கதை எனக்குள் எதிரொலித்தது.

ஆதி சங்கராச்சாரியார் தன் தாயுடன் இருக்கக் காற்றில் பறந்து வந்தார்! அவர் இறந்து கொண்டிருப்பதை அவரது உள்ளம் வெளிப்படுத்தியது - என் கண்கள் கலங்கியது!

அன்று இரவு வீட்டிற்கு விரைந்தபொழுது அம்மா நிம்மதியாகத் தூங்குவதைக் கண்டேன். நான் அவரது நெற்றியை அன்போடு வருடியபொழுது அவர் கண்களைத் திறந்து என் பயணத்தைப் பற்றி விசாரித்தார். குழந்தைகளுக்கு லட்டு வாங்கி வந்தேனா என்று கேட்டார். எங்கள் பேச்சு வார்த்தைக்குப் பிறகு நான் கங்கை நீரை அவருக்குப் பருக கொடுத்தேன். பின் அம்மாவின் அறையிலேயே அன்றைய இரவை கழித்தேன். அவரை உறங்க வைத்தேன். அன்றிரவு

அம்மா தனது நோயின் அறிகுறிகளைக் காட்டாமல் நிம்மதியாக உறங்கினார்.

மறுநாள், மகாதேவனின் திருவடியை அடைவதற்காக இப்பூவுலகிலிருந்து அம்மா புறப்பட்டுச் சென்றார்.

ஓம் சரவண பவாய நமஹ !!!

அம்மாவின் வாழ்க்கையிலிருந்து சில பகுதிகள்

1957-ல் தமிழகத்தின் ஒரு பகுதியாகக் கன்னியாகுமரியும், கேரளாவின் ஒரு பகுதியாக பால்காட் என்ற இடமும் மாறியது. அதுவரை என் அம்மா பிறந்த பால்காட் மற்றும் அதிலிருந்த சிறிய நகரமான நன்மாரா ஆகியன தமிழ்நாட்டின் ஒரு பகுதியாகவே இருந்தது. தேவகியம்மா மற்றும் நாராயணன் நாயருக்கு அம்மா நான்காவது குழந்தையாகப் பிறந்தார். எனது தாய்வழி தாத்தா நாராயணன் நாயர் வனத்துறையில் வன கண்காணிப்பாளராக பணிபுரிந்தவர். எனது பாட்டி இல்லத்தரசியாக இருந்தார்.

அன்றைய வாழ்க்கை முறை மிகவும் சவாலானது என்பதை அம்மா சொன்ன கதைகளிலிருந்து நாங்கள் புரிந்துகொண்டோம். எனது பாட்டி ஒரு இல்லத்தரசி என்றாலும் குடும்பத்தில் உள்ள எவரும் பசியுடன் படுக்கைக்குச் செல்லக்கூடாது என்பதற்காக அவரின் அபாரமான நிதி நிர்வாகத் திறனை வெளிப்படுத்தியவர். தன்னால் இயன்ற அளவிற்குச் செலவுகளைக் குறைத்து தன் குழந்தைகளைப் படிக்க வைக்க போதுமான அளவு நிதி இருப்பதை எப்பொழுதும் உறுதி செய்துகொள்பவர். வாழ்க்கைப் புதிர்கள் நிதி நிர்வாகத்துடன் முடியவில்லை. அது நீர் மேலாண்மையிலும் தொடர்ந்தது. வீட்டிலுள்ள பிள்ளைகள் நீண்ட நெடு தூரம் நடந்து சென்று தண்ணீர் எடுத்து வந்த காலகட்டம் அது. கிட்டத்தட்ட எல்லா வீடுகளின் கதையும் இப்படிதான் இருந்திருக்கின்றது. அடுத்த முறை நீங்கள் உங்கள் வீட்டின் நீர் குழாய்களைத் திறக்கும்பொழுது

உங்களுக்காக வெளிப்படும் அதிசயத்தைப் புரிந்து கொள்வீர்கள் என நம்புகின்றேன்.

எல்லா வீடுகளிலும் உள்ள மகள்களைப் போலவே அம்மாவிற்கான வயது வந்ததும் அவருக்குத் திருமணம் நடந்தது. இந்த புத்தகத்தின் முந்தைய அத்தியாயங்களில் குறிப்பிடப்பட்டதைப் போல அவரது வாழ்க்கையின் ஒரு பகுதி நாடோடியைப் போலவே இருந்தது. பல இடங்களுக்குக் குடிபெயர்ந்திருக்கின்றோம். இந்த காரணத்தினாலேயே என்னையும் என் சகோதரனையும் போல் என் அம்மாவாலும் நீண்டகால நட்பை வளர்க்க முடியாமல் போனது என்று நினைக்கின்றேன்.

எனது தந்தைவழி தாத்தாவின் மறைவுக்குப் பிறகு நாங்கள் திருருக்குச் சென்றுவிட்டோம். அதுவே எங்களின் நிரந்தர இடமாகவும் மாறியது. இந்த மாற்றம் அம்மாவிற்குத் தொந்தரவு தராமல் இல்லை. அப்பொழுது என் தந்தைக்கு உடல்நலக் குறைவு ஏற்பட்டது. அந்த காலகட்டங்கள் நிச்சயமாக அம்மாவிற்குச் சிறந்த நாட்களாக இல்லை. சமீப காலத்தில் தான் இந்த புரிதல்கள் எனக்கு வந்தன. அந்த காலகட்டங்களில் அம்மாவிற்கு ஏற்பட்ட கொந்தளிப்பின் ஆழத்தைப் புரிந்துகொள்ளும் அளவிற்கு நான் முதிர்ச்சி அடையவில்லை.

1990 களின் முற்பகுதியில்தான் அம்மாவிற்குச் சோதனையான காலங்கள் தொடங்கின. ஆரம்ப அத்தியாயங்களில் நான் விவரித்தது போன்று, வாழ்க்கையின் மீதான எனது பொறுப்பற்ற அணுகுமுறை, நோக்கமற்ற வாழ்க்கை முறை, அதனால் என் தந்தைக்கு ஏற்பட்ட கவலைகள், தந்தையின் மறைவு என்று கடினமான வாழ்க்கையாகவே இருந்தது. எல்லாவற்றிலும் உச்சக்கட்டமாக எனது தம்பியும் எங்களை விட்டுச் சென்றுவிட்டார். வயல்கள், பள்ளத்தாக்குகள் மற்றும் காடுகளை மதம் பிடித்த யானை துன்புறுத்துவதைப் போன்று விதி எங்களின் வாழ்வில் தாண்டவம் ஆடியது. அந்த சமயத்தில்தான் எல்லாம் வல்ல இறைவன் எனக்கு நம்பிக்கை கதிர்களை அனுப்பினார். அவர் என் மூலமாக வேலை செய்ய ஆரம்பித்தார்.

அம்மாவிற்கு என்னைத் தவிர வேறு யாரும் இல்லை என்பதைத் தெய்வீக உணர்வு எனக்கு உணர்த்தியது! நான் அவருடன் எப்பொழுதும் நெருக்கமாக இருப்பேன் என்றும், இனி எந்தக் காரணங்களுக்காகவும் அவரை கஷ்டப்படுத்த மாட்டேன் என்றும்

உறுதியேற்றேன். அன்றிலிருந்து அம்மாவின் கடைசி நாள் வரை நான் என் சபதத்தை நிறைவேற்றியதற்கு எல்லாம் வல்ல இறைவனுக்கு நன்றியுள்ளவனாக இருக்கின்றேன். தம்பியின் மறைவிற்கு பிறகான கால் நூற்றாண்டு காலத்தை அம்மாவின் பொற்காலம் என்று தான் சொல்ல வேண்டும். குழந்தைப் பருவத்தில் தன்னுடைய இல்லத்திற்காகத் தண்ணீர் சேகரித்துக் கொண்டிருந்த ஒரு பெண், மற்றொரு சகாப்தத்தின் தொடக்கத்தைக் குறிக்கும் இந்த தருணத்தில் ஒரு உன்னத பணிக்காகத் தனது மகனுடன் இணைந்திருந்தார் என்பது மிக உயரிய விஷயமாகும். என்னைப் பொறுத்தவரை நிச்சயம் அவர் சொர்க்கத்திற்குத் தான் சென்றிருக்கின்றார்கள்.

நான் மேற்கொண்ட சபதத்தினால் தினசரி என் அம்மாவின் காலில் விழுந்து வணங்கி என்னைச் சிறந்தவனாகக் காட்டிக் கொண்டேன் என்று கிடையாது. நாங்கள் மிகவும் இயல்பான ஒரு வாழ்க்கையை நடத்தினோம். நாங்கள் ஒத்துப்போகும் மற்றும் ஒத்துப்போகாத விஷயங்களும் இருந்தன. இன்று நம்முடைய மாத சம்பளம் வங்கிக் கணக்கில் வருவது போல அன்று கிடையாது. சம்பளத்தை ரொக்கமாகப் பெற்ற காலம் அது. ஒவ்வொரு மாதமும் 1 ஆம் தேதி நான் பெறும் சம்பள தொகையை அம்மாவிடம் ஒப்படைத்து விடுவேன். அவர் தான் என் நிதி மேலாளர். என் தேவைக்கேற்ப அம்மாவிடமிருந்து ஒரு சிறு தொகையைப் பெற்றுக் கொள்வேன். ஜிதா என் வாழ்க்கையில் வந்த பிறகும் அம்மா தான் நிதி மேலாளராக இருந்தார். அம்மாவினுடைய ஒரு மாத செலவுத் திட்டத்தில் எங்களுக்குள் கருத்து வேறுபாடுகள் இருந்தன. இதனை நாங்களே தீர்த்துக் கொள்ள வேண்டுமென்று ஜிதா அமைதியாக இருப்பார். விவசாயத்திற்கென்று அம்மா ஒதுக்கும் தொகை ஒன்றே எங்கள் கருத்துவேறுபாட்டிற்குக் காரணமாக இருந்தது.

விவசாயம் என்று வரும்பொழுது அம்மா ஒரு லட்சியவாதியாக மாறிவிடுவார். விவசாயத்தில் நமக்கு லாபம் கிடைக்கின்றதா என்பதை அம்மா கண்காணிப்பதில்லை என்பது என் வாதமாக இருந்தது. ஆனால், வயல்களை ஒருபொழுதும் இழந்துவிடக்கூடாது என்பதில் அம்மா உறுதியாக இருந்தார். எங்களின் வாதம் உச்சிக்குச் சென்றால் ஜிதா அதில் தலையிட்டு சண்டையைக் கலைத்துவிடுவார். வாதம் கலைந்துவிடும்; இருப்பினும் வரவு செலவு திட்டங்களில் எந்த ஒரு திருத்தமும் இல்லாமல் அப்படியே செயல்படுத்தப்படும்.

அம்மாவைப் பற்றிச் சொல்லும்பொழுது அவர் என்னுடைய ஆன்மீகப் பயணத்திலும் இணைந்திருந்தது மிகவும் குறிப்பிடத்தக்கது. அவரின் வாழ்க்கை எப்பொழுதுமே முட்கள் நிறைந்த பாதையாக இருப்பதை மனதில் வைத்துக் கொண்டு அவர் என்னுடைய ஆன்மீக பயணத்தை எதிர்த்திருக்கலாம். ஆனால் அப்படி எதுவும் நடக்கவில்லை. முதன் முதலில் பழனிக்குச் சென்று திரும்பிய பிறகுதான் என் தெய்வீகக் கனவுகளைக் குறித்து அவரிடம் சொன்னேன் என்று நினைக்கின்றேன். அதற்கு அவர் சொன்ன பதில் எனக்கு இன்றும் நினைவில் உள்ளது. அவருடைய பதில் என்னை ஆர்ச்சயப்பட வைத்தது. அவர் எல்லாவற்றையும் அறிந்திருந்ததைப் போல, "நல்லது", என்று நேர்த்தியாகக் குறிப்பிட்டார்.

எனது ஆன்மீகப் பயணத்தின் தொடக்கத்தில் என்னைப் பற்றி வதந்திகள் பரப்புபவர்களிடம் அம்மாவுக்கு ஒரு பிரச்சனை இருந்தது. என் ஆன்மீக வாழ்க்கையைப் பற்றி அவருடன் நெருக்கமாக இருந்த ஒரு சிலரிடம் அவர் சொல்ல ஆரம்பித்தார். ஒரு வார்த்தை ஒரு வாக்கியமாக வெளிவரும்பொழுது அது செய்தியாக மாறிவிடுகின்றது. இந்த வார்த்தை நமக்குத் தெரியாத மற்றும் புரியாத வடிவங்களையெல்லாம் எடுக்கின்றது. அப்படியே பல இடங்களுக்குப் பரவியது. எங்களுடன் நன்றாகப் பழகுபவர்கள் எனது ஆன்மீகப் பயணத்தைப் பற்றி அம்மாவிடம் எதிர்மறையான அர்த்தத்துடன் பேச ஆரம்பித்தார்கள். அறிவுரை கூறி என்னை மீண்டும் பழைய பாதைக்குக் கொண்டு வர வேண்டும் என்பதே அவர்களின் எண்ணமாக இருந்தது. என்னிடம் இதனைச் சொன்னால் நான் எதைப்பற்றியும் கவலைப் படமாட்டேன் என்று நினைத்த அவர்கள், என் அம்மாவிடம் சென்று பேச ஆரம்பித்தார்கள். ஆனால் அவர்களின் எதிர்பார்ப்புகளுக்கு மாறாக என் அம்மா அவர்களுடன் சண்டையிட்டார்கள். நானும் ஜிதாவும் வேலை நிமித்தமாக வெளியூர் சென்றிருந்த நேரங்களில் இந்தச் சம்பவங்கள் நடந்திருந்தாலும் எங்களுக்கு எப்படியும் தெரிந்துவிடும்.

இந்த சண்டைகள் குறித்து அம்மாவிடம் நான் வாக்குவாதம் செய்வேன். தேவையில்லாத விஷயங்களுக்கு எதிர்வினையாற்றவோ, பதிலளிக்கவோ வேண்டியதில்லை என்பது என் கருத்தாக இருந்தது. எங்களின் ஒவ்வொரு வாதமும், "நீ சென்று தொடர்வாயாக என் மகனே" என்ற அவரின் கருத்துடன் முடிவடையும். அவரின் இந்த

வாக்கியத்தை நான் முத்திரையாகவே பதித்துக்கொண்டேன். அவரின் வயிற்றில் ஒரு காலத்தில் ஒரு பட்டாணி அளவிலிருந்த அவரின் குழந்தை இவ்வளவு பெரிய ஆளாக உருவெடுத்துள்ளது.

அவர் கூறிய சில கருத்துக்களை இப்பொழுது ஆராய்ந்தால் எனக்கு வேறு சில விளக்கங்கள் கிடைக்கின்றன. அம்மாவின் பிரார்த்தனை மற்றும் கடவுளின் ஆசீர்வாதத்தால் என் மீது புரளி பேசியவர்கள் இன்று என்னுடைய உதவியை நாடி வருவதை என்னால் காண முடிகின்றது. இதுபோன்ற விஷயங்களை எப்படி உன்னால் உணரமுடியும் என்று என் அம்மா அவருடைய சிறிய குழந்தையைப் பார்த்து கேலி செய்வதைப் போல நான் உணர்கின்றேன்.

என் அம்மா தற்பெருமை பேசுவதையும், எங்கள் உறவினர்களுடன் சண்டையிடுவதையும் தவிர்ப்பதற்காக நான் அம்மாவிடமிருந்து எனது அனுபவங்களையும், எனது பயணங்களுக்கான உண்மையான காரணங்களையும் மறைக்க ஆரம்பித்தேன். ஆனால் என்ன பயன்? அவர் அவரின் பணியில் சரியாக இருந்தார். என் நண்பர்களான நாராயணன் மற்றும் லாலுவிடம் இருந்து அவருக்குத் தேவையான அனைத்து செய்திகளையும் எப்படியாவது பெற்றுக்கொள்வார். ஆகையால் நான் முன்பு குறிப்பிட்ட சம்பவங்கள் என் வாழ்வில் தொடர்கதையாகவே இருந்தது. இதற்கெல்லாம் என் அம்மா என் பாதுகாப்பில் வைத்திருந்த ஆர்வமே காரணமாக இருந்தது. நான் என் ஆன்மீக பயணங்களைத் தொடங்கியதிலிருந்து அவர் நான்கு மணிக்கு எழுந்து முற்றம் மற்றும் பூஜை அறை அனைத்தையும் சுத்தம் செய்துவிட்டு விளக்குகள் ஏற்றி வைப்பதை உடல்நலம் பாதிக்கும்வரை வழக்கமாகச் செய்துகொண்டுவந்தார்.

அவர் அதிகாலையில் எழுந்து முற்றத்தைச் சுத்தம் செய்வது குறித்து எனக்குக் கவலையாக இருந்தது. அதைப் பற்றி அவரிடம் பேசவும், திட்டவும், கட்டளையிடவும் முயன்றேன். ஆனால் எதுவும் பலனளிக்கவில்லை. என் ஆன்மீகப் பயணத்தில் என்னை நிலையாக வைத்திருக்க அவர் அவ்வாறு செய்திருக்கலாம். அவர் செய்யும் பணிகளிலிருந்து அவர் நழுவிவிட்டால் நானும் நழுவிவிடுவேன் என்று அவர் பயப்படுவதைப் போல நான் உணர்ந்தேன்.

எப்பொழுதும் போல எல்லா வாதங்களும் தோல்வியடைந்தது, "நீ சென்று தொடர்வாயாக என் மகனே" என்பதில் முடியும். அவர் நம்பிக்கையால் நிறைக்கப்பட்டிருந்தார் என்பது இப்பொழுது

புரிகின்றது. முருகப்பெருமானே என்னை வழிநடத்தும் பொழுது எந்த பயமும் எனக்கு இருக்கவேண்டியதில்லை. முருகப் பெருமானே இருக்கும் வீட்டில் யாரால் என்னைத் துன்புறுத்தமுடியும்?

மேலும், நான் இறைப்பணிகளுக்காகப் பல இடங்களுக்குப் பயணம் செய்ய வேண்டியிருந்தது. என் அம்மா வீட்டிலிருந்த காரணத்தினால் தான் என்னால் கவலையில்லாமல் எல்லா இடங்களுக்கும் செல்ல முடிந்தது. என் மகள்களுக்கும், ஜிதாவிற்கும் அம்மாவின் அரவணைப்பே அடைக்கலம் தந்தது. அவர் எங்கள் குடும்பத்தின் அடித்தளம் மற்றும் வலிமையான மரம் போல இருந்தார். எங்கள் ஆறுதலுக்காக நாங்கள் அவரிடம் தான் செல்வோம். அவரே எங்களுக்குப் பாதுகாப்பு. நான் வீட்டில் இல்லாத நேரங்களில் அம்மாவிற்கு ஏதேனும் தேவைப்பட்டால் அவருக்காகக் கூடுவதற்கென்று ஒரு கூட்டமே இருந்தது.

அம்மா ஒரு தாயாக மட்டுமல்ல, ஒரு சிறந்த மாமியாராகவும் இருந்தார். அதற்கு அவருக்கு ஐந்து நட்சத்திர அந்தஸ்து தான் வழங்கவேண்டும். உண்மையில், ஜிதாவும் அம்மாவும் நன்றாக இணைந்திருந்து ஒரு பெரிய ஆசீர்வாதம். அனைத்து உறவுகளுக்கும் ஒரு தகுதியான மற்றும் நல்ல இடத்தை வழங்கும் பக்குவத்தை ஜிதா பெற்றுள்ளார். தாய்-மகன் உறவுக்கு இடையே உள்ள ஒரு அங்குல இடத்தில் கூட அவர் நுழைய முயலவில்லை. நிதி மற்றும் உணர்ச்சி சார்ந்த எல்லா விஷயங்களிலும் இப்படிதான் இருந்தது. அம்மாவும் இதே மனப்பான்மையைப் பிரதிபலித்தார். கணவன்-மனைவியாக நாங்கள் இணைந்திருப்பதற்கு என் அம்மா அதிக இடம் கொடுத்தார். இவர்கள் எனக்குக் கிடைத்தது என் அதிர்ஷ்டமாக உணர்கின்றேன்.

என்னுடைய ஆன்மீக வளர்ச்சி என் அம்மாவிற்கு அளித்த மகிழ்ச்சியை அவர் வெளிக்காட்டியதே இல்லை. அதே சமயம் அதை நினைத்துப் பெருமைப்பட்டார் என்று நான் சொல்வதற்கும் காரணங்கள் இருந்தன. இதற்கு நேர் எதிராக, என்னுடைய வெளி வாழ்வு குறித்த நிகழ்வுகளை வெளிப்படையாகக் கொண்டாடினார். என் திருமணம், என் முதல் பதவி உயர்வு, முதல் வாகனம் மாருதி ரிட்ஸ் என இதுபோன்ற நிகழ்வுகளில் என் அம்மாவால் மகிழ்ச்சியையும், பெருமையையும் மறைக்க முடியவில்லை. குறிப்பாக, என்னுடைய புதிய வாகனத்தில் எனது அம்மாவை திருச்சூர் ஸ்வராஜ் ரவுண்டானாவைச் சுற்றி அழைத்துச் சென்றபொழுது,

அவர் வெளிப்படுத்திய குழந்தையைப் போன்ற மகிழ்ச்சியையும், பெருமையையும் என்னால் மறக்கவே முடியாது. ஒரு மகனாக நான் மிகவும் மதிக்கும் தருணம் இது.

அம்மா சிக்கல்களைத் தீர்க்கும் திறமைக் கொண்டிருந்தார். தொழில்நுட்ப விஷயங்களில் அவரின் மதிநுட்பத்தைக் கண்டு நான் பலமுறை வியந்திருக்கின்றேன். தற்பொழுதுள்ள LMRK அலுவலகம் எனது பழைய வீடாகும். அது எனது திருமணத்திற்கு முன்பே கட்டப்பட்டது.

வராண்டாவிலிருந்து வீட்டின் உட்புறம் நோக்கிச் செல்லும் கதவு பற்றி எனக்கு சில குழப்பங்கள் இருந்தன. என் புரிதலில் சில கணக்கீடுகள் ஒத்துப் போகவில்லை. இதுபோன்ற விஷயங்களில் எனக்கு எந்த அறிவும் இல்லாததால் நடக்கும் அனைத்து விவாதங்களிலிருந்தும் விலகி இருக்க முடிவுசெய்தேன். விவாதங்களுக்கு மத்தியில் அம்மா உள்ளே நுழைந்தார். சிறிது நேரத்தில் அவர் சொன்ன ஒரு யோசனையை அனைவரும் மகிழ்ச்சியுடன் ஒப்புக்கொண்டதை நான் பார்த்தேன். அவர் தனது தர்க்கம் மற்றும் நடைமுறை மனநிலையைப் பயன்படுத்தி ஒரு பெரிய பொறியியல் சிக்கலைத் தீர்த்து வைத்தார். அவருடைய மூளை செயல்படும் விதம் மட்டுமின்றி, அதனைத் தன்னம்பிக்கையுடன் முன்வைத்ததற்கு என்னால் அவரைப் பாராட்டாமல் இருக்க முடியவில்லை.

நாங்கள் இப்பொழுது தங்கியிருக்கும் இல்லத்தைக் கட்டுவதற்காகப் பழைய வீட்டை இடித்துவிடலாம் எனத் திட்டமிட்டோம். அந்த நேரத்தில் நாங்கள் மிகவும் இக்கட்டான நிலையிலிருந்தோம். அதனால் அம்மாவின் ஆலோசனையை நாடவில்லை. எங்கள் யோசனைகளைப் பற்றி அம்மா அறிந்தபொழுது எனது மூளையை நான் எவ்வளவு குறைவாகப் பயன்படுத்தினேன் என்பதைக் குறிப்பிட்டுக் காட்டினார். "இந்த வீட்டை இடிக்க நீங்கள் எப்படி நினைக்கின்றீர்கள்? இந்த வீடு முருகர் வந்து உன் காதில் உபதேசித்த வீடு. முருகப்பெருமான் உன்னை முதன்முறையாகப் பார்த்த வீடு. நாம் தொடர்ந்து விளக்கேற்றி வைத்திருக்கும் வீடு. கடைசிக் காலம் வரை இந்த சூழலை நீங்கள் பாதுகாக்க வேண்டாமா?" என்று சொல்லிவிட்டு அதற்கான தீர்வையும் கொடுத்தார்கள். இருக்கும் இடத்தை இடிக்காமல், இதன்

தோற்றத்திற்கு எந்த ஒரு பாதிப்பும் வராமல் எப்படி ஒரு வீட்டைக் கட்டுவது என்பது பற்றிய யோசனைகளை என் அம்மா எங்களுக்குத் தந்தார்கள்.

நான் என் அம்மாவிற்கு எல்லா வசதிகளும் கூடிய ஒரு பெரிய அறையை அமைத்துத்தருவதில் உறுதியுடன் இருந்தேன். அவர் எங்கள் வீட்டில் மகிழ்ச்சியாக நாட்களைக் கழித்தார். அதேபோல என்னால் முடிந்த எல்லா வழிகளிலும் அவரை மகிழ்ச்சியாக வைத்திருக்க நான் மிகவும் பாடுபட்டேன்.

குழந்தைகளுக்கு நாம் அளிக்கும் பரிசைக் கண்டு குழந்தைகள் மிகவும் மகிழ்வார்கள். அவர்களின் மகிழ்ச்சி நம்மையும் மகிழவைக்கும். அதே போன்றே வயதானவர்களுக்காக நாம் செய்யும் சில விஷயங்கள் இதே மகிழ்ச்சியினை நமக்குத் தரும் என்பதை நாம் மறந்துவிடுகின்றோம். நான் ஒவ்வொரு முறை அம்மாவைப் பயணத்திற்கு அழைத்துச் செல்லும் பொழுதும் அவரது கண்கள் மின்னுவதைக் கண்டு பல முறை மகிழ்ச்சியடைந்துள்ளேன். நான் அவரை டெல்லி, காசி, ஜெய்ப்பூர், ஹரித்வார், ரிஷிகேஷ் போன்ற இடங்களுக்கு அழைத்துச் சென்றபொழுது அவர் கண்களில் ஒரு மின்னலை பார்த்தேன். இது எனக்குக் கிடைத்த மிகப்பெரிய பரிசு என்றுதான் சொல்லவேண்டும்.

நாங்கள் மேற்கொண்ட பயணங்களில் சிங்கப்பூர் மற்றும் மலேசியப் பயணங்கள் என் இதயத்திற்கு மிகவும் நெருக்கமானவை. இந்த பயணங்களுக்கு என் அம்மாவுடன் சேர்த்து ஜிதாவின் பெற்றோரையும் வற்புறுத்தி அழைத்துச் சென்றோம். என்னுடைய இந்த முயற்சி ஜிதாவுக்கு மிகுந்த மகிழ்ச்சியை அளித்தது. இரண்டு இடங்களிலும் நாங்கள் தங்குவதற்கு LMRK நண்பர்கள் ஏற்பாடு செய்திருந்தனர். LMRK விற்கு நவபாஷாண முருகர் சிலையைப் பரிசளித்த ரமேஷை நினைவிருக்கின்றதா? நாங்கள் தங்குவதற்காகச் சிங்கப்பூரில் உள்ள தனது வீட்டை அவர் அளித்தார். நாங்கள் மலேசியா சென்றபொழுது, ஆஸ்திரேலியாவின் பெர்த்தில் தங்கியிருக்கும் சரவணன் அவரது வீட்டை எங்களுக்குக் கொடுத்தார். எங்கள் LMRK நண்பர்கள் அனைவருக்கும் என் மனமார்ந்த நன்றிகள்! இந்த இரண்டு இடங்களிலும் நாங்கள் எந்த வித சவாலையும் எதிர்கொள்ளவில்லை. எனது LMRK நண்பர்களிடமிருந்து நான் பெற்ற விருந்தோம்பல், சேவை, உதவி மற்றும் அனைத்திற்கும் நான் மிகவும்

நன்றியுள்ளவனாக இருக்கின்றேன். அவர்களையும், அவர்கள் குடும்பத்தினரையும் கடவுள் ஆசீர்வதிப்பாராக.

ஜிதாவின் தாயார் மலேசியாவுடன் சிறந்த பிணைப்பைக் கொண்டுள்ளார். அவள் மலேசியாவில் வளர்ந்தவர். இன்றுவரை அவருக்கு மலேசியாவில் பல உறவினர்கள் இருக்கின்றார்கள். அந்த இரண்டு பயணங்களிலும் எங்கள் பெற்றோர்களுக்கு நாங்கள் பரிசளித்த மகிழ்ச்சி உண்மையிலேயே எங்களுக்கு மிகுந்த திருப்தியைக் கொடுத்தது. இந்த உலகத்தில் இதற்கு ஈடு இணையே கிடையாது. என் மகள்கள் முதலில் என்னை அச்சன் (அப்பா) என்று அழைத்தபொழுது நான் அனுபவித்த மகிழ்ச்சியை போன்றே எங்கள் பெற்றோர்களை பயணங்களுக்கு அழைத்துச் சென்றதில் நான் மகிழ்ச்சியடைந்தேன். பயணத் திட்டங்களைப் பற்றி எங்கள் உறவினர்களிடம் அம்மா பாசமாகவும், அப்பாவிதனமாகவும் விவரித்தது எனக்கு இன்றும் நினைவிலிருக்கின்றது. "நான் சிங்கப்பூர் செல்கின்றேன். நீங்களும் சேர்ந்து கொள்ளுங்கள். வெளியுலகைப் பார்ப்பது என்பது மகிழ்ச்சியான ஒரு விஷயம்" என்று சொல்லிக்கொண்டிருந்தார். பயணத்திற்கு முன்னும் பின்னும் அவரிடமிருந்து வந்த அப்பாவித்தனமான கேள்விகள் விலைமதிப்பற்றவை. என் அன்பான நண்பர்களே, உங்களுக்கு எப்பொழுதாவது ஒரு வாய்ப்பு கிடைத்தால் உங்கள் பெற்றோருக்கு இதுபோன்ற வாய்ப்புகள் வழங்குவதைத் தவறவிடாதீர்கள்... அவர்களின் குழந்தைத் தனமான உற்சாகத்தை அனுபவிக்கும் வாய்ப்பை ஒருபொழுதும் நீங்கள் தவறவிடாதீர்கள்.

என் அம்மாவுடனான என்னுடைய ஆத்ம பந்தம் என்பது இது முதல் முறை அல்ல என்று பலமுறை உணர்ந்திருக்கின்றேன். பல பிறவிகளில் இந்த பிணைப்பை நாங்கள் பகிர்ந்து கொண்டிருக்கின்றோம் என்ற வலுவான உணர்வு எனக்கு உள்ளது. மற்ற பிறவிகளின் பொழுது என் அம்மாவிற்கு நான் செய்ய வேண்டிய ஒன்று விடுபட்டிருந்ததாக உணர்கின்றேன். அதனால் தான் நம் ஆத்மாக்கள் மீண்டும் மீண்டும் இணைகின்றன. அம்மாவை நினைக்கும் பொழுதெல்லாம் ஸ்ரீ சங்கராச்சாரியார் மற்றும் அவரது தாயாரின் சிந்தனைகள் என் மனதில் மின்னல் போன்று தோன்றும். அந்த காரணத்திற்காகவே, தேவைப்படும் நேரத்தில் எல்லாம் அம்மாவைக் கவனித்துக் கொள்ள வேண்டும் என்றும், அம்மாவுடன் நேரத்தைச் செலவிட வேண்டும் என்றும் நான் எப்பொழுதும் பிரார்த்தனை செய்தேன். இந்த

ஆசையைப் பிரபஞ்சம் எனக்குப் பெரிய அளவில் பூர்த்தி செய்து தந்தது. ஜனவரி 2020 முதல் 2021 வரை, நான் கிட்டத்தட்ட எல்லா நேரமும் அம்மாவுடன் இருந்தேன். இதற்குத் தொற்றுநோய்க்குத் தான் நன்றி சொல்லவேண்டும்.

ஓம் சரவண பவாய நமஹ !!!

ஆசையைப் பிரபஞ்சம் எனக்குப் பெரிய அளவில் பூர்த்தி செய்து தந்தது. ஜனவரி 2020 முதல் 2021 வரை, நான் கிட்டத்தட்ட எல்லா நேரமும் அம்மாவுடன் இருந்தேன். இதற்குத் தொற்றுநோய்க்குத் தான் நன்றி சொல்லவேண்டும்.

ஓம் சரவண பவாய நமஹ !!!

ஆதிசங்கரரின் பாதையில்

என் அம்மா இந்த பூவுலகை விட்டுப் பிரிந்த உடன் எனக்கு ஒரு இறை செய்தி வந்தது. நான் ஆதி சங்கரர் சென்ற பாதையில் இந்தியாவைச் சுற்றி வர வேண்டும் என அந்த செய்தியில் அறிவுறுத்தப்பட்டிருந்தது. மிகவும் முக்கியத்துவம் வாய்ந்த அந்த இடங்களில் அம்மாவின் அஸ்தியை நான் சமர்ப்பிக்க வேண்டும் என்பதே இதன் மையக் கருத்தாக உணர்த்தப்பட்டது.

இந்தியா முழுவதும் நான்கு மடங்களை ஆதி சங்கராச்சாரியார் நிறுவியுள்ளார். அவை சிருங்கேரி, பூரி, ஜோஷிமத் மற்றும் துவாரகாவில் உள்ளன.

இந்தியக் கலாச்சாரத்தைப் பாதுகாக்கும் நோக்கத்துடன் இந்த மடங்கள் கட்டப்பட்டதாகவும், மேலும் இந்தியாவின் நான்கு ஆற்றல் களங்களை இந்த இடங்கள் உள்ளடக்கியதாகவும் கூறப்படுகின்றது.

COVID தன்னுடைய இரண்டாவது அலையை வீசத் தொடங்கிய தருணத்தில் மீண்டும் பல கட்டுப்பாடுகள் பூமியில் வரத் தொடங்கின. இதன் காரணமாக பயணத்தைத் தொடரலாமா வேண்டாமா என்ற குழப்பத்தில் நாங்கள் இருந்தோம். ஒரு வேளை இந்த பயணம் ஏதாவது காரணங்களால் இடைநிறுத்தப்பட்டால் அது நல்ல சகுனமாக இருக்காது. பல கட்ட விவாதங்களுக்கு பிறகும் கூட எங்களால் ஒரு நிலையான முடிவிற்கு வர முடியவில்லை.

எங்கள் ஒவ்வொருவருக்கும் வேறு வேறான கருத்துகள் இருந்தன. தற்சமயம் பயணங்கள் ஆபத்தானது என்று தேவேட்டன் உணர்ந்தார். சீனிவாசனும் மனதளவில் குழப்பத்துடன் இருந்தார்.

இந்த பயணம் ஆபத்தானது என்ற எண்ணம் இருந்தாலும் கூட வழியில் வரும் தடைகளை நாம் எதிர்கொண்டு முன்னேறலாம் என்பது சீனிவாசனின் கருத்தாக இருந்தது. என்னுடன் பயணம் செய்யவிருந்த சென்னையைச் சேர்ந்த பிரபு என்பவர் கட்டாயம் செல்ல வேண்டும் என்ற எண்ணத்திலிருந்தார். பிரபு அவர்களை உங்களுக்கு நினைவிருக்கின்றது தானே? இவர்தான் பழனியில் நடைபெற்ற மயூர சிம்மாசன வழிபாட்டு நிகழ்ச்சியை அழகாகக் கட்டமைத்திருந்தார். அவரைப் பற்றி உங்களுக்குத் தெரியாத ஒன்றை இப்பொழுது சொல்கின்றேன். இவர் இதற்கு முன்னாள் ராஷ்ட்ரீய ஸ்வயம்சேவக் சங்கத்தின் சர்வதேச பிரிவில் ஒரு மூத்த பதவியை வகித்தவர். இதன் மூலமாக வட இந்தியாவில் உள்ள அவரின் நட்பு வட்டாரத்தை எங்களால் எளிதில் அணுகமுடிந்தது. எங்கள் பயணங்களில் நாங்கள் சந்திக்கும் தடைகளைத் தாண்டுவதற்குப் பிரபு எப்பொழுதும் உதவியாக இருப்பார். அனைத்தும் நல்லபடியாக நடப்பதை அவர் கவனித்துக் கொள்வதாக வாக்களித்தார். அனைத்து கருத்துக்களும் சரியானதாகத் தோன்றினாலும் நான் குழப்பத்திலேயே இருந்தேன்.

எந்த ஒரு இக்கட்டான சூழ்நிலையிலும் பிரார்த்தனைகள் செய்வதே சிறந்தது! எனவே நான் கடவுளின் அனுமதியைப் பெற முடிவுசெய்தேன். இறைவனிடமிருந்து எனக்கு அனுமதி கிடைத்தது. இப்படியாக, ஒரு கையில் அம்மாவின் அஸ்தி மற்றும் மறு கையில் புனிதமான வேலுடன் எனது யாத்திரையை தொடங்கினேன்.

எங்களின் முதல் பயணம் பூரி ஸ்ரீ ஜெகநாதர் கோவில் ஆகும். 12 ஆம் நூற்றாண்டில் கட்டப்பட்ட இந்த கோவிலில் கிருஷ்ணர், பலராமர் மற்றும் சுபத்திரை ஆகியோரின் சிலைகள் உள்ளன. இவை மூன்றும் மரத்தால் செய்யப்பட்டவை. இந்த சிலைகள் செய்யப்பட்டதற்குப் பின்னால் ஒரு சுவாரஸ்யமான கதை உள்ளது. ஒருமுறை மன்னர் இந்திரத்யும்னன் ஒரு சிறப்பு மரத்தைப் பற்றிய இறை செய்தியைப் பெற்றிருந்தார். அந்த சமயத்தில் பெரும் வெள்ளம் வந்ததன் காரணமாக அந்த மரம் வெகு விரைவில் அவரின் இடத்திற்கு வந்ததாகக் கூறப்படுகின்றது. அந்த மரத்தின் மூலம் தெய்வங்களின் சிலைகளை உருவாக்க அவர் முடிவு செய்தார். ஆனால் அவரது நாட்டில் உள்ள எந்த ஒரு தச்சராலும் மன்னரின் விருப்பத்திற்கிணங்க சிலையைச் செய்ய முடியவில்லை.

அனைத்து முயற்சியும் தோல்வியிலேயே முடிவடைந்தது. நீண்ட காத்திருப்புக்குப் பிறகு, அரசன் இந்திரத்யும்னனை ஒரு தச்சர் வந்து சந்தித்தார். அந்த நாட்டிற்கு அவர் புதியவராக இருந்தார். அந்த தச்சர் விஷ்ணு பகவான் என்று இன்று வரை நம்பப்படுகின்றது. பணி நிறைவடையும் வரை பணிமனையிலிருந்து வெளிவரக்கூடாது என்றும், கதவைக் கூட திறக்கக் கூடாது என்றும் தச்சர் அறிவுறுத்தப்பட்டார். அதனை போன்றே அந்த பட்டறையிலிருந்து எந்த ஒரு சப்தமும் வெளியே வரவில்லை. தன்னுடைய பொறுமையை இழந்த அந்த நாட்டின் மகாராணி மன்னரிடம் தன் துன்பத்தை 16வது நாள் வெளிப்படுத்தினாள். எனவே பட்டறையின் கதவைக் கழற்றுமாறு அரசன் கட்டளையிட்டான். ஆனால் அங்கு முழுமையடையாத சிலைகள் மட்டுமே இருந்தன. தச்சர் அங்கே இல்லை. இது தான் அந்த கோவிலில் இருக்கும் தெய்வீக சிலைகளின் வரலாறாகும்.

அந்த சிலைகள் மரசிலைகள் என்பதால் ஒவ்வொரு முறை அவை பழுதடையும் பொழுதும் புதியதாக மாற்றப்படுகின்றது. பல முன்னேற்பாடுகள் தேவைப்படுவதால் இந்த சிலைகளைச் செய்வதற்கான மரங்களைப் பாதுகாப்பது என்பது அவ்வளவு எளிதான காரியம் அல்ல. அந்த மரமானது பறவைகள் கூடு கட்டாத யூகலிப்டஸ் மரமாக இருக்க வேண்டும். அதனோடு அந்த மரத்தின் அடியில் ஒரு குழியில் பாம்பு தங்கியிருக்க வேண்டுமாம்.

சிலைகளின் பாதிப்பைப் பொறுத்து அவை மீண்டும் கட்டமைக்கப்படுகின்றன. பொதுவாக 12 அல்லது 19 ஆண்டுகளுக்குள் இது நடைபெறுகின்றது. சிலைகளை மீண்டும் அமைப்பதில் சில சவால்கள் இருக்கின்றன. கிருஷ்ணர் சிலையைப் புனரமைக்கும் பொழுது பழைய சிலையின் மார்புப் பகுதியிலிருக்கும் ப்ரஹ்ம பதார்த்தத்தை புதிய சிலைக்கு மாற்ற வேண்டும். இந்த சடங்கைச் செய்யும் பூசாரி முதலில் தன் கண்களை மூடிக் கொள்ள வேண்டும் என்ற நியதியும் உள்ளது போல் தெரிகின்றது. காற்றின் திசைக்கு எதிர்த் திசையில் ஒரு கொடியை ஏற்றி வைக்கும் ஒரு கம்பம் அங்கு உள்ளது. அது ஜெகநாதர் கோயிலில் உள்ள மற்றொரு அற்புதமான நினைவுச்சின்னமாகும்.

நாங்கள் கோவில் வளாகத்தில் பிரார்த்தனை செய்தபொழுது அங்கே அம்மாவின் ஒரு பகுதி அஸ்தியைக் கரைத்தோம்.

பூரியில் சடங்குகளை முடித்துவிட்டு டெல்லி ஹஸ்தினாபூர் வழியாக ஹரித்வார் சென்றோம். நாங்கள் அங்குச் சென்ற அடுத்த நாள் சிவராத்திரி. கும்பமேளா நடைபெறும் நேரமாக இருந்தது. அது மிகவும் மங்களகரமான நேரம்! கும்பமேளாவில் மனிதர்கள் வெள்ளம் போலத் தெரிவார்கள். மக்கள் பெருங்கடல் என்று அதனைச் சொன்னால் அது மிகையாகாது. எங்களுக்கான அறைகள் ஒதுக்கப்பட்டிருந்த இடத்தை அடைவது மிகவும் கடினமானதாக இருந்தது. அது சாத்தியமற்ற ஒன்று என்று தோன்றியது! ஆகையால் எங்கள் திட்டத்தை மாற்றி எங்களுக்கு எதிரே தெரிந்த ஒரு தங்குமிடத்திற்குச் சென்றோம். எங்களின் அதிர்ஷ்டம் அங்கு ஒரே ஒரு அறை இருந்தது. யாரோ ஒருவர் ரத்து செய்ததால் எங்களுக்கு அந்த அறை கிடைத்தது. இறைவனின் கட்டளையே எங்கள் விருப்பம்.

எங்கள் LMRK உறுப்பினர்களில் ஒருவர் எங்களுக்காக ஒரு பண்டிதரை ஏற்பாடு செய்திருந்தார். எங்களுக்கு உதவ அவர் ஒப்புக்கொண்டதால் நாங்கள் அவரை தொடர்பு கொண்டு பேசினோம். அந்த நல்ல மனிதர் எங்களுக்கு எல்லா உதவிகளையும் செய்வதாகவும், அடுத்த நாள் எங்களைச் சந்திப்பதாகவும் ஒப்புக்கொண்டார்.

நான் மறு நாள் விடியற்காலையில் எழுந்து கங்கை நதிக்கரையில் நின்றுகொண்டிருந்தேன். தண்ணீர் பனிக்கட்டியைப் போல் இருந்தது. சுற்றுப்புறம் முழுவதும் அமைதியாகவும், தெய்வீகமாகவும் இருந்தது. அந்த குளிர்ந்த காற்றிலும் இதயம் வெப்பத்தால் நிறைந்திருந்தது. அம்மாவின் ஆன்மாவுக்கான சடங்குகளை நானே செய்ய முடிவு செய்தேன். கங்கையின் புனித நீரில் நீராடிவிட்டு சடங்குகளைச் செய்தேன். அம்மாவின் அஸ்தியைப் புனித கங்கையில் கரைத்தேன். அம்மாவின் அஸ்தியைப் பல சிறிய கலசங்களில் வைத்திருந்தேன்.

எல்லா சடங்குகளையும் செய்த பின், என் மனதின் இறுக்கம் குறைவதை நான் உணர்ந்தேன். என் உள்ளம் லேசாக இருந்ததையும், மகிழ்ச்சியோடு இருந்ததையும் என்னால் உணர முடிந்தது. அங்கிருந்த குளிர் என்னுடைய ஒவ்வொரு எலும்பையும் உறைய வைத்தது. பண்டிதர் வருவதற்கு நேரம் இருந்ததால் எங்கள் எதிரில் தென்பட்ட ஒரு பெரிய கட்டிடத்திற்குள் நுழைந்தோம். நாங்கள் எங்கே இருக்கின்றோம் என்றே எங்களுக்குத் தெரியவில்லை. பல சிறிய சிறிய அறைகள் அங்கே இருந்தன. அவை ஒவ்வொன்றிலும் பல சாதுக்கள் இருந்தார்கள். அந்த இடம் "ஓம் நம சிவாய" கோஷத்துடன்

கூடிய உயரிய அதிர்வைக் கொண்டிருந்தது. சிறிது நேரம் நானும் பிரபுவும் ராட்சத சமையல் பாத்திரங்களுக்கு அருகில் நின்று வெப்பம் ஏற்றிக்கொண்டிருந்தோம். போதுமான வெப்பம் ஏறிய பிறகு அந்த வளாகத்திலிருந்த ஒரு சிறிய கோவிலுக்குள் நான் நடந்து சென்றேன். அந்த கோவிலுக்குள் முருகப் பெருமான் வீற்றிருந்தை என்னால் நம்பவே முடியவில்லை! புனித சடங்குகளைச் செய்துவிட்டு அம்மாவின் அஸ்தியைக் கங்கையில் கரைத்த பின் முருகர் சன்னிதியில் இருந்தது எவ்வளவு மகிழ்ச்சியாக இருந்தது என்பதை என்னால் வார்த்தைகளால் சொல்ல முடியவில்லை.

எனக்குள் ஒரு அமைதி நிரம்பி வழிவதையும், சிவபெருமானின் மந்திரங்கள் தரும் அதிர்விற்குள் நான் ஒன்றிணைவதையும் என்னால் உணர முடிந்தது. சிவபெருமானின் கீர்த்தனைக்கு நடுவில் நான் முருகப்பெருமானின் ஓம் சரவணபவாய நமஹ என்று என் மனதிற்குள் நிறைவாகச் சொல்லிக்கொண்டிருந்தேன்.

பண்டிதர் வரும் வரை நான் அங்கேயே ஜபித்துக் கொண்டிருந்தேன். அவர் அழகான ஆற்றல் மிக்க மனிதர்! ஹிமாச்சலப் பிரதேசத்தைச் சேர்ந்த அவர் மிருதுவான குர்தா மற்றும் பாரம்பரிய தொப்பி அணிந்திருந்தார்.

கும்பமேளாவின் பின்னணிக் குறித்த சில தகவல்கள்: அகதாஸ் எனப்படும் 16 துறவற சமூகங்களுக்குக் கும்பமேளாவை நடத்துவதற்கான உரிமையை இந்திய அரசு வழங்கியுள்ளது. இவற்றில் நிரஞ்சனி அகடா இரண்டாவது பெரியது. எங்கள் பண்டிதர் நிரஞ்சனி அகடாவின் முக்கிய துறவிக்கு (தலைவருக்கு அடுத்தபடியாக இருக்கும்) நெருங்கிய நண்பராக இருந்தார். ஒவ்வொரு அகடாவிற்கும் கங்கை நதியில் ஒரு பிரத்தியேக நதிக்கரை தளமும், புனித நீரில் சடங்கு நீராட ஒரு குறிப்பிட்ட நேரமும் ஒதுக்கப்பட்டுள்ளது.

பிரயாச்சிதா என்று அழைக்கப்படும் கர்ம வினைகளை நீக்கிக்கொள்வதற்கான இந்த சடங்கு கும்பமேளாவில் முக்கியமானதாகக் கருதப்படுகின்றது.

இப்பொழுது இதிலிருந்து சற்று விலகி வேதங்களிலிருந்து ஒரு கதையைச் சொல்கின்றேன். வலிமைமிக்க கருடர் அமிர்த்தை எடுத்துக்கொண்டு அசுரர்களைக் கடந்து தேவர்களிடத்தில் செல்கையிலே, அந்த தெய்வீக அமிர்த்திலிருந்து ஒரு துளி சிதறியதாகச் சொல்லப்படுகின்றது. சிந்திய அந்த அமிர்தமானது நான்கு இடங்களில் சிதறியதாகச் சொல்லப்படுகின்றது.

ஹரித்வார், உஜ்ஜைன், அலகாபாத் மற்றும் நாசிக் என்ற நான்கு இடங்களில் சிந்தியதாகப் புராணங்கள் சொல்கின்றன. இன்றுவரை இந்த நான்கு இடங்களில் தான் கும்பமேளா நடைபெற்று வருகின்றது. அர்த்த கும்பமேளா நான்கு ஆண்டுகளுக்கு ஒரு முறையும், பூர்ண கும்பமேளா 12 ஆண்டுகளுக்கு ஒருமுறையும் நடைபெறுகின்றது.

மீண்டும் எங்கள் யாத்திரைக்கு வருவோம். ஆசீர்வாதங்களைப் பற்றிக் கேட்பதை விட நம் காதுகளை மயக்கும் விஷயம் வேறு இருக்க முடியுமா?

இருக்க முடியாது, இல்லையா? அமிர்தம் சிந்திய இடங்களில் நிரஞ்சனி அகதாவுக்கு ஒதுக்கப்பட்ட ஆற்றங்கரை தளமும் ஒன்று என்பதை அறிந்ததும் என் காதுகள் உணர்ந்தது அதனைத்தான். அந்த செய்தி பேரின்பத்தைத் தந்தது. நாங்கள் சரியான நேரத்தில் ஒரு பூர்ண கும்பமேளாவில் கலந்துகொள்ள இருந்தோம்!

சரியான நேரத்தில் யாத்திரைக்கான ஊர்வலம் தொடங்கியது. அகடா தலைவர்கள் தேர்களில் அமர்ந்திருந்தனர். பிரதான தேரின் உள்ளே நிரஞ்சனி அகடாவின் முக்கிய தலைவர் அமர்ந்திருந்தார். அதேபோல், வரிசை முறைப்படி வெவ்வேறு தேர்களில் வெவ்வேறு சாதுக்கள் அமர்ந்திருந்தனர்.

செயலாக்கத்தில் முன்னணியிலிருந்த நாகசன்யாசிகள், திகம்பரர்களைப் பிரதிநிதித்துவப்படுத்தி தங்கள் கலாச்சார வித்தைகளை நிகழ்த்திக் கொண்டிருந்தார்கள். அவர்களைத் தொடர்ந்து ஏராளமான பிற மடங்களின் சாதுக்களும் இருந்தனர். பூமிக்கு வழங்கப்பட்ட அனைத்து ஆற்றலும் இந்த கூட்டத்தால் உறிஞ்சப்படுவது போல காட்சியளித்தது. ஆழ்கடலின் ராட்சத அலைகள் போல் கூட்டம் அலைமோதியது. பெரும் வைராக்கியத்தை அங்கு என்னால் காண முடிந்தது. இதற்கு முன் இவ்வாறு நான் அனுபவித்ததில்லை.

ஊர்வலத்தின் அதிர்வுகள் என்னுள் குடியேறியதும் என் கண்கள் இன்னொரு அதிசயத்தைக் கண்டன. நிரஞ்சனி அகடாவின் தேர் ஒவ்வொன்றின் பின்னும் முருகப்பெருமானின் புகைப்படமும், ஓம் கார்த்திகேய நம: என்ற எழுத்துகளும் இருந்தன.

இது என்னை நம்பமுடியாத அளவிற்குப் பரவசத்தில் ஆழ்த்தியது. இரண்டு நாட்களுக்கு முன்புதான் LMRK உறுப்பினர் ஒருவர் இந்த பண்டிதரைச் சந்திக்கும்படி எனக்குப் பரிந்துரைத்தார். இவை எதுவும்

முன்கூட்டியே திட்டமிடப்பட்டவை அல்ல. பயணம் முழுவதும் இறைவன் என்னுடன் இருக்கின்றார் என்பதை மீண்டும் மீண்டும் உறுதியளிப்பதைப் போலிருந்தது இந்த காட்சி. பொறிக்கப்பட்டிருந்த எழுத்துக்களைப் பற்றியும், முருகர் படத்தைப் பற்றியும் விசாரித்தேன். நிரஞ்சனி அகடா என்பது கார்த்திகேயனுக்கு அர்ப்பணிக்கப்பட்ட ஒன்று என்று பண்டிதர் விளக்கம் அளித்தார். "ஓ, என் இறைவா! நான் ஏன் பயப்பட வேண்டும்? ஒவ்வொரு நொடியும் நீங்கள் என்னுடன் இருக்கின்றீர்கள்," என்று என் இதயத்தில் நன்றியுணர்வு நிரம்பியது.

அதிசயமான ஆச்சரியங்கள் அதனுடன் நிற்கவில்லை. இதுவரை நான் குறிப்பிட்டதிலிருந்து, நாங்கள் சந்தித்த பண்டிதர் எங்களைப் பற்றி நிரஞ்சனி அகடாவின் முக்கிய தலைவரிடம் எதுவும் குறிப்பிடவில்லை என்பதை நீங்கள் அறிவீர்கள். மேலும், தேர்ந்தெடுக்கப்பட்ட 10 அல்லது 12 பேர் மட்டுமே நீராடுவதற்காக ஆற்றின் கரையில் நுழைய முடியும். நாங்கள் ஆற்றங்கரைப் பகுதியை நெருங்கியதும் அகடாவின் முக்கியத் தலைவர் திரும்பி வந்து என்னையும் அவருடன் இணையுமாறு கூறினார். அந்த நேரத்தில் நான் உணர்ந்த மகிழ்ச்சி, ஆச்சரியம் மற்றும் நன்றியுணர்வு ஆகியவற்றை வார்த்தைகளால் வெளிப்படுத்த முடியாது. இவை அனைத்தும் உண்மையில் நடக்குமா? இந்த மங்களகரமான தருணத்தில், கங்கையில் நீராட ஏங்கும் கோடிக்கணக்கான மக்கள் மத்தியில், புராண முக்கியத்துவம் வாய்ந்த அந்த நதிக்கரையில் என் இறைவன் என்னைத் தேர்ந்தெடுத்து, தூய்மைப்படுத்தி, அம்மாவின் சடங்குகளைச் செய்ய பாக்கியம் அளித்தார். இதற்கு மேல் என்னால் வேறென்ன கேட்கமுடியும்?

என்னை வியப்பில் ஆழ்த்துவதில் என் இறைவன் ஒருபொழுதும் தவறுவதில்லை. அவர் என்னைச் சக்தி வாய்ந்த கும்பமேளாவுக்கு அழைத்துச் சென்று அங்கு அவருக்கு அர்ப்பணிக்கப்பட்ட அகடாவில் என்னை ஏற்றுக்கொண்டு, என்னைத் தூய்மைப்படுத்தி, பிரார்த்தனை செய்யவைத்து, மிகவும் மங்களகரமான நாளில், மிகவும் மங்களகரமான நேரத்தில் மற்றும் மிகவும் மங்களகரமான முறையில் என் அம்மாவிற்குச் சடங்குகளைச் செய்ய வைத்தார். அதுவும் அனைத்து கூட்டத்தையும் விளக்கி வைத்து! என்னால் வெளிப்படுத்தமுடியாத அளவிற்கு என்னுள் நன்றியுணர்வு நிறைந்திருந்தது.

பழனியாண்டவரே - நீங்கள் கணிக்க முடியாதவர்!

ஹரித்வாரில் ஏற்பட்ட ஒரு மகிழ்ச்சியான அனுபவத்திற்குப் பிறகு அடுத்த நாள் காலை நாங்கள் ஜோஷி மத்திற்குப் புறப்பட்டோம். மொத்தம் நான்கு புனிதத் தலங்கள் உள்ளன. அவை கங்கோத்ரி, யமுனோத்ரி, கேதார்நாத் மற்றும் பத்ரிநாத் ஆகியன. ஒவ்வொரு ஆண்டும் கடுமையான குளிர்காலத்தில் இந்த இடங்கள் நான்கு மாதங்களுக்கு மூடப்படுகின்றன. ஆதி சங்கராச்சாரியார் சிவபெருமானை வழிபட்ட பிறகு கேதார்நாத் கோவிலுக்குப் பின்புறம் சென்றதாகக் கூறப்படும் குகை ஒன்று அங்கு உள்ளது. அந்த சம்பவத்திற்குப் பிறகு அவரை யாரும் பார்க்கவில்லை என்று புராணங்கள் கூறுகின்றன. அந்த குகைக்குள் இருந்து ஸ்ரீ ஆதிசங்கராச்சாரியார் வேறொரு நேர மண்டலத்தை அடைந்துவிட்டார் என்பதை எனது உள்ளத்தின் ஆழத்தில் உணர்ந்தேன். அவர் ஏன் அவ்வாறு செய்திருக்கக்கூடாது? அவர் 32 வயதை எட்டியிருந்தபொழுது அவர் இந்தியாவின் ஆன்மீகத்தைப் பெருமளவில் உயர்த்தினார். பூமியில் வாழும் நாட்களில் ஒருவரால் செய்ய முடியாததை அவர் சாதித்துக்காட்டினார். நாடு முழுவதும் பரவியிருந்த பௌத்தத்தின் செல்வாக்கிலிருந்து ஆயுதம் ஏந்தாமல், இரத்தம் சிந்தாமல் இந்து மதத்தை மீட்டெடுத்து அவர் வெற்றி பெற்றார். பல யுகங்களுக்கு இந்தியா நிலைத்திருக்கும் வகையில் அவர் இந்து மதத்தை மீட்டெடுத்தார். காலத்தைக் கடந்தும் அவர் நிச்சயம் ஆசீர்வதிக்கப்படுவார்.

நாங்கள் சென்ற காலம் குளிர்காலம் என்பதால் அந்த இடங்கள் மூடப்பட்டிருந்தன. அந்த இடங்களுக்கு அப்பொழுது செல்ல முடியவில்லை. நாங்கள் ஜோஷிமத்தை அடைந்தோம். பொழுது விடிந்ததும் அங்குள்ள நரசிம்மர் கோயிலுக்குச் சென்றோம். அந்தக் கோவிலுக்கு என்று ஒரு சிறப்பு உள்ளது. அங்குள்ள தெய்வத்தின் கைகளில் ஒன்று காலப்போக்கில் குறுகிக் கொண்டே வருகின்றது. ஜோஷிமத்தில் உள்ள நரசிம்மர் கோயிலில் தெய்வத்தின் கை கீழே தரையில் விழும் பொழுது கேதார்நாத் மற்றும் பத்ரிநாத் கோயில்கள் மூடப்படவேண்டும் என்று ஆதி சங்கராச்சாரியார் அறிவுறுத்தியுள்ளதாகப் புராணங்கள் கூறுகின்றன. இந்த இரண்டு கோயில்களையும் வேறு இடத்தில் தொடங்க வேண்டும் என்றும் அவர் குறிப்பிட்டுள்ளார். பௌஷ்ய கேதார்நாத் மற்றும் பௌஷ்ய பத்ரிநாத் என்று புதிய கோவில்கள் அழைக்கப்படும்.

இதற்கான இடங்களையும் ஆதி சங்கராச்சாரியார் குறிப்பிட்டுள்ளார். புதிய கோவில்கள் பெளஷ்ய பத்ரிநாத் ஜோஷிமத்துக்கு மிக அருகில் அமைவதாக இருக்கும்.

எங்களுடன் இருந்த பண்டிதருக்கு அங்குள்ள அனைவரையும் தெரியும். நரசிம்மர் கோவிலில் பிரார்த்தனை செய்துவிட்டு உத்தரகண்ட் மாநிலத்திலுள்ள ஜோஷிமத் சென்றடைந்தோம். அங்கு ஸ்ரீ சங்கராச்சாரியார் தியானம் செய்த இடம் இன்றும் பாதுகாக்கப்பட்டு வருகின்றது. அவர் ஒரு மல்பெரி மரத்தின் கீழ் தியானம் செய்தார். இது இந்தியாவின் மிகப் பழமையான வாழும் மரம் என்று இன்று பதிவு செய்யப்பட்டுள்ளது. அதன் கீழே சங்கராச்சாரியார் சிலை வைக்கப்பட்டுள்ள குகை ஒன்று உள்ளது. அதற்கு மேலே படிக்கட்டுகள் ஏறிச் சென்றால் அங்கு சிவபெருமான் கோவில் உள்ளது. அங்குத் தொடர்ந்து எரிந்துகொண்டிருக்கும் தீபம் ஒன்று உள்ளது. அது சங்கராச்சாரியார் ஏற்றிவைத்த தீபம் என்று சொல்லப்படுகின்றது. அந்த பாரம்பரியத்தை இன்றளவும் தவறாமல் பின்பற்றுகின்றார்கள். இந்த பொறுப்பை ஒரு குடும்பத்திற்கு வழங்கியுள்ளார்கள். அவர்கள் பாரம்பரியமாக இதனைச் செய்து வருகின்றார்கள்.

அம்மாவின் அஸ்தியினுடைய ஒரு பகுதியை இமயமலையில் வைக்க வேண்டும் என்ற ஆசை எனக்கு இருந்தது. ஆனால் பண்டிதர் அதற்கு எதிராக சில அறிவுரைகளை வழங்கினார். அவர் கூற்றின்படி இறந்தவர்களின் சாம்பல் தண்ணீரில் கரைக்கப்பட வேண்டும். நான் அவரின் சொற்களுக்கு கீழ்ப்படிந்தேன்.

இந்த இடத்திற்கு வரும் மக்கள் தங்கள் தேவைகளை நிறைவேற்றுவதற்காகவும், தங்கள் பிரார்த்தனையின் அடையாளமாகவும் அந்த வலிமையான மல்பெரி மரத்தில் ஒரு சரம் கட்டுகின்றார்கள். இது மனிதனால் உருவாக்கப்பட்ட ஒரு சடங்கு. பொதுவாகவே நான் அது போன்ற சடங்குகளுக்கு முக்கியத்துவம் அளிப்பதில்லை. இருப்பினும், பண்டிதர் அறிவுறுத்தியதால் அவரின் வற்புறுத்தலுக்கு இணங்கி அவர் கொடுத்த சரத்தை அந்த புனிதமான மரத்தில் கட்ட முடிவு செய்தேன்.

சரத்தைக் கட்ட ஆரம்பிப்பதற்கு முன் சிறிது நேரம் பிரார்த்தனை செய்தேன். நான் போட்ட முடிச்சை நான் இறுக்கியது மட்டும் தான் எனக்குக் கடைசியாக ஞாபகம் இருந்தது. அப்பொழுது என் தலைக்குள்

ஏதோ ஒளி மிளிர்வதை உணர்ந்தேன்! அந்த நேரத்தில் எனது உடலின் தோற்றம் எப்படி இருந்தது என்பது எனக்கு உறுதியாகத் தெரியவில்லை. என்னால் ஒரு பெரிய பனிமூட்டத்தை மட்டுமே பார்க்க முடிந்தது. என்னைச் சுற்றி எல்லாம் ஒரே வெண்மையாக இருந்தது. மூடுபனிக்குள் ஒரு காற்று சென்று அதனை விலக்கியது. அப்பொழுது அங்கே ஒரு அகோரி சித்தர் என்னைப் பார்த்துச் சிரித்தார். ஒரு நொடிப்பொழுதில் விழிப்பு வந்தவுடன், "மகாதேவா, நீலகண்டா நீங்கள் தான் அகோரி சித்தர் வடிவத்தை எடுத்திருக்கின்றீர்கள்!" என்று என் உள்ளத்தின் ஆழத்திலிருந்து அழுதேன். அப்பொழுது அவர் தன் கைகளை நீட்டி ஒருவரை அழைத்து தனக்கு அருகில் நிற்க வைத்தார். அவர் ஒரு பெண். அம்மா, என் அம்மா! புடவை மற்றும் கூந்தல் காற்றில் அசைந்தபடி அவர் அருகில் நின்றிருந்தார்.

இந்த நேரத்தில் அம்மாவைப் பற்றி முந்தைய அத்தியாயங்களில் சொல்லத் தவறிய ஒன்றை உங்களுக்குச் சொல்ல வேண்டும். அம்மா தன் வாழ்வின் கடைசிக் கட்டத்தில் ஒரு யோகியைப் போலவே வாழ்ந்தார்கள். அவரின் சொந்த விருப்பத்திலேயே அவ்வாறு அவர் செய்தார். எனக்கும் அதற்கும் எந்த சம்பந்தமும் இல்லை! பழனிக்குச் சென்று தலையை மொட்டையடித்துக் கொண்டு காவி உடை உடுத்தி உணவை குறைத்துக் கொண்டார். தன் வாழ்வின் கடைசிக் காலங்களில் என் மகள்களை தன் பக்கத்தில் அழைத்து தன்னிடம் இருந்த நகைகளை எல்லாம் அவர்களுக்கு அணிவித்தார். என் மூத்த மகள் பருவமடைந்தபொழுது அம்மா அவளுக்கு ரத்தின நகையைப் பரிசாக அளித்தார். என் இளைய மகளும் சரியான நேரத்தில் பரிசளிக்கப்பட வேண்டும் என்பதற்காக அதேபோன்ற கழுத்துப்பட்டையை ஜிதாவின் பாதுகாப்புக் காவலில் வைத்துவிட்டார். நடந்ததையெல்லாம் நினைத்துப் பார்க்கும்பொழுது, என் அம்மா தன் பூதவுடலை இந்த பூமியில் விட்டுச் செல்வதற்கு முன் செய்ய வேண்டிய அனைத்தையும் செய்துள்ளார் என்பது தெரிகின்றது.

என் அம்மா இப்பொழுது வலிமைமிக்க மகாதேவரின் அருகில் மகிமையுடன் நின்றுகொண்டிருக்கின்றார்! பகவான் மகாதேவர் என்னைச் சுட்டிக்காட்டி அவரிடம் ஏதோ கூறினார். அவர் மகன் இங்கே இருக்கின்றார் என்று சொல்லியிருக்கலாம். அப்பொழுது அம்மா என்னைப் பார்த்து தன் உள்ளத்தின் ஆழத்திலிருந்து மகிழ்ச்சியில் சிரித்தார். பின்னர் அவரின் வலது கையை உயர்த்தி

வெற்றி குறியைக் காட்டினார். எல்லாம் சரியான திசையில் செல்கின்றது என்று அவர் எனக்கு உறுதியளித்ததைப் போலிருந்தது. மகாதேவரும் என் அம்மா சொர்க்கத்தில் இருப்பதை எனக்கு உறுதி செய்வதைப் போல் தனது வலது கையை உயர்த்தி காட்டினார்.

அந்த தெய்வீக அனுபவத்திற்குப் பின் நான் மிகவும் சோர்வாக உணர்ந்தேன். நான் மனம் விட்டு அழுததில் என் கண்களிலிருந்து கண்ணீர் பெருக்கெடுத்தது. என் நிலையைக் கண்டு பிரபுவும் பண்டிதரும் விரைந்து வந்து எனக்கு உதவினார்கள். அம்மாவின் அஸ்தியின் ஒரு பகுதியை ஜோஷிமத்தில் வைக்க வேண்டும் என்று மீண்டும் வலியுறுத்தினேன். இந்த முறை பண்டிதர் ஒப்புக்கொண்டார். பிரபு அருகிலிருந்த காட்டில் ஒரு குழி பறித்தார். நான் அம்மாவின் சாம்பல் அடங்கிய ஒரு கலசத்தைப் பத்திரமாக அங்கே வைத்து அந்த குழியை மண்ணால் மூடினேன். அந்த மண்ணை வணங்கிய சிறிது நேரத்தில் எங்கிருந்தோ ஒரு காகம் அங்கே வந்தது. எங்களைவிடப் பண்டிதருக்கு இது பெரும் ஆச்சரியத்தைத் தந்தது.

அதிசங்கராச்சாரியார் தவம் செய்த பூமி அது. அவர் சுடர் வடிவில் தெய்வீக தரிசனம் பெற்ற இடம் தான் ஜோதிர்மேடு. பின்னர் ஜோஷிமத் என்று பெயர் மாற்றப்பட்டது. அந்த இடத்தில் அம்மாவைப் பார்த்தது ஒரு அதிசயம் என்று தான் சொல்ல வேண்டும். அம்மா தன் வாழ்வில் அடிக்கடி தொடர்புப்படுத்தும் ஒரு நபர் வாழ்ந்த இடம் அது.

நான் ஜோஷிமத்தை விட்டு வெளியேறினேன். எனது பணி நிறைவடைந்தது என்ற உற்சாகம் எனக்குள் இருந்தது. அதற்குப் பிறகு எனது நம்பிக்கை பல மடங்கு அதிகரித்தது. இந்த பயணத்தைப் பற்றி நினைக்கையிலே, எல்லாப் பெரியவர்களும் ஒரு பெரிய பணிக்காகப் புறப்படுவதற்கு முன்பு இது போன்ற ஒரு யாத்திரை சென்றிருக்கின்றார்கள் என்று உணரமுடிகின்றது.

மீதம் இருந்த யாத்திரையை முடிப்பது என்பது மேகங்களில் நடப்பது போல் இருந்தது. எங்கள் வழியில் வந்த எதுவும் எங்களைத் தொந்தரவு செய்ததாகத் தெரியவில்லை. அந்த அளவிற்குத் தன்னம்பிக்கை அதிகரித்தது. எங்களின் அடுத்த பயணம் வாரணாசியில் உள்ள காசி. அங்கே சென்று பிரார்த்தனைகள் செய்துவிட்டு அம்மாவின் அஸ்தியை அங்கே கரைத்தோம். அதன் பின் அலகாபாத் சென்றோம். அங்குப் படகில் சென்று பிரார்த்தனை

செய்தோம். ஒரு காலத்தில் ஸ்ரீ ராமர் தனது தந்தையான தசரதருக்குக் கடைசி சடங்குகளைச் செய்த உஜ்ஜயினியில் என் அம்மாவிற்குச் சடங்குகளைச் செய்ய நான் ஆசிர்வதிக்கப்பட்டேன். வீட்டிற்குத் திரும்புவதற்கு முன் நாங்கள் இறுதியாகச் சென்ற இடம் துவாரகா.

எங்களின் முழு பயணமும் எங்கள் இதயத் துடிப்பைச் சீராக வைத்திருக்கவில்லை. அனைத்து விமான நிலையங்களிலும் தொற்று நோயின் அறிகுறிகளைச் சரிபார்ப்பதற்குக் கடுமையான கட்டுப்பாடுகள் இருந்தன. வெப்பநிலையின் ஏற்ற இறக்கம் என்பது தனிமைப்படுத்தலுக்கான நேரடி பயணச்சீட்டைத் தந்துவிடும். கிட்டத்தட்ட எல்லா நேரங்களிலும் சளி பிடிக்கும் நிலையிலேயே பிரபு இருந்தார். அப்படி தான் இருக்க முடியும். நாங்கள் பயணித்த மற்றும் நடந்து சென்ற தூரத்தை இன்று என்னால் கற்பனை கூடச் செய்து பார்க்கமுடியவில்லை. அதுவும் பனிக்காலத்தில். எங்களுக்குக் காய்ச்சல் வராதது பெரிய ஆச்சரியமாக இருந்தது. அம்மாவுக்கு அஞ்சலி செலுத்தும் யாத்திரை நடுவழியில் நிறுத்தப்பட்டு திரும்ப வீட்டிற்கே நாங்கள் அனுப்பப்பட்டிருந்தால் அது என் இதயத்தை உடைத்து என்னை மனதளவில் செயலிழக்கச் செய்திருக்கும்.

எனது நம்பிக்கை மற்றும் பாதை என்றுமே முருகப்பெருமான் தான். அது என்றைக்கும் தவறாது! அவருடைய அருளால் மிக உயரிய நிறைவான உணர்வோடு எங்கள் யாத்திரையை முடித்தோம். அனைத்தும் இறைவனிடமிருந்து ஆரம்பித்தது மீண்டும் இறைவனிடமே முடிவடையவேண்டும். சென்னையில் இறங்கியவுடன் காஞ்சிபுரம், மதுரை வழியாக எங்களின் நன்றியையும், போற்றுதலையும் தெரிவிப்பதற்காகப் பழனிக்குச் சென்றோம்.

அந்த மகத்தான பயணம் மிகப் பெரிய வெற்றியில் முடிவடைந்தது.

மகேஸ்வரரைப் பிணைத்திருக்கும் அம்மாவை நான் பார்த்ததிலிருந்து அவருடைய ஆசீர்வாதம் என் மீதும், என் அமைப்பின் மீதும் எப்பொழுதும் இருக்கும் என்ற என் நம்பிக்கை அதிகரித்தது. இந்த நம்பிக்கையும் அந்த பார்வையும் எனக்கு அளித்த பலம் மிக ஆழமானது. அப்போதிலிருந்து எந்த ஒரு பணியை மேற்கொள்வதிலும் எனக்கு ஒரு கணம் கூட சந்தேகமோ அல்லது பதட்டமோ இருந்ததில்லை. எனக்கு இப்பொழுது கூடுதல் பாதுகாப்பு உள்ளது. அதுவும் அம்மாவிடமிருந்து. முருகப்பெருமானின் சிப்பாய்

என்ற தைரியம்தான் எனக்குள் அப்படிப்பட்ட நம்பிக்கையை ஏற்படுத்தியது.

காசி விசாலாட்சி, காஞ்சி காமாட்சி மற்றும் மதுரை மீனாட்சி ஆகிய தேவியர்களின் தெய்வீக சன்னிதியில் நாங்கள் அம்மாவிற்காகப் பிரார்த்தனை செய்ததைப் பற்றி நான் இங்குக் கட்டாயம் சொல்ல வேண்டும்.

மார்ச் 23 அன்று பழனியை அடைந்து சண்முக நீராடி அம்மனுக்கு அர்ச்சனை செய்தோம். பின்னர் பழனிமலை ஏறி எங்களைப் பயணம் முழுவதிலும் பாதுகாத்த முருகப்பெருமானுக்கு நன்றி செலுத்தினோம். அவர் இல்லையென்றால் மார்ச் 07 ஆம் தேதி நிலா நதிக்கரையில் தொடங்கிய இந்த மாபெரும் பயணத்தை, நம் முன்னோர்கள் கடந்து வந்த பாதையை, 16 நாட்களில் எப்படி முடித்திருக்க முடியும்.

வெளி உலகத்தை நோக்கியிருந்த என் கண்களை மூடிக்கொண்டு, என் கைகளை கூப்பியபடி முருகப்பெருமானிடம் முழுவதுமாக சரணடைந்து நின்றேன்.

அனைத்தையும் அறிந்த என் இறைவனே!

ஓம் சரவணபவாய நமஹ !!!

LMRK கொடியும், ஸ்கந்தபாரதமகாயாகமும்

LMRK அமைப்பைப் பற்றிய முக்கியமான ஒரு செய்தியை இறைவன் எனக்கு அனுப்பினார். அது நம் அமைப்பிற்கான கொடியினை பற்றியது. கொடியினை வடிவமைக்க இறைவனே நமக்கு வழிகாட்டினார்.

வடிவமைப்பு குறித்த விளக்கங்கள் பின்வருமாறு:

- கொடி நீல நிறப் பின்னணியைக் கொண்டிருக்கும்.
- குமரி கண்டத்தின் வரைபடம் தங்க நிறத்தில் இருக்கும்.
- பத்து தங்க நட்சத்திரங்கள் இடம்பெற்றிருக்கும்.
- கொடியின் மையத்திலிருந்து ஒரு தங்க வேல் மேல்நோக்கி வீற்றிருக்கும்.

இவை அனைத்திற்குமான விளக்கங்கள்:

- நீல நிறம் இந்த பூமியைக் குறிக்கின்றது.
- தங்க நிறத்தில் உள்ள குமரி கண்டம் அதன் பொற்காலத்தைக் குறிக்கின்றது.
- நிச்சயமாக, நிலத்தின் அதிபதியான முருகப்பெருமானை தங்கவேல் குறிக்கின்றது.
- பத்து தங்க நட்சத்திரங்கள், பத்து ஆற்றல் மூலங்களைக் குறிக்கின்றன. உதாரணமாக, மகாதேவர், ஆதிபராசக்தி, சித்தர்கள், குமரி கண்டத்தின் முன்னோர்கள் போன்றவை..

ஒரு பேரரசின் அல்லது நிறுவனத்தின் கொடி என்றால் என்ன? நீங்கள் என்ன நினைக்கின்றீர்கள்? அது அதன் அடையாளமாகும். கொடி என்பது அந்த நிலத்தின் ஒவ்வொரு வெற்றியையும் குறிக்கும். இதுவே இந்த கொடியின் வடிவமைப்பிற்குப் பின்னால் இருக்கும் காரணங்களாக இருக்கக்கூடும். நம் அமைப்பின் கொடியினை வடிவமைத்ததன் மூலம் ஒரு புதிய உலக ஒழுங்கை உருவாக்குவதே நம் அமைப்பின் நோக்கம் என்று கற்பிக்கப்பட்டது. நமது அமைப்பின் செயல்பாடுகளில் இந்த கொடி முக்கியப்பங்கு வகிக்கும் என்று உணர்த்தப்பட்டது. வரலாற்றுச் சிறப்புமிக்க குமரி கண்டத்தின் ஆற்றலைக் கொண்டு இந்தக் கொடியானது ஒரு உன்னதமான மற்றும் புகழ்பெற்ற பணியை அடையாளப்படுத்தும்.

இறைவனின் விருப்பத்தையே நாங்கள் கட்டளையாக ஏற்கின்றோம். எனவே 1 மே 2021, அதாவது LMRK வின் நான்கு ஆம் ஆண்டிலிருந்து LMRK கொடி நடைமுறைக்கு வந்தது. முதல் பணி தோல்வியடைந்ததைத் தொடர்ந்து அடுத்த இரண்டு கடமைகள் நமக்குத் தரப்பட்டன:

1. பூஜ்ஜிய நேர மண்டலத்தில் மயூர சிம்மாசனம் (மயில் சிம்மாசனம்) நிறுவுதல். பூஜ்ஜியத்திலிருந்து நேர்மறை ஆற்றலைப் பரப்புவது முருகப்பெருமானின் புதிய சகாப்தத்திற்கு ஒரு சரியான தொடக்கமாக இருக்கும்.
2. மிகவும் முக்கியத்துவம் வாய்ந்த செல்வ ஆற்றல் மிக்க இடத்தில் முருகர் சிலையை நிறுவுதல்.

பல துன்பங்கள், மன வேதனைகள் மற்றும் இதமான தருணங்களுக்குப் பிறகு இரண்டு கடமைகளிலும் வெற்றி பெற்றோம். இந்த இரண்டு பணிகளின் வெற்றியும் என் ஆற்றலை ஒரு கோடி மடங்கு அதிகரித்தது. எனவே எனது அடுத்த கடமையைப் பெற நான் உற்சாகமாகக் காத்திருந்தேன். எனது அம்மாவின் பாதுகாப்பு வளையம் என்மீதும், இந்த அமைப்பின்மீதும் இருப்பதை என்னால் உணர முடிகின்றது. ஒரு தாயின் தனிப்பட்ட பாதுகாப்பு என்பது ஒரு உயரிய ஆசீர்வாதம்! முன்னோக்கிச் செல்கையிலே LMRK வின் கொடி முன்னின்று அசையும் என்று இறைவன் அறிவித்தார்.

இன்று பல நாடுகளில் நமது LMRK கொடி பெருமையுடன் நிற்கின்றது. நாம் மிக அதிகமாக ஆசீர்வதிக்கப்பட்டுள்ளோம் என்பதை நான் இந்த தருணத்தில் உங்களுக்குச் சொல்லியாக

வேண்டும். பலரின் பூஜை அறைகளில் LMRK கொடி இருக்கின்றது. முடிந்த அளவிற்கு அந்த கொடி நேர்மறை ஆற்றலை தன்னைநோக்கி ஈர்க்கும். கொடியின் வருகைக்குப் பிறகு, நம் அமைப்பின் பலம் ஒன்றாகத் திரள்வதை என்னால் உணர முடிந்தது.

அடுத்தபடியாக ஒரு இனிமையான கடமையை இறைவன் எனக்குத் தெரியப்படுத்தினார். இந்தியாவின் பொற்காலத்தை மீட்டெடுப்பதற்காகவும், இந்தியாவை உலகின் தலைநகராக உயர்த்துவதற்காகவும் பழனிமலையில் ஒரு மகா ஸ்கந்த யாகம் நடத்தப்படவேண்டும் என்பதாகும்.

உற்சாகத்துடன் எங்கள் பணிக்கு ஸ்கந்தபாரதமகாயாகம் என்று பெயரிட்டோம்.

இது இறைவன் நமக்கு வழங்கிய நான்காவது கடமையாகும். நான் முன்பே கூறியது போல், முதலாவது மயூர சிம்மாசனம், இரண்டாவது செல்வ ஆற்றலைக் கட்டுப்படுத்துவதற்கான முருகர் சிலை, மூன்றாவது LMRK விற்கான கொடி (நாம் முன்னேறிச் செல்லும்பொழுது நம்மைப் பாதுகாத்து வெற்றிபெறச் செய்யும் சக்திவாய்ந்த கொடி), நான்காவது ஸ்கந்தபாரதமகாயாகம். முதல் இரண்டு கடமைகளும் கடைசி நிமிடம் வரை என்னைப் பதற்றத்தோடு வைத்திருந்தது. ஆனால் மூன்றாவது மற்றும் நான்காவது கடமைகள் நிம்மதியாக நிறைவடைந்தன. நான் எந்த விதமான பயத்தையும், பதற்றத்தையும் உணரவில்லை. எந்த சந்தேகமும் இல்லாமல் என்னால் நிம்மதியாகச் செய்ய முடிந்தது. அம்மா என்னையும் இந்த அமைப்பையும் தனது பாதுகாப்பு அடுக்கின் கீழ் கொண்டு வந்துள்ளார் என்பதில் எனக்கு மிகுந்த நம்பிக்கை இருந்ததாலும் தான் இது நடந்தது.

குமரி கண்டத்தை மீட்டெடுப்பதோடு நமது தேசமும் அதன் பொற்காலத்தை மீட்டெடுத்து தனது சக்தியை மீண்டும் பெறும் என்பதே ஸ்கந்தபாரதமகாயாகத்தை பற்றிய முன்னறிவிப்பாக இருந்தது. இந்தியாவின் இரண்டு சக்தி வாய்ந்த மகன்களான விக்கிரமாதித்தியன் மற்றும் சங்கராச்சாரியாரின் நினைவாக இது நடத்தப்படுவதே இந்த யாகத்தின் தனிச்சிறப்பாகும்.

ஆதி சங்கராச்சாரியார் அத்வைதக் கோட்பாட்டைப் பயன்படுத்தி இந்தியாவை ஆன்மீகத்தின் கீழ் கொண்டு வந்தவர். மறுபுறம், இந்தியாவை உலகளவில் ஒரு சக்திவாய்ந்த நாடாக விக்கிரமாதித்தியா உருவாக்கினார்.

இந்தியாவில் பிறந்த மிக உன்னத ஆளுமைகளில் ஆதி சங்கராச்சாரியாரும் ஒருவர் ஆவார். ஆதி சங்கரர் கேரளாவில் உள்ள பெரியாற்றின் கரையில் உள்ள காலடி என்ற கிராமத்தில் ஒரு பிராமண குடும்பத்தில் பிறந்தார். சிவகுருவும் அவரது மனைவி ஆர்யாம்பாளும் குழந்தைக்காக ஏங்கி என் சொந்த ஊரான திருச்சூரின் மையத்தில் உள்ள வடக்கு நாத கோவிலில் விரதம் இருக்க முடிவு செய்தனர். அவர்களுக்கு ஒரு வரம் கொடுக்க நினைத்தார் மகேசுவரர். பூமியில் நீண்ட ஆயுளுடன் வாழும் ஒரு சாதாரண மகன் வேண்டுமா அல்லது குறுகிய ஆயுளுடன் கூடிய அறிவார்ந்த உயர்ந்த மகன் வேண்டுமா என்று அவர்களிடம் மகேசுவரர் கேட்டதாகக் கூறப்படுகின்றது. குறுகிய காலம் இருந்தாலும் அவர் அறிவு நிலையில் உயர்ந்தவராக இருக்கவேண்டுமென்று ஆர்யாம்பாள் முடிவு செய்தார். ஆர்யாம்பாள் எடுத்த அந்த முடிவே இந்தியக் கலாச்சாரம் மற்றும் வரலாற்றின் அடித்தளமாக மாறியது என்பது நிரூபிக்கப்பட்ட உண்மையாகும். இதனையடுத்து அவர்களுக்குச் சிறந்த அறிவுத்திறன் கொண்ட ஒரு குழந்தை பிறந்தது.

சிறிய சங்கரன் மிகச் சிறிய வயதிலிருந்தே அவரின் அறிவு திறமையை வெளிப்படுத்தினார். அவர் தன்னுடைய இரண்டு வயதிலேயே சமஸ்கிருதத்தில் புலமை பெற்றிருந்தார். அவர் அனைத்து வேதங்களையும் மனதால் அறிந்தவராக இருந்தார். அவர் துறவியாக விரும்பி சந்நியாசம் மேற்கொள்ளப் போவதாக அவரது தாயிடம் அறிவித்தார். ஆனால் அவரின் தாய் அதனை ஏற்கவில்லை. அவர்களுக்கு இருக்கும் ஒரே மகன் அல்லவா அவர்? ஒரு நாள் பெரியாற்றின் கரையோரம் குளித்துக் கொண்டிருந்த பொழுது சின்ன சங்கரனின் கால் முதலையின் தாடையில் சிக்கியது. அதனைப் பார்த்துக் கவலையடைந்த அவரின் தாய் உதவிக்காகக் கதறினார். தன்னை சந்நியாசம் செல்ல அனுமதித்தால் இந்த முதலை என்னை தன்னால் விட்டு விடுமென்று தனது தாயிடம் சின்ன சங்கரன் அமைதியாகத் தெரிவித்தார். அவரது தாயார் உடனடியாக ஒப்புக்கொண்டார். சின்ன சங்கரன் கூறியவாறு அந்த முதலை அவரை விட்டுச் சென்றது.

இவ்வாறு இந்தியக் கலாச்சாரத்தை மீட்டவர் அவதரித்தார். இந்தியாவில் பௌத்தம் மிகவும் பிரபலமாக இருந்த நேரத்தில் ஆதி சங்கரர் இந்தியா முழுவதும் வெற்றி ஊர்வலம் சென்றார். அந்த

சமயங்களில் இந்து மதம் வீழ்ச்சியடைந்து திரும்ப எழமுடியாத நிலையிலிருந்தது. போரில் எந்த ராணுவமும் இல்லாமல் அவர் ஒருவர் மட்டுமே சென்ற தருணம் அது. அவர் தனக்காகத் தேர்ந்தெடுத்த ஆயுதங்கள் என்பது அறிவு, ஞானம் மற்றும் அத்வைத வேதம் (அது அவருடைய சொந்த படைப்பு) மட்டுமேயாகும். அவையே அவருக்கு போதுமானதாக இருந்தது. அந்த சமயங்களில் அறிவுஜீவிகளின் மோதல்களும் இருந்தன. மிகவும் புத்திசாலித்தனமான பௌத்தர்கள் ஆதி சங்கரரை ஒரே நேரத்தில் தோற்கத் தொடங்கினர். அதுவே அதி சங்கரரின் வெற்றிக்கு அடிகோலிட்டது. தென்னிந்தியாவிலிருந்து தனது ஊர்வலத்தைத் தொடங்கி இமயமலை வரை சென்றார். சங்கரரை விஸ்வகுருவாக அங்கீகரிக்கும் நிலைக்கு ஆசேதுஹிமாசலம் சென்றது.

இவ்வாறாக, அறியப்படாமல் சிதைந்து போயிருந்த ஒரு வலிமைமிக்க நாகரீகத்தை ஆதிசங்கரர் மீண்டும் கொண்டு வந்தார்! இதனால் இந்தியா மீண்டும் இந்து கலாச்சாரத்தைத் தழுவி நின்றது. ஆனால் அதி சங்கரரின் பணியும் பாதையும் அதனோடு நிற்கவில்லை.

ஒன்று வெல்வது, மற்றொன்று காப்பாற்றுவது. இந்து கலாச்சாரம் எப்பொழுதும் உயர்வாக இருப்பதை உறுதி செய்வதற்காக ஆதி சங்கரர் இந்து கலாச்சாரத்தைப் பாதுகாக்கும் நடவடிக்கைகளை எடுக்க முடிவு செய்தார். அவர் சிருங்கேரி, பூரி, துவாரகா மற்றும் பத்ரி ஆகிய நான்கு ஆற்றல் புள்ளிகளில் மடங்களை நிறுவினார். அந்த ஆற்றல்கள் இன்றும் இந்தியக் கலாச்சாரத்தைப் பாதுகாக்கும் ஒரு கோட்டையாகச் செயல்படுகின்றது. ஆனால் பாதுகாப்பு என்பது வாழ்நாள் முழுவதற்குமாக இருக்கவேண்டும். எனவே அந்நிய சக்தி மற்றும் கலாச்சாரத்தின் செல்வாக்கு போன்ற பல தடைகளை இந்து மதம் தாங்க வேண்டும் என்று முன்னறிவித்த ஆதி சங்கரர், தற்காப்பு மற்றும் தீர்வுகளின் அடிப்படையில் தேவையான அனைத்தையும் ஆவணப்படுத்தினார். பல்வேறு வகையான சோதனைகளுக்கு உள்ளாக்கப்பட்டு பல நூற்றாண்டுகளுக்குப் பிறகும் இந்து மதம் தலை நிமிர்ந்து நிற்கின்றது என்றால் அது நிச்சயமாக ஆதி சங்கராச்சாரியாரின் முயற்சிகள், போதனைகள் மற்றும் ஆவணங்களின் பலனேயாகும். அறிவுத்திறனை மட்டுமே ஆயுதமாக ஏந்தி ஒரு தனி மனிதனாக முன்னோக்கிச் செல்வதற்கு எவ்வளவு சக்தி இருந்திருக்கவேண்டும் என்பதை என்னால் நினைத்துக் கூட பார்க்க முடியவில்லை.

உன்னிப்பாகக் கவனித்தால் இதில் இன்னொரு சுவாரஸ்யம் உள்ளது தெரியும்.

நான்கு சங்கர மடங்களை ஒரு கோட்டையின் நான்கு மூலைகளாகக் கற்பனை செய்து அந்த எல்லைக்குள் வரும் இந்தியாவின் பகுதிகளை மனப்பூர்வமாகப் பார்வையிட்டால், இந்து மதத்தின் கடினமான காலகட்டத்திலும் இந்த இடங்கள் எவ்வளவு வலிமையாக இருந்தன என்பதைப் புரிந்து கொள்ளமுடியும். இதற்கு மாறாக இந்த கோட்டைக்கு வெளியே உள்ள பகுதிகளில் பல்வேறு கலாச்சாரங்கள் ஆதிக்கம் செலுத்துவதை நம்மால் பார்க்கமுடியும். என்னைப் பொறுத்தவரை இதுவே ஆதி சங்கராச்சாரியார் இந்தியாவிற்கு ஆற்றிய மிகப்பெரிய பங்களிப்பாகும்.

இப்போது மீண்டும் ஸ்கந்தபாரதமகாயாகத்திற்கு வருவோம். நான்கு சங்கர மடங்களிலிருந்து புனித நீரைச் சேகரித்து உஜ்ஜயினிக்குச் சென்று, அந்த நீரை மேலும் புனிதப்படுத்தும் விதமாக அங்கு வழிபாடு செய்து அதன் பின் பழனியில் யாகம் நடத்துவதே எங்களின் நோக்கமாக இருந்தது.

LMRK வின் ஏற்பாடுகள் ஆரம்பமானது! நான்கு சங்கர மடங்களுக்குச் செல்ல எட்டு LMRK உறுப்பினர்கள் தேர்ந்தெடுக்கப்பட்டனர். ராஜேஷ் மற்றும் அனுப் பத்ரிநாத் சென்றனர்; பாஸ்கரும் சந்தருவும் பூரியை நோக்கிச் சென்றனர். அரிஸ்டாட்டில் மற்றும் சாய் ஜனார்த்தனன் ஆகியோர் துவாரகா சென்றனர். டாக்டர் நிர்மலாவும் மற்றும் அவரது கணவர் உமாசங்கரும் காஞ்சிபுரத்திற்குப் புறப்பட்டனர்.

இவர்கள் அனைவரும் நல்ல இனிமையான அனுபவங்களைப் பெற்றனர். இமயமலையில் உள்ள கார்த்திகை சுவாமி கோவிலுக்கு ராஜேஷ் மற்றும் அனுப் இருவரும் சென்றனர். இந்த கோவில் கடல் மட்டத்திலிருந்து 3050 மீட்டர் உயரத்தில் அமைந்துள்ளது. கோவிலின் நான்கு பக்கமும் இமயமலைத் தொடரின் சிகரங்கள் காணப்படும். இந்த அற்புதமான படைப்புகளைச் சாட்சியாக வைத்து அனுப் மற்றும் ராஜேஷ் ஆகியோர் LMRK கொடியை கார்த்திகை சுவாமி கோயிலின் மேல் ஏற்றினர். கோயில் நிர்வாகிகள் அவர்களை ஆசிர்வதித்து சம்மதம் தெரிவித்ததில் அவர்கள் மகிழ்ச்சி அடைந்தனர்.

இதேபோல் துவாரகா கோயிலிலும் LMRK கொடி ஏற்றப்பட்டது.

ஹரித்வாரில் உள்ள நிரஞ்சனி அகாடாவின் தலைவர் LMRK வின் சிறிய கொடியை அவரின் மேசைமேல் வைத்துள்ளார்.

பொதுவாக நான் தான் இதுபோன்ற பயணங்களுக்குச் செல்வேன். எனக்கு ஏற்படும் அனுபவங்களைப் போலவே LMRK உறுப்பினர்களுக்கும் ஏற்பட்டதைக் கேட்டு என் மனம் நெகிழ்ந்துபோனது. அவர்கள் சென்ற ஒவ்வொரு இடத்திலும் எங்கள் கொடிக்குக் கிடைத்த வரவேற்பு மிகுந்த ஊக்கமளிப்பதாக இருந்தது.

அறிவுறுத்தியபடி அவர்கள் அந்தந்த இடங்களிலிருந்து புனித நீரைச் சேகரித்து உஜ்ஜயினிக்கு வந்து சேர்ந்தனர். நானும் உஜ்ஜயினிக்குச் சென்றேன்!

LMRK மற்றும் குமரி கண்டத்தின் புனரமைப்பிற்கு முக்கியமான இரண்டு இடங்கள் உள்ளன என்பதை நீங்கள் அறிவீர்களா? அதில் சந்தேகத்திற்கு இடமில்லாத ஒரு இடம் பழனி மலை. இரண்டாவது இந்திய வரலாற்றில் மிகவும் புகழ்பெற்ற நகரமான உஜ்ஜைனி.

விக்ரமாதித்ய பேரரசின் தலைநகராக உஜ்ஜயினி இருந்தது.

இன்றுள்ள கிரீன்விட்சிற்கு மாறாக, பௌர்ணிகா சகாப்தத்தில் உஜ்ஜைனி தான் பூஜ்ஜிய நேர மண்டலமாகக் கருதப்பட்டது என்பது உங்களுக்குத் தெரியுமா? இன்றுவரை இந்தியப் பஞ்சாங்கமானது உஜ்ஜயினி நேரத்தை மையமாகக் கொண்டு தான் வடிவமைக்கப்படுகின்றது.

இப்பொழுது ஒரு ரகசியத்தை உங்களுடன் பகிர்ந்து கொள்கின்றேன்.

கருடனுக்கும், நாகத்திற்கும் இடையிலான பகையைப் பற்றி நீங்கள் நிறையக் கதைகளைக் கேட்டிருப்பீர்கள். இந்த இரண்டும் இரண்டு ஆற்றல்களுக்கான உருவகங்கள் ஆகும். கருட ஆற்றல் பூமிக்குரிய சக்தி ஆற்றலைக் குறிக்கின்றது மற்றும் நாக ஆற்றல் ஆன்மீக ஆற்றலைக் குறிக்கின்றது. பொதுவாக இவை இரண்டும் சந்திப்பதில்லை. யோகத்தில் குண்டலினி என்ற ஒரு தத்துவம் உள்ளது. குண்டலினி என்பது நம் முதுகெலும்புக்குப் பின்னால் இருக்கின்றது. ஒருவரின் குண்டலினி விழித்துக்கொண்டால் அவரின் ஆன்மீகமும் தானாகவே விழித்துக்கொள்ளும்.

மரத்தைச் சுற்றி இருக்கும் ஒரு பாம்பைப் போல முதுகெலும்பைச் சுற்றி குண்டலினி ஆற்றல் இருக்கின்றது. அது விழித்தெழுந்தால் படிப்படியாக நீங்கள் ஆன்மீக விழிப்புணர்வை அடைவீர்கள். குண்டலினி உச்சத்தில் இருக்கும்பொழுது அது நம் தலைக்குமேல்

பாம்பு படம் எடுப்பதைப்போலிருக்கும். அத்தகையவர்கள் ஆன்மீகத்தின் உச்சத்தை அடைகின்றார்கள்.

சற்று ஆழமாக ஆராய்ந்து பார்த்தால் பெரும்பாலான மதங்கள் கிழக்குப் பகுதியில் (குறிப்பாக ஆசியாவில்) பிறந்திருப்பதை நீங்கள் காணலாம். பொதுவாகவே ஆசியாவில் பாம்புகள் அதிகம் வழிபடப்படுகின்றன. இது பாம்பு அல்லது டிராகன் போன்ற எந்த வடிவத்திலும் இருக்கலாம். பெரும்பாலான மேற்கத்தியக் கொடிகள் மற்றும் தூண்களில், பருந்தை உங்களால் காணமுடியும். கிழக்கிலுள்ள தேசங்கள் ஆன்மீக ரீதியில் விழித்தெழுகின்றன. அதே சமயம் மேற்கிலுள்ள தேசங்கள் தங்களின் ஆளுமையை வைத்து செழித்து வளர்கின்றன என்பதற்கு இதுவே சான்றாகும். கிழக்கை நாகத்தின் ஆற்றல் கட்டுப்படுத்துகின்றது மற்றும் மேற்கைக் கருட ஆற்றல் கட்டுப்படுத்துகின்றது என்பதே உண்மை.

நான் ஒன்றை மீண்டும் மீண்டும் உறுதியாகச் சொல்கின்றேன். இந்த பூமியில் உள்ள ஒவ்வொரு இடத்தின் வரலாறும், அந்த பிராந்தியத்தில் அதிகம் செல்வாக்கு செலுத்தக்கூடிய ஆற்றலைப் பொறுத்தது. அதனால் எதனையும் சரி அல்லது தவறு என்று பார்க்காமல் விதி என்று பார்ப்பதே தர்க்கரீதியில் சரியானதாக இருக்கும். இந்த இரு ஆற்றல்களின் ஏற்ற இறக்கங்களே வெவ்வேறு இடங்களில் நடக்கும் பல்வேறு சம்பவங்களுக்குக் காரணமாக அமைகின்றது.

இப்பொழுது ஒரு மிகப்பெரிய சந்தேகம் வரக்கூடும். இந்த இரு ஆற்றல்களும் இணையவே இணையாதா என்று. இது மிக அரிதாகவே நடக்கின்றது என்பது தான் இதற்கான பதில். இந்த இரு ஆற்றலும் சந்திக்கும் இரு இடங்கள் என்பது உஜ்ஜைன் மற்றும் மங்கோலியாவிலுள்ள கோபி பாலைவனமாகும். வரலாற்றின் அத்தியாயங்கள் இந்த இடங்களை ஆண்ட பெரிய தலைவர்களைக் காட்டுகின்றன. ஒருவர் உஜ்ஜைனியின் விக்ரமாதித்யன் மற்றொருவர் மங்கோலியாவின் செங்கிஸ்கான். நாகம் மற்றும் கருடன் சக்திகளை போதுமான அளவு உள்வாங்கும் அதிர்ஷ்டத்தைப் பெற்றவர்கள் உலகை ஆளும் திறனை கொண்டவர்களாக இருப்பார்கள் என்பது தான் உண்மை. அந்த வகையில் இந்த இரு தலைவர்களும் மிகவும் ஆசீர்வதிக்கப்பட்டவர்கள். நாம் இருக்கும் இடம் மிகவும் முக்கியமானது!

இப்பொழுது விக்ரமாதித்தனின் காலத்தைச் சிறிது அலசுவோம். அவர் ஆட்சிசெய்த காலத்தின் மொத்த உள்நாட்டு உற்பத்தியை நாம் கணக்கிட்டால் அது உலகின் மொத்த உற்பத்தியில் தன்னுடைய பங்களிப்பைக் கொண்டிருக்கும். அதை மட்டும் வைத்து அவரின் பெருமையை மதிப்பிட முடியாது. அதையும் தாண்டி பல உள்ளன. நவரத்தினங்கள் (ஒன்பது ரத்தினங்கள்) என்று பிரபலமாக அழைக்கப்படும் ஒன்பது தனித்துவமான மற்றும் உலகப் புகழ்பெற்ற மேதைகளுக்கு அவர் பேரரசராக இருந்தார். அவர்கள் விக்ரமாதித்யனின் அரசவையை உண்மையிலேயே பெருமைப்படுத்தியவர்கள். அவர்களின் அறிமுக சுருக்கம் பின்வருமாறு, அமரசிம்மர் - ஒரு சமஸ்கிருத புலவர், தன்வந்திரி - ஒரு சிறந்த மருத்துவர், ஹரிசேனா- ஒரு சிறந்த தூண் வடிவமைப்பாளர், காளிதாசர் -கவிஞர் மற்றும் நாடக ஆசிரியர், க்ஷபனகா - ஒரு நிபுணத்துவம் வாய்ந்த ஜோதிடர், சங்கு - ஒரு கட்டிடக்கலை மேதை, வராஹமிஹிரா – பஞ்சசித்தாந்திகா, பிருஹத் சம்ஹிதை, மற்றும் பிருஹத் ஜாதகா போன்ற முக்கியமான புத்தகங்களை எழுதியவர், வரருச்சி - சமஸ்கிருத இலக்கண அறிஞர், வேதல்பட்டர் - மாயாஜால வித்தகர்.

இவர்களைத் தவிர விக்ரமாதித்யனின் தம்பி புருத்ரிஹரி என்பவர் தான் அவரது கிரீடத்தின் வைரமாக இருந்தார். புருத்ரிஹரி ஆன்மீகத்தின் உச்சத்திலிருந்தவர். அவர் கருடனும், நாக சக்தியும் குறுக்கிடும் ஒரு வழித்தடமாக இருந்தார்.

விக்ரமாதித்யனைப் பற்றி அதிகம் படித்தவர்களுக்குத் தான் தெரியும் அவர் எவ்வளவுக்குக் குறைவாகப் போற்றப்படுகின்றார் என்று. விக்ரம் சம்வத் நாட்காட்டியைத் தோற்றுவித்தவர் விக்ரமாதித்யா. இது ஷாகாவாக்களின் தோல்வியைத் தொடர்ந்து வடிவமைக்கப்பட்டுச் செயல்படுத்தப்பட்டது. நாட்காட்டியை ஒரு புதிர், ஒரு ஆய்வு அல்லது நேரத்தின் கட்டமைக்கப்பட்ட காட்சி என ஒருவர் வரையறுக்கலாம், இல்லையா? இந்த நாட்காட்டியின் வடிவமைப்பையும், நிலையையும் வைத்துப் பார்க்கையிலே, விக்ரமாதித்யன் ஒரு சாதாரண மனிதனால் புரிந்துகொள்ள முடியாத திறன்களையும் ஞானத்தையும் பெற்றிருந்தார் என்பது தான் என்னுடைய கருத்து. உதாரணமாக, அவர் காலத்தைக் கடக்கும் திறனைக் கொண்ட அரிய மனிதர்களுள் ஒருவராக இருந்துள்ளார். அவருக்கு நான்காவது பரிமாணத்தின் ஞானம் இருந்தது. இது விதிவிலக்கானது!

விக்ரம் வேதாந்த் இன்று நேபாள அரசாங்கத்தின் அதிகாரப்பூர்வ நாட்காட்டியாக உள்ளது.

விக்ரமாதித்யனின் ஆட்சிக்காலத்தில் இந்தியா பெரும் மதிப்புடனும், பெருமையுடனும் பேசப்பட்டது. ஒரு காலத்தில் செல்வம் மற்றும் புகழின் பொக்கிஷமாக இந்தியா இருந்தது. இவரது ஆட்சிக் காலத்தில் தான் இந்தியப் பண்பாடு உலகம் முழுவதும் பரவியது என்பதனை யாராலும் மறுக்க முடியாது. இந்த உண்மைக்கு வரலாறுதான் சாட்சி. தனது தந்தையின் விரிவாக்கக் கொள்கையைப் பின்பற்றிய அவர், தனது ராஜ்ஜியத்தின் எல்லைகளை அரேபியாவிற்கு அப்பாலும் கொண்டுசென்றார். விக்ரமாதித்யனின் வேதாளக் கதைகளை நாம் கண்டிப்பாகப் படித்து ரசித்திருப்போம். அந்த கதைகளில் அதிகம் கவனம் செலுத்தி மீண்டும் படித்தால் அதில் நேர வளைய விளையாட்டு மறைந்திருப்பதை நம்மால் உணர முடியும்.

விக்ரமாதித்யனின் ஆட்சிக் காலத்திற்குப் பிறகு பேரரசர் போஜராஜன் ஒரு சிம்மாசனத்தைக் கண்டுபிடித்தார். அது 18 சலாபஞ்சிகர்களின் சிலைகளைக் கொண்ட பெரிய சிம்மாசனமாக இருந்தது. போஜராஜன் சிம்மாசனத்தில் அமர முயன்ற உடனேயே சலாபஞ்சிகர்கள் அவரை நோக்கி கேள்விக் கணைகளை வீசத் தொடங்கினார்கள். அனைத்து பேரரசர்களும் அந்த சிம்மாசனத்தில் அமர தகுதியற்றவர்கள் என்று அவருக்கு அறிவுறுத்தப்பட்டது.

விக்ரமாதித்யன் போன்ற அறிவு, வலிமை மற்றும் ஆன்மிகத்தின் அதிகார மையமாக இருக்கும் ஆட்சியாளர்கள் மட்டுமே இந்த சிம்மாசனத்தில் அமர தகுதியானவர்கள் என்று அவருக்கு அறிவிக்கப்பட்டது.

விக்ரமாதித்யன் ஆட்சிக் காலத்தில் நிர்வாகம் அதன் உச்சத்தை எட்டியிருந்தது. அவர் அரசவையிலிருந்த ஒன்பது ரத்தினங்கள் + வலிமைமிக்க விக்ரமாதித்யன். மொத்தம் பத்து. LMRK கொடியில் இருக்கும் பத்து நட்சத்திரங்கள் போன்று.

நான் ஆன்மீகப் பயணத்தில் அடியெடுத்து வைக்கத் தொடங்கியதிலிருந்து என் மனதில் ஒரு கேள்வி உள்ளது. அது நான் யார், அல்லது நான் யாருடைய அவதாரம்? என்பதாகயிருந்தது. 2005 ஆம் ஆண்டிலிருந்து என் மனம் இந்தக் கேள்வியுடன் போராடிக் கொண்டிருக்கின்றது. LMRK உறுப்பினர்களும்

இந்தக் கேள்வியை மிகுந்த அன்புடன் முன்வைத்தனர். நான் முருகப்பெருமானின் பக்தன் என்பதே என்னுடைய பதில் மற்றும் விளக்கமாக இருக்கும். தெய்வீக கடமைகளை நிறைவேற்றுவதற்கு அவ்வப்பொழுது நான் ஒரு கருவியாகச் செயல்படுகின்றேன். அதற்கு என்றும் நான் நன்றியுள்ளவனாக இருப்பேன். உண்மையைச் சொல்லவேண்டுமென்றால் இந்தக் கேள்விக்கு இந்தக் கணம் வரை எனக்கு உறுதியான பதில் எதுவும் கிடைக்கவில்லை. இந்த அளவிற்கு இறைவனால் நான் ஈடுபடுத்தப்படுகின்றேன் என்பதை நான் ஒரு பாக்கியமாகக் கருதுகின்றேன். இது என்னை ஒரு விதிவிலக்கான பக்தனாகக் குறிக்கின்றது, இல்லையா? நான் பாக்கியசாலியாக உணர்கின்றேன்!

2004 ஆம் ஆண்டில் நான் என் இறைவனால் கரம்பிடிக்கப்பட்டேன். முந்தைய அத்தியாயத்தில் குறிப்பிட்டுள்ளபடி, பூரி ககாரினின் பயிற்சியாளர் பைலட் ஸ்டீயரிங்கை அவரிடம் ஒப்படைத்ததைப் போலவே என் ஆண்டவரும் என்னை ஓட்டுநர் இருக்கையில் நீண்ட நாட்களாக உட்கார வைத்துள்ளார். அந்த தருணத்திலிருந்து என் வாழ்க்கை மிகவும் பரபரப்பாகச் செல்கின்றது. இருப்பினும், என் இறைவனுடன் தனிமையில் செலவிடும் சில தருணங்களும் என் வாழ்வில் உண்டு. அந்த அறியத் தருணங்களில், என் இறைவனின் வலிமையான சக்தியின் மீது என்னைச் சாய்த்து என்னுடைய எண்ணங்கள் அனைத்தையும் கூச்சமின்றி அவருடன் பகிர்ந்துகொள்கின்றேன். அது மகிழ்ச்சியோ, சோகமோ, உற்சாகமோ அல்லது கோபமோ எதுவாகவும் இருக்கலாம். அது எதுவாக இருந்தாலும் என் நம்பிக்கையான நிழலில் என்னால் அவரிடம் சாய்ந்துகொள்ள முடிகின்றது. அந்தச் சந்திப்புகளின் பொழுது இருக்கும் சூழலின் உணர்வும், பழனிமலையில் நிலவொளியில் நனையும் பொழுது இருக்கும் உணர்வும் ஒரே மாதிரியாகவே இருக்கும்.

சமீப காலங்களில் இதுபோன்ற நேருக்கு நேர் அமர்வுகளில் நான் ஒரு அருவமான ஞானத்தால் ஆசீர்வதிக்கப்படுகின்றேன். விக்ரமாதித்யா மற்றும் ஆதி சங்கராச்சாரியார் ஆகிய இரு மகான்களிடமிருந்தும் எனக்குள் ஆற்றல் பாய்வதாக உணர்கின்றேன். அந்த தருணங்கள் எனக்கு மிகுந்த அமைதியையும், நன்றியுணர்வையும் அளிப்பதை என்னால் மறுக்க முடியாது.

இப்பொழுது நான்காவது பணிக்குத் திரும்புவோம்.

உஜ்ஜயினி! நான் முன்பு குறிப்பிட்டது போல் உஜ்ஜயினி பண்டைய இந்தியாவின் பூஜ்ஜிய நேர மண்டலமாகக் கருதப்பட்டது. அது மகாகாலேஸ்வர க்ஷேத்திரமாகும். அது மகாகாலேஸ்வரருக்கு என்றே அர்ப்பணிக்கப்பட்ட ஒரு கோவில் உள்ளது. அவரே முடிவிலியின் ஆட்சியாளர். அதே நேரத்தில் நித்திய காலத்தைப் பொருத்தமற்றதாக மாற்றி தனது கைகளால் முடிவிலி முழுவதையும் அளவிடக்கூடியவர்!

பின்னர் மகாராஜா விக்ரமாதித்யாவின் குடும்ப தெய்வத்திற்காக அர்ப்பணிக்கப்பட்ட ஹர்ஷத்மாதா கோயில் ஒன்று உள்ளது. இது உஜ்ஜயினியின் சிறப்பைப் பற்றிப் பேசும் மற்றொரு கோவிலாகும்.

ஜோஷி என்ற மனிதரால் நிறுவப்பட்ட விக்ரமாதித்யா கோவில் உஜ்ஜயினியில் உள்ளது. அவர் மிகுந்த மகிழ்ச்சியுடன் தனது கோவிலின் மேல் LMRK கொடியை ஏற்றியுள்ளார்.

மகாகாலேஸ்வரர் கோயிலைத் தவிர உஜ்ஜயினியில் மற்றொரு கோயிலும் உள்ளது. அது தான் காலபைரவர் கோவில். இதனையடுத்து கட்காளிகாமாதா கோவிலும் உள்ளது. இக்கோயில் இலக்கிய உலகில் குறிப்பிடத்தக்க மதிப்பைப் பெற்றுள்ளது. அதனைப் பற்றிச் சொல்கிறேன்...

விக்ரமாதித்யா அரசவையின் ஒன்பது ரத்தினங்களில் காளிதாசாவை வைடூரியம் என்று சிறப்பாகக் குறிப்பிடுகின்றார்கள். அவர் இலக்கிய உலகில் மிகவும் புகழ் பெற்ற கவிஞர்களில் ஒருவர்.

முட்டாள் விறகுவெட்டியின் கதையை நீங்கள் கேள்விப்பட்டிருக்கின்றீர்களா? தாசன் என்பவர் தன் இளமைப் பருவத்தில் எழுதப் படிக்கத் தெரியாத ஒருவராக இருந்தார். ஒருவர் கற்பனை செய்ய முடியாத அளவுக்கு அவர் முட்டாளாக இருந்துள்ளார். அவர் தான் அமர்ந்திருக்கும் மரத்தின் கிளையை தானே வெட்டி வீழ்த்தும் திறன் படைத்தவர். ஒருமுறை காளி தேவி இந்த கோயிலின் கருவறையை விட்டு வெளியேறியபொழுது தாசன் உள்ளே சென்று தன்னை பூட்டிக்கொண்டார். காளி திரும்பி வந்ததும் கோவிலில் யார் இருக்கின்றார்கள் என்று விசாரித்தார். உள்ளே இருந்து ஒரு எதிர்க் கேள்வி வந்தது.

"யார் வெளியே இருக்கின்றார்கள்" என்று தாசன் கேட்டார்.

"இங்கே காளி தேவி இருக்கின்றாள்" என்று தேவி பதிலளித்தார்.

"அப்படியானால், இங்கே உள்ளே இருக்கும் இளைஞர் தாசனாகத் தான் இருக்க வேண்டும்" என்று தாசன் பதிலளித்தார்.

அவரது பதிலால் கவரப்பட்ட காளி தேவி அவரின் நாவை ஆசிர்வதித்தார். மீதம் வரலாற்றில் உள்ளது. காளிதாசனாக மாறிய தாசன் குமார சம்பவம் என்ற இலக்கிய அதிசயமான முருகப்பெருமானின் வாழ்க்கை வரலாற்றை எழுதியவர். அவரது இலக்கியப் படைப்புகள் மிகவும் அற்புதமானவை. காளிதாசனின் படைப்புகள் அற்புதமான ஷேக்ஸ்பியருக்குக் கடுமையான போட்டியைக் கொடுக்கக்கூடும்!

சண்டி பணி ஆசிரமம் பற்றிக் கேள்விப்பட்டிருக்கின்றீர்களா? பகவான் ஸ்ரீ கிருஷ்ணர் மற்றும் அவரது வகுப்புத் தோழரான சுதாமாவின் கதை உங்களுக்குத் தெரியும், இல்லையா? அவருடைய வகுப்புத் தோழனாகவும், உற்ற நண்பனாகவும் இருந்தவர் தான் சுதாமா. சுதாமா மிகவும் வறுமையில் இருக்கையிலே ஸ்ரீ கிருஷ்ணரை ஒரு பிடி ஆவலுடன் பார்ப்பதற்குச் சென்ற கதை உங்களுக்கு நினைவிருக்கின்றதா? ஆம், அந்த சுதாமா தான்! இருவரும் தங்கள் குழந்தைப் பருவத்தைப் படித்து, விளையாடி, பகிர்ந்து கொண்ட இடம் தான் உஜ்ஜயினியில் அமைந்துள்ள சண்டி பணி ஆசிரமம்.

எங்களின் நான்காவது பணிக்கு மீண்டும் வருகிறேன்.

8 ஆகஸ்ட் 2021 அன்று பணியிலிருந்த LMRK உறுப்பினர்கள் அனைவரும் உஜ்ஜயினியில் ஒன்றுகூடி நான்கு ஆற்றல் மிக்க இடங்களிலிருந்து சேகரிக்கப்பட்ட புனித நீரை வைத்து பிரார்த்தனை செய்தோம்.

உஜ்ஜயினியில் பார்வதி காட் என்ற நதி உள்ளது. முருகப்பெருமான் தாரகாசுரனை வென்று வதம் செய்த இடம் அது. அங்கு முருகர் சிலை அமைக்கப்பட்டுள்ளது. பார்வதி காட் கரையில் குமரி கண்டத்தின் முன்னோர்கள் மற்றும் விக்ரமாதித்தன் அரசவையின் ஒன்பது பண்டிதர்களின் ஆன்மா சாந்தியடைய நாங்கள் அஞ்சலி செலுத்தி பிரார்த்தனை செய்தோம். பின்னர் நான்கு சங்கர மடங்களிலிருந்து சேகரிக்கப்பட்ட புனித நீரால் முருகர் சிலைக்கு அபிஷேகம் செய்து பிரார்த்தனை செய்தோம்.

நாங்கள் பிரார்த்தனை செய்த இந்த நேரத்தில் நான் ஒரு விசித்திரமான மற்றும் நிறைவான உணர்ச்சியை அனுபவித்தேன். மகாகாலேஸ்வரரின் முன்னிலையில், வலிமைமிக்க விக்ரமாதித்யனின்

வளமான மண்ணில், பண்டைய இந்தியாவின் பூஜ்ஜிய நேர மண்டலத்தில் நான் காலத்துடன் கலந்ததை உணர்ந்தேன்.. இது என்னை மிகவும் கவர்ந்த ஒரு நிகழ்வு.

உஜ்ஜயினியில் நடைபெற்ற பிரார்த்தனைகள் அனைத்தும் பெரும் வெற்றியில் முடிந்தது என்று உங்களுக்குப் புரிந்திருக்கும். பண்டைய இந்தியாவின் இதயத்திலிருந்து புனித நீருடன் நாங்கள் எங்கள் பயணத்தைத் தொடர்ந்தோம்.

பழனிமலையை நோக்கி...

முன்பு குறிப்பிட்டது போல், இதுவரை நான்காவது பணியை நிறைவேற்றுவதற்கான எங்கள் பாதையில் எந்த தடைகளையும் நாங்கள் எதிர்கொள்ளவில்லை. அம்மாவின் பாதுகாப்பு அடுக்கு என் நம்பிக்கையை மிகவும் உயர்த்தி என் அச்சத்தைத் தணித்து எல்லா தடைகளையும் நீக்கியது.

மேலும் அந்த நேரத்தில் LMRK நன்கு எண்ணெய் தடவப்பட்ட இயந்திரம் போல் செயல்பட்டு வந்தது. அனைத்துமே முறையாகவும் ஒழுங்காகவும் இருந்தது. தகவல் தொழில்நுட்பம், நிதி, ஊடகம் போன்றவற்றைக் கையாளும் தனிப் பிரிவுகள் எங்களிடம் இருந்தன. ஒட்டுமொத்த மேற்பார்வையை உறுதி செய்வதற்காக தேவேட்டனை தலைவராக நியமித்தோம். பாஸ்கர் தலைமையில் ஒரு குழுவைக் கொண்டிருந்தோம். அந்த குழுவின் செயல்பாடுகள் மிகவும் கடினமானதாகவும், நிலையான ஒருங்கிணைப்பு தேவைப்படும் ஒன்றாகவும் கருதப்பட்டாலும் அவை அனைத்தும் மிகச் சரியாகச் செயல்பட்டது.

எல்லாம் முருகப்பெருமான் அருளேயன்றி வேறில்லை!

தன்னார்வலர்களின் தீவிர முயற்சியால் அனைத்தும் சரியான நேரத்தில் மற்றும் ஒழுங்கான முறையில் செயல்பட்டது. இறைவனின் பணியை நிறைவேற்றுவதில் LMRK மக்கள் முழு மனதுடனும், நம்பிக்கையுடனும் செயல்படுவது மிகுந்த மகிழ்ச்சியளிக்கின்றது. அதனை விவரிக்க வார்த்தைகளில்லை.

இறுதியாக 15 ஆகஸ்ட் 2022 – ஸ்கந்தபாரதமகாயாகம் நாள் வந்தது! தொற்று நோயின் இரண்டாவது அலையின் காரணமாக வார இறுதி நாட்களில் கோயில்களை மூட வேண்டியதாயிற்று. எனவே பழனிமலை நமக்கென்று இருந்தது. மேலும் முருகப்பெருமானுடன் நமது ஸ்கந்தபாரதமகாயாகமும் இருந்தது. பழனி கோவிலின்

முதன்மை அர்ச்சகரான சிவஸ்ரீ செல்வ சுப்பிரமணிய சிவாச்சாரியார் தலைமையில் யாகம் நடைபெற்றது. யாகம் நடக்கும் மண்டபம் பழனி மலையை நோக்கி அமைந்திருந்தது.

அந்த நேரத்தில் ஊடகங்கள் நமது ஸ்கந்தபாரதமகாயாகம் பற்றிய போதுமான செய்திகளை வழங்கினார்கள். உலகெங்கிலும் உள்ள தமிழ் ஊடகங்கள் இந்த நிகழ்வைக் குறித்த செய்திகள் அதிக முக்கியத்துவத்துடன் வெளியிட்டன. LMRK நிறுவனர் என்ற முறையில், இந்தியன் எக்ஸ்பிரஸ், டைம்ஸ் ஆஃப் இந்தியா போன்ற பிரபல இந்தியப் பத்திரிகைகள் என்னுடன் நேர்காணல்களை நடத்தி வெளியிட்டனர்.

இவ்வாறு இறைவனின் அருளால் ஸ்கந்தபாரதமகாயாகம் வெற்றிகரமாக நடந்தேறியது. இரண்டாவது ஊரடங்கு காரணமாக வீட்டிற்குள் முடங்க வேண்டிய கட்டாயம் இருந்ததால் பெரும்பாலான LMRK உறுப்பினர்கள் நேரடி ஒளிபரப்பின் மூலமாக யாகத்தில் பங்கேற்றனர்.

எப்பொழுதும் போல் பழனிமலை அடிவாரத்தில் இரவு நிசப்தத்தில் அமர்ந்து அந்த வலிமைமிக்க மலை வெள்ளி நிலவொளியில் குளிப்பதைப் பார்த்துக் கொண்டிருந்தேன். பழனிமலைக்கு எனது முதல் வருகையிலிருந்து இன்று வரையிலான நிகழ்வுகள் என் மனதில் பளிச்சிட்டது. ஒரு காலத்தில் சந்தேகங்களுடனும், தயக்கங்களுடனும் இந்த மலைகளில் கால் பதித்த நான் இப்பொழுது ஒரு யாகத்தை நடத்தி முடித்து நமது தேசத்தின் பொற்காலத்தை மீண்டும் கொண்டு வருவதற்காக உழைத்துக்கொண்டிருக்கின்றேன். நேரம் என்று அழைக்கப்படும் ஒரு புதிரான நிகழ்வுடனான எனது பயணம்!

முதலில் தயக்கத்துடன் இருந்த நபரிலிருந்து இப்பொழுது இருப்பவர் வரை மொத்தம் 18 ஆண்டுகள்! என்னை வடிவமைப்பதற்காக எனக்கு வந்த அனைத்து ஆசீர்வாதங்களிலும் நான் மூழ்கி என்னை வடிவமைத்துக்கொண்டேன். முருகப்பெருமானின் அறிவுறுத்தலின்படி உருவான LMRK என்ற ஒரு வலிமைமிக்க அமைப்பில் குமரி கண்டத்தை மீட்டெடுப்பதற்காக ஏராளமான மக்கள் முழு மனதுடன் பாடுபடுகின்றார்கள். முருகப்பெருமானால் அனுப்பப்பட்ட தேவர்களான போகர் சித்தர், புலிப்பாணி சித்தர், மகா அவதார் பாபாஜி போன்றவர்கள் பொழிந்த அருட்கொடைகள் இங்கு அதிகம் உள்ளன. அனைத்திற்கும் மேலாக மகேஸ்வரப் பெருமானின்

அருகில் என்னை வைத்திருக்கும் என் அம்மாவின் கவசம் போன்ற சக்தி உள்ளது. இந்த அமைப்பினையும், அதன் முயற்சிகளையும் அவரின் இரு உள்ளங்கையில் பாதுகாப்பாக வைத்திருக்கின்றார்.

இங்குப் பயப்படுவதற்கென்று எதுவுமேயில்லை!

நான் எதிர்பார்த்ததைவிட ஸ்கந்தபாரதமகாயாகம் சிறப்பாக நடைபெற்றது.

எல்லா வெற்றியும் இந்தியாவுக்கே!

ஆதி சங்கரர், விக்ரமாதித்யன் போன்ற மகான்கள் தொட்ட இந்த மண்ணிற்கு சக்தியும், ஆன்மிகமும் வரக் கடவுளின் ஆசீர்வாதங்கள்!

வெற்றியுடன் முருக யுகம் தொடங்கும்!

ஜெய் குமரி கண்டம்!

என் கண்கள் வானத்தில் இருக்கும் வலிமைமிக்க கார்த்திகை நட்சத்திரத்தைத் தேடிப் பார்த்தன.

காலத்தின் சூழ்நிலைகளை மாற்றுவதற்கு இன்னும் என்னென்ன அனுபவங்களை இறைவன் என்னிடம் வைத்திருக்கின்றார் என்று நினைத்துப் பார்த்து நான் ஆச்சரியப்பட்டேன். இந்த நேரத்தில் வேறொரு நேர மண்டலத்திலிருந்து யாராவது என்னைக் கவனித்துக் கொண்டிருக்கின்றார்களா?

முருகப் பெருமானே!

ஓம் சரவணபவாய நமஹ !!!

நேரம் என்கின்ற புதிர்

மனிதர்களாகிய நாம் அனைவரும் இயற்கையாகவே முப்பரிமாண வடிவத்தில் விஷயங்களைப் பார்க்கும் திறனைப் பெற்ற உயிரினங்களாவோம். மேலும் விளக்கமாகச் சொல்லவேண்டுமென்றால், ஒரு பொருளைப் பார்க்கும்பொழுது அதன் நீளம், அகலம் மற்றும் உயரம் என்ற மூன்று விஷயங்களை நம் மனது பதிவு செய்கின்றது. இதனையே முப்பரிமாணம் என்று சொல்கின்றோம்.

அனுமானமாக, 1-ம் பரிமாண மற்றும் 2-ம் பரிமாண வடிவங்களில் மட்டுமே பொருட்களைப் பார்க்கும் திறன் கொண்ட உயிரினங்கள் உள்ளன என்று வைத்துக்கொள்வோம். அவை நம்மிடமிருந்து எப்படி வேறுபட்டிருக்கும்? அது எந்த வகையில் மாறுபட்டதாக இருக்கும்? இதனைப் பகுப்பாய்வு செய்து நாம் தெளிவு பெறலாம். 1-ம் பரிமாண வடிவத்தில் மட்டும் ஒரு பொருளைப் பார்க்கும் திறனுள்ள உயிரினங்களுக்கு அந்த பொருள் ஒரு புள்ளியைப் போல மட்டும் தெரியும். இடது, வலது, மேல் மற்றும் கீழ் போன்ற கருத்துக்களைப் புரிந்துகொள்ளும் திறனை அந்த உயிரினங்கள் கொண்டிருக்காது. அதன் முன்னால் ஒரு புள்ளி மட்டுமே தெரியும். அகச்சிவப்பு கதிர்களை(Infrared rays) நாம் ஒரு புள்ளியைப் போன்று பார்க்கிறோமே அதனைப் போன்றது. அத்தகைய உயிரினங்களுக்கு அதன் வழியில் ஏதேனும் பொருட்கள் இருந்தால் அதனை ஒரு தடை என்று மட்டுமே கருதும். அந்த தடையை அகற்றும் வரை அதனால் நகர முடியாது. அதனால் ஒரே ஒரு நேர்கோட்டில் மட்டும் தான் செல்ல முடியும்.

அடுத்ததாக, இரண்டாம் பரிமாண வடிவங்களை மட்டும் பார்க்கும் திறன் கொண்ட உயிரினங்கள் எவ்வாறு செயல்படுகின்றன என்பதை அனுமானமாகப் புரிந்துகொள்வோம். இந்த உயிரினங்கள் நீளம் மற்றும் அகலத்தின் கருத்தைப் புரிந்து கொள்ளும். எனவே அத்தகைய உயிரினங்கள் முன்னோக்கி நகரும் திறன் கொண்டவை. ஆனால் அதனால் இடது மற்றும் வலது புறம் மட்டுமே நகர முடியும்.

மேலே குறிப்பிடப்பட்ட இரண்டு உயிரினங்களின் பாதையிலும் ஒரு செங்கல் வைக்கப்பட்டுள்ளது என்று வைத்துக்கொள்வோம். அப்பொழுது அந்த உயிரினங்கள் எவ்வாறு செயல்படும்? நிச்சயமாக அந்த செங்கல் அந்த இரண்டிற்கும் ஒரு தடையாகத் தான் இருக்கும், இல்லையா? ஆனால் அந்த தடையை இரு உயிரினங்களும் வித்தியாசமாகப் பார்க்கும். நம்முடைய புரிதலுக்காக ஒன்றாம் பரிமாணம் கொண்ட உயிரினத்தை உயிரினம் 1 என்றும், இரண்டாம் பரிமாணம் கொண்ட உயிரினத்தை உயிரினம் 2 என்றும் வைத்துக்கொள்ளலாம்.

உயிரினம் 1 அந்த செங்கல்லை (அது எவ்வளவு பெரிதாக இருந்தாலும்) ஒரு புள்ளியைப் போலவே பார்க்கும். அது அப்படி தான் ஆசிர்வதிக்கப்பட்டுள்ளது. ஆகையால், உயிரினம் 1 தடையைக் கண்டு அப்படியே நிற்கும். இடப்புறம் அல்லது வலதுபுறம் சிறிது நகர்ந்தால் அதனால் அந்த தடையைக் கடக்க முடியும் என்று நமக்குத் தெரியும். ஆனால் அதற்குத் தெரியாது.

அடுத்ததாக இரண்டாம் பரிமாண திறன் கொண்ட உயிரினம் 2. இந்த உயிரினங்கள் அந்த செங்கல்லை ஒரு கோடு போலப் பார்க்கும். அதற்கு முன்னாள் ஒரு குச்சி இருப்பதைப்போல அதற்குத் தெரியும். எனவே உயிரினம் 2 அந்த செங்கல்லைக் கடப்பதற்கு இடது புறம் அல்லது வலதுபுறம் செல்ல முயற்சி செய்யும். ஆனால் இதற்கு உயரம் குறித்து எதுவும் தெரியாது. அந்த செங்கல்லைத் தாண்டினால் அதனால் வேகமாக முன்னேற முடியும் என்று நமக்குத் தெரியும். ஆனால் அந்த உயிரினத்திற்குத் தெரியாது.

ஏனென்றால், அதற்கு அந்த திறன் இல்லை. உயிரினம் 1 ஐ விட ஒரு படி மேலே இதற்கு தெளிவு உள்ளது. அவ்வளவுதான்.

முப்பரிமாண வடிவத்தில் விஷயங்களைப் பார்க்கும் திறன் கொண்ட ஒரு உயிரினம் வேகமாக முன்னேறும் என்று இப்பொழுது உங்களுக்குப் புரிந்திருக்கும். ஏனென்றால் முன்னாள் இருக்கும்

தடையின் உயரத்தையும் அதனால் காண முடியும். இதற்கு உயிரினம் 3 என்று பெயர் வைக்கலாம்.

இப்பொழுது செங்கல்லின் நீளம் ஒரு கோடி கிலோமீட்டர் என்றும், அதன் உயரம் வெறும் சில சென்டிமீட்டர் என்று வைத்துக்கொள்வோம். நாம் பார்த்த மூன்று உயிரினமும் இதனை எப்படிப் பார்க்கும்?

- உயிரினம் 1, அந்த செங்கல்லைப் பார்த்து அப்படியே நின்றுவிடும்.
- உயிரினம் 2, அந்த செங்கல்லைக் கடப்பதற்காக இடது புறமோ அல்லது வலது புறமோ நகரும். அதனைக் கடப்பதற்கு அதற்குப் பல வருடங்கள் தேவைப்படலாம்.
- உயிரினம் 3, சில நொடிகளில் அந்த செங்கல்லைத் தாண்டி குதித்துச் சென்று அதன் இலக்கை அடைந்துவிடும்.

இன்னும் ஒருபடி மேலே சென்று நான்காம் பரிமாண வடிவத்தில் விஷயங்களைப் பார்க்கும் பாக்கியம் பெற்ற திறமையானவர்கள் நம்மிடையே இருக்கின்றார்கள். முப்பரிமாணக் கண்ணோட்டத்தை மட்டுமே கொண்டவர்களால் நேரத்தைப் பற்றிப் புரிந்து கொள்ள முடியுமா? உண்மையில் முடியாது என்று தான் சொல்லவேண்டும். நம்மைப் போன்ற மனிதர்களால் நம் புரிதலுக்கு அப்பாற்பட்ட கருத்துக்களை நம்புவதும், உள்வாங்குவதும் கடினம். இல்லையா? ஆனால், நம்மால் அதனைப் புரிந்துகொள்ள முடியும்.

நாம் அதனைப் புரிந்து கொண்டாலும், புரிந்து கொள்ளாவிட்டாலும் அது தான் காலப் பயணம். பிரபஞ்சத்தின் மர்மங்களில் ஒன்றான இது, நேரத்தைப் பொருத்தமற்றதாக காட்டுகின்றது.

ஐன்ஸ்டீனின் சார்பியல் கோட்பாடு காலப் பயண நிகழ்வின் திசையையும் சுட்டிக்காட்டுகின்றது. இந்த கோட்பாட்டைப் பொறுத்தவரை, நேரமும் சகாப்தமும் ஒன்றோடொன்று தொடர்புடையவை.

பிரபஞ்சத்தில் உள்ள நட்சத்திரங்களின் எண்ணிக்கையை மனிதர்களாகிய நம்மால் கணக்கிட முடியுமா? குறைந்தபட்சம் யூகிக்கவாவது முடியுமா? சந்தேகத்திற்கு இடமின்றி இது நம் கற்பனைகளுக்கெல்லாம் அப்பாற்பட்டது. பில்லியன்? அல்லது டிரில்லியன்? நாம் விண்வெளியைப் பெரிதாக்கிக் கவனித்தால்

அதிலுள்ள பல நட்சத்திரங்களில் நமது சூரியனும் மிகச் சிறிய ஒன்று என்பது தெரியவரும். இதனைப்போன்றே நம் பூமியும் சூரியனைச் சுற்றி வருகின்ற ஒரு சிறு கிரகமாகும். இந்த சிறிய கிரகத்தில் வாழும் மனிதர்களாகிய நாம் சூரியன் என்று அழைக்கப்படுகின்ற நட்சத்திரத்தைக் கொண்டு நேரத்தை வரையறுக்கின்றோம். நம் அறிவிற்கு எட்டியது இவ்வளவுதான்!

நாம் முன்பு விவாதித்தது போல், உயிரினம் 1 மற்றும் 2 ன் அறிவைக்காட்டிலும் உயிரினம் 3 றிற்கு அறிவு அதிகம் இருக்கின்றது. அதனால் முதல் இரண்டு உயிரினம் செய்த முட்டாள்தனத்தை உயிரினம் 3 செய்யவில்லை.

அதனைப்போலவே நமது பிரபஞ்சத்தின் எல்லையற்ற பரப்பு, நேரத்தைப் பற்றிய நமது கருத்தை முற்றிலும் கேலிக்குரியதாக மாற்றினால் அதில் நாம் ஆர்ச்சயப்படுவதற்கு ஒன்றுமேயில்லை. யோசித்துப் பாருங்கள்!

இப்பொழுது எனது தனிப்பட்ட அனுபவத்தைப் பற்றிப் பேசலாம். 12 ஏப்ரல் 2020 அன்று சுவிட்சர்லாந்தில் முருகர் சிலையை வெற்றிகரமாக நிறுவியது உங்களுக்கு நினைவிருக்கின்றதா? அந்த நேரத்தில் எந்த நிலையில் நான் இருந்தேன் என்பதை ஏற்கனவே விவரித்துள்ளேன். உண்மையில், நீங்கள் கற்பனை செய்ய முடியாத அளவிற்கு என் நிலை மோசமாக இருந்தது. என்னுடைய அந்த மன அழுத்தம் என் உடலையும் பாதிக்கத் தொடங்கியது. நான் பொதுவாக என் வயதை விட பத்து வயது குறைவாகவே தோற்றமளிப்பேன். என்னைச் சுற்றியுள்ளவர்களிடமிருந்து நான் பெற்ற கருத்து இது. ஆனால் 2020 பிப்ரவரி மற்றும் மார்ச் மாதங்களில் நான் மிகவும் அச்சத்துடன் காணப்பட்டேன். எனக்கு வயதாகிவிட்டதாக நானே உணர்ந்தேன். ஆனால் மாயாஜாலம் போல் எல்லா வித பயண தடைகளையும் தாண்டி இறைவனின் திருவுருவ சிலையை சுவிட்சர்லாந்தில் பிரதிஷ்டை செய்ய சுஜித் உதவினார். அங்குச் சென்று பூஜைகளை முடித்த அந்த இரவிலிருந்து அனைத்தும் மாற தொடங்கியது.

அன்று விடியற்காலை 3:30 மணிக்குத் தான் பூஜை முடிந்தது. நான் உணர்ந்த மகிழ்ச்சி, நிம்மதி மற்றும் சிலிர்ப்பை என்னால் விவரிக்கவே முடியாது. அயர்ந்து தூங்கிக் கொண்டிருந்த என் குடும்பத்தை நான் தொந்தரவு செய்ய விரும்பாததால் அன்று விடியற்காலையில் என்

முற்றத்திற்குச் சென்று ஆற்றல் நிறைந்த என் கைகளை உயர்த்தி உற்சாகமாக என் இறைவனை நோக்கிக் கத்தினேன்.

ஜெய் குமரி காண்டம்!

வெற்றிவேல் முருகா – ஹர ஹரோ ஹர ஹரா!

தடைகளைத் தாண்டி நடந்த இந்த நிகழ்வை என்னால் உணர முடிந்தது! இதில் உச்சம் என்னவென்றால், என் அலுவலகத்தில் நான் எதிர்கொண்ட அனைத்து சவால்களும், பிரச்சனைகளும் அந்த தருணத்திலிருந்து மறைய தொடங்கிவிட்டது. சூரியன் வெளியே வருகையிலே எவ்வாறு மூடுபனி கலைந்து மறையுமோ அதே போன்று இருந்தது.

அந்த நேரத்தில் பஞ்சகர்மா சிகிச்சைக்குச் செல்லுமாறு இறைவனால் எனக்கு அறிவுறுத்தப்பட்டது. ஆயுர்வேதத்தின் கீழ் வரும் பஞ்சகர்மா (வாமனன், வீரேச்சனா, பஸ்தி, நாஸ்யா, ரக்தா மோக்ஷா) சிகிச்சையானது புத்துணர்ச்சிக்கு உதவும் சிறப்புச் சிகிச்சையாகும். சுற்றுலா தளங்களைப் பொறுத்தவரை கேரளா அனைவராலும் விரும்பப்படும் ஒரு இடமாகும். கடவுளின் சொந்த நாடு என்ற வாக்கியம் ஒரு பொழுதும் விமர்சிக்கப்பட்டதில்லை. அப்படிப்பட்ட இந்த இடத்தில் அழகுடன் சேர்த்து ஆயுர்வேதத்தின் பங்களிப்பும் உள்ளது. பஞ்சகர்மா என்பது எந்தவிதமான மருத்துவ பிரச்சனைகளும் இல்லாதவர்களுக்கு வழங்கப்படும் ஒரு புத்துணர்வு சிகிச்சையாகும். இந்த சிகிச்சையானது கழிவு நீக்கம், நஞ்சகற்றல் போன்ற விஷயங்களை உள்ளடக்கியது. கிழி, தாரா போன்ற சிகிச்சைகளைப் பயன்படுத்துவதன் மூலம் உடல் புத்துயிர் பெறுகின்றது.

அறிவுறுத்தப்பட்டபடி நான் பஞ்சகர்மா சிகிச்சையைப் பெற்றேன். அதைச் செய்ததில் நான் மிகவும் மகிழ்ச்சியடைந்தேன். அந்த சிகிச்சைக்குப் பிறகு என் உடல் மீண்டும் முன்புபோல மாறியது. இது ஒரு புத்துணர்ச்சி தரக்கூடிய இனிமையான உணர்வு. மீண்டும் இளமையாக மாற்றியதற்கு என் உடல் எனக்கு நன்றி தெரிவித்தது போல இருந்தது. என் சிகிச்சை முடிவடைந்தவுடன் இறைவன் எனக்கு ஒரு செய்தியை அளித்தார்.

எனது மனதையும் பூஜ்ஜியப் புள்ளிக்கு மாற்றியமைக்க வேண்டும் என்றும், அதன் மூலம் என் உடலும் மனதும் சீராகவும் புத்துணர்வோடும் இருக்கும் என்றும் தெரிவித்தார். இதனையடுத்து நான் தொடர்ந்து ஏழு நாட்களுக்குத் தியானம்

செய்யவேண்டியிருந்தது. ஏழு நாட்களுக்கு நான் செயல்பாட்டில் இருக்கமாட்டேன் என்று எங்கள் குழுக்களுக்கு அறிவித்துவிட்டு நான் மகிழ்ச்சியாகத் தியானத்தில் இறங்கினேன்.

அந்த தியான நாட்களில் தனித்துவமான ஒன்றை அனுபவித்தேன். அது மாயாஜாலம் போன்றிருந்தது. ஒரு சாதாரண மனிதனால் இதுபோன்ற ஒன்றை அனுபவிக்க முடியும் என்று எனக்குத் தோன்றவில்லை.

சில முறை நான் காலம் என்ற நிகழ்வைச் சந்தித்ததை முந்தைய அத்தியாயங்களிலிருந்து நீங்கள் அறிந்திருப்பீர்கள். மேலும் நான் தியானத்தில் இருக்கும் நேரத்தில் அவ்வாறு நடந்துள்ளது.

ஆனால் இந்த அனுபவம் முற்றிலும் மாறுபட்டிருந்தது. நான் என் திறந்த கண்களுடன் ஒரு சுரங்கப்பாதை இருப்பதைக் கண்டேன். நான் ஒரு அண்டவெளி புழுத்துளையை (warmhole) எதிர்கொள்கின்றேன் என்பதை அறிந்தபின் நான் ஆச்சரியத்தில் மூழ்கிப்போனேன். இது எனக்கு மிகுந்த மகிழ்ச்சியை அளித்தது. வார்ம்ஹோல் என்பது நான்காவது பரிமாணத்திற்கான நுழைவாயிலாகும். அதாவது, மற்றொரு நேர மண்டலத்திற்கான பாதை. ஆண்டவரே, முருகா....!!

முதன்முறை நான் பெற்ற அரிதான அனுபவம் இது. முருகப்பெருமான் என்னைத் தன் உள்ளங்கைக்குள் இழுத்து அங்கே அமர்த்தினார். அந்த உணர்வு மிகவும் ஆழமானதாக இருந்தது. இறைவனுக்கு என்னால் அந்த அளவிற்கு நன்றியுள்ளவனாக இருக்கவே முடியாது.

வார்ம்ஹோல் (அண்டவெளி புழுத்துளை) என்றால் என்ன என்பதைக் குறித்து விவாதிப்போம். வார்ம்ஹோல்ஸ் மற்றும் பிளாக்ஹோல்கள் (கருந்துளை) போன்றவை ஐன்ஸ்டீனின் சார்பியல் கோட்பாட்டில் விளக்கப்பட்ட கருத்துக்களாகும். இரண்டு கருத்துக்களும் 1919 இல் கோட்பாடு ரீதியில் மட்டுமே இருந்தன. கருந்துளைகள் இருப்பது முதன்முதலில் 1971 இல் உறுதிப்படுத்தப்பட்டது. பிரபஞ்சத்தில் சுமார் 100 மில்லியன் கருந்துளைகள் இருப்பதற்கான சான்றுகள் இருப்பதாக அறிவியல் அறிவித்துள்ளது. இவற்றில் மிகவும் முக்கியமானது தனுசு A (Sagittarius A) ஆகும். தற்சமயம் இது பால்வெளி மண்டலத்தின் மையத்தில் இருப்பதாக அறிவியல் கருதுகின்றது. 2019 ஆம் ஆண்டில் மனிதக்குலத்திற்கு முன்னாள் தோன்றிய கருந்துளையின்

படத்தை நாசா வெளியிட்டது. இது விஞ்ஞான சமூகத்தை அதிர்ச்சிக்குள்ளாக்கியது. மே 2022ன் இரண்டாவது வாரத்தில் நான் இதை எழுதுகையில், முன்பு எடுத்த படத்தை விட அதிக துல்லியத்துடன் கருந்துளையின் மற்றொரு படத்தை நாசா கைப்பற்றியிருந்தது.

நம் நாட்டின் பெருமையை அதிகரிக்கக்கூடிய சில தகவல்களை இப்பொழுது பார்க்கலாம்! ஸ்ரீனிவாச ராமானுஜன் என்ற பெயர் நமக்கு மிகவும் பரிச்சயமானது. அவர் ஒரு கணித மேதை என்பதை நாம் அனைவரும் அறிவோம். தமிழ்நாட்டின் ஒரு சிறிய கிராமத்தில் பிறந்த ராமானுஜன், இந்த பூமியில் மிகக் குறுகிய காலமே வாழ்ந்தார். 33 ஆண்டுகளே வாழ்ந்தாலும் அவரின் இருப்பில் ஒரு நோக்கமிருந்தது. அவரது சூத்திரங்கள் அனைத்தும் கடவுளின் பரிசு என்று அவர் தனது வழிகாட்டியான ஜி எச் ஹார்டியிடம் வெளிப்படுத்தியதாக வரலாறு கூறுகின்றது. ராமானுஜன் பல கணித தீர்வுகளை அறிவிப்பார். ஆனால் அவை எப்படி வந்தன அல்லது அவை எதற்காக அவரிடம் அளிக்கப்பட்டன என்பது பற்றி யாருக்கும் தெரியாது. அவரது அரிய கண்டுபிடிப்புகள் அனைத்தும் 100% துல்லியமாக இருந்தன என்பதுதான் யோசிக்கவேண்டிய விஷயம். அவரின் தீர்வுகளுக்கு அவர் தந்த ஒரே விளக்கம் - அவை உள்ளுணர்வின் மூலமாகக் கடவுள் கொடுத்த சூத்திரங்கள்! மகாலட்சுமி மற்றும் நரசிம்ம மூர்த்தி தான் அவருடைய குலதெய்வங்கள். நாமக்கல் நாமகிரி தாயார் என்று அவரது கிராமத்தில் அறியப்பட்டவர்கள்.

ராமானுஜன் எழுதிய டெத் பெட் தியரி என்ற ஒரு பிரபலமான சூத்திரம் உள்ளது. ஹார்டிக்கு எழுதிய கடிதங்களில் முற்றிலும் கேள்விப்படாத மற்றும் நிரூபிக்க முடியாத சில கோட்பாடுகளை அவர் கோடிட்டுக் காட்டியுள்ளார்! கருந்துளை என்ற கருத்தைப் பற்றி நினைத்துக்கூடப் பார்க்காத காலமான 1920-ல், தமிழ்நாட்டில் பிறந்த ராமானுஜன் கருந்துகள்களின் குணாதிசயங்களை விவரித்துள்ளார். அவற்றை 90 ஆண்டுகளுக்குப் பிறகு அமெரிக்கா கணிதவியலாளர்கள் குழு நிரூபித்திருக்கின்றது. 90 ஆண்டுகளுக்கு முன்பு, அது ராமானுஜத்திற்கு கடவுள் கொடுத்த வரம். இந்தப் புத்தகத்தைப் படிக்கும் நீங்கள் அனைவரும் கட்டாயம் The Man Who knew infinity என்ற திரைப்படத்தைப் பார்க்கவேண்டும்.

கருந்துளைகளைப் பற்றிச் சொல்லவேண்டுமென்றால், அவை திரும்பப் பெற முடியாத ஒரு நிகழ்வு. கருந்துளைகளுக்கு நுழைவாயில் மட்டுமே உண்டு. அதில் வெளியேறும் வாயில் கிடையாது. எனவே தன் அருகாமையில் வரும் அனைத்தையும் விழுங்கும் ஒரு பெரிய பேயுடன் அதனை ஒப்பிடலாம். எல்லாவற்றிலும் வேகமான ஒளி கூட கருந்துளைக்குள் நுழைந்தால் தப்பிக்க முடியாது.

வார்ம்ஹோல்ஸ் (புழுத்துளை) இதிலிருந்து எப்படி வேறுபடுகின்றது? கருந்துளைகளுக்கு மாறாக, இது நுழைவாயில் மற்றும் வெளியேறும் வாயிலினை கொண்டிருக்கும். 90 ஆண்டுகளுக்கு முன்பு எப்படி கருந்துளைகள் ஒரு கோட்பாடாக ஓரங்கட்டப்பட்டதோ, அதனைப்போன்றே இன்று புழுத்துளைகள் ஏற்றுக்கொள்ளப்படவில்லை. ஏனென்றால் அது இன்னும் நிரூபிக்கப்படவில்லை. ராமானுஜனின் தெய்வீக சூத்திரத்தில் புழுத்துளைகளின் அம்சம் மறைந்திருப்பதாக என் உள்ளுணர்வு கூறுகின்றது. சரியான நேரத்தில் அனைத்தும் வெளிச்சத்திற்கு வரும்.

புழுத்துளைகள் எப்படி வேலை செய்கின்றன? அதன் வெளியேறும் வாயிலில் என்ன இருக்கின்றது? ஒரு புழுத்துளைக்குள் நுழைந்த பிறகு ஒருவர் தொடங்கிய இடத்திற்குத் திரும்ப முடியுமா? அனைத்து சரியான கேள்விகள்!

நான் முன்பு குறிப்பிட்டது போல் புழுத்துளைகளுக்கு வெளியேறும் மற்றும் நுழைவுப் புள்ளிகள் உள்ளன. வெளியேறும் புள்ளி உங்களை மற்றொரு நேர மண்டலத்திற்கு அழைத்துச் செல்லும். அதன் முடிவில் உள்ள நேரம் இங்கே நீங்கள் புரிந்துகொண்டதைப் போலவே செயல்படலாம். எடுத்துக்காட்டிற்கு, நீங்கள் மறுமுனையில் ஒரு நிமிடம் செலவழித்திருந்தால் நீங்கள் திரும்பி இங்கே வரும்பொழுது 20 அல்லது 500 ஆண்டுகளைத் தாண்டியிருக்கும் வாய்ப்பும் உள்ளது என்பதில் எந்த ஆச்சர்யமும் இல்லை. நீங்கள் சென்ற வழியில் நிச்சயம் திரும்புவீர்கள் என்பது மட்டும் நிலையானது.

இந்தத் தருணத்தில் முன்பு சொன்ன மூன்று பரிமாணங்களையும் பற்றி மீண்டும் ஒருமுறை படிக்குமாறு பரிந்துரைக்கின்றேன். உயிரினம் 3 செங்கல்லில் என்ன பார்க்கின்றது என்பதை உயிரினம் 2 புரிந்துகொள்ளுமா? உயிரினம் 3 எங்கே சென்றது என்று இதற்குத் தெரியுமா? அது செங்கல் தான் என்பதை இதனால் உணரமுடியுமா? இல்லை. முடியாது. சரிதானே? இதேபோன்று தான் முப்பரிமாண

உலகத்தை மட்டுமே புரிந்துகொள்ளக் கூடியவர்களுக்கு சித்தர்கள் அடைந்த காலப் பயணத்தைப் புரிந்துகொள்வது அல்லது ஒப்புக்கொள்வது கடினமான ஒன்று. சித்தர்கள் புழுத்துளைகளை கடந்து நான்காவது பரிமாணத்திற்கான வாயில்களை அடைந்தவர்கள்.

ஓம் சரவண பவாய நமஹ !!!

400 | குமரிக்கண்டத்தை நோக்கிய என் பயணம்

உலகத்தை மட்டுமே புரிந்துகொள்ளக் கூடியவர்களுக்கு சித்தர்கள் அடைந்த காலப் பயணத்தைப் புரிந்துகொள்வது அல்லது ஒப்புக்கொள்வது கடினமான ஒன்று. சித்தர்கள் புழுத்துளைகளை கடந்து நான்காவது பரிமாணத்திற்கான வாயில்களை அடைந்தவர்கள்.

நான்காவது பரிமாணத்தின் வாயில்கள்: பழனி மற்றும் உஜ்ஜயினி

2021 செப்டம்பரில் உஜ்ஜயினி மற்றும் பழனி ஆகிய இரண்டு இடங்களிலும் LMRK கொடியை 40 அடி உயரத்தில் ஏற்றுமாறு எல்லாம் வல்ல இறைவனிடமிருந்து எனக்கு ஒரு செய்தி வந்தது.

குமரி கண்டத்தின் வெற்றி மாலைக்கு இணையாக LMRK வின் கொடி இருக்கும். பண்டைய குமரி கண்டத்தில் வசித்த பல மனிதர்கள் நான்காவது பரிமாணத் திறன்களைக் கொண்டிருந்தனர் என்பதை நான் புரிந்துகொண்டேன். அவர்களில் பெரும்பாலோர் அண்டவெளி புழுத்துளையின் (வார்ம்ஹோல்ஸ்) மூலம் நேர மண்டலத்தைத் தாண்டியவர்கள் ஆவார்கள். குமரி கண்டம் சீரமைக்கப்பட்டபிறகு இந்த கொடியின் மூலம் அவர்கள் உலகில் எங்கு இருந்தாலும் குமரிகண்டத்திற்குத் திரும்புவார்கள்.

மேற்கொண்டு இப்பணியைத் தொடர்வதற்கு முதன் முதலில் பழனிமலையில் ஒரு சிறிய நிலத்தைக் குத்தகைக்கு எடுக்க முடிவு செய்தோம். இப்படி தான் எங்களின் பணி ஆரம்பித்தது.

பழனிமலை கிரிவலம் என்பது மலை அடிவாரத்திலுள்ள பாத விநாயகர் மற்றும் மீனாட்சி அம்மன் கோவிலின் முன்பிருந்தே துவங்குகின்றது. கிரிவலம் எப்படி நடத்தப்படுகின்றது என்பதை விரிவாகக் கூறுகின்றேன். பழனிமலையின் அடிவார பாதையானது 2.4 கிமீ தொலைவைக் கொண்டதாகும்.

பழனிமலையை சுற்றி இருக்கும் இந்த பாதையில் தான் ஊர்வலம் நடத்தப்படுகின்றது. இதனைத்தான் கிரிவலம் என்று

அழைக்கின்றார்கள். உருவகமாகச் சொன்னால், என் ஆன்மீகப் பயணம் கிரிவலப் பாதையின் மையப் புள்ளியை அடைந்தது போல் இருந்தது. இந்த மையப் புள்ளியைப் பற்றிய மற்றொரு உண்மை என்னவென்றால், முருகரின் இரண்டாவது நவபாஷாண சிலை அந்த இடத்திற்கு மேலே உள்ள ஒரு குகையில் தான் ரகசியமாக வைக்கப்பட்டுள்ளது.

இப்பொழுது எனது முந்தைய வாழ்க்கையில் நடந்த சில சம்பவங்களைச் சற்று வேகமாக அலசுவோம். நானும் நாராயணனும் கோயிலுக்குள் இருந்தபொழுது அங்குக் கலவரம் மூண்டு பின் கோயில் மூடப்பட்டது உங்களுக்கு நினைவிருக்கின்றதா? மேலும், அதே நாளில் என் கனவில் காண்பிக்கப்பட்ட முருகப்பெருமானின் இரண்டாவது நவபாஷாண சிலை இருக்கும் இடத்திற்குச் செல்லும் ஒரு பாதைக்கு செல்ல நேரிட்டது. அதனைத் தொடர்ந்து தேவசம் கமிஷனர் சுந்தரம் மற்றும் பிரபல ஜோதிடர் பரப்பனங்காடி உன்னிகிருஷ்ண பணிக்கர் ஆகியோருடன் எனக்குப் பழக்கம் ஏற்பட்டது. உன்னிகிருஷ்ண பணிக்கரின் அறிவுறுத்தலின் பெயரில் நான் பழனிமலையில் விரதம் மேற்கொண்டேன். 18 நாட்களுக்குப் பிறகு அங்கிருந்து வெளியேற வேண்டிய கட்டாயம் ஏற்பட்டது போன்றவை உங்களுக்கு நினைவிருக்கின்றதா?

அன்றிலிருந்து இன்று வரை 18 வருடங்கள் ஆகிவிட்டது. எனது ஆன்மீகப் பயணத்தின் மையப் புள்ளியில் நான் இருப்பதாக உணர்ந்தேன். மேலும் என்னுடைய அடுத்த கட்ட பயணத்திற்கும் தயாராக இருந்தேன். 18 ஆண்டுகளாக உலகின் பல்வேறு பகுதிகளிலிருந்து பல உலகளாவிய ரகசியங்களை அனுபவித்து வருகின்றேன். இது மிகவும் நீண்ட மற்றும் என்னுடைய முதல் பாதி!

எனது ஆன்மீகப் பயணத்தில் நான் அடுத்த கட்டத்திற்கு நகரவேண்டிய நேரம் வந்துவிட்டது என்று ஒரு குரல் எனக்குள் சொல்லியது.

முந்தைய ஒரு அத்தியாயத்தில் பழனிமலையும், இடும்பன்மலையும் எப்படி காவடியில் இரு பக்கங்களாக இருக்கின்றன என்று விவரித்திருந்தேன்.

அப்படியானால் அந்த இரண்டிற்கும் இடையே கட்டாயம் ஒரு நடுப்புள்ளி இருக்க வேண்டும். புரோட்டான் மற்றும் எலக்ட்ரான்களுக்கு இடையில் ஒரு நியூட்ரான் இருப்பதைப்போல்,

நேர்மறை மற்றும் எதிர்மறைகளுக்கு இடையில் ஒரு நடுநிலை புள்ளி இருப்பதைப்போல், பழனி மலைக்கும் இடும்பன்மலைக்கும் இடையே ஒரு நடுப்புள்ளி இருக்கவேண்டும் என்பதில் நான் உறுதியாக இருந்தேன்.

இறுதியாக எனது ஆராய்ச்சி என்னை கருப்பையா முன்பு கொண்டு சென்று நிறுத்தியது. அவர் மிகவும் ஆசிர்வதிக்கப்பட்டவர். இந்த நபரைப் பிடிப்பது எளிதானது காரியம் அல்ல. இதற்கிடையில் எனக்குக் கிடைத்த சில தடையங்களை வைத்து நான் பழனிமலைக்கு சென்றுகொண்டிருந்தேன். அங்கு கருப்பையாவைச் சந்திக்க நேர்ந்தது. நடுநிலை புள்ளி குறித்த தகவலை அவரிடம் சொல்ல வேண்டும் என்பதில் உறுதியாக இருந்தேன். நான் தேடிக்கொண்டிருப்பதை அவருடன் விளக்கமாகச் சொல்லியபொழுது அவர் சிறிது நேரம் யோசித்தார். நானும் அவருடன் அந்த இடத்தை தேடிக் கொண்டே பழனி மலை அடிவாரத்தில் நடந்துகொண்டிருந்தேன். சக்திகிரிக்கும், சிவகிரிக்கும் இடையில் அதாவது பழனிமலைக்கும், இடும்பன்மலைக்கும் இடையில் ஒரு பாறை உள்ளது.

நான் தேடும் இடம் அதுதான் என்று கருப்பையா மிகுந்த பரவசத்துடன் தெரிவித்தார். அந்த பாறை சாதாரண பாறை அல்ல. அதற்கு ஒரு பெயர் இருக்கின்றது. அதன் பெயர் சிகண்டிப்பாறை என்றார். இது என்னை மேலும் ஆச்சரியப்படுத்தியது. மஹாபாரதத்தில் ஆண் மற்றும் பெண் தன்மை கொண்ட கதாபாத்திரத்தின் பெயரே சிகண்டி என்பதாகும்.

சிகண்டி = நடுநிலை பாலினம் = பூஜ்ஜிய புள்ளி!

உடனே பழனிமலை இருக்கும் திசையை நோக்கித் திரும்பி வணங்கினேன். நான் வாங்கும்பொழுது எனக்கு இன்னொரு புரிதல் ஏற்பட்டது. அது என்னவென்றால், இடும்பன்மலை மற்றும் சிகண்டிப்பாறையை ஒரு கோடு இணைக்கின்றது. மேலும் அந்த கோடு முன்னோக்கிச் சென்றால் அது போகர் சித்தர் வைத்திருக்கும் இரண்டாவது நவபாஷாண சிலை இருக்கும் குகைக்கு இட்டுச்செல்லும் என்பதாகும்.

நான் மிகுந்த உற்சாகத்துடன் இருந்தேன். உண்மையில் மிகுந்த நன்றியோடு உற்சாகமாக இருந்தேன்.

இறைவனின் வழியில் எந்த அளவிற்கு நீங்கள் தியானிக்கின்றீர்களோ அந்த அளவிற்கு நீங்கள்

நன்றியுள்ளவர்களாக உணர்வீர்கள். இந்தப் பாறையின் நோக்கம் மற்றும் அதன் பெயரின் முக்கியத்துவம் போன்றவற்றை நான் வெளிகொண்டுவருவதற்காகவே இவ்வளவு நாளாக மறைத்து வைக்கப்பட்டிருந்தது என்பதை நான் என் பாக்கியமாக உணர்ந்தேன். இது பல நாட்களாக மூடி வைக்கப்பட்டிருந்த பிரபஞ்ச ரகசியம். அப்பொழுதிருந்த உணர்வுகளை இப்பொழுது நினைத்தாலும் என் உடல் சிலிர்க்கின்றது!

ஒரு கட்டத்தில் தன் கடமை முடிந்துவிட்டதாக உணர்ந்த கருப்பையா அவர் வழியில் சென்றுவிட்டார். அந்த பூஜ்ஜிய புள்ளியில் சிறிது நேரம் தனிமையில் தியானம் செய்ய முடிவு செய்தேன்.

ஓம் சரவண பவாய நமஹ !!

LMRK வினால் குத்தகைக்கு எடுக்கப்பட்ட ஒரு நிலத்தில் LMRK கொடியை நிறுவும் பணி மிகுந்த மகிழ்ச்சி மற்றும் உற்சாகத்தோடு முழு வீச்சில் நடைபெறத் துவங்கியது. இறைவனின் ஆணைப்படி 40 அடி உயரத்தில் கொடிமரம் அமைக்கப்பட்டு சரவண மந்திரங்கள் ஒலிக்க LMRK கோடி ஏற்றப்பட்டது. அந்த மகிழ்ச்சியான தருணத்தை மேலும் மகிழ்ச்சிப்படுத்த மிகவும் சுவையான இனிப்பு வகைகள் அங்கிருந்தவர்களுக்கு விநியோகிக்கப்பட்டது. அன்று LMRK வின் கொடி காற்றில் உயரப் பறந்ததைப் பார்ப்பதற்கு மிகவும் பெருமையாக இருந்தது. தற்சமயம் வேறு நேர மண்டலத்தில் வசித்துக்கொண்டிருக்கும் குமரி கண்டத்தின் பூர்வீக குடி மக்களுக்கு, விரைவில் மறுசீரமைப்பு வரும் என்ற செய்தியைக் காற்றின் அலைகள் மூலம் இந்த கொடி அறிவிப்பதாகத் தோன்றியது.

சரியாக இரவு 12 மணிக்கு நான் சிகண்டிப்பாறையில் இரண்டு கைக்கடிகாரங்களுடன் பூஜை செய்தேன். அதில் ஒன்று வெள்ளை மற்றொன்று கருப்பு. எனது ஆன்மிகப் பயணத்தின் முதல் பாதியை வெற்றிகரமாக முடித்ததற்கு நன்றி தெரிவிக்கும் வகையில் இந்த பூஜை செய்யப்பட்டது.

அனைத்தும்... ஒவ்வொரு நொடியும் முருகப்பெருமானின் விருப்பம்!

அங்கிருந்து உஜ்ஜயினிக்குச் சென்றோம்.

எங்களுக்கு முன்னரே பாஸ்கர் மற்றும் குழுவினர் எங்களுக்காக உஜ்ஜயினியில் காத்திருந்தனர். அப்பொழுது உஜ்ஜயினியில்

உள்ள ஒரு குறிப்பிட்ட இடத்தைப் பார்க்க சொல்லி எனக்கு ஒரு தெய்வீகச் செய்தி வந்தது. எனக்குக் கிடைத்த தடயங்களை வைத்து அந்த இடத்தை கண்டுபிடித்ததில் அது ஏதோ அருங்காட்சியகம் என்று தெரியவந்தது. உஜ்ஜயினியில் ஏதேனும் அருங்காட்சியகம் இருக்கின்றதா என்று பாஸ்கரிடம் கேட்டேன். இறைவன் என்னைப் போகச் சொல்லும் இடம் அருங்காட்சியகம் போன்ற ஏதோ ஒன்று என்று அவரிடம் கூறினேன். தேடிப் பார்த்ததில் அங்கு அதைப் போன்று எதுவும் இருப்பதாகத் தெரியவில்லை என்று பாஸ்கர் கூறினார். அதற்குப் பதிலாக உஜ்ஜயினியிலிருந்து 40 கிமீ தொலைவில் உள்ள ஒரு கண்காணிப்பகத்தை அவர் கண்டுபிடித்தார்.

இதற்கிடையில் பாஸ்கர் மற்றும் அவரது குழுவினர் உஜ்ஜயினியில் உள்ள ஆஸ்தா குருகுலம் என்ற இடத்திற்குச் சென்று அங்கிருந்த அதிகாரியைச் சந்தித்தனர். ஆஸ்தா குருகுலத்தின் முக்கியமான நபரான கோபால்ஜி என்பவர் LMRK கொடியை அவரின் வளாகத்தில் நிறுவுவதில் பெருமகிழ்ச்சி அடைந்தார். நாங்கள் எதிர்பார்த்திருந்த நாள் வந்தது! ஆசிரமத்தில் வேதங்கள் மற்றும் உபநிடத வகுப்புகளில் பயிலும் மாணவர்களால் வேத மந்திரங்கள் ஓதப்பட்டன. மிகவும் போற்றப்படும் விக்ரமாதித்யனின் பூமியில் LMRK கொடியை ஏற்றினேன்! அந்த புனிதமான தருணத்தில் பண்டைய குமரி கண்டத்தின் முன்னோர்கள் வெவ்வேறு கால மண்டலங்களிலிருந்து தங்கள் ஆசீர்வாதங்களையும், மலர் இதழ்களையும் எங்கள் மீது பொழிகின்றார்கள் என்று நான் உறுதியாக நம்பினேன். இறைவனின் அருளாலே இறைவனின் அறிவுரைகள் அழகாக நிறைவேறுகின்றன!

எங்கள் இதயங்கள் பெருமிதத்திலும், மகிழ்ச்சியிலும் நிறைந்திருந்தது. அன்றிரவு நான் நிம்மதியாக உறங்கினேன்.

அடுத்த நாள் பாஸ்கர் கண்டுபிடித்த கண்காணிப்பகத்திற்குச் சென்றோம். மத்தியப் பிரதேசத்தின் உள் கிராமங்கள் வழியாகப் பயணம் செய்து மத்தியப் பிரதேச அரசின் நிறுவனமான வராஹமிஹிரா வான்காணகத்தை அடைந்தோம். பண்டைய இந்திய ஜோதிடர், வானியலாளர், பல்துறை வல்லுநர் மற்றும் பேரரசர் விக்ரமாதித்யாவின் அரச சபையின் ஒன்பது ரத்தினங்களில் ஒருவரான விராஹமிஹிரரின் நினைவாக இந்த ஆய்வகம் அமைக்கப்பட்டுள்ளது.

தொற்றுநோய் காலங்களில் நாங்கள் அங்குச் சென்றிருந்ததால் பொதுமக்களுக்காகத் திறக்கப்படாமல் இருந்தது. என்னையும் சேர்த்து மொத்தம் ஆறு பேர் கண்காணிப்பு மையத்தைப் பார்வையிடச் சென்றிருந்தோம். எங்கள் LMRK சீருடையிலிருந்த வேல் மற்றும் நட்சத்திரங்களைப் பார்த்து எங்களை வானியலாளர்கள் என்று தவறாக நினைத்தாரா அல்லது அவர் விருந்தோம்பல் செய்ய நினைத்தாரா எனத் தெரியவில்லை. அந்த இடத்தை அங்கிருந்த பராமரிப்பாளர் எங்களுக்கு முழுமையாகவும், பொறுமையாகவும் சுற்றிக் காட்டினார். வானியலாளர்கள் தங்குவதற்கும், வான்வழி அவதானிப்புகளை மேற்கொள்வதற்கும், ஆராய்ச்சிகள் செய்வதற்கும் இந்த ஆய்வுக்கூடம் அமைக்கப்பட்டிருந்தது. 360 டிகிரி திருப்பக்கூடிய தொலைநோக்கியை நாங்கள் அங்குப் பார்த்தது குறிப்பிடத்தக்கது!

கண்காணிப்பு அறையில் தடைசெய்யப்பட்ட பகுதி என சில இடங்களைக் குறித்திருந்தார்கள். ஆனால் அங்கிருந்தவர் எங்களைத் தடுக்கவில்லை. எல்லாம் கடவுள் அருள்! நகரத்திலிருந்து வெகு தொலைவில் இந்த இடம் கட்டப்பட்டதற்கு ஏதேனும் காரணம் இருக்கின்றதா என்று அங்கிருந்த பராமரிப்பாளரிடம் கேட்டேன். இப்பகுதியின் முக்கியத்துவம் காரணமாக இங்குக் கண்காணிப்பு மையம் கட்டப்பட்டது என்று சொன்ன அவர், இந்த இடம் தான் நடுப்புள்ளி என்று கூறினார். ஒவ்வொரு ஆண்டும் ஜூன் 21 அன்று சூரியன் வடக்கிலிருந்து தெற்கிற்கு மாறும் தருணத்தில் அந்த இடத்தில் நிழல் இருக்காது என்று விளக்கினார். என்ன ஒரு அற்புதம்!

ஐயோ முருகப்பெருமானே - நான் கேட்டது உண்மையா? என் இறைவன் எனக்காக சில விஷயங்களை அமைத்துக் கொடுக்கும் அற்புதமான வழிகளைக் கண்டு நான் வியந்தேன். அனைத்தையும் ஒரு தட்டில் வைத்து அவர் தருகின்றார். அந்த நேரத்தில் எனக்கிருந்த உணர்ச்சி நிலையை நீங்கள் புரிந்து கொள்வீர்களா என்று எனக்குத் தெரியவில்லை. அது பேச்சற்ற நிலை - முற்றிலும் பேச்சற்ற நிலை! இரண்டு இடங்களிலும் LMRK கொடியை வெற்றிகரமாக ஏற்றினோம். பழனிமலையில் உள்ள சிகண்டி பாறையில் ஒரு வழிபாட்டை முடித்தபிறகு இப்பொழுது நான் மற்றொரு நடுநிலையான கட்டத்தில் இருக்கின்றேன். இது கடவுள் கொடுத்த பரிசு! நான் முற்றிலும்

வேறொரு இடத்தில் நிற்பது போல் உணர்ந்தேன். இதுதான் சங்கு யந்திரம் வைக்கப்பட்ட இடம் என்று பராமரிப்பாளர் கூறினார். என் முகத்தில் ஏற்பட்ட ஆச்சரியமான வெளிப்பாடுகளை மறைக்க நான் எடுத்த முயற்சி எனக்கு இன்றும் நினைவிருக்கின்றது.

"மீண்டும் ஒரு முறை சொல்வீர்களா?" என்று பராமரிப்பாளரிடம் கேட்டேன்.

"சங்கு.. சங்கு யந்திரம் என்று இது அழைக்கப்படுகின்றது என்றார். என்னவென்று மீண்டும் கேட்டேன்.

பின், "இல்லை, ஒன்றுமில்லை," நான் முணுமுணுத்தேன்.

அந்த நேரத்தில் நான் உணர்ந்ததை என்னால் எப்படி வெளிப்படுத்த முடியும்? ஏனென்றால் அது எனக்குத் தெரிந்த எல்லா வார்த்தைகளுக்கும் அப்பாற்பட்டதாக இருக்கின்றது.

"சங்கு.. யார் அது?" என்று நான் விசாரித்தேன்.

"அவர் பேரரசர் விக்ரமாதித்யாவின் அரச சபையின் ஒன்பது பண்டிட்டுகளில் ஒருவர்," என்று அவர் பதிலளித்தார்.

"இந்த இடத்திற்கு அவர் பெயரை வைக்க என்ன காரணம்?" என்று நான் கேட்டேன்.

"அதெல்லாம் எனக்குத் தெரியாது சார். ஆனால் அது யந்திரம் நிறுவப்பட்ட நடுநிலை புள்ளி என்று மட்டும் எனக்குத் தெரியும். ஜூன் 21 அன்று இந்த இடம் நிழல்கள் இல்லாமல் இருக்கும்," என்று அவர் விளக்கினார்.

"ஏன் என்று எனக்குத் தெரியும்..." என்று எனக்குள் நான் சொல்லிக்கொண்டேன். என்னுள் எழுந்த உணர்ச்சிகளின் பெருங்கடலை விட்டுவிடாமல் இருக்கக் கடினமாக முயற்சி செய்து, "அது ஏன் என்று எனக்குத் தெரியும்" என்று எனக்குள் சொல்லிக்கொண்டேன்.

சங்கு - ஆண் பெண் இருபாலரும் இணைந்திருந்த ஒரு திறமைசாலி. அவர் ஸ்டீபன் ஹாக்கின்ஸ் உடன் என் முன் தோன்றிய அந்நியன். இது மிகவும் ஆச்சரியமாக இருந்தது. நான் உற்சாகத்தில் மயக்கமடைந்துவிடுவேன் என்று கூட நினைத்தேன்.

"ஐயோ, முருகப் பெருமானே!" மகிழ்ச்சியில் என் இதயம் கூக்குரலிடுவது போல் தோன்றியது. "நீங்கள் என்னைக் காற்றைப் போலப் பல இடங்களுக்கு அழைத்துச் செல்கின்றீர்கள். தோற்றமும் தெரியவில்லை, இலக்கும் தெரியவில்லை!

சொர்க்கத்தில் விடியற்காலை வடக்கு நோக்கியும், அந்தி பொழுது தெற்கேயும் நிற்கின்றது என்று நான் கேள்விப்பட்டிருக்கின்றேன். இங்கே நான் முழு உலகத்தின் நடுநிலை புள்ளியில் நின்று கொண்டிருந்தேன். இது எனக்குள் எழுப்பிய ஆச்சரிய அலைகளை உங்களால் புரிந்து கொள்ள முடியுமா என்று எனக்குத் தெரியவில்லை. இது ஒரு அற்புதமான மற்றும் எல்லாவற்றையும் கடந்த ஒரு நிலை!

நான் சிகண்டிப்பாறையை கண்டுபிடித்தபொழுது எனது ஆன்மீகப் பயணத்தின் நடுவில் நான் இருப்பதாக உணர்ந்தேன், இல்லையா? அதன் பின் நான் விராஹமிஹிர கண்காணிப்பு நிலையத்தை அடைந்தேன்... நான் எப்படி அங்குச் சென்றேன்? உண்மையில் இறைவன் தான் என்னை அங்குக் கொண்டு சென்றார். மேலும், இந்த சங்கு யந்திரத்தைச் சரியாய் பூமியின் நடுப்புள்ளியில் நான் பார்க்க வேண்டும் என்று கடவுள் நினைத்தார். ஒரு இரவில் நான் பழனியிலிருந்து பரலோகத்திற்குச் சென்றதை போல உணர்ந்தேன். இந்த அனுபவங்களை ஒருவர் எவ்வாறு புரிந்துகொள்வது!

முருகப்பெருமானின் திட்டப்படி எல்லாம் சரியாகவும், துல்லியமாகவும் நடக்கின்றது என்பதில் எனக்குச் சந்தேகமே இல்லை. படிப்படியாக எனக்குத் தெளிவு பிறந்தது. ஸ்டீபன் ஹாக்கின்ஸ் என்னைச் சந்தித்ததில் எந்த ஆச்சரியமில்லை. நான் முன்னோக்கிச் செல்ல வேண்டிய பயணத்திற்கு எனக்கு நடுநிலை ஆற்றல் தேவையாக இருந்தது. அதனை நான் பெறவேண்டும். அதனால்தான் ஸ்டீபன் ஹாக்கின்ஸ் சங்குவுடன் என் இடத்தில் தோன்றினார்.

பின்னால் நடக்கப்போவதை முன்பே அறிந்து கொள்ளும் ஆற்றல் அவருக்கு நிச்சயமாக இருக்கின்றது. அந்த ஆற்றல் படைத்தவர்களில் அவரும் ஒருவர்.

ஸ்டீபன் ஹாக்கின்ஸ் பற்றி நான் ஆராய்ச்சி செய்துகொண்டிருந்த பொழுது அவரைப் பற்றிய ஒரு தகவல் என்னைச் சிலிர்க்கவைத்தது. 2009ல் ஹாக்கின்ஸ் சுமார் 150-200 பேருக்கு விருந்து ஏற்பாடு செய்திருந்தார். ஆனால் அழைக்கப்பட்டவர்கள் யாரும் அந்த விருந்திற்கு வரவில்லை. ஏனென்றால் விருந்து ஏற்பாடு செய்யப்பட்டிருந்த அடுத்த நாள் தான் அனைவருக்கும் அவர் அழைப்பிதழை அனுப்பியிருந்தார். யாரேனும் காலப் பயணம் செய்யும்

திறமையை அடைந்திருந்தால் அவர்கள் விருந்திற்கு வந்திருப்பார்கள் என்பது அவரின் விளக்கமாக இருந்தது. அம்மாவின் நினைவாக நான் ஏற்பாடு செய்திருந்த மெமோரிஸ் நிகழ்வுக்கு ஒரு நாள் முன்னதாகவே அவர் வந்து சேர்ந்தார். ஆனால் அதன் அழைப்பிதழ்கள் நிகழ்வு முடிந்த மறுநாள்தான் விநியோகிக்கப்பட்டது. ஸ்டீபனின் வாழ்க்கையிலிருந்து அந்தச் சம்பவத்தைப் படித்தபொழுது நான் எவ்வளவு ஆச்சரியப்பட்டிருப்பேன் என்பதை உங்களால் புரிந்து கொள்ள முடிகின்றதா?

மேலும் ஸ்டீபன் ஹாக்கின்ஸ் மற்றும் சங்கு ஆகிய இருவரும் ஒன்றுதான் என்பதில் எனக்கு முழுநம்பிக்கை உள்ளது. ஸ்டீபன் சங்குவின் மறுபிறப்பு என்பதில் எந்த சந்தேகமும் இல்லை! ஒரு சக்கர நாற்காலியில் அமர்ந்து கொண்டு ஒரே ஒரு நகரும் முக தசையுடன் எப்படி நேரப் பயணக் கோட்பாட்டின் கையெழுத்துப் பிரதிகளை ஸ்டீபன் எழுதியிருக்க முடியும்?

அமியோட்ரோபிக் லேட்டரல் ஸ்களீரோசிஸ் (ALS) என்ற அரிய நோயை அவர் வெளிப்படுத்தியதற்குக் காரணம் இருந்திருக்கவேண்டும். அதனால் தான் அவரால் தன்னுடைய வேலையில் மட்டுமே கவனம் செலுத்தமுடிந்தது. நான்காவது பரிமாணத் திறனைப் பெற்றவர் சாதாரண மனிதனாகப் பிறந்ததில் எந்தக் காரணமும் இல்லாமல் இருக்காது. ஒரு புழு இலைகளை உண்பதில் மட்டுமே கவனம் செலுத்தி, பின் உறங்கும் நிலைக்குச் செல்லும்பொழுது அதற்கு என்ன நடக்கின்றது - அது வண்ணமயமான பட்டாம்பூச்சியாக மாறுகின்றது! வேறு நேர மண்டலத்தில் அமர்ந்து இதைக் கேட்டு ஹாக்கின்ஸ் சிரித்துக் கொண்டிருப்பார் என்று நான் உறுதியாக நம்புகின்றேன். நான் இப்பொழுது எழுதும் அனைத்தையும் அவர் இதற்கு முன்பே படித்திருப்பார் என்பதில் எனக்கு எந்த ஆச்சரியமும் இல்லை. என் அன்பான வாசகர்களே, இந்தக் கருத்தை நன்றாகப் புரிந்துகொள்ள நீங்கள் கிறிஸ்டோபர் நோலனின் திரைப்படமான இன்டர்ஸ்டெல்லரைப் பார்க்குமாறு நான் பரிந்துரைக்கின்றேன்.

அந்த ஆய்வகத்தில் நான் நின்றுகொண்டிருந்தபொழுது இந்த பிரபஞ்சம் எனக்காகத் திறந்தது. அந்த ஆய்வகத்தின் மையத்தில் நடுநிலையான பாதை ஒன்று செல்வதை நான் உணர்ந்தேன். ஒரு ஒருபுறம் கருப்பு நிறமும் மறுபுறம் வெள்ளை நிறமும் கொண்ட பாதை

அது. அப்பொழுது அங்கிருந்து எனக்குள் ஆற்றல்கள் பாய்வதை நான் உணர்ந்தேன்.

ஓம் சரவணபவாய நமஹ !!!

அது. அப்பொழுது அங்கிருந்து எனக்குள் ஆற்றல்கள் பாய்வதை நான் உணர்ந்தேன்.

ஓம் சரவணபவாய நமஹ !!!

நேரம்: கட்டுக்கதைகளுக்குள் மறைக்கப்பட்ட உண்மை

உஜ்ஜயினியில் கொடியேற்றம் வெற்றிகரமாக முடிந்தபின்பு, மீண்டும் உஜ்ஜயினிக்குச் செல்லும்படி இறைவனிடமிருந்து எனக்கு அறிவுறுத்தல் வந்தது. மகாசிவராத்திரியன்று சரியான நேரத்தில் நான் விதிஷா என்ற இடத்திற்குச் செல்லவேண்டுமென்றும் எனக்குச் செய்தி வந்தது.

பாஸ்கர், டாக்டர் மகேஷ், ஜனார்த்தனன் மற்றும் ஜினோஜ் ஆகியோருடன் நான் உஜ்ஜயினியை அடைந்தேன். எல்லா இடங்களிலும் பிரார்த்தனை செய்த பிறகு, நாங்கள் ஐந்து பேரும் இந்நோவா வாகனத்தில் விதிஷாவுக்கு எங்கள் பயணத்தைத் தொடர்ந்தோம்.

உஜ்ஜயினியிலிருந்து சுமார் 250 கிமீ தொலைவில் விதிஷா உள்ளது. நாங்கள் அங்குச் செல்வதற்குச் சந்தியாகிவிட்டது. விதிஷாவில் உதயகிரி குகைகள் என்று அழைக்கப்படும் ஒரு இடம் உள்ளது. இது சந்திரகுப்த மெளரியாவின் கட்டளையின் கீழ் கட்டப்பட்ட 18 குகைகளின் தொகுப்பாகும். திடமான பாறைகளால் செதுக்கப்பட்ட இந்த குகைகள் தற்சமயம் இந்தியத் தொல்லியல் துறையின் கட்டுப்பாட்டில் உள்ளது.

இந்த 18 குகைகளில் மூன்றாவது குகையில் முருகப்பெருமானின் வடிவம் பாறையில் செதுக்கப்பட்டுள்ளது. இதில் ஆச்சரியமான விஷயம் என்னவென்றால், இந்த வடிவம் பழனி தண்டாயுதபாணி சிலையை ஒத்திருந்தது. சந்திரகுப்த மெளரியர் காலத்திலும் முருக

வழிபாடு இருந்துவந்தது இதிலிருந்து தெரிகின்றது. அந்த குகையில் தியானம் செய்யும்படி இறைவனால் எனக்கு அறிவுறுத்தப்பட்டது. அங்குச் சென்றவுடன் நான் தெய்வீக அதிர்வுகளைப் பெற ஆரம்பித்தேன். என் கண்கள் இறைவனின் வடிவத்தைக் காணும் நேரத்தில் அந்த ஆற்றல்கள் அதன் உச்சத்தை எட்டியது. இங்கு ஏதோ ஒரு ரகசியம் உள்ளது என்று எனக்குத் தோன்றியது. ஆனால் என்னால் அதனைத் தொட முடியவில்லை. அப்பொழுது என்னுள் பிரம்மாண்ட ஆன்மீக அலைகள் வீசிக்கொண்டிருந்தன. படிப்படியாக அது மூச்சுத் திணறல் என்ற நிலைக்கு வந்தது. இந்த மூச்சுத் திணறலை விளக்குவது மிகக் கடினம்... ஒரு எழுத்தாளர் ஒன்றை எழுத நினைக்கும்பொழுது அவரால் எழுதமுடியாத ஒரு நிலையை இதற்கு எடுத்துக்காட்டாகச் சொல்லலாம். எனக்குள் ஒரு பெரும் கொந்தளிப்பு இருக்கும் தருணங்கள் அவை. இதுபோன்ற உணர்ச்சிகளை எப்படி மறைப்பது என்பதை என் பல வருட அனுபவம் எனக்குக் கற்றுக் கொடுத்துள்ளது.

நாங்கள் அங்கிருந்த அனைத்து குகைகளைப் பார்வையிட்டோம். அந்த சூழலில் எனக்குத் தனிமை தேவைப்பட்டதால் தொடர்ந்து வேறுசில இடங்களைப் பார்வையிடச் செல்லுமாறு மற்றவர்களைக் கேட்டுக்கொண்டேன். எனக்குள் இருந்த கொந்தளிப்புகளுக்குத் தீர்வு காண எனக்குத் தனிமை தேவைப்பட்டது. அந்த இடத்தில் என்ன ரகசியம் மறைக்கப்பட்டிருக்கும் என்று நான் யோசித்துக்கொண்டிருந்தேன். என் இறைவன் என்னை ஏன் இங்கு அழைத்து வந்தார்?

தனிமையில் தியானத்திற்குச் சென்றேன். டாக்டர் மகேஷ் எனக்கு அருகிலிருந்தது நினைவிருக்கின்றது. என்னுடைய ஆழ்ந்த தியானத்தில் எனக்குப் பல தெளிவுகள் கிடைத்தன. அந்த குகையின் ரகசியங்கள் என் முன் திறக்கப்பட்டன. அதனைப் பற்றிய தகவல்கள் என்னுள் வந்து பாய்ந்தன.

விதிஷாவில் உள்ள இந்த உதயகிரி குகைகள் இந்தியாவின் தொப்புள் கொடியைப் போன்றது என்பதை நான் இறையருளால் புரிந்துகொண்டேன். அந்த இடம் மற்றொரு பரிமாணத்திற்கான நுழைவாயிலாகும். விதிஷாவை ஆண்ட இறைவன் பிரம்மா ஆவார். ஆனால் அவரின் சிலை எங்கும் கிடையாது.

சிருஷ்டியைச் சாத்தியப்படுத்தும் பணியில் அயராது ஈடுபட்டு வரும் பிரம்மதேவரைப் பற்றிய பல கதைகள் என் மனதில் நிரம்பி

வழிந்தன. தியானத்தில் இருக்கையிலே முருகப்பெருமான் எனக்கு ஒரு பெரிய தெய்வீக உண்மையை விளக்கினார். பழங்காலக் கதைகள் அனைத்தும் வெறும் கதைகள் அல்ல. அவை பல உண்மைகளுடன் இணைக்கப்பட்ட கதைகளாகும். நீங்கள் அவற்றைக் கேட்கும்பொழுது அல்லது நினைக்கும்பொழுது உங்களுக்கு அமர் சித்ர கதை புத்தகங்களின் காட்சிகள் நினைவிற்கு வரக்கூடும். உண்மை என்னவென்றால், அந்தக் கதைகளிலெல்லாம் தெய்வீக ரகசியங்கள் மறைத்துவைக்கப்பட்டுள்ளன. மிகவும் நுண்ணிய கண்களுக்கு மட்டுமே அது தெரியும். என் இறைவன் அவற்றையெல்லாம் எனக்கு வெளிப்படுத்தினார். அவை அனைத்தும் பல விஷயங்களுக்கு வழிவகுக்கும் நூல்கள் போன்றவை. எனவே அவற்றைப் பற்றி எழுதுவது சாத்தியமில்லை. என் கருத்தைத் தெளிவுபடுத்த அவற்றில் சிலவற்றை மட்டும் இங்கே பகிர்ந்துகொள்கின்றேன்.

ஒருமுறை சிவபெருமானின் தொடக்கத்தையும் முடிவையும் யார் முதலில் கண்டுபிடிப்பது என்ற போட்டியில் பிரம்மாவும் விஷ்ணுவும் ஈடுபட்டார்கள். இவ்வாறு விஷ்ணு பகவான் சிவபெருமானின் பாதங்களை நாடி கீழ்நோக்கி செல்ல தொடங்கினார். பிரம்மாவோ அவரது தலையைத் தேடி மேலே செல்ல தொடங்கினார். என்ன ஒரு போட்டி! எல்லா நேரங்களிலும் விரிந்து கொண்டே செல்லும் (அறிவியல் இதனை இருண்ட ஆற்றல் என்று அழைக்கின்றது) மகாகாலேஸ்வரரின் ஆரம்பம் மற்றும் முடிவை யாராலும் கண்டுபிடிக்க முடியுமா? முடியாது! விஷ்ணு பகவான் தன்னுடைய தோல்வியை ஏற்றுக்கொண்டு திரும்பி வந்தார். தன்னால் முடியவில்லை என்று சிவபெருமானிடம் ஒப்புக்கொண்டார். மறுபுறம் பிரம்மாவோ ஒரு பூவோடு திரும்பி வந்தார். சிவபெருமானின் சிகரத்தை அடைந்துவிட்டதாகக் கூறி கையில் கேதகை மலரைச் சாட்சியாகக் கொண்டுவந்தார். கேதகை மலரும் பொய் சாட்சி சொன்னது. எல்லாம் அறிந்த சிவபெருமான் இந்த பொய்யைக் கேட்டுக் கோபமடைந்தார். இதன் விளைவாக பிரம்மாவிற்கு இருந்த ஐந்து தலையில் ஒன்றை சிவபெருமான் வெட்டிவிட்டார். கடவுளுக்குச் செய்யப்படும் அனைத்து பூஜைகளிலிருந்தும் கேதகை மலர் ஒதுக்கிவைக்கப்படும் என்று அறிவித்தார்.

மற்றொரு கதையில், பிரம்மா ஒருமுறை தனது சொந்த மகள்களில் ஒருவரான சரஸ்வதிதேவி மீது ஆசை கொண்டதாகச்

சொல்லப்படுகின்றது. அவரது நோக்கத்தைப் புரிந்து கொண்ட சரஸ்வதிதேவி விஷ்ணு பகவானிடம் உதவி கேட்கின்றார். இதனை அறிந்து கோபமடைந்த சிவா பெருமான் பிரம்மாவின் மற்றொரு தலையையும் வெட்டிவிடுகின்றார்.

இவ்வாறு பிரம்மாவிற்கு இருந்த ஐந்து தலையில் இரண்டு குறைந்து இறுதியாக மூன்று தலையானது.

இது ஒரு கற்பனை கதை. ஆனால் இதில் உள்ள உண்மையான அர்த்தம் என்ன? இந்த கதை மனிதர்களுக்கு என்ன சொல்ல விரும்புகின்றது? கதையின் உட்கரு என்ன? எனது தியானத்தின்பொழுது இந்தக் கதைகள் உண்மையில் பல பரிமாணங்களைக் கொண்டவை என்பதை நான் உணர்ந்தேன்.

வெளிப்படையாகச் சொல்லவேண்டுமென்றால், பண்டைய குமரி கண்டத்தின் பூர்வீக வாசிகள் ஐந்து பரிமாண திறன்களைக் கொண்டிருந்தார்கள். கடவுள் கொடுத்த வரங்களை மதிப்பிழக்கச் செய்வது மனிதர்களின் ஆணவமேயாகும். படிப்படியாக ஆணவம் அதிகரிக்க அதிகரிக்க தாங்கள் செய்யும் அனைத்திற்கும் தாங்களே தண்டனை பெறுகின்றார்கள். சிவபெருமானிடம் பிரம்மா பொய் சொல்லும் உருவகம், மனிதர்கள் தங்கள் மீது பொழிந்த வரங்களை எவ்வாறு தவறாகப் பயன்படுத்த முனைகின்றார்கள் என்பதைச் சித்தரிக்கின்றது. நல்லிணக்கத்தின் மூலமாக நேரம் இதனை விரைவில் சரிசெய்துகொள்ளும். இந்த சீர்திருத்த நடவடிக்கைகள் பல வழிகளில் நிகழலாம். இந்த கதையில் பிரம்மாவுக்குச் சொந்தமான ஐந்து தலைகளில் ஒரு தலையை காலேஸ்வரர் வெட்டுகின்றார். எவ்வாறு மனிதர்கள் ஐந்து பரிமாண திறன்களை இழந்தார்கள் என்பதையே இது சித்தரிக்கின்றது.

ஆனாலும் மனிதர்கள் நான்கு பரிமாண திறன்களைக் கொண்டிருந்தனர். அங்குதான் அடுத்த கதையின் முக்கியத்துவம் படமாகின்றது. அது பிரம்மா சரஸ்வதியின் மீது ஆசை கொள்வது. சரஸ்வதி அறிவுத் திறனை வெளிப்படுத்துபவர். அறிவின் மீது ஆசைப்படுவது என்பது ஒரு எதிர்மறையான அதிர்வு. இது கடவுள் கொடுத்த அறிவை தவறாகப் பயன்படுத்துவதோ அல்லது ஆக்கப்பூர்வமாக இல்லாமல் சுயநல நோக்கங்களுக்காக மற்றும் அழிவுகரமான முறையில் பயன்படுத்துவதாகவோ இருக்கலாம். இதன் விளைவாக மனிதர்கள் தங்களுடைய நான்காவது

பரிமாண திறனையும் இழந்தனர். நாம் இப்பொழுது இருக்கும் நிலையில் மூன்றாவது பரிமாணக் கண்ணோட்டத்தில் மட்டுமே விஷயங்களைப் புரிந்துகொள்ளக்கூடிய முடியும். காலமே மனிதர்களின் திறன்களைக் குறைத்தது. சிவபெருமான் காலத்தைச் சித்தரிக்கின்றார்.

உங்களுக்கு ஒன்று நினைவிருக்கின்றதா, முந்திய அத்தியாயம் ஒன்றில் பிரம்மாவைத் தவிரப் படைப்பு செயலில் ஈடுபடக்கூடிய வேறொருவர் இருக்கின்றார் என்று சொல்லியிருந்தோம். அவர் தான் முருகர். ஓங்காரத்தைப் பற்றிய அறிவு இல்லாததால் முருகர் பிரம்மாவைப் பூட்டி வைத்த கதை உங்களுக்கு நினைவிருக்கின்றதா? கதைகள் வெறும் கதைகள் மட்டும் அல்ல...

பதிவு செய்யப்படாத வரலாறுகளில் எப்பொழுதுமே பல இடைவெளிகள் இருக்கும் என்பது உண்மை. இது கேரள வரலாறு, தமிழர் வரலாறு என அனைத்திற்கும் பொருந்தும். உலக வரலாற்றின் விஷயத்திலும் இதுதான் உண்மை! நமக்குத் தெரியாத எத்தனையோ விஷயங்கள் இருக்கின்றன.

இவ்வாறாக, வரலாற்றில் சில புள்ளிகளை இணைக்கும் பாலமாகக் குமரி கண்டம் விளங்கும். எங்கள் மறுசீரமைப்பு பணியின் வெற்றியுடன் இந்த உலகம் தான் இழந்ததை மீண்டும் பெரும்.

நான் அந்தக் குகையில் முருகர் வடிவத்தின் முன் தியானத்தில் இருக்கையிலே இந்த உண்மைகள் அனைத்தும் எனக்கு வெளிப்படுத்தப்பட்டன. காலத்தைக் கடந்து செல்ல முருகப்பெருமான் எனக்கு உதவுகின்றார் என்ற என் நம்பிக்கையை வலுப்படுத்தும் மற்றுமொரு தருணம் இது.

இப்பொழுது ஒரு சிறிய விஷயத்திற்கு வருவோம்.. நான் கட்டிய இல்லத்திற்கு என்ன பெயர் வைத்திருப்பேன் என்று உங்களால் யூகிக்க முடிகின்றதா? ஆன்மீகத்தில் எனக்கு இருந்த ஆர்வத்தை வைத்து எனது வீடு பாரம்பரிய முறையில் கட்டப்படும் என்று பலர் நினைத்தார்கள். அவர்களின் எண்ணங்களுக்கு மாறாக நான் ஒரு சமகால வடிவமைப்பிலேயே என் வீட்டைக் கட்டினேன்.

எனது வீட்டின் வடிவமைப்பும் பெயரும் மக்களை ஆச்சரியத்தில் ஆழ்த்தியது.

எனது வீட்டின் பெயர் TIME. எனது வீடு மட்டுமல்ல. எனது புதிய வாகனத்திலும் TIME என்று தான் எழுதப்பட்டுள்ளது.

எனது இல்லத்திற்கு வேறு என்ன பெயர் சூட்டுவேன்? முருகப்பெருமானின் அருளாலும், வழிகாட்டுதலாலும் காலம் என்ற நிகழ்வை நிச்சயம் ஒருமுறை தாண்டிவிடுவேன் என்று 100% உறுதியாக நம்புகின்றேன்.

காலத்தின் இறைவன் - பழனி இறைவன், முருகர்!

ஓம் சரவண பவாய நமஹ !!!

முப்பெரும் சித்தர்கள்

என் வாழ்க்கைப் பாதையில் என்னுடன் நேரடியாகவும், மறைமுகமாகவும் தொடர்புடைய மூன்று சித்தர்கள் இருக்கின்றார்கள். அவர்களைப் பற்றிய குறிப்பு இல்லாமல் நிச்சயம் இந்தப் புத்தகம் முழுமையடையாது. எனவே இந்த அத்தியாயம் சித்தர்களைப் பற்றியது. அவர்களைப் பற்றி பல்வேறு அத்தியாயங்களில் அடிக்கடி நாம் விவாதித்திருப்போம். இருப்பினும் இந்த அத்தியாயத்தில் அவர்களைப் பற்றி விரிவாகக் கூறுகின்றேன்.

போகர் சித்தர்

இவரைப் பற்றிய தகவல்கள் நம்ப முடியாத அளவிற்கு நம்மைத் திகைப்பில் ஆழ்த்தும். இவர் ஒரு புனிதமான உயர்ந்த ஆத்மா. ஒருவரால் செய்ய முடியுமா என யோசிக்கும் அளவிலான விஷயங்களை இவர் செய்துள்ளார். எனது தனிப்பட்ட கருத்துப்படி, பழனிமலையில் தண்டாயுதபாணி சிலையை நிறுவியது போகர் சித்தர் செய்த பணிகளிலேயே உயரிய பணியாகும். செவ்வாய்க் கிரகத்திலிருந்து பழனி மலைக்கு நேரடியாக ஆற்றல்கள் வருவதனால் இந்த தலத்தைத் தேர்வுசெய்து தண்டாயுத பாணி சிலை வைக்கப்பட்டுள்ளதாக வரலாறு கூறுகின்றது.

போகர் இந்த உலகிற்கு 5000 ஆண்டுகளுக்கு முன் வந்தவர். பழனிக்கு அருகில் உள்ள சிறிய கிராமத்தில் சாதாரண குடும்பத்தில் பிறந்தவர். போகர் சித்தரால் எழுதப்பட்ட போகர் சப்த காண்டத்தில் அவரைப் பற்றிய தகவல்களை வெளிப்படுத்தியுள்ளார். போகர் எழுதிய நூல்களின் பட்டியலைப் பார்த்தால், ஒரு மனிதன் தன் வாழ்நாளில்

இவ்வளவு எழுத முடியுமா என்று நம்மை ஆச்சரியப்படவைக்கும். மற்றொரு புதிரான உண்மை என்னவென்றால் இந்த பூமியில் அவர் நிகழ்த்திய சாதனைகளில் ஒரு சிறிய பகுதி மட்டுமே அவரின் நூல்களில் குறிப்பிடப்பட்டுள்ளது. இதெல்லாம் சாத்தியமா? ஆம். சித்தர்கள் ஒருபொழுதும் திறமை இல்லாமல் இருந்ததில்லை. பல சித்துகளைப் பெற்றதனால்தான் அவர்களைச் சித்தர்கள் என்று அழைக்கின்றோம்.

தனது குருவான காலாங்கி நாத சித்தரின் அறிவுறுத்தலின்படி போகர் சித்தர் தனது வாழ்நாளின் நீண்ட காலத்தைச் சீனாவில் கழித்துள்ளார். இதனைப் போன்றே அவர் தனது வாழ்க்கையின் சில பகுதிகளை உலகின் பல பகுதிகளில் கழித்ததற்கான சான்றுகளும் உள்ளன. சீனாவில் தாவோயிசத்தை நிறுவிய லாவோ சூ என்பவர் போகர் சித்தர் தான் என்பதும் விவாதத்திற்குரிய விஷயம்.

இவர் ரசவாதம், வடிவியல் வடிவமைப்பு மற்றும் கிரியா யோகா ஆகியவற்றில் முன்னோடியாக அறியப்படுகின்றார். அவர் இந்த பாடங்களில் தேர்ச்சி பெற்றதோடு மட்டுமல்லாமல் இவற்றை தன் சீடர்களுக்குப் பயிற்றுவிப்பதன் மூலம் பல தலைமுறைகளுக்கு இந்த ஞானங்கள் சென்று சேர்வதை உறுதி செய்தார். அவர் இலங்கை கதிர்காமத்திலிருந்தபொழுது பலருக்கும் கிரியா யோகாவை கற்றுத்தந்துள்ளார். கதிர்காமத்தில் போகரிடம் கிரியா யோகா கற்றவர்களில் மகா அவதார் பாபாஜியும் ஒருவராவார்.

போகரின் சீடர்களில் அவரது இதயத்திற்கு மிகவும் நெருக்கமான இடத்திலிருந்தவர் புலிப்பாணி சித்தராவார். குருவும் சீடரும் இணைந்து 18 மகாசித்தர்களின் பட்டியலில் உள்ளனர் என்பது குறிப்பிடத்தக்கது.

போகர் சித்தர் தன்னுடைய வாழ்க்கையின் ஒரு கட்டத்தில் சீன தேசம் சென்றார். வெகு நாட்களாகியும் அவர் சீனாவிலிருந்து திரும்பவில்லை. அந்த சமயத்தில் புலிப்பாணி சித்தர் அவரைத் தேடிச் சென்றதாகக் கூறப்படுகின்றது. போகர் சித்தர் தனது ஆன்மீக வாழ்க்கையிலிருந்து வெகுதூரம் சென்றிருந்ததைப் பார்த்து அதிர்ச்சியடைந்தார் புலிப்பாணி சித்தர். போகர் சித்தர் உலக இன்பங்களுக்கு அடிமையாகி இருந்ததைக் கண்டு புலிப்பாணி சித்தர் அதிர்ந்து போனார். அந்த சூழ்நிலையில் போகர் சித்தரை தன்னுடன்

அழைத்துச்செல்லவேண்டுமென்று யோசித்து அவ்வாறே புலிப்பாணி சித்தர் செய்கின்றார்.

பொதுவாகவே மனிதக்குலத்திற்குச் சாத்தியமற்றதாகத் தோன்றும் சக்திகளையும், திறமைகளையும் சித்தர்கள் பெற்றிருப்பதாக அறியப்படுகின்றது. சாதாரண மனிதர்களாகிய நமக்குச் சாத்தியமற்றதாகத் தோன்றுவதை சித்தர்கள் மிக எளிதாகச் செய்து காட்டுகின்றார்கள். சித்தர்கள் எப்பொழுதும் கால பயணம் செய்யும் ஆற்றல் கொண்டவர்கள். இதைப் பற்றி இந்தப் புத்தகத்தின் தனி ஒரு அத்தியாயத்தில் விரிவாகச் சொல்லியிருக்கின்றேன்.

இந்நூலின் ஆரம்பத்தில் விவரித்தபடி, பழனியில் புகழ்பெற்ற நவபாஷாண முருகர் சிலையை உருவாக்கியவர் போகர் சித்தர் ஆவார். அவர் 4000 மூலிகைகளைக் கலந்து ஒன்பது விஷப் பொருட்களை உருவாக்கி பின்னர் ஒரு குறிப்பிட்ட விகிதத்தில் அந்த ஒன்பது நச்சுப் பொருட்களைக் கலந்து வலிமையான இரும்பைக் கூட தோற்கடிக்கும் ஒரு பொருளை உருவாக்கினார். அதற்கு அவர் தண்டாயுதபாணி வடிவம் தந்தார். அன்றிலிருந்து எத்தனை ஜோடிக் கண்கள் தியானத்திலும், பிரார்த்தனையிலும் அந்தச் சிலையின் மீது தன்னை நிலைநிறுத்தியிருக்கும் என்று யோசித்துப் பாருங்கள்? அன்றிலிருந்து எத்தனை லிட்டர் பால் அந்த சிலையை வழிபடப் பயன்படுத்தப்பட்டிருக்கும்? முருகர் சிலைக்கு அபிஷேகம் செய்யப்பட்ட பால் அமிர்தத்தின் சக்தியைக் கொண்டிருக்கும் என்பது உண்மை. கலியுகத்தில் ஏற்படும் பல நோய்களுக்கு இந்த அபிஷேக பால் மருந்தாகச் செயல்படுகின்றது.

போகர் சித்தர் ஒரே ஒரு நவபாஷாண முருகர் சிலையை உருவாக்கவில்லை என்பது முந்தைய அத்தியாயங்களிலிருந்து நமக்குத் தெளிவாகின்றது. என் கனவில் இறைவன் எனக்கு வெளிப்படுத்திய இரண்டாவது சிலையை வெளிப்படுத்தும் நேரத்தை போகர் சித்தர் அவர்களே அறிவுறுத்துவார் என்று நான் நம்புகின்றேன். முந்தைய அத்தியாயங்களில் கூறியது போல், போகர் சித்தர் தன் வாழ்நாளில் நடந்த பாதைகளில் என்னையும் வழிநடத்திச் செல்ல வைப்பதை நான் ஆசீர்வாதமாக உணர்கின்றேன்... அவர் சென்ற அதே இடங்களுக்குச் சென்று அதன் ஆற்றல்களை அனுபவிக்கின்றேன்...

பழனிமலை கோயிலுக்கு அடியில் உள்ள ஒரு குகையில் ஆழ்ந்த தியானத்திற்குச் செல்வதை போகர் சித்தர் வழக்கமாகக்

கொண்டிருந்தார். அந்த நேரங்களில் அவரது சீடரான புலிப்பாணி சித்தர் குகையின் வெளியே இருந்து அந்த இடத்தைப் பாதுகாத்து வந்துள்ளார். இறுதியாக போகர் சித்தர் சமாதி நிலைக்குச் செல்ல முடிவுசெய்து முருகரின் இரண்டாவது நவபாஷாண சிலையைத் தனது நம்பிக்கைக்குரிய சீடரான புலிப்பாணி சித்தரிடம் ஒப்படைத்தார். இப்படியாக, இரண்டாவது நவபாஷாண சிலையின் பராமரிப்பையும், பாதுகாப்பையும் புலிப்பாணி சித்தர் மற்றும் அவரது சந்ததியினரிடம் ஒப்படைத்து விட்டு போகர் சித்தர் குகைக்குள் ஜீவசமாதி அடைந்துவிட்டார்.

ஜீவசமாதி என்பது ஒருவரின் பூத உடலைப் பூமியில் விட்டுவிட்டு அவரின் நிழலிடா உடல் மூலம் தன் பொறுப்புகளைத் தொடரும் செயலாகும். ஜீவசமாதி அடைந்த பின்னும் தன் சூக்கும உடல் மூலம் பல ஆன்மீக செயல்களைப் பல நூற்றாண்டுகளாக இவ்வுலகிற்கு போகர் சித்தர் செய்து வருகின்றார் என்று நம்பப்படுகின்றது. அவர் பல நூற்றாண்டுகளாக மக்களுக்குத் தரிசனங்களை வழங்குவதிலும், அவர்களுக்கு பணிகளை வழங்குவதிலும் சுருக்கமாக வேலை செய்கின்றார். இது போன்ற ஒரு பணிக்காக போகர் சித்தரால் தேர்ந்தெடுக்கப்பட்டதை நினைத்து நான் மிகவும் மகிழ்ச்சியும், ஆனந்தமும் அடைகின்றேன் என்பதைச் சொல்லத் தேவையில்லை.

அதிகம் அறியப்படாத ஒரு உண்மையை இப்பொழுது கூறுகின்றேன். பழனிக்கு வரும் முருக பக்தர்கள் அனைவரும் போகர் சமாதிக்குச் சென்று பிரார்த்தனை செய்து விட்டு வீடு திரும்புகின்றனர். இப்பொழுது வரை அது தான் போகரின் சமாதியாக கருதப்படுகின்றது. ஆனால் அது கிடையாது என்று நான் சொல்கின்றேன். ஜீவசமாதிக்குச் செல்ல அந்த குகையின் உள்ளே போகர் சித்தர் இறங்கினார். இந்த குகைக்குள் இருக்கும் பாதை தண்டாயுதபாணி சிலை இருக்கும் புனித சன்னதிக்கு அடியில் நீண்டுள்ளது. உண்மையில் அந்த இடத்தில் தான் போகர் சித்தர் ஜீவசமாதியடைந்தார். இதனோடு மர்மங்கள் முடியவில்லை. எட்டு ஆண்டுகளுக்கு முன் அந்த குகை எனக்கு வெளிப்படுத்தப்பட்டது, இல்லையா? அந்த குகைக்கும், தண்டாயுதபாணியின் சிலை இருக்கும் சன்னதியின் அடியில் உள்ள குகைக்கும் நிலத்தடி இணைப்பு ஒன்று உள்ளது. அனைவராலும் அதிகம் எதிர்பார்க்கப்படும்

இரண்டாவது நவபாஷாண முருகப்பெருமான் சிலை அங்குதான் வைக்கப்பட்டுள்ளது.

இந்நூலின் பல பகுதிகளில் போகர் சித்தரைப் பற்றி விரிவாகவும், சுருக்கமாகவும் குறிப்புக்கள் இடம்பெற்றிருக்கும். இன்று இந்த அத்தியாயத்தை எழுதும் இந்த நாள், 28 மே 2022. அதாவது வைகாசி மாதத்தில் வரும் பரணி நட்சத்திரம். போகர் ஜெயந்தியைக் கொண்டாடுவதற்காகப் பழனி மலையில் இருக்கின்றேன்.

பழனிமலையில் உள்ள தண்டாயுதபாணி கோயிலை நிறுவிய போகர் சித்தர் நீண்ட காலமாக மறக்கப்பட்டார் என்பது அனைவரும் அறிந்ததே. 2012 ஆம் ஆண்டு முதல் பழனியில் போகர் ஜெயந்தி கொண்டாடப்பட்டு வருகின்றது. இதனை நடைமுறைக்குக் கொண்டுவருவதில் என்னுடைய சிறு பங்களிப்பு இருப்பதை நினைத்து மகிழ்ச்சியடைகின்றேன். இந்த பாக்கியத்தை எனக்கு கிடைத்தை பெரும் ஆசீர்வாதமாகக் கருதுகின்றேன். இந்த புத்தகத்தின் முந்தைய அத்தியாயங்களில் இது ஏற்கனவே விவாதிக்கப்பட்டுள்ளது.

இந்த ஆண்டு பல விஷயங்கள் புதிய திருப்பத்தை எடுத்துள்ளன.

பழனிமலையில் இன்று LMRK அமைப்பினால் போகர் ஜெயந்தி சிறப்பாகக் கொண்டாடப்படுகின்றது. போகர் ஜெயந்தியை முன்னிட்டு போகர் சித்தர் மற்றும் முருகப்பெருமானின் இரண்டாவது நவபாஷாண சிலையின் படங்கள், யானை மற்றும் பல்லக்கின் மீது வைத்து கம்பீரமாக ஊர்வலம் நடத்தப்பட்டது. இது ஒருவர் தவறவிடக்கூடாத ஒரு அற்புதமான காட்சி மற்றும் ஆற்றல் அலை என்றுதான் சொல்லவேண்டும்.

இங்கு நடைபெற்ற முழு நிகழ்ச்சியையும் பதிவுசெய்ய ஊடகங்கள் முயன்றார்கள். ஒரு வாரத் திட்டமிடலில் போகர் ஜெயந்தி கொண்டாட்டம் செயல்படுத்தப்பட்டது. இந்த முழு கொண்டாட்டமும் LMRK உறுப்பினர்களுக்கு ஒரு பெரிய ஊக்கத்தை அளித்தது என்பதில் நான் பெருமிதம் கொள்கின்றேன். வரும் ஆண்டுகளில் போகர் சித்தரின் ஜெயந்தி கொண்டாட்டத்தை உலகம் முழுவதும் மேம்படுத்துவதில் LMRK உறுதியாக உள்ளது. எனது பார்வையில், இந்த மைல்கற்கள் அனைத்தும் குமரி கண்டத்தின் மறுசீரமைப்பை அருகில் கொண்டுவருகின்றது. உறுதியான படிகளுடன் LMRK தனது பயணத்தில் முன்னேறுவது உறுதி. குமரி

கண்டம் மீட்டெடுக்கப்பட்டதும் அதன் உச்சியில் குமரி கண்டத்தின் கொடியுடன் சேர்ந்து LMRK கொடியும் அசையும். தயவு செய்து இதை அதீத நம்பிக்கையாகப் பார்க்காதீர்கள். முருகர், மகாகாலேஸ்வரர், போகர் சித்தர் ஆகியோரின் ஆசியுடன் அம்மாவின் பாதுகாப்பும் சேர்ந்து LMRK விற்கு அளித்த ஒரு பரிசாக இது இருக்கும்.

ஜெய் குமரி காண்டம்!

வெற்றிவேல் முருகா ஹர ஹரோ ஹராா!!

போகர் மகரிஷிகள் இந்த உலகிற்குச் செய்ததில் வெறும் 50% மட்டுமே வெளிவந்துள்ளது என்பதைச் சொல்லி இதனை நிறைவு செய்கின்றேன். போகர் ஜெயந்தி அன்று பழனிமலைக்குப் பின்புறம் உள்ள குகையில் அதிகாலை வழிபாடு செய்தபொழுது இதுவரை இந்த உலகம் அறிந்திடாத சில ரகசியங்களை இறைவன் எனக்கு வெளிப்படுத்தினார். ஒருவரை வியப்பிலும் அதிர்ச்சியிலும் ஆழ்த்தும் ரகசியங்கள் அவை.

போகர் சித்தரின் திறமைகளை இனிமேல் தான் இந்த உலகம் பார்த்து வியக்கவிருக்கின்றது.

புலிப்பாணி சித்தர்

புலிப்பாணி சித்தர் மிகவும் மரியாதைக்குரியவர். இவர் 18 சித்தர்களில் ஒருவர். போகர் சித்தரின் வாழ்க்கையில் புலிப்பாணி சித்தர் மிகவும் முக்கியமானவர். குடும்ப வாழ்வில் பெரும் ஆர்வம் காட்டாதவர்கள் தான் சித்தர்கள் என்று பொதுவாக நம்பப்படுகின்றது. ஆனால் குடும்பத்தைப் பற்றி புலிப்பாணி சித்தர் வேறுபட்ட கண்ணோட்டத்தைக் கொண்டிருந்தார். அவரின் குடும்பத்தை அவர் நன்றாகப் பார்த்துக்கொண்டதால், அவர் சந்ததிகளை பெறும் பாக்கியத்தினை பெற்றார். இன்றும் அவரது சந்ததியினார் பழனியில் உள்ள புலிப்பாணி சித்தரின் ஆசிரம செயல்பாடுகளைத் தீவிரமாகக் கவனித்து வருகின்றார்கள். பழனியில் உள்ள போகர் சித்தரின் சமாதியைப் பராமரிக்கும் பொறுப்பு அவர்களுக்கு வழங்கப்பட்டுள்ளது. தற்சமயம் புலிப்பாணி சித்தரின் ஆசிரமம் ஸ்ரீ சிவானந்த புலிப்பாணி பத்திர சுவாமியின் திறமையான நிர்வாகத்தின் கீழ் இயங்கிக்கொண்டுள்ளது.

புலிப்பாணி சித்தரின் ஆசிரம தோற்றத்தை விவரிக்கும் இரண்டு புராணங்கள் உள்ளன. ஒரு காலத்தில் அறிவை சேகரிப்பதற்காகச்

சீனாவில் பணியாற்றிக்கொண்டிருந்தார் போகர் சித்தர். தனது முதல் சீன விஜயத்தின் பொழுது ஒரு உற்சாகமான மற்றும் புத்திசாலித்தனமான சீன சிறுவனை அவர் சந்திக்க நேர்ந்தது என்று கூறப்படுகின்றது. அந்த சிறுவனால் ஈர்க்கப்பட்ட போகர் சித்தர் அந்த சிறுவனை இந்தியாவிற்கு அழைத்து வந்ததாகவும், காலப்போக்கில் அவர் புலிப்பாணி என்று அழைக்கப்படும் சீடராக உயர்ந்ததாகவும் கூறப்படுகின்றது. தன் குருவின் எதிர்பார்ப்புகளை தாண்டி அவரது குருவின் நிலைக்கு உயர்ந்தவர் என்றும் சொல்லப்படுகின்றது. இது முன்னறிவிக்கப்பட்ட ஒரு கதை. மற்றொன்று, புலிப்பாணி சித்தர் தமிழ் வம்சாவளியைச் சேர்ந்தவர் என்றும், போகர் சித்தரின் சீனப் பயணத்தில் அவர் பல முறை அவருடன் சென்றுள்ளார் என்றும் ஒரு விவாதம் உள்ளது. மக்கள் எதை நம்பினாலும் புலிப்பாணி சித்தருக்கு போகரிடத்தில் நல்ல மதிப்பு இருந்ததை எவராலும் மறுக்க முடியாது.

மூலிகை மருந்து என்று வரும்பொழுது போகர் சித்தரை எவராலும் தோற்கடிக்கமுடியாது என்பதை நாம் அனைவரும் அறிவோம். தனது குருவிற்குத் தேவையான அனைத்து மூலிகைகளையும் புலியின் மீதி ஏறிச் சென்று அடர்ந்த காடுகளில் புலிப்பாணி சித்தர் தேடினார் என்று கூறப்படுகின்றது. அவர் புலியின் மீது சவாரி செய்ததனால் அவர் பெயர் புலிப்பாணி என்றானது என்றும் ஒரு கருத்து உண்டு.

இந்த மனித அவதாரத்தில் எப்பொழுதுமே ஒரு மெல்லிய கோடு தென்படும். அதில் அத்துமீறி நுழையும் தருவாயில் இந்த பூமிக்குரிய ஆடம்பரங்களில் மூழ்கிவிடுகின்றார்கள். போகர் சித்தருக்கும் அப்படி ஒரு கட்டம் இருந்ததாகக் கூறப்படுகின்றது. அது அவர் சீனாவில் இருக்கையிலேயே நிகழ்ந்தது. பல பெண்களின் தூண்டுதல்களால் அப்படிப்பட்ட ஒரு நிலைக்கு அவர் தள்ளப்பட்டார். இதனையறிந்த புலிப்பாணி சித்தர், நன்றாகப் பிரார்த்தனை செய்துவிட்டு தன்னுடன் ஒரு கோலை மட்டும் எடுத்துக்கொண்டு சீனா சென்றார். சீனாவையடைந்ததும் தன் குருவைத் தவறாக வழிநடத்திய பெண்களையெல்லாம் அந்த கோலால் துரத்திவிட்டு தனது குருநாதரை அழைத்து வந்ததாகக் கூறப்படுகின்றது. உண்மையிலேயே புலிப்பாணி ஒரு தகுதியான சீடர். அவர்கள் இருவரும் பகிர்ந்து கொண்ட நம்பிக்கை மிகவும் அரிதானது மற்றும் பாராட்டத்தக்கது.

புலிப்பாணி எப்படி ஒரு கோலை வழிபட்டுவிட்டு எடுத்து சென்றாரோ அதனைப்போன்றே நானும் ஒரு கோலுடன் தாய்லாந்துக்குச் செல்ல தூண்டப்பட்டதை இந்த புத்தகத்தில் விவரித்துள்ளேன்.

முருகப்பெருமானின் நவபாஷாணச் சிலைகளை உருவாக்கியவர் போகர் சித்தர் என்பது நமக்குத் தெரியும். தற்சமயம் பழனி கோயிலின் கருவறையில் இருக்கும் சிலை இந்த கலியுகத்திற்கானது. போகர் சித்தர் சமாதி அடையும் நேரத்தில் இது புலிப்பாணி சித்தரின் பொறுப்பில் விடப்பட்டது. ஒரு குடும்பத்தை உருவாக்கி அதன் மூலம் பல நூற்றாண்டுகள் முருகர் சிலையைப் பராமரிக்கவேண்டுமென்பது போகர் சித்தரால் புலிப்பாணி சித்தருக்கு அறிவுறுத்தப்பட்டதாகக் கூறப்படுகின்றது.

தண்டாயுதபாணி சிலைக்கு என்று ஒரு தனிச்சிறப்பு உண்டு. மனித உடல்கூறுகளின் நுண்ணிய விவரங்களை அந்த சிலை கொண்டுள்ளதாகத் தெரிகின்றது. இந்த சிலையைத் தொடும் பாக்கியம் பெற்றவர்கள் ஒரு விதிவிலக்கான அனுபவத்தைப் பெற்றதாகப் பேசப்படுகின்றது. அவர்களுக்குள் இருக்கும் ஒவ்வொரு சின்னஞ்சிறு நாடியிலும் அந்த ஸ்பரிசத்தின் அதிர்வுகள் எதிரொலிக்கின்றது. போகர் சித்தரால் அந்தச் சிலை மிகச் சிறப்பாகச் செதுக்கப்பட்டுள்ளது. பங்குனி மாதத்தின் வெப்பத்தினால் இந்த சிலைக்கு பாதிப்புகள் ஏதும் ஏற்படாமல் அதனை காக்கும்பொருட்டு புலிப்பாணி சித்தர் அடர்ந்த காட்டிற்குள் புலிமீது ஏறி கொடுமுடிக்குச் சென்று காவேரி நதியிலிருந்து தண்ணீரை எடுத்து வந்ததாகவும் கூறப்படுகின்றது. ஏறக்குறைய 100 கிலோமீட்டர் தொலைவில் உள்ள இந்தப் பயணத்திற்குக் காட்டின் குறுக்குப் பாதையை அவர் தேர்ந்தெடுத்திருக்கலாம். அதன் நினைவாக இன்றும் பங்குனி மாதத்தில் காவேரி ஆற்றிலிருந்து ஊர்வலம் நடத்தப்படுகின்றது. இங்கிருந்து எடுத்துச்செல்லப்படும் நீர்தான் இன்றும் சிலையை வழிபடப் பயன்படுத்தப்படுகின்றது. இந்த ஊர்வலம் தீர்த்தகாவடி என்று அழைக்கப்படுகின்றது. எனக்குக் கிடைத்த இறைச்செய்தியை கொண்டு 2012-ல் தீர்த்த காவடி ஊர்வலம் முன்னெடுக்கப்பட்டது. அதனைப்போன்றே இப்பொழுது 2022-ல் இந்த நீரைக் கொண்டு பழனியில் சிலை வழிபாடு செய்யப்பட்டது.

சூரசம்ஹாரம் போன்ற தருணங்களில் சன்னிதியை விட்டு முருகர் வெளியேறுவதாக நம்பப்படுகின்ற நேரங்களில் புலிப்பாணி சித்தர்

ஆசிரமத்தின் பிரதிநிதி ஒருவர் அங்கு இருக்கவேண்டுமென்பது நியதியாகும். இன்றளவும் அது கடைபிடிக்கப்படுகின்றது.

பழனிமலை கோயிலுக்கு அடியில் உள்ள ஒரு குகையில் ஆழ்ந்த தியானத்திற்குச் செல்வதைப் போகர் வழக்கமாகக் கொண்டிருந்தார். அந்த நேரத்தில் அவரது சீடரான புலிப்பாணி சித்தர் குகைக்கு வெளியே ஒரு காவலாளி போன்று நின்று அந்த இடத்தையும், அவரது குருவையும் பாதுகாத்ததாகச் சொல்லப்படுகின்றது. அதே காரணத்திற்காக புலிப்பாணி சித்தரின் சமாதி போகர் சித்தரின் சமாதிக்கு அடுத்ததாக உள்ளது. இது போகர் சித்தர் மூலம் எனக்கு மிகத் தெளிவாக வெளிப்படுத்தப்பட்ட ஒரு உண்மை. பழனிப் பயணங்கள் நிகழ்கையிலே இத்தலத்திற்குச் சென்று பிரார்த்தனை மற்றும் தியானம் செய்வது எனது பழக்கமாகும்.

புலிப்பாணி சித்தர் வெளிப்புறத்தில் மிகவும் கடினமானவராகத் தோன்றினாலும் அவர் எப்பொழுதும் என்னிடம் மென்மையாகவும், அக்கறையுடனும் இருப்பார். இது அவருடனான எனது தொடர்புகளின் மூலம் எனக்குக் கிடைத்த அனுபவம். குமரி கண்டத்தை மீட்டெடுக்கும் பணியில் நான் தலைவனாக நியமிக்கப்பட்டுள்ளேன் என்பதை அவர் உணர்ந்ததும், பின் போகர் சித்தர் சென்ற பாதையில் நடக்க இறைவன் என்னைத் தூண்டுவதும் கூட அவரின் அன்பிற்கான காரணங்களாக இருக்கலாம்.

போகர் சித்தருக்கும், புலிப்பாணி சித்தருக்கும் இடையிலிருந்து அன்பும் அக்கறையும் மிக்க பந்தம் என்பதில் எந்த சந்தேகமில்லை. புலிப்பாணி சித்தர் போகர் சித்தரின் சிறந்த சீடர் என்பதிலும் சந்தேகமில்லை.

மஹாவதார் பாபாஜி

தென்னிந்தியாவின் சூப்பர் ஸ்டார் ரஜினிகாந்த் ஒரு படத்திற்கு அவரே கதைவசனம் எழுதியுள்ளார் என்பது உங்களுக்குத் தெரியுமா? இது அவரது ஆன்மீக குருவினைப் பற்றியது. ஆம், நான் பாபா திரைப்படத்தைப் பற்றித் தான் பேசுகின்றேன். ரஜினிகாந்த் தனது ஆன்மீக குருவாகக் கருதும் மகாவதார் பாபாஜியின் தனித்துவமான நிகழ்வை அடிப்படையாகக் கொண்டு எடுத்த திரைப்படம் தான் பாபா. புலிப்பாணி சித்தரைப் போலவே பாபாஜியும் ஒரு குடும்ப மனிதராக இருந்ததனால் அவர் மற்ற அனைத்து இந்திய யோகிகளிடமிருந்தும் தனித்து அறியப்பட்டார்.

பாபாஜியின் கதை ஷ்யாம் சரண் லாஹிரி என்ற பிரிட்டிஷ் இந்திய அரசாங்க சேவையிலிருந்த ஒரு கணக்காளரிடமிருந்து தொடங்குகின்றது. லாஹிரி அவர்கள் 1861இல் ராணிகாட்டிற்கு மாற்றப்பட்டபொழுது இது தொடங்கியது. இது இமயமலையின் பள்ளத்தாக்குகளில் அமைந்துள்ள ஒரு இடம். ஒருமுறை அவர் மலைகளில் நடந்து கொண்டிருக்கையிலே எங்கிருந்தோ தனது பெயரைக் கூப்பிடும் குரல் அவருக்குக் கேட்டது. உள்ளுணர்வால் தூண்டப்பட்ட அவர், குரல் எங்கிருந்து வந்தது என்று தேடி மலையேறினார். அந்த இடத்தை அடைந்ததும் தெய்வீக அழகைப் பிரதிபலிக்கும் நன்கு உயரமான ஒரு நபரை அவர் சந்தித்தார். இவரே லாஹிரியை கிரியா யோகாவில் நுழைத்ததாகக் கூறப்படுகின்றது. மேலும் கிரியா யோகாவை மற்றவர்களுக்கும் கற்றுத்தரவேண்டுமென்று அவருக்கு அறிவுறுத்தப்பட்டது. தனக்குள் கிரியா யோகாவை மின்சாரம் போல விதைத்த அந்த அந்நியர் அவரிடம் சீடராகச் சேர வலியுறுத்துகின்றார்.

தன்னுடைய பணி என்பது கிரியா யோகத்தை உலக மக்களுக்குச் சேர்ப்பதே என்ற காரணத்தால் லாஹிரி அந்த கோரிக்கையை நிராகரிக்கின்றார். தூதராக வந்த அந்நியன் தன்னை யாரென்றும், எங்கிருந்து வந்தாரென்றும் லாஹிரிக்கு வெளிப்படுத்தவில்லை. தான் கிரியா யோகத்தின் மூலம் மரணத்தை வென்றவர் என்பதை மட்டுமே புரிந்து கொள்ளுமாறு லாஹிரிக்கு அறிவுறுத்தப்பட்டது. லாஹிரி அவருக்கு பாபாஜி/மஹாவதார் பாபாஜி என்று பெயரிட்டார்.

1861 ஆம் ஆண்டு வரை லாஹிரி அவர்கள் அரசாங்கத்தில் ஒரு கணக்காளராக வேலைசெய்துகொண்டு கிரியா யோகத்தையும் மக்களுக்கு அளித்துவந்தார். அவர் பணியிலிருந்து ஓய்வுபெற்றதிலிருந்து (1892 இல்) அவர் இறக்கும் வரை அவரை சந்திக்க வந்தபலருக்கு கிரியா யோகத்தைப் பயிற்றுவித்துள்ளார்.

லாஹிரிக்குள் கிரியா யோகாவை யார் புகுத்தினார்கள் என்பதை அறிய நீங்கள் ஆவலாக உள்ளீர்களா? அவர் போகர் சித்தரிடம் கிரியா யோகா பயிற்சி பெற்ற நாகராஜ் என்ற இளைஞர் ஆவார். அவருக்கு மஹாவதார் பாபாஜி என்று பெயரிட்டவர் லாஹிரி ஆவார்.

கிரியா யோகாவானது லாஹிரியின் சீடர்களான யுக்தேஸ்வர கிரி மூலமாகவும், பின்னர் யுக்தேஸ்வராவின் சீடர் பரமஹன்ச யோகானந்தர் மூலமாகவும் தலைமுறை தலைமுறையாகக்

கொண்டுவரப்பட்டது. ஒரு யோகியின் சுயசரிதை என்ற தலைப்பில் பரமஹன்ச யோகானந்தர் எழுதி வெளியிட்ட புத்தகத்தின் மூலம் பாபாஜியை உலகம் அறிந்தது. பாபாஜியின் பிறந்த இடத்தைப் பற்றி அந்த புத்தகத்தில் எந்த குறிப்பும் கிடையாது. ஏனென்றால் பாபாஜி அத்தகைய விவரங்களை லாஹிரியிடம் வெளிப்படுத்தவில்லை.

அப்படிப்பட்ட விவரங்களைத் தெரிவிக்கும் கடமையில் ஈடுபட்டவர் எஸ். ராமையா.

பாபாஜியின் பிறந்த இடத்தை கண்டுபிடித்து மேலும் பல தகவல்களைக் கண்டறிந்தவர் ராமையா ஆவார். தமிழ்நாட்டிலுள்ள சிதம்பரத்திலிருந்து 14 கிலோமீட்டர் தொலைவில் காவேரி ஆற்றங்கரையில் பரங்கிப்பேட்டை என்ற கிராமம் உள்ளது. அங்குதான் ரோகிணி நட்சத்திரத்தில் பாபாஜி பிறந்தார்.

பாபாஜியின் தந்தை சிதம்பரத்தில் உள்ள முருகர் கோயிலில் அர்ச்சகராகச் சேவை செய்தவர்.

இந்தியச் சுங்கத்துறையின் வசம் இருந்த பாபாஜிக்கு சொந்தமான இடத்தை இடைவிடாத முயற்சிகளுக்குப் பிறகு ராமையா மீட்டெடுத்தார். அதன் மூலம் பாபாஜியின் நினைவாக அறக்கட்டளை நிறுவுவதில் வெற்றிபெற்றார்.

சிதம்பரத்தில் உள்ள முருகர் கோவில் அர்ச்சகரின் மகன் தன்னுடைய ஆர்வத்தின் காரணமாக நடந்தும், படகின் துணைகொண்டும் இலங்கை செல்கின்றார். இலங்கையிலுள்ள கதிர்காமத்தில் போகர் சித்தர் கிரியா யோகம் கற்பித்துக்கொண்டிருந்த காலகட்டம் அது. தன்னுடைய உள்ளுணர்வின் மூலம் பாபாஜியிடம் உள்ள அற்புதமான திறனைப் போகர் சித்தர் அறிந்து கொள்கின்றார். இதனால் நாகராஜ் என்ற இளைஞனை அகத்திய மகரிஷிகளிடம் அனுப்பி குண்டலினி பிராணாயாமம் பயிற்சி பெற ஊக்கப்படுத்தினார். இதன்மூலம் நாகராஜ் வாசி யோகத்தில் தேர்ச்சி பெற்று பின் பத்ரிநாத் சென்று அங்கு பதினெட்டு மாதங்கள் கிரியா யோகத்தில் மூழ்கினார். அதன் மூலம் அவர் கிரியா யோகாவில் முழுமையாகப் பயிற்சி பெற்றார். மேலும் அவர் கிரியா யோகாவின் மறுபக்கத்தையும் கண்டுபிடித்தார்.

பின் பல ஆண்டுகள் கழித்து அவர் லாஹிரி முன் தோன்றி கிரியா யோகாவை அவருக்குள் புகுத்தினார். பாபாஜியை நேரில் பார்த்ததாகக் கூறுபவர்கள் பலர் உள்ளனர். இந்நூலின்

வேறொரு பகுதியிலும் பாபாஜியின் பெருமைகளைப் பற்றி விரிவாகச் சொல்லியிருக்கின்றேன். 1967 ஆம் ஆண்டில் பிரபல இசைக்குழுவான பீட்டில்ஸின், அப்போதைய தனியிசைப்பாடலான சார்ஜென்ட் பீட்டர்ஸ் லோன்லிஹார்ட்ஸ் கிளப் இல், அவர்கள் தனியிசைப்பாடலின் அட்டையில் பாபாஜியின் புகைப்படத்தை வைத்திருந்தனர். தொழில்நுட்பதுறையில் வல்லுநரான ஆப்பிளின் நிறுவனர் ஸ்டீவ் ஜாப்ஸ் உட்பட உலகம்முழுவதும் பாபாஜியைப் பின்பற்றுபவர்கள் ஏராளமானோர் உள்ளனர். ஆன்மீக வழிகாட்டியான ஸ்ரீ எம் ஒருமுறை பாபாஜியை நீலகண்டன் மலையில் சந்தித்ததாகக் கூறப்படுகின்றது. போகர் சித்தரின் அன்பு சீடரான பாபாஜி உலகம் முழுவதும் போற்றப்படுகின்றார் என்பது இதிலிருந்து தெளிவாகின்றது.

எனது ஆன்மீகப் பயணத்தில் பாபாஜியைப் பற்றி முருகப்பெருமான் என்னிடம் இரண்டு முறை குறிப்பிட்டுள்ளார். உங்களுக்கு நினைவிலிருக்கின்றதா? ஒன்று இலங்கை கதிர்காமாவில், மற்றொன்று என்னை ஜப்பானுக்குச் செல்லும்படி அறிவுறுத்தியபொழுது.

குமரி கண்டத்தின் மறுசீரமைப்பில் மகாவதார் பாபாஜி அவர்கள் அமைதிக் கொடியை உயர்த்திப் பிடிக்கும் முக்கிய இடத்தைப் பிடிப்பார் என்பதை இதன் மூலம் உங்களுக்குத் தெரிவித்துக் கொள்கின்றேன்.

ஓம் சரவண பவாய நமஹ !!!

மிகவும் எதிர்பார்க்கப்பட்ட இரண்டாம் கட்டம்

இந்து நாட்காட்டியின்படி 28 மே 2022 அன்று வைகாசி மாதம் பரணி நச்சத்திரத்தின் நள்ளிரவு நேரம் பழனியில்! நாங்கள் அனைவரும் மகிழ்ச்சியும், பெருமையும் நிறைந்த இதயங்களுடன் மிகுந்த உற்சாகத்துடன் இருந்தோம். இதற்கிடையில், எனக்குச் சிறிது தனிமை தேவைப்பட்ட காரணத்தால் நான் தங்கியிருந்த அறையை விட்டு வெளியே வந்தேன். நான் தனிமையில் இருக்கவேண்டுமென்பதால் என்னுடன் வர முன்வந்த அனூப் மற்றும் ராஜேஷ் ஆகிய இருவரையும் மென்மையாகத் தடுத்துவிட்டேன்.

யாருமில்லாத கிரிவீதி.. நிலா வெளிச்சத்தில் பழனிமலை நனைந்துகொண்டிருந்தது. விழாவிற்கு அழகு சேர்ப்பதற்காக வானத்தில் கோடான கோடி நட்சத்திரங்கள் மின்னிக்கொண்டிருந்தன. நான் கிரி வீதியில் அமர்ந்திருந்தேன். பௌர்ணமி நிலவில் பழனிமலை மெய்மறந்து நின்றுகொண்டிருந்தது. அப்பொழுது மணி நள்ளிரவு 1 ஆகியிருக்கும்... முருகப்பெருமானையும் என்னையும் தவிர இந்த உலகத்தில் உள்ள அனைத்தும் உறங்கிக்கொண்டிருப்பதைப் போன்றுத் தோன்றியது.

முந்தைய நாள் தான் போகர் ஜெயந்தி கொண்டாட்டத்தை நிறைவு செய்தோம். பழனி தண்டாயுதபாணி கோவிலை நிறுவிய போகர் சித்தரின் ஜெயந்தியானது 2012 வரை மிக எளிமையாகவே நடைபெற்றுவந்தது. அது வரை அவரது நினைவுகள் உறக்க நிலையிலிருந்ததாகவே தெரிகின்றது. பல நூற்றாண்டுகளாக அது

மொட்டாகவே இருந்துள்ளது. புலிப்பாணி சித்தர் ஆசிரமத்தில் போகர் ஜெயந்தி தொடர்ந்து வழிபடப்பட்டு வருகின்றது. ஆனால் அது கொண்டாட்டமாக இல்லாமல் வெறும் சடங்காகவே இருந்து வருகின்றது. 2012 ஆம் ஆண்டு செந்திலின் முயற்சியின் கீழ் போகர் ஜெயந்தி விழா முன்னெடுக்கப்பட்டது. நானும் அந்த நிகழ்ச்சியில் கலந்து கொண்டேன்.

நான் கிரிவீதியில் அமர்ந்து பழனிமலையைப் பார்த்தபொழுது பல நினைவுகள் என்னுள் எழுந்தன. தண்டாயுதபாணி சிலையின் சிற்பியான போகர் சித்தரின் நினைவுகளை எனக்குள் எழுப்புவதற்காக முருகப்பெருமானிடமிருந்து வந்த கட்டளைகளை நினைத்துப் பார்த்தேன். மொட்டாக இருந்த நினைவுகளை எப்பொழுது முருகப்பெருமான் மலர வைத்தார்? நான்கு நாட்களுக்கு முன்புதான்!

நமது LMRK அமைப்பை உருவாக்கி வடிவமைத்த முருகப்பெருமான், போகர் சித்தர் ஜெயந்தி விழாவை நடத்தும் பொறுப்பை நாமே ஏற்போம் என்று நான் எதிர்பாராத ஒன்றை அறிவித்தார். நான்கு நாட்களுக்கு முன்பு தான் இந்த செய்தி எனக்குக் கிடைத்தது.

"ஓ ஆண்டவரே, வேலாயுதா, நான் உங்கள் முன் தியானத்தில் அமர்ந்திருக்கையிலே நான் ஒன்றைப் புரிந்துகொள்கின்றேன்.. இது இறைவனின் சோதனை என்பதை நான் புரிந்துகொள்கின்றேன்."

நான்கு நாளைக்கு முன்பு கிடைத்த அறிவிப்பைத் தொடர்ந்து போகர் சித்தரின் கொண்டாட்டங்களை இவ்வளவு ஆடம்பரமாக நடத்த முடிகின்றது என்றால் அது ஒன்றை மட்டுமே குறிக்கின்றது. இந்த நிகழ்ச்சியில் பெரும்பங்கு வகித்த LMRK வில் இருக்கும் மிகவும் ஆர்வமுள்ள மக்களையே இது குறிக்கின்றது. இத்தனை ஆண்டுகளுக்குப் பிறகு யானை, பல்லக்கு போன்றவற்றின் மூலம் எந்தத் தடையுமின்றி இதனைச் செய்ய முடிந்தது என்றால் அது எப்படி? LMRK மக்களால் அனைத்தும் சிறப்பாக நடந்தேறியது. இறை கட்டளைகளை ஏற்க எப்பொழுதும் தயாராக இருக்கும் சிங்கக் குட்டிகள் அவர்கள்!

இன்னும் நான்கு நாட்களில் போகர் சித்தர் உற்சவத்தை நடத்த வேண்டும் என்ற செய்தி கிடைத்தவுடன் எங்கள் குழுவில் அதனைப் பகிர்ந்தேன். முக்கியமாக இதற்கு ஆள்பலம் வேண்டும் என்று வற்புறுத்தினேன்! LMRK எப்பொழுதும் எண்ணெய் பூசப்பட்ட இயந்திரம் போன்று செயல்படும் ஒரு அமைப்பாகும். இந்த

அமைப்பிற்குள் ஒவ்வொரு செயல் செய்வதற்கும் தனித்தனி பிரிவுகள் உள்ளன. பொருளாளர் அனூப் தலைமையில் நிதிப் பிரிவு செயல்படுகின்றது. சுமேஷ் மற்றும் அவரது குழுவினர் ஊடகங்கள் மற்றும் விளம்பரங்களைக் கையாள்கின்றனர். தலையங்கங்கள் எழுதுவதை செளம்யா கவனித்துக் கொள்கின்றார். நேரடியாகத் தளத்தில் வேலை செய்பவர்களை பாஸ்கர் மற்றும் ஜனார்த்தனன் ஆகியோர் நிர்வகிக்கின்றனர். நமது செயலாளர்களான அனூப் மற்றும் ராஜேஷை எப்படி மறக்க முடியும்? இதனைத் தவிர உலகம் முழுவதிலும் எங்களுக்கு உறுப்பினர்கள் இருக்கின்றார்கள். அனைவரும் அனைத்து பிரிவுகளுக்கும் தங்களுடைய பங்களிப்பைச் செய்கின்றார்கள்.

இந்த அணிகள் அனைத்திற்கும் ஒரு மேற்பார்வையாளர் தேவை. ஒரு வழிகாட்டி. அந்த பாத்திரத்தை உணர்வுப் பூர்வமாகவும், உண்மையாகவும் தேவேட்டன் ஏற்று நடத்துகின்றார்.

எங்கள் ஆற்றலின் உருவகமாக ஒருவர் இருக்கின்றார். அவர் தான் பழனியைச் சேர்ந்த ஜெகன். செந்தில் என்னைப் பிரிந்து செல்ல முடிவெடுத்த பிறகு என் இறைவன் இவரை என்னிடம் அனுப்பினார்.

இவை அனைத்திற்கும் மேலாக அம்மாவின் பாதுகாப்பு எங்களுக்குக் கவசமாக இருக்கின்றது.

நன்றியுணர்ச்சியால் என் கன்னங்களில் கண்ணீர் பெருக்கெடுத்து ஓடியது. என் இறைவன் என்னிடம் ஒப்படைத்த பணிகளை நிறைவேற்றுவதை உறுதி செய்வதற்காக நான் அயராது ஓடியதற்கான பலன் தான் இவை அனைத்தும் என்று என்னால் நினைக்காமல் இருக்க முடியவில்லை.

"ஓ முருகப்பெருமானே, நீங்கள் எனக்குச் செய்த அனைத்து உதவிகளுக்கும் நான் மிகவும் நன்றியுள்ளவனாக இருக்கின்றேன். இந்த LMRK உங்களின் எண்ணத்தில் உதித்தது. எங்கள் வழியில் வரும் ஒவ்வொரு கடினமான தடைகளிலும் எங்களை வலுப்படுத்துகின்றீர்கள். இப்பொழுது எல்லாம் தெளிவாக உள்ளது."

சமீபத்திய நிகழ்வுகள் அனைத்தையும் யோசனை செய்துகொண்டே அமர்ந்திருந்தேன். வெறும் நான்கு நாட்களில் செய்த ஏற்பாட்டினால் போகர் ஜெயந்தியைச் சிறப்பாகக் கொண்டாடமுடிந்தது. முந்தைய நாள் இந்த கிரிவீதி மிகவும் பரபரப்பாகவும், உயிரோட்டமாகவும் இருந்தது! உலகின் பல்வேறு

பகுதிகளிலிருந்தும் வந்திருந்த LMRK உறுப்பினர்கள், யானை, முருகர் மற்றும் போகரின் படங்கள் கொண்ட பல்லக்கு எனக் கூட்டம் நிறைந்திருந்தது. அனைத்தும் மிகவும் ஆற்றல் வாய்ந்ததாக இருந்தது. இதனைப் பல ஊடகங்கள் படம் பிடித்தன.

ஒரு காலத்தில் மொட்டாக இருந்த போகர் சித்தரின் நினைவுகள் இப்பொழுது மலர்ந்து காணப்பட்டதைப் போல் இருந்தது. அந்த மலர் அழகாக மலர்ந்து எல்லா இடங்களிலும் மனம் வீசியது!

வெற்றிவேல் முருகா – ஹரோ ஹராா!

அந்த நேரத்தில் அன்றைய நினைவுகள் எனக்கு அளித்த ஆற்றலைக் கொண்டு என் கை விரல்களை மடக்கி முருகப்பெருமானைப் போற்றி வணக்கம் சொல்ல என் கைகளை உயர்த்தினேனா? இருக்கலாம்...

போகர் ஜெயந்தி கொண்டாட்டங்கள் கொடுத்த நிறைவான மன நிலையுடன் நான் கிரிவீதியில் அமர்ந்திருந்தேன். இங்கு உங்களிடம் பகிர ஒரு முக்கியமான விஷயம் உள்ளது.

17 ஆண்டுகளுக்கு முன்பு, எனது ஆன்மீக பயணத்தின் ஆரம்பக் கட்டத்தில் முருகர் ஒரு குகையை என் கனவில் வெளிப்படுத்தியது உங்களுக்கு நினைவிருக்கின்றதா? போகர் சித்தர் உருவாக்கிய இறைவனின் இரண்டாவது நவபாஷாண சிலை வைக்கப்பட்டுள்ள குகை உங்களுக்கு நினைவிருக்கின்றதா? சரி... போகர் ஜெயந்தி அன்று பொழுது விடிவதற்கு முன்னால் நான் அந்தக் குகைக்குச் சென்றிருந்தேன். என்னுடன் ஜெகன் மற்றும் அவரது நம்பிக்கைக்குரிய நண்பர் அழகன் ஆகியோர் இருந்தனர். அந்த இடத்தில் பிரார்த்தனை செய்யும்படி என் இறைவன் எனக்கு அறிவுறுத்தியதால் நான் அங்குச் சென்றிருந்தேன். எனது ஆன்மிகப் பயணத்தில் என் இறைவன் எனக்களித்த துப்புகளைக் கொண்டு முருகரின் இரண்டாவது சிலையை வரைவதற்கு ஒரு கலைஞர் முன்வந்தார். அவர் வரைந்து கொடுத்த முருகரின் படம், போகர் சித்தரின் படம் மற்றும் பூஜைக்குத் தேவையான பொருட்களோடு நாங்கள் அந்த இடத்தை நெருங்கினோம். அப்பொழுது என்னுள் தெய்வீக அறிவுரைகள் நிரம்பி வழிவதை உணர்ந்தேன்.

2005ல் இந்த குகை என் கனவில் வந்து என்னைப் பழனிக்கு வரவழைத்தது தான் என் வாழ்வின் திருப்புமுனை! அப்பொழுது இருந்த தேவசம் ஆணையர் சுந்தரம், காளியப்பன், பரப்பனங்காடி உன்னிகிருஷ்ண பணிக்கர் என அனைவரையும் நன்றியுடன்

நினைவு கூர்ந்தேன்! அந்த கட்டம் மிகவும் சிறப்பு வாய்ந்தது! பழனி தண்டாயுதபாணி கோவிலின் வரலாற்றில் 18 நாட்கள் ஒருவர் விரதம் கடைப்பிடித்து, தவம் இருந்து, இறைவனிடம் ஐக்கியமாயிருந்தது அதுவே முதன்முறையாக இருந்திருக்கும்! இது எனக்குக் கிடைத்த பாக்கியம்.

கடந்த 18 ஆண்டுகளாக போகர் சித்தர் பயணித்த பாதையில் என்னைப் பயணிக்க வைத்து, ஒவ்வொரு கட்டத்திலும் எனக்கான கடமைகளை என்னை நம்பி இறைவன் ஒப்படைத்தார். பின்னர் எனது ஆன்மீகப் பயணத்தில் நான் நடுப்பகுதியில் வந்திருக்கின்றேன் என்பதை வெளிப்படுத்தியது மேலும் பலவற்றைக் குறிக்கின்றது. எனது பயணத்தின் இன்னொரு பாதி என்னவாக இருக்கும் என்பதை உலகம் இன்னும் அறியவில்லை. இப்பொழுது இரண்டாம் பகுதியை தொடங்குவதற்கு முன்பான ஓய்வு நிலையில் இருக்கின்றேன். எனது ஆன்மீகப் பயணத்தின் இரண்டாம் பாதியானது, முருகப்பெருமானின் ஆசீர்வாதத்துடன் உலகில் பல அற்புத மாற்றங்களைக் கொண்டு வருவதற்கும், வெளிப்பாடுகளைப் பகிர்ந்து கொள்வதற்கும் அதிகாரம் அளிக்கும்.. நான் இதுவரை கடந்து வந்த தூரம் என் உள்ளத்தில் நினைவு அட்டைகள் போல் வரிசையாக நின்று பளிச்சிட்டது.

"பழனி ஆண்டவா...," நான் சத்தமாகக் கத்தினேன். பரவசத்தில் மூழ்கிப்போனேன்.

30 வயதிற்கு மேல் நீ என்னுடைய பாதுகாப்பில் இருப்பாய் என்று இறைவன் சொன்னதைக்கேட்டு, பழனி மலையடிவாரத்திற்கு ஆர்வத்துடன் வந்த அந்த ஆன்மீக அறிவற்ற ஒரு சிறுவனை, எப்படி என் இறைவன் இவ்வளவு தூரம் உருமாற்றினார் என்பதை என்னால் நம்பமுடியவில்லை.

போகர் சித்தர் என்ற ஒருவரைப் பற்றி எதுவும் அறியாத நான், ஒரு காலத்தில் அவர் சென்ற பாதையில் செல்லக்கூடிய பாக்கியம் பெற்றேன். குறிப்பிட்ட நோக்கத்தை மனதில் கொள்ளாமல், ஒரு அனுபவத்திலிருந்து மற்றொரு அனுபவத்திற்கு என் இறைவனால் கொண்டுசெல்லப்பட்டேன்.

பல வருடங்களாக உலகின் பல்வேறு இடங்களுக்குப் பயணம் செய்து, உயரிய ஆற்றல்களை உள்வாங்கி, அவரின் கருவியாக இருப்பதில் நான் மகிழ்ச்சியடைகின்றேன். இறைவனால் ஊட்டப்பட்ட ஞானத்தின் களஞ்சியமாக என்னுடைய இருப்பு உள்ளது.

2013 – என் உயிரணுக்களில் செதுக்கப்பட்ட மற்றொரு நினைவு. குமரி கண்டத்தின் ஞானம் முதன் முதலில் வழங்கப்பட்ட தருணம் அது. குமரி கண்டத்தின் மறுசீரமைப்புப் பணி மற்றும் அதன் முக்கியத்துவத்தைப் பற்றி என் இறைவன் என்னுள் பதித்துக்கொண்டிருந்தார்.

இறை செய்திகள் கனவுகள் மூலமாக வருவதிலிருந்து மாறி நேரடியாக வர ஆரம்பித்தது.

அரசர்களின் அரசனாக முருகப்பெருமானின் அமோக தரிசனத்தைப் பெற்ற அந்த மங்களகரமான நாளை என்னால் எப்படி மறக்க முடியும்... அதுதான் என்னை 360 டிகிரி முழுமையாக மாற்றியதா?

எனது சொந்த ஊரில் நான் ஏற்பாடு செய்த நிகழ்வைத் தொடர்ந்து எனது நிதி முற்றிலும் கரைந்துபோனது... அந்தக் கட்டத்தில் நான் என் இறைவனை நோக்கிக் கூக்குரலிட்டேன். உடனடியாக அவர் என் துன்பங்களையெல்லாம் துடைத்தெறிந்தார்... என்ன ஒரு அற்புதமான பயணம்!

பிறகு மூன்றாவது கண் நிகழ்ச்சியில் நான் கலந்துகொண்டு வெளிப்படுத்திய ரகசியங்கள் உலகெங்கிலும் உள்ள மக்களைச் சென்றுசேர்ந்தது. என்னைப் பற்றி உலக மக்கள் முதல்முறையாகக் கேள்விப்பட்டிருப்பார்கள். இதனை யாரால் மறுக்கமுடியும்?

இந்தியாவைக் கடந்த என் பயணங்கள்... லண்டனில் சில கசப்பான அனுபவங்கள். அந்தத் தோல்வி என்னைப் பேரழிவிற்கு உள்ளாக்கியது!

தொடர்ந்து வந்த பயணங்கள்... அவை அனைத்தும், ஆன்மீக மர்மங்களுக்கான திறவுகோல்களை படிப்படியாக எனக்கு ஊட்டுவதற்கும், ஆன்மீகத்தைப் பற்றி எனக்குக் கற்றுக் கொடுப்பதற்கும் உறுதுணையாக இருந்த பயணங்கள். ஒரு இடத்தின் புவியியல் அமைப்பை அடிப்படையாகக் கொண்டு அதன் ஆற்றல்களை அணுகுவது குறித்த அறிவு... குமரி கண்டத்தின் மறுசீரமைப்பிற்காகத் தொடர்ந்து வளர்ந்து வரும் LMRK இயக்கம்... உலகெங்கிலும் உள்ள மக்கள் என்னைத் தொடர்பு கொண்ட அந்த நாட்கள்...

அவர்கள் எதிர்கொள்ளும் பிரச்சினைகளைத் தீர்க்க என் பிரார்த்தனைகள்.. அவர்கள் கடவுளால்

குணப்படுத்தப்படுகின்றார்கள்... இதன் நேர்மறையான தாக்கம் LMRK வின் விரிவாக்கத்தில் முக்கிய பங்கு வகித்தது.

முருக யுகத்தின் தொடக்கத்தைக் குறிக்க சர்வ வல்லவரால் நியமிக்கப்பட்ட முதல் கடமை என்பது பூஜ்ஜிய ஆற்றல் புள்ளியிலிருந்து தொடங்கப்பட்டது. அது ஒரு சரியான தொடக்கம். பழனியில் பூஜை செய்த பின் பூஜ்ஜிய ஆற்றல் புள்ளி இருக்கும் இடமான தான்தோன்றி ஆஞ்சநேயர் கோவிலில் மயூர சிம்மாசனம் வைக்கப்பட்டது!

பூமியின் செல்வ ஆற்றல் ஓட்டத்தின் மீது கட்டுப்பாட்டைப் பெற சுவிட்சர்லாந்தின் ஜெனீவாவில் இறைவனின் நவபாஷாண சிலையை நிறுவுதல்- LMRK விற்கு இறைவனால் வழங்கப்பட்ட இரண்டாவது கடமை!

மேற்கூறிய இரண்டு கடமைகளையும் செயல்படுத்த நான் எடுத்த முயற்சிகள் என்னை மன அழுத்தத்திற்குக் கொண்டு சென்றது.

பூமியில் அம்மாவின் வாழ்வு நிறைவடைந்தபிறகு அம்மா சிவபெருமானுடன் இணைவதற்காகச் செய்யப்பட்ட யாத்திரை. ஒரு கையில் புனித வேல்–ஐ யும், மறு கையில் அம்மாவின் அஸ்தியையும் வைத்துக்கொண்டு இந்தியாவின் மகத்தான மகனான ஆதி சங்கராச்சாரியாரின் பாதையைக் கண்டறியும் எனது பாரத பரிக்ரமா யாத்திரை நடைபெற்றது. சர்வவல்லமையுள்ள மகேஸ்வரனுடன் அம்மா கைகோர்த்து நின்றதை நான் பத்ரிநாத்தில் பார்த்தேன். என் மீது எப்பொழுதும் அம்மாவின் நிலையான பாதுகாப்பு இருக்கின்றது என்பதை எண்ணி என் மனம் அமைதியில் திளைத்தது.

முருகப்பெருமான் வடிவமைத்த LMRK கொடி... 40 அடி உயர LMRK கொடியானது, ஒன்று முருகரின் பழனியிலும் மற்றொன்று, ஒரு காலத்தில் வெல்ல முடியாத அரசராக இருந்த விக்ரமாதித்யாவால் ஆளப்பட்ட மகாகாலேஸ்வரரின் உஜ்ஜயினியிலும் உள்ளது.

இந்தியாவை அதன் பொற்காலத்திற்கு மாற்றுவதற்காகப் பழனியில் ஸ்கந்தபாரதமகாயாகம் நடத்தப்பட வேண்டுமென்று இறைவனால் அறிவுறுத்தப்பட்டது. இது LMRK வின் நான்காவது கடமையாகும். இதன் வெற்றி எங்களுக்கு மகிழ்ச்சியையும், குதூகல உணர்வையும் அளித்தது.

வள்ளலார் சித்தரின் ஆசீர்வாதத்தால் எனக்குக் கிடைத்த ஒரு வரம் ஒளியுடல் சார்ந்தது. கர்ம தோஷங்களில் இருக்கும் மக்களுக்கு

ஒளியுடல் இயக்கத்தைப் பயன்படுத்தி அவர்களைக் குணப்படுத்த எனக்கு வழங்கப்பட்ட இறை அனுமதி... நேரிலும், நிகர்நிலையிலும் இதனைச் செய்ய முடிந்தபொழுது கிடைத்த அமைதி நிலை... நேர்மறை ஆற்றல்களைப் பயன்படுத்தி எதிர்மறை ஆற்றல்களை வீழ்த்தியபொழுது எனக்கு ஏற்பட்ட வெற்றிகரமான உணர்வு... மக்கள் தங்களின் வாழ்க்கையில் ஏற்பட்ட மாற்றங்களையும், முன்னேற்றங்களையும் கூறும்பொழுது ஏற்படும் திருப்தியுணர்வு... இந்த உணர்வுகளையெல்லாம் விவரிக்க வார்த்தைகளே கிடையாது.

நேரம் என்ற நிகழ்வுடனான எனது சந்திப்பு... ஒரு வார்ம்ஹோலின் (புழுத்துளை) வாசலை இறைவன் எனக்குக் காட்டிய தருணம் உண்மையில் ஒரு பொன்னான தருணம்!

LMRK... குமரி கண்டத்தை மீட்பதற்காக உருவாக்கப்பட்ட ஒரு இயக்கம். முருகப்பெருமானின் புதிய சகாப்தத்தை அறிவிக்க உருவான ஒரு அமைப்பு!

இதோ, இப்பொழுது போகர் ஜெயந்தியைக் கொண்டாடும் பொறுப்பில் LMRK இருக்கின்றது.

போகர் சித்தர் சேமித்து வைத்திருக்கும் இரண்டாவது நவபாஷாண சிலை இருக்கும் குகையின் முன் நான் நின்று கொண்டிருக்கின்றேன்.

ஆண்டவரே, ஆண்டவா!

அப்பொழுது அமைதியான கிரிவீதியின் நிசப்தத்தைக் கிழித்துக்கொண்டு ஒரு நான்கு சக்கர வாகனம் பாய்ந்து வந்து அந்த இடத்தின் அமைதியை நீக்கியபொழுது நான் திடுக்கிட்டு விழித்துப் பார்த்தேன். எனது ஆன்மீக பயணத்தின் நினைவுப் பாதையில் நான் நடந்துகொண்டிருந்தபொழுது எனது சுற்றுப்புறத்தை நான் கண்காணித்தேன்.. நிலவொளியில் குளித்துக்கொண்டிருந்த வலிமைமிக்க பழனிமலை என்னைப் பார்த்துப் புன்னகைப்பதைக் கண்டேன்.

எனது ஆன்மீகப் பயணத்தின் முதல் பகுதியான இந்த 18 ஆண்டுகளில், இறைவன் எனக்குப் பல மர்மங்களையும், தெய்வீக ரகசியங்களையும் வெளிப்படுத்தியுள்ளார். எனது பயணத்தின் இரண்டாவது பகுதியில் என்னென்ன வெளிவரவிருக்கின்றது என்பது ஒருவருக்கு மட்டுமே தெரியும். அவர் முருகப்பெருமான்!

என் வழியில் வரும் அனைத்திற்கும் நான் தயாராகிக்கொண்டிருக்கின்றேன்.

சந்தேகமும், தயக்கமும் கொண்ட ஒரு இளைஞர் இந்த பயணத்தின் தொடக்கத்தில் ஒரு தனி நபராக இருந்தார். ஆனால் அது கடந்த காலம். அந்த இளைஞன் பரிணாமம் அடைந்து இன்று LMRK என்ற மாபெரும் அமைப்பின் தலைவனாக இருக்கின்றார். இன்று முருகப்பெருமானின் அருளால் ஆன்மிக அனுபவங்களை பெறும் அவர், இந்த பணியில் தன்னுடன் ஒரு மக்கள் படையையே வைத்திருக்கின்றார். அவருக்கு ஸ்டீபன் ஹாக்கிங்ஸ் மற்றும் சங்கு போன்ற ஆன்மீக வழிகாட்டிகளும் இருக்கின்றனர். அதற்குமேல் அவர் அம்மாவின் பாதுகாப்பு அவருக்கு எப்பொழுதும் உள்ளது.

எனது பயணத்தின் இரண்டாம் பாதியில் வெளிவரவிருக்கும் ரகசியங்களை உள்வாங்கி, அதனை உலகிற்குத் தைரியமாக உரக்கச் சொல்ல இறைவனால் நான் பலப்படுத்தப்பட்டிருக்கின்றேன் என்பதில் உறுதியாக இருக்கின்றேன்.

ஓம் சரவணபவாய நமஹ...!!!

சமீபத்தில் ஒரு மனிதர் என்னிடம் வந்த ஒரு கேள்வியைக் கேட்டார். அவருடைய கேள்வி இதுதான்:

"நாம் ஏன் இந்த வாழ்க்கையை வாழ்கின்றோம்? நான் யாருக்கும் எந்தத் தீங்கும் செய்யவில்லை என்றாலும், அரிதாகவே பாவம் செய்திருந்தாலும் வாழ்க்கை கடினமாகத் தான் உள்ளது. நான் நிம்மதியையும், மகிழ்ச்சியையும் அனுபவிக்கவில்லை. இந்த கேள்வியை நான் குருக்கள் மற்றும் அறிவுள்ளவர்களிடம் கேட்டால், இது கடந்த பிறவி கர்மாவின் பின் விளைவு என்று பதில் சொல்கின்றார்கள். கடந்த பிறவியில் செய்த பாவங்களால் கஷ்டம் வரவேண்டிய அவசியம் ஏற்பட்டால், முதலில் இந்த வாழ்க்கையை நமக்கு ஏன் கொடுக்க வேண்டும்? இந்த வாழ்க்கையை வழங்காமல் இருப்பதுதானே நமக்குச் சாதகமாக இருக்கும்?" என்றுக் கேட்டார்.

முதலில், இந்த கேள்வி மிகவும் நியாயமான கேள்வி, இல்லையா?

இந்த பிரபஞ்சத்தின் கருப்பொருள் என்பது இயக்கமே ஆகும். இங்கு எதுவும் நின்றுகொண்டிருக்கவில்லை. நாம் இருக்கும் விண்மீன் மண்டலமான பால்வெளி மண்டலம் மணிக்கு நான்கு லட்சம் கிமீ வேகத்தில் மற்றொரு விண்மீனான ஆந்த்ரோமெடாவை நோக்கிச் சென்றுகொண்டிருக்கின்றது. இதனைக் குறித்து நாம் கவலைப்

படவேண்டாம். ஏனென்றால் இவை இரண்டும் மோதுவதற்கு இன்னும் நான்கு பில்லியன் ஆண்டுகள் ஆகும். நாம் அனைவரும் அங்கம் வகிக்கும் விண்மீனினுடைய இயக்கத்தின் தாக்கம் நம்மையும் பாதிக்கின்றது என்று உங்களுக்குத் தோன்றவில்லையா? உலகம் எப்பொழுதும் அதன் அச்சில் நகர்ந்துகொண்டேயிருக்கின்றது. அதனோடு சூரியனையும் சுற்றி வருகின்றது. நமக்கு அசையவில்லை என்று தோன்றும் பெரிய பாறைகள் கூட அசைந்து கொண்டேதான் இருக்கின்றன. அணுக்களுக்குள் எப்பொழுதும் எலக்ட்ரான் இயங்கிக் கொண்டேதான் இருக்கும். எனவே இயக்கம் மட்டுமே நிலையானது. இந்தப் பிரபஞ்சத்தில் உள்ள புள்ளிகளான நாமும் தொடர்ந்து இயங்கிக் கொண்டே இருக்க வேண்டும். இங்கிருக்கும் பல உலகங்களில் இந்த பூமியும் ஒன்று. இந்த பூமியை நாம் சுற்றி வருவதற்காகவே நமக்கு கை, கால் போன்றவை கொடுக்கப்பட்டுள்ளன. இந்த தோற்றமும், உணர்வும் வேறு ஒரு பரிமாணத்தில் இருப்பவர்களுக்கு வேறாக இருக்கலாம்.

மனிதர்களாகிய நாம் அனைவரும் ஒரு மூல ஆற்றலிலிருந்தது உருவானவர்கள் என்பதைப் புரிந்து கொள்ள வேண்டும். அந்த மூல ஆற்றலோ தூய்மையான ஆற்றலை நோக்கி நகர்கின்றது. எனவே ஒரு ஆன்மாவின் நோக்கம் என்பது தூய்மையான ஆற்றலுடன் கலப்பதும், இணைவதுமே ஆகும். கடவுள் ஒரு தூய ஆற்றல். ஒரு ஆத்மா தூய ஆற்றலுடன் இணைவதையே மோட்சம் என்று அழைக்கப்படுகின்றது. ஒரு ஆத்மா மோட்சத்தைப் பெறும் வரை மறுபிறப்பு இருந்துகொண்டேயிருக்கும். ஒரு ஆன்மாவின் விதி என்பது மறுபிறப்பு கிடையாது. அது மோட்சமே ஆகும். ஒவ்வொரு முறையும் மறுபிறப்பு பூமியில் தான் நிகழவேண்டும் என்பது கிடையாது. அது எந்த பரிமாணத்திலும் நிகழலாம். எந்தப் பிறவியிலும், எந்தப் பரிமாணத்திலும் நாம் தூய்மை அடையலாம்.

நமது ஒவ்வொரு பிறவியும் கடவுளால் அமைக்கப்பட்ட கால் பந்து மைதானம் போன்றது. நம் அனைவருக்கும் நேரம் என்பது நிர்ணயிக்கப்பட்ட ஒன்றாகும். மேலும் நமக்கான இலக்கும் காட்டப்பட்டுவிட்டது. அழைப்பு ஒளி வருவதற்கு முன் தன் இலக்கை அடையும் ஒவ்வொருவரும் மோட்சத்தைப் பெற்று தூய்மையான ஆற்றலோடு இணைகின்றார்கள். மற்றவர்கள் மறுபிறவி எடுக்கின்றார்கள். இறுதி ஒளி கேட்கும் வரை நீங்கள் உங்கள் இலக்கை அடைய அனுமதிக்கப்படுவீர்கள். அந்த ஓட்டத்தில் நீங்கள்

தேய்ந்துபோய் அழுதாலும், குறைசொன்னாலும், எதிர்த்தாலும் எந்தப் பயனும் கிடையாது. ஒரு இலக்கை எவ்வாறு தாக்குவது என்பதைக் கண்டுபிடிப்பதில் தான் தந்திரம் அடங்கியுள்ளது. எனவே உங்களுக்குக் கிடைத்த வாய்ப்பைப் பயன்படுத்தி அந்த இலக்கை எவ்வாறு அடைவது என்பதை ஆராயுங்கள்.

இந்த பயணம் தான் வாழ்க்கை என்று அழைக்கப்படுகின்றது. உங்களைச் சிறந்தவர் என்றும், மற்றவர்களைத் தீயவர்கள் என்றும் சொல்லிக் கொள்வதில் எந்த அர்த்தமுமில்லை. நீங்கள் பார்க்கின்றீர்கள். ஒரு மூலக்கூறு என்பது ஒரு பொருளின் அனைத்து பண்புகளையும் வழங்கும் மிகச்சிறிய துகள், இல்லையா? ஆனால் இந்த மூலக்கூறுகளின் உள்ளே என்ன இருக்கின்றது? அணுக்கள் இருக்கின்றன. அணுவின் தோற்றம் என்றால் என்ன? அது மூன்று நுண்ணிய துகள்களான புரோட்டான், நியூட்ரான் மற்றும் எலக்ட்ரான் ஆகிய மூன்றிலிருந்து உருவாகின்றது. அதுவே அனைத்திற்கும் அடிப்படையாக உள்ளது. அதாவது இந்த மூன்று துகள்களும் பிரபஞ்சம் முழுவதும் ஒரே மாதிரியாக உள்ளன. இந்த மூன்று அடிப்படை துகள்களின் வெவ்வேறு வரிசை மாற்றங்கள் மற்றும் சேர்க்கைகளைப் பொறுத்துத் தான் பல்வேறு வகையான மூலக்கூறுகள் உருவாகின்றன.

இந்தக் கருத்தைப் புரிந்துகொள்ள முடியாதவர்கள் ஆன்மீகவாதிகள் கிடையாது. இந்த ஞானத்தைப் பெற்றவுடன் நாம் உயர்ந்து விடுகின்றோம். இதனை வைத்துப் பார்த்தால் மதம் மற்றும் ஆன்மீக தலைவர்களுள் எந்த வேறுபாடும் இல்லை என்பது புரியும். இதனைப் புரிந்து கொண்டால் நாம் அனைவரும் சமம் என்பது தெளிவாகும். இந்த உணர்தல் தான் உங்கள் எண்ணங்களையும், உங்கள் முழு இருப்பையும் தூய்மைப்படுத்துகின்றது. அதன் பின் உங்கள் மீது எறியப்படும் அனைத்தையும் சமாளிக்க நீங்கள் தயாராகிவிடுவீர்கள். ஏனென்றால் நீங்கள் அனைத்தையும் ஏற்றுக்கொள்கின்றீர்கள். அனைத்தையும் ஏற்றுக்கொள்ளும் தன்மைக்கு நீங்கள் வந்தபிறகு இந்த பிரபஞ்சத்தின் உயர் ஆற்றல்களால் நீங்கள் சூழப்படுவீர்கள். இது உங்களை இந்த பிரபஞ்சத்தின் தூதராக மாற்றுகின்றது. அப்பொழுது உங்களின் மனம் உயர்ந்த நிர்வாண நிலையை அடையும்.

கேட்கப்பட்ட கேள்வியோடு இதனை இணைக்காமல் நம்மால் நகர முடியாது. இயக்கம் ஒரு நிலையானது மற்றும் அதுவே

பிரபஞ்சத்தின் விதியாகும். மனிதர்களுக்கு இரண்டு வகையான இயக்கங்கள் உள்ளன:

1. பிறப்பு முதல் இறப்பு வரை உள்ள இந்த உடலின் ஓட்டம். இது தவிர்க்க முடியாதது மற்றும் கட்டாயமானது. கூடுதலாக, கலியுகம் என்று சொல்லப்படக்கூடிய இந்த யுகத்தில் இயக்கம் என்பது மிகவும் வேகமாக உள்ளது.

2. ஆன்மீக இயக்கம். இது அவ்வளவு எளிதில் புலப்படக்கூடிய ஒன்று அல்ல. உண்மையிலேயே, ஆன்மீகத்தில் உள்ளவர்கள் மிகவும் அமைதியாக தங்களை நடத்திக்கொள்வார்கள்.

ஆனால் என் விஷயத்தில் கொஞ்சம் வித்தியாசமாக இருக்கின்றது. என் மீது சுமத்தப்பட்ட அனைத்து பொறுப்புகளிலும் நான் நன்றாக இருக்க முயல்கின்றேன். அதாவது ஒரு நல்ல மகனாக, கணவனாக, தந்தையாக, பணியாளராக இருக்க என்னால் முடிந்தவரை முயற்சி செய்கின்றேன். என்னிடமிருந்து 100% கொடுக்க நான் எப்பொழுதும் முயற்சி செய்கின்றேன். அப்படிப் பார்த்தால் எனது ஆன்மீகப் பயணமும் எனது முழு இருப்பைக் கோருகின்றது. முருகப்பெருமான் என்னை இவ்வளவு பெரிய இயக்கம் மற்றும் அமைப்பின் தலைவராகத் தேர்ந்தெடுத்தது முதல் அது அப்படித்தான். உதாரணமாக, சூரியனின் கதிர்கள் ஆஸ்திரேலியாவைத் தொடும் நேரம் முதல் மாலை வரை எனக்கு தொலைப்பேசி அழைப்புகள் வரும். சிங்கப்பூர், மலேசியா, மத்திய கிழக்கு போன்ற நாடுகளில் இருந்தெல்லாம் அழைப்பார்கள். சாத்தியமான எல்லா நேர மண்டலங்களையும் உள்ளடக்கியவர்கள் என்னை அலைப்பேசியில் அழைப்பார்கள். அமெரிக்கா, கனடா போன்ற நாடுகளிலிருந்து நள்ளிரவுகளில் எனக்கு அழைப்புகள் வரும். நிச்சயமாக எனக்கு ஒரு சமநிலையான வாழ்க்கை முறை தேவை. நான் அனைவரையும் நேசிப்பதால் என்னால் யாரையும் தவிர்க்க முடியாது.

முருகப்பெருமானின் பக்தர்கள் பலர், தாங்கள் எதிர்கொள்ளும் நிதி நெருக்கடிகள், திருமணம் மற்றும் குழந்தைக்காக, குழந்தையின் படிப்பிற்காக, சிலர் உடல்நலனிற்கானப் பிரார்த்தனைகளுக்காக என்னைத் தொடர்பு கொள்கின்றார்கள். இந்த மக்களிடம் நான் எப்பொழுதும் அன்புடனும், பச்சாதாபத்துடனும் பேசுவதை உறுதி செய்கின்றேன். பிரார்த்தனை செய்வதன் மூலமோ

அல்லது குணப்படுத்தும் ஆற்றலை அவர்களுக்கு அனுப்புவதன் மூலமோ எனது நாள் தொடங்கும். நானும் என்னால் முடிந்தவரை அவர்களைப் பின்தொடர்கின்றேன். அவர்களின் புன்னகை மற்றும் அவர்களின் குரல்களின் நிதானமான தொனியிலிருந்து அவர்கள் பிரச்சனையிலிருந்து வெளியேறிவிட்டார்கள் என்பதைக் கேட்கையிலே நான் வெகுமதி பெற்றதாக உணர்கின்றேன். அதுவே எனது உண்மையான வெகுமதி.. இதுபோன்ற நடைமுறைகளைப் பணத்தால் ஈடுகட்டுமாறு நான் கேட்கவும் முடியாது மற்றும் கேட்கவும் மாட்டேன். நான் இங்கு ஒரு கருவியாக இருக்கின்றேன் என்றும், தீர்மானங்கள் அனைத்தும் இறைவனிடமிருந்து மட்டுமே வருகின்றன என்பதையும் வலியுறுத்துவதில் நான் எப்பொழுதும் விழிப்புடன் இருக்கின்றேன். எனவே குமரி கண்டத்தின் மறுசீரமைப்பிற்கு தங்களால் இயன்றதைச் செய்ய வேண்டும் என்று நான் அவர்களைக் கேட்டுக்கொள்கின்றேன். அதன் பின் வேறொருவர் எதிர்கொள்ளும் சிக்கலைத் தீர்க்க சென்றுவிடுகின்றேன்.

உங்கள் அனைவருக்கும் தெரிந்ததுபோல் கடந்த 30 ஆண்டுகளாக நான் கேரள மின்சார வாரியத்தில் பணிபுரிந்துவருகின்றேன். இந்த வேலை எனக்கு எவ்வளவு முக்கியத்துவம் வாய்ந்தது என்பதை நீங்கள் நினைவில் வைத்திருக்கின்றீர்கள், இல்லையா? இது என் தந்தை எனக்கு விட்டுச் சென்ற சொத்து. இது அவரது வாழ்க்கையின் பெரும் பகுதியைக் குறிக்கின்றது. எனக்கு 18 வயதானவுடனேயே இந்த மதிப்புமிக்க பரிசு என்னிடம் ஒப்படைக்கப்பட்டுவிட்டது. தந்தையின் மறைவிற்குப் பிறகு எங்களின் வாழ்க்கை 360 டிகிரி திரும்பியது. நாங்கள் ஆதரவற்றவர்களானோம். அப்பொழுது அந்த வேலையின் மதிப்பு விலைமதிப்பற்றது! இன்றுவரை அதுவே எனது ஆதாரம். அந்த வேலையை விடுமாறு இதுவரை முருகப்பெருமானிடமிருந்து எனக்கு எந்த அறிவுறுத்தலும் வரவில்லை. எனவே எனது பணி மற்றும் ஆன்மிகம் இரண்டையும் இணக்கமாக வைத்திருக்க முயன்று முன்னேறி வருகின்றேன்.

கேரளாவை வெளிச்சத்திற்கு அழைத்துச் சென்றது கேரள மாநில மின்சார வாரியம் (KSEB) என்று சொல்வது உருவகமாகத் தோன்றலாம். ஆனால் அது ஒரு வகையில் உண்மையாகவே தெரிகின்றது, இல்லையா? மின்சாரம் பெறுவதைப் பிறப்பு உரிமையாக

உயர்த்தியது இந்த மாபெரும் நிறுவனம் தான். அதனோடு எங்களின் வருமானத்திற்கு ஆதாரமாகவும் இருந்து வருகின்றது. இந்த மாபெரும் அமைப்பு எனது ஆன்மீகப் பயணத்திற்கு எந்த தடையும் விதிக்கவில்லை. அதேநேரம் நான் பணியில் இருக்கையிலே என் ஒழுக்கத்தை உறுதி செய்வதில் நான் ஆசீர்வதிக்கப்பட்டதற்கும் நான் மிகவும் நன்றியுள்ளவனாக இருக்கின்றேன்.

எனது ஆன்மீகப் பயணத்தின் இரண்டாம் பாதியில் இன்னும் அதிகமான தெய்வீக ரகசியங்கள் வெளிப்படவுள்ள நிலையில், என்னுடைய நேரடி இருப்பு LMRK விற்கு அதிகம் தேவைப்படும் என்று நான் கருதுகின்றேன். எனது வாழ்க்கையும் மிகவும் ஒழுக்கமான முறையில் பின்பற்றப்பட்டுவருகின்றது. விடியற்காலையிலிருந்து நள்ளிரவு வரை.. காலை பத்து மணி முதல் மாலை ஐந்து மணி வரை KSEB இல் எனது வேலை.. ஒரு தந்தை மற்றும் கணவன் என எனது குடும்பத்திற்கு நான் நியாயம் செய்ய வேண்டும். தேவையான அளவு உறக்கம் இல்லாததால் உடலில் அவ்வப்பொழுது சிரமங்கள் ஏற்படும். இப்படிப்பட்ட வாழ்க்கை முறையைக் கையாள்வது மிகவும் சவாலானது. எனவே எனது உத்தியோக பூர்வ பணிகளிலிருந்து ஓய்வு பெறவும், குடும்பம் மற்றும் LMRKவிற்காக மட்டுமே எனது நேரத்தைச் செலவிடவும் அனுமதிக்குமாறு இறைவனிடம் நான் வேண்டிக் கேட்டுக்கொள்கின்றேன். அப்பொழுதுதான் சுதந்திரத்துடனும், முழு கவனத்துடனும், பூரண அமைதியுடனும் குமரி கண்டத்தை வெற்றிகரமாக மீட்டெடுப்பதற்கான இயக்கத்தை வழிநடத்த ஏதுவாக இருக்கும். சரியான நேரத்தில் என் இறைவனின் வழிகாட்டுதலைப் பெறுவேன் என்று நான் உறுதியாக நம்புகின்றேன். அதுவரை, என்னிடம் கோரப்பட்ட ஆன்மீக மற்றும் உலகியல் பணிகளுக்கு நான் மிகச் சிறந்த நீதியைச் செய்வேன்.

ஓம் சரவண பவாய நமஹ !!!

நான் அமர்ந்திருந்த கிரிவீதிக்கு மீண்டும் வருகின்றேன்! என் நினைவுகளிலிருந்து நான் திரும்பிய பொழுது பழனிமலையின் தென்றல் அமைதியாக வீசிக்கொண்டிருந்தது.

இந்த நேரத்தில் நான் மூன்று முக்கிய எதிர்கால கடமைகளை பகிர்ந்து கொள்கிறேன். உண்மையில், இதனை இப்பொழுது வெளிப்படுத்த வேண்டும் என்று நான் நினைக்கவில்லை. ஆனால் நான் இந்த புத்தகத்தை எழுதுகையிலே இந்த கடமைகளை

வெளிப்படுத்த வேண்டிய நேரம் இது என்று எனக்கு ஒரு தெய்வீக குரல் கேட்டது.

மூன்று எதிர்கால கடமைகள்:

1. உலக முருக மாநாடு:
   முருகப் பெருமானுடன் இணைந்த அனைவரையும் ஒரு சில நாட்களுக்கு ஒரு குடையின் கீழ் கொண்டு வருவதே இந்த மாநாட்டின் நோக்கமாகும்.

   பயிலரங்குகள், கருத்தரங்குகள் என ஒரு கூட்டுப்பணியினை ஒழுங்கமைக்க நாங்கள் திட்டமிட்டுள்ளதால், இந்த மாநாடு தகவல் பரிமாற்றம் கொள்ளும் விதத்தில் அமையும். அங்கு மயில்களை வணங்கும் யாசிதிகளுடன் போகர் தொடர்பைக் கொண்ட தாவோயிஸ்ட் தலைவர்களின் பங்கேற்பையும் நாங்கள் எதிர்பார்க்கின்றோம். இது ஒரு மாபெரும் மாநாடாக இருக்கும்.

   இந்த மாபெரும் சர்வதேச நிகழ்வுக்கு இந்திய அரசு தனது முழு ஆதரவை வழங்கும் என்று நான் நம்புகின்றேன்.

2. ஏழு கடல்களுக்குப் பயணம்:
   எனது ஆன்மீக பயணத்தின் இந்த இரண்டாம் பாதி தண்ணீருடன் நிறையத் தொடர்பு கொண்டதாக இருக்கும் என்று பல்வேறு தெய்வீக குறிப்புகள் மூலம் நான் உறுதி செய்துகொண்டேன். எனவே இந்தியப் பாரம்பரியத்தைப் பாதுகாக்க, நான்கு ஆற்றல் புள்ளிகளில் நான்கு மடங்களை நிறுவ ஆதி சங்கராச்சாரியார் மேற்கொண்ட பயணத்தைப் போன்றே, புனித வேலுடன் உலகின் ஏழு கடல்களுக்குப் பயணம் செய்யத் திட்டமிடப்பட்டுள்ளது.

3. பாதுகாப்பு அடுக்கு அமைப்பது:
   புதிய குமரி கண்டத்தின் பாதுகாப்பிற்காக உலகின் ஆறு ஆற்றல் புள்ளிகள் ஒவ்வொன்றிலும் ஒரு புனித வேல் அமைக்கப்படவுள்ளது. இங்குப் பயன்படுத்தப்படும் வேல்கள் சர்வதேச உலக முருகர் மாநாட்டில் ஆசி பெறும் ஆறு வேல்களாக இருக்கும்!

எதிர்காலத்தில் அந்த வேல்களின் பாதுகாப்பில் குமரி கண்டம் மலரும் என்பது உறுதி!

மேலே குறிப்பிடப்பட்ட கடமைகளுக்கான குறிப்பிடத்தக்க அறிகுறிகளை நான் ஏற்கனவே பெற்றுள்ளேன்.

இதனோடு, பழனி குகையின் முன் இரண்டாவது நவபாஷாண முருகப்பெருமான் படத்தை வைத்து வழிபட்ட நேரத்தில் எனக்குள் எதிரொலித்த சில செய்திகளையும் இங்கே பகிர்ந்துகொள்கிறேன்.

பழனி கோவிலில் தற்பொழுதுள்ள முருகர் சிலை போகர் சித்தரால் கலியுகத்திற்காக உருவாக்கப்பட்டது. இதுவரை கோடிக்கணக்கான பக்தர்கள் முருகர் சன்னிதிக்கு வந்து பயனடைந்துள்ளனர். அடுத்த சிலை எதற்கு என்று நினைக்கின்றீர்களா? இது முருகப்பெருமானின் புதிய யுகத்திற்கானது. இரண்டாவது சிலைக்கும் முதல் சிலைக்கும் ஒரு வேறுபாடு உள்ளது. இரண்டாவது சிலை நவபாஷாண சிலை கிடையாது. ஆம், நீங்கள் படித்தது சரிதான் - அது நவபாஷாண சிலை அல்ல.

மீண்டும் மீண்டும் சொல்கின்றேன். போகர் சித்தரின் செயல்களில் பாதி மட்டுமே உலகிற்கு வெளிப்படுத்தப்பட்டுள்ளது. அதில் பெரும்பாலானவை இன்னும் வெளிவராத மர்மங்களாகவே இருக்கின்றன. அந்த குகைக்கு முன்னால் நான் பிரார்த்தனை செய்தபொழுது முக்கியத்துவம் வாய்ந்த ஒரு ரகசியம் எனக்குத் தெரியவந்தது. இரண்டாவது சிலை நவபாஷாணத்தில் செதுக்கப்படவில்லை என்பது தான் இதிலுள்ள ரகசியம். உண்மையில், இது இருண்ட பொருளால் உருவாக்கப்பட்டுள்ளது. இருண்ட பொருள் என்பது இன்றுவரை அறிவியல் உலகிற்கு ஒரு புதிராகவே உள்ளது.

உண்மையிலேயே அது ஒரு அதிசயம்!

இருண்ட பொருள் அல்லது இருண்ட ஆற்றல் ஆகியவை அறிவியல் உலகை இன்றும் திகைக்க வைக்கும் விஷயங்களாகவே இருக்கின்றன. தயவு செய்து 'இருட்டு' என்ற சொல்லைத் தவறாகப் புரிந்து கொள்ள வேண்டாம்.. இருண்ட பொருளை ஆய்வு செய்வது மிகவும் சவாலானது. ஏனென்றால், அது ஒளி அல்லது பிற மின்காந்த அலைகளைப் பிரதிபலிக்காது அல்லது கொண்டிருக்காது.

ஆகையால் இருண்ட ஆற்றல் என்று பெயர் பெற்றது. பரந்த, எல்லையற்ற பிரபஞ்சத்தில் 80% பொருள் இருட்டாக உள்ளது என்பதை அறிந்து கொள்ளுங்கள். இது புவியீர்ப்பு விதிகளை மீறிப் பரந்து விரிந்து கிடக்கின்றது. அறிவியல் இன்னும் இருண்ட பொருளைக் கண்டுபிடிக்கவில்லை.

ஒரு காலத்தில் இருண்ட துளைகளும் (கருந்துளை) மர்மமாகவே பார்க்கப்பட்டன. கருந்துளைகளை உண்மை என்று சமீப காலத்தில்தான் அறிவியல் ஏற்றுக்கொண்டது. அதனைப்போன்றே இருண்ட பொருளும் விரைவில் புரிந்து கொள்ளப்படும். இதனைப் புரிந்துகொண்டால், பல நூற்றாண்டுகளுக்கு முன்பு போகர் சித்தர் இருண்ட பொருளைப் பயன்படுத்தி முருகர் சிலையை உருவாக்கியது இந்த உலகை அதிர்ச்சிக்குள்ளாக்கும். அப்படிப்பட்ட இருண்ட சக்தியை கொண்டு போகர் சித்தர் வடிவமைத்த முருகர் சிலை ஒரு குகைக்குள் வைக்கப்பட்டுள்ளது என்ற செய்தி பேரதிர்ச்சியைக் கொடுக்கும். இன்றைய உலகத்தின் ஆற்றல் ஓட்டம் பல நூற்றாண்டுகளுக்கு முன்பே போகர் சித்தருக்கு வெளிப்படுத்தப்பட்டுள்ளது என்பதை இது நிரூபிக்கின்றது!

நான் அந்த குகையின் முன்பு வழிபடுகையிலே எனக்குத் தெரியவந்த ரகசியங்கள் இவை...

போகர் சித்தர் இந்த உலகையே திகைக்கவைக்கவிருக்கின்றார். அப்பொழுது இந்த உலகமே சித்தர்களுக்குத் தலைவணங்கும். பழங்கால குமரி கண்டம் குறித்து ஆய்வுகள் நடத்தப்படும்... முருகப்பெருமான் மிகவும் போற்றப்படுவார்...

பழனி ஆண்டவ ஹர ஹரோ ஹரா!

ஓம் சரவணபவாய நமஹ !!!

என் பிரார்த்தனை முடிந்தது நான் எழுந்து நின்றேன்!

சந்திரனுக்கும், நட்சத்திரங்களுக்கும் மத்தியில் கார்த்திகை நட்சத்திரத்தைத் தேடி நான் வானத்தைப் பார்த்தேன். அங்கே நான் என் அம்மாவைப் பார்த்தேன்.

ஆண்டவரே, என் கடவுளே!

அனிச்சையாக, நான் கிரிவீதியில் தண்ட நமஸ்காரம் செய்வதற்காகப் படுத்துக் கொண்டேன். உணர்ச்சிகள் நிரம்பி என் கண்களில் கண்ணீர் பெருக்கெடுத்து ஓடிக்கொண்டிருந்தபொழுது, யாரோ என்னை எழுந்து நிற்க உதவியதைப் போல உணர்ந்தேன். பழனியின் புனித பூமியில் அன்றைய தினத்தில் கண்ணீர் சிந்தக்கூடாது.

அம்மாவை நான் நிமிர்ந்து பார்த்தேன்! என்னை இறுக்கிப் பிடித்து நெற்றியில் முத்தமிட்டார். அவருடைய பாதுகாப்பை மிகவும் தெளிவாக உணர முடிந்தது. என்னை அமைதிப்படுத்தி, ஊக்குவித்து, பாதுகாத்து என்னுடனே இருக்கின்றார்.

அந்த உணர்வு - ஒரு தாய் மற்றும் மகனின் பந்தத்தைக் குறிக்கின்றது. அது எப்பொழுதும் போல எனக்குள் மிகுந்த ஆற்றலை செலுத்தியது. பௌர்ணமி நிலவின் வெள்ளிக்கற்றை வழிநடத்திய கிரிவீதியில் மகிழ்ச்சியுடன் நடந்தேன்.

மேலே வானத்திலிருந்து போகர் சித்தர், புலிப்பாணி சித்தர் மற்றும் மஹாவதர் பாபாஜி ஆகியோரின் ஆசிர்வாதத்துடன் முருகப்பெருமானின் ஆசிகள் என்னுள் பாய்ந்ததை உணர்ந்தேன் - இதற்கு மேல் என்னால் என்ன கேட்க முடியும்!

நான் நடந்து செல்கையிலே என் மீது ஆசீர்வாதங்கள் பொழிவதை உணர்ந்தேன். அப்பொழுது என்னால் ஆதி சங்கராச்சாரியாரையும், மகாராஜா விக்ரமாதித்யாவையும் பார்க்க முடிந்தது. சங்கு மற்றும் ஸ்டீபன் ஹாக்கிங்ஸ் என்னைப் பார்த்துச் சிரித்தனர். நாக மற்றும் கருட சக்திகள் என்னைச் சூழ்ந்த மேகமாக ஒன்றிணைந்தன.

"ஆண்டவா, நான் இங்கே இருக்கின்றேன், நீங்கள் அனுப்பும் எந்த கடமைகளையும் செய்யத் தயாராக இருக்கின்றேன்" என்று எனக்குள் கூக்குரலிட்டேன். உங்களின் ஆசியால் முடியாதது எதுவுமில்லை.

குமரி கண்டத்தை மீட்டெடுக்கும் பணியில் எனக்கென்று ஒரு அதிகாரப்பூர்வமான இருக்கை ஒதுக்கப்பட்டுள்ளது என்பதை நான் அறிவேன். அத்தகைய பதவிக்கு நான் தகுதியானவனாக இருக்க மேலும் நிறைய வளர வேண்டும் என்பதையும் நான் அறிவேன். எனது ஆன்மீகப் பயணத்தின் இந்த இரண்டாம் பாதியில் என்னைப் பலப்படுத்தவும், புத்திசாலியாக்கவும் என்னென்ன ரகசியப் பணிகள் காத்திருக்கின்றன என்று எனக்கு ஆச்சரியமாக இருக்கின்றது!

மகான்களில் மிகப் பெரியவரான போகர் சித்தர், காலப்போக்கில் வெளிப்படும் வகையில் எல்லாவற்றையும் மிகக் கச்சிதமாகப் பொதிந்து வைத்திருக்கின்றார் என்று நான் நம்புகின்றேன்!

கிரிவீதியின் இரண்டாம் பாதியில் நடந்தேன்... மேகங்களுக்குப் பின்னால் சந்திரன் மறைந்தது... திடீரென்று இருள் சூழ்ந்தது...

மறைத்து வைக்கப்பட்டிருந்த ரகசியங்களைப் போன்று இருள் என்னைச் சுற்றிக் கொண்டது. அதிகரித்த வீரியத்துடனும், வைராக்கியத்துடனும் நான் சிரித்துக்கொண்டே நடந்து சென்றேன்!

நாம் தாண்டி செல்வதற்கு நிறைய இருக்கின்றது - எதிர்நோக்குவதற்கும் நிறைய இருக்கின்றது. நாம் தொடர்ந்து சென்றுகொண்டே இருக்கவேண்டும்!

முன்னோக்கிய பயணத்தில், நாம் நமது இலக்கு மற்றும் பாதை பற்றிய தெளிவுடன் நடக்க வேண்டும்!

ஜெய் குமரி கண்டம்!
ஜெய் முருக பெருமாள்!
ஓம் சரவண பவாய நமஹ !!!

குமரிக்கண்டத்தை நோக்கிய என் பயணம், பாகம் – 2

என் முருகப்பெருமான் என்னை ஆசிர்வதிப்பதற்காக எனக்கு மேலேயும், எனக்குத் துணையாக இருக்க என்னுடனும், என்னைக் காக்க எனக்குப் பின்னாலும், என்னைத் தாங்கிக்கொண்டு எனக்கு முன்னேயும், எனக்கு ஆதரவாக என் கீழேயும் இருக்கின்றார். என்னை மேலும் வலுவூட்டும் என் அம்மாவின் ஆசீர்வாதத்துடன் - இதோ செல்கின்றேன்! மிகவும் பரபரப்பான பயணத்தின் இரண்டாம் கட்டத்திற்கு நகர்கின்றேன்... வேறொரு நேர மண்டலத்துடனான தொடர்பை நான் உணர்கின்றேன்... வேறு நேர மண்டலத்துடன் இணையும் பொழுது அங்கிருக்கும் சிலர் என்னுடன் இணைய முயல்வதை நான் உணர்கின்றேன். என் தந்தை அங்கே இருக்கின்றாரா? இல்லை - அது ராஜ கந்தர்வசேனா - பேரரசர் விக்ரமாதித்யனின் தந்தை! துணிச்சல் மிகுந்த சோழ மன்னர்களான மன்னர் வீர சோழன், மன்னன் ராஜ ராஜ சோழன், முதலாம் இராஜேந்திர சோழன் மற்றும் பலரையும் அங்கே பார்க்கின்றேன். அவர்கள் என்னிடம் சிலவற்றைப் பகிர்ந்துகொள்ள விரும்புகின்றார்கள். முருகப்பெருமானின் அனுமதியுடன் சில ரகசியங்களைப் பகிர அவர்கள் விரும்புகின்றார்கள். முருகப்பெருமான் மற்றும் என் அம்மாவின் ஆசிகளோடு நானும் அந்த ரகசியங்களைக் கேட்பதற்கு தயாராக இருக்கின்றேன்.

ஓம் சரவண பவாய நமஹ .....

புகைப்படங்கள்

தி யங் பிரதர்ஸ் கிளப் (YBC)

சிறுவயது நண்பர்களுடன் – நாராயணன், லாலு மற்றும் வேணு (இடமிருந்து வலம்)

பழனி ஸ்ரீ தண்டாயுதபாணி சுவாமி கோவில்

ஒரு தாவோயிஸ்ட் கோவிலில்

பூட்டானில் உள்ள டைகர் நெஸ்ட் மடாலயத்தின் பின்னணியில்

ரஷ்யாவில் உள்ள சிவப்பு சதுக்கத்தின் முன்

ரஷ்யாவில் வழிகாட்டி ஸ்வெட்லானாவுடன்

பாலி- இல் என் மனைவி ஷாமிலியுடன்

தாய்லாந்தின் பாங்காக்கில் உள்ள ட்ருத் அருங்காட்சியகத்தில் என் மனைவி ஷாமிலியுடன்

மலேசியாவின் பத்து குகைகளில் உள்ள முருகர் கோவிலில் எனது குடும்பத்துடன்

சிங்கப்பூரில்

சிங்கப்பூரில் இரவு விளக்குகளின் பின்னணியில்

சிங்கப்பூரில் உள்ள மேக்ரிட்சி நீர்த்தேக்கத்தில் LMRK உறுப்பினர்களுடன்

சிங்கப்பூரின் மெர்லியன் பூங்காவில்

ரீயூனியன் தீவில்

ரீயூனியன் தீவில் தியானம்

ரீயூனியன் தீவில் எனது விமானப் பயணத்திற்குப் பிறகு

மங்கோலியாவில் உள்ள செங்கிஸ்கான் குதிரையேற்ற சிலைக்கு முன்னால்
ஒரு நெருக்கமான காட்சி

ஆஸ்திரேலியாவின் நீல மலைகளில்

லயன் தீவு, ஆஸ்திரேலியா

நான் ஆஸ்திரேலியாவில் படகு சவாரி செய்த பொழுது

ஜப்பானின் கியோட்டோவில் உள்ள புஷிமி இனாரி கோவிலில்

பழனி முருகர் கோவிலில் ஸ்ரீ வேல் ஜெகன் அவர்களுடன்

பழனி அருகே ஐவர் மலை

பழனியில் மயூர சிம்மாசனம் கிரிவலம்

ஐக்கிய இராச்சியத்தின் கிரீன்விச் மெரிடியனில்

லண்டனில் உள்ள டவர் பாலத்தின் பின்னணியில் என் மனைவி ஷாமிலியுடன்

ஐக்கிய இராச்சியத்தின் டிராகன் ஹில்ஸில்

ஐக்கிய இராச்சியத்தின் வேல்ஸில்

வேல்ஸில் அதன் பிரதிஷ்டைக்குப் பிறகு மயூர சிம்மாசனத்துடன்

LMRK உறுப்பினர்களுடன் ஆஞ்சநேயர் மலையில் முருகர் நவபாஷாண
சிலைக்குப் பூஜை

ஐவர் மலையில் முருக பக்தர்களுடன்

சுவிட்சர்லாந்து நவபாஷாண முருகர் சிலையுடன் பழனி கிரிவலம்

பழனி முருகர் கோவிலில் அம்மா சுலோச்சனா அம்மாவுடன்

என் சுலோச்சனா அம்மாவின் கடைசி பிறந்தநாள்

தெய்வீக அன்னை சுலோச்சனா அம்மா

எனக்குப் பிடித்த கார்

பாரத பரிக்கிரமாவின் பொழுது இமயமலையின் பின்னணியில்
பண்டிட்ஜியுடன்

எனது பாரத பரிக்ரமாவின் பொழுது ஹரித்வாரில் நடந்த கும்பமேளாவில் கலந்து கொண்டேன்

பாரத பரிக்கிரமாவின் பொழுது ஹரித்வாரில்

பத்ரிநாத்தின் ஜோஷிமத்தில் சிவபெருமான் அகோரி சித்தராக என் தாயார்
சுலோச்சனா அம்மாவுடன்

பழனி முருகர் கோவிலில்

பழனியில் 15-ஆகஸ்ட்-2021 அன்று ஸ்கந்த பாரத மகா யாகம்

பழனியில் 15-ஆகஸ்ட்-21 அன்று ஸ்கந்த பாரத மகா யாகம்

ஸ்கந்த பாரத மகா யாகம் முடிந்ததும் LMRK உறுப்பினர்களுடன்

பழனியில் முருகரின் LMRK கொடி பெருமையுடன் பறக்கின்றது

உஜ்ஜயினியில் உள்ள விக்ரமாதித்யா நினைவு சிலைக்கு முன்பாக LMRK கொடி.

பஞ்சாப் மாநிலம் அமிர்தசரஸ் பொற்கோவிலில்

பஞ்சாப் மாநிலம் படாலாவில் உள்ள அச்சலேஷ்வர் தாம் கோயிலில் உள்ள கார்த்திகேயரின் சன்னதிக்கு முன்

வீட்டில் என் குடும்பத்துடன்

என் மூத்த மகள் நக்ஷத்ரா, மனைவி ஷாமிலி, இளைய மகள் கங்கா
ஆகியோருடன்

'TIME' எனப்படும் எனது வீட்டின் முன் எனது குடும்பத்தினருடன்

போகர் சித்தர்

புலிப்பாணி சித்தர்

மஹா அவதார் கிரியா பாபாஜி

காவேரி நதிக்கரையில்

வள்ளலார் சித்தர்

ஒளி உடல் செயல்படுத்தும் நிகழ்வு

பழனி போகர் குகையில்

ஆடி அமாவாசை பூஜையின் பொழுது உஜ்ஜயினியில் உள்ள ஆஸ்தா குருகுலத்தில் LMRK கொடி ஏற்றப்பட்டது.

எனக்கு உணர்த்தப்பட்ட போகர் சித்தரின் இரண்டாவது முருகர் சிலை

பொறுப்புதுறப்பு

ஓம் முருகா (குமரிக்கண்டத்தை நோக்கிய என் பயணம்) என்ற இந்த புத்தகம் திரு ரா. ரெஜித் குமார் அவர்கள் பெற்ற ஆன்மீக அனுபவங்களிலிருந்து உருவானது. மலையாள மொழியில் உருவான இந்த புத்தகம் தமிழில் மொழிபெயர்க்கப்பட்டுள்ளது. எங்கள் அறிவிற்கு எட்டியவரை இந்த புத்தகத்திலுள்ள அணைத்து தகவல்களும் உண்மையானவை. புத்தகத்தின் தமிழ் மற்றும் மலையாளப் பதிப்புகளுக்கு இடையில் ஏதேனும் முரண்பாடு இருந்தால், மலையாளப் பதிப்பே இறுதியானது. இதில் கொடுக்கப்பட்டுள்ள சில ஆராய்ச்சி தகவல்கள் இணையதளத்தின் சில நம்பகமான தளங்களிலிருந்து சரிபார்க்கப்பட்டவை. எந்த ஒரு பதிப்புரிமை மீறலும் இல்லாமல் சில வரலாற்று குறிப்புகள் இந்த புத்தகத்தில் இணைக்கப்பட்டுள்ளன.

இந்த புத்தகத்தில் உள்ள உள்ளடக்கமும், தகவல்களும் லயன் மயூரா ராயல் கிங்டம் (LMRK) (பதிவு எண். 191/2017) என்ற ஒரே உரிமையின் கீழ் அதன் பதிப்புரிமை பாதுகாக்கப்படுகின்றது. இந்த புத்தகத்தின் உள்ளடக்கத்தை நகலெடுப்பது அல்லது மீண்டும் உருவாக்குவது போன்றவை தடைசெய்யப்பட்டுள்ளது.

குறிப்புகள்

1. பாபாஜி மற்றும் மார்ஷலின் 18 சித்த கிரியா யோகா பாரம்பரியம் கோவிந்தன், 1991, ப.150.
2. சித்தர் போகநாதரின் யோகம் டி.என். கணபதி, 2003, ப.81.